TRUNG A-HÀM
Quyển 2

GIÁO HỘI PHẬT GIÁO VIỆT NAM THỐNG NHẤT
HỘI ĐỒNG PHIÊN DỊCH TAM TẠNG LÂM THỜI

ĐẠI TẠNG KINH VIỆT NAM

THANH VĂN TẠNG

Tập 4

KINH BỘ IV

TRUNG A-HÀM

Quyển 2

Hán dịch: SAṄGHADEVA

(Tam Tạng Tăng-già-đề-bà)

ĐẠO TỔ bút thọ

Việt dịch & chú: TUỆ SỸ

HỘI ĐỒNG HOẰNG PHÁP

PL 2565 – DL 2022

ĐẠI TẠNG KINH VIỆT NAM

THANH VĂN TẠNG - Tập 4 - KINH BỘ IV

TRUNG A-HÀM, QUYỂN 2

TUỆ SỸ *Việt dịch & chú*

Ban Báo Chí & Xuất Bản Hội Đồng Hoằng Pháp

Ấn hành lần thứ nhất, quý II/2022

Trách nhiệm xuất bản: Thích Hạnh Viên

Sửa bản in: Thích Nguyên An,
Tâm Huy, Tâm Quang, Nguyên Đạo

Trình bày: Nguyên Đạo, Quảng Hạnh Tuệ

Thiết kế bìa: Quảng Pháp, Nhuận Pháp

https://hoangphap.org

MỤC LỤC PHÂN TÍCH

Phẩm 9: Phẩm Uế

GIỚI THIỆU CÔNG TRÌNH PHIÊN DỊCH
ĐẠI TẠNG KINH VIỆT NAM

Yo vo, ānanda,
mayā dhammo ca vinayo ca desito paññatto,
*so vo mamaccayena satthā.**

I. SƠ LƯỢC QUÁ TRÌNH PHIÊN DỊCH

Trước khi nhập Niết-bàn, đức Phật có di giáo tối hậu cho các chúng đệ tử: "Pháp và Luật mà Ta đã thuyết và quy định, là Đạo Sư của các ngươi sau khi Ta diệt độ." Phụng hành di giáo của đức Thế Tôn, các vị Trưởng lão A-la-hán đã thực hiện cuộc kiết tập lần thứ nhất tại thành Vương Xá, cùng hòa hiệp phúng tụng tất cả những điều đã được Phật giảng dạy trong suốt bốn mươi lăm năm giáo hóa; nền tảng của văn hiến Phật giáo mà về sau được gọi là Tam tạng được thành lập từ đó.

Kể từ đó, giáo pháp của đức Thích Tôn theo bước chân du hóa của các Thánh đệ tử lan tỏa khắp bốn phương. Nơi nào Giáo pháp được truyền đến, nơi đó bốn chúng đệ tử học tập và hành trì theo phương ngôn của bản địa, như điều đã được đức Phật chỉ giáo: *anujānāmi, bhikkhave, sakāya niruttiyā buddhavacanaṃpariyāpuṇitun"ti.* "Này các tỳ-kheo, Ta cho phép các ngươi học Phật ngôn bằng chính phương ngữ của mình." Y cứ theo lời dạy này, ngay từ khởi thủy Phật ngôn đã được chuyển thể qua nhiều phương ngữ khác nhau. Khi các bộ phái Phật giáo phát triển, mỗi bộ phái cố gắng thành lập Tam tạng Thánh điển theo phương ngữ của địa phương được xem là căn cứ địa. Khi mà hệ thống văn tự tại cổ

---

* Này *Ānanda*! Pháp và Luật mà Ta đã thuyết và qui định, là Đạo Sư của các ngươi sau khi Ta diệt độ.

Ấn Độ chưa phổ biến, sự lưu truyền Thánh điển bằng khẩu truyền là phương tiện chính. Do khẩu truyền, những biến âm do khẩu âm của từng địa phương khác nhau thỉnh thoảng cũng ảnh hưởng đến một vài thay đổi nhỏ trong các văn bản. Những biến thiên âm vận ấy trong nhiều trường hợp dẫn đến những giải thích khác nhau về một điểm giáo nghĩa giữa các bộ phái. Tuy nhiên, nhìn từ đại thể, các giáo nghĩa trọng yếu vẫn được hiểu và hành trì như nhau giữa tất các các truyền thống, nam phương cũng như bắc phương. Điều có thể được khẳng định qua các công trình nghiên cứu tỉ giảo về văn bản trong hai nguồn văn hệ Phật giáo hiện tại: Pali và Hán tạng. Các bản Hán dịch xuất xứ từ A-hàm, và các bản văn Pali hiện đọc được, đại bộ phận đều tương ưng với nhau. Do đó, những điều được cho là dị biệt giữa hai truyền thống nam và bắc phương, mà thường hiểu lệch lạc là Tiểu thừa và Đại thừa, chỉ là sự khác biệt bởi môi trường lịch sử văn minh theo các địa phương và dân tộc. Đó là sự khác biệt giữa nguyên thủy và phát triển. Phật pháp truyền sang phương nam, đến các nước Nam Á, nơi đó sự phát triển văn minh và các định chế xã hội chưa đến mức phức tạp, nên giáo pháp của Phật được hiểu và hành gần với nguyên thủy. Về phương bắc, tại các vùng đông bắc Ấn, và tây bắc Trung Quốc, nhiều chủng tộc dị biệt, nhiều nền văn hóa khác nhau, và do đó cũng xuất hiện nhiều định chế xã hội khác nhau. Phật pháp được truyền vào đó, một thời đã trở thành quốc giáo của nhiều nước. Thích ứng theo sự phát triển của đất nước ấy, từ ngôn ngữ, phong tục, định chế xã hội, giáo pháp của đức Phật cũng dần dần được bản địa hóa.

Thánh điển Tam tạng là nguồn suối cho tất cả nhận thức về Phật pháp, để học tập và hành trì, cũng như để nghiên cứu. Kinh tạng và Luật tạng là tập đại thành Pháp và Luật do chính đức Phật giảng dạy và quy định, là sở y cho tri thức và hành trì của Thánh đệ tử để tiến tới thành tựu cứu cánh Minh và Hành. Kinh và Luật cũng bao gồm những diễn giải của các Thánh đệ tử được thân truyền từ kim khẩu của đức Phật. Luận tạng, theo truyền thống Thượng tọa bộ nam phương, và cũng theo truyền thống Hữu bộ, do chính đức Phật thuyết. Nhưng các đại luận sư như Thế Thân (*Vasubandhu*), cũng như hầu hết các nhà nghiên cứu Phật học trên thế giới hiện đại, đều không công nhận truyền thuyết này, mà cho rằng đó là tập đại thành các công trình phân tích, quảng diễn, và hệ thống hóa những điều đã được Phật thuyết trong Pháp và Luật. Kinh và Luật tạng được thành lập trong một khoảng thời gian nhất định, trực tiếp hoặc gián tiếp từ kim khẩu của Phật, và là sở y chung cho tất cả các bộ phái Phật giáo, bao gồm cả Phật giáo Đại thừa, mặc dù có những sai biệt do vấn đề truyền khẩu với các khẩu âm và phương ngữ khác nhau, theo thời gian và địa vực.

Luận tạng là bộ phận Thánh điển phản ánh lịch sử phát triển của Phật giáo, bao gồm các phương diện tín ngưỡng tôn giáo, tư duy triết học, nghiên cứu khoa học, định chế và tổ chức xã hội chính trị. Tổng quát mà nói, đó không chỉ là phản ánh lịch sử phát triển của nội bộ Phật giáo, mà trong đó cũng phản ánh toàn bộ văn minh tại những nơi mà giáo lý của đức Phật được truyền đến. Điều này cũng được chứng minh cụ thể bởi lịch sử Việt Nam.

Mỗi bộ phái Phật giáo tự xây dựng cho mình một nền văn hiến Luận tạng riêng biệt, tập hợp các luận giải giáo nghĩa, bảo vệ kiến giải Phật pháp của mình, bài trừ các quan điểm dị học. Đây là nền văn hiến đồ sộ, liên tục phát triển trên nhiều khu vực địa lý khác nhau. Cho đến khi Hồi giáo bành trướng tại Ấn Độ, Phật giáo bị đào thải. Một bộ phận văn hiến Phật giáo được chuyển sang Tây Tạng, qua các bản dịch Phạn Tạng, và một số lớn nguyên bản Phạn văn được bảo trì. Một bộ phận khác, lớn nhất, gần như hoàn chỉnh nhất, văn hiến Phật giáo được chuyển dịch sang Hán tạng, bao gồm hầu hết mọi xu hướng tư tưởng dị biệt của Phật giáo phát triển trong lịch sử Ấn Độ, từ Nguyên thủy, Bộ phái, Đại thừa, cho đến Mật giáo.

Truyền thuyết ghi rằng Phật giáo được truyền vào Trung Hoa dưới đời Hán Minh Đế, niên hiệu Vĩnh bình thứ 10 (Tl. 65), và bản kinh Phật đầu tiên được dịch sang Hán văn là Kinh Tứ thập nhị chương, do Ca-diếp Ma-đằng và Trúc Pháp Lan. Nhưng truyền thuyết này không được nhất trí hoàn toàn giữa các nhà nghiên cứu lịch sử Phật giáo Trung Quốc. Điều chắc chắn là Khương Tăng Hội, quê quán Việt Nam, xuất phát từ Giao Chỉ (Việt Nam), đã đưa Phật giáo vào Giang Tả, miền Nam Trung Hoa. Các công trình phiên dịch và chú giải của Khương Tăng Hội đã chứng tỏ rằng trước đó, tức từ năm thứ 247 kỷ nguyên Tây lịch, thời gian được nói là Tăng Hội vào đất Kiến nghiệp, quy y cho Tôn Quyền,

Phật giáo đã phát triển đến một hình thái nhất định tại Việt Nam, cùng một số kinh Phật được phiên dịch. Điều này cũng được củng cố thêm bởi những điều được ghi chép trong Mâu Tử Lý Hoặc Luận. Có lẽ do hậu quả của thời kỳ Bắc thuộc, hầu hết những điều được tìm thấy trong hành trạng của Khương Tăng Hội và trong ghi chép của Mâu Tử đều bị xóa sạch. Chỉ tồn tại những gì được ghi nhận là truyền từ Trung Quốc.

Dịch giả Phạn Hán đầu tiên tại Trung Quốc được khẳng định là An Thế Cao (đến Trung Quốc trong khoảng Tl. 147 – 167). Tất nhiên trước đó hẳn cũng có các dịch giả khác mà tên tuổi không được ghi nhận. Lương Tăng Hựu căn cứ trên bản Kinh lục xưa nhất của Đạo An (Tl. 312 – 385) ghi nhận có chừng 134 kinh không rõ dịch giả; và do đó cũng không xác định trước hay sau An Thế Cao.

Sự nghiệp phiên dịch Phật kinh Phạn Hán liên tục từ An Thế Cao, cho đến các đời Minh, Thanh được tập thành trong 32 tập của Đại Chánh, bao gồm Thánh điển Nguyên thủy, Bộ phái, Đại thừa, Mật giáo, 1692 bộ. Những trước tác của Trung Hoa, từ sớ giải, luận giải, cho đến sử truyện, du ký, v.v., tập thành từ tập 33 đến 55 trong Đại Chánh, gồm 1492 tác phẩm. Số tác phẩm được ấn hành trong Tục tạng chữ Vạn còn nhiều hơn thế nữa. Đây là hai bản Hán tạng tương đối đầy đủ nhất, trong đó tạng Đại Chánh được sử dụng rộng rãi trên quy mô thế giới.

Sự nghiệp phiên dịch Kinh điển ở nước ta được bắt đầu rất sớm, có thể trước cả thời Khương Tăng Hội, mà dấu vết có thể tìm thấy trong *Lục độ tập kinh*. Ngôn ngữ phiên dịch của Khương Tăng Hội là Hán văn. Hiện chưa có phát hiện nào về các bản dịch Kinh Phật bằng tiếng quốc âm. Suốt trong thời kỳ Bắc thuộc, do nhu cầu tinh thông Hán văn như là sách lược cấp thời để đối phó sự đồng hóa của phương bắc, Hán văn trở thành ngôn ngữ thống trị. Vì vậy công trình phiên dịch Kinh điển thành quốc âm không thể thực hiện. Bởi vì, công trình phiên dịch Tam tạng tại Trung Hoa thành tựu đồ sộ được thấy ngay, chủ yếu do sự bảo trợ của triều đình. Quốc âm chỉ được dùng như là phương tiện hoằng pháp trong nhân gian.

Cho đến thời Pháp thuộc, trước tình trạng vong quốc và sự đe dọa bởi văn hóa xâm lược, văn hóa dân tộc có nguy cơ mất gốc, cho nên sơn môn phát động phong trào chấn hưng Phật giáo, phổ biến kinh điển bằng tiếng quốc ngữ qua ký tự La-tinh. Từ đó, lần lượt các Kinh điển quan trọng từ Hán tạng được phiên dịch theo nhu cầu học và tu của Tăng già và Phật tử tại gia. Phần lớn các Kinh điển này đều thuộc Đại thừa, chỉ một số rất ít được trích dịch từ các A-hàm. Dù Đại thừa hay A-hàm, các Kinh Luận được phiên dịch đều không theo một hệ thống nào cả. Do đó sự nghiên cứu Phật học Việt Nam vẫn chưa có cơ sở chắc chắn. Mặt khác, do ảnh hưởng ngữ pháp Phạn, các bản dịch Hán hàm chứa một số vấn đề ngữ pháp Phạn Hán khiến cho ngay cả các nhà chú giải Kinh điển lớn như Cát Tạng, Trí Khải cũng phạm phải rất nhiều sai lầm. Chính Ngạn Tông, người tổ chức dịch trường theo lệnh của Tùy Dạng đế đã nêu lên một số sai lầm này. Cho đến Huyền Trang, vì phát hiện nhiều sai lầm trong các bản Hán dịch nên quyết tâm nhập Trúc cầu pháp, bất chấp lệnh cấm của triều đình và các nguy hiểm trên lộ trình.

Ngày nay, do sự phát hiện nhiều bản Kinh Luận quan trọng bằng tiếng Sanskrit, cũng như sự phổ biến ngôn ngữ Tây Tạng, mà phần lớn Kinh điển Sanskrit được phiên dịch, nên nhiều công trình chỉnh lý được thực hiện cho các bản dịch Phạn Hán. Thêm vào đó, do sự phổ biến ngôn ngữ Pali, vốn được xem là ngôn ngữ Thánh điển gần với nguyên thuyết nhất, một số sai lầm trong các bản dịch A-hàm cũng được chỉnh lý, và tỉ giảo, khiến cho lời dạy của Đức Thích Tôn được thọ trì một cách trong sáng hơn.

Trên đây là những nhận thức cơ bản để Ban phiên dịch Đại Tạng Kinh Việt Nam y theo đó mà thực hiện các bản dịch. Trước hết, là bản dịch các kinh A-hàm đang được giới thiệu ở đây. Các kinh thuộc bộ A-hàm được dịch sang Hán rất sớm, kể từ thời Hậu Hán với An Thế Cao. Nhưng phần lớn các truyền bản này đều phát xuất từ Tây vực, từ các nước Phật giáo thịnh hành thời đó như Quy-tư, Vu-điền. Do khẩu âm và phương ngữ nên trong các truyền bản được nói là Phạn văn đã hàm chứa khá nhiều sai lạc. Điều này có thể thấy rõ qua sự so sánh các đoạn tương đương Pali, hay các dẫn chứng trong Đại Tì-bà-sa, Du-già sư địa. Thêm vào đó, các dịch giả hầu hết đều học Phật và học tiếng Sanskrit tại các nước Tây Vực chứ không trực tiếp tại Ấn Độ như La-thập và Huyền Trang, nên trình độ ngôn ngữ Phạn có hạn chế. Các vị ấy khi vừa đặt chân lên Trung Hoa, do khát vọng thâm thiết của các Phật tử Trung Hoa, muốn có thêm kinh Phật để học và tu, cho nên trong khi chưa tinh thông tiếng Hán, mà công trình phiên dịch lại được thôi thúc cần thực hiện. Vì không tinh thông Hán ngữ nên công tác phiên dịch luôn luôn qua trung gian một người chuyển ngữ. Quá trình phiên dịch đi qua nhiều giai đoạn mà chính người chủ dịch không thể quán triệt, cho nên trong các bản dịch hàm chứa những đoạn văn rất tối nghĩa, và nhiều khi nhầm lẫn. Trong tình hình như vậy, một bản dịch Việt từ Hán đòi hỏi rất nhiều tham khảo để hy vọng tiếp cận với nguyên bản Sanskrit đã thất lạc, và cũng từ đó mà hy vọng có thể tiếp cận với lời Phật dạy hơn, điều mà các bản Hán dịch do trở ngại ngôn ngữ đã không thể thực hiện được.

Đại Tạng Kinh Việt Nam chủ yếu căn cứ trên Đại Chánh Đại Tạng Kinh, Nhật Bản, gồm 100 tập, được biên tập khởi đầu từ niên hiệu Đại Chánh (Taisho) thứ 11, Tl. 1922, cho đến niên hiệu Chiêu Hòa (Showa) thứ 9, Tl. 1934, tập hợp trên 100 nhà nghiên cứu Phật học hàng đầu của Nhật Bản, dưới sự chủ trì của Cao Nam Thuận Thứ Lang (Takakusu Junjiro) và Độ Biên Hải Húc (Watanabe Kaigyoku). Để bản sử dụng là bản in của chùa Hải Ấn, Triều Tiên, được gọi là bản Cao-lệ. Công trình chỉnh lý văn bản căn cứ các khắc bản Tống, Nguyên, Minh, cùng một số khắc bản và thủ bản tại Hoa và Nhật khác như tả bản Thiên Bình, bản Liêu của Cung nội sảnh, bản chùa Đại Đức, bản chùa Vạn Đức, v.v. Một số bản văn được phát hiện tại các vùng trong Tây Vực như Vu Điền, Đôn Hoàng, Quy Tư, Cao Xương, cũng được dùng làm tham khảo. Nhiều đoạn văn từ Pali và Sanskrit cũng được dẫn dưới cước chú để đối chiếu đoạn Hán dịch mà người biên tập nghi ngờ là không chính xác hoặc thuộc về dị bản nào đó.

Nội dung Đại tạng Đại Chánh được phân làm ba phần chính: phần thứ nhất, gồm 32 tập, là các bản dịch Phạn Hán bao gồm Kinh, Luật, Luận, được thuyết bởi chính kim khẩu của Phật, hay được kiết tập bởi các Thánh đệ tử, hoặc được trước tác bởi các Luận sư. Phần thứ hai, từ Đại Chánh tập 33 đến tập 55, trước tác của Trung Hoa, bao gồm các sớ giải Kinh, Luật, Luận, và luận thuyết riêng biệt của các tông phái Phật giáo Trung Hoa, các sử truyện, truyện ký, du ký, truyền kỳ; các bản Hán dịch thuộc ngoại giáo như Thắng luận, Số luận, Ba tư giáo, Thiên chúa giáo, các tập ngữ vựng Phạn Hán, giáo khoa Phạn Hán, các Kinh lục. Phần thứ ba, từ tập 56 đến 85, tập họp các trước tác của Nhật Bản, gồm các sớ giải Kinh, Luật, Luận, phần lớn căn cứ trên các bản sớ giải Trung

Hoa mà giải nghĩa rộng thêm, và các luận thuyết của các tông phái tại Nhật Bản. Còn lại 12 tập sưu tập các đồ tượng, tranh ảnh, phần lớn là các đồ hình mạn-đà-la của Mật tông. 3 tập cuối, tổng mục lục, liệt kê nội dung các bản Đại tạng lưu hành.

Ban phiên dịch Đại Tạng Kinh Việt Nam chọn Đại Chánh tạng làm để bản, phiên dịch tất cả tác phẩm được ấn hành trong đó. Phàm lệ để thực hiện bản dịch tạm thời được quy định như sau:

1. Đại Tạng Kinh Việt Nam bao gồm tất cả các bản dịch tiếng Việt của Tam Tạng Kinh Điển Phật giáo đã xuất hiện ở nước ta từ trước đến nay, qua các thời kỳ với nhiều dịch giả khác nhau, để cho thấy quá trình hình thành Đại Tạng Kinh Việt Nam qua lịch sử.

2. Về bản đáy, bản dịch Việt căn cứ trên ấn bản Đại Chánh Tân Tu Đại Tạng Kinh 100 tập, mỗi tập trên dưới 1000 trang chữ Hán cỡ 10pt và sẽ được đánh số theo thứ tự của số ghi trong bản in Đại Chánh. Mỗi trang của bản in Đại chính được chia làm ba cột: a, b, c. Số trang và cột này đều được ghi trong bản dịch để tiện tham khảo.

3. Vì thế, một bản kinh chữ Hán có thể có nhiều bản dịch tiếng Việt, nên sau số thứ tự của Đại Chánh, sẽ đánh thêm các mẫu tự A, B, C... để phân biệt các bản dịch tiếng Việt khác nhau của cùng một bản kinh chữ Hán đó.

4. Về xử lý văn bản trong khi phiên dịch, phần lớn căn cứ công trình hiệu đính và đối chiếu của bản Đại Chánh. Ngoài ra, tham khảo thêm các công trình hiệu đính và đối chiếu khác.

5. Giữa các ấn bản có những điểm khác nhau, bản Việt sẽ lựa chọn hoặc hiệu đính theo nhận thức của người dịch.

6. Trong bản Hán, nếu chỗ nào xét thấy văn dịch hay từ ngữ không phù hợp với giáo nghĩa truyền thống phổ biến, người dịch sẽ tham khảo các Kinh, Luật, Luận cần thiết để hiệu chính. Những hiệu chính này được giải thích ở phần cước chú.

7. Bản Hán dịch thực hiện căn cứ phần lớn trên sự truyền khẩu. Do đó những từ phát âm tương tự dễ đưa đến ngộ nhận, như *sam* Pāli hay *sama* và *samyak*; *cala* và *jala*; *muti* và *muṭṭhi*, v.v... Trong những trường

hợp này, người dịch sẽ tham chiếu các kinh tương đương, các bản Hán biệt dịch, suy đoán tự dạng nguyên thủy có thể có trong Phạn bản để hiệu chính. Những hiệu chính này đều được ghi ở phần cước chú.

8. Do các truyền bản khác nhau giữa các bộ phái, để có nhận thức về giáo nghĩa nguyên thủy, chung cho tất cả, cần có những nghiên cứu đối chiếu sâu rộng. Công việc này ngoài khả năng hiện tại của các dịch giả. Tuy nhiên, trong trường hợp có thể, những điểm dị biệt giữa các truyền bản sẽ được ghi nhận và đối chiếu. Những ghi nhận này được nêu ở phần cước chú.

9. Bản Hán dịch được phân thành số quyển. Bản dịch Việt không chia số quyển như vậy, nhưng sẽ ghi ở phần cước chú mỗi khi bắt đầu một quyển khác.

10. Các từ Phật học trong một số bản Hán dịch nếu không phổ biến, do đó có thể gây khó khăn cho việc đọc và nghiên cứu, trong các trường hợp như vậy, tuy vẫn giữ nguyên dịch ngữ của bản Hán, nhưng dịch ngữ tương đương thông dụng hơn sẽ được ghi trong phần cước chú. Trong trường hợp có thể, sẽ ghi luôn dịch giả của những dịch ngữ này và xuất xứ của chúng từ bản dịch nào để tiện việc tham khảo.

11. Các kinh sách tham khảo trong cước chú đều được viết tắt theo quy định phổ thông của giới nghiên cứu quốc tế; xem quy định về viết tắt ở cuối mỗi tập của Đại tạng kinh Việt Nam.

II. PHƯƠNG ÁN THỰC HIỆN

Dự án thực hiện bao gồm các công trình phiên dịch, biên tập, và ấn hành, một Hội Đồng phiên dịch Đại Tạng Kinh Việt Nam được thành lập, được điều phối bởi Tổng biên tập, với các nhiệm vụ được phân phối như sau:

1. Ủy ban Phiên dịch. Để hoàn tất một bản dịch, các công tác sau đây cần được thực hiện:

a. Phiên dịch trực tiếp: Các văn bản lần lượt được phân phối đến các vị có trình độ Hán văn tương đối, kiến thức Phật học cơ bản, và khả năng ngôn ngữ cần thiết, phiên dịch trực tiếp từ Hán sang Việt.

b. Hiệu đính và chú thích: nhiệm vụ chủ yếu của phần hiệu chính là đọc lại bản dịch thô và bổ túc những sai lầm có thể có trong bản dịch. Trong thực tế, người hiệu đính còn phải làm nhiều hơn thế nữa.

Trước hết là phần chỉnh lý văn bản. Phần này đáng lý phải thực hiện trước khi phiên dịch. Việc chỉnh lý văn bản thoạt tiên có vẻ đơn giản, vì người dịch chỉ lưu ý một số nhầm lẫn trong việc khắc bản của để bản. Những điểm khác nhau giữa các bản khắc hầu hết được ghi ở cước chú trong ấn bản Đại Chánh, người dịch chỉ cần hiểu rõ nội dung đoạn dịch thì có thể lựa chọn những từ thích hợp trong cước chú. Tuy nhiên, do hạn chế về trình độ Phật pháp và khả năng tham khảo nên đa số người dịch không chọn được từ chính xác. Mặt khác, ngay cả các từ trong cước chú không phải hoàn toàn chính xác. Ngay cả Đại sư Ấn Thuận cũng phạm phải một số sai lầm khi chọn từ, vì không tìm ra các đoạn Pali hoặc Sanskrit tương đương nên phải dựa trên ức đoán. Những ức đoán phần nhiều là sai. Mặt khác, nhiều sai lầm không phải do tả bản hay khắc bản, mà do chính từ truyền bản. Bởi vì, kinh điển từ Ấn Độ truyền sang hầu hết đều do khẩu truyền. Những biến đổi trong khẩu âm, phát âm, khiến nhầm lẫn từ này với từ khác, làm cho ý nghĩa nguyên thủy của giáo lý sai lạc. Người dịch từ Hán văn mà không có trình độ Phạn văn nhất định thì không thể phát hiện những sai lầm này. Điều đáng lưu ý những sai lầm này xuất hiện rất nhiều và rất thường xuyên trong nhiều bản dịch Phạn Hán.

Phần hiệu đính tập trung trên cú pháp Phạn mà ảnh hưởng của nó trong các bản dịch khiến cho nhiều khi ngay cả những vị tinh thông Hán, ngay cả các nhà chú giải kinh điển nổi tiếng cũng phải nhầm lẫn. Để hiểu rõ nội dung bản dịch Hán, cần thiết phải tìm lại nguyên bản Phạn để đối chiếu. Đại sư Cát Tạng đã vấp phải sai lầm khi không có cơ sở để phân tích mệnh đề Hán dịch là năng động hay thụ động, do đó đã nhầm lẫn người giết với kẻ bị giết. Đó là một đoạn văn trong *Thắng man* mà nguyên bản Phạn của kinh này đã thất lạc, nhưng đoạn văn tương đương lại được tìm thấy trong trích dẫn của *Sikṣasamuccaya* của *Sāntideva*. Nếu không tìm thấy đoạn Sanskrit được trích dẫn này thì không ai có thể biết rằng Cát Tạng đã nhầm lẫn.

Rất nhiều kinh điển trong nguyên bản Phạn đã bị thất lạc. Ngay cả những tác phẩm quan trọng như Đại Tì-bà-sa chỉ tồn tại trong bản dịch của Huyền Trang. Nhiều đoạn được trích dẫn trong bản dịch *Câu-xá*, mà Phạn văn đã được phát hiện, cũng giúp người đọc Đại Tì-bà-sa có manh mối để đi sâu vào nội dung. Đọc một bản văn mà không nắm vững nội dung của nó, nghĩa là chính dịch giả cũng không hiểu, hoặc hiểu sai, sao có thể hy vọng người đọc hiểu được đoạn văn phiên dịch? Do đó, công tác hiệu đính không đơn giản chỉ bổ túc những khuyết điểm trong bản dịch về lối hành văn, mà đòi hỏi công phu tham khảo rất nhiều để nắm vững nội dung nguyên tác trong một giới hạn khả dĩ.

Đại Tạng Kinh Việt Nam là bản dịch Việt từ Hán tạng, do đó không thể tự tiện thay đổi nội dung dù phát hiện những sai lầm trong bản Hán. Những sai lầm mang tính lịch sử, do đó không được phép loại bỏ tùy tiện. Tuy vậy, bản dịch Việt cũng không thể bỏ qua những nhầm lẫn được phát hiện. Những phát hiện sai lầm cần được nêu lên, và những hiệu đính cũng cần được đề nghị. Những điểm này được ghi ở phần cước chú để cho bản Việt vẫn còn gần với bản Hán dịch.

Trên đây là một số điều kiện tất yếu để thực hiện một bản dịch tương đối khả dĩ chấp nhận. Trong tình hình hiện tại, chúng ta chỉ có rất ít vị có thể hội đủ điều kiện yêu cầu như trên. Do đó, dự án thực hiện hướng đến chương trình đào tạo, không đơn giản chỉ là đào tạo chuyên gia dịch thuật, mà là bồi dưỡng những vị có trình độ Phật học cao với khả năng đọc và hiểu các ngôn ngữ chuyển tải Thánh điển, chủ yếu các thứ tiếng Pali, Sanskrit, Tây Tạng và Hán. Trong tình hình nghiên cứu Phật học hiện tại trên thế giới, người muốn nghiên cứu Phật học mà không biết đến các ngôn ngữ này thì khó có thể nắm vững giáo nghĩa căn bản. Và đây cũng là điều mà Ngạn Tông đã nêu rõ trong các điều kiện tham gia dịch thuật trong viện phiên dịch bảo trợ bởi Tùy Dạng Đế, mặc dù Ngạn Tông chỉ yêu cầu hiểu biết Phạn văn nhưng đồng thời cũng yêu cầu kiến thức uyên bác, không chỉ tinh thông Phật điển mà còn cả thư tịch ngoại giáo.

Chi tiết chương trình đào tạo cần được trình bày trong một dịp khác.

2. Ủy ban Ấn hành. Công tác ấn hành gồm các phần:

a. Sửa lỗi chính tả của các bản dịch. Hiện tại lỗi chính tả trong các bản dịch do các Thầy, Cô, và Phật tử tự nguyện chỉnh sửa. Nhưng chỉ là công tác nghiệp dư, do không chuyên trách, và do đó cũng thiếu kinh nghiệm trong việc phát hiện lỗi, nên các bản in phổ biến tồn tại khá nhiều lỗi chính tả.

b. Trình bày bản in. Công tác này tùy thuộc điều kiện kỹ thuật vi tính. Sơ khởi, ban ấn hành chưa đủ điều kiện để có những vị thành thạo sử dụng kỹ thuật vi tính trong việc trình bày văn bản. Công việc này hiện tại do các Thầy, Cô phụ trách, với trình độ kỹ thuật do tự học, và tự phát. Vì vậy, trong nhiều trường hợp không khắc phục được lỗi kỹ thuật nên hình thức trình bày của bản văn chưa được hoàn hảo như mong đợi.

Sự nghiệp phiên dịch được định khoảng 15 năm, hoặc có thể lâu hơn nữa. Hình thức Đại Tạng Kinh do đó không thể được thiết kế một lần hoàn hảo. Trong diễn tiến như vậy, tất nhiên trình độ kỹ thuật được cải tiến theo thời gian, khiến cho hình thức trình bày cũng cần thay đổi cho phù hợp với thời đại. Hậu quả sẽ khó tránh khỏi là sự không đồng bộ giữa các tập Đại Tạng Kinh ấn hành trước và sau.

c. Ấn loát. Sau khi hình thức trình bày được chấp nhận, bản dịch được đưa đi nhà in. Trách nhiệm ấn loát được giao cho nhà in với các khoản được ghi thành hợp đồng. Vấn đề ấn loát như vậy tương đối ổn định. Tuy nhiên, cũng cần có người chuyên trách để theo dõi quá trình ấn loát, hầu tránh những sai sót kỹ thuật có thể có do nhà in.

d. Phát hành, phổ biến và vận động. Một nhiệm vụ không kém quan trọng là phát hành và phổ biến Đại Tạng Kinh. Công việc này đáng lý do một ban phát hành chuyên trách. Nhưng trong điều kiện nhân sự hiện tại, một Ban như vậy chưa thể thành lập, do đó ban ấn hành kiêm nhiệm. Thêm nữa, công trình phiên dịch là sự nghiệp chung của toàn thể Phật tử Việt Nam, không phân biệt Giáo hội, hệ phái, do đó cần có sự tham gia và cống hiến của chư Tăng Ni, Phật tử, bằng hằng sản và hằng tâm, bằng tâm nguyện cá nhân hay tập thể dưới các hình thức hỗ trợ và bảo trợ bằng vật chất hoặc tinh thần, cống hiến bằng tất cả khả năng vật chất và trí tuệ. Công việc vận động này để cho được hữu hiệu với sự tham gia tích cực của nhiều chúng đệ tử cũng cần được chuyên trách bởi một ban vận động. Trong điều kiện nhân sự hiện tại, ban ấn hành kiêm nhiệm.

HẬU TỪ

Trải qua trên dưới 2 nghìn năm du nhập, những giáo nghĩa căn bản mà đức Phật đã giảng được học và hành tại Việt Nam, đã đem lại nhiều an lạc cho nhiều cá nhân và xã hội, đã góp phần xây dựng tình cảm và tư duy của các cộng đồng cư dân trên đất nước Việt. Thế nhưng, sự nghiệp phiên dịch cũng như ấn hành để phổ biến Thánh điển, làm nền tảng sở y cho sự học và hành, chưa được thực hiện trên quy mô rộng lớn toàn quốc.

Sự nghiệp phiên dịch tại Trung Quốc trải qua gần hai nghìn năm, với thành tựu vĩ đại, tập đại thành và bảo tồn kho tàng Thánh điển thoát qua nhiều trận hủy diệt do những đức tin mù quáng, quàng tín. Sự nghiệp ấy đại bộ phận do các quốc vương Phật tử tích cực bảo trợ, đã là sự nghiệp chung của toàn thể nhân dân theo từng giai đoạn đặc biệt của lịch sử. Việt Nam tuy cũng có các minh quân Phật tử, nhưng do tác động bởi các yếu tố chính trị xã hội nên chưa từng được tổ chức quy mô dưới sự bảo trợ của triều đình. Chỉ do yêu cầu thực tế học và hành mà một số kinh điển được phiên dịch, nhưng chưa đủ để lập thành nền tảng tương đối hoàn bị cho sự nghiên cứu sâu giáo nghĩa.

Gần đây, vào năm 1973, một Hội đồng phiên dịch Tam tạng lần đầu tiên trong lịch sử được thành lập. Chủ tịch: Thượng tọa Thích Trí Tịnh, Tổng thư ký: Thượng tọa Thích Quảng Độ, với các thành viên quy tụ tất cả các Thượng tọa và Đại đức đã có công trình phiên dịch và có uy tín trên phương diện nghiên cứu Phật học, dưới sự chỉ đạo của Viện Tăng Thống, Giáo hội Phật giáo Việt Nam Thống nhất. Chương trình phiên dịch được soạn thảo trên quy mô rộng lớn, nhưng do bởi hoàn cảnh chiến tranh cho nên chỉ mới thực hiện được một phần nhỏ. Một phần của thành quả này về sau được ấn hành năm 1993 bởi Viện Nghiên cứu Phật học Việt Nam, trực thuộc Giáo hội Phật giáo Việt Nam, dưới danh hiệu "Đại Tạng Kinh Việt Nam." Thành quả này là các Kinh thuộc bộ A-hàm được phân công bởi Hội đồng Phiên dịch Tam tạng, trong đó, *Trường A-hàm* và *Tạp A-hàm* do TT Thiện Siêu, TT Trí Thành và

ĐĐ Tuệ Sỹ thuộc Viện Cao đẳng Phật học Hải đức Nha Trang; *Trung A-hàm* và *Tăng nhất A-hàm* do TT Thanh Từ, TT Bửu Huệ, TT Thiền Tâm thuộc Viện Cao đẳng Phật học Huệ Nghiêm Saigon.

Ngoài ra, một phần phân công khác cũng đã được hoàn thành như:

TT Trí Nghiêm: Đại Bát Nhã (Huyền Trang dịch, 600 cuốn) thuộc bộ Bát-nhã. TT Trí Tịnh: Kinh *Ma-ha Bát-nhã-ba-la-mật* (Đại phẩm) thuộc bộ Bát-nhã; Kinh *Diệu pháp Liên hoa* (La-thập dịch), thuộc bộ Pháp hoa; Kinh Đại phương Quảng Phật Hoa nghiêm (bản Bát thập) thuộc bộ Hoa nghiêm, và toàn bộ Đại bảo tích.

Các bản dịch này cũng đã được ấn hành nhưng do bởi đệ tử của các Ngài chứ chưa đưa vào Đại Tạng Kinh Việt Nam.

Những vị được phân công khác chưa thấy có thành quả được công bố.

Mặc dù với nỗ lực to lớn, nhưng do hoàn cảnh nhiễu nhương của đất nước nên thành tựu rất khiêm nhượng. Thêm nữa, các thành tựu này cũng chưa hội đủ điều kiện và thời gian thuận tiện được hiệu đính và biên tập theo tiêu chuẩn nghiên cứu và phiên dịch Phật điển trong trình độ nghiên cứu Phật giáo hiện đại của thế giới, do đó cũng chưa thể được dự phần trong sự nghiệp phiên dịch và nghiên cứu Phật học trên quy mô quốc tế, như cống hiến của Phật giáo Việt Nam cho cộng đồng nhân loại trong sự nghiệp hoằng dương Chánh pháp chung của toàn thể Phật tử thế giới vì lợi ích và an lạc của hết thảy mọi loài chúng sanh.

Sự nghiệp như vậy không thể là cống hiến cá biệt của một cá nhân hay tập thể, của một Giáo hội hay hệ phái, mà là sự nghiệp chung của toàn thể Tăng tín đồ Phật giáo Việt Nam, không chỉ một thế hệ, mà liên tục trong nhiều thế hệ, cùng tồn tại và tiến bộ theo đà thăng tiến của xã hội và nhân loại. Trên hết là báo đáp ân đức của Phật Tổ, đã vì an lạc của chúng sanh mà trải qua vô vàn khổ hành, qua vô số a-tăng-kỳ kiếp. Thứ đến, kế thừa sự nghiệp hoằng pháp lợi sanh của Thầy Tổ để cho ngọn đèn Chánh pháp luôn luôn được thắp sáng trong thế gian.

Vì vậy, chúng tôi khẩn thiết, trên nương nhờ uy thần nhiếp thọ của Chư Phật và Thánh Tăng, cùng với sự tán trợ của chư vị Trưởng lão hiện tiền trong hàng Tăng bảo, kêu gọi sự hỗ trợ cống hiến bằng tất cả tâm nguyện và trí lực, bằng tất cả hằng sản và hằng tâm, của bốn chúng đệ tử Phật, cho sự nghiệp hoằng pháp đệ nhất tối thắng này được tiến hành vững chắc và liên tục từ thế hệ này cho đến nhiều thế hệ tiếp theo, duy trì ngọn đèn Chánh pháp tồn tại lâu dài trong thế gian vì lợi ích và an lạc của hết thảy chúng sanh.

Mùa Phật đản Pl. 2552 – Mậu Tý 2008
Trí Siêu – Tuệ Sỹ
cẩn bạch

GIÁO HỘI PHẬT GIÁO VIỆT NAM THỐNG NHẤT

HỘI ĐỒNG PHIÊN DỊCH TAM TẠNG LÂM THỜI

DUYÊN KHỞI

Kể từ phong trào chấn hưng Phật giáo vào thập niên 1930, chư vị dịch giả đã cố gắng phiên âm và phiên dịch Kinh điển từ Hán văn hay chữ Nôm sang chữ quốc ngữ để sử dụng trong sinh hoạt thiền môn Việt Nam cũng như để đem giáo lý Phật đi vào quần chúng. Những nỗ lực như vậy rất đáng trân trọng, nhưng vẫn còn là những đóng góp từ cá nhân, mang tính cấp thời, chưa có sự phối hợp đồng bộ, và chưa đủ tầm mức học thuật để giới thiệu Thánh điển Phật giáo tiếng Việt đến với cộng đồng dân tộc.

Vài thập niên sau đó thì chữ quốc ngữ qua ký tự La-tinh mới được phổ cập trong thiền môn, và kinh sách Phật giáo bằng tiếng Việt, phiên dịch cũng như trước tác, mới được bừng khai, không những tạo nên các phong trào tu học của quần chúng khắp nước, mà còn là sự dẫn đạo tư tưởng của Phật giáo Việt Nam đối với các thế hệ trưởng thành trong chiến tranh qua sự thành lập Giáo Hội Phật Giáo Việt Nam Thống Nhất (GHPGVNTN), đồng thời kiến lập Đại Học Vạn Hạnh, một viện đại học tư thục Phật giáo đầu tiên tại Nam Việt Nam vào năm 1964.

Từ nguồn nhân lực dồi dào với nhiều vị pháp sư, học giả được đào tạo trong và ngoài nước, cũng như các cơ sở giáo dục Phật giáo được trải rộng khắp miền Trung và Nam Việt, Viện Tăng Thống GHPGVNTN đã có nền tảng vững chắc về học thuật để quyết định thành lập Hội Đồng Phiên Dịch Tam Tạng; và qua Hội nghị Toàn thể Hội đồng Phiên dịch Tam Tạng tổ chức tại Viện Đại Học Vạn Hạnh vào các ngày 20, 21, 22 tháng 10 năm 1973, hội nghị đã đưa ra dự án phiên dịch với mục lục tổng quát các Kinh điển truyền bản Hán tạng cần phiên dịch, phân chia công việc, cũng như giới thiệu thành viên của Hội đồng Phiên dịch Tam Tạng gồm 18 vị Pháp sư như sau:

HỘI ĐỒNG PHIÊN DỊCH TAM TẠNG 1973

A. *Ủy Ban Phiên Dịch:*

1. Hòa thượng Trưởng lão Thích Trí Tịnh   (1917 – 2014)
   Trưởng Ban

2. Hòa thượng Trưởng lão Thích Minh Châu   (1918 – 2012)
   Phó Trưởng Ban

3. Hòa thượng Trưởng lão Thích Quảng Độ   (1928 – 2020)
   Tổng Thư Ký

4. Hòa thượng Trưởng lão Thích Trí Quang   (1923 – 2019)

5. Hòa thượng Trưởng lão Thích Đức Nhuận   (1924 – 2002)

6. Hòa thượng Trưởng lão Thích Bửu Huệ   (1914 – 1991)

7. Hòa thượng Trưởng lão Thích Trí Thành   (1921 – 1999)

8. Hòa thượng Trưởng lão Thích Nhật Liên   (1923 – 2010)

9. Hòa thượng Trưởng lão Thích Thiện Siêu   (1921 – 2001)

10. Hòa thượng Trưởng lão Thích Huyền Vi   (1926 – 2005)

B. *Thành Viên Bổ Sung:*

1. Hòa thượng Trưởng lão Thích Đức Tâm   (1928 – 1988)

2. Hòa thượng Trưởng lão Thích Huệ Hưng   (1917 – 1990)

3. Hòa thượng Trưởng lão Thích Thuyền Ấn   (1927 – 2010)

4. Hòa thượng Trưởng lão Thích Trí Nghiêm   (1911 – 2003)

5. Hòa thượng Trưởng lão Thích Trung Quán   (1918 – 2003)

6. Hòa thượng Trưởng lão Thích Thiền Tâm   (1925 – 1992)

7. Hòa thượng Trưởng lão Thích Thanh Từ   (1924 –)

8. Hòa thượng Thích Tuệ Sỹ   (1943 –)

Sau gần 50 năm kể từ khi Hội đồng Phiên dịch Tam Tạng được thành lập, nhiều Kinh điển đã được phiên dịch, góp phần đáng kể vào kho tàng

Thánh điển Phật giáo Việt Nam, nhưng có thể nói rằng dự án phiên dịch đưa ra thời ấy, vẫn chưa hoàn tất. Lý do thứ nhất, do hoàn cảnh chiến tranh và bất toàn xã hội, các Kinh điển được dịch rồi vẫn không có đủ thời gian thuận tiện để được hiệu đính và nhuận sắc lại theo đúng tiêu chuẩn Phật điển hàn lâm. Thứ nữa, với nguồn tài liệu cổ ngữ, sinh ngữ dồi dào hiện nay cùng với phương tiện kỹ thuật vi tính, thông tin liên mạng, chư vị dịch giả có rất nhiều cơ hội để truy cập, tham khảo, đối chiếu các truyền bản khác nhau để có được định bản tiếng Việt đáng tin cậy, theo chuẩn mực quốc tế. Ngoài ra, chư vị thành viên Hội đồng Phiên dịch đã theo thời gian, tuần tự viên tịch khi công trình phiên dịch còn dang dở. Nay chỉ còn 2 trong số 18 vị dịch giả còn đương tiền, nhưng một vị đang trong tình trạng bất hoạt; vị duy nhất còn lại có thể tiếp tục đảm đương trọng nhiệm là Hòa thượng Thích Tuệ Sỹ. Xét thấy, đây cũng là phước duyên hy hữu cho Phật giáo Việt Nam cũng như cho công trình phiên dịch Tam Tạng do Viện Tăng Thống đề ra nửa thế kỷ trước:

a) Về phương diện học thuật, Hòa thượng Tuệ Sỹ là một trong số ít học giả uy tín trong việc nghiên tầm, phiên dịch, chú giải và giảng thuật về Tam Tạng Kinh điển từ nhiều thập niên qua; đã và đang đào tạo, nâng đỡ nhiều thế hệ Tăng Ni và Cư sĩ có trình độ Phật học và cổ ngữ có thể phụ trợ công trình phiên dịch;

b) Về phương diện điều hành, Hòa thượng Tuệ Sỹ chính thức tiếp nhận ấn tín Viện Tăng Thống từ Đức Đệ ngũ Tăng Thống, hàm nghĩa kế thừa sự nghiệp hoằng pháp của GHPGVNTN, đồng thời kế thừa công trình phiên dịch của Hội đồng Phiên dịch Tam Tạng được Hội đồng Giáo phẩm Trung ương Viện Tăng Thống thành lập năm 1973.

Từ những nhân duyên và điều kiện kể trên, công trình phiên dịch dang dở của chư vị tiền hiền tất yếu phải được Hòa thượng Tuệ Sỹ đưa vai gánh vác, không thể để cho gián đoạn. Đó là lý do, từ danh nghĩa Viện Tăng Thống GHPGVNTN, Hội Đồng Phiên Dịch Tam Tạng Lâm Thời (HĐPDTTLT) đã được thành lập vào ngày 03 tháng 12 năm 2021, theo Thông Bạch số 11/VTT/VP, nhằm kế thừa sự nghiệp phiên dịch Tam Tạng của chư vị Trưởng lão Hội Đồng Phiên Dịch Tam Tạng Viện Tăng Thống, với thành phần nhân sự như sau:

HỘI ĐỒNG PHIÊN DỊCH TAM TẠNG LÂM THỜI 2021*

Cố Vấn:	Giáo sư Trí Siêu Lê Mạnh Thát (Việt Nam)
Chủ Tịch:	Hòa thượng Thích Tuệ Sỹ (Việt Nam)
Chánh Thư Ký:	Hòa thượng Thích Như Điển (Đức quốc)
Phó Thư Ký Quốc Nội:	Hòa thượng Thích Thái Hòa (Việt Nam)
Phó Thư Ký Hải Ngoại:	Hòa thượng Thích Nguyên Siêu (Hoa Kỳ)

Ủy Ban Duyệt Sách:

Hòa thượng Thích Tuệ Sỹ; Giáo sư Trí Siêu Lê Mạnh Thát.

Ủy Ban Phiên Dịch:

Hòa thượng Thích Đức Thắng (Việt Nam); Hòa thượng Thích Thái Hòa (Việt Nam); Thượng tọa Thích Nguyên Hiền (Việt Nam); Thượng tọa Thích Nhuận Châu (Việt Nam); Đại đức Thích Nhuận Thịnh (Việt Nam); Cư sĩ Đạo Sinh Phan Minh Trị (Việt Nam); Cư sĩ Trí Việt Đỗ Quốc Bảo (Đức quốc).

Ủy Ban Chứng Nghĩa Chuyết Văn:

Hòa thượng Thích Thiện Quang (Canada); Thượng tọa Thích Nguyên Tạng (Úc); Đại đức Thích Nhuận Thịnh (Việt Nam); Cư sĩ Tâm Huy Huỳnh Kim Quang (Hoa Kỳ); Cư sĩ Tâm Quang Vĩnh Hảo (Hoa Kỳ).

Những thành viên khác tùy theo nhu cầu sẽ được thỉnh cử sau.

Xét thấy công hạnh tu trì cũng như kiến văn của thành viên chưa thể sánh ngang với chư Tôn túc Trưởng lão Hội đồng Phiên dịch Tam Tạng 1973, do đó chỉ có thể thành lập Hội đồng Lâm thời để kế thừa việc phiên dịch Kinh-Luật-Luận theo khả năng. Trong điều kiện như thế, HĐPDTTLT sẽ không phiên dịch theo thứ tự lịch sử hình thành Thánh điển như Đại Chánh, mà theo phương pháp các Kinh Lục cổ điển, phân Thánh giáo thành Ba thừa: Thanh Văn Tạng, Bồ-tát Tạng và Mật Tạng. Cho đến khi nào sở học và đạo hạnh được nâng cao, đủ để xác định tín tâm trong hàng bốn chúng đệ tử, bấy giờ Hội đồng Phiên dịch Tam Tạng Lâm thời sẽ chuyển thành chính thức, và sẽ tuần tự thực hiện chương trình phiên dịch đúng theo đề xuất của Hội đồng Phiên dịch

---

* Cập nhật ngày 08.05.2022.

Tam Tạng 1973.

Sự nghiệp phiên dịch Đại Tạng Kinh là sự nghiệp chung, hệ trọng và trường kỳ, của Tăng tín đồ Phật giáo Việt Nam trong và ngoài nước. Hình thành Đại Tạng Kinh tiếng Việt không những tạo điều kiện thuận lợi cho việc nghiên cứu và thực hành Phật Pháp đúng đắn cho tứ chúng đệ tử, khẳng định vị thế của Phật giáo Việt Nam đối với nhân loại và cộng đồng Phật giáo quốc tế, mà còn là sự phục hưng những giá trị văn hóa dân tộc nhằm góp phần vào việc xây dựng và phát triển đất nước. Nhận thức được tầm quan trọng này, chư vị lãnh đạo các Giáo hội Phật giáo Việt Nam Thống Nhất tại hải ngoại đã vận động thành lập Hội Đồng Hoằng Pháp vào ngày 08 tháng 5 năm 2021, với sự tán trợ của Viện Tăng Thống, nhằm mở rộng con đường hoằng pháp ngoài nước theo tiêu hướng của GHPGVNTN, cũng như để vận động yểm trợ và thúc đẩy công trình phiên dịch và ấn hành Đại Tạng Kinh Việt Nam tiến đến thành tựu viên mãn.

Để tri niệm ân sâu của chư lịch đại Tổ sư và chư vị Tôn túc trong Hội Đồng Phiên Dịch Tam Tạng 1973 trong sự nghiệp hoằng truyền chánh đạo, Hội Đồng Hoằng Pháp nguyện góp phần công đức, toàn tâm ủng hộ, cúng dường tâm lực, trí lực và tài lực để Đại Tạng Kinh Việt Nam chuẩn mực được lần lượt ấn hành, khởi đầu từ Thanh Văn Tạng, tháng 01 năm 2022, cho đến khi hoàn tất Bồ-tát Tạng và Mật Tạng trong thập niên tới.

Nguyện đem công đức Pháp thí này hồi hướng chánh pháp cửu trụ, tứ chúng an hòa, phát Bồ-đề tâm tiến tu đạo nghiệp; lại nguyện nhân loại được an vui, phúc lạc; sớm chấm dứt thiên tai dịch bệnh, khắp loài chúng sinh đều được lạc nghiệp an cư.

Ngưỡng vọng chư tôn Trưởng lão, chư Hòa thượng, Thượng tọa, Đại đức Tăng Ni cùng bốn chúng đệ tử trong và ngoài nước chứng minh và liễu tri.

Nam mô Công Đức Lâm Bồ-tát.

Phật lịch 2565, năm Tân Sửu
Ngày 01 tháng 01 năm 2022
Hội Đồng Phiên Dịch Tam Tạng Lâm Thời
Cẩn bạch

PHÀM LỆ

1. Đại Tạng Kinh Việt Nam bao gồm tất cả các bản dịch tiếng Việt của Tam Tạng Kinh Điển Phật giáo đã xuất hiện ở nước ta từ trước đến nay, qua các thời kỳ với nhiều dịch giả khác nhau, để cho thấy quá trình hình thành Đại Tạng Kinh Việt Nam qua lịch sử.

2. Về bản đáy, bản dịch Việt căn cứ trên ấn bản Đại Chánh Tân Tu Đại Tạng Kinh 100 tập, mỗi tập trên dưới 1000 trang chữ Hán cỡ 10pt và sẽ được đánh số theo thứ tự của số ghi trong bản in Đại Chánh. Mỗi trang của bản in Đại chính được chia làm ba cột: a, b, c. Số trang và cột này đều được ghi trong bản dịch để tiện tham khảo.

3. Vì thế, một bản Kinh chữ Hán có thể có nhiều bản dịch tiếng Việt, nên sau số thứ tự của Đại Chánh, sẽ đánh thêm các mẫu tự A, B, C... để phân biệt các bản dịch tiếng Việt khác nhau của cùng một bản Kinh chữ Hán đó.

4. Về xử lý văn bản trong khi phiên dịch, phần lớn căn cứ công trình hiệu đính và đối chiếu của bản Đại Chánh. Ngoài ra, tham khảo thêm các công trình hiệu đính và đối chiếu khác.

5. Giữa các ấn bản có những điểm khác nhau, bản Việt sẽ lựa chọn hoặc hiệu đính theo nhận thức của người dịch.

6. Trong bản Hán, nếu chỗ nào xét thấy văn dịch hay từ ngữ không phù hợp với giáo nghĩa truyền thống phổ biến, người dịch sẽ tham khảo các Kinh, Luật, Luận cần thiết để

hiệu chính. Những hiệu chính này được giải thích ở phần cước chú.

7. Bản Hán dịch thực hiện căn cứ phần lớn trên sự truyền khẩu. Do đó những từ phát âm tương tự dễ đưa đến ngộ nhận, như *sam* Pāli hay *sama* và *samyak*; *cala* và *jala*; *muti* và *muṭṭhi*, v.v... Trong những trường hợp này, người dịch sẽ tham chiếu các Kinh tương đương, các bản Hán biệt dịch, suy đoán tự dạng nguyên thủy có thể có trong Phạn bản để hiệu chính. Những hiệu chính này đều được ghi ở phần cước chú.

8. Do các truyền bản khác nhau giữa các bộ phái, để có nhận thức về giáo nghĩa nguyên thủy, chung cho tất cả, cần có những nghiên cứu đối chiếu sâu rộng. Công việc này ngoài khả năng hiện tại của các dịch giả. Tuy nhiên, trong trường hợp có thể, những điểm dị biệt giữa các truyền bản sẽ được ghi nhận và đối chiếu. Những ghi nhận này được nêu ở phần cước chú.

9. Bản Hán dịch được phân thành số quyển. Bản dịch Việt không chia số quyển như vậy, nhưng sẽ ghi ở phần cước chú mỗi khi bắt đầu một quyển khác.

10. Các từ Phật học trong một số bản Hán dịch nếu không phổ biến, do đó có thể gây khó khăn cho việc đọc và nghiên cứu, trong các trường hợp như vậy, tuy vẫn giữ nguyên dịch ngữ của bản Hán, nhưng dịch ngữ tương đương thông dụng hơn sẽ được ghi trong phần cước chú. Trong trường hợp có thể, sẽ ghi luôn dịch giả của những dịch ngữ này và xuất xứ của chúng từ bản dịch nào để tiện việc tham khảo.

11. Các Kinh sách tham khảo trong cước chú đều được viết tắt theo quy định phổ thông của giới nghiên cứu quốc tế; xem quy định về viết tắt ở cuối mỗi tập của Đại Tạng Kinh Việt nam.

12. Quy ước các danh từ viết hoa

Các từ gốc Sanskrit/Pāli:

a. Từ thường phiên âm: tất cả viết thường với gạch nối. Như *śūnyatā* = thuấn-nhã-đa tính, *kṣatriya* = sát-đế-lợi. Trừ các từ tôn kính, theo ngữ cảnh; như: *Nirvāṇa* = Niết-bàn; *Ācārya* = A-xà-lê; *Bhikṣu* = Tỳ-kheo v.v...

b. Từ đặc hữu (nhân danh, địa danh): Chữ đầu hoa, còn lại thường, với gạch nối. Như *Śariputra* = Xá-lợi-phất, *Śrāvastī* = Xá-vệ, *Kapilavastu* = Ca-tì-la-vệ.

c. Trường hợp vừa âm vừa nghĩa, phần phiên âm chữ đầu hoa, còn lại thường với gạch nối; phần nghĩa viết Hoa, như *Śariputra* = Xá-lợi Tử.

Các từ thuần Việt, chưa có quy tắc chính thức, nhưng theo cách viết phổ thông hiện nay:

a. Từ phổ thông: tất cả không hoa, trừ trường hợp tôn kính hay đặc biệt.

b. Từ đặc hữu, nhân danh, địa danh: tất cả viết hoa.

Vạn Hạnh, Pl. 2550 - Dl. 2006
Trí Siêu và **Tuệ Sỹ** cẩn chí

BẢNG VIẾT TẮT

A	*Aṅguttara-Nikāya* – Tăng chi bộ kinh
Câu-xá	A-tỳ-đạt-ma-câu-xá luận, T 29 No 1558
Cf.	*confer*, Tham chiếu, so sánh
Chân Đế	bản dịch của Chân Đế
cht.	chú thích
...cho đến	Lặp lại nguyên văn đoạn trên
D	*Dīgha-nikāya*, Trường bộ kinh
Đại.	Đại Chánh Tân Tu Đại Tạng Kinh, Taisho
đd	đã dẫn
Dh, Dhp	*Dhammapada*, kinh Pháp cú
Du-già	Du-già sư địa luận, T 30 No 1579
Huyền Tráng	bản dịch của Huyền Trang
ibid.	*ibidem*, cùng chỗ đã dẫn, đã dẫn, dẫn thượng
M	*Majjhima-Nikāya* – Trung bộ kinh
NM	bản in đời Nguyên Minh
nt	như trên
Pl.	Pāli
S	*Samyutta-Nikāya* – Tương ưng bộ kinh
Sdt.	sách dẫn trên
Sđd.	Sách đã dẫn
Skt.	Sanskrit
Sn	*Sutta-nipāta* – Kinh tập
TN	Taisho, bản Đại Chánh, theo số quyển
Tập dị	Tập dị môn túc luận

Th 1	*Theragātha* – Trưởng lão kệ
Th 2	*Therīgātha* – Trưởng lão ni kệ
thc.	tham chiếu
thk.	tham khảo
Tì-bà-sa	A-tì-đạt-ma Đại tì-bà-sa luận
Tl.	Tây lịch
TNM	bản in các đời Tống Nguyên Minh
tr.	Trang
vd.	ví dụ
Vin.	*Vinaya*, Luật tạng Pāli
Vsm.	*Visuddhimagga* – Thanh tịnh đạo luận
x.	xem
Wogihara	Phạn Hòa từ điển, Địch Nguyên Vân Lai (Wogihara Unrai)

PHẨM 7
TƯƠNG ƯNG VƯƠNG (II)
TỤNG NGÀY THỨ HAI

Tiểu thổ thành

鳥鳥喻說本　天奈林善見
三十喻轉輪　蜱肆最在後

Kệ tóm tắt:

Ô điểu dụ, Thuyết bản,
Thiên nại lâm, Thiện kiến,
Tam thập dụ, Chuyển luân,
Sau tất cả Tì-tứ

65. KINH Ô ĐIỂU DỤ*

[**506b12**] Tôi nghe như vầy:

Một thời, Phật trú tại thành Vương Xá, trong rừng Trúc, vườn Ca-lan-đa.

Bấy giờ Thế Tôn nói với các tỳ-kheo:

"Thuở xưa, khi Chuyển luân vương muốn thử châu báu, liền cho tập trung bốn loại quân là quân voi, quân ngựa, quân xe và quân bộ. Sau khi tập trung xong, vào lúc đêm tối, vua cho dựng cây tràng phan cao và đặt hạt châu trên đó, rồi dẫn ra đến ngoài công viên. Ánh sáng của minh châu soi sáng cả bốn loại quân. Ánh sáng ấy chiếu xa nửa do-tuần.

"Bấy giờ có bà-la-môn nghĩ rằng: 'Ta nên đến xem Chuyển luân vương và bốn loại quân, nhìn ngắm hạt châu lưu ly.' Bà-la-môn lại nghĩ: 'Thôi, hãy bỏ qua việc muốn thấy Chuyển luân vương và bốn loại quân, nhìn ngắm hạt châu lưu ly, ta nên đến khoảng rừng kia.'

"Nghĩ xong, bà-la-môn liền đến khu rừng. Sau khi đến nơi, vào trong rừng, bà-la-môn đến ngồi dưới một gốc cây. Ngồi chưa bao lâu, có một con rái cá[1] đi đến. Bà-la-môn trông thấy, hỏi:

"Xin chào Rái cá! Ngươi từ đâu đến và muốn đi đâu?"

Đáp:

"Thưa bà-la-môn, hồ ấy trước kia tràn đầy mạch nước trong, có nhiều ngó sen, hoa và cá, rùa. Trước đây tôi ở đó; nhưng nay nó khô rang. Bà-la-môn nên biết, tôi muốn bỏ đi, vào sông lớn kia. Tôi nay muốn đi; chỉ

---

* Không thấy tương đương Pāli.

▫ *Xem chú thích Phẩm 7: tr.146-152*

sợ loài người."

Con rái cá kia sau khi chuyện trò với bà-la-môn xong, liền bỏ đi. Bà-la-môn vẫn ngồi như cũ.

Lại có chim cứu-mộ[2] đến. Bà-la-môn trông thấy, liền nói:

"Xin chào, Cứu-mộ! Ngươi từ đâu đến và muốn đi đâu?"

Đáp:

"Thưa bà-la-môn, hồ ấy trước kia tràn đầy mạch nước trong, [506c] có nhiều ngó sen, hoa và cá, rùa. Trước đây tôi ở đó; nhưng nay nó khô rang. Bà-la-môn nên biết, tôi muốn bỏ đi, đến trú ngụ ở chỗ có nhiều xác trâu chết kia, hoặc ở chỗ có lừa chết, nhiều xác người chết. Hôm nay tôi muốn đi, nhưng chỉ sợ loài người."

Chim cứu-mộ ấy nói chuyện với bà-la-môn như vậy rồi bỏ đi. Bà-la-môn vẫn ngồi như cũ.

Lại có kên kên[3] đến. Bà-la-môn trông thấy, liền hỏi:

"Xin chào Kên Kên! Ngươi từ đâu lại và muốn đi đâu?"

Đáp:

"Thưa bà-la-môn, tôi từ chỗ giết hại của mộ lớn này đến mộ lớn khác, rồi đến đây. Nay tôi muốn ăn thịt voi chết, ngựa chết, trâu chết, người chết. Tôi nay muốn đi; nhưng chỉ sợ loài người."

Kên kên nói chuyện với bà-la-môn như vậy rồi bỏ đi. Bà-la-môn vẫn ngồi như cũ.

Lại có chim ăn bã[4] đến. Bà-la-môn trông thấy liền hỏi:

"Xin chào Ăn bã. Ngươi từ đâu đến và muốn đi đâu?"

Đáp:

"Thưa bà-la-môn, ông có thấy Kên Kên vừa đi đến đây không? Tôi ăn cái mà nó nhả ra. Nay tôi muốn đi nhưng chỉ sợ loài người.

Chim ăn bã ấy nói chuyện với bà-la-môn như vậy rồi bỏ đi. Bà-la-môn vẫn ngồi như cũ.

Lại có con sói[5] đến. Bà-la-môn trông thấy rồi lại hỏi:

"Xin chào Sói! Ngươi từ đâu lại và muốn đi đâu?"

Đáp:

"Thưa bà-la-môn, tôi từ suối sâu này đến suối sâu khác, từ bụi rậm này đến bụi rậm khác, từ chỗ hẻo lánh này đến chỗ hẻo lánh khác. Nay tôi muốn ăn thịt voi chết, thịt ngựa chết, thịt trâu chết. Bây giờ tôi muốn đi nhưng chỉ sợ loài người.

Sói nói chuyện với bà-la-môn như vậy rồi bỏ đi. Bà-la-môn vẫn ngồi như cũ.

Lại có con quạ[6] đến; trông thấy, bà-la-môn liền hỏi:

"Xin chào Quạ. Ngươi từ đâu đến và muốn đi đâu?"

Đáp:

"Này bà-la-môn, ông trán cứng, si cuồng; sao lại hỏi tôi từ đâu đến và muốn đi đâu?"

Con quạ mắng vào mặt bà-la-môn rồi bỏ đi. Bà-la-môn vẫn ngồi như cũ.

Lại có con đười ươi[7] đến, bà-la-môn trông thấy liền hỏi:

"Xin chào Đười Ươi! Ngươi từ đâu đến và muốn đi đâu?"

Đáp:

"Thưa bà-la-môn, tôi từ vườn này đến vườn khác, từ đền miếu[8] này đến đền miếu khác, từ rừng này đến rừng khác; uống nước suối trong, ăn trái cây tốt, rồi đến đây. Nay tôi muốn đi, không sợ loài người.

Đười ươi nói chuyện cùng bà-la-môn như vậy rồi bỏ đi.

Phật bảo các [507a] tỳ-kheo:

"Ta nói các thí dụ ấy là muốn các ngươi hiểu rõ nghĩa. Các ngươi nên biết, nói các thí dụ ấy như thế, có nghĩa của nó.

"Bấy giờ, con thú rái cá nói chuyện với bà-la-môn như vậy rồi bỏ đi, Ta nói thí dụ này có nghĩa như thế nào? – Giả sử có tỳ-kheo nào nương vào thôn ấp mà sống.[9] Vào buổi sáng sớm, tỳ-kheo mang y ôm bát vào thôn khất thực mà không thủ hộ thân, không thủ hộ các căn, không an trụ chánh niệm, nhưng vị ấy lại thuyết pháp; những pháp hoặc do Phật thuyết, hoặc do Thanh văn thuyết. Nhờ đó vị ấy được lợi, như được áo chăn, đồ ăn, thức uống, giường nệm, thuốc thang, đầy đủ các nhu cầu cho sự sống. Sau khi được lợi, vị ấy càng đắm trước xúc chạm mềm mại,[10] không thấy tai họa, không thể xả bỏ, mặc tình thọ dụng. Tỳ-kheo ấy thực hành ác giới, thành tựu ác pháp, đứng sát bờ mé, trở nên tệ mạt, hủ bại, không phải phạm hạnh mà tự xưng là phạm hạnh, không phải sa-môn mà tự xưng là sa-môn. Cũng như bà-la-môn thấy rái cá bèn hỏi: 'Xin chào Rái cá! Ngươi từ đâu lại và muốn đi đâu?' Đáp: 'Thưa bà-la-môn, hồ ấy trước kia tràn đầy mạch nước trong, có nhiều ngó sen, nhiều hoa và cá, rùa. Trước tôi ở đó nhưng nay khô rang. Bà-la-môn nên biết, tôi muốn bỏ đi vào sông lớn kia. Giờ tôi muốn đi, chỉ sợ loài người.' Ta nói, tỳ-kheo ấy cũng lại như thế, rơi vào trong pháp ác, bất thiện, cấu uế, tạo gốc rễ của sự hữu trong tương lai, tạo nhân khổ báo, phiền nhiệt của sanh, già, bệnh, chết. Cho nên, tỳ-kheo chớ sống như con rái cá, chớ nương vào phi pháp để bảo tồn sự sống. Hãy tịnh hóa thân hành, tịnh hóa khẩu hành và tịnh hóa ý hành, sống trong rừng vắng,[11] khoác y phấn tảo, thường hành khất thực, thứ lớp khất thực, thiểu dục tri túc, ưa sống viễn ly mà tu tập tinh cần, an trụ nơi chánh niệm, chánh tri, chánh định, chánh tuệ, thường nên viễn ly. Nên học như vậy.

"Bấy giờ chim cứu-mộ đến nói chuyện với bà-la-môn như vậy rồi bỏ đi. Ta nói thí dụ này có nghĩa như thế nào? — Giả sử có tỳ-kheo nào nương vào thôn ấp mà sống. Vào buổi sáng sớm, tỳ-kheo mang y ôm bát vào thôn khất thực mà không thủ hộ thân, không thủ hộ các căn, không an trú chánh niệm, nhưng vị ấy lại vào nhà người mà thuyết pháp; những pháp hoặc do Phật thuyết, hoặc do Thanh văn thuyết. Nhờ đó vị ấy được lợi, như được áo chăn, đồ ăn, thức uống, giường nệm, thuốc thang, đầy đủ các nhu cầu cho sự sống. Sau khi được lợi, vị ấy càng đắm trước xúc chạm mềm mại, không thấy tai họa, không thể xả bỏ, mặc tình thọ dụng. Tỳ-kheo ấy thực hành ác giới, thành tựu ác pháp, đứng sát bờ mé, trở nên tệ mạt, hủ bại, không phải phạm hạnh mà tự xưng là phạm hạnh, không phải sa-môn mà tự xưng là sa-môn. Cũng như [507b] bà-la-môn thấy chim cứu-mộ bèn hỏi: 'Xin chào Cứu-mộ! Ngươi từ đâu lại và muốn đi đâu?' Đáp: 'Thưa bà-la-môn, hồ ấy trước kia tràn đầy mạch nước trong, có nhiều ngó sen, hoa và cá, rùa. Trước đây tôi ở đó; nhưng nay nó khô rang. Bà-la-môn nên biết, tôi muốn bỏ đi, đến trú ngụ ở chỗ có nhiều xác trâu chết kia, hoặc ở chỗ có lừa chết, nhiều xác người chết. Hôm nay tôi muốn đi, nhưng chỉ sợ loài người.' Ta nói, tỳ-kheo ấy cũng lại như thế, rơi vào trong pháp ác, bất thiện, cấu uế, tạo gốc rễ của sự hữu trong tương lai, tạo nhân khổ báo, phiền nhiệt của sanh, già, bệnh, chết. Cho nên, tỳ-kheo chớ sống như con cứu-mộ, chớ nương vào phi pháp để bảo tồn sự sống. Hãy tịnh hóa thân hành, tịnh hóa khẩu hành và tịnh hóa ý hành, sống trong rừng vắng, khoác y phấn tảo, thường hành khất thực, thứ lớp khất thực, thiểu dục tri túc, ưa sống viễn ly mà tu tập tinh cần, an trụ nơi chánh niệm, chánh tri, chánh định, chánh tuệ, thường nên viễn ly. Nên học như vậy.

"Bấy giờ kên kên nói chuyện với bà-la-môn rồi bỏ đi. Ta nói thí dụ có nghĩa như thế nào? — Giả sử có tỳ-kheo nào nương vào thôn ấp mà sống. Vào buổi sáng sớm, tỳ-kheo mang y ôm bát vào thôn khất thực mà không thủ hộ thân, không thủ hộ các căn, không an trú chánh niệm, nhưng vị ấy lại vào nhà người mà thuyết pháp; những pháp hoặc do Phật thuyết, hoặc do Thanh văn thuyết. Nhờ đó vị ấy được lợi, như được áo chăn, đồ ăn, thức uống, giường nệm, thuốc thang, đầy đủ các nhu cầu cho sự sống. Sau khi được lợi, vị ấy càng đắm trước xúc chạm mềm mại, không thấy tai họa, không thể xả bỏ, mặc tình thọ dụng. Tỳ-kheo ấy thực hành ác giới, thành tựu ác pháp, đứng sát bờ mé, trở nên tệ mạt, hủ bại, không phải phạm hạnh mà tự xưng là phạm hạnh, không phải sa-môn mà tự xưng là sa-môn. Giống như bà-la-môn thấy kên kên bèn hỏi: 'Xin chào Kên Kên, ngươi từ đâu lại và muốn đi đâu?' Đáp: "Thưa bà-la-môn, tôi từ chỗ sát hại của mộ lớn này đến mộ lớn khác, rồi đến đây. Nay tôi muốn ăn thịt voi chết, thịt ngựa chết, thịt trâu chết, thịt người chết. Bây giờ tôi muốn đi nhưng chỉ sợ loài người.' Ta nói thí dụ ấy cũng lại như vậy. Cho nên tỳ-kheo chớ sống như kên kên, chớ nương vào phi pháp để bảo tồn sự sống. Hãy tịnh hóa thân hành, tịnh hóa khẩu hành và ý hành, sống trong rừng vắng, mang phấn tảo y, thường hành khất thực, thứ lớp khất thực, thiểu dục tri túc, ưa sống viễn ly mà tu tập tinh cần, trụ lập chánh niệm, chánh tri, chánh định, chánh tuệ, thường nên viễn ly. Nên học [507c] như thế.

"Bấy giờ con chim ăn bã kia nói chuyện với bà-la-môn rồi bỏ đi. Ta nói thí dụ ấy có nghĩa như thế nào? — Giả sử có thầy tỳ-kheo nào nương vào thôn ấp để sống. Vào lúc sáng sớm, tỳ-kheo ấy mang y cầm bát vào thôn xóm khất thực mà không thủ hộ thân, không thủ hộ các căn, không an trú chánh niệm. Vị ấy vào thất của tỳ-kheo-ni mà thuyết pháp giáo hóa; những pháp hoặc do Phật thuyết, hoặc do Thanh văn thuyết. Tỳ-kheo-ni kia đi vào nhiều nhà khác mà nói tốt nói xấu để thọ nhận phẩm vật của tín thí rồi mang về cho tỳ-kheo ấy. Nhân đó tỳ-kheo ấy được lợi, như được áo chăn, đồ ăn thức uống, giường nệm, thuốc thang, đầy đủ các nhu cầu cho sự sống. Sau khi được lợi, vị ấy đắm trước sự xúc chạm mềm mại, không thấy tai họa, không thể xả bỏ, mặc tình thọ dụng. Vị tỳ-kheo ấy thực hành ác giới, thành tựu ác pháp, đứng sát bờ mé, trở nên tệ mạt hủ bại, không phải phạm hạnh mà tự xưng là phạm hạnh, không phải sa-môn mà tự xưng là sa-môn. Giống như bà-la-môn thấy chim ăn bã rồi hỏi: 'Xin chào Ăn bã! Ngươi từ đâu lại và muốn đi đâu?' Đáp: 'Thưa bà-la-môn, ông thấy con Kên Kên vừa đi đó không? Tôi ăn cái mà nó nhả ra. Bây giờ tôi muốn đi nhưng chỉ sợ loài người.' Ta nói tỳ-kheo ấy cũng lại như vậy. Cho nên tỳ-kheo chớ sống như con chim ăn bã, chớ nương vào phi pháp để bảo tồn sự sống. Hãy tịnh hóa thân hành và tịnh hóa khẩu hành, ý hành, sống trong rừng vắng, mang y phấn tảo, thường hành khất thực, thứ lớp khất thực, thiểu dục tri túc, ưa sống viễn ly mà tu tập tinh cần, trú lập chánh niệm, chánh tri, chánh định, chánh tuệ, thường phải viễn ly. Nên học như thế.

"Bấy giờ con sói nói chuyện với bà-la-môn rồi bỏ đi. Ta nói thí dụ này có nghĩa như thế nào? — Giả sử có một tỳ-kheo sống tại một thôn nghèo. Nếu tỳ-kheo biết trong thôn ấp có nhiều bậc trí tuệ tinh tấn phạm hạnh thì liền tránh đi. Nếu biết trong thôn ấp và thành quách không có bậc trí tuệ tinh tấn phạm hạnh nào thì đến ở, suốt chín tháng hoặc mười tháng. Các tỳ-kheo khác thấy liền hỏi: 'Hiền giả trú xứ nào?' Tỳ-kheo ấy đáp: 'Tôi sống tại thôn nghèo kia.' Các tỳ-kheo nghe xong liền nghĩ: Hiền giả này làm việc khó làm. Lý do vì sao? Vì Hiền giả này có thể sống tại thôn nghèo ấy.' Các tỳ-kheo ấy liền cùng cung kính, đảnh lễ, cúng dường. Nhân đó vị tỳ-kheo ấy được lợi ích, như được áo chăn, đồ ăn thức uống, giường nệm, thuốc thang, đầy đủ các nhu cầu cho sự sống. Sau khi được lợi, vị ấy lại đắm trước thêm, không thấy [**508a**] tai họa, không thể xả bỏ, mặc tình thọ dụng. Tỳ-kheo ấy thực hành ác giới, thành tựu ác pháp, đứng sát bờ mé, trở thành tệ mạt, hủ bại, không phải phạm hạnh mà tự xưng là phạm hạnh, không phải sa-môn mà tự xưng là sa-môn. Giống như bà-la-môn thấy con sói rồi hỏi: 'Xin chào Sói! Ngươi từ đâu lại và đi về đâu?' Đáp: 'Thưa bà-la-môn, tôi từ suối sâu này đến suối sâu khác, từ bụi rậm này đến bụi rậm khác, từ chốn hẻo lánh này đến chốn hẻo lánh khác rồi đến đây. Nay tôi muốn ăn thịt voi chết, thịt ngựa chết, thịt trâu chết, thịt người chết. Giờ tôi muốn đi nhưng chỉ sợ loài người.' Ta nói tỳ-kheo ấy lại cũng như vậy. Cho nên tỳ-kheo chớ sống như con sói, chớ nên nương theo phi pháp để bảo tồn mạng sống. Hãy tịnh hóa thân hành, tịnh hóa khẩu hành và ý hành, sống trong rừng vắng, mang y phấn tảo, thường hành khất thực, thứ lớp khất thực, thường hành thiểu dục tri túc, ưa sống viễn ly mà tu tập tinh cần, trụ lập chánh niệm chánh tri, chánh định, chánh tuệ, thường phải viễn ly. Nên tu học như vậy.

"Bấy giờ chim quạ mắng vào mặt bà-la-môn rồi bỏ đi. Ta nói thí dụ ấy có nghĩa thế nào? — Giả sử có tỳ-kheo nào nương nơi vô sự xứ nghèo nàn mà an cư tọa hạ. Nếu tỳ-kheo ấy biết trong thôn ấp và thành quách có nhiều bậc trí tuệ tinh tấn phạm hạnh thì liền tránh đi. Nếu biết trong thôn ấp và thành quách không có bậc trí tuệ, tinh tấn phạm hạnh nào thì đến ở hai, ba tháng. Các tỳ-kheo khác thấy, liền hỏi: 'Hiền giả tọa hạ nơi nào?' Đáp rằng: 'Chư Hiền, hiện giờ tôi nương nơi vô sự xứ nghèo nàn kia mà an cư tọa hạ. Tôi không giống như bọn ngu si kia, làm sẵn giường chõng, rồi sống trong đó với năm sự đầy đủ,[12] buổi sáng rồi buổi chiều, buổi chiều rồi buổi sáng, miệng chạy theo vị, vị trôi theo miệng, cầu rồi lại cầu, xin rồi lại xin.' Lúc các tỳ-kheo nghe xong, liền nghĩ: "Hiền giả này làm những việc khó làm. Lý do vì sao? Hiền giả này có thể nương nơi xóm rừng nghèo nàn kia mà an cư tọa hạ.' Các tỳ-kheo ấy liền cùng cung kính, lễ bái, cúng dường. Nhân đó vị tỳ-kheo ấy được lợi, như được áo chăn, đồ ăn thức uống, giường nệm thuốc thang, đầy đủ các nhu cầu cần cho sự sống. Sau khi được lợi, vị tỳ-kheo ấy lại đắm trước sự xúc chạm mềm mại, không thấy tai họa, không thể xả bỏ, mặc tình sử dụng. Tỳ-kheo ấy thực hành ác giới, thành tựu ác pháp, đứng sát bờ mé, trở thành tệ mạt hủ bại, không phải phạm hạnh mà tự xưng là phạm hạnh, không phải sa-môn mà tự xưng là sa-môn. Giống như bà-la-môn thấy chim quạ rồi hỏi: 'Xin chào [**508b**] Quạ! Ngươi từ đâu đến và muốn đi về đâu?' Đáp: 'Này bà-la-môn, ông là kẻ trán cứng, cuồng si, làm sao hỏi tôi rằng: 'Ngươi từ đâu lại và muốn đi về đâu?' Ta nói tỳ-kheo ấy lại cũng như vậy. Cho nên tỳ-kheo chớ sống như con quạ, chớ nương theo phi pháp để bảo tồn sự sống. Hãy tịnh hóa thân hành, tịnh hóa khẩu hành và ý hành, sống trong rừng vắng, mang y phấn tảo, thường hành khất thực, thứ lớp khất thực, thiểu dục tri túc, ưa sống viễn ly mà tu tập tinh cần, trú lập chánh niệm, chánh tri, chánh định, chánh tuệ, thường viễn ly. Nên học như thế.

"Con đười ươi kia nói chuyện với bà-la-môn rồi bỏ đi, Ta nói thí dụ ấy có nghĩa thế nào? — Giả sử có tỳ-kheo nương vào thôn ấp mà sống. Vào buổi sáng sớm, tỳ-kheo ấy mang y cầm bát vào thôn khất thực, khéo thủ hộ thân, gìn giữ các căn, vững vàng chánh niệm. Từ thôn ấp khất thực rồi, ăn xong. Sau khi thu xếp y bát, rửa tay chân xong vắt ni-sư-đàn lên vai, đi đến nơi rừng vắng, hoặc đến dưới gốc cây, hoặc vào nhà trống, trải ni-sư-đàn mà ngồi kiết già, chánh thân, chánh nguyện, chuyên niệm hướng nội, đoạn trừ tham lam, muốn cho mình được tâm không não hại; thấy của cải và vật dụng sinh tồn của người khác không móng khởi tâm tham lam mong sẽ được về mình. Đối với tâm tham lam vị ấy đã tịnh trừ. Cũng vậy, đối với sân nhuế, thùy miên, trạo hối, đoạn nghi, độ hoặc, ở trong thiện pháp không còn do dự. Đối với tâm nghi hoặc, vị ấy đã tịnh trừ. Vị ấy đã tịnh trừ năm triền cái này, chúng làm cho tâm cấu uế, trí yếu kém; ly dục, ly pháp ác bất thiện, cho đến, chứng đắc Tứ thiền, thành tựu và an trú. Vị ấy chứng đắc định tâm như vậy, thanh tịnh không uế, không phiền, nhu nhuyến, bất động, hướng đến chứng ngộ lậu tận trí thông, rồi vị ấy liền biết như thật rằng: 'Đây là Khổ, đây là Khổ tập, đây là Khổ diệt và đây là Khổ diệt đạo.' Biết như thật rằng: 'Đây là lậu, đây là lậu tập, đây là lậu diệt và đây là lậu diệt đạo.' Sau khi đã biết như vậy, đã thấy như vậy, tâm giải thoát dục lậu, tâm giải thoát hữu lậu, tâm giải thoát vô minh lậu. Sau khi giải thoát, biết như thật rằng: 'Sự sanh đã dứt, phạm hạnh đã thành, việc cần làm đã làm xong, không còn tái sanh nữa.' Giống như bà-la-môn thấy đười ươi rồi hỏi: 'Xin chào Đười Ươi! Ngươi từ đâu lại và đi về đâu?' Đáp: 'Thưa bà-la-môn, tôi từ vườn này đến vườn khác, từ đền miếu này [508c] đến đền miếu khác, từ rừng này đến rừng khác, uống nước suối trong, ăn trái cây tốt. Nay tôi muốn đi, chẳng sợ loài người.' Ta nói tỳ-kheo kia lại cũng như vậy. Cho nên tỳ-kheo chớ sống như loài rái cá, chớ sống như chim cứu-mộ, chớ sống như kên kên, chớ sống như chim ăn bã, chớ sống như con sói, chớ sống như quạ, mà nên sống như đười ươi. Lý do vì sao? Bởi vì bậc

Vô Trước, Chân Nhân trong thế gian giống như đười ươi.

Phật thuyết như vậy. Các tỳ-kheo sau khi nghe Phật thuyết, hoan hỷ phụng hành. ❀

66. KINH THUYẾT BỔN*

Tôi nghe như vầy:

Một thời, Phật trú tại Ba-la-nại, trong trú xứ Tiên nhân, trong vườn Lộc Dã.

Bấy giờ, các tỳ-kheo sau bữa ăn trưa, vì một nhân duyên nhỏ nên tụ tập ngồi tại giảng đường cùng bàn luận vấn đề này:

"Thế nào chư Hiền, trong hàng cư sĩ tại gia, ai là người thù thắng? Phải chăng là người mà có các tỳ-kheo trì giới, diệu pháp, thành tựu oai nghi đến nhà thọ thực? Hay là người mà lợi lộc cứ tăng lên mỗi ngày, gấp trăm ngàn vạn lần?"

Hoặc có tỳ-kheo nói rằng:

"Này chư Hiền, lợi lộc gấp trăm ngàn vạn lần thì có nghĩa lý gì! Chỉ có điều này là chí yếu: nếu có một tỳ-kheo trì giới diệu pháp, thành tựu oai nghi mà đến nhà thọ thực, chứ không phải là ngày ngày được lợi lộc gấp trăm ngàn vạn lần."

Lúc đó, Tôn giả A-na-luật cùng ngồi trong chúng. Bấy giờ Tôn giả A-na-luật nói với các tỳ-kheo rằng:

"Này chư Hiền, lợi lộc gấp trăm ngàn vạn lần thì có nghĩa gì? Giả sử có nhiều hơn nữa thì chỉ có điều này là chí yếu: nếu có một tỳ-kheo trì giới diệu pháp, thành tựu oai nghi đến nhà thọ thực, chứ không phải ngày ngày lợi lộc càng tăng gấp trăm ngàn vạn lần. Vì sao? Tôi nhớ, thuở xưa, tôi là một người nghèo khổ ở nước Ba-la-nại này, chỉ nhờ lượm mót gánh của khách mà sống.[13] Lúc ấy nước Ba-la-nại bị hạn hán, sương móc và trùng hoàng làm cho ngũ cốc không thể chín được. Nhân dân

---

* Tham chiếu, Pāli, *Theragāthā* 910-919. Hán, No 44: Cổ lai thế thời kinh.

túng thiếu, kiếm xin khó được. Bấy giờ có một vị Bích-chi-phật hiệu là Vô Hoạn,[14] trú tại Ba-la-nại này. Lúc ấy, vào buổi sáng sớm, Bích-chi-phật Vô Hoạn mang y cầm bát vào Ba-la-nại khất thực. Bấy giờ tôi đi ra khỏi Ba-la-nại vào lúc sớm để đi lượm mót. Này chư Hiền, khi đang đi ra, [**509a**] tôi thấy từ xa Bích-chi-phật Vô Hoạn đi vào thành. Lúc Bích-chi-phật Vô Hoạn cầm tịnh bát đi vào thế nào thì lúc đi ra tịnh bát vẫn y như cũ.

"Này chư Hiền, khi tôi lượm mót rồi trở về Ba-la-nại, tôi lại thấy Bích-chi-phật Vô Hoạn đi ra. Ngài thấy tôi liền nghĩ: 'Sáng sớm, lúc Ta đi vào thì thấy người này đi ra. Bấy giờ ta trở ra lại thấy người này trở vào. Người này có thể chưa ăn. Nay ta hãy đi theo người này.' Rồi Bích-chi-phật đi theo tôi như bóng theo hình.

"Này chư Hiền, khi tôi mang đồ lượm mót về đến nhà, bỏ gánh xuống và quay lại nhìn thì thấy Bích-chi-phật Vô Hoạn đi đến, theo sau tôi bén gót, như bóng theo hình. Tôi thấy Ngài, liền nghĩ: 'Sáng sớm, lúc đi ra, mình thấy vị Tiên nhân này đi vào thành khất thực. Bây giờ vị Tiên nhân này có lẽ chưa có gì ăn. Ta hãy sớt bớt phần ăn của mình cho Tiên nhân này.' Nghĩ như vậy xong, tôi liền mang phần cơm bố thí cho Đức Bích-chi-phật và bạch rằng: 'Mong Tiên nhân biết cho, cơm này là phần ăn của con. Vì lòng từ mẫn, mong ngài thương xót nhận cho.' Bấy giờ, vị Bích-chi-phật tức thì trả lời tôi rằng: 'Cư sĩ nên biết, năm nay hạn hán, sương móc và trùng hoàng làm cho ngũ cốc không thể chín được. Nhân dân túng thiếu, kiếm xin khó được. Thí chủ có thể bớt phân nửa bỏ vào trong bát của ta và dùng phân nửa kia, cả hai cùng được sống còn. Như vậy đã là tốt rồi.' Tôi lại thưa rằng: 'Tiên nhơn, xin biết cho, trong nhà con sẵn có chảo, có bếp, có củi, có thóc gạo, ăn uống sớm muộn cũng chẳng cần đúng giờ giấc. Tiên nhơn, xin hãy thương xót con mà nhận hết thức ăn này.' Bấy giờ Tiên nhân vì lòng từ mẫn mà nhận hết.

"Này chư Hiền, tôi nhân phước bố thí cho Tiên nhân kia một bát cơm mà bảy lần tái sanh vào cõi trời, được làm Thiên vương; bảy lần tái sanh vào loài người lại làm bậc Nhân chủ.

"Này chư Hiền, tôi nhân phước bố thí cho Tiên nhân kia một bát cơm mà được sanh vào dòng họ Thích như thế này,[15] giàu có cùng tột, súc vật chăn nuôi vô số, phòng hộ, thực ấp, của cải vô lượng, châu báu đầy đủ.

"Này chư Hiền, tôi nhân phước bố thí cho Tiên nhân kia một bát cơm nên xả bỏ được địa vị chủ nhân của trăm ngàn thể nữ,[16] vàng bạc và vô số những tài vật khác nữa, xuất gia học đạo.

"Này chư Hiền, tôi nhân bố thí cho Tiên nhân kia một bát cơm mà được vua chúa, vương thần, bà-la-môn, cư sĩ và tất cả nhân dân thấy là tiếp đãi; bốn chúng tỳ-kheo, tỳ-kheo-ni, ưu-bà-tắc và ưu-bà-di thấy thì kính trọng.

"Này chư Hiền, tôi nhân bố thí một bát cơm kia mà thường được người thỉnh cầu thọ nhận đồ ăn thức uống, áo chăn, [509b] đệm lông, thảm dệt, giường nệm, thuốc thang trị bệnh và các dụng cụ cần cho sự sống; không gì là không được thỉnh cầu. Lúc bấy giờ nếu tôi biết vị sa-môn ấy là bậc Vô Sở Trước, Chân Nhân thì phước báo được thu hoạch chắc chắn gấp bội, thọ nhận đại quả báo công đức cực diệu, ánh sáng soi chiếu, thấu suốt rất rộng, rất lớn, cùng khắp."

Bấy giờ Tôn giả A-na-luật, bậc Vô Sở Trước, Chân Nhân,[17] được chánh giải thoát, nói bài tụng rằng:

> *Tôi nhớ, xưa nghèo nàn,*
> *Chỉ nhặt cỏ mà sống.*
> *Bớt phần, cúng sa-môn*
> *Vô Hoạn tối thượng đức.*
>
> *Nhân đó sanh dòng Thích,*
> *Tên là A-na-luật.*
> *Hiểu rành về ca vũ;*
> *Làm nhạc, thường hoan hỷ.*
>
> *Tôi được gặp Thế Tôn*
> *Chánh giác, như cam lồ.*
> *Đã gặp, sanh tín tâm,*
> *Bỏ nhà đi học đạo.*
>
> *Tôi biết được đời trước,*
> *Biết chỗ sanh trước kia;*
> *Sanh Tam Thập Tam Thiên,*
> *Bảy lần trú ở đó.*

Đó bảy, đây cũng bảy;
Thọ sanh mười bốn lần,
Nhân gian và thiên thượng,
Chưa từng đọa ác đạo.
Nay biết rõ sanh tử,
Nơi chúng sanh qua lại;
Biết tâm người thị phi;
Hiền thánh, năm lạc thú;

Chứng năm chi thiền định,[18]
Thường định, tâm tĩnh mặc.[19]
Đã chứng đắc tịch tịnh
Liền đắc tịnh thiên nhãn.

Mục đích là học đạo;
Viễn ly, bỏ gia đình;
Nay ta đạt nghĩa ấy
Được vào cảnh giới Phật.

Ta không vui sự chết,
Cũng chẳng mong sự sanh;
Thời nào cũng tự tại,
Lập chánh niệm, chánh tri.

Tỳ-da-ly, Trúc lâm,[20]
Ở đây, mạng ta dứt;
Ngay dưới rừng trúc này,
Nhập Vô dư Niết-bàn.

Bấy giờ, Đức Thế Tôn ở chỗ tĩnh tọa, bằng thiên nhĩ thanh tịnh vượt xa hơn người thường, nghe các tỳ-kheo sau bữa ăn trưa tụ tập tại giảng đường cùng bàn luận về vấn đề ấy. Nghe xong, vào buổi xế chiều, Đức Thế Tôn rời chỗ tĩnh tọa đứng dậy, đi đến giảng đường, trải chỗ ngồi trước chúng tỳ-kheo mà ngồi, rồi hỏi rằng:

"Này các tỳ-kheo, hôm nay các ngươi [509c] vì chuyện gì mà tụ tập tại giảng đường?"

Các tỳ-kheo đáp:

"Bạch Thế Tôn, hôm nay vì Tôn giả A-na-luật nhân chuyện quá khứ mà thuyết pháp nên chúng con tụ tập tại giảng đường."

Rồi thì, Đức Thế Tôn nói:

"Bây giờ các ngươi có muốn nghe nhân chuyện vị lai mà Phật thuyết pháp chăng?"

Các tỳ-kheo thưa rằng:

"Bạch Thế Tôn, nay thật đúng thời. Bạch Thiện Thệ, nay thật đúng thời. Nếu Thế Tôn nhân chuyện vị lai mà thuyết pháp cho các tỳ-kheo, thì các tỳ-kheo sau khi nghe sẽ khéo thọ trì."

Đức Thế Tôn nói:

"Này các tỳ-kheo, hãy lắng nghe, hãy suy ngẫm kỹ! Ta phân biệt diễn thuyết rộng rãi cho các ngươi."

Bấy giờ các tỳ-kheo vâng lời ngồi nghe. Đức Thế Tôn nói:

"Này các tỳ-kheo, một thời gian lâu xa ở vị lai, sẽ có lúc mà nhân dân thọ đến tám vạn tuổi. Lúc con người thọ đến tám vạn tuổi thì châu Diêm-phù này giàu có cùng tột, an lạc cùng tột, dân chúng đông đúc, thôn ấp gần nhau bằng khoảng cách của con gà bay.

"Này các tỳ-kheo, lúc con người thọ đến tám vạn tuổi thì con gái đến năm trăm tuổi mới lấy chồng.

"Này các tỳ-kheo, lúc con người thọ tám vạn tuổi[21] thì chỉ có những bệnh như thế này: nóng, lạnh, đại tiểu tiện, ham muốn, ăn uống và già;[22] ngoài ra không có tai họa nào khác.

"Này các tỳ-kheo, lúc con người thọ tám vạn tuổi có vua tên là Loa,[23] là Chuyển luân vương, thông minh trí tuệ, có bốn loại quân, chỉnh trị thiên hạ, tự do tự tại, là Pháp vương theo đúng như pháp, thành tựu bảy báu. Bảy báu là: xe báu, voi báu, ngựa báu, ngọc báu, nữ báu, cư sĩ báu, tướng quân báu, đó là bảy báu. Vua có đầy đủ một ngàn người con trai, dung mạo khôi ngô, dũng mãnh, không khiếp sợ, hàng phục được địch quân. Vua thống lĩnh quả đất này cho đến bờ biển, không dùng đao gậy mà chỉ đem pháp để trị hóa, khiến dân chúng được an lạc. Có cây phướn bằng vàng lớn,[24] được trang hoàng bằng các thứ châu báu, treo cao một ngàn khuỷu tay, chu vi mười tám khuỷu tay, sẽ do vua dựng lên. Sau khi dựng xong, ngay phía dưới tổ chức bố thí cho sa-môn, bà-la-môn, người nghèo khổ cô độc từ các phương xa lại xin, đem đồ ăn thức uống, áo chăn, xe cộ, tràng hoa, bột hoa, bột hương, nhà cửa, giường nệm, đệm lông, khăn quấn và cung cấp dầu đèn... Sau khi bố thí như vậy, vua cạo bỏ râu tóc, mặc áo cà-sa, chí tín, từ bỏ gia đình, sống không gia đình, xuất gia học đạo. Mục đích mà thiện gia nam tử kia cạo bỏ râu tóc, mặc áo cà-sa, chí tín, từ bỏ gia đình, sống không gia đình, xuất gia học đạo, duy chỉ cầu đắc vô thượng phạm hạnh, ngay trong đời này mà tự tri tự giác, tự thân chứng ngộ, thành tựu và an trú, biết như thật rằng: Sự sanh đã dứt, phạm hạnh đã thành, việc cần làm đã làm xong, không còn tái sanh nữa."

Bấy giờ có Tôn giả **[510a]** A-di-đa²⁵ đang ngồi trong chúng. Tôn giả A-di-đa từ chỗ ngồi đứng dậy, kéo lệch tay áo đang mặc, chắp tay hướng về Đức Phật mà bạch rằng:

"Bạch Thế Tôn! Một thời gian lâu dài ở vị lai, lúc con người thọ đến tám vạn tuổi, con sẽ có thể được làm vua, hiệu là Loa, là Chuyển luân vương, thông minh trí tuệ, có bốn loại quân, chỉnh trị thiên hạ, tự do tự tại, là vị Pháp vương theo đúng như pháp, thành tựu bảy báu. Bảy báu là xe báu, ngọc báu, nữ báu, cư sĩ báu, tướng quân báu, đó là bảy báu. Con sẽ có đủ một ngàn người con dung mạo khôi ngô, dũng mãnh không khiếp sợ, hàng phục được địch quân. Con sẽ thống lĩnh trọn quả đất này cho đến biển cả, không dùng dao gậy, chỉ đem pháp giáo hóa, khiến cho nhân dân an lạc. Con sẽ có cây phướn lớn bằng vàng, được trang hoàng bằng các loại châu báu, treo cao một ngàn khuỷu tay, do con dựng lên. Sau khi dựng xong, ngay bên dưới, tổ chức bố thí cho hàng sa-môn, bà-la-môn, kẻ khốn khổ cô độc từ phương xa lại xin, đem đồ ăn thức uống, áo chăn, xe cộ, tràng hoa, bột hương, nhà cửa, giường nệm, nệm lông, khăn quấn và cung cấp đèn dầu. Sau khi bố thí xong, con liền cạo bỏ râu tóc, mặc áo cà-sa, chí tín, từ bỏ gia đình, xuất gia học đạo. Con sẽ vì mục đích mà thiện gia nam tử cạo bỏ râu tóc, mặc áo cà-sa, chí tín, từ bỏ gia đình, sống không gia đình, xuất gia học đạo, duy chỉ cầu đắc vô thượng phạm hạnh, ngay trong đời này mà tự tri tự giác, tự thân chứng ngộ, thành tựu và an trú, biết như thật rằng: Sự sanh đã dứt, phạm hạnh đã thành, việc cần làm đã làm xong, không còn tái sanh nữa."

Bấy giờ Đức Thế Tôn quở Tôn giả A-di-đa rằng:

"Ngươi là kẻ ngu si, chỉ nên chết thêm một lần, sao lại mong tái sanh nữa? Vì sao như thế? Vì ngươi nghĩ rằng: Bạch Thế Tôn! Một thời gian lâu dài ở vị lai, lúc con người thọ đến tám vạn tuổi, con có thể được làm vua, hiệu là Loa, là Chuyển luân vương, thông minh trí tuệ, có bốn loại quân, chỉnh trị thiên hạ, tự do tự tại, là vị Pháp vương theo đúng như pháp, thành tựu bảy báu. Bảy báu là xe báu, ngọc báu, nữ báu, cư sĩ báu, tướng quân báu, đó là bảy báu. Con có đủ một ngàn người con dung mạo khôi ngô, dũng mãnh không khiếp sợ, hàng phục được địch quân. Con thống lĩnh trọn quả đất này cho đến biển cả, không dùng dao gậy, chỉ đem pháp giáo hóa, khiến cho nhân dân an lạc. Con có cây phướn lớn bằng vàng, được trang hoàng bằng các loại châu báu, treo cao một ngàn khuỷu tay, do con dựng lên. Sau khi dựng xong, ngay bên dưới, tổ chức bố thí cho hàng sa-môn, bà-la-môn, kẻ khốn khổ cô độc từ [510b] phương xa lại xin, đem đồ ăn thức uống, áo chăn, xe cộ, tràng hoa, bột hương, nhà cửa, giường nệm, nệm lông, khăn quấn và cung cấp đèn dầu. Sau khi bố thí xong, con liền cạo bỏ râu tóc, mặc áo cà-sa, chí tín, từ bỏ gia đình, xuất gia học đạo. Con vì mục đích mà thiện gia nam tử cạo bỏ râu tóc, mặc áo cà-sa, chí tín, từ bỏ gia đình, sống không gia đình, xuất gia học đạo, duy chỉ cầu đắc vô thượng phạm hạnh, ngay trong đời này mà tự tri tự giác, tự thân chứng ngộ, thành tựu và an trú, biết như thật rằng: Sự sanh đã dứt, phạm hạnh đã thành, việc cần làm đã làm xong, không còn tái sanh nữa."

Đức Thế Tôn bảo rằng:

"Này A-di-đa! Một thời gian lâu dài ở vị lai, ngươi sẽ làm vua hiệu là Loa, một vị Chuyển luân vương, thông minh trí tuệ, có bốn loại quân, chỉnh trị thiên hạ, tự do tự tại, là vị Pháp vương theo đúng như pháp, thành tựu bảy báu. Bảy báu đó là xe báu, voi báu, ngựa báu, ngọc báu, nữ báu, cư sĩ báu và tướng quân báu, đó là bảy báu. Ngươi sẽ có đủ một ngàn người con dung mạo khôi ngô, dũng mãnh không khiếp sợ, hàng phục được địch quân. Ngươi sẽ thống lĩnh toàn quả đất này cho đến biển cả, không dùng dao gậy, chỉ đem pháp giáo hóa khiến cho nhân dân an lạc. Ngươi sẽ có một cây phướn lớn bằng vàng, được trang hoàng bằng các loại châu báu, dựng cao một ngàn khuỷu tay, do ngươi dựng lên. Sau khi dựng lên, ngay bên dưới, tổ chức bố thí cho hàng sa-môn, bà-la-môn, kẻ cùng khổ, cô độc từ các phương xa lại xin; đem đồ ăn, thức uống, áo chăn, xe cộ, tràng hoa, bột hoa, bột hương, nhà cửa, giường nệm, nệm lông, khăn quấn, cung cấp đèn dầu... Sau khi bố thí xong, ngươi liền cạo bỏ râu tóc, mặc áo cà-sa, chí tín, lìa bỏ gia đình, sống không gia đình, xuất gia học đạo. Ngươi vì mục đích mà thiện gia nam tử cạo bỏ râu tóc, mặc áo cà-sa, chí tín, lìa bỏ gia đình, sống không gia đình, xuất gia học đạo, chỉ vì cầu vô thượng phạm hạnh, ngay trong đời hiện tại mà tự tri, tự giác, tự thân chứng đắc, thành tựu và an trú, biết như thật rằng: 'Sự sanh đã dứt, phạm hạnh đã thành, việc cần làm đã làm xong, không còn tái sanh nữa.'"

Đức Phật bảo các tỳ-kheo:

"Một thời gian lâu dài ở thời vị lai, lúc con người thọ tám vạn tuổi sẽ có Đức Phật hiệu là Di-lặc,[26] Như Lai Vô Sở Trước, Đẳng Chánh Giác, Minh Hạnh Túc, Thiện Thệ, Thế Gian Giải, Vô Thượng Sĩ, Điều Ngự Trượng Phu, Thiên Nhân Sư, Phật, Thế Tôn; cũng như hôm nay Ta đã thành vị Như Lai Vô Sở Trước, Đẳng Chánh Giác, Minh Hạnh Túc, Thiện Thệ, Thế Gian Giải, Vô Thượng Sĩ, Điều Ngự Trượng Phu, Thiên Nhân Sư, Phật, Thế Tôn.

"Đức Phật ấy ở trong đời này gồm Chư Thiên, Ma, Phạm, sa-môn, bà-la-môn, từ người cho đến trời, mà tự tri tự giác, tự thân chứng đắc, thành tựu và an trụ. Cũng như hôm nay Ta ở trong đời này gồm Chư Thiên, Ma, Phạm, sa-môn, bà-la-môn, từ người cho đến trời, mà tự tri tự giác, tự thân chứng đắc, thành tựu và an trụ.

"Đức Phật ấy sẽ thuyết pháp, phần đầu vi diệu, phần giữa vi diệu và phần sau cũng vi diệu, có nghĩa, có văn, hiển hiện phạm hạnh đầy đủ thanh tịnh. Cũng như Ta hôm nay, thuyết pháp phần đầu vi diệu, phần giữa vi diệu và phần sau cũng vi diệu, có nghĩa, có văn, hiển hiện phạm hạnh đầy đủ thanh tịnh.

"Đức Phật ấy sẽ quảng diễn, lưu bố phạm hạnh với những đại hội vô lượng, từ người cho đến trời, khéo phát khởi, hiển hiện. Cũng như Ta hôm nay quảng diễn, lưu bố phạm hạnh với những đại hội vô lượng, từ người cho đến trời, khéo phát khởi, hiển hiện.

"Đức Phật ấy sẽ có vô lượng trăm ngàn chúng tỳ-kheo, cũng như Ta hôm nay có vô lượng trăm ngàn chúng tỳ-kheo."[27]

Bấy giờ Tôn giả Di-lặc đang ở trong chúng ấy, từ chỗ ngồi đứng dậy, kéo lệch áo đang mặc, vòng tay hướng về Đức Phật, thưa rằng:

"Bạch Thế Tôn! Một thời gian lâu dài ở thời vị lai, lúc con người thọ mạng đến tám vạn tuổi, con sẽ thành Phật hiệu là Di-lặc Như Lai, Vô Sở Trước, Đẳng Chánh Giác, Minh Hạnh Túc, Thiện Thệ, Thế Gian Giải, Vô Thượng Sĩ, Điều Ngự Trượng Phu, Thiên Nhân Sư, Phật, Thế Tôn. Cũng như bây giờ Đức Thế Tôn là Như Lai, Vô Sở Trước, Đẳng Chánh Giác, Minh Hạnh Túc, Thiện Thệ, Thế Gian Giải, Vô Thượng Sĩ, Điều Ngự Trượng Phu, Thiên Nhân Sư, Phật, Thế Tôn.

"Con sẽ ở trong đời này gồm Chư Thiên, Ma, Phạm, sa-môn, bà-la-môn, từ người cho đến trời, mà tự tri tự giác, tự thân chứng đắc, thành tựu và an trụ. Cũng như hôm nay Thế Tôn ở trong đời này gồm Chư Thiên, Ma, Phạm, sa-môn, bà-la-môn, từ người cho đến trời, mà tự tri tự giác, tự thân chứng đắc, thành tựu và an trụ.

"Con sẽ thuyết pháp, phần đầu vi diệu, phần giữa vi diệu và phần sau cũng vi diệu, có nghĩa, có văn, hiển hiện phạm hạnh đầy đủ thanh tịnh. Cũng như Thế Tôn hôm nay, thuyết pháp phần đầu vi diệu, phần giữa vi diệu và phần sau cũng vi diệu, có nghĩa, có văn, hiển hiện phạm hạnh đầy đủ thanh tịnh.

"Con sẽ quảng diễn, lưu bố phạm hạnh với những đại hội vô lượng, từ người cho đến trời, khéo phát khởi, hiển hiện. Cũng như Thế Tôn hôm nay quảng diễn, lưu bố phạm hạnh với những đại hội vô lượng, từ người cho đến trời, khéo phát khởi hiển hiện.

"Con sẽ có vô lượng trăm ngàn chúng tỳ-kheo, cũng như hiện giờ Thế Tôn có vô lượng trăm ngàn chúng tỳ-kheo."

Bấy giờ Đức Thế Tôn tán thán Tôn giả Di-lặc rằng:

"Lành thay! Lành thay! Di-lặc, ngươi phát tâm cực diệu là dẫn lãnh đại chúng. Lý do vì sao? Vì ngươi đã nghĩ:

"– Bạch Thế Tôn! Một thời gian lâu dài ở thời vị lai, lúc con người thọ mạng đến tám vạn tuổi, con sẽ [511a] thành Phật hiệu là Di-lặc Như

Lai, Vô Sở Trước, Đẳng Chánh Giác, Minh Hạnh Túc, Thiện thệ, Thế gian giải, Vô thượng sĩ, Điều Ngự Trượng Phu, Thiên nhân sư, Phật, Thế Tôn. Cũng như bây giờ Đức Thế Tôn là Như Lai, Vô Sở Trước, Đẳng Chánh Giác, Minh Hạnh Túc, Thiện Thệ, Thế Gian Giải, Vô Thượng Sĩ, Điều Ngự Trượng Phu, Thiên Nhân Sư, Phật, Thế Tôn. Con sẽ ở trong đời này gồm Chư Thiên, Ma, Phạm, sa-môn, bà-la-môn, từ người cho đến trời, mà tự tri tự giác, tự thân chứng đắc, thành tựu và an trụ. Cũng như hôm nay Thế Tôn ở trong đời này gồm Chư Thiên, Ma, Phạm, sa-môn, bà-la-môn, từ người cho đến trời, mà tự tri tự giác, tự thân chứng đắc, thành tựu và an trụ. Con sẽ thuyết pháp, phần đầu vi diệu, phần giữa vi diệu và phần sau cũng vi diệu, có nghĩa, có văn, hiển hiện phạm hạnh đầy đủ thanh tịnh. Cũng như Thế Tôn hôm nay, thuyết pháp phần đầu vi diệu, phần giữa vi diệu và phần sau cũng vi diệu, có nghĩa, có văn, hiển hiện phạm hạnh đầy đủ thanh tịnh. Con sẽ quảng diễn, lưu bố phạm hạnh với những đại hội vô lượng, từ người cho đến trời, khéo phát khởi, hiển hiện. Cũng như Thế Tôn hôm nay quảng diễn, lưu bố phạm hạnh với những đại hội vô lượng, từ người cho đến trời, khéo phát khởi hiển hiện."

Đức Phật lại nói:

"Này Di-lặc, vào một thời gian lâu dài ở thời vị lai, lúc con người thọ đến tám vạn tuổi, ngươi sẽ thành Phật hiệu là Di-lặc Như Lai, Vô Sở Trước, Đẳng Chánh Giác, Minh Hạnh Túc, Thiện Thệ, Thế Gian Giải, Vô Thượng Sĩ, Điều Ngự Trượng Phu, Thiên Nhân Sư, Phật, Thế Tôn. Giống như Ta hiện nay là Như Lai Vô Sở Trước, Đẳng Chánh Giác, Minh Hạnh Túc, Thiện Thệ, Thế Gian Giải, Vô Thượng Sĩ, Điều Ngự Trượng Phu, Thiên Nhân Sư, Phật, Thế Tôn.

"Ngươi sẽ ở trong đời này gồm Chư Thiên, Ma, Phạm, sa-môn, bà-la-môn, từ người cho đến trời, mà tự tri tự giác, tự thân chứng đắc, thành tựu và an trụ. Cũng như hôm nay Ta ở trong đời này gồm Chư Thiên, Ma, Phạm, sa-môn, bà-la-môn, từ người cho đến trời, mà tự tri tự giác, tự thân chứng đắc, thành tựu và an trụ.

"Ngươi sẽ thuyết pháp, phần đầu vi diệu, phần giữa vi diệu và phần sau cũng vi diệu, có nghĩa, có văn, hiển hiện phạm hạnh đầy đủ thanh tịnh. Cũng như Ta hôm nay, thuyết pháp phần đầu vi diệu, phần giữa vi diệu và phần sau cũng vi diệu, có nghĩa, có văn, hiển hiện phạm hạnh đầy đủ thanh tịnh.

"Ngươi sẽ quảng diễn, lưu bố phạm hạnh với những đại hội vô lượng, từ người cho đến trời, khéo phát khởi, hiển hiện. Cũng như Ta hôm nay quảng diễn, lưu bố phạm hạnh với những đại hội vô lượng, từ người cho đến trời, khéo phát khởi hiển hiện.

"Ngươi sẽ có vô lượng trăm ngàn chúng tỳ-kheo, cũng như hiện giờ Ta có vô lượng trăm ngàn chúng tỳ-kheo."

Bấy giờ, Tôn giả A-nan cầm quạt đứng hầu Phật. Lúc đó, [511b] Đức Thế Tôn quay lại bảo:

"Này A-nan, ngươi hãy lấy tấm y được dệt bằng sợi tơ vàng mang lại đây. Nay Ta muốn cho tỳ-kheo Di-lặc."

Bấy giờ Tôn giả A-nan vâng lời Đức Thế Tôn, liền lấy tấm y được dệt bằng sợi tơ vàng mang lại trao cho Đức Thế Tôn. Sau khi Đức Thế Tôn nhận tấm y được dệt bằng chỉ vàng từ Tôn giả A-nan, Ngài bảo:

"Này Di-lặc, ngươi hãy nhận tấm y được dệt bằng chỉ vàng này từ Như Lai mà cúng cho Phật, Pháp và Đại chúng. Lý do vì sao? Này Di-lặc, các Đức Như Lai Vô Sở Trước, Đẳng Chánh Giác vì muốn cứu hộ thế gian và mong cầu thiện lợi và hữu ích, mong an ổn khoái lạc."

Bấy giờ Tôn giả Di-lặc nhận lấy tấm y dệt bằng chỉ vàng từ Đức Như Lai xong, liền dâng cúng cho Phật, Pháp và Đại chúng.

Lúc ấy Ma Ba-tuần liền nghĩ: "Sa-môn Cù-đàm này đang trú tại Ba-la-nại, ở trong vườn Lộc dã, Tiên nhân trú xứ. Vị ấy nhân chuyện vị lai mà thuyết pháp cho các đệ tử. Ta hãy đến đấy để gây nhiễu loạn."

Rồi Ma Ba-tuần đi đến chỗ Đức Phật, hướng về Ngài và nói bài tụng rằng:

Người ấy tất sẽ được
Dung mạo diệu đệ nhất;
Thân tràng hoa anh lạc,
Ngọc sáng đeo cánh tay.
Nếu ở thành Kê-đầu,[28]
Trong bờ cõi vua Loa.

Bấy giờ Đức Thế Tôn nghĩ rằng: "Ma Ba-tuần này đến chỗ Ta muốn gây nhiễu loạn." Đức Thế Tôn sau khi đã biết là Ma Ba-tuần liền nói bài tụng:

> *Người ấy tất sẽ được*
> *Vô Năng Thắng,* [29] *không nghi*
> *Dứt sanh, lão, bệnh, tử;*
> *Vô lậu, việc làm xong.*
> *Ai tu hành phạm hạnh,*
> *Sẽ ở cõi Di-lặc.*

Ma Ba-tuần lại nói bài kệ:

> *Người ấy tất sẽ được*
> *Y phục tối thượng diệu;*
> *Thân ướp trầm chiên-đàn,*
> *Tay chân đầy châu ngọc;*
> *Nếu ở thành Kê-đầu*
> *Sẽ ở cõi Loa vương.*

Bấy giờ, Đức Thế Tôn lại nói bài tụng:

> *Người ấy tất sẽ được*
> *Vô chủ và vô gia;*
> *Tay không cầm vàng ngọc,*
> *Vô vi, không sầu não;*
> *Nếu tu hành phạm hạnh,*
> *Sẽ ở cõi Di-lặc.*

[511c] Ma Ba-tuần lại nói bài tụng:

> *Người kia tất sẽ được*
> *Danh, tài, ẩm thực diệu;*
> *Khéo hiểu rành ca vũ,*
> *Tạo nhạc, thường hoan hỷ;*
> *Sẽ ở cõi Loa vương.*

Bấy giờ Đức Thế Tôn lại nói bài tụng:

> *Người ấy tất qua bờ;*
> *Như chim phá lưới ra;*

Chứng trụ thiền tự tại;
Đủ lạc, thường hoan hỷ.
Này Ma, ngươi nên biết,
Ta đã hàng phục ngươi.

Lúc đó Ma vương lại nghĩ: "Thế Tôn biết ta. Thiện Thệ biết ta." Nghĩ vậy, nó buồn bã, sầu não, không thể ở lại, liền biến mất, không thấy ở chỗ ấy nữa.

Phật thuyết như vậy. Tôn giả Di-lặc, A-di-đa, A-nan và các tỳ-kheo sau khi nghe Phật thuyết, hoan hỷ phụng hành.[30] ◈

67. KINH ĐẠI THIÊN NẠI LÂM*

Tôi nghe như vầy:

Một thời, Đức Phật trú tại nước Tì-đà-đề cùng với đại chúng tỳ-kheo, đi đến Di-tát-la, ở trong rừng xoài của Đại Thiên.[31]

Bấy giờ đang giữa đường đi, Đức Thế Tôn mỉm cười rạng rỡ. Tôn giả A-nan thấy Đức Thế Tôn mỉm cười liền chắp tay hướng về Phật, thưa rằng:

"Bạch Thế Tôn, vì nhân duyên gì mà Ngài mỉm cười? Các Đức Như Lai, Vô Sở Trước, Đẳng Chánh Giác, nếu không có nhân duyên gì thì không bao giờ mỉm cười. Mong Ngài nói cho con được biết ý đó."

Đức Thế Tôn bảo:

"Này A-nan, thuở xưa, trong rừng xoài, thuộc xứ Di-tát-la này, ở đây có vua tên là Đại Thiên,[32] là [512a] Chuyển luân vương, thông minh trí tuệ, có bốn loại quân, chỉnh trị thiên hạ, tự do tự tại, là vị Pháp vương như pháp, thành tựu bảy báu, được bốn đức như ý của loài người.

"Này A-nan, vua Đại Thiên ấy thành tựu bảy báu là những gì? Đó là, bánh xe báu, voi báu, ngọc báu, nữ báu, ngựa báu, cư sĩ báu, tướng quân báu. Đó là bảy báu.

"Này A-nan, vua Đại Thiên thành tựu Bánh xe báu là như thế nào?

"Này A-nan! Bấy giờ vào ngày rằm, là ngày thuyết Biệt giải thoát,[33] sau khi tắm gội, vua Đại Thiên ngự trên chánh điện. Từ phương Đông có vật báu là Bánh xe trời[34] hiện đến. Bánh xe trời có đủ một ngàn căm và đầy đủ tất cả bộ phận, thanh tịnh tự nhiên, chẳng phải do người tạo ra, màu sắc như ánh lửa, chói lọi sáng ngời. Vua Đại Thiên trông thấy liền

---

* Tương đương Pāli, M. 83. *Maghadevasuttaṃ*. Hán, No 125(50.4).

hoan hỷ, nghĩ thầm: 'Bánh xe báu cao quý[35] đã xuất hiện! Bánh xe vi diệu đã xuất hiện. Ta cũng từng nghe người xưa bảo rằng: Vào ngày rằm, là ngày thuyết Biệt giải thoát giới, sau khi đã tắm gội và ngự trên chánh điện, vua Đảnh Sanh sát-lị lên ngồi trên chánh điện, khi ấy có Bánh xe báu từ phương Đông hiện đến. Bánh xe báu có đủ tất cả một ngàn căm và đầy đủ tất cả bộ phận, thanh tịnh tự nhiên chứ không do người tạo ra, màu sắc như ánh lửa, chói lọi sáng ngời. Vì vậy tất sẽ là Chuyển luân vương. Ta há không là Chuyển luân vương sao?'

"Này A-nan, thuở xưa, khi vua Đại Thiên muốn đích thân thí nghiệm Bánh xe báu, bèn cho tụ tập bốn loại quân: là quân voi, quân ngựa, quân xe và quân bộ. Sau khi cho tụ tập bốn loại quân xong, vua đi đến chỗ Bánh xe báu, dùng tay trái vỗ về, dùng tay phải lăn Bánh xe báu mà nói rằng: 'Hãy theo Bánh xe báu; hãy theo đến nơi nào Bánh xe báu lăn đến.'

"Này A-nan, Bánh xe báu ấy khi đã chuyển động liền lăn về hướng Đông. Lúc đó vua Đại Thiên và bốn loại quân cũng đi theo sau. Bánh xe báu ngừng lại chỗ nào thì vua Đại Thiên và bốn loại quân dừng lại chỗ ấy.

"Bấy giờ, các Tiểu quốc vương ở phương Đông đều đi đến chỗ vua Đại Thiên, tâu rằng:

"– Kính chào Thiên vương. Tâu Thiên vương, các nước này rất giàu có và an lạc, nhân dân đông đúc, đều hoàn toàn thuộc về Thiên vương. Mong Thiên vương đem pháp trị hóa. Chúng tôi sẽ phụ tá Thiên vương.

"Bấy giờ, vua Đại Thiên bảo các tiểu vương:

"– Các khanh, mỗi vị hãy tự quản lấy lãnh thổ của mình. Hãy áp dụng pháp, chớ áp dụng phi pháp. Đừng để trong nước mình có những người tạo ác nghiệp và phi phạm hạnh.

"Này A-nan, Bánh xe báu ấy qua khỏi phương Đông, vượt qua biển lớn ở phương Đông, quay về phương Nam, phương Tây và phương Bắc.

"Này A-nan, [512b] tùy theo Bánh xe báu lăn chuyển đến đâu thì vua Đại Thiên cùng bốn loại quân cũng đều đi theo sau đến đó. Bánh xe báu ngừng lại chỗ nào, vua Đại Thiên và bốn loại quân đóng lại ở chỗ ấy.

"Bấy giờ, các Tiểu quốc vương ở phương Bắc đều đi đến chỗ vua Đại Thiên, tâu rằng:

"– Kính chào Thiên vương! Tâu Thiên vương, các nước này rất giàu có và an lạc, nhân dân đông đúc, đều hoàn toàn thuộc về Thiên vương. Mong Thiên vương đem pháp trị hóa. Chúng tôi sẽ phụ tá Thiên vương.

"Bấy giờ, vua Đại Thiên bảo các tiểu vương:

"– Các khanh, mỗi vị hãy tự quản lấy lãnh thổ của mình. Hãy áp dụng pháp, chớ áp dụng phi pháp. Đừng để trong nước mình có những người tạo ác nghiệp và phi phạm hạnh.

"Này A-nan, Bánh xe báu ấy qua phương Bắc, vượt qua biển lớn phương Bắc rồi trở lại bổn thành của Vua. Khi vua Đại Thiên ngự trên chánh điện đoán lý tài vật[36] thì Bánh xe báu ngừng giữa hư không. Đó là vua Đại Thiên thành tựu Bánh xe báu như thế.

"Này A-nan, vua Đại Thiên thành tựu voi báu như thế nào?

"Này A-nan, bấy giờ, vua Đại Thiên có voi báu xuất hiện. Voi ấy trắng toát, có bảy chi, tên là Vu-sa-hạ.[37] Sau khi trông thấy, vua Đại Thiên hoan hỷ, phấn khởi, nghĩ rằng: 'Nếu được huấn luyện thì nó hết sức khôn.'

"Này A-nan, sau đó vua Đại Thiên bảo tượng sư rằng: 'Ngươi hãy mau huấn luyện con voi này cho hết sức thuần thiện. Nếu voi đã thuần thì đến cho ta hay.' Bấy giờ tượng sư vâng lệnh vua, đến chỗ voi báu, nhanh chóng huấn luyện, khiến nó trở nên hết sức thuần thiện. Khi voi báu được chế ngự và huấn luyện rất kỹ, nó nhanh chóng trở nên thuần thiện. Cũng như thuở xưa voi tốt sống vô lượng trăm ngàn năm, đã trải qua vô lượng trăm ngàn năm được chế ngự và huấn luyện rất kỹ, nhanh chóng trở nên thuần thiện. Voi báu này cũng giống như vậy, được chế ngự và huấn luyện rất kỹ, nó nhanh chóng trở nên thuần thiện.

"Này A-nan, bấy giờ tượng sư nhanh chóng huấn luyện voi báu, khiến nó trở nên thuần thiện. Sau khi voi báu đã được huấn luyện, tượng sư liền đến chỗ vua tâu rằng: 'Tâu Thiên vương, mong Thiên vương biết cho, tôi đã chế ngự và huấn luyện; voi báu đã thuần, nay tùy theo ý của Thiên vương.'

"Này A-nan, thuở ấy, khi vua Đại Thiên thí nghiệm voi báu, vào buổi sáng mai mặt trời mọc, liền đến chỗ voi, cõi voi báu ấy và đi cùng khắp cả cõi đất cho đến đại hải, rồi nhanh chóng trở lại bổn thành của vua. Vua Đại Thiên thành tựu voi trắng báu như thế.

"Này A-nan, Vua Đại Thiên thành tựu ngựa báu như thế nào?

"Này A-nan, bấy giờ, vua Đại Thiên có ngựa báu xuất hiện. Ngựa báu ấy có màu đỏ tía, [**512c**] đầu đen như quạ. Vì ngựa được trang nghiêm bằng bộ lông nên gọi là Mao mã vương.[38] Sau khi trông thấy, vua Đại Thiên hoan hỷ, phấn khởi, nghĩ rằng: 'Nếu được huấn luyện thì nó hết sức khôn.'

"Này A-nan, sau đó vua Đại Thiên bảo mã sư rằng: 'Ngươi hãy mau huấn luyện con ngựa này cho hết sức thuần thiện. Nếu ngựa đã thuần thì đến cho ta hay.' Bấy giờ mã sư vâng lệnh vua, đến chỗ ngựa báu, nhanh chóng huấn luyện, khiến nó trở nên hết sức thuần thiện. Khi ngựa báu được chế ngự và huấn luyện rất kỹ, nó nhanh chóng trở nên thuần thiện. Cũng như thuở xưa ngựa tốt sống vô lượng trăm ngàn năm, đã trải qua vô lượng trăm ngàn năm được chế ngự và huấn luyện rất kỹ, nhanh chóng trở nên thuần thiện. Ngựa báu này cũng giống như vậy, được chế ngự và huấn luyện rất kỹ, nó nhanh chóng trở nên thuần thiện.

"Này A-nan, bấy giờ mã sư nhanh chóng huấn luyện ngựa báu, khiến nó trở nên thuần thiện. Sau khi ngựa báu đã được huấn luyện, mã sư liền đến chỗ vua tâu rằng: 'Tâu Thiên vương, mong Thiên vương biết cho, tôi đã chế ngự và huấn luyện; ngựa báu đã thuần, nay tùy theo ý của Thiên vương.'

"Này A-nan, thuở ấy, khi vua Đại Thiên thí nghiệm ngựa báu, vào buổi sáng mai mặt trời mọc, liền đến chỗ ngựa, cõi ngựa báu ấy và đi cùng khắp cả cõi đất cho đến đại hải, rồi nhanh chóng trở lại bổn thành của vua. Vua Đại Thiên thành tựu ngựa báu như thế.

"Này A-nan, vua Đại Thiên thành tựu ngọc báu như thế nào?

"Này A-nan, bấy giờ, vua Đại Thiên có báu minh châu xuất hiện. Hạt châu ấy trong suốt tự nhiên, không do ai tạo, tám cạnh không bẩn, được mài dũa cực đẹp, được xâu qua bằng sợi dây ngũ sắc: xanh, vàng, đỏ, trắng, đen.

"Này A-nan, lúc vua Đại Thiên ở trong cung điện, muốn có ánh sáng của đèn, tức thì sử dụng hạt minh châu.

"Này A-nan, thuở xưa, khi vua Đại Thiên muốn thử châu báu, bèn cho tụ tập bốn loại quân lại là quân voi, quân ngựa, quân xe và quân bộ. Sau khi tụ tập bốn loại quân xong, vào lúc đêm tối, vua cho dựng một cây phướn cao, cho đặt hạt châu trên ấy, rồi đến công viên để nhìn. Ánh sáng của ngọc chiếu khắp bốn loại quân, soi đến nửa do-tuần. Vua Đại Thiên thành tựu ngọc báu là như thế.

"Này A-nan, vua Đại Thiên thành tựu nữ báu là như thế nào?

"Này A-nan, bấy giờ, vua Đại Thiên có nữ báu xuất hiện. Nữ báu ấy có thân thể trong trắng, tinh khiết, nõn nà, sắc đẹp hơn người, không nhường thiên nữ, tư dung xinh đẹp, ai nhìn cũng thấy khoan khoái; miệng tỏa mùi hương hoa sen xanh thơm phức; từ các lỗ chân lông trên người toát mùi hương chiên-đàn. Về mùa đông thì thân ấm áp, về mùa hè thì thân mát mẻ. Nữ báu ấy hết lòng hầu hạ vua, nói năng hòa nhã, làm việc nhanh chóng, thông minh trí tuệ, hoan hỷ thích làm [513a] việc lành; luôn nghĩ đến vua, tâm thường không rời, huống nữa thân và miệng. Vua Đại Thiên thành tựu nữ báu là như vậy.

"Này A-nan, vua Đại Thiên thành tựu cư sĩ báu là như thế nào?

"Này A-nan, bấy giờ, vua Đại Thiên có cư sĩ báu xuất hiện. Cư sĩ báu ấy giàu có cùng tột, của cải vô lượng, có nhiều súc vật chăn nuôi; phong hộ, thực ấp đầy đủ mọi thứ; có phước báo nên được thiên nhãn, các kho báu đầy hay trống đều thấy rõ; thấy có người thủ hộ hay không có người thủ hộ. Mỏ vàng, mỏ bạc, được chế biến hay chưa được chế biến;[39] đều thấy rõ cả.

"Này A-nan, cư sĩ báu ấy đến trước vua Đại Thiên tâu rằng: 'Tâu Thiên vương, nếu Thiên vương muốn được vàng, và tiền bạc, thì Thiên vương chớ có lo buồn, vì hạ thần tự biết đúng thời.'

"Này A-nan, thuở xưa, khi vua Đại Thiên muốn thí nghiệm cư sĩ báu, vua cho chèo thuyền ra giữa sông Hằng, bảo rằng:

"– Này cư sĩ, ta muốn được vàng, và tiền bạc.

"Cư sĩ tâu:

"– Tâu Thiên vương, hãy cho thuyền cập bến.

"Khi ấy, vua Đại Thiên bảo:

"– Này cư sĩ, ta muốn được ở chính giữa sông này.

"Cư sĩ tâu rằng:

"– Tâu Thiên vương, hãy cho thuyền ngừng lại.

"Này A-nan, bấy giờ cư sĩ báu đến trước mũi thuyền, thọc tay vào trong nước, lấy lên bốn kho tàng, là mỏ vàng, mỏ bạc, mỏ quặng hay không phải quặng,[40] tâu rằng:

"– Tâu Thiên vương, xin tùy ý muốn, Thiên vương tha hồ sử dụng, còn bao nhiêu thì trả lại dưới sông.

"Đó là vua Đại Thiên thành tựu cư sĩ báu.

"Này A-nan, vua Đại Thiên thành tựu tướng quân báu là như thế nào?

"Này A-nan, bấy giờ vua Đại Thiên có tướng quân báu. Tướng quân ấy thông minh, trí tuệ, biện tài, nói hay, hiểu rộng. Tướng quân báu sẽ thay vua Đại Thiên thực hiện những mục đích đời này, khuyến cáo và an lập; thực hiện mục đích cho đời sau, khuyến cáo và an lập; thực hiện mục đích đời này, mục đích đời sau, khuyến cáo và an lập. Tướng quân báu sẽ vì vua Đại Thiên, nếu muốn tập hợp các quân là tập hợp được; nếu muốn giải tán là giải tán ngay; muốn cho binh lính thuộc bốn loại quân không mệt mỏi và khuyến khích giúp đỡ. Đối với các cận thần khác cũng vậy. Đó là vua Đại Thiên thành tựu tướng quân báu.

"Này A-nan, vua Đại Thiên thành tựu bảy báu như vậy.

"Này A-nan, vua Đại Thiên thành tựu bốn đức như ý của loài người [41] như thế nào?

"Này A-nan, vua Đại Thiên ấy sống thật lâu, đến tám vạn bốn ngàn năm. Suốt tám vạn bốn ngàn năm, vua Đại Thiên làm con nít vui đùa, làm Tiểu quốc vương, rồi làm Đại quốc vương, sau đó [513b] cạo bỏ râu tóc, mặc áo cà-sa, chí tín, lìa bỏ gia đình sống không gia đình, xuất gia học đạo, học Tiên nhân vương,[42] tu hành phạm hạnh tại Di-tát-la này, trú trong rừng xoài Đại Thiên. Này A-nan, đây là đức như ý thứ nhất của vua Đại Thiên: Vua Đại Thiên sống thật lâu, đến tám vạn bốn ngàn năm. Suốt tám vạn bốn ngàn năm, vua Đại Thiên làm con nít vui đùa, làm Tiểu quốc vương, rồi làm Đại quốc vương, sau đó cạo bỏ râu tóc, mặc áo cà-sa, chí tín, lìa bỏ gia đình sống không gia đình, xuất gia học đạo, học Tiên nhân vương, tu hành phạm hạnh tại Di-tát-la này, trú trong rừng xoài Đại Thiên.

"Lại nữa, A-nan, vua Đại Thiên không có bệnh tật, thành tựu sự điều hòa của thực đạo,⁴³ không lạnh, không nóng, an ổn, không bị bứt rứt. Do đó, đồ ăn thức uống được tiêu hóa dễ dàng. Này A-nan, đây là đức như ý thứ hai của vua Đại Thiên: Vua Đại Thiên không có bệnh tật, thành tựu sự điều hòa của thực đạo, không lạnh, không nóng, an ổn, không bứt rứt; do đó đồ ăn thức uống tiêu hóa dễ dàng.

"Lại nữa, A-nan, vua Đại Thiên thân thể trắng trẻo, sạch sẽ, trong sáng, sắc đẹp hơn người, không kém gì thiên thần, đoan chánh, đẹp đẽ, ai nhìn cũng thấy khoan khoái. Này A-nan, đây là đức như ý thứ ba của vua Đại Thiên: vua Đại Thiên thân thể trắng trẻo, sạch sẽ, trong sáng, sắc đẹp hơn người, không kém gì thiên thần, đoan chánh, đẹp đẽ, ai nhìn cũng thấy khoan khoái.

"Lại nữa, A-nan, vua Đại Thiên thường ái niệm các bà-la-môn, cư sĩ, như cha nghĩ đến con. Bà-la-môn, cư sĩ lại cũng kính trọng vua Đại Thiên như con kính cha. Này A-nan, thuở xưa, vua Đại Thiên ở trong công viên, bảo người đánh xe rằng: 'Hãy đánh xe đi chầm chậm. Ta muốn nhìn kỹ các bà-la-môn, cư sĩ'. Bà-la-môn, cư sĩ cũng bảo người đánh xe: 'Hãy đánh xe đi chầm chậm. Chúng tôi muốn nhìn kỹ đức vua Đại Thiên.' Này A-nan, đây là đức như ý thứ tư của vua Đại Thiên: Vua Đại Thiên thường ái niệm các bà-la-môn, cư sĩ như cha nghĩ đến con; còn các bà-la-môn, cư sĩ lại kính trọng vua Đại Thiên như con kính cha.

"Này A-nan, đó là vua Đại Thiên được bốn đức như ý.

"Này A-nan, một thời gian sau, vua Đại Thiên bảo thợ hớt tóc rằng:

"– Nếu ngươi thấy đầu ta mọc tóc bạc thì cho ta hay.

"Bấy giờ thợ hớt tóc vâng lời vua bảo. [153c] Một thời gian sau đó, khi gội đầu cho vua, ông thấy mọc tóc bạc, liền tâu:

"– Tâu Thiên vương, mong Thiên vương biết cho, Thiên sứ đã đến;[44] đầu mọc tóc bạc.

"Vua Đại Thiên lại bảo thợ hớt tóc:

"– Ngươi hãy lấy nhíp bằng vàng, từ từ nhổ tóc bạc bỏ vào bàn tay ta.

"Thợ hớt tóc vâng lệnh vua bảo, liền lấy cái nhíp bằng vàng, từ từ nhổ tóc bạc bỏ vào bàn tay vua.

"Này A-nan, vua Đại Thiên tay nâng tóc bạc, nói bài tụng:

Đầu ta mọc tóc bạc;
Thọ mạng đến hồi suy.
Thiên sứ đã đến rồi,
Nay lúc ta học đạo.

"Này A-nan, sau khi thấy tóc bạc, vua Đại Thiên bảo Thái tử:

"– Này Thái tử, hãy biết rằng Thiên sứ đã đến, đầu ta đã mọc tóc bạc. Này Thái tử, ta đã hưởng lạc dục thế gian, nay lại muốn cầu dục lạc thiên thượng. Này Thái tử, nay ta muốn cạo bỏ râu tóc, mặc áo cà-sa, chí tín, lìa bỏ gia đình, sống không gia đình, xuất gia học đạo. Này Thái tử, nay ta muốn đem bốn châu thiên hạ này phó thác cho con. Con hãy trị vì, giáo hóa đúng như pháp, chớ dùng phi pháp; không để cho trong nước có những người tạo ác nghiệp, phi phạm hạnh. Này Thái tử, về sau nếu con thấy Thiên sứ đến, đầu mọc tóc bạc, thì con nên đem việc quốc chính của nước này trao lại cho Thái tử của con, khéo dạy bảo nó và trao đất nước lại cho nó, rồi con cũng nên cạo bỏ râu tóc, mặc áo cà-sa, chí tín, lìa bỏ gia đình, sống không gia đình, xuất gia học đạo. Này Thái tử, nay ta chuyển giao pháp kế thừa[45] này cho con. Con cũng phải chuyển giao lại pháp kế thừa này, chớ để cho nhân dân trở thành cực biên.[46] Này Thái tử, tại sao nay ta chuyển trao pháp kế thừa này cho con, bảo con cũng phải chuyển trao pháp kế thừa này, chớ để cho nhân dân trở thành cực biên? Này Thái tử, nếu trong nước này sự truyền trao bị dứt tuyệt, không được tiếp nối, thì đó là nhân dân trở thành cực biên. Vì thế cho nên, này Thái tử, nay ta chuyển trao cho con. Này Thái tử, ta đã chuyển trao pháp kế thừa này cho con thì con phải chuyển trao pháp kế thừa ấy lại, chớ để cho nhân dân trở thành cực biên.

"Này A-nan, vua Đại Thiên ấy đem việc quốc chánh của nước này phó thác cho Thái tử. Sau khi dạy bảo cặn kẽ xong, vua cạo bỏ râu tóc, chí tín, lìa bỏ gia đình, sống không gia đình, xuất gia học đạo, học Tiên nhân vương, tu hành phạm hạnh tại Di-tát-ta này, trú trong rừng xoài Đại thiên.

"Thái tử cũng là Chuyển luân vương thành tựu bảy báu, [**514a**] được phước đức, có bốn đức như ý của loài người như vua cha; bảy báu và bốn đức như ý của loài người đã được nói trên.

"Này A-nan, vị Chuyển luân vương ấy về sau cũng bảo thợ hớt tóc rằng:

"– Nếu ngươi thấy đầu ta mọc tóc bạc thì cho ta hay.

"Người thợ hớt tóc vâng lời vua bảo. Một thời gian sau đó, gội đầu cho vua, ông thấy mọc tóc bạc, liền tâu:

"– Tâu Thiên vương, mong Thiên vương biết cho, Thiên sứ đã đến; đầu mọc tóc bạc.

"Vị Chuyển luân vương kia lại bảo thợ hớt tóc:

"– Ngươi hãy lấy nhíp bằng vàng, từ từ nhổ tóc bạc bỏ vào bàn tay ta.

"Lúc ấy, thợ hớt tóc vâng lệnh vua bảo, liền lấy cái nhíp bằng vàng, từ từ nhổ tóc bạc bỏ vào bàn tay vua.

"Này A-nan, Chuyển luân vương kia tay nâng tóc bạc, nói bài tụng:

> Đầu ta mọc tóc bạc;
> Thọ mạng đến hồi suy.
> Thiên sứ đã đến rồi,
> Nay lúc ta học đạo.

"Này A-nan, sau khi thấy tóc bạc, Chuyển luân vương kia bảo Thái tử:

"– Này Thái tử, hãy biết rằng Thiên sứ đã đến, đầu ta đã mọc tóc bạc. Này Thái tử, ta đã hưởng lạc dục thế gian, nay lại muốn cầu dục lạc thiên thượng. Này Thái tử, nay ta muốn cạo bỏ râu tóc, mặc áo cà-sa, chí tín, lìa bỏ gia đình, sống không gia đình, xuất gia học đạo. Này Thái tử, nay ta muốn đem bốn châu thiên hạ này phó thác cho con. Con hãy trị vì, giáo hóa đúng như pháp, chớ dùng phi pháp; không để cho trong nước có những người tạo ác nghiệp, phi phạm hạnh. Này Thái tử, về sau nếu con thấy Thiên sứ đến, đầu mọc tóc bạc, thì con nên đem việc quốc chính của nước này trao lại cho Thái tử của con, khéo dạy bảo nó và trao đất nước lại cho nó, rồi con cũng nên cạo bỏ râu tóc, mặc áo cà-sa, chí tín, lìa bỏ gia đình, sống không gia đình, xuất gia học đạo. Này Thái tử, nay ta chuyển giao pháp kế thừa này cho con. Con cũng phải chuyển giao lại pháp kế thừa này, chớ để cho nhân dân trở thành cực biên. Này Thái tử, tại sao nay ta chuyển trao pháp kế thừa này cho con, bảo con cũng phải chuyển trao pháp kế thừa này, chớ để cho nhân dân trở thành cực biên? Này Thái tử, nếu trong nước này sự truyền trao bị dứt tuyệt, không được tiếp nối, thì đó là nhân dân trở thành cực biên. Vì thế cho nên, này Thái tử, nay ta chuyển trao cho con. Này Thái tử, ta đã chuyển trao pháp kế thừa này cho con thì con phải chuyển trao pháp kế thừa ấy lại, chớ để cho nhân dân trở thành [**514b**] cực biên.

"Này A-nan, Chuyển luân vương kia đem việc quốc chánh của nước này phó thác cho Thái tử. Sau khi dạy bảo cặn kẽ xong, vua cạo bỏ râu tóc, chí tín, lìa bỏ gia đình, sống không gia đình, xuất gia học đạo, học Tiên nhân vương, tu hành phạm hạnh tại Di-tát-ta này, trú trong rừng xoài Đại Thiên.

"Này A-nan, đó là từ con đến con, từ cháu đến cháu, từ dòng họ đến dòng họ, từ kiến đến kiến,[47] lần lượt đến tám vạn bốn ngàn vị Chuyển luân vương, cạo bỏ râu tóc, mặc áo cà-sa, chí tín, lìa bỏ gia đình, sống không gia đình, xuất gia học đạo, học Tiên nhân vương, tu hành phạm hạnh tại Di-tát-la này, trú trong rừng xoài Đại Thiên.

"Vị vua sau cùng tên là Ni-di,[48] là một Pháp vương như pháp, thực hành pháp đúng như pháp; là vị vua vì thái tử, hậu phi, thể nữ và các thần dân, sa-môn, bà-la-môn cho đến côn trùng mà phụng trì trai giới vào những ngày mồng tám, mười bốn, mười lăm; tu hạnh bố thí, cho những kẻ nghèo khổ, sa-môn, bà-la-môn, những người cô độc từ các phương xa đến các loại đồ ăn, thức uống, áo chăn, xe cộ, tràng hoa, bột hoa, bột hương, nhà cửa, giường nệm, đệm lông, khăn quấn, đèn dầu...

"Bấy giờ Chư Thiên ở cõi trời Tam Thập Tam Thiên tụ tập ngồi tại Thiện pháp giảng đường[49] hết lời xưng tán vua Ni-di như thế này: 'Chư Hiền, người xứ Tì-đà-đề có đại thiện lợi, có đại công đức. Vì sao? Vì vua cuối cùng của họ là Ni-di, một Pháp vương như pháp, thực hành pháp đúng như pháp, là người đã vì thái tử, hậu phi, thể nữ và các thần dân, sa-môn, bà-la-môn cho đến côn trùng mà phụng trì trai giới vào những ngày mồng tám, mười bốn, mười lăm; tu hạnh bố thí, cho những người nghèo khổ, sa-môn, bà-la-môn, những người cô độc từ các phương xa đến các loại đồ ăn, thức uống, áo chăn, xe cộ, tràng hoa, bột hoa, bột hương, nhà cửa, giường nệm, đệm lông, khăn quấn và đèn dầu...'

"Bấy giờ trời Thiên đế Thích cũng có trong chúng, bảo Chư Thiên Tam Thập Tam Thiên rằng:

"– Chư Hiền, các vị có muốn thấy vua Ni-di ngay tại nơi này không?

"Chư Thiên Tam Thập Tam Thiên đáp:

"– Thưa Câu-dực,[50] chúng tôi muốn được đến ngay nơi ấy để yết kiến vua Ni-di.

"Bấy giờ, trong khoảnh khắc, như lực sĩ co duỗi cánh tay, Đế Thích ở cõi Tam Thập Tam Thiên bỗng nhiên biến mất không thấy và hiện ra ở cung điện vua Ni-di.

"Lúc ấy, vua Ni-di thấy Thiên đế Thích, liền hỏi:

"– Ông là ai?

"Thiên đế Thích đáp:

"– Đại vương có nghe đến Thiên đế Thích không?

"Đáp:

"– Tôi nghe nói có Đế Thích.

"– Đó chính là tôi vậy. Đại vương có đại thiện lợi, có [514c] đại công đức. Vì sao? Vì Chư Thiên ở cõi Tam Thập Tam Thiên tụ tập tại Thiện pháp giảng đường, hết lời xưng tán Đại vương thế này: 'Chư Hiền, người xứ Tì-đà-đề có đại thiện lợi, có đại công đức. Vì sao? Vì vua cuối cùng của họ là Ni-di, một Pháp vương như pháp, thực hành pháp đúng như pháp, là người đã vì thái tử, hậu phi, thể nữ và các thần dân, sa-môn, bà-la-môn cho đến côn trùng mà phụng trì trai giới vào những ngày mồng tám, mười bốn, mười lăm; tu hạnh bố thí, cho những người nghèo khổ, sa-môn, bà-la-môn, những người cô độc từ các phương xa đến các loại đồ ăn, thức uống, áo chăn, xe cộ, tràng hoa, bột hoa, bột hương, nhà cửa, giường nệm, đệm lông, khăn quấn và đèn dầu...' Đại vương có muốn thấy Tam Thập Tam Thiên không?

"Vua đáp:

"– Tôi muốn thấy.

"Đế Thích lại bảo vua Ni-di:

"– Tôi trở về cõi trời, sẽ ra lệnh trang nghiêm xa giá với một ngàn voi kéo đến. Đại vương cỡi xe dạo chơi, lên du lãm cõi trời.

"Bấy giờ, vua Ni-di im lặng nhận lời. Đế Thích biết vua Ni-di đã nhận lời; trong khoảnh khắc, như thời gian lực sĩ co duỗi cánh tay, biến mất khỏi cung điện vua Ni-di mà trở về cõi Tam Thập Tam Thiên.

"Sau khi trở về, Đế Thích bảo người đánh xe:

"– Ngươi hãy nhanh chóng trang nghiêm xa giá với một ngàn voi kéo, đến đón vua Ni-di. Sau khi đến nơi, hãy tâu vua rằng: 'Đại vương, nên biết, Đế Thích sai đánh cỗ xe có nghìn voi kéo này đến đón Đại vương. Đại vương hãy cỡi xe này dạo chơi, lên du lãm cõi trời.' Sau khi vua đã lên xe, lại hỏi vua rằng: 'Đại vương muốn tôi đánh xe đi đường nào? Đi theo đường ác thọ ác báo? Hay diệu thọ diệu báo?'

"Người đánh xe vâng lệnh Đế Thích, tức thì trang nghiêm cỗ xe nghìn voi, đi đến vua Ni-di. Đến nơi, tâu vua rằng:

"– Đại vương, nên biết, Đế Thích sai đánh cỗ xe có nghìn voi kéo này đến đón Đại vương. Đại vương hãy cỡi xe này dạo chơi, lên du lãm cõi trời.

"Sau khi vua Ni-di đã lên xe, người đánh xe lại hỏi rằng:

"– Đại vương muốn tôi đánh xe đi đường nào? Đi theo đường ác thọ ác báo? Hay diệu thọ diệu báo?'

"Bấy giờ vua Ni-di bảo người đánh xe rằng:

"– Hãy đưa tôi đi giữa hai đường ác thọ ác báo và diệu thọ diệu báo.

"Người đánh xe liền đưa vua đi giữa hai đường ấy, giữa ác thọ ác báo và diệu thọ diệu báo. Từ xa, Chư Thiên Tam Thập Tam Thiên trông thấy vua Ni-di đi đến, sau khi trông thấy liền chúc lành rằng:

[515a]"– Kính chào Đại vương! Kính chào Đại vương! Đại vương có thể cùng sống chung hưởng lạc với Tam Thập Tam Thiên chúng tôi.

"Lúc ấy, vua Ni-di nói bài tụng cho Chư Thiên Tam Thập Tam Thiên:

Giống như kẻ cõi nhờ,
Nhất thời tạm mượn xe;
Nơi đây cũng như vậy.
Vì là của kẻ khác.
Tôi về Di-tát-la,
Sẽ làm vô lượng thiện.
Nhân đó sanh cõi trời,
Tạo phước làm tư lương.

"Này A-nan, vua Đại Thiên thuở xưa ấy ông cho là ai khác chăng? Chớ nghĩ như vậy. Nên biết vị ấy chính là Ta.

"Này A-nan, thuở xưa, Ta từ đời con đến đời con, từ đời cháu đến đời cháu, từ dòng họ đến dòng họ, lần lượt có đến tám vạn bốn ngàn Chuyển luân vương, từng cạo bỏ râu tóc, mặc áo cà-sa, chí tín, từ bỏ gia đình, sống không gia đình, xuất gia học đạo, học Tiên nhân vương, tu hành phạm hạnh, tại Di-tát-la này trú trong rừng xoài Đại Thiên. Bấy giờ Ta tự làm lợi ích cho mình, cũng làm lợi ích cho kẻ khác, làm lợi ích cho mọi người. Ta thương xót thế gian, vì trời và vì người mà cầu nghĩa lợi, lợi ích và an ổn khoái lạc. Khi ấy, Ta thuyết pháp không đến chỗ rốt ráo, không rốt ráo bạch tịnh, không rốt ráo phạm hạnh. Vì không rốt ráo phạm hạnh, lúc ấy Ta không thoát ly khỏi sự sanh, già nua, bệnh tật, sự chết, khóc than, áo não; cũng chưa thể thoát ra ngoài mọi khổ đau.

"Này A-nan, nay Ta xuất hiện ở đời, là Như Lai, Vô Sở Trước, Đẳng Chánh Giác, Minh Hạnh Túc, Thiện Thệ, Thế Gian Giải, Vô Thượng Sĩ, Điều Ngự Trượng Phu, Thiên Nhân Sư, gọi là Phật, Thế Tôn. Nay Ta làm lợi ích cho mình, cũng làm lợi ích cho người khác, làm lợi ích cho mọi người. Ta thương xót thế gian, vì trời và người mà cầu nghĩa lợi và lợi ích, cầu an ổn khoái lạc. Nay Ta thuyết pháp đã đến chỗ rốt ráo bạch tịnh, rốt ráo phạm hạnh. Vì đã rốt ráo phạm hạnh, nay Ta lìa khỏi sự sanh, già nua, bệnh tật, sự chết, khóc than, áo não. Nay Ta đã thoát mọi khổ đau.

"Này A-nan, nay Ta chuyển trao pháp kế thừa này cho ông, ông cũng phải chuyển trao pháp kế thừa này lại, chớ để cho Phật chủng dứt đoạn.

"Này A-nan, thế nào là pháp kế thừa mà nay Ta chuyển trao cho ông và bảo ông cũng phải chuyển trao lại pháp kế thừa ấy, chớ để cho Phật chủng dứt đoạn? Đó chính là Thánh đạo tám chi, từ chánh kiến cho đến chánh định là tám. Này A-nan, đó chính là pháp kế thừa mà nay Ta đã chuyển trao cho ông, và ông cũng phải chuyển trao lại pháp kế thừa ấy, chớ để cho Phật chủng dứt đoạn."

Phật thuyết như vậy. Tôn giả A-nan và các tỳ-kheo sau khi nghe Phật thuyết, hoan hỷ phụng hành. ❖

68. KINH ĐẠI THIỆN KIẾN VƯƠNG*

Tôi nghe như vầy:

Một thời, Phật trú tại thành Câu-thi,⁵¹ trú trong rừng Sa-la của Hòa-bạt-đơn lực sĩ.⁵²

Bấy giờ, vào lúc tối hậu, sắp nhập Niết-bàn, Đức Thế Tôn bảo:

"Này A-nan, hãy đến giữa hai cây Sa-la song thọ⁵³ trải chỗ nằm cho Như Lai, đầu quay về hướng Bắc. Như Lai vào giữa đêm nay sẽ nhập Niết-bàn."

Tôn giả A-nan vâng lời Đức Như Lai, liền đến giữa hai cây song thọ trải chỗ nằm cho Như Lai, đầu quay về hướng Bắc. Sau khi trải chỗ nằm xong, trở lại chỗ Đức Phật, cúi đầu đảnh lễ dưới chân Ngài rồi đứng sang một bên, bạch rằng:

"Bạch Thế Tôn, con đã trải chỗ nằm cho Như Lai, đầu quay về hướng Bắc. Cúi mong Thế Tôn tự biết thời."

Bấy giờ Thế Tôn cùng Tôn giả A-nan đến giữa hai cây song thọ, trải y uất-đa-la-tăng bốn lớp⁵⁴ lên chỗ nằm, gấp y tăng-già-lê làm gối. Ngài nằm nghiêng về hông bên phải, hai chân chồng lên nhau. Đây là lúc tối hậu, Phật sắp Niết-bàn.

Lúc ấy Tôn giả A-nan đang cầm quạt hầu Phật. Tôn giả chắp tay hướng về Đức Phật thưa rằng:

"Bạch Thế Tôn, còn có những thành lớn khác. Một là Chiêm-bà, hai là Xá-vệ, ba là Tì-xá-li, bốn là Vương Xá, năm là Ba-la-nại, sáu là Ca-duy-la-vệ.⁵⁵ Sao Thế Tôn không nhập Niết-bàn ở các nơi ấy, mà quyết định tại

---

* Tương đương Pāli, D. 17. *Mahāsudassanasuttaṃ.* Hán, No 1(2), No 45: Đại Chính Cu vương kinh.

thành bằng đất nhỏ hẹp này, một thành nhỏ hẹp nhất trong các thành?"

Bấy giờ, Đức Thế Tôn bảo:

"Này A-nan, ngươi chớ nói rằng đây là thành đất nhỏ hẹp, là thành nhỏ nhất trong các thành. Vì sao? Vì thuở quá khứ, thành Câu-thi-na này tên là Câu-thi vương thành,[56] giàu có cùng tột, dân chúng đông đúc.

"A-nan, Câu-thi vương thành dài mười hai do-tuần, rộng bảy do-tuần.

"A-nan, ở đây dựng tháp canh cao bằng một người, hoặc hai, ba, bốn..., cho đến bảy người.

"A-nan, ở chung quanh bên ngoài Câu-thi vương thành, có bảy lớp hào. Hào ấy được xây bằng gạch bốn báu là vàng, bạc, lưu ly và thủy tinh. Đáy hào cũng trải cát bằng bốn loại báu là vàng, bạc, lưu ly và thủy tinh.

"Này A-nan, Câu-thi vương thành có bảy lớp tường thành bao bọc bên ngoài. Những lớp tường thành ấy cũng được xây bằng gạch bốn báu là vàng, bạc, lưu ly và [515c] thủy tinh.

"Này A-nan, Câu-thi vương thành có bảy lớp hàng cây đa-la[57] bằng bốn báu là vàng, bạc, lưu ly và thủy tinh bao bọc xung quanh. Cây đa-la bằng vàng thì hoa, lá và trái bằng bạc. Cây đa-la bằng bạc thì hoa, lá và trái bằng vàng. Cây đa-la bằng lưu ly thì hoa, lá và trái bằng thủy tinh. Cây đa-la bằng thủy tinh thì hoa, lá và trái bằng lưu ly.

"Này A-nan, ở giữa những cây đa-la có đào nhiều hồ sen; hồ sen xanh, hồ sen hồng, hồ sen đỏ và hồ hoa sen trắng.

"Này A-nan, bờ hồ hoa ấy được đắp bằng bốn báu là vàng, bạc, lưu ly và thủy tinh. Ở đáy hồ thì rải cát bằng bốn báu là vàng, bạc, lưu ly và thủy tinh. Trong thành hồ ấy có thềm cấp bằng bốn báu là vàng, bạc, lưu ly, thủy tinh. Thềm bằng vàng thì cấp bằng bạc. Thềm bằng bạc thì cấp bằng vàng. Thềm bằng lưu ly thì cấp bằng thủy tinh. Thềm bằng thủy tinh thì cấp bằng lưu ly.

"Này A-nan, xung quanh hồ ấy có lan can[58] bằng bốn báu: vàng, bạc, lưu ly, thủy tinh. Thanh ngang[59] bằng vàng thì thanh dọc bằng bạc. Thanh ngang bằng bạc thì thanh dọc bằng vàng. Thanh ngang bằng lưu ly thì thanh dọc bằng thủy tinh. Thanh ngang bằng thủy tinh thì thanh dọc bằng lưu ly.

"Này A-nan, hồ ấy được che bởi màn lưới có chuông treo ở giữa. Chuông ấy làm bằng bốn báu là vàng, bạc, lưu ly và thủy tinh. Chuông bằng vàng thì quả lắc bằng bạc. Chuông bằng bạc thì quả lắc bằng vàng. Chuông bằng lưu ly thì quả lắc bằng thủy tinh. Chuông bằng thủy tinh thì quả lắc bằng lưu ly.

"Này A-nan, trong hồ ấy trồng nhiều loại hoa dưới nước như hoa sen xanh, hoa sen hồng, hoa sen đỏ, hoa sen trắng; thường có nước, có hoa, không có người trông giữ ngăn cấm vì thuộc về tất cả mọi người.

"Này A-nan, ở bờ hồ ấy có trồng nhiều loại hoa như hoa tu-ma-na, hoa bà-sư, hoa chiêm-bặc, hoa kiện-đề, hoa ma-đầu-kiện-đề, hoa a-đề-mâu-đa, hoa ba-la đầu.⁶⁰

"Này A-nan, bên các bờ hồ sen ấy, có nhiều người nữ thân thể nõn nà, sạch sẽ, trong sáng, sắc đẹp hơn người, chẳng kém thiên nữ, tư dung đoan chánh, ai nhìn cũng thấy vui thích, được trang sức đầy đủ các loại ngọc báu; những người nữ ấy bố thí tùy theo nhu cầu của mọi người như đồ ăn thức uống, áo, chăn, xe cộ, nhà cửa, giường nệm, đệm lông ngũ sắc, tôi tớ, đèn dầu... đem cung cấp đầy đủ.

"Này A-nan, lá cây đa-la ấy lúc gió thổi thì phát ra âm thanh cực kỳ vi diệu, cũng như năm loại kỹ nhạc được nhạc sư tài ba tấu lên thì có âm thanh hết sức hài hòa, tuyệt diệu. Này A-nan, lá cây ấy lúc gió thổi cũng lại như vậy.

"Này A-nan, trong thành Câu-thi ấy giả sử có người tồi tệ thấp hèn, muốn được thưởng thức năm loại kỹ nhạc, nếu cùng đến giữa những cây đa-la, thảy đều được thưởng thức thỏa thích.

"Này A-nan, Câu-thi vương thành thường có mười hai loại tiếng không bao giờ [516a] gián đoạn, là tiếng voi, tiếng ngựa, tiếng xe, tiếng đi bộ, tiếng tù và, tiếng trống, tiếng trống bạc lạc,⁶¹ tiếng trống kỹ,⁶² tiếng ca, tiếng vũ, tiếng ăn, tiếng bố thí.

"Này A-nan, trong thành Câu-thi có vua tên là Đại Thiện Kiến,⁶³ là vị Chuyển luân vương thông minh trí tuệ, có bốn loại quân, chỉnh trị thiên hạ, tự do tự tại; là vị Pháp vương như pháp, thành tựu bảy báu và được bốn đức như ý của con người.

Thế nào là thành tựu bảy báu và được bốn đức như ý của con người? Bảy báu và được bốn đức như ý của con người, như kinh trên đã nói.[64]

"Này A-nan, bấy giờ các bà-la-môn, cư sĩ trong Câu-thi vương thành mang các loại châu báu, kiềm-bà-la báu,[65] chở đến chỗ vua Đại Thiện Kiến, thưa rằng:

"– Tâu Thiên vương, các loại châu báu, kiềm-bà-la báu này, mong Thiên vương vì lòng từ mẫn mà nạp thọ.

"Đại Thiện Kiến vương nói với các bà-la-môn:

"– Này các khanh, các khanh hiến dâng nhưng ta thấy chưa cần thiết, vì ta đã có đủ.

"Này A-nan, lại có tám vạn bốn ngàn vị Tiểu quốc vương, đến thưa vua Đại Thiện Kiến rằng:

"– Tâu Thiên vương, chúng tôi muốn xây chánh điện cho Thiên vương.

"Đại Thiện Kiến vương nói với các Tiểu quốc vương:

"– Các khanh muốn xây chánh điện cho ta, nhưng ta thấy chưa cần thiết, vì ta đã có chánh điện.

"Tám vạn bốn ngàn vị Tiểu quốc vương đều chắp tay hướng về Đại Thiện Kiến vương, lặp lại ba lần rằng:

"– Tâu Thiên vương, chúng tôi muốn xây chánh điện cho Thiên vương. Chúng tôi muốn xây chánh điện cho Thiên vương.

"Bấy giờ, Đại Thiện Kiến vương im lặng nhận lời của tám vạn bốn ngàn vua các tiểu quốc. Khi biết vua đã im lặng nhận lời, các Tiểu quốc vương liền bái biệt, đi quanh ba vòng rồi lui ra. Vua nước nào trở về nước ấy, dùng tám vạn bốn ngàn cỗ xe chất đầy những vàng và các loại tiền bằng vàng tinh luyện hay chưa tinh luyện.[66] Lại lấy các trụ đều bằng ngọc lớn chở đến thành Câu-thi, cách thành không xa xây đại chánh điện.

"Này A-nan, đại chánh điện ấy dài một do-tuần, rộng một do-tuần. Đại chánh điện ấy được xây bằng gạch làm bằng bốn báu: vàng, bạc, lưu ly và thủy tinh.

"Này A-nan, thềm cấp của đại chánh điện ấy làm bằng bốn loại báu: vàng, bạc, lưu ly và thủy tinh. Thềm bằng vàng thì cấp bằng bạc. Thềm bằng bạc thì cấp bằng vàng. Thềm bằng lưu ly thì cấp bằng thủy tinh. Thềm bằng thủy tinh thì cấp bằng lưu ly.

"Này A-nan, trong đại chánh điện có tám vạn bốn ngàn cột trụ làm bằng bốn báu là: Vàng, bạc, lưu ly và thủy tinh. Cột bằng vàng thì đế bằng bạc. Cột bằng bạc thì đế bằng vàng. Cột bằng lưu ly thì đế bằng thủy tinh. Cột bằng thủy tinh thì đế bằng lưu ly.

"Này A-nan, [516b] bên trong chánh điện lại xây tám vạn bốn ngàn lầu làm bằng bốn báu là vàng, bạc, lưu ly, thủy tinh. Lầu bằng vàng thì mái lợp bằng bạc. Lầu bằng bạc thì mái lợp bằng vàng. Lầu bằng lưu ly thì mái lợp bằng thủy tinh. Lầu bằng thủy tinh thì mái lợp bằng lưu ly.

"Này A-nan, trong đại chánh điện có thiết trí tám vạn bốn ngàn ngự tòa, cũng làm bằng bốn báu: vàng, bạc, lưu ly và thủy tinh. Lầu bằng vàng thì thiết trí ngự tòa bằng bạc, trải lên trên các thứ nệm chiếu, đệm lông năm sắc, phủ lên trên bằng những thứ gấm, the, lụa, sa trun, có chăn đệm lót hai đầu để gối, trải thảm quý bằng da sơn dương. Cũng vậy, lầu bằng bạc thì thiết trí ngự tòa bằng vàng. Lầu bằng lưu ly thì thiết trí ngự tòa bằng thủy tinh. Lầu bằng thủy tinh thì thiết trí ngự tòa bằng lưu ly, trải lên bằng các thứ nệm chiếu, đệm lông năm sắc, phủ lên bằng các thứ gấm, the, lụa, sa trun, có chăn đệm lót hai đầu để gối và trải thảm quý bằng da sơn dương.

"Này A-nan, đại chánh điện ấy xung quanh có lan can bằng bốn báu: vàng, bạc, lưu ly và thủy tinh. Thanh ngang bằng vàng thì thanh dọc bằng bạc. Thanh ngang bằng bạc thì thanh dọc bằng vàng. Thanh ngang bằng lưu ly thì thanh dọc bằng thủy tinh. Thanh ngang bằng thủy tinh thì thanh dọc bằng lưu ly.

"Này A-nan, đại chánh điện ấy được che bằng màn lưới, trong đó treo các thứ chuông lắc. Chuông ấy làm bằng bốn báu: vàng, bạc, lưu ly và thủy tinh. Chuông bằng vàng thì quả lắc bằng bạc. Chuông làm bằng bạc thì quả lắc bằng vàng. Chuông bằng lưu ly thì quả lắc bằng thủy tinh. Chuông bằng thủy tinh thì quả lắc bằng lưu ly.

"Này A-nan, đại chánh điện ấy sau khi được kiến trúc đầy đủ, bốn vạn tám ngàn vua các Tiểu quốc đi ra cách đại chánh điện không xa, xây ao sen lớn.

"Này A-nan, ao sen lớn ấy dài một do-tuần; rộng một do-tuần.

"Này A-nan, ao sen lớn ấy được đắp gạch bằng bốn báu: vàng, bạc, lưu ly và thủy tinh. Đáy ao được rải cát bốn thứ báu: vàng, bạc, lưu ly và thủy tinh.

"Này A-nan, ao sen lớn ấy có thềm cấp bằng bốn thứ báu: vàng, bạc, lưu ly và thủy tinh. Thềm bằng vàng thì cấp bằng bạc. Thềm bằng bạc thì cấp bằng vàng. Thềm bằng lưu ly thì cấp bằng thủy tinh. Thềm bằng thủy tinh thì cấp bằng lưu ly.

"Này A-nan, chung quanh ao sen lớn có lan can bằng bốn báu: vàng, bạc, lưu ly và thủy tinh. Thanh ngang bằng vàng thì thanh dọc bằng bạc. Thanh ngang bằng bạc thì thanh dọc bằng vàng. Thanh ngang bằng lưu ly thì thanh dọc bằng thủy tinh. Thanh ngang bằng thủy tinh thì thanh dọc bằng lưu ly.

"Này A-nan, ao sen lớn ấy được che bởi màn lưới, trong đó treo các thứ chuông lắc. Chuông ấy làm bằng bốn báu: vàng, bạc, lưu ly và thủy tinh. Chuông bằng vàng thì quả lắc bằng bạc. Chuông bằng bạc thì quả lắc bằng vàng. Chuông bằng lưu ly thì quả lắc bằng thủy tinh. Chuông bằng thủy tinh thì quả lắc bằng lưu ly.

"Này A-nan, trong ao sen lớn ấy có nhiều loại thủy hoa như hoa sen xanh, hoa sen hồng, hoa sen đỏ, hoa sen trắng, thường có nước có hoa, có người gìn giữ, [**516c**] không cho bất cứ ai vào.

"Này A-nan, bên bờ ao sen lớn ấy có nhiều loại lục hoa, như hoa tu-ma-na, hoa bà-sư, hoa chiêm-bặc, hoa tu-kiền-đề, hoa ma-đầu-kiện-đề, hoa a-đề-mâu-đa, hoa ba-la-lại.

"Này A-nan, sau khi kiến trúc đại điện và hồ hoa lớn đầy đủ như thế, tám vạn bốn ngàn vua các Tiểu quốc đi ra cách điện không xa, thiết lập vườn Đa-la.⁶⁷

"Này A-nan, vườn Đa-la ấy dài một do-tuần, rộng một do-tuần. Trong vườn Đa-la trồng tám vạn bốn ngàn cây đa-la, đều dùng bốn báu: vàng, bạc, lưu ly và thủy tinh. Cây đa-la bằng vàng thì lá, hoa, quả bằng bạc. Cây đa-la bằng bạc thì lá, hoa, quả bằng vàng. Cây đa-la bằng lưu ly thì lá, hoa, quả bằng thủy tinh. Cây đa-la bằng thủy tinh thì lá, hoa, quả bằng lưu ly.

"Này A-nan, chung quanh vườn Đa-la ấy có lan can bằng bốn báu là vàng, bạc, lưu ly và thủy tinh. Thanh ngang bằng vàng thì thanh dọc bằng bạc. Thanh ngang bằng bạc thì thanh dọc bằng vàng. Thanh ngang bằng lưu ly thì thanh dọc bằng thủy tinh. Thanh ngang bằng thủy tinh thì thanh dọc bằng lưu ly.

"Này A-nan, vườn Đa-la ấy được che bằng lưới báu, có chuông treo lơ lửng ở khoảng giữa. Chuông ấy làm bằng bốn báu là vàng, bạc, lưu ly và thủy tinh. Chuông bằng vàng thì quả lắc bằng bạc. Chuông bằng bạc thì quả lắc bằng vàng. Chuông bằng lưu ly thì quả lắc bằng thủy tinh. Chuông bằng thủy tinh thì quả lắc bằng lưu ly.

"Này A-nan, sau khi kiến trúc đại điện, ao hoa và vườn Đa-la đầy đủ như thế, tám vạn bốn ngàn Tiểu quốc vương cùng đến chỗ vua Đại Thiện Kiến thưa rằng:

"– Tâu Thiên vương, xin biết cho rằng, đại điện, ao hoa và vườn cây Đa-la, tất cả đã kiến trúc đầy đủ. Mong Thiên vương sử dụng tùy thích.

"Này A-nan, bấy giờ vua Đại Thiện Kiến nghĩ rằng: 'Ta không nên lên đại điện này trước. Nếu có bậc Thượng tôn sa-môn, bà-la-môn ở thành Câu-thi vương này, ta nên mời tất cả tụ tập ngồi ở đại điện này, soạn các thức ăn ngon lành, mỹ diệu, đầy đủ thức cứng và mềm, tự tay bưng hầu khiến các ngài ăn no. Ăn xong, dọn bát và dùng nước rửa, rồi mời các ngài trở về.'

"Này A-nan, sau khi vua Đại Thiện Kiến nghĩ như vậy, liền mời tất cả các bậc Thượng tôn sa-môn, bà-la-môn đang trú tại thành Câu-thi vương ấy tụ tập trên đại chánh điện. Tất cả tụ tập và an tọa xong, vua thân hành lấy nước rửa rồi đem các thức ăn ngon lành, mỹ diệu, đầy đủ các thức cứng và mềm, tự tay bưng hầu khiến các ngài ăn no. Sau khi ăn, dọn bát, đem nước rửa và nhận lời cầu chúc, rồi vua mời các ngài trở về.

"Này A-nan, vua Đại Thiện Kiến lại nghĩ: 'Nay ta không nên vào đại chánh điện để hưởng dục lạc. [517a] Ta nên đem độc nhất một người hầu lên ở tại đại chánh điện.'

"Này A-nan, sau đó vua Đại Thiện Kiến đem người hầu lên đại chánh điện, đi vào lầu bằng vàng, ngồi ở ngự sàng bằng bạc, được trải lên bằng những thứ nệm chăn, đệm lông năm sắc, được phủ lên bằng những thứ gấm, the, lụa, sa trun, có chăn đệm lót hai đầu để gối và trải thảm quý bằng da sơn dương. Ngồi xong, vua ly dục, ly các pháp ác bất thiện, chứng nhập và an trụ sơ thiền, có tầm, có tứ, có hỷ lạc phát sanh do ly dục.

"Từ lầu bằng vàng đi ra, lại đi vào lầu bằng bạc, ngồi vào ngự sàng bằng vàng được trải các thứ nệm chăn, đệm lông năm sắc, được phủ lên bằng những thứ gấm, the, lụa, sa trun, có chăn đệm lót hai đầu để gối và trải thảm quý bằng da sơn dương. Ngồi xong, vua ly dục, ly các pháp ác bất thiện, chứng nhập và an trụ sơ thiền, có tầm, có tứ, có hỷ lạc phát sanh do ly dục.

"Từ lầu bằng bạc đi ra, lại đi vào lầu bằng lưu ly, ngồi vào ngự sàng bằng thủy tinh được trải các thứ nệm chăn, đệm lông năm sắc, được phủ lên bằng những thứ gấm, the, lụa, sa trun, có chăn đệm lót hai đầu để gối và trải thảm quý bằng da sơn dương. Ngồi xong, vua ly dục, ly các pháp ác bất thiện, chứng nhập và an trụ sơ thiền, có tầm, có tứ, có hỷ lạc phát sanh do ly dục.

"Từ lầu bằng lưu ly đi ra, lại vào lầu bằng thủy tinh, ngồi vào ngự sàng bằng lưu ly được trải các thứ nệm chăn, đệm lông năm sắc, được phủ lên bằng những thứ gấm, the, lụa, sa trun, có chăn đệm lót hai đầu để gối và trải thảm quý bằng da sơn dương. Ngồi xong, vua ly dục, ly các pháp ác bất thiện, chứng nhập và an trụ sơ thiền, có tầm, có tứ, có hỷ lạc phát sanh do ly dục.

"Này A-nan, bấy giờ tám vạn bốn ngàn phu nhân và nữ báu quá lâu không thấy vua Đại Thiện Kiến, ai cũng nhớ mong, khao khát muốn thấy. Lúc đó, tám vạn bốn ngàn phu nhân cùng nhau đi đến chỗ nữ báu thưa thỉnh rằng:

"– Thiên hậu, nên biết cho, từ lâu chúng tôi và Thiên hậu không được hầu cận Thiên vương. Thiên hậu, chúng tôi nay muốn cùng Thiên hậu đến yết kiến Thiên vương.

"Nữ báu nghe xong, liền bảo Tướng quân:

"– Ông nên biết cho, chúng tôi từ lâu không được hầu cận Thiên vương, nay muốn đến yết kiến Thiên vương.

"Tướng quân nghe vậy, liền đưa tám vạn bốn ngàn phu nhân và nữ báu đến đại chánh điện. Tám vạn bốn ngàn thớt voi, tám vạn bốn ngàn con ngựa, tám vạn bốn ngàn cỗ xe, tám vạn bốn ngàn lính bộ, tám vạn bốn ngàn Tiểu vương cũng cùng hộ tống, đi đến đại chánh điện. Lúc cả đoàn đang đi, âm thanh ấy vang dội chấn động mạnh mẽ. Vua Đại Thiện Kiến nghe được âm thanh vang dội [517b] chấn động mạnh mẽ ấy. Nghe vậy, vua liền hỏi người đứng hầu bên cạnh:

"– Đó là tiếng gì mà vang dội chấn động mạnh mẽ thế?

"Người hầu thưa:

"– Tâu Thiên vương, đó là do tám vạn bốn ngàn phu nhân và nữ báu, hôm nay tất cả cùng đến đại chánh điện; tám vạn bốn ngàn thớt voi, tám vạn bốn ngàn con ngựa, tám vạn bốn ngàn cỗ xe, tám vạn bốn ngàn lính bộ, tám vạn bốn ngàn Tiểu vương lại cùng nhau đến chánh điện, cho nên âm thanh ấy vang dội, chấn động mạnh mẽ.

"Nghe xong, vua Đại Thiện Kiến bảo người hầu cận:

"– Ngươi mau xuống khỏi đại điện, đến chỗ đất trống, trải nhanh giường bằng vàng rồi trở lại cho ta hay.

"Người hầu cận vâng lời, liền từ điện đi xuống, đến chỗ đất trống, trải giường bằng vàng một cách nhanh chóng, liền trở lại thưa rằng:

"– Con đã trải giường bằng vàng ở chỗ đất trống cho Thiên vương, xin tùy ý Thiên vương.

"Này A-nan, vua Đại Thiện Kiến cùng với người hầu từ điện đi xuống, ngự trên giường bằng vàng và ngồi kiết già.

"Này A-nan, bấy giờ tám vạn bốn ngàn phu nhân và nữ báu cùng nhau đến trước vua Đại Thiện Kiến.

"Này A-nan, từ xa, vua Đại Thiện Kiến trông thấy tám vạn bốn ngàn phu nhân và nữ báu, liền đóng kín các căn. Tám vạn bốn ngàn phu nhân và nữ báu thấy vua đóng kín các căn, liền nghĩ: 'Thiên vương nay chắc không cần đến chúng ta nữa. Vì sao? Vì Thiên vương vừa thấy chúng ta, liền đóng kín các căn.'

"Này A-nan, khi đó nữ báu đi đến trước vua Đại Thiện Kiến, rồi thưa rằng:

"– Tâu Thiên vương, xin biết cho, tám vạn bốn ngàn phu nhân và nữ báu này hoàn toàn thuộc về Thiên vương. Mong Thiên vương thương tưởng đến chúng tôi cho đến lúc mạng chung. Tám vạn bốn ngàn thớt voi, tám vạn bốn ngàn con ngựa, tám vạn bốn ngàn cỗ xe, tám vạn bốn ngàn lính bộ, tám vạn bốn ngàn tiểu vương cũng hoàn toàn thuộc về Thiên vương, mong Thiên vương thương tưởng tất cả chúng tôi cho đến lúc mạng chung.

"Bấy giờ vua Đại Thiện Kiến nghe những lời ấy xong, bảo nữ báu rằng:

"– Này hiền muội, các người luôn luôn xúi dục ta làm điều xấu, mà không khuyến khích ta làm điều tốt. Này hiền muội, từ nay về sau nên khuyến khích ta làm điều tốt, chớ xúi dục ta làm điều xấu.

"Này A-nan, tám vạn bốn ngàn phu nhân và nữ báu ấy liền ngồi qua một bên, nước mắt tràn ra, khóc lóc bi thảm, thưa rằng:

"– Chúng tôi chẳng phải là em của Thiên vương, mà nay Thiên vương gọi chúng tôi là hiền muội.

"Này A-nan, tám vạn bốn ngàn phu nhân và [**517c**] nữ báu ấy, mỗi người dùng áo lau nước mắt, lại đến trước vua Đại Thiện Kiến thưa rằng:

"– Tâu Thiên vương, chúng tôi làm thế nào để khuyến khích Thiên vương làm điều tốt, không làm điều xấu?

"Vua Đại Thiện Kiến đáp:

"– Các hiền muội, hãy nói với ta như thế này: 'Tâu Thiên vương, ngài biết không, mạng người ngắn ngủi, rồi sẽ đi qua đời sau, nên phải tu phạm hạnh. Sự sống cũng có lúc chấm dứt. Thiên vương nên biết, pháp ấy chắc chắn đến, không thể ái niệm, không thể hoan hỷ, hoại diệt tất cả, người đời gọi là 'sự chết.' Cho nên, tâu Thiên vương, đối với tám vạn bốn ngàn phu nhân và nữ báu, nếu có ái niệm, có dục thì mong Thiên vương đoạn trừ, xả ly tất cả, cho đến lúc mạng chung vẫn chớ niệm tưởng. Đối với tám vạn bốn ngàn thớt voi, tám vạn bốn ngàn con ngựa, tám vạn bốn ngàn cỗ xe, tám vạn bốn ngàn lính bộ, tám vạn bốn ngàn tiểu vương, tâu

Thiên vương, nếu có ái niệm, có dục thì mong Thiên vương đoạn trừ, xả ly tất cả, cho đến lúc mạng chung vẫn chớ niệm tưởng.' Này các hiền muội, các hiền muội hãy khuyến khích ta làm điều tốt, chớ xúi dục ta làm điều xấu, đúng như thế.

"Này A-nan, tám vạn bốn ngàn phu nhân và nữ báu ấy thưa rằng:

"– Tâu Thiên vương, chúng tôi từ nay về sau sẽ khuyến khích Thiên vương làm lành, chớ không xúi dục Thiên vương làm ác, như thế này: 'Tâu Thiên vương, mạng người ngắn ngủi, rồi sẽ đi qua đời sau. Pháp ấy chắc chắn đến, cũng không thể ái niệm, cũng không thể hoan hỷ, hoại diệt tất cả, người đời gọi là 'sự chết', cho nên, tâu Thiên vương, đối với tám vạn bốn ngàn phu nhân và nữ báu, nếu có niệm có dục thì mong Thiên vương hãy đoạn trừ, xả ly tất cả, cho đến lúc mạng chung cũng không niệm tưởng.'

"Này A-nan, vua Đại Thiện Kiến thuyết pháp cho tám vạn bốn ngàn phu nhân và nữ báu, khuyến phát làm cho lợi ích, làm cho hoan hỷ. Sau khi dùng vô lượng phương tiện thuyết pháp, khuyến phát, làm cho lợi ích, làm cho hoan hỷ xong, vua bảo họ trở về.

"Này A-nan, biết vua đã ra lệnh, tám vạn bốn ngàn phu nhân và nữ báu mỗi người đều đến bái biệt vua rồi trở về.

"Này A-nan, tám vạn bốn ngàn phu nhân và nữ báu ấy trở về chưa bao lâu, vua Đại Thiện Kiến cùng người hầu cận trở lên đại điện, vào lầu bằng vàng, ngồi trên ngự sàng bằng bạc, được trải bằng các thứ nệm, chăn, đệm lông năm sắc, được phủ lên bằng các thứ gấm, lụa, the, sa trun, có chăn đệm lót hai đầu để [518a] gối và trải thảm quý bằng da sơn dương. Ngồi xong, quán như thế này: 'Ta đến đây là cuối cùng. Niệm dục, niệm nhuế, niệm hại, đấu tranh, ghét nhau, dua siểm, dối trá, lừa gạt, nói láo, vô lượng các pháp ác bất thiện đến đây là cuối cùng. Tâm cùng với từ tương ưng, biến mãn một phương, thành tựu và an trú. Cũng như thế với hai, ba, bốn phương trên và dưới phổ biến cùng khắp, không kết, không oán, không nhuế, không tranh, bao la rộng lớn, vô lượng, khéo tu tập từ, biến mãn cùng khắp thế gian, thành tựu và an trú.'

"Từ lầu bằng vàng đi ra, vua lại vào lầu bằng bạc, ngồi trên ngự sàng bằng vàng, được trải lên bằng các chăn nệm, đệm lông năm sắc, được trải lên bằng các thứ gấm, the, lụa, sa trun, có chăn đệm lót hai đầu để gối và trải thảm quý bằng da sơn dương. Ngồi xong, quán tưởng rằng: 'Ta đến đây là cuối cùng. Niệm dục, niệm nhuế, niệm hại, đấu tranh, ghét nhau, dua siểm, dối trá, lừa gạt, nói láo,... vô lượng các pháp ác bất thiện, đến đây là cuối cùng, tâm cùng với bi tương ưng, biến mãn một phương, thành tựu và an trú. Cũng như thế, với hai, ba, bốn phương, tứ duy, phương trên và phương dưới, phổ biến cùng khắp, không kết không oán, không nhuế, không tranh, rộng rãi bao la vô lượng, khéo tu tập bi, biến mãn cùng khắp thế gian, thành tựu an trú'.

"Từ lầu bằng bạc đi ra, vua lại vào lầu bằng lưu ly, ngồi trên ngự tòa bằng thủy tinh, được trải bằng các thứ chăn nệm, đệm lông năm sắc, được phủ lên bằng các thứ gấm, the, lụa, sa trun, có chăn nệm lót hai đầu để gối và trải thảm quý bằng da sơn dương. Ngồi xong, quán thế này: 'Ta đến đây là cuối cùng. Niệm dục, niệm nhuế, niệm hại, đấu tranh, ghét nhau, dua siểm, dối trá, lừa gạt, nói láo, vô lượng các pháp ác bất thiện, đến đây là cuối cùng, tâm cùng với hỷ tương ưng, biến mãn một phương, thành tựu và an trú. Cũng như thế với hai, ba, bốn phương, tứ duy, phương trên và phương dưới, phổ biến cùng khắp, không kết không oán, không nhuế, không tranh, rộng rãi bao la vô lượng, khéo tu tập hỷ, biến mãn cùng khắp thế gian, thành tựu và an trú'.

"Từ lầu bằng lưu ly đi ra, vua vào lầu bằng thủy tinh, ngồi trên ngự tòa bằng lưu ly, được trải lên bằng các thứ chăn nệm, đệm lông năm sắc, được phủ lên bằng các thứ gấm, the, lụa, sa trun, có chăn nệm lót hai đầu để gối và trải thảm quý bằng da sơn dương. Ngồi xong, quán thế này: "Ta đến đây là cuối cùng. Niệm dục, niệm nhuế, niệm hại, đấu tranh, ghét nhau, dua siểm, dối trá, lừa gạt, nói láo,... vô lượng các pháp ác bất thiện, đến đây là cuối cùng, tâm cùng với xả tương ưng, biến mãn một phương, thành tựu và an trú. Cũng như thế với hai, ba, bốn phương, tứ duy, phương trên và [**518b**] phương dưới, phổ biến cùng khắp, không kết không oán, không nhuế, không tranh, rộng rãi bao la vô lượng, khéo tu tập xả, biến mãn cùng khắp thế gian, thành tựu và an trú."

"Này A-nan, vua Đại Thiện Kiến vào giờ phút cuối cùng, chết với một cảm giác đau phơn phớt.

"Cũng giống như cư sĩ hoặc con của cư sĩ, ăn món ăn mỹ diệu, cảm thấy một chút khó chịu. Này A-nan, vua Đại Thiện Kiến vào giờ phút cuối cùng chết với một cảm giác đau phơn phớt cũng lại như vậy.

"Này A-nan, bấy giờ vua Đại Thiện Kiến tu bốn Phạm trụ,[68] sau khi xả niệm dục, nhờ đó khi mạng chung, sanh vào cõi Phạm thiên.

"Này A-nan, vua Đại Thiện Kiến thuở xưa ấy ông cho là ai khác chăng? Chớ nghĩ như vậy, nên biết rằng vị ấy chính là Ta vậy.

"Này A-nan, lúc bấy giờ Ta làm lợi ích cho mình, cũng làm lợi ích cho kẻ khác, làm lợi ích cho mọi người. Ta thương xót thế gian, mong cầu thiện lợi và hữu ích, mong cầu an ổn và khoái lạc cho trời và người. Bấy giờ Ta thuyết pháp không đến chỗ rốt ráo, không rốt ráo bạch tịnh, không rốt ráo phạm hạnh. Vì không rốt ráo phạm hạnh nên khi ấy không lìa khỏi sự sanh, tuổi già, bệnh tật, sự chết, khóc lóc, áo não, cũng chưa thoát khỏi mọi khổ đau.

"Này A-nan, nay Ta xuất hiện ở đời là Như Lai, Vô Sở Trước, Đẳng Chánh Giác, Minh Hạnh Túc, Thiện Thệ, Thế Gian Giải, Vô Thượng Sĩ, Điều Ngự Trượng Phu, Thiên Nhân Sư, Phật, Thế Tôn. Nay Ta đã làm lợi ích cho mình, cũng làm lợi ích cho kẻ khác, làm lợi ích cho mọi người. Ta thương xót thế gian, mong cầu sự thiện lợi và hữu ích, cầu sự an ổn và khoái lạc cho trời và người. Nay Ta thuyết pháp đến chỗ rốt ráo, rốt ráo bạch tịnh, rốt ráo phạm hạnh. Rốt ráo phạm hạnh nên nay Ta lìa khỏi sự sanh, tuổi già, tật bệnh, sự chết, khóc lóc, áo não. Ta nay đã thoát khỏi mọi sự đau khổ.

"Này A-nan, từ thành Câu-thi-la, từ rừng Sa-la của Hòa-bạt-đơn Lực sĩ, từ sông Ni-liên-nhiên,[69] từ sông Bà-cầu,[70] từ Thiên Quang tự, từ chỗ trải chỗ nằm cho Ta hôm nay, trong khoảng thời gian giữa đó, Ta đã bảy lần xả thân. Trong bảy lần ấy, sáu lần làm Chuyển luân vương, nay là lần thứ bảy thành Như Lai, Vô Sở Trước, Đẳng Chánh Giác. Này A-nan, Ta không thấy ở đâu trong thế gian này, Trời hay Ma, Phạm, sa-môn, bà-la-môn, từ trời đến người mà Ta sẽ xả thân thêm lần nữa, vì điều đó không có thể có.

"Này A-nan, nay đây là sự sanh cuối cùng của Ta, là sự hữu cuối cùng, là thân cuối cùng, là bẩm hình cuối cùng. Ta nói đây là chỗ tận cùng của khổ."

Đức Phật thuyết như vậy, Tôn giả A-nan và các tỳ-kheo sau khi nghe Phật thuyết xong, hoan hỷ phụng hành.[71] ❁

69. KINH TAM THẬP DỤ*

[**518c11**] Tôi nghe như vầy:

Một thời, Đức Phật trú tại thành Vương Xá, trong vườn Ca-lan-đa, rừng Trúc, cùng an cư mùa mưa với đại chúng tỳ-kheo.

Bấy giờ, Đức Thế Tôn vào ngày rằm thuyết Biệt giải thoát,[72] trải chỗ ngồi trước chúng tỳ-kheo. Ngồi xong, Thế Tôn nhập định quán tâm các tỳ-kheo. Lúc đó Thế Tôn thấy chúng tỳ-kheo tĩnh tọa im lặng, rất im lặng, không có thụy miên vì đã dứt trừ ấm cái. Chúng tỳ-kheo ngồi thậm thâm, rất thậm thâm; tịch tĩnh, rất tịch tĩnh; vi diệu, rất vi diệu.

Khi ấy Tôn giả Xá-lợi-phất cũng ở trong chúng. Bấy giờ Đức Thế Tôn bảo:

"Này Xá-lợi-phất, chúng tỳ-kheo tĩnh tọa, im lặng, rất im lặng, không có thụy miên vì đã dứt trừ ấm cái. Chúng tỳ-kheo ngồi thậm thâm, rất thậm thâm; tịch tĩnh, rất tịch tĩnh; vi diệu, rất vi diệu. Ai là người có thể kính trọng, phụng sự chúng tỳ-kheo?"

Tôn giả Xá-lợi-phất từ chỗ ngồi đứng dậy, kéo lệch vai áo đang mặc, chắp tay hướng về Đức Phật, bạch rằng:

"Bạch Thế Tôn, chúng tỳ-kheo tĩnh tọa, im lặng, rất im lặng, không có thụy miên vì đã trừ ấm cái. Chúng tỳ-kheo ngồi thậm thâm, rất thậm thâm; tịch tĩnh, rất tịch tĩnh; vi diệu, rất vi diệu như thế. Bạch Thế Tôn, không ai là người có thể kính trọng, phụng sự chúng tỳ-kheo, chỉ có Đức Thế Tôn mới có thể phụng sự, kính trọng Pháp và chúng tỳ-kheo cùng với giới, bất phóng dật, bố thí và định. Chỉ có Đức Thế Tôn mới có thể kính trọng, phụng sự mà thôi."

---

* Không thấy tương đương Pāli.

Đức Thế Tôn nói:

"Này Xá-lợi-phất, đúng như vậy. Không ai có thể kính trọng, phụng sự Pháp và chúng tỳ-kheo. Chỉ có Thế Tôn [519a] mới có thể kính trọng, cùng với giới, bất phóng dật, bố thí và định. Chỉ có Thế Tôn mới có thể kính trọng, phụng sự Pháp và chúng tỳ-kheo mà thôi.

1. "Này Xá-lợi-phất, cũng giống như vua và đại thần có đầy đủ các thứ trang sức, lụa, tơ, gấm, len, nhẫn tay, xuyến cườm tay, chuỗi ngọc khuỷu tay, kiềng đeo cổ, vàng bạc,[73] châu ngọc cài mái tóc. Xá-lợi-phất, tỳ-kheo, tỳ-kheo-ni cũng giống như thế, dùng giới đức để làm đồ trang sức. Này Xá-lợi-phất, tỳ-kheo, tỳ-kheo-ni nào thành tựu giới đức để dùng làm đồ trang sức, vị ấy liền xả bỏ điều ác, tu tập điều thiện.

2. "Này Xá-lợi-phất, cũng như vua và đại thần có năm nghi trượng: kiếm, lọng, thiên quan, phất trần cán bằng ngọc và giày cẩn ngọc[74] để bảo vệ thân cho được an ổn. Xá-lợi-phất, tỳ-kheo, tỳ-kheo-ni nào dùng sự giữ gìn cấm giới để bảo vệ phạm hạnh, cũng giống như thế. Này Xá-lợi-phất, tỳ-kheo, tỳ-kheo-ni nào thành tựu cấm giới để bảo vệ phạm hạnh, vị ấy liền xả bỏ điều ác, tu tập điều thiện.

3. "Này Xá-lợi-phất, cũng như vua và đại thần có người giữ cửa.[75] Xá-lợi-phất, tỳ-kheo và tỳ-kheo-ni lấy sự thủ hộ sáu căn làm người giữ cửa cũng giống như thế. Này Xá-lợi-phất, tỳ-kheo, tỳ-kheo-ni nào thành tựu sự thủ hộ sáu căn, vị ấy liền xả bỏ điều ác, tu tập điều thiện.

4. "Này Xá-lợi-phất, cũng giống như vua và đại thần có tướng giữ cổng thành thông minh, có trí tuệ, có sự phân biệt rõ ràng. Xá-lợi-phất, tỳ-kheo, tỳ-kheo-ni dùng chánh niệm làm tướng giữ cổng cũng giống như thế. Này Xá-lợi-phất, tỳ-kheo, tỳ-kheo-ni nào thành tựu chánh niệm, vị ấy liền xả bỏ điều ác, tu tập điều thiện.

5. "Này Xá-lợi-phất, cũng như vua và đại thần có hồ tắm đẹp, trong mát, tràn đầy. Xá-lợi-phất, tỳ-kheo, tỳ-kheo-ni dùng tĩnh tâm làm hồ tắm mát cũng giống như thế. Này Xá-lợi-phất, tỳ-kheo, tỳ-kheo-ni nào thành tựu tĩnh tâm làm hồ tắm mát, vị ấy xả bỏ điều ác, tu tập điều thiện.

6. "Này Xá-lợi-phất, cũng giống như vua và đại thần có người hầu tắm, thường phục vụ tắm rửa. Xá-lợi-phất, tỳ-kheo, tỳ-kheo-ni lấy thiện tri thức làm người hầu tắm cũng giống như thế. Này Xá-lợi-phất, tỳ-kheo, tỳ-kheo-ni nào thành tựu việc lấy thiện tri thức làm người hầu tắm, vị ấy liền xả bỏ điều ác, tu tập điều thiện.

7. "Này Xá-lợi-phất, cũng giống như vua và đại thần có bột hương thoa thân, mật cây,[76] trầm thủy, chiên đàn, tô hợp,[77] kê thiệt,[78] đô lương.[79] Xá-lợi-phất, [519b] Tỳ-kheo, tỳ-kheo-ni dùng giới đức làm bột hương cũng lại như vậy. Này Xá-lợi-phất, tỳ-kheo, tỳ-kheo-ni nào thành tựu giới đức để làm bột hương, vị ấy xả bỏ điều ác, tu tập điều thiện.

8. "Này Xá-lợi-phất, cũng như vua và đại thần có y phục tốt đẹp, như áo sơ-ma,[80] áo gấm lụa, áo bạch điệp,[81] áo da sơn dương.[82] Xá-lợi-phất, tỳ-kheo, tỳ-kheo-ni dùng sự hổ thẹn làm y phục cũng giống như thế. Này Xá-lợi-phất, nếu tỳ-kheo, tỳ-kheo-ni nào thành tựu sự hổ thẹn làm y phục, vị ấy liền xả bỏ điều ác, tu tập điều thiện.

9. "Này Xá-lợi-phất, cũng như vua và đại thần có giường ghế rất rộng, cao lớn. Xá-lợi-phất, tỳ-kheo, tỳ-kheo-ni dùng Tứ thiền làm giường ghế cũng giống như vậy. Này Xá-lợi-phất, tỳ-kheo, tỳ-kheo-ni nào thành tựu Tứ thiền, vị ấy liền xả bỏ điều ác, tu tập điều thiện.

10. "Này Xá-lợi-phất, cũng như vua và đại thần có thợ hớt tóc rành nghề, thường phục vụ tắm gội, thì này Xá-lợi-phất, tỳ-kheo, tỳ-kheo-ni dùng chánh niệm làm thợ hớt tóc cũng giống như thế. Này Xá-lợi-phất, nếu tỳ-kheo, tỳ-kheo-ni nào dùng chánh niệm làm thợ hớt tóc, vị ấy liền xả bỏ điều ác, tu tập điều thiện.

11. "Này Xá-lợi-phất, cũng giống như vua và đại thần có đồ ăn ngon lành mỹ diệu, đủ các mùi vị đặc biệt; này Xá-lợi-phất, tỳ-kheo, tỳ-kheo-ni dùng hỷ làm thức ăn, cũng giống như thế. Này Xá-lợi-phất, nếu tỳ-kheo, tỳ-kheo-ni nào thành tựu hỷ làm thức ăn, vị ấy liền xả bỏ điều ác, tu tập thiện pháp.

12. "Này Xá-lợi-phất, cũng giống như vua và đại thần có các thức uống như nước trái xoài,[83] nước chiêm-ba,[84] nước mía, nước nho, nước mạt-ta-đề;[85] này Xá-lợi-phất, tỳ-kheo, tỳ-kheo-ni cũng dùng pháp vị làm thức uống, cũng như vậy. Này Xá-lợi-phất, tỳ-kheo, tỳ-kheo-ni nào thành tựu pháp vị dùng làm thức uống, vị ấy liền xả bỏ điều ác, tu tập điều thiện.

13. "Này Xá-lợi-phất, cũng giống như vua và đại thần có tràng hoa đẹp, như tràng hoa sen xanh, tràng hoa chiêm-bặc, tràng hoa tu-ma-na, tràng hoa bà-sư, tràng hoa a-đề-mâu-đa, thì này Xá-lợi-phất, tỳ-kheo, tỳ-kheo-ni dùng ba định là Không, Vô nguyện, Vô tướng[86] làm tràng hoa cũng giống như thế. Này Xá-lợi-phất, nếu tỳ-kheo, tỳ-kheo-ni nào thành tựu ba định: Không, Vô nguyện, Vô tướng làm tràng hoa thì vị ấy liền xả bỏ điều ác, tu tập điều thiện.

14. "Này Xá-lợi-phất, cũng giống như vua và đại thần có phòng ốc, nhà cửa, lầu quán, thì này Xá-lợi-phất, tỳ-kheo, tỳ-kheo-ni dùng ba trụ là Thiên trụ, Phạm trụ và Thánh trụ[87] làm nhà cửa, cũng giống như thế. Xá-lợi-phất, tỳ-kheo, tỳ-kheo-ni nào thành tựu ba trụ làm [519c] nhà cửa, vị ấy liền xả bỏ điều ác, tu tập điều thiện.

15. "Này Xá-lợi-phất, cũng như vua và đại thần có người điển thủ,[88] tức người giữ nhà,[89] thì này Xá-lợi-phất, tỳ-kheo, tỳ-kheo-ni dùng trí tuệ làm người giữ nhà cũng giống như thế. Này Xá-lợi-phất, tỳ-kheo, tỳ-kheo-ni nào dùng trí tuệ làm người giữ nhà, vị ấy liền xả bỏ điều ác, tu tập điều thiện.

16. "Này Xá-lợi-phất, cũng như vua và đại thần có bốn loại thuế của các quốc ấp. Phần thứ nhất để cung cấp vua và hoàng hậu, cùng các thể nữ trong cung. Phần thứ hai cung cấp cho thái tử và quần thần. Phần thứ ba cung cấp cho toàn dân. Phần thứ tư cung cấp cho sa-môn, bà-la-môn. Xá-lợi-phất, tỳ-kheo, tỳ-kheo-ni dùng bốn niệm trụ làm tô thuế cũng giống như vậy. Này Xá-lợi-phất, nếu tỳ-kheo, tỳ-kheo-ni nào thành tựu bốn niệm trụ dùng làm thuế, vị ấy liền xả bỏ điều ác, tu tập điều thiện.

17. "Này Xá-lợi-phất, cũng như vua và đại thần có bốn loại quân là tượng quân, mã quân, xa quân và bộ quân; này Xá-lợi-phất, tỳ-kheo, tỳ-kheo-ni dùng bốn chánh đoạn[90] làm bốn loại quân cũng giống như thế. Này Xá-lợi-phất, tỳ-kheo, tỳ-kheo-ni nào thành tựu bốn chánh đoạn làm bốn loại quân, vị ấy liền xả bỏ điều ác, tu tập điều thiện.

18. "Này Xá-lợi-phất, cũng như vua và đại thần có bốn loại xe tải, như xe tải bằng voi, xe tải bằng ngựa, xe tải bằng xe, xe tải bằng người; này Xá-lợi-phất, tỳ-kheo, tỳ-kheo-ni dùng bốn như ý túc làm xe tải cũng giống như vậy. Này Xá-lợi-phất, tỳ-kheo, tỳ-kheo-ni nào thành tựu bốn như ý túc dùng làm xe tải, vị ấy liền xả bỏ điều ác, tu tập điều thiện.

19. "Này Xá-lợi-phất, cũng giống như vua và đại thần có các loại xe trang hoàng bằng các loại da vằn tốt của sư tử, cọp, beo dệt thành những thứ màu sắc lẫn lộn; Xá-lợi-phất, tỳ-kheo, tỳ-kheo-ni dùng chỉ quán làm xe cũng giống như vậy. Này Xá-lợi-phất, tỳ-kheo, tỳ-kheo-ni nào thành tựu chỉ quán dùng làm xe, vị ấy xả bỏ điều ác, tu tập điều thiện.

20. "Này Xá-lợi-phất, cũng như vua và đại thần có giá ngự, tức là người đánh xe, thì này Xá-lợi-phất, tỳ-kheo, tỳ-kheo-ni dùng chánh niệm làm kẻ giá ngự cũng lại như vậy. Này Xá-lợi-phất, tỳ-kheo, tỳ-kheo-ni nào thành tựu chánh niệm dùng làm giá ngự, vị ấy liền xả bỏ điều ác, tu tập điều thiện.

21. "Này Xá-lợi-phất, cũng như vua và đại thần có cây phướn cực cao, thì này Xá-lợi-phất, tỳ-kheo, tỳ-kheo-ni đem tâm mình làm cây phướn cực cao cũng giống như vậy. Này Xá-lợi-phất, tỳ-kheo, tỳ-kheo-ni nào **[520a]** thành tựu tâm mình làm cây phướn cao, vị ấy liền xả bỏ điều ác, tu tập điều thiện.

22. "Này Xá-lợi-phất, cũng như vua và đại thần có đường đi tốt đẹp, bằng phẳng, ngay ngắn, trực chỉ đến các công viên, thì này Xá-lợi-phất, tỳ-kheo, tỳ-kheo-ni dùng Thánh đạo tám chi làm con đường bằng phẳng, ngay ngắn, trực chỉ Niết-bàn cũng giống như thế. Này Xá-lợi-phất, tỳ-kheo, tỳ-kheo-ni nào thành tựu Thánh đạo tám chi dùng làm con đường bằng phẳng, ngay ngắn, trực chỉ Niết-bàn, vị ấy liền xả bỏ điều ác, tu tập điều thiện.

23. "Này Xá-lợi-phất, cũng như vua và đại thần có tướng quân[91] thông minh, trí tuệ, có sự phân biệt rõ ràng, thì này Xá-lợi-phất, tỳ-kheo, tỳ-kheo-ni dùng trí tuệ làm tướng quân cũng giống như vậy. Này Xá-lợi-phất, tỳ-kheo, tỳ-kheo-ni nào thành tựu trí tuệ dùng làm tướng quân, vị ấy liền xả bỏ điều ác, tu tập điều thiện.

24. "Này Xá-lợi-phất, cũng như vua và đại thần có đại chánh điện cao rộng, sáng sủa, thì này Xá-lợi-phất, tỳ-kheo, tỳ-kheo-ni dùng trí tuệ làm đại chánh điện cũng giống như thế. Này Xá-lợi-phất, tỳ-kheo, tỳ-kheo-ni nào thành tựu trí tuệ làm đại chánh điện, vị ấy liền xả bỏ điều ác, tu tập điều thiện.

25. "Này Xá-lợi-phất, cũng như vua và đại thần bước lên trên điện cao, quán sát những người dưới thấp qua lại, chạy nhảy, đi, đứng, ngồi, nằm, thì này Xá-lợi-phất, tỳ-kheo, tỳ-kheo-ni đem vô lượng trí tuệ thăng lên cao điện để quán sát tâm mình, làm cho tâm trùm khắp, nhu nhuyến, hoan hỷ, viễn ly. Này Xá-lợi-phất, nếu tỳ-kheo, tỳ-kheo-ni nào thành tựu vô lượng trí tuệ làm cao điện để tự quán tâm mình, làm cho trùm khắp, nhu nhuyến, hoan hỷ, viễn ly, vị ấy liền xả bỏ điều ác, tu tập điều thiện.

26. "Này Xá-lợi-phất, cũng như vua và đại thần có Tông chánh khanh,[92] thành thạo, am hiểu tông tộc, thì này Xá-lợi-phất, tỳ-kheo, tỳ-kheo-ni dùng bốn Thánh chủng làm Tông chánh khanh cũng giống như vậy. Này Xá-lợi-phất, tỳ-kheo, tỳ-kheo-ni nào thành tựu bốn thánh chủng dùng làm Tông chánh khanh, vị ấy liền xả bỏ điều ác, tu tập điều thiện.

27. "Này Xá-lợi-phất, cũng như vua và đại thần có lương y danh tiếng trị được các bệnh, thì này Xá-lợi-phất, tỳ-kheo, tỳ-kheo-ni dùng chánh niệm làm lương y cũng giống như thế. Này Xá-lợi-phất, tỳ-kheo, tỳ-kheo-ni nào thành tựu chánh niệm dùng làm lương y, vị ấy liền xả bỏ điều ác, tu tập điều thiện.

28. "Này Xá-lợi-phất, cũng như vua và đại thần có chánh ngự sàng, trải lên bằng các thứ chăn nệm, đệm lông năm sắc, phủ lên bằng các thứ gấm, the, lụa, sa trun, có chăn đệm lót hai đầu để gối và **[520b]** trải thảm quý bằng da sơn dương, thì này Xá-lợi-phất, tỳ-kheo, tỳ-kheo-ni dùng vô ngại định làm chánh ngự sàng cũng giống như thế. Này Xá-lợi-phất, nếu tỳ-kheo, tỳ-kheo-ni nào thành tựu vô ngại định làm chánh ngự sàng, vị ấy liền xả bỏ điều ác, tu tập điều thiện.

29. "Này Xá-lợi-phất, cũng như vua và đại thần có ngọc báu danh tiếng, thì này Xá-lợi-phất, tỳ-kheo, tỳ-kheo-ni dùng bất động tâm giải thoát làm ngọc báu danh tiếng cũng giống như thế. Này Xá-lợi-phất, tỳ-kheo, tỳ-kheo-ni nào thành tựu bất động tâm giải thoát làm ngọc báu danh tiếng, vị ấy liền xả bỏ điều ác, tu tập điều thiện.

30. "Này Xá-lợi-phất, cũng như vua và đại thần tắm nước trong mát, thoa bột hương tốt khiến thân thể thơm sạch, thì này Xá-lợi-phất, tỳ-kheo, tỳ-kheo-ni tự quán tâm mình, khiến cho thân tịch tịnh, cũng giống như thế. Này Xá-lợi-phất, tỳ-kheo, tỳ-kheo-ni nào thành tựu việc quán tâm mình, khiến cho thân tịch tịnh, vị ấy có thể kính trọng, phụng sự Thế Tôn, Pháp và Chúng tỳ-kheo, cùng với giới, bất phóng dật, bố thí và định."

Phật thuyết như vậy. Tôn giả Xá-lợi-phất và các tỳ-kheo sau khi nghe Phật thuyết, hoan hỷ phụng hành. ❁

70. KINH CHUYỂN LUÂN VƯƠNG*

Tôi nghe như vầy:

Một thời, Đức Phật trú tại Ma-đâu-lệ Sát-lị,[93] trong rừng Xoài, trên bờ sông Sử Hà.[94]

Bấy giờ, Đức Thế Tôn bảo các tỳ-kheo rằng:

"Này các tỳ-kheo, hãy tự mình thắp sáng ngọn đèn pháp.[95] Hãy nương tựa nơi pháp của chính mình, chớ thắp ngọn đèn nơi khác,[96] chớ nương tựa pháp khác.

"Này chư tỳ-kheo, nếu ai tự mình thắp sáng ngọn đèn pháp, tự nương tựa nơi pháp của chính mình, không thắp ngọn đèn khác, không nương tựa pháp khác, người ấy có thể cầu học, được lợi và phước vô lượng. Vì sao?

"Này tỳ-kheo, thuở xưa có vua tên là Kiên Niệm[97] làm Chuyển luân vương, thông minh trí tuệ, có bốn loại quân, chỉnh trị thiên hạ, tự do tự tại, là vị Pháp vương như pháp, thành tựu bảy báu, được bốn đức như ý của con người.

"Thành tựu bảy báu và được bốn đức như ý của con người là như thế nào? Đã nói trước đây[98] về sự thành tựu bảy báu, được bốn đức như ý của con người.

"Bấy giờ vua Kiên Niệm, vào một thời gian sau, bánh xe báu di chuyển, bỗng rời khỏi chỗ cũ. Có người trông thấy, đến chỗ vua Kiên Niệm tâu rằng:

"– Tâu Thiên vương, nên biết rằng bánh xe báu [520c] di chuyển, rời khỏi chỗ cũ.

---

* Tương đương Pāli, D. 26: *Cakkavattisuttaṃ*. Hán, No 1(6).

"Vua Kiên Niệm nghe xong, bảo rằng:

"– Này Thái tử, bánh xe báu của ta di chuyển, rời khỏi chỗ cũ. Thái tử, chính ta từng nghe cổ nhân nói rằng 'Nếu bánh xe báu của Chuyển luân vương di chuyển, rời khỏi chỗ cũ, thì vua ấy chắc chắn không còn sống lâu, mạng vua không tồn tại lâu nữa. Này Thái tử, ta đã hưởng dục lạc nhân gian, nay ta sẽ cầu dục lạc thiên thượng. Này Thái tử, ta muốn cạo bỏ râu tóc, mặc áo cà-sa, chí tín từ bỏ gia đình, sống không gia đình, xuất gia học đạo. Này Thái tử, nay ta đem bốn châu thiên hạ này giao phó cho con, con hãy chỉnh trị giáo hóa đúng như pháp, chớ dùng phi pháp, không để trong nước có người tạo ác nghiệp và phi phạm hạnh. Này Thái tử, về sau nếu con thấy bánh xe báu rời khỏi chỗ cũ một ít thì con cũng phải đem việc quốc chính của nước này giao phó cho con của con, khéo dạy bảo và ủy thác giang sơn lại cho nó, rồi con cũng phải cạo bỏ râu tóc, mặc áo cà-sa, chí tín từ bỏ gia đình, sống không gia đình, xuất gia học đạo'.

"Bấy giờ vua Kiên Niệm giao phó đất nước lại cho Thái tử. Khéo dạy bảo xong, vua liền cạo bỏ râu tóc, mặc áo cà-sa, chí tín từ bỏ gia đình, sống không gia đình, xuất gia học đạo. Sau khi vua Kiên Niệm xuất gia học đạo bảy ngày, bánh xe báu ấy biến mất, không thấy.

"Lúc mất bánh xe báu, vua sát-lị Đảnh Sanh quá ưu sầu áo não, không hoan lạc. Vua sát-lị Đảnh Sanh liền đến chỗ Tiên nhân, tức vua cha Kiên Niệm, thưa rằng:

"– Tâu Thiên vương, nên biết rằng, sau khi Thiên vương học đạo mới bảy ngày thì bánh xe báu biến mất, không thấy nữa.

"Cha là Tiên nhân, vua Kiên Niệm bảo con rằng:

"– Con chớ vì mất bánh xe báu mà nhớ tiếc, ưu sầu. Vì sao? Vì con không được bánh xe báu này từ nơi cha.

"Vua sát-lị Đảnh Sanh thưa vua cha rằng:

"– Tâu Thiên vương, vậy con phải làm gì.

"Cha là Tiên nhân tức vua Kiên Niệm bảo con rằng:

"– Con phải học pháp tương thừa.[99] Nếu học pháp tương thừa thì vào ngày rằm thuyết Biệt giải thoát, sau khi tắm rửa và đi lên chánh điện, bánh xe báu ấy chắc chắn sẽ từ phương đông hiện đến, có ngàn căm và đầy đủ các bộ phận, thanh tịnh tự nhiên, chẳng phải do người tạo, màu sắc như ánh lửa, chói lọi sáng ngời.

"Vua sát-lị Đảnh Sanh lại thưa cha rằng:

"– Tâu Thiên vương, pháp tương thừa như thế nào mà Thiên vương muốn bảo con học, để lúc học rồi, vào ngày rằm, thuyết Biệt giải thoát, sau khi tắm rửa và lên chánh điện, bánh xe báu ấy sẽ từ phương Đông hiện đến; **[521a]** bánh xe có ngàn căm và đầy đủ các bộ phận, thanh tịnh tự nhiên, chẳng phải do người tạo, màu sắc như ánh lửa, chói lọi sáng ngời?

"Vua Kiên Niệm bảo con rằng:

"– Con hãy quán pháp như pháp, thực hành pháp đúng như pháp. Hãy vì thái tử, hậu phi, thể nữ và các thần dân, sa-môn, bà-la-môn, cho đến loài côn trùng mà phụng trì trai giới vào những ngày mồng tám, mười bốn, mười lăm, tu hạnh bố thí. Bố thí cho những người nghèo khốn, sa-môn, bà-la-môn, kẻ bần cùng, người cô độc từ các phương xa lại các loại đồ ăn thức uống, áo chăn, xe cộ, tràng hoa, bột hoa, bột hương, nhà cửa, giường nệm, đệm lông, khăn quấn và đèn dầu. Nếu trong nước con có các bậc thượng tôn danh đức sa-môn, bà-la-môn, thì con phải tùy thời đi đến chỗ của các vị đó để hỏi pháp, thọ pháp như thế này: 'Thưa chư rôn, thế nào là pháp thiện, thế nào là pháp bất thiện? Thế nào là tội, thế nào là phước? Thế nào là diệu, thế nào là phi diệu? Thế nào là hắc, thế nào là bạch? Pháp hắc bạch từ đâu sanh? Thế nào là mục đích[100] của cuộc đời này? Thế nào là mục đích của đời sau? Làm thế nào để thọ thiện, không thọ ác?' Sau khi nghe từ các vị ấy, con phải thực hành đúng như lời các vị đã dạy. Nếu trong nước của con có kẻ bần cùng thì hãy lấy của cải cung cấp đầy đủ. Này con, đó là pháp tương thừa, con nên khéo học. Con đã khéo học thì vào ngày rằm, thuyết Biệt giải thoát, sau khi tắm rửa và lên chánh điện, chắc chắn bánh xe báu ấy sẽ từ phương Đông hiện đến, có ngàn căm và đầy đủ các bộ phận, thanh tịnh tự nhiên, chẳng phải do người tạo, màu sắc như ánh lửa, chói lọi sáng ngời.

"Vua sát-lị Đảnh Sanh sau đó liền quán pháp đúng như pháp, thực hành pháp đúng như pháp, đã vì thái tử, hậu phi, thể nữ và các thần dân, sa-môn, bà-la-môn, cho đến loài côn trùng mà phụng trì trai giới, vào các ngày mồng tám, mười bốn và mười lăm, tu hạnh bố thí. Bố thí cho những người nghèo khốn, sa-môn, bà-la-môn, kẻ bần cùng, người cô độc từ các phương xa lại các loại đồ ăn thức uống, y, mền, xe cộ, tràng hoa, bột hoa, bột hương, nhà cửa, giường nệm, đệm lông, khăn quấn và dầu đèn. Nếu trong nước của vua có các bậc Thượng tôn danh đức sa-môn, bà-la-môn thì vua tùy thời đích thân đến chỗ các vị hỏi pháp, thọ pháp thế này:

"– Thưa Chư Tôn, thế nào là pháp thiện, thế nào là pháp bất thiện? Thế nào là tội, thế nào là phước? Thế nào là diệu, thế nào là phi diệu? Thế nào là hắc, thế nào là bạch? Pháp hắc bạch từ đâu sanh? Thế nào là mục đích của đời này? Thế nào là mục đích của đời sau? Làm thế nào để thọ thiện mà không thọ ác?

[521b] "Sau khi nghe họ nói, vua thực hành đúng như pháp những lời các vị đã dạy. Nếu trong nước của vua có kẻ bần cùng, vua liền lấy của cải tùy thời cung cấp đầy đủ. Sau đó, vua sát-lị Đảnh Sanh vào ngày rằm thuyết Biệt giải thoát, sau khi tắm rửa bèn lên chánh điện. Khi ấy Bánh xe báu ấy từ phương Đông hiện đến, có ngàn căm và đầy đủ các bộ phận, thanh tịnh tự nhiên, chẳng phải do người tạo, màu sắc như ánh lửa, chói lọi sáng ngời. Vua đã được làm Chuyển luân vương, cũng thành tựu bảy báu, cũng được bốn đức như ý của con người.

"Thành tựu bảy báu và được bốn đức như ý của con người như thế nào? Điều này đã nói ở trước.

"Vua Chuyển luân vương ấy, vào một thời gian sau, bánh xe báu bỗng nhiên rời khỏi chỗ cũ một ít, có người trông thấy, liền đến chỗ vua Chuyển luân vương tâu rằng:

"– Tâu Thiên vương, nên biết cho rằng bánh xe báu đã rời khỏi chỗ cũ một ít.

"Chuyển luân vương nghe xong liền bảo thái tử:

"– Này Thái tử, bánh xe báu của ta đã rời khỏi chỗ cũ. Này Thái tử, ta từng nghe từ Phụ vương ta là vua Kiên Niệm nói như thế này: 'Nếu bánh xe báu của vua Chuyển luân vương rời khỏi chỗ cũ thì vua ấy chắc chắn không còn sống lâu, mạng vua không còn tồn tại bao lâu nữa.' Này Thái tử, ta đã hưởng dục lạc của thế gian, nay ta cầu dục lạc thiên thượng. Này Thái tử, ta muốn cạo bỏ râu tóc, mặc áo cà-sa, chí tín từ bỏ gia đình, sống không gia đình, xuất gia học đạo. Này Thái tử, con hãy chỉnh trị giáo hóa đúng như pháp, chớ dùng phi pháp, không để cho trong nước có những người tạo ác nghiệp và phi phạm hạnh. Này Thái tử, về sau nếu con thấy bánh xe báu rời khỏi chỗ cũ, thì con cũng phải đem việc quốc chính của nước này giao phó lại cho con của con, khéo dạy bảo và ủy thác giang sơn lại cho nó, rồi con cũng cạo bỏ râu tóc, mặc áo cà-sa, chí tín từ bỏ gia đình, sống không gia đình, xuất gia học đạo.

"Bấy giờ, vua Chuyển luân vương ấy giao phó đất nước cho thái tử, khéo dạy bảo xong, liền cạo bỏ râu tóc, mặc áo cà-sa, chí tín từ bỏ gia đình, sống không gia đình, xuất gia học đạo. Sau khi vua Chuyển luân vương ấy xuất gia học đạo được bảy ngày thì bánh xe báu ấy biến mất không thấy.

"Lúc mất bánh xe báu, vua sát-lị Đảnh Sanh không ưu sầu mà lại nhiễm dục, trước dục, tham dục, không nhàm tởm, bị dục trói buộc, bị lệ thuộc vào dục, không thấy tai họa của dục, không biết sự xuất ly khỏi dục, tự cai trị đất nước theo ý của mình nên đất nước suy vong, không phục hưng nổi. Như các vị Chuyển luân vương thuở xưa học pháp tương thừa, nên đất nước nhân dân càng hưng thịnh thêm mãi, không hề suy giảm; trái lại [521c] vua sát-lị Đảnh Sanh tự cai trị đất nước theo ý mình. Vì tự cai trị đất nước theo ý mình nên đất nước suy vong, không phục hưng nổi.

"Bấy giờ, bà-la-môn Quốc sư đi quan sát tình cảnh đất nước, thấy đất nước nhân dân đã suy vong, không phục hưng nổi, liền nghĩ rằng: 'Vua sát-lị Đảnh Sanh tự cai trị đất nước theo ý của vua. Vì cai trị đất nước theo ý của vua nên đất nước nhân dân đã suy vong, không phục hưng nổi. Như các bậc Chuyển luân vương thuở xưa học pháp tương thừa nên đất nước nhân dân càng hưng thịnh thêm mãi, không hề suy giảm; trái lại vua sát-lị Đảnh Sanh này tự cai trị đất nước theo ý của vua. Vì cai trị đất nước theo ý của vua nên nhân dân đất nước đã suy vong, không phục hưng nổi.' Bà-la-môn Quốc sư liền đến vua sát-lị Đảnh Sanh thưa rằng:

"– Tâu Thiên vương, nên biết rằng, Thiên vương đã tự cai trị đất nước theo ý của Thiên vương. Vì đã cai trị đất nước theo ý của Thiên vương nên đất nước nhân dân đã suy giảm, không phục hưng nổi. Như các vị Chuyển luân vương thuở xưa học pháp tương thừa nên đất nước nhân dân càng hưng thịnh mãi, không hề suy giảm. Nay Thiên vương thì trái lại, cai trị đất nước theo ý của Thiên vương nên đất nước nhân dân đã suy vong, không phục hưng nổi.

"Nghe xong, vua sát-lị Đảnh Sanh bảo rằng:

"– Này bà-la-môn, ta phải làm thế nào?

Bà-la-môn Quốc sư trả lời:

"– Tâu Thiên vương, trong nước có người thông minh trí tuệ, am tường toán số. Trong nước có đại thần và quyến thuộc học kinh, hiểu rõ kinh, tụng tập, thọ trì pháp tương thừa, giống như tất cả quyến thuộc của chúng tôi. Tâu Thiên vương, Thiên vương nên học pháp tương thừa. Sau khi đã học pháp tương thừa rồi, vào ngày rằm thuyết Biệt giải thoát, Thiên vương tắm rửa, lên chánh điện, bánh xe báu ấy chắc chắn từ phương Đông hiện đến, có ngàn căm và đầy đủ các bộ phận, thanh tịnh tự nhiên, chẳng phải do người tạo, màu sắc như ánh lửa, chói lọi sáng ngời.

"Vua sát-lị Đảnh Sanh lại hỏi:

"– Này bà-la-môn, pháp tương thừa như thế nào mà bà-la-môn muốn ta học, để lúc học rồi, vào ngày rằm thuyết Biệt giải thoát, sau khi tắm rửa và lên chánh điện, bánh xe báu từ phương Đông hiện đến, có một ngàn căm, đầy đủ các bộ phận, thanh tịnh tự nhiên, chẳng phải do người làm, màu sắc tự như ánh lửa, chói lọi sáng ngời?

" Bà-la-môn Quốc sư thưa rằng:

"– Tâu Thiên vương, Thiên vương hãy quán pháp đúng như pháp, thực hành pháp đúng như pháp. Hãy vì thái tử, hậu phi, thể nữ và các thần dân, sa-môn, bà-la-môn [522a] cho đến loài côn trùng mà phụng trì trai giới. Vào những ngày mồng tám, mười bốn và ngày rằm tu hạnh bố thí. Bố thí cho những người nghèo khốn, sa-môn, bà-la-môn, kẻ bần cùng, người cô độc từ các phương xa lại đầy đủ các loại đồ ăn thức uống, y, mền, xe cộ, tràng hoa, bột hoa, bột hương, nhà cửa, giường nằm, đệm lông, chăn quấn và đèn dầu. Nếu ở trong nước có những bậc thượng tôn danh đức sa-môn, bà-la-môn thì Thiên vương hãy tùy thời, đi đến chỗ của các ngài để hỏi pháp, thọ pháp như thế này: 'Thưa chư tôn, thế nào là pháp thiện, thế nào là pháp bất thiện? Thế nào là tội, thế nào là phước? Thế nào là diệu, thế nào là phi diệu? Thế nào là hắc, thế nào là bạch? Pháp hắc bạch từ đâu sanh? Thế nào là mục đích của đời này? Thế nào là mục đích của đời sau? Làm thế nào để thọ thiện mà không thọ ác?' Khi đã được nghe xong, Thiên vương nên thực hành đúng như lời các ngài đã dạy. Nếu trong nước của Thiên vương có kẻ bần cùng thì nên lấy của cải trong cung để cung cấp đầy đủ. Tâu Thiên vương, đó là pháp tương thừa, Thiên vương nên khéo học và ghi nhớ. Sau khi đã học và ghi nhớ rồi, vào ngày rằm thuyết Biệt giải thoát, Thiên vương tắm rửa và lên chánh điện, bánh xe báu ấy chắc chắn sẽ từ phương Đông hiện đến, có một ngàn căm và đủ các bộ phận, thanh tịnh tự nhiên, chẳng phải do người tạo, màu sắc như ánh lửa, chói lọi sáng ngời.

"Sau đó, vua sát-lị Đảnh Sanh liền quán pháp đúng như pháp, thực hành đúng như pháp, vì thể nữ, hậu phi và các thần dân, sa-môn, bà-la-môn cho đến loài côn trùng mà phụng trì trai giới vào ngày mồng tám, mười bốn và ngày rằm, tu hạnh bố thí, bố thí cho những người nghèo khốn, sa-môn, bà-la-môn, kẻ bần cùng, người cô độc từ các phương xa lại đầy đủ các loại đồ ăn, thức uống, y, mền, xe cộ, tràng hoa, bột hoa, bột hương, nhà cửa, giường nệm, đệm lông, khăn quấn và đèn dầu. Nếu trong nước có các bậc Thượng tôn danh đức, sa-môn, bà-la-môn thì vua đã đích thân tùy thời đến chỗ các vị ấy để hỏi pháp, thọ pháp như thế này:

"– Thưa chư tôn, thế nào là pháp thiện, thế nào là pháp bất thiện? Thế nào là tội, thế nào là phước? Thế nào là diệu, thế nào là phi diệu? Thế nào hắc, thế nào là bạch? Pháp hắc bạch từ đâu sanh? Thế nào là mục đích của đời này? Thế nào là mục đích của đời sau? Làm thế nào để thọ thiện mà không thọ ác?

"Khi đã nghe xong, vua đã thực hành đúng như lời các ngài đã chỉ bảo. Nhưng trong nước có người bần cùng, vua không đem vật dụng cấp phát. Do đó kẻ nghèo khốn không có của cải, đã nghèo khổ lại càng nghèo khổ hơn. Vì nghèo khốn nên ăn trộm vật dụng của kẻ khác, vì ăn trộm nên [522b] bị chủ nhân rình bắt trói đem đến vua sát-lị Đảnh Sanh, thưa rằng:

"– Tâu Thiên vương, người này ăn trộm vật dụng của con, xin Thiên vương trừng trị.

"Vua sát-lị Đảnh Sanh hỏi tội nhân:

"– Quả thật ngươi có ăn trộm?

Người ấy đáp:

"– Tâu Thiên vương, quả thật con có ăn trộm. Vì sao? Tâu Thiên vương, vì nghèo khốn. Nếu không ăn trộm thì không có gì để sống.

"Vua sát-lị Đảnh Sanh liền đem của cải cấp phát cho và nói với người ăn trộm rằng:

"– Ngươi hãy trở về và sau này chớ trái phạm.

"Bấy giờ, dân chúng trong nước nghe nói về vua sát-lị Đảnh Sanh như thế này: 'Nếu trong nước có ai trộm cắp thì Vua liền đem của cải cấp phát cho,' Do đó, có người nghĩ rằng: 'Chúng ta cũng nên ăn cắp của cải kẻ khác.' Từ đó, dân chúng trong nước ai cũng tranh nhau trộm cắp của cải kẻ khác. Vì thế, người nghèo khốn không có của cải, không được cấp phát, càng trở nên nghèo khốn hơn, nên nạn trộm cắp càng lan tràn. Vì trộm cắp lan tràn nên tuổi thọ con người giảm xuống, hình sắc trở nên thô xấu.

"Này tỳ-kheo, sau khi tuổi thọ của con người giảm xuống, hình sắc trở nên thô xấu thì người cha thọ tám vạn tuổi, con thọ bốn vạn tuổi.

"Này tỳ-kheo, lúc loài người thọ bốn vạn tuổi, có người trộm cắp vật dụng của kẻ khác, chủ nhân rình bắt trói đem đến vua sát-lị Đảnh Sanh, thưa rằng:

"– Tâu thiên vương, người này trộm cắp vật dụng của con, xin Thiên vương trừng trị.

"Vua sát-lị Đảnh Sanh hỏi người lấy trộm:

"– Quả thiệt ngươi có ăn trộm phải không?

Người ấy đáp:

"– Tâu Thiên vương, quả con có ăn trộm. Vì sao? – Vì nghèo khốn. Nếu không ăn trộm, con không có gì để sống.

"Nghe xong, vua sát-lị Đảnh Sanh nghĩ rằng: 'Nếu trong nước ta có nạn trộm cắp mà ta lại đem của cải cấp phát đầy đủ, như vậy chỉ làm cho kho tàng của quốc gia khô kiệt, dung túng cho nạn trộm cắp lan tràn. Ta nên rèn dao thật bén, nếu trong nước ta có ai trộm cắp thì bắt trói ngay dưới gốc cây nêu cao và chém đầu nó.'

"Sau đó, vua sát-lị Đảnh Sanh hạ lệnh rèn dao thật bén. Nếu trong nước có ai trộm cắp vật dụng của kẻ khác thì cho bắt trói dưới cây nêu cao mà chém đầu.

"Người trong nước bấy giờ nghe vua sát-lị Đảnh Sanh ra lệnh rèn dao thật bén, nếu trong nước có ai ăn trộm vật dụng của kẻ khác thì cho bắt trói dưới cây nêu cao và chém đầu, dân chúng bèn nghĩ rằng: 'Ta cũng nên bắt chước rèn dao thật bén, mang đi ăn trộm vật dụng, nếu cướp được vật của ai, thì bắt chủ nhân của vật ấy mà chém đầu.'

"Từ đó về sau, những người ăn trộm thi nhau rèn dao bén mang đi ăn trộm vật dụng, bắt các chủ nhân mà [**522c**] chém đầu. Do đó, kẻ nghèo khốn không của cải, không được cấp phát, càng nghèo khốn hơn. Vì càng nghèo khốn hơn nên nạn trộm cắp càng lan tràn. Vì nạn trộm cắp càng lan tràn nên sự chém giết càng tăng lên. Do đó tuổi thọ của loài người giảm xuống, hình sắc trở nên thô xấu.

"Này tỳ-kheo, sau khi tuổi thọ giảm xuống, hình sắc trở nên thô xấu thì người cha chỉ còn bốn vạn tuổi và con thọ hai vạn tuổi.

"Này tỳ-kheo, lúc loài người thọ hai vạn tuổi, có người ăn trộm vật dụng của kẻ khác, chủ nhân bắt trói dẫn tới vua sát-lị Đảnh Sanh, thưa rằng:

"– Tâu Thiên vương, người này ăn trộm vật dụng của con, xin Thiên vương trừng trị.

"Vua sát-lị Đảnh Sanh hỏi tội nhân:

"– Quả thật ngươi có ăn trộm phải không?

"Bấy giờ, người ăn trộm nghĩ rằng: 'Vua sát-lị Đảnh Sanh nếu biết sự thật này thì sẽ trói và đánh mình, hoặc vứt ném, hoặc tẩn xuất, hoặc phạt tiền của, hoặc trừng trị đau đớn đủ cách, hoặc treo lên cây rồi bêu đầu mình. Có lẽ mình dùng lời nói dối, lừa gạt vua sát-lị Đảnh Sanh chăng?'

"Nghĩ xong, thưa rằng:

"– Tâu Thiên vương, tôi không lấy trộm.

"Do đó kẻ nghèo khốn không có của cải, không được cấp phát, càng nghèo khốn hơn. Vì càng nghèo khốn hơn nên nạn trộm cắp càng lan tràn mãi. Vì sự trộm cắp càng lan tràn nên sự chém giết gia tăng. Vì sự chém giết gia tăng nên sự nói dối, nói hai lưỡi nhiều hơn. Vì sự nói dối, nói hai lưỡi nhiều hơn nên tuổi thọ của loài người càng giảm xuống, hình sắc trở nên thô xấu.

"Này tỳ-kheo, lúc tuổi thọ giảm xuống, hình sắc trở nên thô xấu thì người cha chỉ thọ hai vạn tuổi, người con chỉ thọ một vạn tuổi.

"Này tỳ-kheo, lúc loài người thọ một vạn tuổi thì trong nhân dân có người có đức, có người vô đức. Nếu ai vô đức thì ghen ghét người có đức và phạm tà hạnh với vợ của người. Do đó kẻ nghèo khốn không có của cải, không được cấp phát, càng nghèo khốn hơn. Vì càng nghèo khốn nên nạn trộm cắp càng lan tràn. Vì trộm cắp lan tràn nên chém giết gia tăng. Vì chém giết gia tăng nên nói dối, nói hai lưỡi gia tăng. Vì nói dối, nói hai lưỡi gia tăng nên tật đố, tà dâm gia tăng. Vì tật đố, tà dâm gia tăng nên tuổi thọ của loài người giảm xuống, hình sắc trở nên thô xấu.

"Này tỳ-kheo, lúc tuổi thọ giảm xuống, hình sắc trở nên thô xấu thì người cha chỉ thọ một vạn tuổi, người con chỉ thọ năm ngàn tuổi.

"Này tỳ-kheo, lúc loài người thọ năm ngàn tuổi thì ba loại phi pháp khác lại hưng thịnh, là dục phi pháp, ác tham và tà pháp. Vì ba pháp này hưng thịnh nên tuổi thọ của loài người giảm xuống, hình sắc trở nên thô xấu.

"Này tỳ-kheo, lúc tuổi thọ giảm xuống, hình sắc trở nên thô xấu thì người cha chỉ thọ năm ngàn tuổi, người con chỉ thọ hai ngàn năm trăm tuổi.

"Này tỳ-kheo, lúc loài người thọ hai ngàn năm trăm tuổi thì ba pháp khác lại hưng thịnh; đó là, lưỡng thiệt, ác khẩu và phù phiếm. Vì ba pháp này hưng thịnh nên [**523a**] tuổi thọ của loài người giảm xuống, hình sắc trở nên thô xấu.

"Này tỳ-kheo, lúc tuổi thọ loài người giảm xuống, hình sắc trở nên thô xấu thì người cha chỉ thọ hai ngàn năm trăm tuổi, người con chỉ thọ một ngàn tuổi.

"Này tỳ-kheo, lúc loài người thọ một ngàn tuổi thì một pháp hưng thịnh, đó là tà kiến. Vì pháp này hưng thịnh nên tuổi thọ loài người giảm xuống, hình sắc trở nên thô xấu.

"Này tỳ-kheo, lúc tuổi thọ loài người giảm xuống, hình sắc trở nên thô xấu, thì người cha chỉ thọ một ngàn tuổi, người con chỉ thọ năm trăm tuổi.

"Này tỳ-kheo, khi loài người thọ năm trăm tuổi thì con người lúc ấy hoàn toàn[101] không hiếu thảo với cha mẹ, không kính trọng sa-môn, bà-la-môn, không làm việc thuận lợi, không tạo phước nghiệp, không thấy tội đời sau. Lúc loài người không hiếu thảo với cha mẹ, không kính trọng sa-môn, bà-la-môn, không làm việc thuận lợi, không tạo phước nghiệp, không thấy tội đời sau, cho nên này tỳ-kheo, lúc đó người cha chỉ thọ năm trăm tuổi, người con chỉ thọ hai trăm năm mươi tuổi, hoặc hai trăm tuổi.

"Này tỳ-kheo, hiện giờ nếu có ai được trường thọ thì được một trăm tuổi, hoặc không chỉ như vậy."

Đức Phật lại bảo:

"– Một thời gian lâu xa về đời vị lai, sẽ có lúc con người chỉ thọ mười tuổi; khi ấy con gái sanh ra mới năm tháng[102] đã lấy chồng.

"Này tỳ-kheo, lúc con người thọ mười tuổi, có một giống lúa tên là bại tử,[103] là thức ăn ngon nhất. Cũng như lúa gạo[104] là thức ăn ngon nhất của loài người hôm nay. Này tỳ-kheo, cũng giống như thế, lúc con người thọ mười tuổi thì có loại lúa tên là bại tử, là món ăn ngon nhất.

"Này tỳ-kheo, lúc con người thọ mười tuổi, những thứ mỹ vị mà ngày nay hiện có như tô-du, muối, mật,[105] mía, đường thì thời ấy những thứ này sẽ biến mất tất.

"Này tỳ-kheo, lúc con người thọ mười tuổi, nếu ai tạo mười ác nghiệp đạo thì kẻ ấy sẽ được người khác kính trọng. Cũng như hiện giờ, nếu ai tạo mười thiện nghiệp đạo thì kẻ ấy được người khác kính trọng. Này tỳ-kheo, lúc con người thọ mười tuổi, cũng như vậy, nếu ai tạo mười ác nghiệp đạo thì kẻ ấy được người khác kính trọng.

"Này tỳ-kheo, lúc con người thọ mười tuổi thì hoàn toàn không có một danh từ "thiện", huống nữa là có tạo mười thiện nghiệp đạo.

"Này tỳ-kheo, lúc con người thọ mười tuổi, có người tên là Đàn Phạt,[106] đi đến khắp mọi nhà mà đàn phạt.

"Này tỳ-kheo, lúc con người thọ mười tuổi, thì mẹ đối với con có tâm giết hại rất mãnh liệt, con đối với mẹ cũng có tâm giết hại rất mãnh liệt. Cha con, anh em, chị em thân thuộc đối với nhau đều có tâm giết hại lẫn nhau. Cũng như người thợ săn trông thấy con nai thì có tâm giết hại rất mãnh liệt. Này tỳ-kheo, lúc con người thọ mười tuổi cũng lại như thế, mẹ đối với con có tâm giết hại rất mãnh liệt. Cha con, anh em, chị em quyến thuộc [523b] đối với nhau đều có tâm giết hại lẫn nhau.

"Này tỳ-kheo, lúc con người thọ mười tuổi, có nạn đao binh bảy ngày.[107] Nếu ai có nắm cỏ thì cỏ biến thành dao. Nếu nắm cây củi thì cây củi cũng biến thành dao. Ai cũng dùng dao ấy để giết hại lẫn nhau. Qua bảy ngày, nạn đao binh chấm dứt.

"Bấy giờ cũng có người biết thẹn thùng, xấu hổ, nhờm tởm, chán ghét, không ưa những sự hung ác kia. Lúc có nạn đao binh bảy ngày, họ đi vào núi non hoặc đồng nội, ẩn náu ở nơi yên ổn. Sau bảy ngày ấy, thì từ núi non đồng nội, nơi yên ổn đi ra, trông thấy nhau sanh lòng thương mến, quyến luyến nhau vô cùng. Cũng như mẹ hiền chỉ có một đứa con đã xa cách lâu ngày, nay từ phương xa trở lại gia đình yên ổn, mẹ con thấy nhau hoan hỷ, sanh lòng thương mến nhau vô cùng. Những người kia, sau bảy ngày từ núi non đồng nội, nơi yên ổn đi ra, trông thấy nhau sanh lòng thương mến, quyến luyến nhau vô cùng, cũng giống như thế. Trông thấy nhau rồi, liền nói rằng: 'Chư Hiền, ta nay thấy nhau còn được yên ổn. Chúng ta vì tạo pháp bất thiện nên gặp gỡ nơi đây, thân thuộc chết sạch. Chúng ta hãy cùng nhau thực hành thiện pháp. Làm thế nào để chúng ta cùng thực hành thiện pháp? Chúng ta đều là kẻ sát nhân, nay nên xa lìa sát sanh, đoạn trừ sát sanh, chúng ta nên thực hành thiện pháp ấy.'

"Những người kia cùng nhau thực hành thiện pháp, tuổi thọ liền tăng lên, hình sắc trở nên đẹp đẽ. Này tỳ-kheo, lúc tuổi thọ đã tăng lên, hình sắc trở nên đẹp đẽ thì người thọ mười tuổi sanh ra con thọ hai mươi tuổi.

"Này tỳ-kheo, người thọ hai mươi tuổi lại nghĩ rằng: 'Nếu cầu học điều thiện thì tuổi thọ tăng lên, hình sắc trở nên đẹp đẽ. Chúng ta nên cùng nhau làm điều thiện nhiều hơn. Làm thế nào để chúng ta cùng làm điều thiện nhiều hơn? Chúng ta hãy xa lìa sát sanh, đoạn trừ sát sanh nhưng vẫn còn lấy của không cho. Chúng ta nên xa lìa việc lấy của không cho, đoạn trừ việc lấy của không cho. Chúng ta nên cùng nhau làm điều thiện ấy.'

"Những người kia cùng nhau làm điều thiện như thế. Khi đã làm điều thiện ấy, tuổi thọ lại tăng lên, hình sắc trở nên đẹp đẽ thì người thọ hai mươi tuổi sanh con thọ bốn mươi tuổi.

"Này tỳ-kheo, người thọ bốn mươi tuổi cũng nghĩ như thế này: 'Nếu cầu học điều thiện thì tuổi thọ tăng lên, hình sắc trở nên đẹp đẽ. Chúng ta nên làm việc thiện nhiều hơn nữa. Làm thế nào để chúng ta làm việc thiện nhiều hơn nữa? Chúng ta đã xa lìa sát sanh, đoạn trừ sát sanh, xa lìa việc lấy của không cho, nhưng vẫn còn tà dâm. Chúng ta nên [**523c**] xa lìa tà dâm, đoạn trừ tà dâm. Chúng ta nên làm việc thiện ấy.'

"Những người kia cùng nhau làm điều thiện như thế. Khi đã làm điều thiện ấy, tuổi thọ lại tăng lên, hình sắc trở nên đẹp đẽ. Này tỳ-kheo, lúc tuổi thọ loài người đã tăng lên, hình sắc trở nên đẹp đẽ thì người thọ bốn mươi tuổi sanh con thọ tám mươi tuổi.

"Này tỳ-kheo, người thọ tám mươi tuổi cũng nghĩ thế này: 'Nếu cầu học điều thiện thì tuổi thọ tăng lên, hình sắc trở nên đẹp đẽ. Chúng ta cùng nhau làm điều thiện nhiều hơn nữa. Làm thế nào để chúng ta cùng nhau làm điều thiện nhiều hơn? Chúng ta đã xa lìa sát sanh, đoạn trừ sát sanh, xa lìa việc lấy của không cho, đoạn trừ việc lấy của không cho, xa lìa tà dâm, đoạn trừ tà dâm, nhưng vẫn còn nói dối. Chúng ta nên xa lìa nói dối, đoạn trừ nói dối. Chúng ta nên làm việc thiện ấy.'

"Những người kia cùng nhau làm việc thiện ấy. Khi đã làm việc thiện ấy thì tuổi thọ tăng lên, hình sắc trở nên đẹp đẽ. Này tỳ-kheo, khi loài người tuổi thọ tăng lên, hình sắc trở nên đẹp đẽ thì người thọ tám mươi tuổi sanh con thọ một trăm sáu mươi tuổi.

"Này tỳ-kheo, người thọ một trăm sáu mươi tuổi cũng nghĩ như thế này: 'Nếu cầu học điều thiện thì tuổi thọ tăng lên, hình sắc trở nên đẹp đẽ, chúng ta nên cùng nhau học điều thiện nhiều hơn nữa. Làm thế nào để chúng ta cùng làm việc thiện nhiều hơn nữa? Chúng ta đã xa lìa sát sanh, đoạn trừ sát sanh; đã xa lìa trộm cắp, đoạn trừ trộm cắp; xa lìa tà dâm, đoạn trừ tà dâm; xa lìa nói dối, đoạn trừ nói dối, nhưng chúng ta vẫn còn nói hai lưỡi. Chúng ta nên xa lìa nói hai lưỡi đoạn trừ nói hai lưỡi. Chúng ta nên cùng nhau làm việc thiện ấy.'

"Những người kia cùng nhau làm việc thiện như thế. Khi làm việc thiện ấy, tuổi thọ tăng lên, hình sắc trở nên đẹp đẽ. Này tỳ-kheo, lúc tuổi thọ của loài người tăng lên, hình sắc trở nên đẹp đẽ thì người thọ một trăm sáu mươi tuổi sanh con thọ ba trăm hai mươi tuổi.

"Này tỳ-kheo, người thọ ba trăm hai mươi tuổi cũng nghĩ rằng: 'Nếu cầu học điều thiện thì tuổi thọ tăng lên, hình sắc trở nên đẹp đẽ, chúng ta nên cùng nhau học điều thiện nhiều hơn nữa. Làm thế nào để chúng ta cùng làm việc thiện nhiều hơn nữa? Chúng ta đã xa lìa sát sanh, đoạn trừ sát sanh; đã xa lìa trộm cắp, đoạn trừ trộm cắp; xa lìa tà dâm, đoạn trừ tà dâm; xa lìa nói dối, đoạn trừ nói dối; xa lìa nói hai lưỡi, đoạn trừ nói hai lưỡi, nhưng vẫn còn nói thô ác. Chúng ta nên xa lìa lời nói thô ác, đoạn trừ lời nói thô ác. Chúng ta nên làm việc thiện ấy.'

"Những người kia cùng nhau làm việc thiện như thế. Khi làm việc thiện ấy, tuổi thọ tăng lên, hình sắc trở nên đẹp đẽ. Này tỳ-kheo, lúc tuổi thọ của loài người tăng lên, hình sắc trở nên đẹp đẽ thì người thọ ba trăm hai mươi tuổi sanh con thọ sáu trăm bốn mươi tuổi.

"Này tỳ-kheo, người thọ sáu trăm bốn mươi tuổi cũng nghĩ rằng: 'Nếu cầu [524a] học điều thiện thì tuổi thọ tăng lên, hình sắc trở nên đẹp đẽ, chúng ta nên cùng nhau học điều thiện nhiều hơn nữa. Làm thế nào để chúng ta cùng làm việc thiện nhiều hơn? Chúng ta đã xa lìa sát sanh, đoạn trừ sát sanh; đã xa lìa trộm cắp, đoạn trừ trộm cắp; xa lìa tà dâm, đoạn trừ tà dâm; xa lìa nói dối, đoạn trừ nói dối, xa lìa nói hai lưỡi, đoạn trừ nói hai lưỡi; xa lìa nói thô ác, đoạn trừ nói thô ác, nhưng chúng ta vẫn còn nói phù phiếm. Chúng ta nên xa lìa nói phù phiếm, đoạn trừ nói phù phiếm. Chúng ta nên cùng nhau làm việc thiện ấy'.

"Những người kia cùng nhau làm việc thiện như thế. Khi đã làm việc thiện ấy, tuổi thọ liền tăng lên, hình sắc trở nên đẹp đẽ. Này tỳ-kheo, lúc tuổi thọ của loài người tăng lên, hình sắc trở nên đẹp đẽ thì người thọ sáu trăm bốn mươi tuổi sanh con thọ hai ngàn năm trăm tuổi.

"Này tỳ-kheo, người thọ hai ngàn năm trăm tuổi cũng nghĩ rằng: 'Nếu cầu học điều thiện thì tuổi thọ tăng lên, hình sắc trở nên đẹp đẽ. Chúng ta nên cùng nhau làm việc thiện nhiều hơn nữa. Làm thế nào để chúng ta làm việc thiện nhiều hơn? Chúng ta đã xa lìa sát sanh, đoạn trừ sát sanh; đã xa lìa trộm cắp, đoạn trừ trộm cắp; xa lìa tà dâm, đoạn trừ tà dâm; xa lìa nói dối, đoạn trừ nói dối, xa lìa nói hai lưỡi, đoạn trừ nói hai lưỡi; xa lìa nói thô ác, đoạn trừ nói thô ác, xa lìa lời nói phù phiếm, đoạn trừ lời nói phù phiếm, nhưng còn tham lam tật đố. Chúng ta nên xa lìa tham lam tật đố, đoạn trừ tham lam tật đố. Chúng ta nên cùng nhau làm việc thiện ấy.'

"Những người kia cùng nhau làm việc thiện như thế. Khi đã làm việc thiện ấy, tuổi thọ liền tăng lên, hình sắc trở nên đẹp đẽ. Này tỳ-kheo, lúc tuổi thọ của loài người tăng lên, hình sắc trở nên đẹp đẽ thì người thọ hai ngàn năm trăm tuổi sanh con thọ năm ngàn tuổi.

"Này tỳ-kheo, người thọ năm ngàn tuổi cũng nghĩ rằng: 'Nếu cầu học điều thiện thì tuổi thọ tăng lên, hình sắc trở nên đẹp đẽ. Chúng ta nên cùng nhau làm việc thiện nhiều hơn nữa. Làm thế nào để chúng ta làm việc thiện nhiều hơn? Chúng ta đã xa lìa sát sanh, đoạn trừ sát sanh; xa lìa việc lấy của không cho, đoạn trừ việc lấy của không cho; xa lìa tà dâm, đoạn trừ tà dâm; xa lìa lời nói dối, đoạn trừ lời nói dối; xa lìa nói hai lưỡi, đoạn trừ nói hai lưỡi; xa lìa nói thô ác, đoạn trừ nói thô ác; xa lìa lời nói phù phiếm, đoạn trừ lời nói phù phiếm; xa lìa tham lam tật đố, đoạn trừ tham lam tật đố, nhưng vẫn còn sân hận. Chúng ta nên xa lìa sân nhuế, đoạn trừ sân nhuế. Chúng ta nên cùng nhau làm việc thiện ấy.'

"Những người kia cùng nhau làm việc thiện như thế. Khi đã làm việc thiện ấy, tuổi thọ liền tăng lên, hình sắc trở nên đẹp đẽ. Này tỳ-kheo, lúc tuổi thọ của loài người tăng lên, hình sắc trở nên đẹp đẽ thì người thọ năm ngàn tuổi sanh con thọ một vạn tuổi.

"Này tỳ-kheo, người thọ một vạn tuổi cũng nghĩ rằng: 'Nếu cầu học điều thiện thì tuổi thọ tăng lên, hình sắc trở nên đẹp đẽ. [524b] Chúng ta nên cùng nhau làm việc thiện nhiều hơn nữa. Làm thế nào để chúng ta làm việc thiện nhiều hơn? Chúng ta đã xa lìa sát sanh, đoạn trừ sát sanh; xa lìa việc lấy của không cho, đoạn trừ việc lấy của không cho; xa lìa tà dâm, đoạn trừ tà dâm; xa lìa nói dối, đoạn trừ nói dối; xa lìa nói hai lưỡi, đoạn trừ nói hai lưỡi; xa lìa lời nói thô ác, đoạn trừ lời nói thô ác; xa lìa lời nói phù phiếm, đoạn trừ lời nói phù phiếm; xa lìa tham lam tật đố, đoạn trừ tham lam tật đố; xa lìa sân nhuế, đoạn trừ sân nhuế, nhưng vẫn còn tà kiến. Chúng ta nên xa lìa tà kiến, đoạn trừ tà kiến. Chúng ta nên cùng nhau tu học việc thiện này.'

"Những người kia cùng nhau làm việc thiện như thế. Khi đã làm việc thiện ấy, tuổi thọ liền tăng lên, hình sắc trở nên đẹp đẽ. Này tỳ-kheo, lúc tuổi thọ của loài người đã tăng lên, hình sắc trở nên đẹp đẽ thì người thọ một vạn tuổi sanh con thọ hai vạn tuổi.

"Này tỳ-kheo, người thọ hai vạn tuổi cũng nghĩ rằng: 'Nếu cầu học điều thiện thì tuổi thọ tăng lên, hình sắc trở nên đẹp đẽ. Chúng ta nên cùng nhau làm việc thiện nhiều hơn nữa. Làm thế nào để chúng ta làm việc thiện nhiều hơn? Chúng ta đã xa lìa sát sanh, đoạn trừ sát sanh; xa lìa việc lấy của không cho, đoạn trừ việc lấy của không cho; xa lìa tà dâm, đoạn trừ tà dâm; xa lìa nói dối, đoạn trừ nói dối; xa lìa nói hai lưỡi, đoạn trừ nói hai lưỡi; xa lìa lời nói thô ác, đoạn trừ lời nói thô ác; xa lìa lời nói phù phiếm, đoạn trừ lời nói phù phiếm; xa lìa tham lam tật đố, đoạn trừ tham lam tật đố; xa lìa sân nhuế, đoạn trừ sân nhuế; xa lìa tà kiến, đoạn trừ tà kiến, nhưng vẫn còn có ba loại phi pháp: dục phi pháp, ác tham và tà pháp. Chúng ta nên xa lìa ba pháp ác bất thiện này, đoạn trừ ba pháp ác bất thiện này. Chúng ta nên cùng nhau làm việc thiện ấy.'

"Những người kia cùng nhau làm việc thiện như thế. Khi đã làm việc thiện ấy, tuổi thọ liền tăng lên, hình sắc trở nên đẹp đẽ. Này tỳ-kheo, lúc tuổi thọ của loài người đã tăng lên, hình sắc trở nên đẹp đẽ thì người thọ hai vạn tuổi sanh con thọ bốn vạn tuổi.

"Này tỳ-kheo, lúc loài người thọ bốn vạn tuổi thì biết hiếu thuận với cha mẹ, tôn trọng cung kính sa-môn, bà-la-môn, làm việc thuận lợi, tu tập phước nghiệp, thấy tội lỗi đời sau. Loài người nhân vì hiếu thuận với cha mẹ, cung kính tôn trọng sa-môn, bà-la-môn, làm việc thuận lợi, tu tập phước nghiệp, thấy tội đời sau, cho nên này tỳ-kheo, người thọ bốn vạn tuổi sanh con thọ tám vạn tuổi.

"Này tỳ-kheo, lúc con người thọ tám vạn tuổi, châu Diêm-phù này giàu có cùng tột, nhân dân đông đúc, thôn ấp gần nhau bằng khoảng cách con gà bay.

"Này tỳ-kheo, lúc con người thọ tám vạn tuổi, con gái đến năm trăm tuổi mới có thể lấy chồng. Này tỳ-kheo, lúc con người thọ tám vạn tuổi thì chỉ có những chứng bệnh như đại tiểu tiện, nóng, lạnh, muốn ăn uống và già.¹⁰⁸ Ngoài ra, không còn tai họa nào nữa.

"Này tỳ-kheo, lúc loài người thọ tám vạn tuổi, [**524c**] có một vị vua tên là Loa¹⁰⁹ làm Chuyển luân vương, thông minh trí tuệ, có bốn loại quân, chỉnh trị thiên hạ, tự do tự tại, là vị Pháp vương như pháp, thành tựu bảy báu. Bảy báu đó là luân báu, voi báu, ngựa báu, ngọc báu, nữ báu, cư sĩ báu, tướng quân báu; đó là bảy báu. Vua có đủ ngàn người con thông minh trí tuệ, dung mạo khôi ngô, dũng mãnh không sợ, hàng phục được địch quân. Vua thống lĩnh quả đất này cho đến biển cả, không dùng dao gậy, chỉ dùng pháp giáo hóa, khiến nhân dân an lạc.¹¹⁰

"Này tỳ-kheo, các vua sát-lị Đảnh Sanh làm nhân chủ, chỉnh trị thiên hạ, đi lại trong cảnh giới của chính mình mà phụ vương đã truyền lại nên tuổi thọ không giảm xuống, hình sắc không thô xấu, chưa từng mất hoan lạc, sức lực cũng không suy.

"Này tỳ-kheo, các ngươi cũng phải như vậy, cạo bỏ râu tóc, mặc áo cà-sa, chí tín, từ bỏ gia đình, sống không gia đình, xuất gia học đạo, đi lại trong cảnh giới của chính mình mà phụ vương đã truyền lại, nên tuổi thọ không giảm xuống, hình sắc không thô xấu, chưa từng mất an lạc, thế lực cũng không suy.

"Thế nào gọi là tỳ-kheo đi lại trong cảnh giới của chính mình mà phụ vương đã truyền lại? Đó là tỳ-kheo quán thân trên nội thân, thọ trên thọ, tâm trên tâm, pháp trên pháp.[111] Như thế gọi là tỳ-kheo đi lại trong cảnh giới của chính mình mà phụ vương đã truyền lại.

"Thế nào gọi là tuổi thọ của tỳ-kheo? Tỳ-kheo ấy tu dục định như ý túc, y viễn ly, y vô dục, y diệt tận, hướng đến xuất ly; tu tinh tấn định, tu tâm định, tu tư duy định như ý túc, y viễn ly, y vô dục, y diệt tận, hướng đến xuất ly. Đó là tuổi thọ của tỳ-kheo.

"Thế nào là sắc của tỳ-kheo? Đó là tỳ-kheo tu tập cấm giới, thủ hộ Biệt giải thoát giới, lại khéo thu nhiếp các oai nghi lễ tiết, thấy tội nhỏ cũng thường canh cánh lo sợ, thọ trì học giới. Đó là sắc của tỳ-kheo.

"Thế nào là lạc của tỳ-kheo? Đó là tỳ-kheo ly dục, ly pháp ác bất thiện, cho đến chứng đắc cảnh thiền thứ tư, thành tựu và an trú. Đó là lạc của tỳ-kheo.

"Thế nào là lực của tỳ-kheo? Đó là tỳ-kheo diệt sạch các lậu, chứng đắc vô lậu, tâm giải thoát, tuệ giải thoát, trong đời hiện tại tự tri tự giác, tự thân tác chứng, thành tựu và an trú, biết như thật rằng: 'Sự sanh đã dứt, phạm hạnh đã thành, việc cần làm đã làm xong, không còn tái sanh nữa'. Đó là lực của tỳ-kheo.

"Này tỳ-kheo, Ta không thấy có lực nào không gì có thể hàng phục được như lực của Ma vương. Cho nên tỳ-kheo lậu tận phải dùng [525a] lực của vô thượng trí tuệ mới hàng phục được."

Phật thuyết như thế. Các tỳ-kheo sau khi nghe Phật thuyết, hoan hỷ phụng hành.[112] ❀

71. KINH TÌ-TỨ*

[525a12] Tôi nghe như vầy:

Một thời, Tôn giả Cưu-ma-la Ca-diếp[113] du hành tại nước Câu-tát-la cùng với đại chúng tỳ-kheo, đi đến Tư-hòa-đề,[114] trú trong rừng Thi-nhiếp-hòa[115] về phía Bắc một ngôi làng của thị trấn này.

I. Tiểu vương Tì-tứ và Đồng tử Ca-diếp

Bấy giờ trong ấp Tư-hòa-đề có vua tên là Tì-tứ,[116] giàu có cùng tột, của cải vô lượng, sản nghiệp chăn nuôi không thể tính toán, nhà cửa, thực ấp đầy đủ mọi thứ. Tất cả suối, hồ, cỏ cây ở ấp Tư-hòa-đề đều thuộc về vua, là phong ấp do Ba-tư-nặc vua nước Câu-tát-la cấp cho.

Bấy giờ, các bà-la-môn, cư sĩ ở Tư-hòa-đề nghe đồn rằng, 'Có sa-môn tên là Cưu-ma-la Ca-diếp, trú tại nước Câu-tát-la, cùng với đại chúng tỳ-kheo đi đến thị trấn Tư-hòa-đề, trú tại rừng Thi-nhiếp-hòa về phía Bắc một ngôi làng của thị trấn này. Sa-môn Cưu-ma-la Ca-diếp có danh tiếng lớn lao, mười phương đều nghe. Cưu-ma-la Ca-diếp là bậc biện tài vô ngại, lời nói vi diệu, là bậc đa văn, là A-la-hán.[117] Nếu ai yết kiến vị A-la-hán này, cung kính lễ bái thì được thiện lợi. Chúng ta có thể đi đến yết kiến sa-môn Cưu-ma-la Ca-diếp này.'

Nghe thế, các bà-la-môn, cư sĩ ở Tư-hòa-đề cùng nhau đi lên hướng Bắc, đến rừng Thi-nhiếp-hòa.

Bấy giờ, vua Tì-tứ ở trên chánh điện, trông thấy từ xa các bà-la-môn, cư sĩ ở Tư-hòa-đề, mỗi người cùng với nhóm của mình, theo nhau đi từ Tư-hòa-đề lên hướng Bắc, đến rừng Thi-nhiếp-hòa. Vua Tì-tứ thấy vậy, hỏi người hầu rằng:

---

* Tương đương Pāli, D. 23. *Pāyāsisuttaṃ*. Hán, No 1(7).

"Hôm nay vì cớ gì các bà-la-môn, cư sĩ ở Tư-hòa-đề này mỗi người cùng với [525b] nhóm của mình, theo nhau đi từ Tư-hòa-đề lên hướng Bắc, đến rừng Thi-nhiếp-hòa?

Người hầu thưa rằng:

"Tâu Thiên vương,[118] các bà-la-môn, cư sĩ ở Tư-hòa-đề kia nghe rằng 'có sa-môn Cưu-ma-la Ca-diếp du hành tại nước Câu-tát-la cùng với đại chúng tỳ-kheo, đến thị trấn Tư-hòa-đề này, trú tại rừng Thi-nhiếp-hòa, về phía Bắc một ngôi làng của thị trấn này. Tâu Thiên vương, sa-môn Cưu-ma-la Ca-diếp có danh tiếng lớn lao, mười phương đều nghe. Ngài là bậc biện tài vô ngại, lời nói vi diệu, là bậc đa văn, là A-la-hán. Nếu ai yết kiến vị A-la-hán này, cung kính lễ bái thì được thiện lợi. Chúng ta có thể đến yết kiến sa-môn Cưu-ma-la Ca-diếp ấy.' Tâu Thiên vương, do đó các bà-la-môn, cư sĩ cùng với nhóm của mình theo nhau đi từ Tư-hòa-đề lên hướng Bắc, đến rừng Thi-nhiếp-hòa.

Vua Tì-tứ nghe xong, liền bảo người hầu:

"Ngươi hãy đến các bà-la-môn, cư sĩ ở Tư-hòa-đề ấy, nói rằng 'Vua Tì-tứ bảo các bà-la-môn, cư sĩ xứ Tư-hòa-đề: Này các ngươi hãy đợi, ta sẽ cùng các ngươi đến yết kiến Cưu-ma-la Ca-diếp ấy. Các người ngu si đừng để sa-môn ấy lừa gạt nói rằng có đời sau, có chúng sanh hóa sanh.[119] Ta thấy như vầy, chủ trương như vầy: 'Không có đời sau, không có chúng sanh hóa sanh.'"

Người hầu vâng lời, liền đến chỗ các bà-la-môn, cư sĩ ở Tư-hòa-đề nói rằng:

Vua Tì-tứ bảo các bà-la-môn, cư sĩ ở Tư-hòa-đề như thế này: 'Các ngươi hãy đợi. Ta sẽ cùng với các ngươi đi đến yết kiến sa-môn Cưu-ma-la Ca-diếp. Các người ngu si đừng để sa-môn ấy lừa gạt nói rằng có đời sau, có chúng sanh hóa sanh. Ta quan niệm như thế này, chủ trương như thế này: Không có đời sau, không có chúng sanh hóa sanh.'

Các bà-la-môn, cư sĩ ở Tư-hòa-đề nghe lệnh ấy, bảo người hầu:

"Xin tuân theo lệnh truyền."

Người hầu trở lại tâu với vua:

"Tôi đã công bố mệnh lệnh của vua rồi. Các bà-la-môn, cư sĩ Tư-hòa-đề ấy đang đợi Thiên vương; mong Thiên vương biết cho, đã đến thời."

Bấy giờ vua Tì-tứ bảo người đánh xe:

"Ngươi mau sửa soạn xa giá. Ta nay muốn đi."

Người đánh xe vâng lời, sửa soạn xa giá xong, liền trở lại tâu với vua rằng:

"Tâu Thiên vương, xa giá đã sửa soạn xong, chờ ý Thiên vương."

II. Hư vô thuyết

Lúc đó vua Tì-tứ liền cỡi xe đi đến chỗ các bà-la-môn, cư sĩ ở Tư-hòa-đề, rồi cùng nhau đến rừng Thi-nhiếp-hòa. Khi vua Tì-tứ từ xa trông thấy Tôn giả Cưu-ma-la Ca-diếp ở giữa rừng cây, liền xuống xe đi đến chỗ Tôn giả Cưu-ma-la Ca-diếp, [525c] chào hỏi nhau rồi ngồi qua một bên, thưa rằng:

"Này Ca-diếp, tôi nay muốn hỏi, thầy có nghe chăng?"

Tôn giả Cưu-ma-la Ca-diếp đáp:

"Vua Tì-tứ, muốn hỏi điều gì thì cứ hỏi. Tôi nghe xong sẽ suy nghĩ."

Bấy giờ vua Tì-tứ liền hỏi:

"Này Ca-diếp, tôi quan niệm thế này, chủ trương thế này: 'Không có đời sau, không có chúng sanh hóa sanh'. Ý sa-môn Cưu-ma-la Ca-diếp nghĩ sao?"

1. Phản luận của Ca-diếp

Tôn giả Cưu-ma-la Ca-diếp đáp:

"Vua Tì-tứ, tôi nay hỏi vua, vua hiểu thế nào trả lời thế ấy. Ý vua thế nào, mặt trời, mặt trăng này thuộc về thế giới này hay thế giới khác?"[120]

Vua Tì-tứ đáp:

"Sa-môn Cưu-ma-la Ca-diếp, tuy sa-môn nói như thế nhưng tôi vẫn quan niệm như thế này, chủ trương như thế này: 'Không có đời sau, không có chúng sanh hóa sanh.'"

Tôn giả Cưu-ma-la Ca-diếp đáp rằng:

"Vua Tì-tứ, còn có lý do nào khác hơn lý do này chăng?"[121]

2. Các luận chứng của Tì-tứ

1. Vua Tì-tứ đáp:

"Đúng như vậy, Ca-diếp, còn có lý do. Này Ca-diếp, tôi có người thân bị bệnh trầm trọng. Tôi đi đến chỗ bệnh nhân, nói với người ấy rằng: 'Bạn nên biết, ta quan niệm như thế này, chủ trương như thế này: Không có đời sau, không có chúng sanh hóa sanh. Này bạn, trái lại có sa-môn, bà-la-môn quan niệm như thế này, chủ trương như thế này: Có đời sau, có chúng sanh hóa sanh. Ta thường không tin chủ trương của những người ấy. Những người ấy lại bảo rằng: Nếu có người nam nữ làm việc ác, không tinh tấn, lười biếng, ganh ghét, bỏn xẻn, tham lam, không đại lượng, không thi ân, đắm trước của cải; do nhân duyên ấy, khi thân hoại mạng chung, người ấy chắc chắn đi vào ác xứ, sanh vào địa ngục. Này bạn, nếu sa-môn, bà-la-môn ấy nói như vậy mà đúng thì bạn là người ruột thịt của ta, đã làm việc ác, không tinh tấn, biếng nhác, ganh ghét, bỏn xẻn, tham lam, không đại lượng, không thi ân, đắm trước của cải; nếu thân hoại mạng chung, bạn chắc chắn sẽ sanh đến ác xứ, sanh vào địa ngục; vậy bạn hãy trở lại tin cho ta hay thế này: 'Này Tì-tứ, trong địa ngục ấy khổ như thế này, đúng như bấy giờ tôi đã chứng kiến.' Này Ca-diếp, người thân ấy nghe tôi nói đã nhận lời, thế mà không bao giờ trở lại nói tin cho tôi hay như thế này: 'Này vua Tì-tứ, trong địa ngục kia, khổ như thế này.' Ca-diếp, nhân sự kiện này nên tôi nghĩ rằng: 'Không có đời sau, không có chúng sanh hóa sanh.'"

Tôn giả Cưu-ma-la Ca-diếp bảo:

"Vua Tì-tứ, tôi lại hỏi vua. Vua hiểu thế nào trả lời thế ấy. Nếu có thuộc hạ của vua bắt trói một tội nhân, đem đến trước vua, thưa rằng: 'Tâu Thiên vương, người này có tội, xin Thiên vương trừng trị.' Vua bảo, **[526a]** 'Các ngươi hãy đem trói chặt hai tay ra đằng sau, bỏ người ấy lên lừa chở đi, đánh trống lớn tiếng như tiếng lừa kêu, tuyên bố cho khắp nơi biết, rồi đưa ra cổng thành phía Nam, bắt ngồi dưới cây nêu cao rồi chém đầu người ấy.' Thuộc hạ vâng lời, liền trói tay tội nhân ra đằng sau, bỏ lên lừa chở đi, đánh trống lớn tiếng như lừa kêu, tuyên bố cho khắp nơi biết xong, đưa ra cổng thành hướng Nam, bắt ngồi dưới cây nêu cao, muốn chém đầu người ấy. Tội nhân sắp chết nói với đao phủ rằng: 'Ông hãy hoãn cho tôi một lúc. Tôi muốn gặp cha mẹ, vợ con, tớ gái, người đưa tin. Hãy để tôi tạm thời ra đi.' Ý vua nghĩ sao? Người đao phủ có thể để cho tội nhân ấy tạm thời ra đi ít lâu không?"

Vua Tì-tứ đáp:

"Không thể, Ca-diếp."

Tôn giả Cưu-ma-la Ca-diếp lại bảo:

"Người thân của vua cũng lại như thế, đã làm việc ác, không tinh tấn, biếng nhác, ganh ghét, bỏn xẻn, tham lam, không thi ân, không đại lượng, đắm trước của cải. Do nhân duyên ấy, khi thân hoại mạng chung, chắc chắn đi đến ác xứ, sanh vào địa ngục. Lúc ngục tốt bắt ra hành hạ đau đớn, người thân của vua nói với ngục tốt rằng: 'Thưa các ngục tốt, các ông hãy khoan một lúc, chớ hành hạ ta đau đớn. Ta muốn tạm thời đi đến vua Tì-tứ để báo cho vua hay rằng trong địa ngục kia khổ như thế này, như thế này, tôi đã chứng kiến.' Ý vua thế nào? Ngục tốt kia có thể thả cho người thân của vua tạm thời ra đi không?"

Vua Tì-tứ đáp:

"Không thể, Ca-diếp."

Tôn giả Cưu-ma-la Ca-diếp bảo rằng:

"Vua hãy quán sát về đời sau cũng lại như vậy, chớ đừng giống như cái thấy của con mắt thịt. Này Tì-tứ, có sa-môn, bà-la-môn đoạn tuyệt dục, hướng đến ly dục; đoạn tuyệt sân nhuế, hướng đến ly sân nhuế; đoạn tuyệt si, hướng đến ly si; vị ấy dùng thiên nhãn thanh tịnh, hơn hẳn người thường, thấy chúng sanh này lúc sanh lúc tử, hoặc đẹp hoặc xấu, hoặc diệu hoặc bất diệu, qua lại thiện xứ hay bất thiện xứ, tùy theo nghiệp mà chúng sanh ấy đã tạo, vị ấy đã thấy hiện tượng ấy đúng như thật."

Vua Tì-tứ lại nói:

"Sa-môn Cưu-ma-la Ca-diếp, tuy sa-môn nói như thế nhưng tôi vẫn quan niệm như thế này, chủ trương như thế này: Không có đời sau, không có [**526b**] chúng sanh hóa sanh."

Tôn giả Cưu-ma-la Ca-diếp đáp rằng:

"Vua Tì-tứ, còn có lý do nào khác hơn lý do này chăng?"

2. Vua Tì-tứ đáp:

"Đúng như vậy, Ca-diếp, lại còn có lý do khác hơn lý do này. Này Ca-diếp, tôi có người thân lâm bệnh trầm trọng, tôi đến chỗ bệnh nhân, nói với người ấy rằng: 'Bạn nên biết, tôi quan niệm thế này, chủ trương thế này: Không có đời sau, không có chúng sanh hóa sanh. Này bạn thân yêu, trái lại có sa-môn, bà-la-môn quan niệm thế này, chủ trương như thế này: Có đời sau, có chúng sanh hóa sanh. Tôi thường không tin những chủ trương của họ. Họ cho rằng: Nếu có người nam người nữ nào có diệu hạnh, tinh tấn, tinh cần, không biếng nhác, không ganh ghét, không bỏn xẻn, không tham lam, có đại lượng, có thi ân, cởi mở, phóng xả, cung cấp cho người cô độc, kẻ bần cùng, làm cho họ thường an lạc, bố thí, không tham đắm của cải; người kia do nhân duyên ấy, khi thân hoại mạng chung, chắc chắn đi đến thiện xứ, sanh lên cõi trời. Này bạn thân yêu, nếu sa-môn, bà-la-môn nói như vậy mà đúng, vậy thì bạn là người thân ruột thịt của tôi, đã có hành vi tốt, tinh tấn, tinh cần, không biếng nhác, không ganh ghét, không bỏn xẻn, không tham lam, có đại lượng, có thi ân, sống cởi mở, phóng xả, chu cấp cho người cô độc, kẻ bần cùng, làm cho họ được an lạc, bố thí, không đắm trước của cải. Nếu khi thân hoại mạng chung, chắc chắn bạn đi đến thiện xứ, sanh lên cõi trời; vậy bạn hãy trở lại tin cho ta hay: Này vua Tì-tứ, trên cõi trời hoan lạc như thế này, như thế này, đúng như bấy giờ tôi đã chứng kiến.' Này sa-môn, người thân ấy nghe tôi nói và đã nhận lời, thế mà không bao giờ trở lại tin cho tôi hay: 'Này vua Tì-tứ, trên cõi trời hoan lạc như thế này, như thế này.' Ca-diếp, nhân sự kiện đó cho nên tôi nghĩ rằng: Không có đời sau, không có chúng sanh hóa sanh."

Tôn giả Ca-diếp bảo:

"Vua Tì-tứ, hãy nghe tôi nói thí dụ. Người trí nghe thí dụ này thì hiểu được nghĩa. Này vua Tì-tứ, ví như ngoài thôn ấp kia có một hầm xí công cộng, sâu quá đầu người, đầy phẩn ở trong. Có một người rơi xuống, chìm tận đáy hầm ấy. Nếu có người khác thương xót, mong cầu sự phước lợi và hữu ích, sự an ổn khoái lạc cho người mắc nạn, liền thong thả kéo nạn nhân từ hầm xí lên; gạt phẩn bằng thanh tre, chùi bằng lá cây, tắm bằng nước ấm. Sau khi tắm rửa sạch sẽ, đem bột hương thoa khắp thân thể, mời lên chánh điện cho vui hưởng ngũ dục. Ý vua nghĩ sao? Há người nạn nhân ấy lại tưởng nhớ hầm xí trước đây, hoan hỷ ngợi khen và muốn trở lại hay sao?"

Vua Tì-tứ trả lời:

"Không thể, Ca-diếp. Nếu có một người nào khác tưởng tới hầm xí kia, hoan hỷ ngợi khen và muốn thấy thì nạn nhân kia cũng không thể ưa người này, huống là chính nạn nhân lại tưởng nhớ hầm xí trước đây, hoan hỷ ngợi khen, muốn thấy lần nữa. Điều đó không thể xảy ra."

"Cũng vậy, vua Tì-tứ, nếu vua có người thân có diệu hành, có tinh tấn, tinh cần, không biếng nhác, không ganh ghét, không bỏn xẻn, không tham lam, có đại lượng, có thi ân, cởi mở, phóng xả, chu cấp cho người cô độc, người bần cùng, khiến cho họ được an lạc, bố thí, không đắm trước của cải; người ấy do nhân duyên đó, khi thân hoại mạng chung, chắc chắn đi đến thiện xứ, sanh lên cõi trời. [526c] Sau khi sanh lên cõi trời được vui hưởng ngũ dục ở đó. Ý vua nghĩ sao? Há lại thiên tử ở cõi trời kia bỏ ngũ dục ở đó, tưởng nhớ ngũ dục ở nhân gian này? Hoan hỷ ngợi khen, muốn thấy lại nữa sao?"

Vua Tì-tứ đáp:

"Không thể, Ca-diếp. Vì sao? Vì ngũ dục nhân gian xú uế, ở nơi bất tịnh, rất đáng ghét, không thể hướng đến, không thể ưa thích, thô sáp bất tịnh. Này Ca-diếp, so với ngũ dục nhân gian thì ngũ dục cõi trời là hơn, là tối Thắng Lâm, là tối hảo, là tối thượng. Nếu thiên tử cõi trời kia, xả bỏ ngũ dục ở đó, tưởng đến ngũ dục nhân gian, hoan hỷ ngợi khen, muốn thấy lại; điều đó không thể xảy ra."

"Vua Tì-tứ, vua nên quán sát về đời sau cũng giống như thế, chứ đừng giống như cái thấy của con mắt thịt. Này vua Tì-tứ, có sa-môn, bà-la-môn đoạn dục, ly dục, hướng đến ly dục; đoạn tuyệt nhuế, ly nhuế, hướng đến ly nhuế; đoạn tuyệt si, ly si, hướng đến ly si; vị ấy dùng thiên nhãn thanh tịnh hơn hẳn người thường, thấy chúng sanh này lúc sanh lúc tử, hoặc đẹp hoặc xấu, hoặc diệu hoặc bất diệu, qua lại thiện xứ hoặc bất thiện xứ, tùy theo nghiệp mà chúng sanh ấy đã tạo. Vị ấy đã thấy sự kiện ấy đúng như sự thật."

Vua Tì-tứ lại nói:

"Sa-môn Cưu-ma-la Ca-diếp, tuy sa-môn nói như thế, nhưng tôi vẫn quan niệm như thế này, chủ trương như thế này: Không có đời sau, không có chúng sanh hóa sanh."

Tôn giả Cưu-ma-la Ca-diếp đáp rằng:

"Vua Tì-tứ, còn có lý do nào khác hơn lý do này chăng?"

3. Vua Tì-tứ đáp:

"Đúng như vậy, Ca-diếp, còn có lý do khác hơn lý do này. Này Ca-diếp, tôi có người bạn thân lâm bệnh trầm trọng. Tôi đến chỗ bệnh nhân, bảo người ấy: 'Bạn nên biết rằng, ta có quan niệm như thế này, chủ trương như thế này: Không có đời sau, không có chúng sanh hóa sanh. Này bạn thân yêu, trái lại có sa-môn, bà-la-môn quan niệm thế này: Có đời sau, có chúng sanh hóa sanh. Ta thường không tin những chủ trương ấy. Họ lại bảo: Nếu có người nam người nữ nào có diệu hạnh, tinh tấn, tinh cần, không biếng nhác, không ganh ghét, không bỏn xẻn, không tham lam, có học, thi ân, cởi mở, phóng xả, cung cấp cho người cô độc, người bần cùng, khiến cho họ được an lạc, bố thí, không đắm trước của cải; do nhân duyên ấy, khi thân hoại mạng chung, người ấy chắc chắn đi đến thiện xứ, sanh lên cõi trời. Này bạn, nếu sa-môn, bà-la-môn ấy nói đúng thì bạn là người thân ruột thịt của ta, có diệu hạnh, tinh tấn, tinh cần, không biếng nhác, không ganh ghét, không bỏn xẻn tham lam, có đại lượng, có thi ân, cởi mở, phóng xả, chu cấp cho người cô độc, người bần cùng, khiến họ được an lạc, bố thí, không đắm trước [527a] của cải. Nếu khi thân hoại mạng chung, chắc chắn đi đến thiện xứ, sanh lên cõi trời, bạn hãy trở lại cho ta hay như thế này: 'Này vua Tì-tứ! Ở cõi trời hoan lạc như thế này, như thế này.' Nếu bạn ở cõi trời nghĩ rằng: 'Nếu ta trở lại thì sẽ được những gì?' 'Tì-tứ vương gia có nhiều của cải, ta sẽ cho bạn.' Này Ca-diếp, người thân ấy nghe tôi nói và đã nhận lời, thế mà không bao giờ trở lại cho tôi hay như thế này: 'Này vua Tì-tứ, ở cõi trời hoan lạc như thế này, như thế này.' Này Ca-diếp, nhân sự kiện đó nên tôi nghĩ rằng: Không có đời sau, không có chúng sanh hóa sanh."

Tôn giả Cưu-ma-la Ca-diếp bảo:

"Này vua Tì-tứ, tuổi thọ cõi trời thì lâu dài, còn mạng sống ở nhân gian thì ngắn ngủi. Một trăm năm ở nhân gian bằng một ngày một đêm ở Tam Thập Tam Thiên. Một ngày một đêm như vậy, một tháng có ba mươi ngày, một năm có mười hai tháng, mà tuổi thọ của Chư Thiên Tam Thập Tam Thiên đến một ngàn năm, thì ý vua nghĩ sao? Nếu vua có người thân có diệu hạnh, tinh tấn, tinh cần, không biếng nhác, không ganh ghét, không bỏn xẻn tham lam, có đại lượng, có thi ân, cởi mở, phóng xả, chu cấp cho người cô độc, kẻ bần cùng, khiến họ được an lạc, bố thí, không đắm trước của cải. Do nhân duyên đó, khi thân hoại mạng chung, chắc chắn đi đến thiện xứ, sanh lên cõi trời. Sau khi sanh lên cõi trời, người thân của vua liền nghĩ: 'Trước tiên, ta hãy vui hưởng ngũ dục cõi trời một ngày một đêm, hay là ta hãy vui hưởng ngũ dục hai, ba, bốn cho đến bảy ngày, nhiên hậu sẽ đi đến tin cho vua Tì-tứ hay rằng: Ở cõi trời hoan lạc như thế này, như thế này để cho vua rõ.' Ý vua nghĩ sao? Bấy giờ vua còn sống chăng?"

Vua Tì-tứ hỏi lại:

"Này Ca-diếp, người nào sau khi chết đến báo cho biết rằng: 'Này sa-môn Ca-diếp, tuổi thọ ở cõi trời thì lâu dài, còn mạng sống ở nhân gian thì ngắn ngủi; một trăm năm ở nhân gian bằng một ngày một đêm ở Tam Thập Tam Thiên; một ngày một đêm như vậy, một tháng có ba mươi ngày, một năm có mười hai tháng, mà tuổi thọ của Chư Thiên ở Tam Thập Tam Thiên đến một ngàn năm?"

Tôn giả Cưu-ma-la Ca-diếp đáp rằng:

"Này vua Tì-tứ, hãy nghe tôi nói ví dụ này. Người có trí nghe ví dụ thì hiểu được ý nghĩa. Này vua Tì-tứ, cũng như người mù kia nói rằng: 'Không có sắc đen trắng, cũng không thấy sắc đen trắng; không có sắc dài ngắn, cũng không thấy sắc dài ngắn; không có sắc xa gần, cũng không thấy có sắc xa gần; không có sắc thô tế, cũng không thấy có sắc thô tế. Vì sao? Vì ban đầu ta không thấy, không biết, cho nên không có sắc.' Này vua Tì-tứ, người mù kia nói như vậy có đúng không?"

Vua Tì-tứ đáp:

"Không đúng, Ca-diếp. Vì sao? Ca-diếp, có sắc đen trắng, [527b] cũng có người thấy sắc đen trắng. Có sắc dài ngắn, cũng có người thấy sắc dài ngắn. Có sắc gần xa, cũng có người thấy sắc gần xa. Có sắc thô tế, cũng có người thấy sắc thô tế. Nếu người mù bảo rằng: vì ta không thấy, không biết cho nên không có sắc; thì người ấy nói không đúng."

Tôn giả Cưu-ma-la Ca-diếp lại bảo:

"Này vua Tì-tứ, vua cũng như người mù ấy, như vua bảo như thế này: 'Người nào sau khi chết đến báo cho biết rằng: 'Này sa-môn Ca-diếp, tuổi thọ ở cõi trời thì lâu dài, còn mạng sống nhân gian thì ngắn ngủi. Một trăm năm ở nhân gian bằng một ngày một đêm ở cõi Tam Thập Tam Thiên. Một ngày một đêm như vậy, một tháng có ba mươi ngày, một năm có mười hai tháng mà tuổi thọ ở cõi Tam Thập Tam Thiên thì đến một ngàn năm?'"

4. Vua Tì-tứ nói:

"Này sa-môn Ca-diếp, thực là không nên, không nên nói như vậy. Vì sao? Vì sa-môn Cưu-ma-la Ca-diếp đã cố tình so sánh tôi giống như kẻ mù kia. Này Ca-diếp, nếu biết tôi, biết thân thuộc của tôi có diệu hạnh, tinh tấn, tinh cần, không biếng nhác, không ganh ghét, không bỏn xẻn, tham lam, có đại lượng, có thi ân, cởi mở, phóng xả, chu cấp cho người cô độc, kẻ bần cùng khiến họ được an lạc, bố thí, không đắm trước của cải. Do nhân duyên đó, khi thân hoại mạng chung chắc chắn đi đến thiện xứ, sanh lên cõi trời, thì này Ca-diếp, ngay bây giờ, sau khi thực hành bố thí, tu các phước thiện, phụng trì trai giới, tôi dùng dao tự sát, hoặc uống thuốc độc, hoặc nhảy xuống giếng, hoặc thắt cổ mà chết. Này Ca-diếp! Không nên cố tình so sánh tôi như người mù kia."

Tôn giả Ca-diếp đáp:

"Này vua Tì-tứ, hãy nghe tôi nói thí dụ khác. Người có trí nghe thí dụ này liền hiểu ý nghĩa. Này vua Tì-tứ, cũng giống như một bà-la-môn có người vợ trẻ, vừa mới mang thai, người vợ cả đã có một đứa con trai. Trong thời gian ấy, bà-la-môn kia bỗng nhiên mạng chung. Sau khi mạng chung, con của bà vợ cả nói với bà mẹ kế như thế này: 'Tiểu mẫu nên biết, nay của cải trong gia đình này hoàn toàn phải thuộc về tôi, không ai được dự phần vào.' Bà mẹ kế đáp: 'Tôi nay đang có thai. Nếu sanh con trai thì nó phải được phần. Nếu sanh con gái thì của cải ấy mới hoàn toàn của cậu.' Con của bà vợ cả nói với bà mẹ kế ba lần như thế này: 'Tiểu mẫu nên biết, nay của cải trong gia đình này hoàn toàn thuộc về tôi, không ai được dự phần vào.' Bà mẹ kế cũng trả lời ba lần như thế này: 'Nay ta đang có thai. Nếu sanh con trai thì nó phải được chia phần. Nếu sanh con gái thì của cải ấy mới hoàn toàn thuộc về cậu.' Bấy giờ bà mẹ kế ngu si, không [527c] thông suốt, không hiểu rõ ràng, không có trí tuệ, muốn bảo toàn sự sống mà trở lại hại mình. Bà vào trong phòng lấy dao bén mổ bụng xem là trai hay gái. Bà ấy ngu si, không thông suốt, không hiểu rõ, không có trí tuệ, muốn bảo vệ sự sống mà lại tự hại mình và đứa con trong bụng. Nên biết, này vua Tì-tứ, vua cũng lại như vậy, ngu si không thông suốt, không hiểu rõ ràng, không có trí tuệ, muốn bảo tồn sự sống mà lại nghĩ như thế này: 'Này Ca-diếp, nếu biết tôi, biết người thân thích của tôi có diệu hạnh, tinh tấn, tinh cần, không biếng nhác, không ganh ghét, không bỏn xẻn, tham lam, có đại lượng, có thi ân, cởi mở, phóng xả, chu cấp cho người cô độc, người bần cùng, khiến họ được an lạc, bố thí, không đắm trước của cải; do nhân duyên đó, khi thân hoại mạng chung, chắc chắn đi đến thiện xứ, sanh lên cõi trời. Thế thì tôi, ngay bây giờ, sau khi thực hành bố thí, tu các thiện nghiệp, phụng trì trai giới, tôi dùng dao tự sát, hoặc uống thuốc độc, hoặc nhảy xuống giếng, hoặc thắt cổ mà chết. Này sa-môn Ca-diếp, không nên cố tình so sánh tôi với người mù kia.' Này vua Tì-tứ, nếu người tinh tấn mà sống lâu thì được phước lớn. Nếu được phước lớn thì sanh lên cõi trời và sống lâu. Này vua Tì-tứ, vua nên quán sát đời sau như vậy, chớ đừng giống như cái thấy của con mắt thịt. Này vua Tì-tứ, có sa-môn, bà-la-môn đoạn tuyệt dục, ly dục, thú hướng ly dục; đoạn tuyệt nhuế, ly nhuế, thú hướng ly nhuế; đoạn tuyệt si, ly si, thú hướng ly si; vị ấy bằng thiên nhãn thanh tịnh hơn hẳn người thường, thấy chúng sanh lúc sanh lúc tử, hoặc đẹp hoặc xấu, hoặc diệu hoặc bất diệu, qua lại thiện xứ hay bất thiện xứ, tùy theo nghiệp mà chúng sanh ấy đã tạo. Vị ấy thấy sự kiện ấy đúng như sự thật."

Vua Tì-tứ lại nói:

"Sa-môn Cưu-ma-la Ca-diếp, tuy sa-môn nói như thế nhưng tôi vẫn quan niệm như thế này, chủ trương như thế này: Không có đời sau, không có chúng sanh hóa sanh."

Tôn giả Cưu-ma-la Ca-diếp đáp rằng:

"Vua Tì-tứ, còn có lý do nào khác hơn lý do này chăng?"

5. Vua Tì-tứ đáp:

"Đúng như vậy, Ca-diếp, còn có lý do khác hơn lý do này. Này Ca-diếp, tôi có người thân mang bệnh trầm trọng. Tôi đến chỗ bệnh nhân hỏi han, thăm viếng, bệnh nhân cũng hỏi han và nhìn tôi. Lúc bệnh nhân chết, tôi lại đến hỏi han thăm viếng người chết, nhưng người chết không hỏi han, không nhìn tôi. Sau đó tôi cũng không còn trở lại hỏi han thăm viếng người thân ấy nữa. Này Ca-diếp, do sự kiện đó, tôi nghĩ rằng: Không có chúng sanh sanh."

Tôn giả Cưu-ma-la Ca-diếp bảo rằng:

"Này vua Tì-tứ, hãy nghe tôi nói thí dụ, [528a] người có trí nghe thí dụ này thì liền hiểu được nghĩa. Này vua Tì-tứ, cũng như có người thổi tù và giỏi. Ở xứ kia chưa có ai từng nghe tiếng tù và. Người đó đến xứ ấy. Vào một đêm tối, người y trèo lên núi cao, tận lực thổi tù và. Mọi người ở xứ ấy chưa từng nghe tiếng tù và, nay được nghe, liền nghĩ: 'Tiếng gì mà vi diệu, rất kỳ lạ, thật đáng ưa thích, đáng xem nghe, khiến cho lòng mình vui vẻ như thế?' Những người ấy bèn cùng nhau đi đến chỗ người thổi tù và giỏi. Đến nơi, họ hỏi rằng: 'Đó là tiếng gì mà vi diệu, rất kỳ lạ, thật đáng ưa thích, đáng đến xem nghe, khiến cho lòng mình vui vẻ như thế?' Người thổi tù và giỏi đem liệng cái tù và xuống đất, bảo mọi người rằng: 'Các vị nên biết, chính đó là tiếng tù và.' Lúc đó, mọi người lấy chân đá tù và rồi nói rằng: 'Tù và hãy kêu đi! Tù và hãy kêu đi!' Nhưng nó im lìm không âm hưởng. Người thổi tù và giỏi liền nghĩ: 'Nay những người này ngu si, không thông suốt, không hiểu rõ, không có trí tuệ. Vì sao? Vì muốn tìm âm thanh từ một vật vô tri.' Bấy giờ người thổi tù và giỏi nhặt tù và lên, dùng nước rửa sạch, đưa lên miệng mà tận lực thổi. Khi ấy mọi người nghe xong, liền nghĩ: 'Tù và thật kỳ diệu.' Vì sao? 'Vì nhờ tay, nhờ nước, nhờ miệng, hơi thổi mới phát ra tiếng hay, vang khắp bốn phương.' Này vua Tì-tứ, cũng như vậy, nếu người còn sống mới có thể nói năng, hỏi han nhau được. Nếu khi chết thì không thể nói năng, hỏi han được nữa. Này vua Tì-tứ, vua nên quán chúng sanh sanh ra thì cũng như vậy, chứ đừng giống cái thấy của con mắt thịt. Này vua Tì-tứ, có sa-môn, bà-la-môn đoạn tuyệt dục, ly dục, thú hướng ly dục; đoạn tuyệt nhuế, ly nhuế, thú hướng ly nhuế; đoạn tuyệt si, ly si, thú hướng ly si; vị ấy bằng thiên nhãn thanh tịnh hơn người thường, thấy chúng sanh này lúc sanh lúc tử, hoặc đẹp hoặc xấu, hoặc diệu hoặc bất diệu, qua lại thiện xứ hay bất thiện xứ, tùy theo nghiệp mà chúng sanh ấy đã tạo. Vị ấy thấy sự kiện ấy đúng như thật."

Vua Tì-tứ lại hỏi:

"Sa-môn Cưu-ma-la Ca-diếp, tuy sa-môn nói như thế nhưng tôi vẫn quan niệm như thế này, chủ trương như thế này: Không có đời sau, không có chúng sanh sanh."

Tôn giả Cưu-ma-la Ca-diếp đáp rằng:

6. "Vua Tì-tứ, còn có lý do nào khác hơn lý do này chăng?"

Vua Tì-tứ đáp:

"Đúng như vậy, Ca-diếp, còn có sự kiện này. Tôi có quan hữu ty bắt một tội nhân, đem đến chỗ của tôi. Đến rồi, thưa rằng: 'Tâu Thiên vương, kẻ này có tội, [528b] xin Thiên vương trừng trị.' Tôi bảo: 'Hãy đem tội nhân này cân sống. Cân sống xong, vật xuống đất, dùng dây thắt cổ giết chết. Giết xong, đem cân lại, ta muốn biết người này lúc nào thì nhẹ cân, mềm mại, tươi nhuận, đẹp đẽ hơn, đó là lúc sống hay là lúc chết?' Vị quan ấy vâng lời tôi, đem tội nhân ấy cân sống, rồi vật xuống đất, dùng dây thắt cổ giết chết. Giết xong, đem cân lại, thấy rằng tội nhân lúc sống thì nhẹ, mềm mại, sắc tươi nhuận, đẹp đẽ hơn; đến lúc chết thì nặng, cứng, không mềm mại và sắc không tươi nhuận. Này Ca-diếp, nhân sự kiện ấy, cho nên tôi nghĩ rằng: Không có chúng sanh sanh."

Tôn giả Cưu-ma-la Ca-diếp bảo:

"Này vua Tì-tứ, hãy nghe tôi nói ví dụ. Người có trí nghe ví dụ này liền hiểu được ý nghĩa. Này vua Tì-tứ, cũng như thanh sắt hay lưỡi cày sắt được đốt cháy suốt ngày. Vật bằng sắt ấy lúc bấy giờ thì nhẹ, mềm, sắc tươi nhuận và đẹp hơn. Nếu lửa tắt, nó dần dần trở nên nguội lạnh, sẽ nặng hơn, cứng, không mềm và sắc không tươi. Cũng vậy, này vua Tì-tứ, nếu người lúc còn sống thì thân thể nhẹ, mềm mại, sắc tươi nhuận, đẹp đẽ. Nếu lúc chết thì nặng hơn, cứng, không mềm mại và sắc không tươi nữa. Này vua Tì-tứ, vua nên quán chúng sanh sanh cũng như thế, chớ đừng giống như cái thấy của con mắt thịt. Này vua Tì-tứ, có sa-môn, bà-la-môn đoạn tuyệt dục, ly dục, thú hướng ly dục; đoạn tuyệt nhuế, ly nhuế, thú hướng ly nhuế; đoạn tuyệt si, ly si, thú hướng ly si; vị ấy bằng thiên nhãn thanh tịnh hơn người thường, thấy chúng sanh này lúc sanh lúc tử, hoặc đẹp hoặc xấu, hoặc diệu hoặc bất diệu, qua lại thiện xứ hay bất thiện xứ, tùy theo nghiệp mà chúng sanh ấy đã tạo. Vị ấy thấy sự kiện ấy đúng như thật."

Vua Tì-tứ lại nói:

"Sa-môn Cưu-ma-la Ca-diếp, tuy sa-môn nói như thế nhưng tôi vẫn quan niệm như thế này, chủ trương như thế này: 'Không có đời sau, không có chúng sanh sanh.'"

Tôn giả Cưu-ma-la Ca-diếp đáp rằng:

"Vua Tì-tứ, còn có lý do nào khác hơn lý do này chăng?"

7. Vua Tì-tứ đáp:

"Đúng như vậy, Ca-diếp, còn có lý do khác hơn lý do này. Này Ca-diếp, tôi có quan hữu ty bắt một tội nhân, đem đến chỗ tôi, thưa rằng: 'Tâu Thiên vương, người này có tội, xin Thiên vương trừng trị'. Tôi bảo: 'Hãy đem tội nhân ấy bỏ vào nồi sắt hoặc bỏ vào nồi đồng, đậy kín miệng lại và đốt lửa ở dưới. Khi đã đốt lửa rồi, hãy quan sát cùng khắp, xem chúng sanh ấy lúc vào lúc ra, qua lại chỗ nào?' Vị quan ấy vâng lời tôi, đem tội nhân ấy bỏ vào nồi sắt hoặc bỏ vào [528c] nồi đồng, đậy kín miệng lại và đốt lửa ở dưới. Khi đã đốt lửa, quan sát cùng khắp để xem chúng sanh ấy lúc ra lúc vào, qua lại chỗ nào. Nhưng này Ca-diếp, tôi làm phương thức như vậy mà chẳng thấy chúng sanh hóa sanh. Này Ca-diếp, nhân sự kiện ấy nên tôi nghĩ rằng: Không có chúng sanh hóa sanh."

Tôn giả Cưu-ma-la Ca-diếp bảo:

"Này vua Tì-tứ, nay tôi hỏi vua, vua hiểu thế nào trả lời thế ấy. Vua nghĩ sao, nếu vào ban ngày, vua ăn thức ăn mỹ diệu ngon lành, rồi lên giường nằm ngủ. Vua nhớ lại đã từng ở trong mộng có lần thấy vườn tược, hồ tắm, rừng cây, hoa trái, suối trong, sông dài, qua lại cùng khắp chăng?"

Vua Tì-tứ đáp:

"Tôi nhớ lại đã từng có như vậy."

Tôn giả Ca-diếp hỏi tiếp:

"Ngày đó, sau khi ăn những thức ăn ngon lành mỹ diệu xong, vua lên giường nằm ngủ. Bấy giờ có ai đứng hầu bên cạnh chăng?"

Vua Tì-tứ đáp:

"Có."

Tôn giả Ca-diếp hỏi tiếp:

"Ngày đó, sau khi ăn những thức ăn ngon lành mỹ diệu xong, lên giường nằm ngủ. Lúc ấy, những người hầu hai bên tả hữu có thấy được khi vua ra vào, qua lại cùng khắp chăng?"

Vua Tì-tứ đáp:

"Dù cho có ai khác cũng không thể thấy, huống nữa là bọn hầu hạ hai bên."

"Này vua Tì-tứ, vua cũng quán chúng sanh hóa sanh cũng giống như thế, chứ đừng giống như cái thấy của con mắt thịt. Này vua Tì-tứ, có sa-môn, bà-la-môn đoạn tuyệt dục, ly dục, thú hướng ly dục; đoạn tuyệt nhuế, ly nhuế, thú hướng ly nhuế; đoạn tuyệt si, ly si, thú hướng ly si; vị ấy dùng thiên nhãn thanh tịnh hơn hẳn người thường, thấy chúng sanh lúc sanh lúc tử, hoặc đẹp hoặc xấu, hoặc diệu hoặc bất diệu, qua lại thiện xứ hoặc bất thiện xứ tùy theo nghiệp mà chúng sanh ấy đã tạo. Vị ấy thấy sự kiện ấy đúng như thật."

Vua Tì-tứ lại nói:

"Sa-môn Cưu-ma-la Ca-diếp, tuy sa-môn nói như thế nhưng tôi vẫn quan niệm như thế này, chủ trương như thế này: Không có đời sau, không có chúng sanh sanh."

Tôn giả Cưu-ma-la Ca-diếp đáp rằng:

"Vua Tì-tứ, còn có lý do nào khác hơn lý do này chăng?"

8. Vua Tì-tứ đáp:

"Đúng như vậy, Ca-diếp, còn có lý do khác hơn lý do này. Này Ca-diếp, tôi có quan hữu ty bắt một tội nhân đem đến trước tôi, thưa rằng: 'Tâu Thiên vương, người này có tội, xin Thiên vương trừng trị.' Tôi bảo: 'Hãy đem tội nhân này lóc da, xẻo thịt, chặt gân, đục xương đến tận tủy để tìm chúng sanh hóa sanh.' Này Ca-diếp, tôi đã làm phương cách như thế mà rốt cuộc cũng chẳng thấy chúng hóa sanh. Này Ca-diếp, nhân [529a] sự kiện đó nên tôi nghĩ rằng: Không có chúng sanh hóa sanh."

Tôn giả Ca-diếp bảo:

"Này vua Tì-tứ, hãy nghe tôi nói ví dụ này. Người có trí nghe ví dụ này thì liền hiểu ý nghĩa. Này vua Tì-tứ, cũng như có một người bà-la-môn bện tóc thờ lửa sống ở gần bên đường. Cách đó không xa có những người khách buôn tá túc. Vào lúc sáng sớm, những người khách buôn ấy vội vã ra đi, bỏ quên một đứa bé. Lúc đó, bà-la-môn bện tóc thờ lửa dậy sớm, đi đến nơi khách buôn tạm trú, xem thấy đứa bé đứng một mình, không có chủ nhân. Thấy xong, vị ấy nghĩ: 'Nay thằng bé con này không có nơi nương tựa, nếu ta không nuôi thì chắc nó sẽ chết.' Nghĩ như thế, bà-la-môn liền bồng đem về nuôi. Thời gian sau, đứa bé lớn khôn. Bấy giờ bà-la-môn thờ lửa bện tóc bận chút việc ở thôn xóm khác. Bà-la-môn bện tóc thờ lửa bảo thiếu niên rằng: 'Ta bận chút việc phải xuống thôn xóm một thời gian. Con phải giữ lửa cẩn thận, chớ để nó tắt. Nếu lửa tắt con phải dùng cái cọ lửa này mà nhen lại.' Bà-la-môn bện tóc thờ lửa căn dặn cẩn thận xong, liền xuống thôn xóm. Sau đó, thiếu niên ấy ra ngoài rong chơi, lửa tắt hết. Sau khi trở về, nó muốn nhen lửa, liền dùng cái cọ lửa đánh xuống đất, bảo rằng: 'Lửa hãy cháy lên!' Nhưng lửa vẫn không cháy. Lửa không cháy, nó phá cái cọ lửa ấy ra thành từng mảnh, một trăm mảnh vứt đi, ngồi bệt xuống đất sầu não mà nói rằng: 'Không tìm được lửa, phải làm sao đây?' Bấy giờ bà-la-môn bện tóc thờ lửa đã làm xong công việc ở thôn xóm, liền trở về nhà. Về đến nơi, hỏi thiếu niên ấy rằng: 'Con không vui chơi mà chăm sóc ngọn lửa, không để nó tắt chăng?' Nó trả lời: 'Thưa Tôn giả, con đi ra ngoài chơi nên sau đó lửa đã tắt. Khi trở về con muốn nhen lửa, liền lấy cái cọ lửa đánh xuống đất, bảo rằng: 'Lửa hãy cháy lên! Lửa hãy cháy lên!' mà cuối cùng lửa vẫn không cháy. Con lại đặt lên phiến đá, ra sức đánh và bảo: 'Lửa hãy cháy lên! Lửa hãy cháy lên!', nhưng lửa vẫn không cháy. Con liền phá cái cọ ấy ra thành mười mảnh, một trăm mảnh vứt đi, rồi ngồi bệt xuống đất. Thưa Tôn giả, con đã tìm kiếm như thế mà không có lửa, không biết làm sao!' Lúc đó, bà-la-môn bện tóc thờ lửa nghĩ rằng: 'Cậu thiếu niên này quá ngu si, không thông suốt, không rõ ràng, không có trí tuệ. Vì sao? Vì từ cái cọ lửa vô tri mà nghĩ cách lấy lửa như vậy.' Khi ấy, bà-la-môn bện tóc thờ lửa đem cọ lửa và [529b] đồ mồi lửa đặt xuống đất mà cọ xát, tức thì lửa tóe ra và cháy bùng lên. Ông bảo cậu thiếu niên rằng: 'Này con, phương pháp lấy lửa phải như vậy, chớ không phải như con ngu si, không thông suốt, không có trí tuệ, từ cái cọ lửa vô tri mà nghĩ cách lấy lửa như con đã làm.'

"Cũng vậy, nên biết, này vua Tì-tứ, vua cũng lại như vậy, ngu si, không thông suốt, không hiểu rõ, không trí tuệ, muốn tìm thấy chúng sanh hóa sanh nơi xác thịt chết, cho đến xương tủy vô tri. Này vua Tì-tứ, vua nên quán chúng sanh sanh như thế, chứ đừng giống như cái thấy của con mắt thịt. Này vua Tì-tứ, có sa-môn, bà-la-môn đoạn tuyệt dục, ly dục, thú hướng ly dục; đoạn tuyệt nhuế, ly nhuế, thú hướng ly nhuế; đoạn tuyệt si, ly si, thú hướng ly si, vị ấy dùng thiên nhãn thanh tịnh hơn hẳn người thường, thấy chúng sanh này lúc sanh lúc tử, hoặc đẹp hoặc xấu, hoặc diệu hoặc bất diệu, qua lại thiện xứ hay bất thiện xứ tùy theo nghiệp mà chúng sanh ấy đã tạo. Vị ấy thấy sự kiện đó đúng như thật."

3. Sự bảo thủ của Tì-tứ

1. Vua Tì-tứ lại nói:

"Tuy sa-môn Ca-diếp nói như thế, nhưng tôi đối với quan niệm này, bảo thủ vì dục, bảo thủ vì sân nhuế, bảo thủ vì sợ hãi, bảo thủ vì ngu si, trọn không thể xả bỏ. Vì sao? Nếu có người ở nước khác nghe được, liền bảo rằng: 'Vua Tì-tứ có quan niệm đã thọ trì lâu dài, nay bị sa-môn Ca-diếp hàng phục, sửa sai nên đoạn trừ và xả bỏ.' Này Ca-diếp, vì thế, tôi đối với quan niệm này bảo thủ vì dục, bảo thủ vì nhuế, bảo thủ vì sợ hãi, bảo thủ vì si, trọn không thể xả bỏ."

Tôn giả Ca-diếp bảo:

"Này vua Tì-tứ, hãy nghe tôi nói ví dụ này. Người có trí nghe ví dụ này liền hiểu ý nghĩa. Này vua Tì-tứ, ví như hai người bạn bỏ nhà đi tìm kế sinh nhai. Trên đường đi, ban đầu họ thấy có rất nhiều cây gai không chủ. Một người trông thấy, bảo bạn rằng: 'Bạn nên biết, ở đây có rất nhiều cây gai không chủ. Tôi muốn bạn cùng lấy, bó lại đem về, có thể làm vật dụng được.' Hai người liền lấy bó lại để gánh đi."

"Trên đường đi họ lại thấy rất nhiều tơ lụa kiếp-bối, vải kiếp-bối không chủ, lại thấy rất nhiều bạc cũng không chủ. Thấy xong, một người vất bỏ cây gai đang gánh, lấy bạc gói lại.

"Trên đường đi lại thấy nhiều đống vàng cũng không có chủ. Bấy giờ người gánh bạc bàn với người gánh gai: 'Này bạn, nên biết, vàng này quá nhiều mà không có chủ, bạn nên vứt bỏ cây gai, tôi thì vứt bỏ bạc đang gánh. Tôi muốn cùng với bạn đồng lấy vàng này gánh trở về, có thể chi dụng được hơn.' Người gánh gai bảo người gánh bạc: [529c] 'Tôi gánh gai này sau khi đã sắp xếp gọn gàng, bó lại chắc chắn, từ xa gánh tới đây. Tôi không thể bỏ được. Cho nên, bạn biết đấy, chớ lo cho tôi.' Khi ấy người gánh bạc giật gánh gai quăng xuống đất rồi xổ tung ra. Người gánh gai bảo người gánh bạc rằng: 'Bạn đã xổ tung gánh gai của tôi như vậy, tôi đã mất công bó lại chắc chắn, gánh từ xa tới đây, nên tôi dứt khoát gánh cây gai này về, không thể bỏ được. Bạn hãy tự biết, chớ lo cho tôi.' Người gánh bạc liền bỏ gánh bạc, lấy vàng gánh về.

"Khi người gánh vàng trở về; từ xa, cha mẹ trông thấy con gánh vàng về, khen rằng: 'Giỏi thay, giỏi thay! Hoan nghinh con! Con nhờ vàng này sống được sung sướng, phụng dưỡng cha mẹ, cung cấp cho vợ con, tớ gái và người sai bảo, lại có thể bố thí cho các sa-môn, bà-la-môn, tạo phước tăng thượng, thiện quả, thiện báo, sanh vào cõi trời, sống lâu.'

"Khi người gánh cây gai trở về nhà; từ xa, cha mẹ trông thấy con gánh cây gai trở về. Thấy vậy, họ mắng rằng: 'Ngươi là người có tội trở về, là người vô đức trở về. Vì bó gai này mà ngươi không sống được, không thể phụng dưỡng cha mẹ, không thể chu cấp cho vợ con, tớ gái và người sai bảo, lại cũng không thể bố thí cho các sa-môn, bà-la-môn, không thể tạo phước tăng thượng, không được thiện quả, thiện báo, không thể sanh vào cõi trời để được sống lâu.'

"Cũng vậy, nên biết, này vua Tì-tứ, vua cũng như thế. Nếu đối với quan niệm ấy, vua bảo thủ vì dục, bảo thủ vì nhuế, bảo thủ vì sợ hãi, bảo thủ vì ngu si, không bao giờ xả bỏ, thì vua sẽ thọ lãnh vô lượng sự dữ, lại bị mọi người chê ghét."

2. Vua Tì-tứ lại nói rằng:

"Tuy sa-môn Ca-diếp nói như thế, nhưng đối với quan niệm này tôi bảo thủ vì dục, bảo thủ vì nhuế, bảo thủ vì sợ hãi, bảo thủ vì ngu si, nên không bao giờ xả bỏ. Vì sao? Nếu người khác nghe được, liền bảo rằng:

'Quan niệm mà vua Tì-tứ thọ trì từ lâu, nay bị sa-môn Ca-diếp hàng phục, sửa sai nên đã đoạn trừ xả bỏ.' Vì thế, này Ca-diếp, nên đối với quan niệm này tôi bảo thủ vì dục, bảo thủ vì nhuế, bảo thủ vì sợ hãi, bảo thủ vì ngu si, nên không bao giờ xả bỏ."

Tôn giả Ca-diếp lại bảo:

"Này vua Tì-tứ, Hãy nghe tôi nói ví dụ này. Người có trí nghe ví dụ này liền hiểu ý nghĩa. Này vua Tì-tứ, cũng như một khách buôn, cùng với đoàn khách buôn đông đảo, có một ngàn cỗ xe đi vào con đường nguy hiểm. Trong đoàn khách buôn ấy có hai vị thương chủ. Hai vị ấy nghĩ rằng: 'Chúng ta làm sao thoát khỏi nạn này?' Họ lại nghĩ: 'Đoàn của chúng ta nên chia làm hai, mỗi toán năm trăm.'

"Đoàn khách buôn ấy liền chia ra hai toán, mỗi toán năm trăm. Rồi thì [**530a**] một thương chủ dẫn năm trăm cỗ xe tiến vào con đường nguy hiểm. Người thương chủ ấy luôn luôn đi phía trước để dẫn đường. Ông thấy một người từ mé đường đi ra, quần áo ướt sũng, chân đen, đầu vàng, đôi mắt đỏ lòm, đeo tràng hoa cỏ thơm,[122] đi xe lừa, hai bánh dính bùn. Vị thương chủ trông thấy liền hỏi: 'Phía trong con đường bí hiểm này, trời có mưa chăng? Có nước trong, củi và cỏ chăng?' Người ấy đáp: 'Phía trong con đường nguy hiểm này trời mưa lớn, có nhiều nước trong và nhiều củi, cỏ. Này các bạn, các bạn hãy vứt bỏ nước cũ, củi, cỏ, chớ để nặng xe. Đi không bao lâu nữa, các bạn sẽ được nước trong và củi với cỏ tốt.'

"Vị thương chủ ấy nghe xong, liền trở lại đến toán của mình, thuật lại rằng: 'Ta đi trước, thấy một người từ bên đường đi ra, áo quần ướt sũng, thân đen, đầu vàng, đôi mắt đỏ lòm, mang tràng hoa cỏ thơm, cởi xe lừa, hai bánh dính bùn. Ta hỏi người ấy: 'Phía trong con đường nguy hiểm này trời có mưa không? Có nước trong, củi, cỏ chăng?' Người ấy đáp rằng: 'Phía trong con đường nguy hiểm này trời mưa lớn, có nhiều nước trong, củi và cỏ tốt. Này các bạn, các bạn hãy vứt bỏ nước cũ, củi và cỏ, chớ để nặng xe. Đi không bao lâu nữa, các bạn sẽ được nước trong, củi và cỏ tốt.' Này các bạn, chúng ta hãy vứt bỏ nước cũ, củi và cỏ. Như vậy không bao lâu nữa chúng ta sẽ có nước trong cùng củi và cỏ, chớ để nặng xe.'

"Các khách buôn vứt bỏ nước cũ, củi và cỏ. Đi một ngày đường, họ không thấy nước trong, củi và cỏ. Sau bảy ngày, toán khách buôn ấy bị quỷ ăn thịt người sát hại.

"Người thương chủ thứ hai nghĩ rằng: 'Vị thương chủ trước đã qua khỏi tai nạn nguy hiểm. Chúng ta phải dùng phương cách nào để thoát nạn?' Nghĩ xong, vị ấy cho năm trăm cỗ xe cùng tiến vào con đường nguy hiểm. Cũng đi trước dẫn đường, vị thương chủ thứ hai thấy có một người từ mé đường đi ra, áo quần ướt sũng, thân đen đầu vàng, đôi mắt đỏ lòm, mang tràng hoa cỏ thơm, cỡi xe lừa, hai bánh dính bùn. Vị thương chủ thứ hai này trông thấy liền hỏi: 'Phía trong con đường nguy hiểm này trời có mưa không? Có nước trong, củi và cỏ không?' Người lạ đáp: 'Phía trong con đường nguy hiểm này trời mưa lớn lắm, có rất nhiều nước trong, củi và cỏ rất tốt. Này các bạn, các bạn hãy vứt bỏ nước cũ, củi và [530b] cỏ đi, chớ để nặng xe. Đi không bao lâu nữa các bạn sẽ được nước trong, củi và cỏ tốt.'

"Người thương chủ thứ hai nghe xong, trở lại với toán, thuật rằng: 'Ta đi đàng trước, thấy có một người từ bên mé đường đi ra, áo quần ướt sũng, thân đen đầu vàng, đôi mắt đỏ lòm, mang tràng hoa cỏ thơm, cỡi xe lừa, hai bánh dính bùn. Ta hỏi: 'Phía trong con đường nguy hiểm này trời có mưa không? Có nước trong, củi và cỏ không?' Người ấy đáp: 'Phía trong con đường nguy hiểm này trời thường mưa lớn, có nhiều nước trong, củi và cỏ tốt. Này các bạn, các bạn hãy vứt bỏ nước cũ, củi và cỏ đi, chớ để nặng xe. Đi không bao lâu nữa, các bạn sẽ thấy được nước trong, củi và cỏ tốt.' Này các bạn, chúng ta chưa thể vứt bỏ nước cũ, củi và cỏ được. Nếu lấy được nước, củi và cỏ mới, sau đó chúng ta mới bỏ.'

"Toán khách buôn ấy không vứt bỏ nước cũ, củi và cỏ. Đi một ngày đường, không lấy được nước, củi và cỏ mới. Họ đi hai ngày, ba ngày cho đến bảy ngày mà vẫn không lấy được.

"Lúc người thương chủ thứ hai đi trước, trông thấy người thương chủ thứ nhất và toán khách buôn đi trước đã bị quỷ ăn thịt người sát hại. Thấy vậy, ông bảo toán của mình rằng: 'Này các bạn, các bạn hãy xem người thương chủ đi trước ấy ngu si, không thông suốt, không hiểu rõ, không có trí tuệ, đã tự giết mình, lại giết đồng bọn nữa. Các bạn, nếu muốn lấy hàng hóa của người khách buôn toán trước thì tự tiện mà lấy.'

"Này vua Tì-tứ, nên biết rằng vua cũng lại như vậy. Nếu với quan niệm ấy, vua bảo thủ vì dục, bảo thủ vì nhuế, bảo thủ vì sợ hãi, bảo thủ vì ngu si, không bao giờ xả bỏ, thì vua sẽ thọ vô lượng sự dữ, lại bị mọi người chê ghét nữa. Cũng như người thương chủ thứ nhất và đoàn người thuộc nhóm thứ nhất."

3. Vua Tì-tứ lại nói:

"Tuy sa-môn Ca-diếp nói như thế nhưng với quan niệm ấy, tôi bảo thủ vì dục, bảo thủ vì nhuế, bảo thủ vì sợ hãi, bảo thủ vì ngu si, không bao giờ bỏ. Vì sao? Nếu những người ở nước khác nghe đến, liền bảo rằng: 'Vua Tì-tứ có một quan niệm thọ trì đã từ lâu, nay bị sa-môn Ca-diếp hàng phục, sửa sai nên đã đoạn trừ, xả bỏ'. Vì thế, này Ca-diếp, đối với quan niệm đó tôi bảo thủ vì dục, bảo thủ vì nhuế, bảo thủ vì sợ hãi, bảo thủ vì ngu si, không bao giờ xả bỏ."

Tôn giả Ca-diếp bảo:

"Này vua Tì-tứ, hãy nghe tôi nói thí dụ này. Người có trí nghe ví dụ này liền hiểu ý nghĩa. Này vua Tì-tứ, cũng như hai người hẹn nhau chơi đổ súc sắc. Người thứ nhất thường lén trộm con súc sắc mà ngậm,[123] ngậm một lần, hai lần, ba lần cho đến **[530c]** nhiều lần. Người thứ hai liền nghĩ: 'Cùng chơi với người này, nó luôn luôn gạt mình, trộm con súc sắc mà ngậm một, hai, ba lần cho đến nhiều lần.' Nghĩ thế, người ấy nói với bạn: 'Tôi muốn nghỉ. Sau rồi sẽ chơi lại.' Bấy giờ người thứ hai rời khỏi chỗ ấy, dùng thuốc tẩm vào con súc sắc. Sau đó, nó trở lại cùng chơi. Người thứ nhất lại lén trộm con súc sắc mà ngậm, một lần, hai, ba hoặc đến nhiều lần. Ngậm xong, liền trợn mắt, sùi bọt mép gần chết. Bấy giờ người thứ hai hướng về người thứ nhất nói bài tụng:

> *Xúc xắc này tẩm độc;*
> *Người tham ăn không biết.*
> *Trước ngồi chơi, gạt ta;*
> *Sau phải mang họa khổ.*

"Này vua Tì-tứ, nên biết, vua cũng lại như vậy. Nếu quan niệm ấy vua bảo thủ vì dục, bảo thủ vì nhuế, bảo thủ vì sợ hãi, bảo thủ vì ngu si không bao giờ xả bỏ thì vua sẽ thọ vô lượng sự dữ. Lại bị mọi người chê ghét. Cũng như người chơi súc sắc, vì lừa gạt mà bị mang họa."

4. Vua Tì-tứ lại nói:

"Tuy sa-môn Ca-diếp nói như thế nhưng với quan niệm ấy, tôi bảo thủ vì dục, bảo thủ vì nhuế, bảo thủ vì sợ hãi, bảo thủ vì ngu si, không bao giờ bỏ."

Tôn giả Ca-diếp bảo:

"Này vua Tì-tứ, hãy nghe tôi nói thí dụ này. Người có trí nghe ví dụ liền hiểu nghĩa. Này vua Tì-tứ, cũng như người nuôi heo, lúc đang đi trên đường thấy có rất nhiều phân khô không chủ, liền nghĩ rằng: 'Phân này có thể nuôi no đủ cho nhiều con heo, ta nên lấy gói lại mang đi.' Người ấy liền đội phân mà đi. Giữa đường gặp trời mưa lớn, phân chảy ra, chảy xuống vấy phẩn cùng thân, nhưng người ấy vẫn đội đi, không vứt bỏ. Người ấy chịu không biết bao sự xấu, lại bị mọi người chê ghét. Này vua Tì-tứ, nên biết rằng vua cũng như thế. Nếu đối với quan niệm ấy vua bảo thủ vì dục, bảo thủ vì nhuế, bảo thủ vì sợ hãi, bảo thủ vì ngu si, không bao giờ xả bỏ thì vua sẽ thọ vô lượng sự dữ, lại bị mọi người chê ghét, cũng như người nuôi heo kia."

5. Vua Tì-tứ lại nói:

"Tuy sa-môn Ca-diếp nói như thế nhưng với quan niệm ấy, tôi **[531a]** bảo thủ vì dục, bảo thủ vì nhuế, bảo thủ vì sợ hãi, bảo thủ vì ngu si, không bao giờ xả bỏ. Vì sao? Nếu những người ở các nước khác nghe sẽ bảo rằng: 'Vua Tì-tứ có một quan niệm đã thọ trì từ lâu, nay bị sa-môn Ca-diếp hàng phục, sửa sai, đã đoạn trừ, xả bỏ.' Này Ca-diếp, vì thế nên tôi đối với quan niệm này muốn bảo thủ vì nhuế, bảo thủ vì dục, bảo thủ vì sợ hãi, bảo thủ vì ngu si, không bao giờ xả bỏ."

Tôn giả Ca-diếp bảo:

"Này vua Tì-tứ, hãy nghe tôi nói thí dụ cuối cùng. Nếu vua biết thì tốt, nếu vua không biết thì tôi cũng không thuyết pháp nữa. Này vua Tì-tứ, cũng như có một con heo lớn, thủ lãnh của đàn heo năm trăm con, đi vào con đường nguy hiểm, nó gặp một con cọp. Khi con heo đã trông thấy con cọp, nó liền nghĩ: 'Nếu đấu với cọp thì cọp sẽ giết mình. Nếu sợ bỏ chạy thì thân tộc sẽ khinh mình. Không biết ta phải dùng phương cách nào để thoát nạn?' Nghĩ xong, nó nói với cọp rằng: 'Nếu ngươi muốn đấu thì hãy đấu, nếu không thì hãy tránh đường cho ta qua.' Cọp nghe liền bảo rằng: 'Ta chấp nhận đấu với ngươi, chớ không tránh đường cho ngươi.' Heo lại nói rằng: 'Này cọp, ngươi hãy đợi chốc lát, ta mặc áo giáp của tổ phụ xong rồi hãy trở lại cùng đấu.' Cọp nghe vậy liền nghĩ: 'Nó chẳng phải địch thủ của ta, huống là áo giáp của tổ phụ nó.' Nghĩ xong, nó bảo heo: 'Cho tùy ý ngươi.' Heo liền trở về chuồng, lăn trong đống phân, làm lấp phân đến tận mắt rồi trở lại chỗ cọp, nói rằng: 'Ngươi muốn đấu thì hãy đấu, nếu không thì hãy tránh đường cho ta đi qua.' Khi trông thấy heo, cọp nghĩ: 'Ta thường không ăn sâu bọ tạp nhạp vì uổng hàm răng, huống là phải gần con heo hôi hám này.' Con cọp nghĩ xong, liền bảo heo: 'Ta tránh đường cho ngươi chớ không đấu với ngươi nữa.' Heo đi qua, rồi hướng về phía cọp nói bài tụng:

> *Này cọp, ngươi bốn chân,*
> *Ta cũng có bốn chân.*
> *Hãy đến đấu cùng ta,*
> *Sợ gì mà bỏ chạy?"*

"Cọp nghe xong, nói bài tụng trả lời heo rằng:

> *Ngươi lông mọc như rừng;*
> *Hèn nhất trong loài vật.*
> *Này heo, hãy cút mau;*
> *Phân thối chịu không nổi."*

"Lúc ấy, heo tự khoe, nói bài tụng rằng:

> *Hai nước Ma-kiệt, Ương*[124]
> *Nghe ta đấu với ngươi.*
> *[**531b**] Hãy đến đấu với ta'*
> *Sợ gì mà bỏ chạy?"*

"Cọp nghe vậy, lại nói bài tụng:

> *Toàn thân, lông đều nhơ*
> *Ngươi xú uế lây ta*
> *Ngươi đánh muốn cầu thắng*
> *Ta nay cho ngươi thắng."*[125]

Tôn giả Ca-diếp bảo rằng:

"Này vua Tì-tứ, tôi cũng như thế, nếu với quan niệm ấy, vua bảo trì vì dục, bảo trì vì sân nhuế, bảo trì vì sợ hãi, bảo trì vì ngu si, không bao giờ bỏ thì vua sẽ thọ vô lượng sự dữ, lại bị mọi người chê ghét, cũng giống như cọp để cho heo hơn mình."

4. Tì-tứ khuất phục

Vua Tì-tứ nghe xong, nói rằng:

"Thưa Tôn giả, ngay từ đầu Tôn giả nói thí dụ mặt trời và mặt trăng. Lúc nghe xong, tôi hiểu ngay, hoan hỷ thọ trì, nhưng tôi muốn được nghe những biện tài càng lúc càng cao siêu của bậc thượng diệu trí ở nơi Tôn giả nên tôi hỏi đi hỏi lại mãi. Tôi nay nương mình quy y Tôn giả Ca-diếp."

Tôn giả Ca-diếp bảo:

"Này vua Tì-tứ, vua chớ quy y tôi. Tôi đã quy y Phật, vua cũng nên quy y theo Ngài."

Vua Tì-tứ nói:[126]

"Thưa Tôn giả, con nay nương mình quy y Phật, Pháp và Chúng tỳ-kheo. Mong Tôn giả thay Phật nhận con làm ưu-bà-tắc. Bắt đầu từ ngày hôm nay và trọn đời, con nương mình quy y cho đến lúc mạng chung. Thưa Tôn giả Ca-diếp, con từ hôm nay bắt đầu thực hành bố thí, tu phước."

Tôn giả Ca-diếp hỏi:

"Này vua Tì-tứ, vua muốn thực hành bố thí, tu phước. Vậy sẽ bố thí cho bao nhiêu người và thời gian bao lâu?"

Vua Tì-tứ đáp:

"Bố thí cho trăm người hoặc đến ngàn người. Một ngày, hai ngày hoặc đến bảy ngày.

Tôn giả Ca-diếp bảo:

"Nếu vua thực hành bố thí, tu phước; bố thí cho một trăm người hoặc đến một ngàn người; một ngày, hai ngày hoặc đến bảy ngày, thì các sa-môn, bà-la-môn ở khắp nơi đều có nghe vua Tì-tứ có một quan niệm thọ trì lâu dài, nay bị sa-môn Ca-diếp hàng phục, sửa sai nên đã đoạn trừ, xả bỏ. Các vị ấy nghe xong đều sẽ từ phương xa đến, trong bảy ngày sẽ không đủ thời gian để vua bố thí. Nếu có ai không nhận được phẩm vật do vua bố thí, vua không được phước, không được thọ an lạc lâu dài. Này vua Tì-tứ, cũng như hạt giống không nát, không hư, không nứt, không bể, không bị tổn thương bởi gió, bởi ánh nắng, bởi nước, được cất giấu chu đáo vào tiết thu. Nếu cư sĩ kia cày sâu, ruộng tốt, làm đất thuần thục xong, gieo giống đúng thời nhưng mưa không kịp lúc thì ý vua nghĩ sao? Hạt giống kia có sanh trưởng được chăng?"

Đáp rằng:

"Dạ không."

Tôn giả Cưu-ma-la Ca-diếp bảo:

"Này vua Tì-tứ, vua cũng như thế. Nếu vua thực hành bố thí, tu phước; bố thí cho một trăm người hoặc một ngàn người, từ một ngày cho đến bảy ngày. Những sa-môn, bà-la-môn ở các phương xa đều nghe rằng vua Tì-tứ có một quan niệm thọ trì đã lâu dài, nay bị sa-môn Ca-diếp hàng phục, sửa sai nên đã đoạn trừ, xả bỏ. Các vị ấy nghe xong liền từ phương xa đến, thí trong bảy ngày không đủ thời gian để vua bố thí. Nếu có vị nào không nhận được thực phẩm do vua bố thí thì vua không được phước, không được thọ an lạc lâu dài."

Vua Tì-tứ lại hỏi:

"Thưa Tôn giả, tôi phải làm thế nào?"

Tôn giả Ca-diếp đáp:

"Này vua Tì-tứ, nếu vua thực hành bố thí, tu phước thì phải thường cung cấp trường trai.[127] Nếu vua thực hành bố thí, tu phước mà không thường cung cấp trường trai thì các vị sa-môn, bà-la-môn ở khắp nơi nghe rằng: vua Tì-tứ có một quan niệm thọ trì đã lâu, nay bị sa-môn Ca-diếp hàng phục, sửa sai nên đã đoạn trừ, xả bỏ. Nghe xong, từ các phương xa các vị đều đến, đều có thể được vua bố thí, nên vua có phước, được an lạc lâu dài. Này vua Tì-tứ, cũng như hạt giống không hư, không nát, không nứt, không bể, không bị thương tổn bởi gió, bởi ánh nắng, bởi nước, đã cất giấu chu đáo vào tiết thu. Nếu cư sĩ cày sâu, ruộng tốt, làm đất thuần thục xong, gieo giống đúng thời, mưa kịp lúc, ý vua nghĩ sao? Hạt giống kia [531c] có thể sanh trưởng được chăng?"

Vua đáp:

"Sanh trưởng được."

Tôn giả Ca-diếp lại bảo:

"Này vua Tì-tứ, vua cũng như vậy. Nếu thực hành bố thí, tu phước mà thường cung cấp trường trai thì các sa-môn, bà-la-môn ở các nơi nghe vua Tì-tứ có một quan niệm đã thọ trì lâu dài, nay bị sa-môn Ca-diếp hàng phục sửa sai nên đã đoạn trừ, xả bỏ. Nghe xong, từ các phương xa, các vị đều đến, đều có thể được vua bố thí nên vua được phước, được hưởng an lạc lâu dài."

Bấy giờ vua Tì-tứ nói:

"Con từ nay bắt đầu thực hành bố thí, tu phước và thường cung cấp trường trai."

Lúc đó, Tôn giả Ca-diếp thuyết pháp cho vua Tì-tứ và các bà-la-môn, cư sĩ Tư-hòa-đề; khuyến phát làm cho lợi ích, làm cho hoan hỷ. Sau khi bằng vô lượng phương tiện thuyết pháp, khuyến phát làm cho họ lợi ích, làm cho họ hoan hỷ rồi, Tôn giả ngồi im lặng.

Bấy giờ vua Tì-tứ và các bà-la-môn, cư sĩ Tư-hòa-đề được Tôn giả Ca-diếp [532a] thuyết pháp, khuyến phát làm cho lợi ích, làm cho hoan hỷ rồi, liền từ chỗ ngồi đứng dậy, đảnh lễ dưới chân Tôn giả, nhiễu quanh ba vòng rồi lui ra.

5. Sự bố thí của Tì-tứ

Sau đó, vua Tì-tứ tuy thực hành bố thí, tu phước, nhưng bố thí quá thậm tệ, như canh đậu xấu, rau thối, chỉ có một miếng gừng; lại bố thí áo gai thô xấu. Bấy giờ người cai bếp tên là Ưu-đa-la,[128] lúc vua bố thí, tu phước, liền xin Thượng tọa chú nguyện cho vua thế này: 'Nếu cuộc bố thí này có phước báo gì, chớ để cho vua Tì-tứ hưởng thọ trong đời này và đời sau.' Vua Tì-tứ nghe Ưu-đa-la lúc vua bố thí tu phước lại xin Thượng tọa chú nguyện rằng: 'Nếu cuộc bố thí này có phước báo gì, chớ để cho vua Tì-tứ hưởng thọ trong đời này và đời sau.' Nghe vậy, vua kêu cai bếp lại hỏi:

"Này Ưu-đa-la, lúc ta bố thí, tu phước, ngươi xin Thượng tọa chú nguyện cho ta rằng: 'Nếu cuộc bố thí này có phước báo gì, chớ để cho vua Tì-tứ hưởng thọ trong đời này và đời sau.' Có quả thật như vậy chăng?"

Ưu-đa-la đáp:

"Quả thật vậy, tâu Thiên vương. Vì sao? Thiên vương tuy bố thí tu phước nhưng quá thậm tệ: Bố thí canh đậu xấu, rau thối, chỉ có một miếng gừng. Tâu Thiên vương, thức ăn ấy không đáng để đưa tay vọc, huống là để ăn. Thiên vương bố thí áo gai xấu, tâu Thiên vương, áo ấy không đáng để dùng chân dậm lên huống là để mặc. Con kính Thiên vương nhưng không trọng sự bố thí ấy, cho nên, tâu Thiên vương, con không mong phước báo của cuộc bố thí tệ mạt này để Thiên vương được hưởng."

Vua Tì-tứ nghe xong, liền bảo:

"Này Ưu-đa-la, ngươi từ nay bắt đầu đem thức ăn như ta đã ăn mà bố thí. Còn đem áo như áo ta đã mặc mà bố thí."

Từ đó về sau, Ưu-đa-la đem thức ăn giống như thức ăn của vua mà bố thí, đem áo giống như áo vua đã mặc mà bố thí. Bấy giờ Ưu-đa-la nhờ coi sóc việc bố thí cho vua Tì-tứ nên sau khi thân hoại mạng chung, sanh vào cõi trời Tứ thiên vương. Còn vua Tì-tứ thì không chí tâm bố thí nên thân hoại mạng chung sanh vào cung điện trống không rừng Nhung thọ.[129]

Tôn giả Kiều-hiêm-bát-đế[130] thường trú trong Nhung thọ lâm không cung điện, từ xa trông thấy vua Tì-tứ, liền hỏi rằng:

"Ông là ai?"

Vua Tì-tứ đáp:

"Thưa Tôn giả Kiều-hiêm-bát-đế, Tôn giả có nghe trong châu Diêm-phù có vua xứ Tư-hòa-đề tên là Tì-tứ chăng?"

Tôn giả Kiều-hiêm-bát-đế đáp:

"Tôi nghe trong châu Diêm-phù-đề, ở xứ Tư-hòa-đề có vua tên là Tì-tứ."

Vua Tì-tứ nói:

"Thưa Tôn giả Kiều-hiêm-bát-đế, con chính là vua ấy, vốn tên là Tì-tứ."

Tôn giả Kiều-hiêm-bát-đế lại hỏi:

"Này vua Tì-tứ, vua đã quan niệm như thế này, chủ trương như thế này: 'Không có đời sau, không có chúng sanh hóa sanh,' thế thì do đâu vua sanh vào đây, trú trong cung điện trống không rừng Nhung Thọ, ở cõi Tứ thiên vương nhỏ hẹp này?

Vua Tì-tứ lại thưa:

"Thưa Tôn giả Kiều-hiêm-bát-đế, con vốn có quan niệm ấy nhưng bị sa-môn Ca-diếp hàng phục, sửa sai nên đã đoạn trừ xả bỏ. Nếu Tôn giả Kiều-hiêm-bát-đế có xuống châu Diêm-phù thì xin báo cùng khắp cho mọi người ở châu Diêm-phù hay rằng: Nếu có bố thí, tu phước thì hãy chí tâm bố thí, tự tay bố thí, tự mình đến bố thí, chí tín bố thí, biết có nghiệp báo bố thí. Vì sao? Vì muốn đừng để cho một ai hưởng phước báo như vua Tì-tứ xứ Tư-hòa-đề nữa. Vua Tì-tứ là vua bố thí vì không chí tâm bố thí nên sanh vào cung điện trống không rừng Nhung thọ ở cõi Tứ thiên vương nhỏ hẹp."

Bấy giờ Tôn giả Kiều-hiêm-bát-đế im lặng nhận lời. Sau đó, lúc Tôn giả Kiều-hiêm-bát-đế xuống châu Diêm-phù, ngài rao cùng khắp cho mọi người ở châu Diêm-phù biết: phải chí tâm bố thí, tự tay bố thí, tự mình đến bố thí, chí tín bố thí, biết có nghiệp, có nghiệp báo bố thí. Vì sao? Vì muốn đừng để cho một ai hưởng phước báo bố thí như vua Tì-tứ, xứ Tư-hòa-đề nữa. Vua Tì-tứ là vua bố thí mà vì không chí tâm bố thí nên sanh vào cung điện trống không rừng Nhung Thọ, ở cõi Tứ thiên vương nhỏ hẹp."

Tôn giả Cưu-ma-la Ca-diếp thuyết như vậy. Vua Tì-tứ và các cư sĩ xứ Tư-hòa-đề nghe xong, hoan hỷ phụng hành. ❀

Chú thích

¹ Thát thú 獺獸.

² Cứu-mộ điểu 究暮鳥, không rõ chim gì.

³ Thứu điểu 鷲鳥.

⁴ Thực thổ điểu 食吐鳥, chim ăn đồ (do thú khác) ói ra.

⁵ Sài thú 豺獸.

⁶ Ô điểu 烏鳥.

⁷ Tinh tinh thú 猩猩獸.

⁸ Nguyên Hán: quán 觀.

⁹ Y thôn ấp hành 依村邑行, trái với *hành ư vô sự* 行於無事 là tỳ-kheo a-lan-
    nhã, sống trong rừng..

¹⁰ Hán: xúc y 觸猗.

¹¹ Hán: vô sự 無事.

¹² Năm sự, tham chiếu No.125 (51.3) *Tăng Nhất 49*, tr.817b: 1. Lười biếng,
    2. Ngủ nhiều, 3. Tâm loạn, 4. Các căn bất định, 5. Thích ở chợ hơn chỗ
    vắng vẻ.

¹³ Hán: quân thập 捃拾. No.44: "Gánh cỏ đi bán mà tự nuôi sống". Pāli:
    ghāsahāraka, người thâu nhặt thức ăn (của gia súc).

¹⁴ Vô Hoạn 無患. No.44: "Có vị Duyên Giác hiệu là Hòa-lý 和里. Pāli: *Upariccha*.

¹⁵ Vì Tôn giả là anh em chú bác ruột với Đức Thích Tôn, con của *Amitodana*
    (Cam lộ Phạn vương).

¹⁶ Vì trước đó đời sống vương tử của Ngài rất phong lưu và *Mahānāma* - anh
    ruột của Ngài - đã khó khăn lắm mới thuyết phục được Ngài đi xuất gia.

¹⁷ Tức, một vị A-la-hán.

¹⁸ Ngũ chi thiền định 五支禪定, Thiền định năm chi (Pāli: *pañcaṅgikasamādhi*):
    Tầm, tứ, hỷ, lạc, tâm chuyên nhất cảnh; tức bốn cấp thiền trong đó Sơ
    thiền chia làm hai, do sự khác biệt tầm (Pl. *vitakka*) và tứ (Pl. *vicāra*).

¹⁹ Pāli: *sante ekodibhāvite*, tịch tĩnh, chuyên nhất.

²⁰ Tì-da-li Trúc Lâm 毘耶離竹林. Pāli: trong *Vajji-Veluvagāma*, một ngôi làng ở
    Vesali, xứ *Vajjī* (Bạt Kỳ); *Anuruddha* sẽ nhập Niết-bàn ở đó.

21 Từ đây trở xuống, tham chiếu kinh 70 phần sau. Tham chiếu, Hán, No 1(6): kinh Chuyển luân vương tu hành. Pāli, D. 26 *Cakkacattīsīhanā-suttanta*.

22 Pāli (D.26), chỉ có ba chứng bệnh: ham muốn (*icchā*), đói bụng (*anasana*) và già (*jāra*).

23 Loa 螺. Pāli: *Saṅkha* (tương-khư, vỏ sò).

24 Đại kim tràng 大金幢. Xem No 1(6): Đại bảo tràng 大寶幢. D. 26 (iii 76): *so yūpo raññā mahāpanādena kārāpito*, vua cho dựng cung điện được thiết lập bởi vua *Mahāpanāda*. Trong đó, *yūpa*: cột tế đàn, cũng có nghĩa cung điện.

25 A-di-đa 阿夷多. Pāli: *Ajita*. Trong bản kinh này, A-di-đa (*Ajita*) và Di-lặc (*Metteyya*) là hai nhân vật được thọ ký, một người làm vua và một người làm Phật.

26 Di-lặc 彌勒. Pāli: *Metteyya*.

27 Pāli: *so anekasahassam... (seyyathā pi'ham) anekasatam...* vị ấy có vài nghìn... (cũng như Ta) có vài trăm...

28 Kê-đầu thành 雞頭城, Pāli: *Ketumatī* nơi mà *Saṅkha* là Chuyển luân vương.

29 Nguyên Hán: Vô phục, dịch nghĩa của A-dật-da (Pāli: *Ajita*), cũng dịch nghĩa là Vô Năng Thắng.

30 Bản Hán, hết quyển 13.

31 Tì-đà-đề 鞞陀提. Pāli: *Videha*, mà thủ phủ là *Mithilā* (Di-tát-la 彌薩囉). Đại Thiên Nại Lâm 大天奈林 là khu rừng xoài của *Makhādeva* (bản Hán đọc là *Mahādeva*), một vị vua trong thời quá khứ mà triều đại tiếp theo thuộc về *Okkāka*, tổ phụ của dòng họ Thích.

32 Đại Thiên 大天. Pāli: *Makhādeva* (hoặc viết *Maghadeva*).

33 Thuyết Tùng giải thoát 說從解脫. Pāli, thành cú: *tadahuposathe pannarase*, vào ngày 15, ngày trai giới. Từ đoạn này cho đến đoạn vua xuất gia, không có trong bản Pali. Tham khảo D. 17. *Mahāsudassanasutta*.

34 Thiên luân bảo 天輪寶. Pāli: *dibbacakkaratna*.

35 Hiền luân bảo 賢輪寶. Pāli: *bhavam cakkaratnam*.

36 *Đoán lý* 斷理, TNM: *liệu lý* 料理; tức xử lý tài vật hay tài sản.

37 Vu-sa-hạ 于裟賀. Pāli: *Uposatha* (Bố-tát).

38 Mao mã vương 髦馬王, Mã vương có bờm. Pāli: *Valāhaka* (Vân mã vương).

39 Hán: tác dĩ bất tác 作以不作.

40 Hán: tác tạng bất tác tạng 作藏不作藏.

41 No.1(2): bốn thần đức 神德. Pāli: *catasso iddhiyo*.

42 Tiên nhân vương 仙人王. Pāli: *rājisi*, vị ẩn nguyên là vua.

[43] Bình đẳng thực vị chi đạo 平等食味之道. Pāli: *samavepākin*, tiêu hóa dễ dàng (ăn uống dễ tiêu hóa).

[44] Xem kinh số 64.

[45] Tương kế chi pháp 相繼之法. No.125 (50-4): *tương thiệu* 相紹.

[46] Hán: nhân dân đọa tại cực biên 人民墮在極邊. Pāli: *mā kho me tvaṃ antimapuriso ahosi*, "con chớ trở thành là người (kế thừa) cuối cùng của ta." Bản hán hiểu là *antama-puriso*.

[47] Tùng kiến chí kiến 從見至見 (?)

[48] Ni-di 尼彌. Pāli: *Nimi*.

[49] Thiện pháp giảng đường 善法講堂. Pāli: *Sudhamma-sabhā*, phòng hội của Chư Thiên Tam thập tam (Pl. *Tāvatiṃsa*).

[50] Câu-dực 拘翼 (= Kiêu-thi-ca 憍尸迦). Pāli: *Kosika* hoặc *Kosiya*, hiệu của Thiên đế Thích.

[51] Câu-thi thành 拘尸城. Pāli: *Kusinārā*.

[52] Hòa-bạt-đơn lực sĩ 惒跋單力士. Pāli: *Upavattana-Mallā*, bộ tộc *Mallā* ở *Upavattana*.

[53] Song Sa-la thọ 雙裟羅樹. Pāli: *yamaka-sālā*, cây Sa-la sinh đôi, mọc thành cặp; Sa-la song thọ.

[54] *Ưu-đa-la-*tăng 優哆邏僧: Uất-đa-la-tăng. Pāli: *uttarāsaṅga*, dịch là thượng y, áo khoác phần trên thân thể. Thường thì nói là "trải tăng-già-lê bốn lớp"; Pāli: *catugguṇam saṅghāṭiṃ paññāpetvā*.

[55] Chiêm-bà (Pāli: *Campā*). Xá-vệ (*Sāvatthī*), Tì-xá-li (*Vesalī*), Vương Xá (*Rājagaha*), Ba-la-nại (*Bārānasī*), Ca-duy-la-vệ (*Kapilavatthu*). Bản Pāli kể hơi khác, thay Tì-xa-ly và Ca-duy-la-vệ bằng *Sāketa* và *Kosambī*.

[56] Câu-thi vương thành 拘尸王城. Pāli: *Kūsavati*. No.1 (2) Câu-xá-bà-đề.

[57] Đa-la thọ 多羅樹. Pāli: *tāla*, một giống cây cọ, tên khoa học Borassus flabelliformis.

[58] Hán: câu lan 鉤欄, lan can theo hình thế nhà, cao thấp, quanh co (Từ nguyên). Pāli không đề cập chi tiết này, nhưng từ Pāli tương đương là *vedikā*: lan can, lan thuẫn hay câu lan.

[59] Câu lan được nói đây gồm hai phần: thanh gỗ ngang là lan, thanh gỗ đứng là câu.

[60] Các loại hoa: hoa tu-ma-na 修摩那 (Pāli: *sumanā*, thiện ý), loại hoa lài cánh lớn; hoa bà-sư 婆師 (*vassikā*: hạ sinh hoa), một loại hoa lài rất thơm (Jasminum Sambac); hoa chiêm-bặc 瞻蔔 (*campaka*: tố hinh hoa), hoa Chăm-pa, rất thơm, có màu trắng và vàng; hoa tu-kiện-đề 修揵提

(*sogandhika*: hảo hương), thụy liên trắng, súng trắng; hoa ma-đầu-kiện-
đề 摩頭捷提 (*madhu-gandhika*: mật hương); hoa a-đề-mâu-đa 阿提牟
哆 (*adhimuttaka*: tăng thượng tín), hoa *ba-la-đầu* 波羅頭.

[61] Hán: bạc lạc cổ 薄洛鼓, không rõ loại trống gì.

[62] Hán: kỹ cổ 伎 鼓.

[63] Đại Thiện Kiến 大善見. Pāli: *Mahāsudassana*.

[64] Xem kinh Đại Thiên Nại Lâm, số 67.

[65] Kiềm-bà-la bảo 鉗婆羅寶, vải lông, áo lông. Pl. *kambala*.

[66] Tác dĩ bất tác 作以不作.

[67] Đa-la viên 多羅園. Pāli: *Tālavana*.

[68] Bốn phạm thất 梵室: phạm trụ 梵 住. Pāli: *cattāri brahmavihārā*.

[69] Ni-liên-nhiên 尼連然, Pāli: *Nerañjarā*, con sông gần chỗ Phật thành đạo. Đây
chính xác phải là *Hiraññāvati*, âm là *Hê* (hay *hi-liên-thiền*) 醯希 (hay 熙
連禪), con sông gần chỗ Phật nhập Niết-bàn.

[70] Bà-cầu 婆求. Pāli: *Kakutthā*, con sông gần *Kusinārā*. Đức Phật tắm tại đây
trước khi đến *Kusinārā* để nhập Niết-bàn.

[71] Bản Hán, hết quyển 14.

[72] Tùng giải thoát 從解脫. Pāli: *Pāṭimokkha*.

[73] Sanh sắc 生色; TNM: sắc tượng 色像. Pāli: *jātarūpa*, chỉ vàng ròng (nghĩa
đen: sắc nguyên sinh).

[74] Nghiêm sức tỷ 嚴飾屣.

[75] Thủ các nhân 守閣人.

[76] Mộc mật 木蜜, loại gỗ hương, dùng làm hương liệu.

[77] Tô hợp 蘇合, một loại hương liệu do tổng hợp nhiều hương liệu nấu thành.

[78] Kê thiệt 雞舌, loại hương liệu nấu từ cỏ úa.

[79] Đô lương 都梁, một loại lan rừng; tên chỉ chung các loại lan.

[80] Sơ-ma y 初摩衣. Pāli: *khoma*, áo vải, vải lanh.

[81] Bạch điệp y 白[疊 +毛]衣; vải bông sợi rất mịn.

[82] Trong bản Hán: gia-lăng-già-ba-hòa-la 加陵伽波惒邏. Xem cht.40 kinh 61.

[83] Nại ẩm 奈飲, Pāli: *amba-pāna*.

[84] Chiêm-ba ẩm 瞻波飲; có lẽ nước trái cây diêm-phù. Cf *Tứ phần* 42 (tr. 873c4):
nước trái cây diêm-phù 閻浮漿, một trong thứ nước mà Tiên nhân xưa
đã dùng. (Pāli: *jambu-pāna*).

[85] Mạt-tha-đề ẩm 末磋提飲; một loại rượu (Pāli: *majja-pāna*).

[86] Pāli: *tayo samādhī, suññato samādhi, animitto samādhi, appaṇihito samādhi*.
D.33 *Saṅgīti*.

[87] Tam thất 三室: *tam trụ* 三住 (Pāli: *tayo vihārā*). Pali: *vihāra*, có nghĩa an trụ, cũng là trú xứ, tịnh xá. Xem (xem *Tập dị* 6, tr. 389a7): ba trụ: 1. *Thiên trụ* (Thiên thất), tu bốn tĩnh lự từ Sơ thiền đến Tứ thiền. 2. *Phạm trụ* (Phạm thất): tu bốn Vô lượng tâm: từ, bi, hỷ, xả. 3. *Thánh trụ* (Thánh thất) tu bốn niệm xứ, bốn như ý túc, bốn chánh cần, năm căn, năm lực, thất bồ đề phần, bát chánh đạo phần. Cf. Pl. D. 33 (iii. 218): *tayo vihārā – dibbo vihāro, brahmā vohāro, ariyo vihāro*.

[88] Điển thủ 典守; người quản lý hồ sơ hay văn khố.

[89] Thủ thất 守室.

[90] Bốn chánh đoạn 四正斷, tức bốn chánh cần. Pāli: *sammappadhānā*. Bản Hán, hiểu là *padhāna* (đoạn), thay vì *padhāna* (tinh cần).

[91] Nguyên Hán: chủ binh thần 主兵臣.

[92] Tông chánh khanh 宗正卿. Có lẽ Pāli: *purohita*, Bà-la-môn đại tư tế, tương đương chức Tướng quốc.

[93] Ma-đâu-lệ Sát-lị 摩兜麗剎利, bản Pāli nói ở *Mātula*, một ngôi làng tại *Magadha*. N.1 (6) nói là Ma-la-hê-sấu. Chữ *Sát-lị* trong bản Hán này không rõ.

[94] Sử Hà 駛河 hay Sử Lưu, con sông chảy ngang qua Nam và Bắc *Kosala*.

[95] Đương tự nhiên pháp đăng, tự quy kỷ pháp. Mạc nhiên dư đăng, mạc quy dư pháp 當自然法燈, 自歸己法. 莫然餘燈, 莫歸餘法. So sánh DTK.1(6): Đương tự xí nhiên, xí nhiên ư pháp, vật tha xí nhiên, đương tự quy y, quy y Ứng Chánh đẳng giác pháp, vật tha quy y. Pāli: *attadīpā bhikkhāve viharatha attasaraṇā anaññasaraṇā. dhammadīpā dhammasaraṇā anaññasaraṇā. dīpā*: có nghĩa là ngọn đèn (Skt. *dīpa*), hay hòn đảo (Skt. *dvīpa*).

[96] Mạc nhiên dư đăng 莫然餘燈: (hãy là ngọn đèn của chính mình) không lấy nơi nào khác làm ngọn đèn.

[97] Kiên Niệm 堅念. No.1(6): Kiên Cố Niệm. Pāli: *Daḷhanemi*.

[98] Xem kinh số 67.

[99] Tương kế chi pháp 相繼 之法. Xem kinh số 67.

[100] Hán: nghĩa 義. Ý nghĩa hoặc mục đích.

[101] Trong để bản: tận thọ 盡壽 (suốt đời). Có lẽ dư chữ *thọ*. TNM không có.

[102] Hán: ngũ nguyệt 五月. Cf. No 1(6), cũng vậy. Pl. D 26: *pañcavassikā kumārikā alaṃpateyyā bhavissanti*, con gái năm tuổi sẽ đi lấy chồng.

[103] Bại tử 稗子; loại cỏ giống như lúa. Pāli: hột *kudrūsa*.

[104] Canh lương 粳糧. Pāli: *sāli-mamsodana*.

[105] Trong bản: diêm, mật 鹽蜜. Theo liệt kê thông thường thì chỗ này là *thạch mật* tức *mật mía*.

[106] Đàn phạt 彈罰; đàn hạch và trừng phạt?

[107] Đao binh kiếp 刀兵劫. Pāli: *satthantara-kappa*.

[108] No 1(6): chín thứ bệnh: lạnh, nóng, đói, khát, đại tiện, tiểu tiện, tham dục, ham ăn và già. D 26 (iii. tr. 75), chỉ có ba thứ bệnh: ham muốn, đói và già (*manussesu tayo ābādhā bhavissanti, icchā, anasanaṃ, jarā*).

[109] Loa 螺. Pāli: *Saṅkha*.

[110] Bản Hán này không có đoạn nói về Phật Di-lặc xuất thế. Xem No 1(6), tr. 42a; Pl. D. 26, tr. iii. 83.

[111] Hán: quán nội giác tâm pháp như pháp 觀内覺心法如法. Bản Hán chép dư chữ *nội*.

[112] Bản Hán, hết quyển 15.

[113] Cưu-ma-la Ca-diếp 鳩摩羅迦葉. No.1 (7): Đồng nữ Ca-diếp 童女迦葉. Pāli: *Kumāra-kassapa*, nổi danh xuất sắc về biện luận. Ngài được gọi là Kumāra, Vương tử hay Đồng tử, vì được vua nuôi, xuất gia mới lên bảy.

[114] Tư-hòa-đề 斯惒提. No 1(7): Tư-ba-hê 斯波醯. Pāli: *Setavyā*, thị trấn của *Kosala*.

[115] Thi-nhiếp-hòa lâm 尸攝惒林; Pāli: *Siṃsapavana*. Có một khu rừng *Siṃsapavana* ở *Ālavi* và một khu ở *Kosambi*.

[116] Tì-tứ 鞞肆. No.1 (7): Tệ Túc 弊宿. Pāli: *Pāyāsi*, thị trưởng thị trấn *Setavyā*. Bản Pāli gọi ông là *Rājañño*, Sớ giải nói: *anabhisittakarājā*, không phải là vua Quán Đảnh, tức chỉ là người thuộc vương tộc, hay đại quan, chứ không phải là vua.

[117] Bản văn: A-la-ha 阿羅訶: A-la-hán, chỉ chung Thánh nhân.

[118] Trong bản Hán: ông được hiểu là vua, nên tôn xưng là Thiên vương.

[119] Hữu hậu thế, hữu chúng sanh sanh 有後世有眾生生. No.1 (7): Hữu hậu thế, hữu cánh sanh. Pāli: *atthi paraloko, atthi sattā opapātikā*: Có thế giới khác (đời sau, chư Thiên và địa ngục), có hóa sanh hữu tình.

[120] *Paro loko*, Hán thường dịch là *hậu thế* (đời sau); nhưng trong tiếng Phạn, cũng có nghĩa là *thế giới* (hay *thế gian*) *khác*. Cho nên câu trả lời có thí dụ như thế.

[121] Nguyên Hán: cánh hữu ác...更有惡...: "Còn có sự ác nào hơn cái này nữa không?" Chứng tỏ có sự nhầm lẫn trong bản Hán. Cf. No 1(7): "Có nhân duyên gì...?" Pāli: *atthi pana pariyāyo*: có lý do nào... Có lẽ trong bản Hán

đọc là *pāpāyo* (sự ác) thay vì đọc là *pariyāyo* (lý do). Ở đây y theo các bản khác để sửa lại cho phù hợp nội dung.

[122] Trước hành hoa man 著蕏華鬘; *hoành tức đỗ hành*, loại cỏ hoa thơm, lấy cỏ làm tràng hoa, chỉ cho sự dữ tợn. Pl. (D. ii. tr. 243): *kumudmāliṃ*, đeo tràng hoa bằng hoa *kumuda* (câu-vật-đầu, một loại hoa súng).

[123] Trong bản Hán nói là thiết thực 竊食, lén mà ăn, nuốt.

[124] Tức Ma-kiệt-đà (*Magadha*) và Ương-già (*Aṅga*), cách nhau bởi con sông *Campā*, trong thời Đức Phật, cả hai đều ở dưới sự cai trị của vua *Pasenadi*.

[125] Bản Pāli và *Trường A-hàm* không có thí dụ chót này. Nó châm biếm thái độ ngoan cố của *Pāyāsi*.

[126] No.1 (7): Tệ-tú hỏi: Tôn sư Tôn giả ở đâu? Tôn giả đáp: Tôn sư của tôi diệt độ chưa bao lâu.

[127] *Trường trai* chỉ cho cuộc lễ thí kéo dài, không phải ăn chay trường. Bản Pāli và No.1(7) nói hơi khác: vua muốn mở cuộc đại thí (*yañña*), nhưng Tôn giả cản, nếu trong cuộc đại thí ấy có súc vật bị giết, tôi tớ bị sai khiến mệt nhọc, bị đánh đập.

[128] Giám trù Ưu-đa-la 監廚優多羅. No.1 (7): một niên thiếu Bà-la-môn (không nói tên). Pāli: *Uttāra mānava*, niên thiếu Bà-la-môn *Uttāra* bất mãn và nói ngạo bị bỏ qua.

[129] Trong bản: Nhung thọ lâm không cung điện 樝樹林空宮殿; cung điện trống không trong rừng cây nhung (một loại cây gỗ đàn). TNM: Tòng thọ lâm cung điện: cung điện trong lùm cây 叢樹林宮殿. Pl. D.23: ông sinh vào cung điện *Serīsaka* trống không trong cõi Tứ thiên vương (*Catummahārājākadevā*), và các thiên thần ở đây được coi là *Yakkha* (Dạ-xoa). Trước cung điện có một cây sirīsa, năm mươi năm nẩy trái một lần. (Sớ giải: *tassa kira dvāre mahāsirīsarukkho*).

[130] Kiều-hiêm-bát-đế 橋[火+僉]鉢帝 (Kiều-phạm-ba-đề: Ngưu Chủ) Pāli: *Gavampati*: một vị A-la-hán, nguyên là con một nhà đại phú ở Ba-la-nại.

PHẨM 8
TRƯỜNG THỌ VƯƠNG
TỤNG NGÀY THỨ HAI

————— ❦ —————

Tiểu thổ thành

長壽天八念　淨不移動道
郁伽支羅說　娑雞三族姓
梵天迎請佛　勝天伽絺那
念身支離彌　上尊長老眠
無刺及真人　說處最在後

Kệ tóm tắt:

Tịnh bất di động đạo,

Úc-già-chi-la thuyết,

Ba nam tử Sa-la,

Phạm thiên nghinh thỉnh Phật,

Thắng Lâm thiên, Ca-hi-na,

Niệm thân, Chi-li-di,

Thượng tôn trưởng lão ngủ,

Không gai, và Chân nhân,

Thuyết xứ ở sau cùng.

72. KINH TRƯỜNG THỌ VƯƠNG BỔN KHỞI*

Tôi nghe như vầy:

Một thời, Đức Phật trú tại Câu-xá-di,[1] trong vườn Cù-sư-la.[2] Bấy giờ các tỳ-kheo ở Câu-xá-di đã nhiều lần cãi vã nhau.[3] Do đó Đức Thế Tôn bảo các tỳ-kheo ở Câu-xá-di rằng:

"Này các tỳ-kheo, các ngươi chớ cãi vã nhau. Vì sao?

Nếu lấy tranh dứt tranh,[4]
Đời nào dứt cho xong.
Nhẫn nhục dứt hận thù,
Đó là pháp tối thượng.[5]

"Vì sao? Này các tỳ-kheo, thuở xưa có vua nước Câu-sa-la, tên là Trường Thọ.[6] Lại có vua nước Gia-xá tên là Phạm-ma-đạt-đa.[7] Hai vị quốc vương này đã nhiều lần gây chiến với nhau. Rồi quốc vương Phạm-ma-đạt-đa dấy quân với bốn loại quân là tượng quân, mã quân, xa quân và bộ quân. Sau khi dấy quân, vua Phạm-ma-đạt-đa đích thân kéo quân đi để gây chiến với vua Trường Thọ, nước Câu-sa-la.

"Vua Trường Thọ nước Câu-sa-la nghe tin vua Phạm-ma-đạt-đa nước Gia-xá vừa dấy quân với bốn loại quân là tượng quân, mã quân, xa quân và bộ quân. Sau khi bổ sung quân số cho bốn loại quân ấy, lại muốn giao chiến với mình, vua Trường Thọ nước Câu-sa-la nghe vậy, cũng dấy quân với bốn loại quân là tượng quân, mã quân, xa quân và bộ quân. Sau khi dấy bốn loại quân, vua Trường Thọ nước Câu-sa-la đích thân xuất quân dẫn đến tận biên giới, dàn trận giao chiến, tức thời đánh tan

---

* Tương đương Pāli, M. 128. *Upakkilesasuttaṃ.* Hán, No 125(24.8).

□ *Xem chú thích Phẩm 8: tr.290–303*

quân đối phương. Bấy giờ vua Trường Thọ nước Câu-sa-la bắt trọn bốn loại quân của Phạm-ma-đạt-đa là tượng quân, mã quân, xa quân và bộ quân, lại bắt sống vua Phạm-ma-đạt-đa nước Gia-xá. Bắt được rồi, sau đó phóng thích và nói với Phạm-ma-đạt-đa rằng:

"– Ông là nạn nhân cùng đường, nay ta tha cho, sau này chớ gây chiến nữa."

[533a] "Vua Phạm-ma-đạt-đa, nước Gia-xá lại ba lần dấy quân với bốn loại quân là tượng quân, mã quân, xa quân và bộ quân. Sau mỗi lần dấy quân với bốn loại quân, lại đích thân dẫn quân qua gây chiến với vua Trường Thọ, nước Câu-sa-la.

"Vua Trường Thọ nước Câu-sa-la nghe tin vua Phạm-ma-đạt-đa nước Gia-xá vừa dấy quân với bốn loại quân là tượng quân, mã quân, xa quân và bộ quân. Sau khi dấy quân, lại kéo đến gây chiến với mình. Vua Trường Thọ nghe tin như vậy liền nghĩ: 'Ta đánh bại nó, cần gì đánh bại nữa. Ta đã hàng phục nó, nó đâu đủ sức để hàng phục ta. Ta đã hại nó, cần gì phải hại nữa. Ta chỉ cần với một cây cung không cũng đủ hàng phục nó.'

"Vua Trường Thọ, nước Câu-sa-la nghĩ như thế nên an nhiên không cần dấy quân với bốn loại quân là tượng quân, mã quân, xa quân và bộ quân, và tự mình cũng không ra mặt trận.

"Bấy giờ, vua Phạm-ma-đạt-đa nước Gia-xá tiến quân đánh phá, bắt trọn bốn loại quân của vua Trường Thọ nước Câu-sa-la là tượng quân, mã quân, xa quân và bộ quân. Vua Trường Thọ nghe tin Phạm-ma-đạt-đa vua nước Gia-xá đã tiến quân bắt trọn bốn loại quân của mình là tượng quân, mã quân, xa quân và bộ quân; lại nghĩ rằng: 'Chiến tranh, thật là kỳ quái! Chiến tranh, thật là bạo ác. Vì sao? Chiến thắng sẽ bị chiến thắng; chế phục sẽ bị chế phục; tàn hại sẽ bị tàn hại. Vậy ta nay hãy đơn thân dẫn một người vợ cùng đi một cỗ xe, chạy đến Ba-la-nại.'

"Rồi vua Trường Thọ nước Câu-sa-la đơn thân dẫn một người vợ cùng đi trên một cỗ xe, chạy đến Ba-la-nại. Vua Trường Thọ lại nghĩ: 'Ta nay có lẽ nên từ thôn này qua thôn kia, từ ấp này qua ấp nọ để cầu học rộng nghe nhiều.' Nghĩ vậy, vua Trường Thọ liền từ thôn này qua thôn khác, từ ấp này qua ấp nọ cầu học rộng nghe nhiều. Vì học rộng nghe nhiều nên vua đổi tên là Trường Thọ Bác sĩ.

"Trường Thọ Bác sĩ lại nghĩ: 'Những gì đáng học ta đã học rồi. Ta nên vào đô ấp Ba-la-nại, đến ở đường này hẻm kia với vẻ mặt tươi cười, tấu lên âm thanh vi diệu. Như vậy, các nhà hào quý ở Ba-la-nại nghe được sẽ vô cùng hoan hỷ và thấy vui thích.' Nghĩ xong, Trường Thọ Bác sĩ vào đô ấp Ba-la-nại, đứng ở đường này hẻm nọ với vẻ mặt tươi cười, tấu lên âm thanh vi diệu nên các nhà hào quý ở Ba-la-nại nghe được đều rất hoan hỷ và lấy làm thỏa thích.

"Lúc ấy, các quyến thuộc của vua Phạm-ma-đạt-đa nước Gia-xá, [**533b**] từ quyến thuộc ngoài xa đến quyến thuộc ở giữa, rồi đến quyến thuộc bên trong và đến bà-la-môn quốc sư, tất cả đều nghe. Khi được nghe, bà-la-môn quốc sư cho gọi Trường Thọ Bác sĩ đến diện kiến.

"Bấy giờ Trường Thọ Bác sĩ đi đến chỗ bà-la-môn quốc sư,[8] đứng quay mặt về phía quốc sư, với vẻ mặt vui tươi, tấu lên âm thanh vi diệu. Sau khi nghe, bà-la-môn quốc sư rất hoan hỷ và lấy làm thỏa thích. Bà-la-môn quốc sư nói với Trường Thọ Bác sĩ:

"– Từ nay ông có thể nương tựa vào ta. Ta sẽ cung cấp cho đầy đủ.

"Trường Thọ Bác sĩ thưa rằng:

"– Thưa Tôn giả, tôi còn có một người vợ, phải làm thế nào?

"Bà-la-môn quốc sư nói với Bác sĩ:

"– Bác sĩ, ông có thể đem đến ở nhà ta. Ta sẽ cung cấp cho đầy đủ.

"Thế rồi Trường Thọ Bác sĩ dẫn vợ mình đến trú tại nhà bà-la-môn quốc sư. Bà-la-môn quốc sư liền chu cấp đầy đủ.

"Một thời gian sau, vợ của Trường Thọ Bác sĩ trong lòng rầu rĩ[9] nghĩ rằng: 'Ước gì có bốn loại quân trận với lớp lớp tấm thuẫn,[10] tuốt gươm sáng loáng, từ từ đi qua. Ta muốn xem khắp và cũng muốn uống nước mài gươm đao.'

"Vợ của Trường Thọ Bác sĩ nghĩ như vậy rồi, liền nói với Trường Thọ Bác sĩ rằng:

"– Tôi cảm thấy trong lòng rầu rĩ, đang nghĩ thế này: 'Ước gì thấy có bốn loại quân trận với lớp lớp tấm thuẫn, tuốt gươm sáng loáng từ từ đi qua. Ta muốn xem cùng khắp, lại cũng muốn uống nước mài gươm dao.'

"Trường Thọ Bác sĩ nói với vợ rằng:

"– Khanh chớ nghĩ như vậy. Vì sao? Chúng ta đã bị vua Phạm-ma-đạt-đa đánh bại, khanh nhờ đâu mà thấy được bốn loại quân trận với lớp lớp tấm thuẫn, tuốt gươm sáng loáng từ từ đi qua để khanh xem cùng khắp và khanh lại được uống nước mài gươm dao?

"Bà vợ lại nói:

"– Thưa Tôn quân, nếu được như thế thì tôi còn hy vọng sống. Nếu không, chắc chắn phải chết chớ không có gì nghi ngờ nữa.[11]

"Trường Thọ Bác sĩ liền đến chỗ bà-la-môn quốc sư, đứng quay mặt về phía quốc sư, vẻ mặt sầu thảm, bằng tiếng nói ai oán mà tấu lên các khúc nhạc. Bà-la-môn quốc sư nghe mà không được hoan hỷ. Bấy giờ bà-la-môn quốc sư hỏi rằng:

"– Này Bác sĩ, trước kia, ông đứng quay mặt về phía ta, với vẻ mặt vui tươi mà tấu lên âm thanh vi diệu. Nghe xong ta rất hoan hỷ, lấy làm vui thích. Nay ông vì sao lại đứng quay về phía ta với vẻ mặt sầu thảm, bằng âm thanh ai oán mà tấu lên khúc nhạc, ta nghe không được hoan hỷ. Này Trường Thọ Bác sĩ, thân ông không bệnh hoạn, ý ông không sầu não chứ?

"Trường Thọ Bác sĩ thưa:

"– Thưa Tôn giả, thân tôi không bệnh hoạn nhưng ý tôi [533c] sầu não. Tôn giả, vợ tôi trong lòng rầu rĩ, đã nghĩ thế này: 'Em muốn thấy bốn loại quân trận với lớp lớp tấm thuẫn, tuốt gươm sáng loáng từ từ đi qua. Em muốn xem cùng khắp, lại cũng muốn uống nước mài dao.' Tôi liền bảo rằng: 'Khanh chớ nghĩ như thế. Vì sao? Ta nay thế này, khanh nhờ đâu mà được bốn loại quân trận với lớp lớp tấm thuẫn, tuốt gươm sáng loáng từ từ đi qua để khanh xem cùng khắp và lại cũng được uống nước mài dao?' Vợ tôi lại nói rằng: 'Thưa Tôn quân, nếu được như thế thì tôi còn hy vọng sống. Nếu không thì chắc chắn sẽ chết, không nghi ngờ gì nữa.' Thưa Tôn giả, nếu vợ tôi mà không toàn mạng thì sao nỡ!

"Bà-la-môn quốc sư bảo rằng:

"– Này Bác sĩ, vợ ông, ta có thể gặp được không?

"– Thưa Tôn giả, có thể được.

"Thế rồi bà-la-môn quốc sư cùng với Trường Thọ Bác sĩ đi đến chỗ bà vợ của Bác sĩ. Bấy giờ vợ của Trường Thọ Bác sĩ mang thai một người con có đức. Bà-la-môn quốc sư thấy vợ của Trường Thọ Bác sĩ đang mang thai một người con có đức nên quỳ gối bên phải xuống đất, chắp tay hướng về phía vợ của Bác sĩ khen ba lần rằng:

"– Vua nước Câu-sa-la sẽ sanh! Vua nước Câu-sa-la sẽ sanh.

"Rồi lại ra lệnh cho tả hữu không ai được phép tiết lộ cho người ngoài biết.

"Bà-la-môn quốc sư nói tiếp:

"– Này Bác sĩ, ông chớ ưu sầu. Ta sẽ cho vợ ông được thấy bốn loại quân trận với lớp lớp tấm thuẫn, tuốt gươm sáng loáng từ từ đi qua và cũng được uống nước mài dao.

"Rồi bà-la-môn quốc sư đi đến chỗ Phạm-ma-đạt-đa, vua nước Gia-xá, thưa rằng:

"– Tâu Thiên vương, nên biết cho rằng, có vì sao hữu đức xuất hiện. Mong Thiên vương cho dàn bốn loại quân trận với lớp lớp tấm thuẫn, tuốt gươm sáng loáng từ từ diễn hành, biểu dương quân uy bằng nước mài dao. Mong Thiên vương đích thân thị sát. Tâu Thiên vương, nếu làm được như vậy thì chắc chắn có báo ứng tốt.

"Vua Phạm-ma-đạt-đa nước Gia-xá liền ra lệnh cho tướng quân:

"– Các khanh nên biết, có vì sao hữu đức xuất hiện, các khanh hãy tức khắc dàn bốn loại quân trận với lớp lớp tấm thuẫn, tuốt gươm sáng loáng từ từ diễn hành, biểu dương quân uy bằng nước mài dao. Ta sẽ đích thân quan sát. Nếu làm được như vậy thì chắc chắn có báo ứng tốt.

"Bấy giờ tướng quân tuân lệnh vua, dàn bốn loại quân trận với lớp lớp tấm thuẫn, tuốt gươm sáng loáng từ từ diễn hành, biểu dương quân uy bằng nước mài dao. Vua Phạm-ma-đạt-đa liền đích thân thị sát. Nhờ đó, vợ của Trường Thọ Bác sĩ thấy được bốn loại quân trận với lớp lớp [534a] tấm thuẫn, tuốt gươm sáng loáng từ từ đi qua để biểu dương và bà cũng được uống nước mài dao. Sau khi uống nước mài dao, lòng sầu muộn liền tiêu, tiếp đến hạ sanh người con có đức, đặt tên tự là Trường Sanh Đồng tử,[12] gởi cho người khác bí mật nuôi nấng và lần hồi lớn khôn.

"Nếu có các vị vua sát-lị Đảnh Sanh chỉnh trị thiên hạ với một quốc độ lớn, có đủ các tài nghệ như cỡi voi, chế ngự, dong xe, chơi bắn cung, đánh bằng tay, ném dây, ném móc câu, ngồi kiệu; các thứ tài nghệ tuyệt diệu như thế, Trường Sanh Đồng tử đều biết đầy đủ. Với tất cả các loại xảo diệu nào, nếu Trường Sanh đụng đến, thảy đều vượt hẳn mọi người; dũng mãnh và cương nghị hơn đời, thông minh xuất chúng. Bao nhiêu điều bí ẩn sâu xa, không có điều gì là không thông suốt tinh tường.

"Lúc ấy, Phạm-ma-đạt-đa nghe tin Trường Thọ vua nước Câu-sa-la đổi tên là Bác sĩ và đang ở tại Ba-la-nại liền ra lệnh cho tả hữu:

"– Các khanh hãy cấp tốc đến bắt Trường Thọ, vua nước Câu-sa-la, trói thúc ké hai tay, bỏ lên lừa chở đi, đánh trống lớn tiếng như tiếng lừa kêu, tuyên bố cho khắp nơi biết rồi dẫn ra khỏi cửa thành hướng Nam, bắt ngồi dưới cây nêu cao mà cật vấn.

"Cận thần tả hữu vâng lệnh, liền đến bắt Trường Thọ, vua nước Câu-sa-la, trói hai tay ra đằng sau, bỏ lên lừa chở đi, đánh trống lớn tiếng như lừa kêu, tuyên bố cho khắp nơi biết rồi dẫn ra cửa thành phía Nam, bắt ngồi dưới cây nêu cao rồi cật vấn. Lúc ấy, Trường Sanh Đồng tử đi theo cha, lúc bên tả, lúc bên hữu, thưa với cha rằng:

"– Thiên vương chớ sợ. Thiên vương chớ sợ! Con ở đây, chắc chắn cứu được, chắc chắn cứu được.

"Trường Thọ vua nước Câu-sa-la bảo con:

"– Đồng tử nên nhẫn, Đồng tử nên nhẫn! Chớ khởi oán kết mà phải thực hành nhân từ.

"Mọi người nghe vua Trường Thọ nói như vậy liền hỏi:

"– Vua muốn nói những gì như thế?

" Vua nói:

"– Đồng tử này thông minh, chắc chắn hiểu lời ta nói.

"Thế rồi Trường Sanh Đồng tử khuyên những người hào quý trong thành Ba-la-nại rằng:

"– Chư vị, hãy bố thí tu phước mà chú nguyện cho vua Trường Thọ nước Câu-sa-la. Đem phước thí ấy cầu nguyện cho vua Trường Thọ nước Câu-sa-la được an ổn, giải thoát.

"Bấy giờ các nhà hào quý trong thành Ba-la-nại, theo lời khuyến khích của Trường Sanh Đồng tử, bố thí, tu phước, chú nguyện cho vua Trường Thọ nước Câu-sa-la, đem phước thí ấy cầu nguyện cho vua Trường Thọ an ổn giải thoát.

"Vua Phạm-ma-đạt-đa nước Gia-xá nghe các nhà hào quý trong thành Ba-la-nại này bố thí, tu phước, chú nguyện cho vua Trường Thọ nước Câu-sa-la, [554b] đem phước thí ấy cầu nguyện cho vua Trường Thọ được an ổn, giải thoát thì vô cùng sợ hãi, tóc lông dựng đứng, nghĩ rằng: 'Mong những nhà hào quý trong thành Ba-la-nại này không phản lại ta chăng? Nhưng hãy gác lại việc kia, nay ta trước hết phải cấp tốc tiêu diệt sự việc này.'

"Rồi vua Phạm-ma-đạt-đa nước Gia-xá hạ lệnh cho tả hữu:

"– Các khanh hãy cấp tốc đi giết vua Trường Thọ nước Câu-sa-la, chặt ra làm bảy đoạn.

"Cận thần tả hữu vâng lệnh, liền đi giết vua Trường Thọ, chặt thành bảy đoạn. Bấy giờ Trường Sanh Đồng tử nói với các nhà hào quý trong thành Ba-la-nại rằng:

"– Các vị xem đấy, vua nước Gia-xá Phạm-ma-đạt-đa tàn ác vô đạo. Nó chặt cha ta, vua Trường Thọ nước Câu-sa-la là người vô tội. Nó cướp đoạt kho tàng, tài sản của nước ta. Vì thù hận cay độc mà giết người, chặt thành bảy đoạn một cách oan uổng. Các vị nên đến dùng lụa mới, quấn nhiều lớp, bọc kín thi hài bảy đoạn, liệm cho cha ta; dùng tất cả các cây hương thơm chất đống để hỏa táng và lập miếu đường để thờ. Phải vì cha ta mà gởi thơ cho Phạm-ma-đạt-đa, nói rằng, Trường Sanh Đồng tử con vua nước Câu-sa-la báo cho vua biết, ngươi không sợ sau này con cháu gieo họa cho chăng?'

"Rồi thì những nhà hào quý ở thành Ba-la-nại theo lời khuyên của Trường Sanh Đồng tử, dùng lụa mới xếp nhiều lớp liệm lấy thi hài bảy đoạn ấy, dùng các loại hương thơm chất đống hỏa táng rồi lập miếu mà thờ, và cũng viết thơ gởi cho Phạm-ma-đạt-đa, nói rằng: 'Trường Sanh Đồng tử, con vua nước Câu-sa-la bảo rằng, ngươi không sợ sau này bị con cháu gieo họa cho chăng?'

"Bấy giờ vợ của vua Trường Thọ nói với Trường Sanh Đồng tử:

"– Con nên biết, vua nước Gia-xá là Phạm-ma-đạt-đa, là kẻ tàn bạo, vô đạo, bắt cha con là vua Trường Thọ nước Câu-sa-la là người vô tội, cướp đoạt kho tàng, tài sản của nước con, lại vì thù hận cay độc giết người, chặt ra bảy đoạn một cách oan uổng. Này Đồng tử, con hãy đến đây cùng ta, dong một chiếc xe chạy ra khỏi Ba-la-nại này. Nếu không đi thì tai họa sẽ đến với con.

"– Thế rồi vợ của Trường Thọ cùng với Đồng tử cùng dong một chiếc xe chạy ra khỏi Bala-nại. Bấy giờ Trường Sanh Đồng tử nghĩ rằng: 'Ta nên đến thôn này, qua thôn kia để cầu học rộng nghe nhiều.'

"Nghĩ xong, Trường Sanh Đồng tử liền đi từ thôn này qua thôn nọ để cầu học rộng nghe nhiều. Vì học rộng nghe nhiều, nên đổi tên khác là Trường Sanh Bác sĩ.

"Trường Sanh Bác sĩ lại [534c] nghĩ: 'Điều cầu học ta đã học xong, có lẽ ta nên vào đô ấp Ba-la-nại, đứng ở đường này hẻm nọ với vẻ mặt tươi cười, tấu lên âm thanh vi diệu. Như vậy các nhà hào quý ở Ba-la-nại nghe được sẽ hoan hỷ và cảm thấy vui thích.'

"Nghĩ vậy, Trường Sanh Bác sĩ liền vào đô ấp Ba-la-nại đứng ở đường này hẻm nọ với vẻ mặt vui tươi, tấu lên âm thanh vi diệu. Các nhà hào quý ở Ba-la-nại nghe được, hoan hỷ vô cùng và cảm thấy vui thích.

"Bấy giờ các quyến thuộc của vua Phạm-ma-đạt-đa nước Gia-xá, từ quyến thuộc ngoài xa đến quyến thuộc khoảng giữa và quyến thuộc bên trong, bà-la-môn quốc sư, lần hồi thấu đến tai vua Phạm-ma-đạt-đa nước Gia-xá. Sau khi nghe đến, vua liền gọi vào diện kiến.

"Thế rồi Trường Sanh Bác sĩ đi đến chỗ vua Phạm-ma-đạt-đa nước Gia-xá, đứng quay về phía vua với vẻ mặt tươi cười, tấu lên bằng âm thanh vi diệu. Vua Phạm-ma-đạt-đa nước Gia-xá nghe như thế hoan hỷ vô cùng, lấy làm vui thích, rồi vua Phạm-ma-đạt-đa nói với Bác sĩ rằng:

"– Khanh từ nay có thể nương tựa vào ta. Ta sẽ cung cấp cho đầy đủ.

"Khi ấy, Trường Sanh Bác sĩ nương tựa vào vua và được cung cấp đầy đủ. Về sau vua lại hết lòng tín nhiệm, giao phó công việc, đem kiếm hộ thân trao cho Trường Sanh Bác sĩ.

"Vào một lúc, Phạm-ma-đạt-đa vua nước Gia-xá bảo người đánh xe:

"– Ngươi hãy sửa soạn xa giá. Ta muốn đi săn bắn.

"Người đánh xe vâng lời, sửa soạn xa giá xong, trở lại tâu rằng:

"– Con đã sửa soạn xa giá xong, xin theo ý Thiên vương.

"Thế rồi Phạm-ma-đạt-đa vua nước Gia-xá và Trường Sanh Bác sĩ cùng ngồi vào cỗ xe ra đi. Trường Sanh Bác sĩ nghĩ rằng: 'Phạm-ma-đạt-đa vua nước Gia-xá tàn bạo, vô đạo. Ông ấy bắt cha ta là vua Trường Thọ nước Câu-sa-la là người vô tội, lại cướp đoạt kho tàng, tài sản của ta, và vì thù hận cay độc mà giết người, chặt ra bảy đoạn một cách oan uổng. Ta bây giờ nên đánh xe tách ra khỏi bốn loại quân, đi đến một nơi khác.'

"Khi ấy vua Phạm-ma-đạt-đa nước Gia-xá vì vất vả trải qua con đường lầy lội, gió nóng bức bách nên cảm thấy khát nước, mệt nhọc quá đỗi, liền nằm xuống xe, gối vào đầu gối của Trường Sanh Bác sĩ mà ngủ. Trường Sanh Bác sĩ nghĩ rằng: 'Phạm-ma-đạt-đa vua nước Gia-xá này vô đạo, tàn bạo. Ông ấy bắt cha ta là vua Trường Thọ nước Câu-sa-la là người vô tội, lại cướp đoạt kho tàng, tài sản của nước ta và vì thù hận cay độc mà giết người chặt ra bảy đoạn một cách oan uổng. [535a] Thế mà ngày nay ông ấy đã nằm trong tay ta, ta phải báo oán.' Trường Sanh Bác sĩ nghĩ như vậy, liền tuốt gươm báu, dí vào cổ Phạm-ma-đạt-đa vua nước Gia-xá mà nói rằng:

"– Nay ta giết ngươi! Nay ta giết ngươi!

"Trường Sanh Bác sĩ lại nghĩ: 'Ta không làm đúng. Vì sao? Nhớ lại ngày trước, khi ngồi dưới cây nêu cao, vào phút sắp lâm chung, cha ta đã bảo ta rằng: 'Đồng tử hãy nhẫn, Đồng tử hãy nhẫn. Chớ khởi oán kết, phải thực hành nhân từ.' Nhớ lại như vậy, Bác sĩ bèn thu gươm, tra vào vỏ.

"Trong lúc đó, vua Phạm-ma-đạt-đa nước Gia-xá mộng thấy Trường Sanh Đồng tử, con vua Trường Thọ nước Câu-sa-la tay cầm gươm bén dí vào cổ mình mà nói rằng: 'Nay ta giết ngươi! Nay ta giết ngươi.' Thấy vậy, vua sợ hãi, tóc lông dựng đứng, liền kinh hoàng chợt tỉnh, nói với Trường Sanh Bác sĩ:

"– Ngươi có biết không, ta trong chiêm bao thấy Trường Sanh Đồng tử, con vua Trường Thọ nước Câu-sa-la tay cầm kiếm bén dí vào cổ ta, nói rằng: 'Nay ta giết ngươi! Nay ta giết ngươi!' Nghe xong, Trường Sanh Đồng tử thưa rằng:

"– Thiên vương chớ sợ! Thiên vương chớ sợ! Vì sao? Trường Sanh Đồng tử, con vua Trường Thọ nước Câu-sa-la chính là thần đây. Thiên vương, thần nghĩ rằng: 'Phạm-ma-đạt-đa, vua nước Gia-xá tàn bạo, vô đạo, bắt cha ta, một người vô tội, lại cướp đoạt kho tàng, tài sản của nước ta, và vì thù hận cay độc mà giết cha ta, chặt người ra làm bảy đoạn một cách oan uổng, mà nay chính ông ấy đã nằm trong tay ta, ta nghĩ phải báo oán.' Tâu Thiên vương, thần liền rút gươm dí vào cổ Thiên vương mà nói rằng: 'Nay ta giết ngươi! Nay ta giết ngươi!' Thiên vương, thần lại nghĩ: 'Ta làm không đúng. Vì sao? Nhớ ngày trước, ngồi dưới cây nêu cao, vào phút sắp lâm chung, cha ta đã bảo rằng: 'Đồng tử hãy nhẫn, Đồng tử hãy nhẫn! Chớ khởi oán kết mà phải thực hành nhân từ.'' Nhớ lại như vậy nên thần thu gươm tra vào vỏ.'

"Vua Phạm-ma-đạt-đa nước Gia-xá nói rằng:

"– Này Đồng tử, khanh nói rằng: 'Đồng tử hãy nhẫn, Đồng tử hãy nhẫn", ta đã rõ nghĩa ấy. Nhưng Đồng tử lại nói: 'Chớ khởi oán kết, mà phải thực hành nhân từ', là nghĩa thế nào?

"Trường Sanh Đồng tử đáp:

"– Tâu Thiên vương, chớ khởi oán kết mà phải thực hành nhân từ, chính là việc làm này vậy.

"Nghe xong, vua Phạm-ma-đạt-đa nước Gia-xá nói rằng:

"– Này Đồng tử, từ ngày hôm nay ta đem đất nước mà ta đang chỉnh trị trao hết cho khanh. Vì sao? Vì khanh đã làm một việc quá khó là đã ban ân huệ cho mạng sống của ta.

[535b] "Trường Sanh Đồng tử nghe vậy liền thưa:

"– Bổn quốc của Thiên vương thì thuộc về Thiên vương. Bổn quốc của thân phụ hạ thần thì mới có thể giao hoàn lại cho hạ thần.

"Bấy giờ, vua Phạm-ma-đạt-đa nước Gia-xá cùng với Trường Sanh Đồng tử lên xe trở về, vào thành Ba-la-nại, ngồi trên chánh điện, vua bảo các cận thần:

"– Này các khanh, nếu bắt gặp Trường Sanh Đồng tử, con vua Trường Thọ nước Câu-sa-la thì các khanh sẽ xử sự như thế nào?

"Cận thần nghe vậy, có người tâu rằng:

"– Tâu thiên vương, nếu bắt gặp nó thì sẽ chặt tay.

"Có người lại tâu:

"– Tâu Thiên vương, nếu bắt gặp nó thì chặt chân.

"Có người tâu:

"– Tâu Thiên vương, nếu bắt gặp nó thì giết.

"Vua Phạm-ma-đạt-đa nước Gia-xá nói rằng:

"– Các khanh, muốn gặp Trường Sanh Đồng tử, con vua Trường Thọ nước Câu-sa-la thì ở đây này. Các khanh chớ khởi ác ý với Đồng tử này. Vì sao? Vì Đồng tử đã làm một việc rất khó là đã tha mạng sống cho ta.

"Thế rồi vua Phạm-ma-đạt-đa nước Gia-xá dùng nước tắm của vua tắm gội cho Trường Sanh Đồng tử, cho thoa bằng bột hương của vua, cho mặc y phục của vua, mời ngồi lên ngự sàng bằng vàng, đích thân vua Phạm-ma-đạt-đa và vợ con trở về bổn quốc.

"Này tỳ-kheo, các quốc vương sát-lị Đảnh Sanh ấy làm chủ đại quốc, chỉnh trị thiên hạ mà tự thực hành hạnh nhẫn nhục; lại xưng tán nhẫn nhục; tự thực hành từ tâm, lại xưng tán từ tâm; tự ban ân huệ, lại xưng tán ân huệ. Này chư tỳ-kheo, các tỳ-kheo cũng nên làm như vậy. Các ngươi đã chí tín, từ bỏ gia đình, sống không gia đình, xuất gia học đạo, hãy nên thực hành hạnh nhẫn nhục, lại xưng tán nhẫn nhục; tự thực hành từ tâm, lại xưng tán từ tâm; tự ban ân huệ, lại xưng tán ân huệ."

"Bấy giờ các tỳ-kheo nghe Đức Phật thuyết như vậy, có vị bạch rằng:

"Thế Tôn là Pháp chủ. Nay mong Thế Tôn cứ ở yên vậy. Vị ấy nói hành con, con làm sao không nói hành vị ấy được."[13]

Lúc đó, Đức Thế Tôn không vui vì việc làm của các tỳ-kheo Câu-xá-di, với những oai nghi, lễ tiết mà họ đã học, đã tập. Ngài từ chỗ ngồi đứng dậy, nói bài kệ tụng:

Với bao nhiêu lời nói,
Phá hoại chúng tối tôn.
Khi phá hoại Thánh Chúng,
Không ai can dứt nổi.
Nát thân và mất mạng,
Kẻ cướp đoạt ngựa trâu,
Tài sản, và quốc gia,
Họ còn hay hòa thuận;
Huống ngươi vài tiếng cãi
Sao không chịu thuận hòa?
Không suy chân nghĩa xa,
Oán kết làm sao giải?
[535c] Mạ ly, trách nhau mãi
Mà biết chế, thuận hòa;
Nếu suy chân nghĩa xa
Oán kết tất giải được.[14]
Thù hận dứt hận thù,
Đời nào dứt cho xong.
Nhẫn nhục dứt hận thù,
Đó là pháp tối thượng.[15]
Sân với bậc thượng trí,
Nói toàn lời vô lại,
Phỉ báng Thánh Mâu-ni,
Thấp hèn không chút tuệ.
Người khác không rõ nghĩa,
Riêng ta biết mà thôi.
Người rõ nghĩa là ai?
Người này dứt sân nhuế.[16]
Nếu được gặp bạn trí,
Nhất định kết đồng tu;

Xả ý chấp xưa kia
Hoan hỷ thường theo đến.[17]
Nếu không gặp bạn trí,
Hãy tu riêng một mình;
Như vua nghiêm trị nước;
Như voi lẻ rừng vắng.[18]
Độc hành, chớ làm ác,
Như voi lẻ rừng vắng.
Độc hành là tốt nhất,
Đừng hội kẻ vô đức.[19]
Học: "Không gặp bạn tốt,
Không cùng ai ngang mình;
Hãy cô độc chuyên tinh
Đừng hội kẻ vô đức."[20]

Lúc Đức Thế Tôn thuyết bài tụng này xong, Ngài dùng như ý túc cõi hư không mà đi đến thôn Bà-la-lâu-la.[21] Ở thôn Bà-la-lâu-la có Tôn giả Bà-cửu, người họ Thích,[22] ngày đêm không ngủ, tinh cần hành đạo, chí thành thường định tĩnh, an trú trong đạo phẩm. Tôn giả Bà-cửu từ xa trông thấy Đức Thế Tôn đi đến, khi đã trông thấy liền nghinh tiếp, đỡ lấy y bát của Ngài, trải giường, múc nước rửa chân. Đức Phật rửa chân xong, Ngài lên chỗ ngồi của Bà-cửu người họ Thích. Ngồi xong, Ngài nói:

"Tỳ-kheo Bà-cửu, ngươi thường an ổn, không thiếu thốn chăng?"

Tôn giả Bà-cửu trả lời:

"Bạch Thế Tôn, con thường an ổn, không có thiếu thốn."

Đức Thế Tôn lại hỏi:

"Thế nào là an ổn, không có thiếu thốn?"

Tôn giả Bà-cửu đáp:

"Bạch Thế Tôn, con ngày đêm không ngủ, tinh tấn hành đạo, chí hành thường định tĩnh, an ổn vào đạo phẩm. Bạch Thế Tôn, như vậy con thường an ổn, không có thiếu thốn."

Đức Thế Tôn lại nghĩ: "Thiện nam tử này sống cuộc đời an lạc. Ta nên thuyết pháp cho ông ấy." Nghĩ vậy, Ngài liền thuyết pháp cho **[536a]** Tôn giả Bà-cửu, khuyến phát làm cho lợi ích, làm cho hoan hỷ.

Sau khi bằng vô lượng phương tiện thuyết pháp, khuyến phát làm cho lợi ích, làm cho hoan hỷ rồi, Ngài từ chỗ ngồi đứng dậy, đi đến rừng Hộ tự.²³ Vào rừng Hộ tự, đến dưới gốc cây, Ngài trải ni-sư-đàn ngồi kiết già. Lúc ấy, Đức Thế Tôn lại nghĩ rằng: "Ta đã thoát được nhóm tỳ-kheo ở Câu-xá-di, một nhóm luôn luôn tranh chấp nhau, chèn ép nhau, thù nghịch nhau, giận hờn nhau, cãi vã nhau. Ta không hoan hỷ nghĩ đến phương ấy, nơi mà nhóm tỳ-kheo Câu-xá-di đang trú."

Ngay lúc đó có một con voi, chúa của đàn voi, tách rời đàn, sống một mình, cũng đến rừng Hộ tự. Vào rừng Hộ tự, đến đứng dưới cây Hiền-sa-la.²⁴ Khi ấy, voi chúa nghĩ rằng: "Ta đã thoát được bọn voi kia, voi cái, voi đực, voi con lớn nhỏ. Bọn voi ấy thường đi trước dẫm lên cỏ và làm vấy bẩn nước. Ta bấy giờ ăn cỏ bị dẫm đạp ấy, uống nước vẫn đục kia. Ta nay ăn cỏ mới, uống nước trong."

Lúc ấy, Đức Thế Tôn bằng tha tâm trí biết ý nghĩ trong lòng voi lớn kia, liền nói bài tụng:

> *Một voi với một voi,*
> *Cũng vóc, ngà, chân đủ.*
> *Tâm này như tâm kia,*
> *Rừng sâu vui độc trú.*

Khi ấy, Đức Thế Tôn từ rừng Hộ tự mang y cầm bát đi đến rừng Ban-na-mạn-xà-tự.²⁵ Bấy giờ có ba thiện nam tử trú trong rừng Ban-na-mạn-xà-tự, là Tôn giả A-na-luật-đà, Tôn giả Nan-đề, Tôn giả Kim-tì-la.²⁶ Các Tôn giả ấy sống như vầy: Nếu ai khất thực trở về trước, người đó trải giường, múc nước để rửa chân, để sẵn chậu, đặt sẵn đòn rửa chân và khăn lau chân, lu nước uống. Nếu những gì khất thực có thể dùng hết thì dùng hết, nếu còn dư thì đổ vào hủ đậy kín cất. Ăn xong, dọn bát, cất, rửa tay chân, lấy ni-sư-đàn vắt lên vai, vào thất tĩnh tọa. Ai khất thực về sau, nếu dùng hết thì dùng, nếu thiếu thì lấy đồ ăn khất thực được của người trước dùng cho đủ. Nếu dư thì đổ vào đất sạch hay nước không có trùng, rồi đem bình bát rửa sạch, lau khô và cất vào một góc, thu dọn giường chiếu, dẹp đòn rửa chân và lu nước uống, ghè nước rửa tay và quét dọn nhà ăn. [**536b**] Sau khi tẩy sạch những rác bẩn ấy thì thu xếp y bát, rửa tay chân, lấy ni-sư-đàn vắt lên vai, vào thất tĩnh tọa. Đến lúc xế, các Tôn giả ấy, nếu có vị nào từ chỗ tĩnh tọa dậy trước, thấy lu nước uống và ghè nước rửa tay trống rỗng, không có nước, thì mang đi lấy. Nếu xách về nổi thì xách đến để một góc, nếu xách không nổi thì lấy tay vẫy một tỳ-kheo nữa, mỗi người khiêng một bên, không ai nói chuyện với nhau. Các Tôn giả ấy cứ năm ngày tụ tập lại một lần, cùng nhau bàn về pháp và im lặng theo pháp bậc Thánh.

Bấy giờ, người giữ rừng trông thấy Đức Thế Tôn từ xa đi đến, bèn đón và quở ngăn rằng:

"Sa-môn! Sa-môn chớ vào rừng này. Vì sao? Nay trong rừng này có ba thiện nam tử, đó là Tôn giả A-na-luật-đà, Tôn giả Nan-đề và Tôn giả Kim-tì-la. Các vị ấy trông thấy sa-môn, chắc họ không vừa ý."

Đức Thế Tôn bảo rằng:

"Này người giữ rừng, các vị kia nếu thấy Ta, chắc chắn không có gì không vừa ý."

Ngay lúc đó, Tôn giả A-na-luật-đà, từ xa trông thấy Đức Thế Tôn đi đến, liền quở trách người kia:

"Này người giữ rừng, chớ ngăn cản Đức Thế Tôn. Này người giữ rừng, chớ ngăn cản Đức Thiện Thệ đang đi đến. Vì sao? Vì đó là Tôn sư của tôi đến! Là Đức Thiện Thệ của tôi đến!"

Tôn giả A-na-luật-đà ra nghênh đón Đức Thế Tôn, đỡ y bát của Ngài. Tôn giả Nan-đề trải giường cho Đức Phật. Tôn giả Kim-tì-la lấy nước cho Ngài. Khi ấy, Đức Thế Tôn sau khi rửa chân xong, ngồi lên chỗ mà Tôn giả ấy đã trải. Ngồi xong, Ngài hỏi:

"Này A-na-luật-đà, ngươi thường an ổn, không có gì thiếu thốn chăng?"

Tôn giả A-na-luật-đà đáp:

"Bạch Thế Tôn, con thường an ổn, không có gì thiếu thốn."

Đức Thế Tôn lại hỏi:

"Như thế nào là an ổn, không có gì thiếu thốn?"

Tôn giả A-na-luật-đà đáp:

"Bạch Thế Tôn, con nghĩ rằng, con có thiện lợi, có đại công đức, nghĩa là con được cùng tu hành với các vị đồng phạm hạnh như thế. Bạch Thế Tôn, con thường hướng về các vị đồng phạm hạnh ấy, sống với thân nghiệp từ hòa, trước mặt hay vắng mặt đều như nhau; sống với khẩu nghiệp từ hòa, ý nghiệp từ hòa, trước mặt hay vắng mặt đều như nhau không khác. Bạch Thế Tôn, con nay có thể tự nghĩ rằng: 'Tự xả bỏ tâm con, tùy thuận tâm chư Hiền.' Bạch Thế Tôn, con liền xả bỏ tâm con, tùy thuận tâm chư Hiền. Bạch Thế Tôn, con chưa từng có một điều nào là không vừa lòng. Bạch Thế Tôn, con thường an ổn, không có gì thiếu thốn là như thế."

Đức Thế Tôn hỏi Tôn giả Nan-đề, Tôn giả cũng đáp như thế.

Đức Thế Tôn lại hỏi Tôn giả Kim-tì-la:

[536c] "Ngươi thường an ổn, không có gì thiếu thốn chăng?"

Tôn giả Kim-tì-la đáp:

"Bạch Thế Tôn, con thường an ổn, không có gì thiếu thốn."

Đức Thế Tôn lại hỏi:

"Này Kim-tì-la, thế nào là thường an ổn, không có gì thiếu thốn?"

Tôn giả Kim-tì-la đáp:

"Bạch Thế Tôn, con nghĩ rằng, con có thiện lợi, có đại công đức, nghĩa là con được cùng tu hành với các vị đồng phạm hạnh như thế. Bạch Thế Tôn, con thường hướng về các vị đồng phạm hạnh ấy, sống với thân nghiệp từ hòa, trước mặt hay vắng mặt đều như nhau; sống với khẩu nghiệp từ hòa, ý nghiệp từ hòa, trước mặt hay vắng mặt đều như nhau không khác. Bạch Thế Tôn, con nay có thể tự nghĩ rằng: 'Tự xả bỏ tâm con, tùy thuận tâm chư Hiền.' Bạch Thế Tôn, con liền xả bỏ tâm con, tùy thuận tâm chư Hiền. Bạch Thế Tôn, con chưa từng có một điều nào là không vừa lòng. Bạch Thế Tôn, con thường an ổn, không có gì thiếu thốn là như thế."

Đức Thế Tôn tán thán:

"Lành thay! Lành thay! A-na-luật-đà, như thế các ngươi thường cùng nhau hòa hợp, an lạc, không tranh, cùng hiệp nhất trong một tâm, một Thầy, như nước với sữa, chứng đắc pháp thượng nhân mà an lạc trụ có giảm dần?"[27]

Tôn giả A-na-luật-đà bạch rằng:

"Bạch Thế Tôn, chúng con cùng nhau hòa hợp không tranh, cùng hợp nhất trong một tâm, chung một Thầy, như nước với sữa, chứng đắc pháp thượng nhân mà an lạc trụ có giảm dần. Bạch Thế Tôn, chúng con có được ánh sáng và thấy sắc,[28] nhưng giây lát, ánh sáng và sắc được thấy kia liền biến mất."

Đức Thế Tôn nói:

"Này A-na-luật-đà, các ngươi không thấu triệt được tướng ấy; nghĩa là tướng có được ánh sáng và thấy sắc, nhưng giây lát, ánh sáng và sắc được thấy kia liền biến mất.

"Này A-na-luật-đà, thuở xưa lúc Ta chưa đắc đạo giác ngộ Vô thượng chánh chân, cũng có được ánh sáng và thấy sắc, nhưng giây lát, ánh sáng và sắc được thấy kia liền biến mất. A-na-luật-đà, Ta nghĩ: 'Trong tâm Ta có tai hoạn nào[29] khiến cho Ta mất định nên con mắt diệt;[30] con mắt diệt rồi thì tướng ánh sáng và sắc[31] được thấy của Ta vốn có, giây lát, ánh sáng và sắc được thấy kia liền biến mất?' A-na-luật-đà, Ta hành tinh tấn, không biếng nhác, thân tĩnh chỉ an trú, có chánh niệm chánh tri, không có ngu si, được tĩnh chỉ nhất tâm. Này A-na-luật-đà, khi Ta hành tinh tấn, không biếng nhác, tĩnh chỉ nơi thân, có chánh niệm chánh tri, an trú, không có si, được định tĩnh nhất tâm; lúc đó Ta nghĩ rằng: 'Nếu trong đời không có đạo[32] thì Ta có thấy, có biết được đạo chăng?' Do trong tâm Ta sanh tai hoạn về hoài nghi ấy, nhân tai hoạn của hoài nghi[33] ấy nên mất định mà con mắt diệt. Con mắt diệt rồi thì tướng [537a] ánh sáng và sắc được thấy của Ta vốn có, giây lát, ánh sáng và sắc được thấy kia liền biến mất. A-na-luật-đà, nay Ta nghĩ rằng: 'Trong tâm Ta không nên sanh tai hoạn của hoài nghi.' A-na-luật-đà, vì Ta không sanh tai hoạn này, sống một mình, viễn ly, tâm không phóng dật, tu hành tinh tấn. Nhân sống một mình tại nơi xa vắng, tâm không phóng dật, tu hành tinh tấn nên có được ánh sáng và thấy sắc; nhưng ánh sáng và sắc được thấy kia, giây lát liền biến mất.

"Này A-na-luật-đà, Ta lại nghĩ: 'Trong tâm Ta có tai hoạn nào khiến cho Ta mất định nên con mắt diệt; con mắt diệt rồi thì tướng ánh sáng và sắc được thấy của Ta vốn có, giây lát, ánh sáng và sắc được thấy kia liền biến mất?' A-na-luật-đà, Ta lại nghĩ: 'Trong tâm Ta sanh tai hoạn về vô niệm.³⁴ Nhân tai hoạn của vô niệm này nên mất định mà con mắt diệt; con mắt diệt rồi thì tướng ánh sáng và sắc được thấy của Ta vốn có, giây lát, ánh sáng và sắc được thấy kia liền biến mất.' A-na-luật-đà, Ta nay cần phải nghĩ rằng: 'Trong tâm Ta không nên sanh tai hoạn về hoài nghi, cũng không sanh tai hoạn về vô niệm.' A-na-luật-đà, Ta không móng khởi tai hoạn này, sống một mình tại nơi xa vắng, tâm không phóng dật, tu hành tinh tấn. Nhân sống một mình tại nơi xa vắng, tâm không phóng dật, tu hành tinh tấn nên có được ánh sáng và thấy sắc; nhưng ánh sáng và sắc được thấy kia, giây lát liền biến mất.

"Này A-na-luật-đà, Ta lại nghĩ: 'Trong tâm Ta có tai hoạn nào khiến cho Ta mất định mà con mắt diệt; con mắt diệt rồi thì tướng ánh sáng và sắc được thấy của Ta vốn có, giây lát, ánh sáng và sắc được thấy kia liền biến mất?' A-na-luật-đà, Ta lại nghĩ: 'Trong tâm Ta sanh tai hoạn về thân bệnh tưởng.³⁵ Nhân tai hoạn của thân bệnh tưởng này nên mất định mà con mắt diệt; con mắt diệt rồi thì tướng ánh sáng và sắc được thấy của Ta vốn có, giây lát, ánh sáng và sắc được thấy kia liền biến mất.' A-na-luật-đà, Ta nay nghĩ rằng: 'Trong tâm Ta không nên sanh tai hoạn về hoài nghi, không sanh tai hoạn về vô niệm, cũng không sanh tai hoạn về thân bệnh tưởng.' A-na-luật-đà, Ta không móng khởi tai hoạn này, sống một mình tại nơi xa vắng, tâm không phóng dật, tu hành tinh tấn. Nhân sống một mình tại nơi xa vắng, tâm không phóng dật, tu hành tinh tấn nên có được ánh sáng và thấy sắc; nhưng ánh sáng và sắc được thấy kia, giây lát liền biến mất.

"Này A-na-luật-đà, Ta lại nghĩ: 'Trong tâm Ta có tai hoạn nào khiến cho Ta mất định mà con mắt diệt; con mắt diệt rồi thì tướng ánh sáng và sắc được **[537b]** thấy của Ta vốn có, giây lát, ánh sáng và sắc được thấy kia liền biến mất?' A-na-luật-đà, Ta lại nghĩ: 'Trong tâm Ta sanh tai hoạn về thụy miên. Nhân tai hoạn của thụy miên³⁶ này nên mất định mà con mắt diệt; con mắt diệt rồi thì tướng ánh sáng và sắc được thấy của Ta vốn có, giây lát, ánh sáng và sắc được thấy kia liền biến mất.' A-na-luật-đà, Ta nay cần phải nghĩ rằng: 'Trong tâm Ta không nên sanh tai hoạn về hoài nghi, không sanh tai hoạn về vô niệm, không sanh tai hoạn về thân bệnh tưởng, cũng không sanh tai hoạn về thụy miên.' A-na-luật-đà, Ta muốn không móng khởi tai hoạn này, sống một mình tại nơi xa vắng, tâm không phóng dật, tu hành tinh tấn. Nhân sống một mình tại nơi xa vắng, tâm không phóng dật, tu hành tinh tấn nên có được ánh sáng và thấy sắc; nhưng ánh sáng và sắc được thấy kia, giây lát liền biến mất.

"Này A-na-luật-đà, Ta lại nghĩ: 'Trong tâm Ta có tai hoạn nào khiến cho Ta mất định mà con mắt diệt; con mắt diệt rồi thì tướng ánh sáng và sắc được thấy của Ta vốn có, giây lát, ánh sáng và sắc được thấy kia liền biến mất?' A-na-luật-đà, Ta lại nghĩ: 'Trong tâm Ta sanh tai hoạn về tinh cần thái quá.[37] Nhân tai hoạn của tinh cần thái quá này nên mất định mà con mắt diệt; con mắt diệt rồi thì tướng ánh sáng và sắc được thấy của Ta vốn có, giây lát, ánh sáng và sắc được thấy kia liền biến mất.' A-na-luật-đà, cũng như lực sĩ bắt con ruồi quá ngặt, con ruồi liền chết. Cũng vậy, A-na-luật-đà, trong tâm Ta sanh tai hoạn về tinh cần thái quá. Nhân tai hoạn của tinh cần thái quá này nên mất định mà con mắt diệt; con mắt diệt rồi thì tướng ánh sáng và sắc được thấy của Ta vốn có, giây lát, ánh sáng và sắc được thấy kia liền biến mất. A-na-luật-đà, Ta nay cần phải nghĩ rằng: 'Trong tâm Ta không nên sanh tai hoạn về hoài nghi, không sanh tai hoạn về vô niệm, không sanh tai hoạn về thân bệnh tưởng, không sanh tai hoạn về thụy miên, cũng không sanh tai hoạn về tinh cần thái quá.' A-na-luật-đà, Ta không móng khởi tai hoạn này, sống một mình tại nơi xa vắng, tâm không phóng dật, tu hành tinh tấn. Nhân sống một mình tại nơi xa vắng, tâm không phóng dật, tu hành tinh tấn nên có được ánh sáng và thấy sắc; nhưng ánh sáng và sắc được thấy kia, giây lát liền biến mất.

"Này A-na-luật-đà, Ta lại nghĩ: 'Trong tâm Ta có tai hoạn nào khiến cho Ta mất định mà con mắt diệt; con mắt diệt rồi thì tướng ánh sáng và sắc được thấy của Ta vốn có, giây lát, ánh sáng và sắc được thấy kia liền biến mất?' A-na-luật-đà, Ta lại nghĩ: 'Trong tâm Ta sanh tai hoạn về giải đãi thái quá.[38] Nhân tai hoạn của giải đãi thái quá này nên [537c] mất định mà con mắt diệt; con mắt diệt rồi thì tướng ánh sáng và sắc được thấy của Ta vốn có, giây lát, ánh sáng và sắc được thấy kia liền biến mất.' A-na-luật-đà, cũng như lực sĩ bắt con ruồi quá hoãn, con ruồi bèn bay mất. Cũng vậy, A-na-luật-đà, trong tâm Ta sanh tai hoạn về giải đãi thái quá. Nhân tai hoạn của giải đãi thái quá này nên mất định mà con mắt diệt; con mắt diệt rồi thì tướng ánh sáng và sắc được thấy của Ta vốn có, giây lát, ánh sáng và sắc được thấy kia liền biến mất. A-na-luật-đà, Ta nay cần phải nghĩ rằng: 'Trong tâm Ta không nên sanh tai hoạn về hoài nghi, không sanh tai hoạn về vô niệm, không sanh tai hoạn về thân bệnh tưởng, không sanh tai hoạn về thụy miên, không sanh tai hoạn về tinh cần thái quá, cũng không sanh tai hoạn về giải đãi thái quá.' A-na-luật-đà, Ta không móng khởi tai hoạn này, sống một mình tại nơi xa vắng, tâm không phóng dật, tu hành tinh tấn. Nhân sống một mình tại nơi xa vắng, tâm không phóng dật, tu hành tinh tấn nên có được ánh sáng và thấy sắc; nhưng ánh sáng và sắc được thấy kia, giây lát liền biến mất.

"Này A-na-luật-đà, Ta lại nghĩ: 'Trong tâm Ta có tai hoạn nào khiến cho Ta mất định mà con mắt diệt; con mắt diệt rồi thì tướng ánh sáng và sắc được thấy của Ta vốn có, giây lát, ánh sáng và sắc được thấy kia liền biến mất?' A-na-luật-đà, Ta lại nghĩ: 'Trong tâm Ta sanh tai hoạn về sợ hãi.[39] Nhân tai hoạn của sợ hãi này nên mất định mà con mắt diệt; con mắt diệt rồi thì tướng ánh sáng và sắc được thấy của Ta vốn có, giây lát, ánh sáng và sắc được thấy kia liền biến mất.' A-na-luật-đà, cũng như một người đang đi đường, kẻ thù từ bốn phía kéo đến; người kia thấy vậy, kinh khủng sợ hãi, toàn thân lông tóc dựng đứng. Cũng vậy, A-na-luật-đà, trong tâm Ta sanh tai hoạn về sợ hãi. Nhân tai hoạn của sợ hãi này nên mất định mà con mắt diệt; con mắt diệt rồi thì tướng ánh sáng và sắc được thấy của Ta vốn có, giây lát, ánh sáng và sắc được thấy kia liền biến mất. A-na-luật-đà, Ta nay cần phải nghĩ rằng: 'Trong tâm Ta không nên sanh tai hoạn về hoài nghi, không sanh tai hoạn về vô niệm, không sanh tai hoạn về thân bệnh tưởng, không sanh tai hoạn về thụy miên, không sanh tai hoạn về tinh cần thái quá, không sanh tai hoạn về giải đãi thái quá, cũng không sanh tai hoạn về sợ hãi.' A-na-luật-đà, Ta muốn không móng khởi tai hoạn này, sống một mình tại nơi xa vắng, tâm không phóng dật, tu hành tinh tấn. Nhân sống một mình tại nơi xa vắng, tâm không phóng dật, tu hành tinh tấn nên có được ánh sáng và thấy sắc; nhưng ánh sáng và sắc được thấy kia, giây lát liền biến mất.

"Này A-na-luật-đà, Ta [538a] lại nghĩ: 'Trong tâm Ta có tai hoạn nào khiến cho Ta mất định mà con mắt diệt; con mắt diệt rồi thì tướng ánh sáng và sắc được thấy của Ta vốn có, giây lát, ánh sáng và sắc được thấy kia liền biến mất?' A-na-luật-đà, Ta lại nghĩ: 'Trong tâm Ta sanh tai hoạn về hỷ duyệt. Nhân tai hoạn của hỷ duyệt này nên mất định mà con mắt diệt; con mắt diệt rồi thì tướng ánh sáng và sắc được thấy của Ta vốn có, giây lát, ánh sáng và sắc được thấy kia liền biến mất.' A-na-luật-đà, cũng như người đi tìm một kho báu; bỗng nhiên được cả bốn kho báu; thấy như vậy rồi, người ấy sanh hỷ duyệt. Cũng vậy, A-na-luật-đà, trong tâm Ta sanh tai hoạn về hỷ duyệt.⁴⁰ Nhân tai hoạn của hỷ duyệt này nên mất định mà con mắt diệt; con mắt diệt rồi thì tướng ánh sáng và sắc được thấy của Ta vốn có, giây lát, ánh sáng và sắc được thấy kia liền biến mất. A-na-luật-đà, Ta nay cần phải nghĩ rằng: 'Trong tâm Ta không nên sanh tai hoạn về hoài nghi, không sanh tai hoạn về vô niệm, không sanh tai hoạn về thân bệnh tưởng, không sanh tai hoạn về thụy miên, không sanh tai hoạn về tinh cần thái quá, không sanh tai hoạn về giải đãi thái quá, không sanh tai hoạn về sợ hãi, cũng không sanh tai hoạn về hỷ duyệt'. A-na-luật-đà, Ta không móng khởi tai hoạn này, sống một mình tại nơi xa vắng, tâm không phóng dật, tu hành tinh tấn. Nhân sống một mình tại nơi xa vắng, tâm không phóng dật, tu hành tinh tấn nên có được ánh sáng và thấy sắc; nhưng ánh sáng và sắc được thấy kia, giây lát liền biến mất.

"Này A-na-luật-đà, Ta lại nghĩ: 'Trong tâm Ta có tai hoạn nào khiến cho Ta mất định mà con mắt diệt; con mắt diệt rồi thì tướng ánh sáng và sắc được thấy của Ta vốn có, giây lát, ánh sáng và sắc được thấy kia liền biến mất?' A-na-luật-đà, Ta lại nghĩ: 'Trong tâm Ta sanh tai hoạn về tâm tự cao.⁴¹ Nhân tai hoạn của tâm tự cao này nên mất định mà con mắt diệt; con mắt diệt rồi thì tướng ánh sáng và sắc được thấy của Ta vốn có, giây lát, ánh sáng và sắc được thấy kia liền biến mất.' A-na-luật-đà, Ta nay cần phải nghĩ rằng: 'Trong tâm Ta không nên sanh tai hoạn về hoài nghi, không sanh tai hoạn về vô niệm, không sanh tai hoạn về thân bệnh tưởng, không sanh tai hoạn về thụy miên, không sanh tai hoạn về tinh cần thái quá, không sanh tai hoạn về giải đãi thái quá, không sanh tai hoạn về sợ hãi, không sanh tai hoạn về hỷ duyệt, cũng không sanh tai hoạn về tâm tự cao.' A-na-luật-đà, Ta muốn không móng khởi tai hoạn này nên sống một mình tại nơi xa vắng, tâm không phóng dật, tu hành tinh tấn. Nhân sống một mình tại nơi xa vắng, tâm không phóng dật, tu hành tinh tấn nên có được [**538b**] ánh sáng và thấy sắc; nhưng ánh sáng và sắc được thấy kia, giây lát liền biến mất.

"Này A-na-luật-đà, Ta lại nghĩ: 'Trong tâm Ta có tai hoạn nào khiến cho Ta mất định mà con mắt diệt; con mắt diệt rồi thì tướng ánh sáng và sắc được thấy của Ta vốn có, giây lát, ánh sáng và sắc được thấy kia liền biến mất?' A-na-luật-đà, Ta lại nghĩ: 'Trong tâm Ta sanh tai hoạn về đa dạng tưởng.⁴² Nhân tai hoạn của đa dạng tưởng này nên mất định mà con mắt diệt; con mắt diệt rồi thì tướng ánh sáng và sắc được thấy của Ta vốn có, giây lát, ánh sáng và sắc được thấy kia liền biến mất.' A-na-luật-đà, Ta nay cần phải nghĩ rằng: 'Trong tâm Ta không sanh tai hoạn về hoài nghi, không sanh tai hoạn về vô niệm, không sanh tai hoạn về thân bệnh tưởng, không sanh tai hoạn về thụy miên, không sanh tai hoạn về tinh cần thái quá, không sanh tai hoạn về giải đãi thái quá, không sanh tai hoạn về sợ hãi, không sanh tai hoạn về hỷ duyệt, không sanh tai hoạn về tâm tự cao, cũng không sanh tai hoạn về đa dạng tưởng.' A-na-luật-đà, Ta muốn không móng khởi tai hoạn này nên sống một mình tại nơi xa vắng, tâm không phóng dật, tu hành tinh tấn. Nhân sống một mình tại nơi xa vắng, tâm không phóng dật, tu hành tinh tấn nên có được ánh sáng và thấy sắc; nhưng ánh sáng và sắc được thấy kia, giây lát liền biến mất.

"Này A-na-luật-đà, Ta lại nghĩ: 'Trong tâm Ta có tai hoạn nào khiến cho Ta mất định mà con mắt diệt; con mắt diệt rồi thì tướng ánh sáng và sắc được thấy của Ta vốn có, giây lát, ánh sáng và sắc được thấy kia liền biến mất?' A-na-luật-đà, Ta lại nghĩ: 'Trong tâm Ta sanh tai hoạn về không quán sắc.⁴³ Nhân tai hoạn của không quán sắc này nên mất định mà con mắt diệt; con mắt diệt rồi thì tướng ánh sáng và sắc được thấy của Ta vốn có, giây lát, ánh sáng và sắc được thấy kia liền biến mất.' A-na-luật-đà, Ta nay cần phải nghĩ rằng: 'Trong tâm Ta không sanh tai hoạn về hoài nghi, không sanh tai hoạn về vô niệm, không sanh tai hoạn về thân bệnh tưởng, không sanh tai hoạn về thụy miên, không sanh tai hoạn về tinh cần thái quá, không sanh tai hoạn về giải đãi thái quá, không sanh tai hoạn về sợ hãi, cũng không sanh tai hoạn về hỷ duyệt, cũng không sanh tai hoạn về tâm tự cao, cũng không sanh tai hoạn về đa dạng tưởng, cũng không sanh tai hoạn về không quán sắc.' A-na-luật-đà, Ta muốn không móng khởi tai hoạn này nên sống một mình tại nơi xa vắng, tâm không phóng dật, tu hành tinh tấn. Nhân sống một mình tại nơi xa vắng, tâm không phóng dật, tu hành tinh tấn nên có được ánh sáng và thấy sắc; nhưng ánh sáng và sắc được thấy kia, giây lát liền biến mất.

"Này A-na-luật-đà, nếu tâm Ta sanh tai hoạn về nghi, đối với tai hoạn đó, tâm được thanh tịnh. Nếu sanh tai hoạn về vô niệm, về **[538c]** bệnh tưởng của thân, về thụy miên, về tinh cần thái quá, giải đãi thái quá, về sợ hãi, về hỷ duyệt, về tâm tự cao, về đa dạng tưởng, về tâm không quán sắc, đối với những tai hoạn đó, tâm được thanh tịnh.

"Này A-na-luật-đà, Ta lại nghĩ rằng: 'Ta phải tu học về ba định, là tu học về định có tầm có tứ, tu học về định không tầm chỉ tứ,[44] tu học về định không tầm không tứ.' A-na-luật-đà, Ta liền tu học ba định ấy, là tu học về định có tầm có tứ, tu học về định không tầm chỉ tứ, tu học về định không tầm không tứ. Nếu Ta tu học về định có tầm có tứ thì tâm liền thuận hướng đến định không tầm chỉ tứ, như vậy Ta chắc chắn không mất trí kiến này. Như vậy, khi Ta đã biết như thế rồi, suốt ngày suốt đêm, rồi suốt đêm suốt ngày, Ta tu học về định có tầm có tứ. A-na-luật-đà, Ta lúc bấy giờ thực hành trụ chỉ này. Nếu Ta tu học về định có tầm có tứ, tâm liền thuận hướng đến định không tầm không tứ. Như vậy, chắc chắn Ta không mất trí kiến này. Này A-na-luật-đà, như vậy, ta đã biết như thế rồi nên suốt ngày suốt đêm, rồi suốt đêm suốt ngày, tu học về định có tầm có tứ. Này A-na-luật-đà, bấy giờ Ta sống trong trạng thái này.

"Này A-na-luật-đà, nếu Ta tu học về định không tầm chỉ tứ, tâm liền thuận hướng định có tầm có tứ. Như vậy, ta chắc chắn không mất trí kiến này. Này A-na-luật-đà, Ta biết như thế rồi, nên suốt ngày suốt đêm, suốt ngày lẫn đêm tu học về định không tầm chỉ tứ. Này A-na-luật-đà, Ta bấy giờ thực hành hạnh tĩnh chỉ này. Nếu Ta tu học về định không tầm chỉ tứ, tâm liền thuận hướng đến định không tầm không tứ. Như thế, Ta chắc chắn không mất trí kiến này. Này A-na-luật-đà, do đó Ta biết như thế rồi nên suốt ngày suốt đêm tu học về định không tầm chỉ tứ. Này A-na-luật-đà, bấy giờ Ta sống trong trạng thái này.

"Này A-na-luật-đà, nếu Ta tu học về định không tầm không tứ, tâm liền thuận hướng đến định có tầm có tứ. Như thế, Ta chắc chắn không mất trí kiến này. Do Ta đã biết như thế, nên suốt ngày suốt đêm, suốt ngày lẫn đêm, tu học về định không tầm không tứ. Này A-na-luật-đà, Ta bấy giờ sống trong trạng thái này. Này A-na-luật-đà, nếu Ta tu học về định không tầm không tứ thì tâm liền thuận hướng đến định không tầm chỉ tứ. Như thế, Ta không mất trí kiến này. Này A-na-luật-đà, do Ta đã biết như thế rồi nên suốt ngày suốt đêm, [**539a**] suốt ngày lẫn đêm, tu học về định không tầm không tứ. Này A-na-luật-đà, Ta bấy giờ sống trong trạng thái này.

"Này A-na-luật-đà, có lúc Ta nhận biết ánh sáng mà không thấy sắc.[45] A-na-luật-đà, Ta nghĩ rằng: 'Do nhân nào, do duyên nào Ta nhận biết ánh sáng mà không thấy sắc?' A-na-luật-đà, Ta lại nghĩ rằng: 'Nếu Ta niệm tướng của ánh sáng, không niệm tướng của sắc thì bấy giờ Ta nhận biết ánh sáng mà không thấy sắc.' Như vậy, Ta biết như thế rồi nên suốt ngày suốt đêm, suốt ngày lẫn đêm, Ta nhận biết ánh sáng mà không thấy sắc. Này A-na-luật-đà, Ta bấy giờ sống trong trạng thái này.

"Này A-na-luật-đà, có lúc Ta thấy sắc mà không nhận biết ánh sáng. A-na-luật-đà, Ta nghĩ rằng: 'Do nhân nào, do duyên nào Ta thấy sắc mà không nhận biết ánh sáng?' A-na-luật-đà, Ta lại nghĩ rằng: 'Nếu Ta niệm tướng của sắc mà không niệm tướng của ánh sáng thì bấy giờ Ta nhận biết sắc mà không nhận biết ánh sáng.' Này A-na-luật-đà, Ta biết như thế rồi nên suốt ngày suốt đêm, suốt ngày lẫn đêm, Ta nhận biết sắc mà không nhận biết ánh sáng. Này A-na-luật-đà, bấy giờ Ta sống trong trạng thái này.

"Này A-na-luật-đà, có lúc Ta nhận biết ánh sáng hạn chế,[46] cũng thấy sắc hạn chế. A-na-luật-đà, Ta liền nghĩ: 'Do nhân nào, do duyên nào Ta nhận biết được ánh sáng hạn chế, cũng thấy sắc hạn chế?' Ta lại nghĩ: 'Nếu Ta nhập định hạn chế,[47] do nhập định hạn chế nên nhãn căn thanh tịnh hạn chế. Vì nhãn căn thanh tịnh hạn chế nên Ta nhận biết ánh sáng hạn chế, cũng thấy sắc hạn chế." A-na-luật-đà, Ta biết như thế rồi nên suốt ngày suốt đêm, suốt ngày lẫn đêm, Ta biết ánh sáng hạn chế và thấy sắc hạn chế. Này A-na-luật-đà, bấy giờ Ta sống trong trạng thái này.

"Này A-na-luật-đà, có lúc Ta nhận biết ánh sáng rộng lớn,[48] cũng thấy sắc rộng lớn. A-na-luật-đà, Ta nghĩ rằng: 'Do duyên nào, do nhân nào Ta nhận biết ánh sáng rộng lớn, cũng thấy sắc rộng lớn?' Ta lại nghĩ: 'Nếu Ta nhập định rộng lớn, nhờ nhập định rộng lớn nên nhãn căn thanh tịnh rộng lớn. Nhờ nhãn căn thanh tịnh rộng lớn nên Ta nhận biết ánh sáng rộng lớn, cũng thấy sắc rộng lớn.' A-na-luật-đà, Ta biết như thế rồi nên suốt ngày suốt đêm, suốt ngày lẫn đêm, Ta biết ánh sáng rộng lớn, cũng thấy sắc rộng lớn. Này A-na-luật-đà, bấy giờ Ta sống trong trạng thái này.

"Này A-na-luật-đà, nếu trong tâm ta sanh tai hoạn về nghi, đối với tai hoạn ấy trong tâm Ta đã đoạn trừ, được thanh tịnh. Với vô niệm, thân bệnh tưởng, thụy miên, tinh cần thái quá, [539b] giải đãi thái quá, sợ hãi, hỷ duyệt, tâm tự cao, đa dạng tưởng, và sanh tai hoạn về không quán sắc, đối với những tai hoạn ấy tâm được thanh tịnh. Tu học, cực tu học về định có tầm có tứ; tu học, cực tu học về định không tầm ít tứ; tu học, cực tu học về định không tầm không tứ; tu học, cực tu học về định thuần nhất; tu học, cực tu học về định hỗn hợp;[49] tu học, cực tu học về định hạn chế; tu học, cực tu học về định rộng vô lượng.[50] Ta có trí và kiến thanh tịnh, sáng suốt vô cùng, hướng đến an trú vào định, tinh cần tu tập đạo phẩm, biết như thật rằng: 'Sự sanh đã dứt, phạm hạnh đã thành, việc cần làm đã làm xong, không còn tái sanh nữa.' Này A-na-luật-đà, bấy giờ Ta thực hành trụ chỉ ấy."

Phật thuyết như vậy. Tôn giả A-na-luật-đà, Tôn giả Nan-đề, Tôn giả Kim-tì-la sau khi nghe những lời Phật thuyết, hoan hỷ phụng hành.[51] ❖

73. KINH THIÊN

Tôi nghe như vầy:

Một thời, Đức Phật du hóa tại Chi-đề-sấu, ở trong rừng Thủy chử.[52]

Bấy giờ Đức Phật bảo các tỳ-kheo:

"Thuở xưa, lúc Ta chưa đắc Đạo giác ngộ vô thượng chánh chân, bấy giờ Ta nghĩ rằng: 'Ta làm sao để được phát sanh ánh sáng,[53] nhân ánh sáng ấy mà thấy hình sắc. Như vậy, trí kiến của ta sẽ cực kỳ minh tịnh.' Vì để có trí kiến cực kỳ minh tịnh ấy mà Ta sống một mình tại nơi xa vắng, tâm không phóng dật, tu hành tinh cần. Ta nhân sống một mình tại nơi xa vắng, tâm không phóng dật, tu hành tinh cần nên được ánh sáng, liền thấy sắc. Nhưng Ta chưa cùng với Chư Thiên kia tụ hội, cùng chào hỏi, cùng luận thuyết, cùng đối đáp.

"Ta lại nghĩ rằng: 'Ta làm sao để được [**539c**] phát sanh ánh sáng. Nhân ánh sáng ấy mà thấy hình sắc và cùng Chư Thiên kia tụ hội, cùng chào hỏi, cùng luận thuyết, cùng đối đáp. Như vậy trí kiến của Ta sẽ cực kỳ minh tịnh. Vì để có trí kiến cực kỳ minh tịnh này mà Ta sống một mình tại nơi xa vắng, tâm không phóng dật, tu hành tinh cần. Nhân Ta sống một mình tại nơi xa vắng, tâm không phóng dật, tu hành tinh cần nên đạt được ánh sáng, liền thấy hình sắc, cùng Chư Thiên kia tụ hội, cùng chào hỏi nhau, cùng luận thuyết, cùng đối đáp, nhưng Ta không biết Chư Thiên kia có họ như thế nào, tên như thế nào, sanh như thế nào.

"Ta lại nghĩ rằng: 'Ta làm sao để được phát sanh ánh sáng. Nhân ánh sáng ấy mà thấy hình sắc và cùng Chư Thiên kia tụ hội, cùng chào hỏi nhau, cùng luận thuyết, cùng đối đáp và cũng biết Chư Thiên kia có họ như vậy, tên như vậy và sanh như vậy. Như thế, trí kiến của Ta cực kỳ minh tịnh.' Vì để có trí và kiến cực kỳ minh tịnh này mà Ta sống một mình tại nơi xa vắng, tâm không phóng dật, tu hành tinh cần. Nhân Ta sống một mình tại nơi xa vắng, tu hành tinh cần, nên có được ánh sáng, liền thấy hình sắc và cùng Chư Thiên kia tụ hội, chào hỏi nhau, cùng luận thuyết, cùng đối đáp và cũng biết được Chư Thiên ấy danh tánh như vậy, tên tự như vậy và sanh như vậy. Nhưng Ta không biết Chư Thiên kia ăn như thế nào, thọ khổ lạc như thế nào.

"Ta lại nghĩ rằng: 'Ta làm sao để được phát sanh ánh sáng, nhân ánh sáng ấy mà thấy hình sắc và cùng Chư Thiên tụ hội, chào hỏi nhau, cùng luận thuyết, cùng đối đáp, biết Chư Thiên ấy có họ như vậy, tên như vậy, sanh như vậy và cũng biết Chư Thiên ấy ăn như vậy, thọ khổ lạc như vậy. Như thế trí kiến của Ta sẽ cực kỳ minh tịnh.' Vì để có trí kiến cực kỳ minh tịnh này mà Ta sống một mình tại nơi xa vắng, tâm không phóng dật, tu hành tinh cần. Nhân sống một mình tại nơi xa vắng, tâm không phóng dật, tu hành tinh cần, Ta được ánh sáng, liền thấy hình sắc và cùng Chư Thiên tụ hội, cùng chào hỏi nhau, cùng luận thuyết, cùng đối đáp, cũng biết Chư Thiên ấy có họ như vậy, tên như vậy và sanh như vậy; và cũng biết Chư Thiên ấy ăn như vậy, thọ khổ lạc như vậy. Nhưng Ta không biết Chư Thiên ấy trường thọ như thế nào, [540a] tồn tại lâu như thế nào, mạng tận như thế nào.

"Ta lại nghĩ rằng: 'Ta làm sao để được phát sanh ánh sáng, nhân ánh sáng ấy mà thấy hình sắc và cùng Chư Thiên tụ hội, cùng chào hỏi nhau, cùng luận thuyết, cùng đối đáp, biết Chư Thiên ấy có họ như vậy, tên như vậy, sanh như vậy, cũng biết Chư Thiên ấy ăn như vậy, thọ khổ lạc như vậy; cũng biết Chư Thiên ấy trường thọ như thế, tồn tại lâu như thế, mạng tận như thế. Như thế trí kiến của Ta sẽ cực kỳ minh tịnh.' Vì để có trí kiến cực kỳ minh tịnh này mà Ta sống một mình tại nơi xa vắng, tâm không phóng dật, tu hành tinh cần. Nhân sống một mình tại nơi xa vắng, tâm không phóng dật, tu hành tinh cần, Ta được ánh sáng, liền thấy hình sắc và cùng Chư Thiên tụ hội, cùng chào hỏi nhau, cùng luận thuyết, cùng đối đáp, cũng biết Chư Thiên ấy có họ như vậy, tên như vậy, sanh như vậy; biết Chư Thiên ấy ăn như vậy, thọ khổ lạc như vậy; và cũng biết Chư Thiên ấy trường thọ như vậy, tồn tại lâu như vậy, mạng tận như vậy. Nhưng Ta không biết Chư Thiên ấy tạo nghiệp như thế nào, đã chết nơi này và sanh nơi kia như thế nào.

"Ta lại nghĩ rằng: 'Ta làm sao để được phát sanh ánh sáng, nhân ánh sáng ấy mà thấy hình sắc và cùng Chư Thiên kia tụ hội, cùng chào hỏi nhau, cùng luận thuyết, cùng đối đáp, biết Chư Thiên ấy có họ như vậy, tên như vậy, sanh như vậy; biết Chư Thiên ấy ăn như vậy, thọ khổ lạc như vậy; biết Chư Thiên ấy trường thọ như vậy, tồn tại lâu như vậy, mạng tận như vậy; và cũng biết Chư Thiên ấy tạo nghiệp như vậy, chết nơi này và sanh nơi kia như vậy. Như thế trí kiến của Ta sẽ cực kỳ minh tịnh.' Vì để có trí kiến cực kỳ minh tịnh này mà Ta sống một mình tại nơi xa vắng, tâm không phóng dật, tu hành tinh cần. Nhân sống một mình tại nơi xa vắng, tâm không phóng dật, tu hành tinh cần, Ta đạt được ánh sáng, liền thấy hình sắc và cùng Chư Thiên kia tụ hội, cùng chào hỏi nhau, cùng luận thuyết, cùng đối đáp, biết Chư Thiên ấy có họ như vậy, tên như vậy, sanh như vậy; biết Chư Thiên ấy ăn như vậy, thọ khổ lạc như vậy; biết Chư Thiên ấy trường thọ như vậy, tồn tại lâu như vậy, mạng tận như vậy; và cũng biết Chư Thiên ấy tạo nghiệp như vậy, chết nơi này và sanh nơi kia như vậy. Nhưng Ta không biết Chư Thiên ấy [540b] ở trong những cõi trời nào.

"Ta lại nghĩ rằng: 'Ta làm sao để được phát sanh ánh sáng, nhân ánh sáng ấy mà thấy hình sắc và cùng Chư Thiên tụ hội, cùng chào hỏi nhau, cùng luận thuyết, cùng đối đáp, biết Chư Thiên ấy có họ như vậy, tên như vậy, sanh như vậy; biết Chư Thiên ấy ăn như vậy, thọ khổ lạc như vậy; biết Chư Thiên ấy trường thọ như vậy, tồn tại lâu như vậy, mạng tận như vậy; biết Chư Thiên ấy tạo nghiệp như vậy, chết nơi này và sanh nơi kia như vậy; và cũng biết Chư Thiên ở trong các cõi trời ấy. Như thế trí kiến của Ta sẽ cực kỳ minh tịnh.' Vì để có trí kiến cực kỳ minh tịnh này mà Ta sống một mình tại nơi xa vắng, tâm không phóng dật, tu hành tinh cần. Ta nhân sống một mình tại nơi xa vắng, tâm không phóng dật, tu hành tinh cần, nên đạt được ánh sáng, liền thấy hình sắc và cùng Chư Thiên kia tụ hội, cùng chào hỏi nhau, cùng luận thuyết, cùng đối đáp, biết Chư Thiên ấy có họ như vậy, tên như vậy, sanh như vậy; biết Chư Thiên ấy ăn như vậy, thọ khổ lạc như vậy; biết Chư Thiên ấy trường thọ như vậy, tồn tại lâu như vậy, mạng tận như vậy; biết Chư Thiên ấy tạo nghiệp như vậy, chết nơi này và sanh nơi kia như vậy; và cũng biết Chư Thiên ở trong những cõi trời ấy. Nhưng Ta không biết Ta đã từng sanh vào cõi đó, hay chưa từng sanh vào cõi đó.

"Ta lại nghĩ rằng: 'Ta làm sao để được phát sanh ánh sáng, nhân ánh sáng ấy mà thấy hình sắc và cùng Chư Thiên tụ hội, cùng chào hỏi nhau, cùng luận thuyết, cùng đối đáp, biết Chư Thiên ấy có họ như vậy, tự như vậy, sanh như vậy; biết Chư Thiên ấy ăn như vậy, thọ khổ lạc như vậy; biết Chư Thiên ấy trường thọ như vậy, tồn tại lâu như vậy, mạng tận như vậy; biết Chư Thiên ấy tạo nghiệp như vậy, chết nơi này và sanh nơi kia như vậy; biết Chư Thiên ở trong các cõi trời ấy; và cũng biết ở cõi trời ấy Ta đã từng sanh vào, hay chưa từng sanh vào. Như thế trí kiến của Ta sẽ cực kỳ minh tịnh." Vì để có trí kiến cực kỳ minh tịnh này mà Ta sống một mình tại nơi xa vắng, tâm không phóng dật, tu hành tinh cần. Ta nhân sống một mình tại nơi xa vắng, tâm không phóng dật, tu hành tinh cần, nên được ánh sáng, liền thấy hình sắc và cùng Chư Thiên kia tụ hội, cùng chào hỏi nhau, cùng luận thuyết, cùng đối đáp, biết Chư Thiên ấy có [540c] họ như vậy, tên như vậy, sanh như vậy; biết Chư Thiên ấy ăn như vậy, thọ khổ lạc như vậy; biết Chư Thiên ấy trường thọ như vậy, tồn tại lâu như vậy, mạng tận như vậy; biết Chư Thiên ấy tạo nghiệp như vậy, đã chết nơi này và sanh nơi kia như vậy; biết Chư Thiên ở trong những cõi trời ấy; và cũng biết Ta đã từng sanh vào các cõi trời ấy.

"Nếu Ta không biết một cách chân chánh tám hành[54] này thì không thể nói một cách xác định là đã chứng đắc,[55] cũng không biết Ta đắc Đạo giác ngộ vô thượng chánh chân; đối với Chư Thiên, Ma, Phạm, sa-môn, bà-la-môn ở thế gian này Ta không thể siêu việt lên trên; Ta cũng không đắc giải thoát với những sự giải thoát sai biệt. Ta cũng chưa lìa các đảo điên, chưa biết như thật rằng 'Sự sanh đã dứt, phạm hạnh đã thành, việc cần làm đã làm xong, không còn tái sanh nữa.'

"Nếu Ta biết được một cách chân chánh tám hành này thì mới có thể nói một cách xác định đã chứng đắc, cũng biết rằng Ta đã đắc Đạo giác ngộ vô thượng chánh chân, đối với Chư Thiên, Ma, Phạm, sa-môn, bà-la-môn, Ta siêu việt lên trên. Ta cũng chứng đắc giải thoát với những sự giải thoát sai biệt; tâm Ta đã xa lìa các điên đảo, biết như thật rằng: 'Sự sanh đã dứt, phạm hạnh đã thành, việc cần làm đã làm xong, không còn tái sanh nữa.'"

Phật thuyết như vậy. Các tỳ-kheo sau khi nghe Phật thuyết, hoan hỷ phụng hành. ❖

74. KINH BÁT NIỆM*

Tôi nghe như vầy:

Một thời, Đức Phật du hành tại Bà-kì-sấu,[56] ở trong vườn Lộc Dã,[57] rừng Bố, núi Ngạc.

Tôn giả A-na-luật

Bấy giờ Tôn giả A-na-luật-đà ở tại Chi-đề-sấu, trong rừng Thủy Chử.[58] Tôn giả A-na-luật-đà ở chỗ yên tĩnh, tĩnh tọa tư duy, tâm nghĩ rằng: "Đạo chứng đắc từ vô dục,[59] chứ chẳng phải từ hữu dục. Đạo chứng đắc từ tri túc, chứ không phải là không nhàm chán. Đạo chứng đắc từ viễn ly, chứ không phải từ sự ưa tụ hội, không phải từ sự sống tụ hội, không phải từ sự hội hợp tụ hội. Đạo chứng đắc từ sự tinh cần, chứ không phải từ sự biếng nhác. Đạo chứng đắc từ chánh niệm, chứ không phải từ tà niệm. Đạo chứng đắc từ định tâm, chứ không phải từ loạn ý. Đạo chứng đắc từ trí tuệ, chứ không phải từ ngu si."

Lúc ấy, Đức Thế Tôn bằng tha tâm trí biết Tôn giả A-na-luật-đà đang niệm gì, đang tư gì, đang hành gì. Sau khi đã biết, Đức Thế Tôn nhập định như thế.[60] Với định như thế, trong khoảnh khắc [541a] như người lực sĩ co duỗi cánh tay, cũng thế, Đức Thế Tôn từ Bà-kì-sấu, từ rừng Bố trong núi Ngạc, trong vườn Lộc dã, bỗng biến mất, và xuất hiện trước mặt Tôn giả A-na-luật-đà tại Chi-đề-sấu. Bấy giờ, Đức Thế Tôn xuất định, tán thán Tôn giả A-na-luật-đà rằng:

"Lành thay! Lành thay! A-na-luật-đà, ngươi ở chỗ yên tĩnh, ngồi tĩnh tọa tư duy, tâm đã nghĩ thế này: 'Đạo chứng đắc từ vô dục, chứ chẳng

---

* Tương đương Pāli., A. viii. 30. Hán, No 46: A-na-luật bát niệm kinh; No 125(42.6).

phải từ hữu dục. Đạo chứng đắc từ tri túc, chứ không phải là không nhàm chán. Đạo chứng đắc từ viễn ly, chứ không phải từ sự ưa tụ hội, không phải từ sự sống tụ hội, không phải từ sự hội hợp tụ hội. Đạo chứng đắc từ sự tinh cần, chứ không phải từ sự biếng nhác. Đạo chứng đắc từ chánh niệm, chứ không phải từ tà niệm. Đạo chứng đắc từ định tâm, chứ không phải từ loạn ý. Đạo chứng đắc từ trí tuệ, chứ không phải từ ngu si.'

"Này A-na-luật-đà, ngươi hãy nghe Như Lai, lãnh thọ thêm suy niệm thứ tám của bậc Đại nhân.[61] Sau khi lãnh thọ, ngươi hãy tư duy rằng: 'Đạo chứng đắc từ chỗ không hý luận,[62] ưa sự không hý luận, hành sự không hý luận, chứ không phải từ chỗ hý luận, không phải từ chỗ ưa hý luận, không phải từ chỗ hành hý luận.'

"Này A-na-luật-đà, nếu ngươi thành tựu tám suy niệm của bậc Đại nhân, chắc chắn ngươi có thể ly dục, ly ác, ly bất thiện pháp, cho đến chứng đắc Tứ thiền, thành tựu an trụ.

"Này A-na-luật-đà, nếu ngươi thành tựu tám suy niệm của bậc Đại nhân này, lại chứng đắc bốn tăng thượng tâm này, sống an lạc ngay trong hiện tại, dễ được chứ không khó. Cũng như vua và đại thần có hòm đẹp đựng đầy các loại y phục đẹp, buổi sáng muốn mặc liền lấy mặc; buổi trưa, buổi chiều, muốn mặc liền lấy mặc, tùy ý tự tại. Này A-na-luật-đà, ngươi cũng vậy, được y phấn tảo, làm y phục bậc nhất, tâm ngươi vô dục, sống với đời sống này.

"Này A-na-luật-đà, nếu ngươi thành tựu tám suy niệm của bậc Đại nhân, lại chứng đắc bốn tăng thượng tâm này nữa, sống an lạc ngay trong đời hiện tại, dễ được không khó. Cũng như vua và vương thần có trưởng bếp giỏi, làm các thức ăn ngon lành mỹ diệu. Này A-na-luật-đà, ngươi cũng vậy, thường sống bằng món ăn khất thực làm món ăn độc nhất, tâm ngươi vô dục, sống với đời sống này.

"Này A-na-luật-đà, nếu ngươi thành tựu tám suy niệm của bậc Đại nhân, lại cũng chứng đắc bốn tăng thượng tâm này nữa, sống an lạc ngay trong đời hiện tại này, dễ được chứ không khó. Cũng như vua và vương thần có nhà cửa đẹp, hoặc có lầu các, cung điện. Này A-na-luật-đà, ngươi cũng như thế, ngồi dưới gốc cây, lấy sự tịch tĩnh làm ngôi nhà bậc nhất, tâm ngươi vô dục, sống với đời sống này.

"Này A-na-luật-đà, nếu ngươi thành tựu tám suy niệm của bậc Đại nhân, lại cũng chứng đắc bốn tăng thượng tâm này nữa, **[541b]** sống an lạc ngay trong đời hiện tại này, dễ được chứ không khó. Cũng như vua và vương thần có giường đẹp, trải lên bằng chăn nệm, đệm bông, phủ lên bằng gấm, the, lụa, sa trun, có chăn đệm ở hai đầu để gối, trải thảm quý bằng da sơn dương.⁶³ Này A-na-luật-đà, ngươi cũng như vậy, chỗ ngồi trải bằng cỏ, bằng lá cây, là chỗ ngồi bậc nhất. Tâm ngươi vô dục, sống với đời sống này.

"Này A-na-luật-đà, nếu ngươi thành tựu tám suy niệm của bậc Đại nhân, lại cũng chứng đắc bốn tăng thượng tâm này nữa, sống an lạc ngay trong đời hiện tại này, dễ được chứ không khó. Như thế, nếu ngươi an trú phương Đông, ở đó chắc chắn được an lạc, không có các tai hoạn đau khổ. Nếu an trú phương Tây, phương Nam, phương Bắc, ở đó chắc chắn được an lạc, không có các tai hoạn đau khổ.

"Này A-na-luật-đà, nếu ngươi thành tựu tám suy niệm của bậc Đại nhân, lại cũng chứng đắc bốn tăng thượng tâm này nữa, sống an lạc ngay trong đời hiện tại này, dễ được chứ không khó; đối với các pháp thiện, ngươi đã an trú, Ta không nói đến, huống nữa là nói đến sự suy thoái. Các thiện pháp cứ ngày đêm tăng trưởng mà chẳng suy thoái.

"Này A-na-luật-đà, nếu ngươi thành tựu tám suy niệm của bậc Đại nhân, lại cũng chứng đắc bốn tăng thượng tâm này nữa, sống an lạc ngay trong đời hiện tại này, dễ được chứ không khó, thì đối với hai quả, chắc chắn ngươi đắc được một, hoặc trong đời này đắc cứu cánh trí, hoặc nếu còn hữu dư thì đắc A-na-hàm.

"Này A-na-luật-đà, ngươi hãy thành tựu tám suy niệm này của bậc Đại nhân, và cũng nên chứng đắc bốn tăng thượng tâm này nữa, sống an lạc ngay trong đời hiện tại này, dễ được chứ không khó rồi; sau đó mới an cư mùa mưa tại Chi-đề-sấu, trong rừng Thủy Chử.

Bấy giờ Đức Thế Tôn thuyết pháp cho Tôn giả A-na-luật-đà, khuyến phát làm cho lợi ích, làm cho hoan hỷ. Sau khi bằng vô lượng phương tiện thuyết pháp, khuyến phát làm cho lợi ích, làm cho hoan hỷ rồi, Đức Thế Tôn liền như vậy mà nhập định, trong khoảnh khắc, như người lực sĩ co duỗi cánh tay, cũng vậy, Đức Thế Tôn từ Chi-đề-sấu, trong rừng Thủy Chử, bỗng nhiên biến mất, không thấy, rồi hiện ra ở Bà-kì-sấu, núi Ngạc rừng Bố, trong vườn Lộc Dã.

Tám điều suy niệm

Lúc ấy Tôn giả A-nan cầm quạt đứng hầu Đức Phật, Đức Phật liền xuất định, quay lại bảo A-nan rằng:

"Này A-nan, nếu có tỳ-kheo nào ở trong vườn Lộc Dã, rừng Bố, núi Ngạc, bảo tất cả tụ tập tại giảng đường. Sau khi tụ tập tại giảng đường xong, trở lại cho Ta hay."

Tôn giả A-nan vâng lời Đức Phật, cúi đầu đảnh lễ dưới chân Ngài, liền đi tuyên bố rằng: "Đức Thế Tôn dạy: nếu có tỳ-kheo nào ở trong vườn Lộc Dã, rừng Bố, núi Ngạc, tất cả hãy tụ tập tại giảng đường.

Sau khi các tỳ-kheo tụ tập tại [**541c**] giảng đường, Tôn giả A-nan trở lại chỗ Đức Phật, cúi đầu đảnh lễ dưới chân, rồi đứng qua một bên, bạch rằng:

"Bạch Đức Thế Tôn, các tỳ-kheo ở trong vườn Lộc Dã, rừng Bố, núi Ngạc, tất cả đã tụ tập tại giảng đường. Mong Đức Thế Tôn biết cho, nay đã đến thời."

Lúc ấy, Đức Thế Tôn đến giảng đường, trải chỗ ngồi trước chúng tỳ-kheo và nói:

"Này chư tỳ-kheo, Ta nói cho các ngươi nghe về tám pháp suy niệm của bậc Đại nhân. Các ngươi hãy lắng nghe, hãy suy ngẫm kỹ!

Bấy giờ các tỳ-kheo vâng lời lắng nghe. Đức Thế Tôn nói rằng:

"Đây là tám pháp suy niệm của bậc Đại nhân:

"Đạo chứng đắc từ vô dục, chứ không phải từ hữu dục.

"Đạo chứng đắc từ tri túc, chứ không phải từ không nhàm tởm.

"Đạo chứng đắc từ viễn ly, chứ không phải từ chỗ ưa tụ hội, không phải từ sự sống chỗ tụ hội, không phải từ sự sống hội hợp tụ hội.

"Đạo chứng đắc từ tinh cần, chứ không phải từ biếng nhác.

"Đạo chứng đắc từ chánh niệm, chứ không phải từ tà niệm.

"Đạo chứng đắc từ chỗ định ý, chứ không phải từ loạn ý.

"Đạo chứng đắc từ trí tuệ, chứ không phải từ ngu si.

"Đạo chứng đắc từ chỗ không hý luận, ưa sự không hý luận, hành sự không hý luận; chứ không phải từ hý luận, không phải từ sự ưa hý luận, không phải từ sự hành hý luận.

1. "Thế nào là đạo chứng đắc từ vô dục, chứ không phải từ hữu dục? Tỳ-kheo được vô dục, tự biết được vô dục, không tỏ cho kẻ khác biết mình vô dục; được tri túc, được viễn ly, được tinh cần, được chánh niệm, được định tâm, được trí tuệ, được không hý luận, tự biết được không hý luận, không muốn tỏ cho người khác biết mình không hý luận.⁶⁴ Như vậy gọi là đạo chứng đắc từ vô dục, chứ không phải từ hữu dục.

2. "Thế nào là đạo chứng đắc từ tri túc, chứ không phải từ không nhàm tởm? Tỳ-kheo hành tri túc, áo dùng để che thân, ăn đủ nuôi thân. Đó là đạo chứng đắc từ tri túc, chứ không phải từ không nhàm tởm.

3. "Thế nào là đạo chứng đắc từ viễn ly, chứ không phải từ ưa tụ hội, sống chỗ tụ hội, hội hợp nơi tụ hội? Tỳ-kheo sống đời sống viễn ly, sống với hai sự viễn ly là thân và tâm đều viễn ly. Đó là đạo chứng đắc từ viễn ly, chứ không phải từ sự ưa tụ hội, sống ở chỗ tụ hội, hội hợp nơi tụ hội.

4. "Thế nào là đạo chứng đắc từ tinh tấn, chứ không phải từ biếng nhác? Tỳ-kheo thường hành tinh tấn, đoạn ác bất thiện, tu các thiện pháp, hằng tự sách tấn, chuyên nhất kiên cố, vì các gốc rễ thiện mà không hề từ bỏ khó nhọc. Đó gọi là đạo chứng đắc từ tinh tấn, chứ không phải từ biếng nhác.

5. "Thế nào là đạo chứng đắc từ chánh niệm, chứ không phải từ tà niệm? Tỳ-kheo quán thân nơi nội thân, quán thọ, tâm, pháp trên pháp. Đó gọi là đạo chứng đắc từ chánh niệm, chứ không phải từ tà niệm.

6. "Thế nào là đạo chứng đắc từ định tâm, chứ không phải từ loạn ý? Tỳ-kheo ly dục, ly [**542a**] pháp ác bất thiện, cho đến chứng đắc Tứ thiền, thành tựu và an trụ. Đó gọi là đạo chứng đắc từ định ý, chứ không phải từ loạn ý.

7. "Thế nào là đạo chứng đắc từ trí tuệ, chứ không phải từ ngu si? Tỳ-kheo tu hạnh trí tuệ, quán pháp hưng suy, chứng đắc trí như thật, thánh tuệ minh đạt, phân biệt rõ ràng, dứt sạch khổ một cách chính đáng. Đó gọi là đạo chứng đắc từ trí tuệ, chứ không phải từ ngu si.

8. "Thế nào là đạo chứng đắc từ không hý luận, ưa không hý luận, hành không hý luận; chứ không phải từ hý luận, không phải từ ưa hý luận, không phải từ hành hý luận? Tỳ-kheo tâm ý thường diệt hý luận, an lạc, trú trong Vô dư Niết-bàn, tâm thường lạc trú, hoan hỷ, ý giải. Đó gọi là đạo chứng đắc từ không hý luận, ưa không hý luận, hành không hý luận; chứ không phải từ hý luận, không phải từ ưa hý luận, không phải từ hành hý luận.

"Này các tỳ-kheo, Tỳ-kheo A-na-luật-đà đã thành tựu tám pháp suy niệm của bậc Đại nhân này, sau đó mới an cư mùa mưa tại Chi-đề-sấu, trong rừng Thủy Chử. Ta đem những điều này nói ra, vị ấy sống một mình tại nơi xa vắng, tâm không phóng dật, tu hành tinh cần. Vị ấy khi sống một mình tại nơi xa vắng, tâm không phóng dật, tu hành tinh cần, đã đạt đến cứu cánh mà một thiện nam tử vì cứu cánh ấy đã cạo bỏ râu tóc, mặc áo cà-sa, chí tín, từ bỏ gia đình, sống không gia đình, xuất gia học đạo, duy chỉ cầu đắc vô thượng phạm hạnh ngay trong đời này, tự tri, tự giác, tự thân chứng đắc, thành tựu và an trú, biết một cách như thật rằng: 'Sự sanh đã dứt, phạm hạnh đã thành, việc cần làm đã làm xong, không còn tái sanh nữa.'"

Ngay lúc ấy, Tôn giả A-na-luật-đà chứng đắc A-la-hán, tâm chánh giải thoát, xứng đáng bậc Trưởng lão Thượng tôn, rồi nói bài tụng:

> *Vô thượng thế gian sư*
> *Xa biết con hý luận,*
> *Chánh thân tâm nhập định*
> *Nương không, chợt đến đây.*
> *Biết con tâm niệm này,*
> *Thuyết pháp vượt lên nữa.*
> *Chư Phật không hý luận;*
> *Hý luận đã xa lìa.*
> *Đã biết pháp Như Lai,*
> *Ưa trú trong chánh pháp.*

Rồi tam muội chứng ngay,
Pháp Phật đã thành đạt.
Con chẳng ưa sự chết,
Cũng không nguyện nơi sanh;
Tùy thời, tùy sở thích,
Niệm, chánh trí vững vàng.
Tỳ-da-ly, Trúc lâm,[65]
Nơi đó mạng con dứt;
Ở ngay dưới khóm trúc,
Nhập Vô dư Niết-bàn.

Phật thuyết như vậy. Tôn giả A-na-luật-đà và các tỳ-kheo sau khi nghe Phật thuyết, **[542b]** hoan hỷ phụng hành. 🏵

75. KINH TỊNH BẤT ĐỘNG ĐẠO*

Tôi nghe như vầy:

Một thời, Đức Phật trú tại Câu-lâu-sấu, ở Kiếm-ma-sắt-đàm, một đô ấp của Câu-lâu.⁶⁶

Tịnh Bất động đạo

1. Siêu việt dục tưởng

Bấy giờ Đức Thế Tôn bảo các tỳ-kheo rằng:

"Dục là vô thường, hư ngụy, giả dối.⁶⁷ Đã là pháp giả dối thì huyễn hóa, dối gạt, ngu si.⁶⁸ Dầu là dục của đời này hay là dục của đời sau, hoặc sắc đời này hay sắc đời sau,⁶⁹ tất cả đều là cảnh giới của Ma, là miếng mồi của Ma. Nhân những thứ ấy mới sanh ra vô lượng pháp ác bất thiện, tham lam,⁷⁰ sân nhuế và đấu tranh,⁷¹ làm chướng ngại cho sự tu học của Thánh đệ tử.

"Đa văn Thánh đệ tử nên quán như vầy, 'Dục mà Thế Tôn nói, là vô thường, hư ngụy, giả dối, huyễn hóa, dối gạt, ngu si. Dù là dục của đời này hay dục của đời sau, dù là sắc của đời này hay sắc của đời sau, tất cả đều là cảnh giới của Ma, là miếng mồi của Ma. Nhân những thứ ấy, tâm mới sanh ra vô lượng pháp ác bất thiện, tham lam, sân nhuế và đấu tranh, làm chướng ngại sự tu học của Thánh đệ tử.'

"Rồi vị ấy có thể suy nghĩ như vầy: 'Ta hãy đạt đến tâm quảng đại, thành tựu và an trú, nhiếp phục thế gian, nhiếp trì tâm ấy. Nếu ta đạt đến tâm quảng đại, thành tựu và an trú, nhiếp phục thế gian, nhiếp trì tâm ấy, thì tâm như thế không sanh ra vô lượng pháp ác bất thiện, tham

---

* Tương đương Pāli, M. 106. *Āneñjasappāyasuttaṃ.*

lam, sân nhuế và đấu tranh, làm chướng ngại sự tu học của Thánh đệ tử.'

"Vị ấy bằng sự hành này, bằng sự học này, như vậy mà tu tập để phát triển rộng lớn, liền ở nơi xứ mà tâm được minh tịnh.[72] Sau khi tâm đã minh tịnh ở nơi xứ, tỳ-kheo ấy, hoặc nhờ đó mà nhập vào bất động,[73] hoặc do tuệ mà giải thoát.[74] Về sau, khi thân hoại mạng chung, nhân tâm ý đã có sẵn ấy,[75] chắc chắn đạt đến bất động. Đó gọi là thuyết về Tịnh bất động đạo[76] thứ nhất.

2. Siêu việt sắc tưởng

"Lại nữa, Đa văn Thánh đệ tử nên quán như thế này: 'Những gì là sắc, tất cả những sắc ấy là bốn đại và bốn đại tạo thành. Bốn đại ấy là pháp vô thường, khổ và diệt.' Vị ấy bằng sự hành này, bằng sự học này, như vậy mà tu tập để phát triển rộng lớn, liền ở nơi xứ mà tâm được minh tịnh. Sau khi tâm đã minh tịnh ở nơi xứ, tỳ-kheo ấy, hoặc nhờ đó mà nhập vào bất động, hoặc do tuệ mà giải thoát. Về sau, [542c] khi thân hoại mạng chung, nhân tâm ý đã có sẵn ấy, chắc chắn đạt đến bất động. Đó gọi là thuyết về Tịnh bất động đạo thứ hai.

3. Siêu việt dục sắc tưởng

"Lại nữa, Đa văn Thánh đệ tử nên quán như thế này: 'Dù là dục của đời này hay dục của đời sau, dù là sắc đời này hay sắc đời sau, dù là dục tưởng của đời này hay dục tưởng của đời sau, dù là sắc tưởng của đời này hay sắc tưởng của đời sau, tất cả tưởng ấy đều là pháp vô thường, khổ và diệt.' Bấy giờ vị ấy nhất định được bất động tưởng. Vị ấy bằng sự hành này, bằng sự học này, như vậy mà tu tập, phát triển rộng lớn, liền ở nơi xứ mà tâm được minh tịnh. Sau khi tâm đã minh tịnh ở nơi xứ, tỳ-kheo ấy, hoặc nhờ đó mà nhập vào bất động, hoặc do tuệ mà giải thoát. Về sau, khi thân hoại mạng chung, nhân tâm ý đã có sẵn ấy, chắc chắn đạt đến bất động. Đó gọi là thuyết về Tịnh bất động đạo thứ ba.

Tịnh Vô sở hữu xứ đạo

"Lại nữa, Đa văn Thánh đệ tử nên quán thế này: 'Dù là dục tưởng của đời này hay dục tưởng của đời sau, dù là sắc tưởng của đời này hay sắc tưởng của đời sau, và bất động tưởng, tất cả tưởng đều là pháp vô thường, khổ và diệt.' Vị ấy bấy giờ đắc Vô sở hữu xứ tưởng. Vị ấy bằng sự hành này, bằng sự học này, như vậy mà tu tập để phát triển rộng lớn, liền ở nơi xứ mà tâm được minh tịnh. Sau khi tâm đã minh tịnh ở nơi xứ, tỳ-kheo ấy, hoặc nhờ đó mà nhập vào bất động, hoặc do tuệ mà giải thoát. Về sau, khi thân hoại mạng chung, nhân tâm ý đã có sẵn ấy, chắc chắn đạt đến bất động. Đó gọi là thuyết về Tịnh vô sở hữu xứ đạo thứ nhất.[77]

"Lại nữa, Đa văn Thánh đệ tử nên quán như thế này: 'Thế gian này là không, ngã không, ngã sở không,[78] cái hữu thường không, cái hữu hằng không, cái trường tồn không, cái bất biến dịch không.' Vị ấy hành như vậy, học như vậy, tu tập và phát triển như vậy thì ở nơi xứ, tâm được minh tịnh. Sau khi ở nơi xứ, tâm được minh tịnh, tỳ-kheo ấy hoặc nhờ đó mà tâm nhập Vô sở hữu xứ, hoặc do tuệ mà giải thoát. Về sau, khi thân hoại mạng chung, nhân tâm ý đã có sẵn ấy, chắc chắn đạt đến Vô sở hữu xứ. Đó là trường hợp thứ hai được gọi là Tịnh vô sở hữu xứ đạo.

"Lại nữa, Đa văn Thánh đệ tử nên quán như thế này: 'Ta không phải được tạo ra vì cái khác, cũng không phải được tạo ra vì chính mình'.[79] Vị ấy hành như vậy, học như vậy, tu tập và phát triển như vậy, ở nơi xứ, tâm được minh tịnh. Sau khi ở nơi xứ, tâm được minh tịnh, tỳ-kheo ấy hoặc nhờ đó mà nhập Vô sở hữu xứ, hoặc do tuệ mà giải thoát. Về sau, khi thân hoại mạng chung, nhân tâm ý đã có sẵn ấy, chắc chắn đạt đến vô sở hữu xứ. Đó là [543a] trường hợp thứ ba được gọi là Tịnh vô sở hữu xứ đạo.

Tịnh vô tưởng đạo

"Lại nữa, Đa văn Thánh đệ tử nên quán như thế này: 'Dù là dục của đời này hay dục của đời sau, dù là sắc của đời này hay sắc của đời sau, dù là dục tưởng của đời này hay dục tưởng của đời sau, dù là sắc tưởng của đời này hay sắc tưởng của đời sau và bất động tưởng, vô sở hữu xứ tưởng, tất cả tưởng ấy đều là pháp vô thường, khổ và diệt.' Bấy giờ vị ấy đắc Vô tưởng. Vị ấy hành như vậy, học như vậy, tu tập và phát triển như vậy, thì ở nơi xứ mà tâm được minh tịnh. Sau khi ở nơi xứ mà tâm được minh tịnh, tỳ-kheo ấy hoặc nhờ đó mà nhập vô tưởng, hoặc do tuệ mà giải thoát. Về sau, khi thân hoại mạng chung, nhân tâm ý đã có sẵn ấy, chắc chắn đạt đến vô tưởng xứ. Đó là nói về Tịnh vô tưởng đạo."[80]

Niết-bàn không chấp thủ

Bấy giờ, Tôn giả A-nan đang cầm quạt đứng hầu Đức Phật. Tôn giả hướng về Phật mà bạch rằng:

"Bạch Đức Thế Tôn, nếu có tỳ-kheo nào thực hành như vầy, 'Không có ta, không có sở hữu của ta; ta sẽ không tồn tại, sở hữu của ta sẽ không tồn tại; những gì có trước kia, hoàn toàn xả ly như vậy.'[81] Bạch Thế Tôn, tỳ-kheo ấy thực hành như thế, có chứng đắc cứu cánh Niết-bàn chăng?"

Đức Phật nói rằng:

"Này A-nan, sự kiện ấy không nhất định. Hoặc có người chứng đắc, hoặc có người không chứng đắc."

Tôn giả A-nan lại thưa:

"Bạch Thế Tôn, tỳ-kheo ấy hành như thế nào mà không chứng đắc Niết-bàn?"

Đức Thế Tôn đáp:

"Này A-nan, tỳ-kheo nào hành như vầy, 'Không có ta, không có sở hữu của ta; ta sẽ không tồn tại, sở hữu của ta sẽ không tồn tại; những gì có trước kia, hoàn toàn xả ly như vậy.' Nhưng này A-nan, nếu tỳ-kheo ấy vui thích với sự xả ấy,[82] đắm trước nơi sự xả ấy, an trú nơi xả ấy, tỳ-kheo như thế chắc chắn không chứng đắc Niết-bàn."

Tôn giả A-nan bạch rằng:

"Bạch Thế Tôn, tỳ-kheo nào nếu có chấp thủ[83] sẽ không đắc Niết-bàn chăng?"

Đức Thế Tôn đáp:

"Này A-nan, nếu tỳ-kheo nào có chỗ chấp thủ thì chắc chắn không đắc Niết-bàn."

Tôn giả A-nan bạch rằng:

"Bạch Thế Tôn, tỳ-kheo ấy bị chấp thủ bởi những gì?"

Đức Thế Tôn đáp:

"Này A-nan, còn hữu dư ở trong hành;[84] đó là Phi tưởng phi phi tưởng xứ, bậc nhất trong các hữu mà tỳ-kheo ấy chấp thủ."[85]

Tôn giả A-nan bạch rằng:

"Bạch Thế Tôn, tỳ-kheo ấy còn chấp thủ vào hành nào khác nữa chăng?"

Đức Thế Tôn đáp:

"Đúng như thế, tỳ-kheo ấy còn chấp thủ vào hành khác nữa."[86]

Tôn giả A-nan bạch rằng:

"Bạch Thế Tôn, tỳ-kheo phải hành như thế nào thì chắc chắn đắc Niết-bàn?"

Đức Thế Tôn đáp:

"Này A-nan, tỳ-kheo nào hành như vầy, 'Không có ta, không có sở hữu của ta; ta sẽ không tồn tại, sở hữu của ta sẽ [543b] không tồn tại; những gì có trước kia,' hoàn toàn xả ly như vậy. Và này A-nan, nếu tỳ-kheo ấy không ưa thích với xả ấy, không đắm trước xả ấy, không an trú nơi xả ấy, thì này A-nan, tỳ-kheo thực hành như thế, chắc chắn chứng đắc Niết-bàn."

Tôn giả A-nan hỏi rằng:

"Bạch Thế Tôn, nếu tỳ-kheo nào không chấp thủ vào đâu cả thì chắc chắn chứng đắc Niết-bàn chăng?"

Đức Thế Tôn đáp:

"Này A-nan, nếu tỳ-kheo nào không chấp thủ vào đâu cả thì chắc chắn chứng đắc Niết-bàn."

Thánh giải thoát

Bấy giờ Tôn giả A-nan chắp tay hướng về Phật, bạch rằng:

"Bạch Thế Tôn, Thế Tôn đã thuyết về Tịnh bất động đạo, đã thuyết về Tịnh vô sở hữu xứ đạo, đã thuyết về Tịnh vô tưởng xứ đạo, đã thuyết về Vô dư Niết-bàn. Bạch Thế Tôn, thế nào là sự giải thoát của bậc Thánh?"

Đức Thế Tôn đáp:

"Này A-nan, Đa văn Thánh đệ tử nên quán như thế này: 'Dù là dục của đời này hay dục của đời sau, dù là sắc của đời này hay là sắc của đời sau, dù là dục tưởng của đời này hay là dục tưởng của đời sau, dù là sắc tưởng của đời này hay là sắc tưởng của đời sau và bất động tưởng, vô sở hữu tưởng, vô tưởng tưởng, tất cả các tưởng ấy đều là pháp vô thường, khổ và diệt, đó là hữu thân.[87] Nếu là hữu thân thì đó là sanh, đó là già, đó là bệnh, đó là chết.

"Này A-nan, nếu có pháp này thì diệt trừ tất cả, không để lưu dư, không để có trở lại. Như vậy thì không sanh, không già, không bệnh, không chết.

"Bậc Thánh quán như vậy. Nếu có cái kia (sự không chấp thủ), đó là pháp giải thoát. Nếu có Vô dư Niết-bàn, đó là pháp bất tử.[88] Vị nào quán như vậy, chắc chắn tâm giải thoát dục lậu, tâm giải thoát hữu lậu và vô minh lậu. Đã giải thoát liền biết đã giải thoát, biết như thật rằng: 'Sự sanh đã dứt, phạm hạnh đã thành, việc cần làm đã làm xong, không còn tái sanh nữa.'

"Này A-nan, Ta nay đã nói cho ngươi nghe về Tịnh bất động đạo, về Tịnh vô sở hữu xứ đạo, về Tịnh vô tưởng đạo, về Vô dư Niết-bàn, về sự giải thoát của bậc Thánh. Như bậc Tôn sư với tâm đại bi, đoái tưởng, thương xót, mong cầu mục đích và thiện ích, cầu an ổn và khoái lạc cho các đệ tử, những điều ấy Ta nay đã làm xong. Các ngươi hãy tự mình làm. Hãy đi đến nơi rừng vắng, đến dưới gốc cây, chỗ yên tĩnh, thanh vắng, ngồi tĩnh tọa mà tư duy, chớ có phóng dật, đừng để về sau phải hối hận. Đó là lời khuyến giáo của Ta, đó là huấn thị của Ta."

Phật thuyết như vậy. Tôn giả A-nan và các tỳ-kheo sau khi nghe Phật thuyết, hoan hỷ phụng hành. ❖

76. KINH ÚC-GIÀ-CHI-LA

[543c3] Tôi nghe như vầy:

Một thời, Đức Phật trú tại Úc-già-chi-la,[89] ở bên bờ hồ Hằng Thủy. Bấy giờ, một tỳ-kheo vào lúc xế, từ chỗ tĩnh tọa đứng dậy, đi đến chỗ Phật, cúi đầu đảnh lễ dưới chân Phật, rồi ngồi qua một bên, bạch rằng:

"Bạch Thế Tôn, mong Thế Tôn khéo léo thuyết pháp ngắn gọn cho con. Được nghe pháp Đức Thế Tôn dạy, con sẽ sống một mình tại nơi xa vắng, tâm không phóng dật, tu hành tinh cần. Nhân sống một mình tại nơi xa vắng, tâm không phóng dật, tu hành tinh cần để đạt đến cứu cánh mà một thiện nam tử đã cạo bỏ râu tóc, mặc áo cà-sa, chí tín, từ bỏ gia đình, sống không gia đình, xuất gia học đạo, đạt được vô thượng phạm hạnh, ngay trong đời này tự tri tự giác, tự thân tác chứng, thành tựu an trú, biết một cách như thật rằng: 'Sự sanh đã dứt, phạm hạnh đã thành, việc cần làm đã làm xong, không còn tái sanh nữa."

Đức Thế Tôn bảo:

"Tỳ-kheo hãy tu học như vậy, khiến tâm được an trú, bên trong bất động, khéo tu tập vô lượng.

Bốn niệm trụ

1. "Lại quán thân nơi nội thân, thực hành hết sức tinh cần, vững chánh niệm chánh tri, khéo tự chế ngự tâm, khiến lìa bỏn xẻn tham lam, ý không sầu não. Lại quán thân nơi ngoại thân, thực hành hết sức tinh cần, vững chánh niệm chánh tri, khéo tự chế ngự tâm, khiến xa lìa bỏn xẻn tham lam, ý không sầu não. Lại quán thân nơi nội ngoại thân, thực hành hết sức tinh cần, vững chánh niệm chánh tri, khéo tự chế ngự tâm, khiến cho xa lìa bỏn xẻn tham lam, ý không sầu não. Này tỳ-kheo, với định như vậy, khi tới, khi lui, hãy khéo tu tập; lúc đứng, lúc ngồi, lúc nằm, lúc ngủ, lúc thức, lúc tỉnh dậy, cũng đều tu tập như vậy.

"Lại nữa, cũng nên tu tập định có tầm có tứ, định không tầm chỉ tứ, tu tập định không tầm không tứ; cũng nên tu tập về định câu hữu với hỷ, định câu hữu với lạc, định câu hữu với định, định câu hữu với xả.

2. "Này tỳ-kheo, nếu tu tập các định này, tu một cách khéo léo, này tỳ-kheo, phải tu thêm quán thọ nơi nội thọ, thực hành hết sức tinh cần, giữ vững chánh niệm chánh tri, khéo tự chế ngự tâm, khiến xa lìa bỏn xẻn tham lam, ý không sầu não. Lại quán thọ nơi ngoại thọ, thực hành hết sức tinh cần, giữ vững chánh niệm chánh tri, khéo tự chế ngự tâm, khiến lìa bỏn xẻn tham lam, ý không sầu não. Lại quán thọ nơi nội ngoại thọ, thực hành hết sức tinh cần, giữ vững chánh niệm chánh tri, khéo tự chế ngự tâm, khiến xa lìa bỏn xẻn tham lam, ý không sầu não. Này tỳ-kheo, với định như thế, lúc đi, lúc đến, hãy khéo [544a] tu tập. Lúc đứng, lúc ngồi, lúc nằm, lúc ngủ, lúc thức, lúc tỉnh dậy, cũng đều tu tập như thế.

"Lại nữa, cũng nên tu tập định có tầm có tứ, định không tầm chỉ tứ, tu tập định không tầm không tứ; cũng nên tu tập định câu hữu với hỷ, định câu hữu với lạc, định câu hữu với định, định câu hữu với xả.

3. "Này tỳ-kheo, nếu tu tập các định này, tu tập một cách khéo léo thì nên tu thêm quán tâm nơi nội tâm, thực hành hết sức tinh cần, giữ vững chánh niệm chánh tri, khéo chế ngự tâm, khiến xa lìa bỏn xẻn tham lam, ý không sầu não. Lại nên quán tâm nơi ngoại tâm, thực hành hết sức tinh cần, giữ vững chánh niệm chánh tri, khéo chế ngự tâm, khiến xa lìa bỏn xẻn tham lam, ý không sầu não. Lại nên quán tâm nơi nội ngoại tâm, thực hành hết sức tinh cần, giữ vững chánh niệm chánh tri, khéo chế ngự tâm, khiến xa lìa bỏn xẻn tham lam, ý không sầu não. Này tỳ-kheo, với định như thế, lúc đi, lúc đến hãy khéo tu tập. Lúc đứng, lúc ngồi, lúc nằm, lúc ngủ, lúc thức, lúc tỉnh dậy, cũng đều tu tập như vậy.

"Lại nữa, cũng nên tu tập định có tầm có tứ, định không tầm chỉ tứ, định không tầm không tứ. Cũng nên tu tập định câu hữu với hỷ, định câu hữu với lạc, định câu hữu với xả.

4. "Này tỳ-kheo, nếu tu tập các định này, tu một cách khéo léo thì nên tu thêm quán pháp nơi nội pháp, thực hành hết sức tinh cần, giữ vững chánh niệm chánh tri, khéo chế ngự tâm, khiến xa lìa bỏn xẻn tham lam, ý không sầu não. Lại quán pháp nơi ngoại pháp, thực hành hết sức tinh cần, giữ vững chánh niệm chánh tri, khéo chế ngự tâm, khiến xa lìa bỏn xẻn tham lam, ý không sầu não. Lại quán pháp nơi nội ngoại pháp, thực hành hết sức tinh cần, giữ vững chánh niệm chánh tri, khéo chế ngự tâm, khiến xa lìa bỏn xẻn tham lam, ý không sầu não. Này tỳ-kheo, với định như thế, lúc đi lúc đến, hãy khéo tu tập. Lúc đứng, lúc ngồi, lúc nằm, lúc ngủ, lúc thức, lúc tỉnh dậy, cũng đều tu tập như vậy.

"Lại nữa, nên tu tập định có tầm có tứ, định không tầm chỉ tứ, định không tầm không tứ, cũng nên tu tập định câu hữu với hỷ, định câu hữu với lạc, định câu hữu với định, định câu hữu với xả.

Bốn vô lượng

"Này tỳ-kheo, nếu tu tập các định này, tu tập một cách khéo léo, này tỳ-kheo, hãy tu tâm cùng với từ tương ưng, biến mãn một phương, thành tựu và an trú. Cũng như vậy, với phương thứ hai, ba, bốn, tứ duy, trên, dưới, châu biến cùng khắp, tâm cùng với từ tương ưng, không kết, không oán, không nhuế, không tranh, rộng rãi bao la, vô lượng, [**544b**] khéo tu tập, biến mãn cùng khắp thế gian, thành tựu và an trú. Cũng vậy, tu tâm tương ưng cùng với bi, hỷ, xả, biến mãn một phương, thành tựu và an trú. Cũng như vậy, với phương thứ hai, ba, bốn, tứ duy, trên, dưới, châu biến cùng khắp, tâm cùng với bi, hỷ, xả, tương ưng, không kết, không oán, không nhuế, không tranh, rộng rãi bao la, vô lượng, khéo tu tập, biến mãn cùng khắp thế gian, thành tựu và an trú.

Này tỳ-kheo, nếu người tu tập các định này, tu một cách khéo léo, khi sống phương Đông, chắc chắn ở đó được an lạc, không có các tai hoạn đau khổ. Khi sống phương Nam, phương Tây và phương Bắc, chắc chắn ở đó an lạc, không có các tai hoạn, đau khổ.

"Này tỳ-kheo, nếu người tu tập các định này một cách khéo léo, đối với các pháp thiện mà người đã an trú, Ta không còn nói đến, huống là sự suy thoái. Các pháp thiện cứ ngày đêm tăng trưởng, chẳng suy thoái.

"Này tỳ-kheo, nếu người tu tập các định này, tu một cách khéo léo thì trong hai quả, chắc chắn sẽ đắc một, hoặc ngay trong đời này đắc cứu cánh trí. Hoặc nếu còn hữu dư thì chứng đắc A-na-hàm."

Bấy giờ vị tỳ-kheo ấy nghe những lời Đức Phật dạy, khéo léo thọ trì, liền từ chỗ ngồi đứng dậy cúi đầu đảnh lễ dưới chân Đức Phật, đi quanh ba vòng rồi lui ra. Vị ấy thọ trì pháp của Phật, sống một mình tại nơi xa vắng, tâm không phóng dật, tu hành tinh cần. Nhân sống một mình tại nơi xa vắng, tâm không phóng dật, tu hành tinh cần, đạt đến cứu cánh mà một thiện nam tử đã cạo bỏ râu tóc, mặc áo cà-sa, chí tín, từ bỏ gia đình, sống không gia đình, xuất gia học đạo là duy chỉ cầu đắc vô thượng phạm hạnh, ngay trong đời hiện tại tự tri, tự giác, tự thân chứng đắc, thành tựu an trú, biết một cách như thật rằng: 'Sự sanh đã dứt, phạm hạnh đã thành, việc cần làm đã làm xong, không còn tái sanh nữa.' Tôn giả đã biết pháp, đắc A-la-hán.

Phật thuyết như vậy. Các tỳ-kheo sau khi nghe Phật thuyết, hoan hỷ phụng hành. ❀

77. KINH SA-KÊ-ĐẾ TAM TỘC TÁNH TỬ*

Tôi nghe như vầy:

Một thời, Đức Phật trú tại Sa-kê-đế⁹⁰ trong rừng Thanh.⁹¹

Bấy giờ ở Sa-kê-đế có ba thiện gia nam tử là Tôn giả A-na-luật-đà, Tôn giả Nan-đề và Tôn giả Kim-tì-la⁹² đều là thiếu niên mới xuất gia học đạo, cùng đến nhập Chánh pháp này không lâu.

Mục đích xuất gia

Lúc ấy Đức Thế Tôn hỏi các tỳ-kheo:

"Ba thiện gia nam tử này đều là thiếu niên mới xuất gia học đạo, cùng đến nhập Chánh pháp này không lâu; ba thiện nam tử ấy có vui thích sống phạm hạnh ở trong Chánh Pháp Luật này chăng?"

Khi đó các vị tỳ-kheo im lặng, không trả lời.

Đức Thế Tôn ba lần [544c] hỏi các tỳ-kheo rằng:

"Ba thiện gia nam tử này đều là thiếu niên mới xuất gia học đạo, cùng đến nhập Chánh pháp này không lâu; ba thiện nam tử ấy có vui thích sống phạm hạnh ở trong Chánh Pháp Luật này chăng?"

Khi ấy các tỳ-kheo cũng ba lần im lặng, không đáp. Thế rồi Đức Thế Tôn hỏi thẳng ba thiện nam tử ấy, Ngài nói với Tôn giả A-na-luật-đà rằng:

"Các ngươi, ba thiện gia nam tử, đều ở tuổi thiếu niên, mới xuất gia học đạo, cùng đến nhập Chánh pháp không lâu. Này A-na-luật-đà, các ngươi có vui thích sống phạm hạnh ở trong Chánh Pháp Luật này chăng?

---

* Tương đương Pāli, M. 68. *Naḷakapānasuttaṃ*.

Tôn giả A-na-luật-đà thưa rằng:

"Bạch Thế Tôn, quả thật như vậy, chúng con vui thích sống phạm hạnh ở trong Chánh Pháp Luật này.

Đức Thế Tôn lại hỏi:

"Này A-na-luật-đà, các ngươi lúc còn nhỏ, là những đồng tử ấu thơ, trong trắng, tóc đen, thân thể thạnh tráng, vui thích trong du hý, vui thích trong tắm gội, săn sóc nâng niu thân thể. Về sau, bà con thân thích và cha mẹ đều cùng lưu luyến, thương yêu, khóc lóc thảm thiết, không muốn cho các ngươi xuất gia học đạo. Các ngươi đã quyết chí cạo bỏ râu tóc, mặc áo cà-sa, chí tín, từ bỏ gia đình, sống không gia đình, xuất gia học đạo, không phải vì sợ vua, không phải vì sợ giặc cướp, không phải vì sợ nợ nần, không phải vì sợ khủng bố, không phải vì sợ bần cùng, cũng không phải vì sợ không sống được mà phải xuất gia học đạo, mà chỉ vì nhờm tởm sự sanh, sự già, bệnh tật, sự chết, khóc lóc, sầu khổ, hoặc vì muốn đoạn tận khối khổ đau vĩ đại này nên xuất gia học đạo. Này A-na-luật-đà, các ngươi vì những tâm niệm này mà xuất gia học đạo chăng?"

Tôn giả A-na-luật-đà đáp rằng:

"Bạch Thế Tôn, quả thật như vậy."

Phật liền nói:

Diệt trừ dục bất thiện pháp

"A-na-luật-đà, nếu thiện gia nam tử nào với tâm niệm như thế mà xuất gia học đạo, nhưng có biết do đâu mà chứng đắc vô lượng thiện pháp chăng?"

Tôn giả bạch rằng:

"Bạch Thế Tôn, Thế Tôn là gốc của Pháp, là chủ của Pháp, Pháp do Thế Tôn nói. Mong Thế Tôn giảng giải cho chúng con. Sau khi nghe, chúng con sẽ biết được nghĩa một cách rộng rãi."

Đức Thế Tôn liền bảo:

"Này A-na-luật-đà, các ngươi hãy lắng nghe, hãy suy ngẫm kỹ! Ta sẽ phân biệt nghĩa ấy cho các ngươi."

Các Tôn giả A-na-luật-đà, Tôn giả Nan-đề, Tôn giả Kim-tì-la vâng lời lắng nghe. Đức Thế Tôn bảo:

"A-na-luật-đà, nếu ai bị dục phủ kín, bị ác pháp quấn chặt, không được lạc, xả, vô thượng tịch tĩnh,[93] thì với người ấy tâm sanh ra tham lam, sân hận, thụy miên, tâm sanh không an lạc, thân sanh ra dã dượi, ăn nhiều, tâm ưu sầu. Tỳ-kheo ấy không nhẫn nại được đói khát, nóng lạnh, muỗi mòng, ruồi nhặng, gió nắng bức bách, nghe tiếng thô ác hay bị đánh đập cũng không thể nhẫn nại được. Thân mắc phải các bệnh tật thống khổ đến mức muốn chết và gặp những cảnh ngộ [545a] không vừa lòng đều không thể nhẫn chịu được. Vì sao? Vì bị dục phủ kín, bị ác pháp quấn chặt, không được lạc, xả, vô thượng tịch tịnh. Trái lại, nếu ly dục, không bị ác pháp quấn chặt, chắc chắn sẽ đạt đến lạc, xả, vô thượng tịch tịnh. Tâm vị ấy không sanh ra tham lam, sân nhuế, thụy miên, tâm được an lạc. Thân không sanh ra dã dượi, cũng không ăn nhiều, tâm không sầu não. Tỳ-kheo ấy nhẫn nại được đói khát, lạnh nóng, muỗi mòng, ruồi nhặng, gió nắng bức bách, nghe tiếng thô ác hay bị đánh đập cũng đều nhẫn nại được. Thân dù mắc những chứng bệnh hiểm nghèo rất thống khổ đến mức chết được, hay gặp những cảnh ngộ không thể vừa lòng, đều nhẫn nại được. Vì sao? Vì không bị dục phủ kín, không bị ác pháp quấn chặt, lại đạt đến lạc, xả, vô thượng tịch tịnh.

Thọ dụng và đoạn trừ

Đức Thế Tôn hỏi:

"Này A-na-luật-đà, Như Lai vì ý nghĩa gì mà có cái hoặc phải đoạn trừ, hoặc có cái phải thọ dụng, hoặc có cái phải kham nhẫn, hoặc có cái phải đình chỉ, hoặc có cái phải nhả bỏ?"[94]

A-na-luật-đà bạch rằng:

"Thế Tôn là gốc của Pháp, là chủ của Pháp, Pháp do Thế Tôn nói. Mong Thế Tôn giảng giải cho chúng con. Sau khi nghe xong, chúng con sẽ biết được những nghĩa ấy một cách rộng rãi."

Đức Thế Tôn lại bảo:

"Này A-na-luật-đà, các ngươi hãy lắng nghe, hãy suy ngẫm kỹ! Ta sẽ phân biệt những thiện lợi ấy cho các ngươi."

Tôn giả A-na-luật-đà, Tôn giả Nan-đề, Tôn giả Kim-tì-la vâng lời lắng nghe.

Đức Thế Tôn bảo:

"Này A-na-luật-đà, các lậu cấu uế là gốc của sự hữu trong tương lai, là sự phiền nhiệt, là nhân của khổ báo, của sanh, già, bệnh, chết; Như Lai không phải vì không diệt tận, không phải vì không biến tri mà có cái phải đoạn trừ, có cái phải thọ dụng, có cái phải kham nhẫn, có cái phải đình chỉ, có cái phải nhả bỏ. Này A-na-luật-đà, Như Lai chỉ vì nhân nơi thân này, nhân nơi sáu xứ, nhân nơi thọ mạng mà có cái phải đoạn trừ, có cái phải thọ dụng, có cái phải kham nhẫn, có cái phải đình chỉ, có cái phải nhả bỏ. Này A-na-luật-đà, Như Lai vì những nghĩa này mà có cái phải đoạn trừ, có cái phải thọ dụng, có cái phải kham nhẫn, có cái phải đình chỉ, có cái phải nhả bỏ."

Ẩn cư rừng núi

Đức Thế Tôn hỏi:

"Này A-na-luật-đà, Như Lai vì những ý nghĩa nào mà sống nơi rừng vắng, trong núi sâu, dưới gốc cây, ưa sống nơi vách núi cao, vắng vẻ không tiếng động, viễn ly, không có sự ác, không có bóng người, tùy thuận tĩnh tọa như thế?"

Tôn giả A-na-luật-đà thưa rằng:

"Bạch Thế Tôn, Thế Tôn là gốc của Pháp, Thế Tôn là Chủ của Pháp, Pháp do Thế Tôn nói. Mong Thế Tôn giảng giải cho chúng con. Sau khi nghe xong, chúng con sẽ được những thiện lợi ấy một cách rộng rãi."

Đức Thế Tôn bảo rằng:

[545b] "Này A-na-luật-đà, các ngươi hãy lắng nghe, hãy suy ngẫm kỹ! Ta sẽ phân biệt nghĩa ấy cho các ngươi."

Các Tôn giả vâng lời lắng nghe.

Đức Thế Tôn bảo:

"Này A-na-luật-đà, không phải vì muốn đạt được những gì chưa đạt đến, không phải vì muốn thu hoạch những gì chưa thu hoạch, không phải vì muốn chứng ngộ những gì chưa chứng ngộ mà Như Lai sống nơi rừng vắng, trong núi sâu, dưới gốc cây, thích ở non cao, vắng bặt tiếng tăm, xa lánh, không sự dữ, không có bóng người, tùy thuận tĩnh tọa. Này A-na-luật-đà, Như Lai chỉ vì hai mục đích sau đây nên mới sống nơi rừng vắng, trong núi sâu, dưới gốc cây, thích ở non cao, vắng bặt tiếng tăm, xa lánh, không sự dữ, không có bóng người, tùy thuận tĩnh tọa. Một là, sống an lạc ngay trong đời hiện tại. Hai là, vì thương xót chúng sanh đời sau. Đời sau hoặc có chúng sanh học theo Như Lai, sống nơi rừng vắng, trong núi sâu, dưới gốc cây, thích ở non cao, vắng bặt tiếng người, tùy thuận tĩnh tọa. Này A-na-luật-đà, vì những mục đích ấy mà Như Lai sống nơi rừng vắng, trong núi sâu, dưới gốc cây, thích ở non cao, vắng bặt tiếng tăm, xa lánh, không sự dữ, không có bóng người, tùy thuận tĩnh tọa."

Ý nghĩa thọ ký

Đức Thế Tôn hỏi:

"Này A-na-luật-đà, vì ý nghĩa gì mà khi đệ tử mạng chung Như Lai ký thuyết người này sanh chỗ này, người kia sanh chỗ kia?"

Tôn giả A-na-luật-đà thưa:

"Bạch Thế Tôn, Thế Tôn là gốc của Pháp, Thế Tôn là chủ của Pháp, Pháp do Thế Tôn nói. Mong Thế Tôn giảng giải cho chúng con. Sau khi nghe xong, chúng con sẽ được những thiện lợi ấy một cách rộng rãi."

Đức Thế Tôn bảo rằng:

"Này A-na-luật-đà, các ngươi hãy lắng nghe, hãy suy ngẫm kỹ! Ta sẽ phân biệt những ý nghĩa ấy cho các ngươi."

Các Tôn giả vâng lời lắng nghe.

Đức Thế Tôn bảo:

"Này A-na-luật-đà, không phải vì xu hướng của người mà nói, cũng chẳng phải vì lừa gạt người, cũng chẳng phải vì muốn vui lòng người mà khi đệ tử lâm chung, Như Lai ghi nhận vị này sẽ sanh chỗ này, vị kia sanh chỗ kia. Này A-na-luật-đà, chỉ vì những thiện nam thanh tín hay thiện nữ thanh tín với tín tâm nhiệt thành, với ái lạc cao độ, với hỷ duyệt cùng cực, sau khi đã nghe Chánh Pháp Luật, tâm nguyện noi theo như vậy, cho nên lúc lâm chung của các đệ tử, Như Lai đã ghi nhận vị này sanh chỗ này, vị kia sanh chỗ kia.

"Hoặc tỳ-kheo nào nghe Tôn giả ấy lâm chung nơi ấy, được Phật ghi nhận đã đắc cứu cánh trí, biết như thật rằng: 'Sự sanh đã dứt, phạm hạnh đã thành, việc cần làm đã làm xong, không còn tái sanh nữa.' Hoặc nhiều lần trông thấy, hoặc nhiều lần nghe người khác kể lại rằng: 'Tôn giả ấy có tín tâm như vậy, trì giới như vậy, học rộng như vậy, bố thí như vậy, trí tuệ như vậy.' Tỳ-kheo kia nghe xong nhớ rằng Tôn giả kia có tín tâm như vậy, [545c] trì giới như vậy, học rộng như vậy, trí tuệ như vậy. Sau khi nghe Chánh Pháp Luật này, tỳ-kheo kia có thể tâm nguyện noi theo như vậy, như vậy. Này A-na-luật-đà, tỳ-kheo đó chắc chắn được phần nào sống trong sự an lạc.[95]

"Này A-na-luật-đà, nếu tỳ-kheo nào nghe Tôn giả ấy lâm chung ở chỗ ấy, được Phật ghi nhận đã dứt sạch năm hạ phần kiết, sanh vào nơi kia mà nhập Niết-bàn, chứng đắc pháp bất thối, không còn trở lại thế gian này nữa. Hoặc chính mắt trông thấy, hoặc nhiều lần nghe người khác kể lại rằng: 'Tôn giả ấy có tín tâm như vậy, trì giới như vậy, học rộng như vậy, bố thí như vậy, trí tuệ như vậy.' Tỳ-kheo kia nghe xong nhớ rằng, Tôn giả kia có tín tâm như vậy, trì giới như vậy, học rộng như vậy, trí tuệ như vậy. Sau khi nghe Pháp Luật chân chánh này, tỳ-kheo đó tâm nguyện noi theo như vậy, như vậy. Này A-na-luật-đà, tỳ-kheo đó chắc chắn được phần nào sống trong sự an lạc.

"Này A-na-luật-đà, lại nữa, tỳ-kheo nào nghe rằng: 'Tôn giả ấy lâm chung ở chỗ ấy, được Phật ghi nhận dứt sạch ba kiết sử, đã làm mỏng dâm, nộ, si, chỉ một lần qua lại thiên thượng, nhân gian; sau một lần qua lại thì đoạn tận khổ biên.' Hoặc tận mắt trông thấy, hoặc nhiều lần nghe người khác kể lại rằng: 'Tôn giả ấy có tín tâm như vậy, trì giới như vậy, học rộng như vậy, bố thí như vậy, trí tuệ như vậy.' Sau khi nghe xong, tỳ-kheo kia nhớ rằng: 'Tôn giả kia có tín tâm như vậy, trì giới như vậy, học rộng như vậy, trí tuệ như vậy. Nghe Pháp Luật chân chánh này rồi, tỳ-kheo đó có thể tâm nguyện noi theo như vậy, như vậy...'

Này A-na-luật-đà, tỳ-kheo đó chắc chắn được phần nào sống trong sự an lạc.

"Lại nữa, này A-na-luật-đà, tỳ-kheo nào nghe Tôn giả ấy lâm chung ở nơi ấy, được Phật ghi nhận đã dứt sạch ba kiết sử, đắc Tu-đà-hoàn, không còn đọa ác pháp, nhất định sẽ đạt đến chánh giác, nhiều lắm là bảy lần thọ sanh. Sau bảy lần qua lại nhân gian, thiên thượng thì đạt đến tận cùng sự khổ. Hoặc tận mắt trông thấy, hoặc nhiều lần nghe người khác kể lại rằng: 'Tôn giả ấy có tín tâm như vậy, trì giới như vậy, học rộng như vậy, bố thí như vậy, trí tuệ như vậy.' Sau khi nghe xong, tỳ-kheo kia nhớ rằng: 'Tôn giả kia có tín tâm như vậy, trì giới như vậy, học rộng như vậy, bố thí như vậy, trí tuệ như vậy. Sau khi nghe Pháp Luật chân chánh này, tỳ-kheo đó có thể tâm nguyện noi theo như vậy, như vậy.' Này A-na-luật-đà, tỳ-kheo đó chắc chắn được phần nào sống trong sự an lạc.

"Này A-na-luật-đà, nếu tỳ-kheo-ni nào nghe rằng: [546a] Tỳ-kheo-ni ấy được Phật ghi nhận đã đắc cứu cánh trí, biết như thật rằng: 'Sự sanh đã dứt, phạm hạnh đã thành, việc cần làm đã làm xong, không còn tái sanh nữa.' Hoặc tận mắt trông thấy tỳ-kheo-ni ấy, hoặc nhiều lần nghe người khác kể lại rằng: 'Tỳ-kheo-ni ấy có tín tâm như vậy, có trì giới như vậy, học rộng như vậy, bố thí như vậy, trí tuệ như vậy.' Sau khi nghe xong, nhớ rằng tỳ-kheo-ni ấy có tín tâm như vậy, trì giới như vậy, học rộng như vậy, bố thí như vậy, trí tuệ như vậy. Sau khi nghe Pháp Luật chân chánh này, tỳ-kheo-ni đó có thể tâm nguyện noi theo như vậy, như vậy. Này A-na-luật-đà, tỳ-kheo-ni đó chắc chắn được phần nào sống trong sự an lạc.

"Lại nữa, này A-na-luật-đà, tỳ-kheo-ni nào nghe rằng: 'Tỳ-kheo-ni ấy lâm chung nơi ấy, được Đức Thế Tôn ghi nhận đã dứt sạch năm hạ phần kiết, sanh vào nơi kia mà nhập Niết-bàn, đắc pháp bất thối, không còn trở lại cõi này nữa.' Hoặc tận mắt trông thấy, hoặc nhiều lần nghe người khác nói lại rằng: 'Tỳ-kheo-ni ấy có tín tâm như vậy, trì giới như vậy, học rộng như vậy, bố thí như vậy, trí tuệ như vậy.' Sau khi nghe Pháp Luật chân chánh này, tỳ-kheo-ni ấy có thể tâm nguyện noi theo như vậy, như vậy. Này A-na-luật-đà, như vậy, tỳ-kheo-ni đó chắc chắn được phần nào sống trong sự an lạc.

"Lại nữa, này A-na-luật-đà, tỳ-kheo-ni nào nghe rằng: 'Tỳ-kheo-ni ấy lâm chung nơi ấy, được Đức Phật ghi nhận rằng đã dứt sạch ba kiết sử, đã mỏng dâm, nộ, si; chỉ một lần qua lại thiên thượng, nhân gian. Sau khi một lần qua lại ấy thì đạt đến tận cùng sự khổ.' Hoặc tận mắt trông thấy, hoặc nhiều lần nghe người khác kể lại rằng: 'Tỳ-kheo-ni ấy có tín tâm như vậy, trì giới như vậy, học rộng như vậy, bố thí như vậy, trí tuệ như vậy.' Nghe xong, nhớ rằng: Tỳ-kheo-ni ấy có tín tâm như vậy, trì giới như vậy, học rộng như vậy, bố thí như vậy, trí tuệ như vậy. Sau khi nghe Pháp Luật chân chánh này, vị ấy có thể tâm nguyện noi theo như vậy, như vậy. Này A-na-luật-đà, như vậy, tỳ-kheo-ni đó chắc chắn được phần nào sống trong sự an lạc.

"Lại nữa, này A-na-luật-đà, tỳ-kheo-ni nào nghe rằng 'Tỳ-kheo-ni ấy lâm chung nơi ấy, được Đức Phật ghi nhận đã dứt sạch ba kiết sử, đắc Tu-đà-hoàn, không đọa vào ác pháp, nhất định đã đạt đến chánh giác, nhiều lắm là bảy lần thọ sanh. Sau bảy lần qua lại thiên thượng, nhân gian thì đạt đến tận cùng sự khổ.' Hoặc tận mắt trông thấy, hoặc nhiều lần nghe người khác kể lại rằng: 'Tỳ-kheo-ni ấy có tín tâm như vậy, trì giới như vậy, học rộng như vậy, bố thí như vậy, trí tuệ như vậy.' Nghe xong, tỳ-kheo-ni kia nhớ rằng: Tỳ-kheo-ni ấy có tín tâm như vậy, [546b] trì giới như vậy, học rộng như vậy, bố thí như vậy, trí tuệ như vậy. Sau khi nghe Pháp Luật chân chánh này rồi, tỳ-kheo-ni kia có thể tâm nguyện noi theo như vậy, như vậy. Này A-na-luật-đà, tỳ-kheo-ni đó chắc chắn được phần nào sống trong sự an lạc.

"Này A-na-luật-đà, nếu vị ưu-bà-tắc nào nghe vị ưu-bà-tắc ấy lâm chung ở chỗ ấy, được Phật ghi nhận đã dứt sạch năm hạ phần kiết, sanh vào chỗ kia mà nhập Niết-bàn, đắc pháp bất thối, không còn trở lại thế gian này nữa. Hoặc tận mắt trông thấy, hoặc nhiều lần nghe người khác kể lại rằng: 'Ưu-bà-tắc ấy có tín tâm như vậy, trì giới như vậy, học rộng như vậy, bố thí như vậy, trí tuệ như vậy.' Nghe xong, vị ưu-bà-tắc kia nhớ rằng: Vị ưu-bà-tắc ấy có tín tâm như vậy, trì giới như vậy, học rộng như vậy, bố thí như vậy, trí tuệ như vậy. Sau khi nghe Pháp Luật chân chánh này, vị ưu-bà-tắc kia có thể tâm nguyện noi theo như vậy, như vậy. Này A-na-luật-đà, như vậy vị ưu-bà-tắc kia chắc chắc được phần nào sống trong sự an lạc.

"Lại nữa, này A-na-luật-đà, ưu-bà-tắc nào nghe vị ưu-bà-tắc ấy lâm chung ở chỗ ấy, được Phật ghi nhận dứt sạch ba kiết, đã làm mỏng dâm, nộ, si; chỉ một lần qua lại thiên thượng, nhân gian. Sau một lần qua lại ấy thì đạt đến tận cùng sự khổ. Hoặc tận mắt trông thấy, hoặc nhiều lần nghe người khác kể lại rằng 'ưu-bà-tắc ấy có tín tâm như vậy, trì giới như vậy, học rộng như vậy, bố thí như vậy, trí tuệ như vậy'. Nghe xong, ưu-bà-tắc kia nhớ rằng: Vị ưu-bà-tắc ấy có tín tâm như vậy, trì giới như vậy, học rộng như vậy, bố thí như vậy, trí tuệ như vậy. Sau khi nghe Pháp Luật chân chánh này, vị ưu-bà-tắc kia có thể tâm nguyện noi theo như vậy, như vậy. Này A-na-luật-đà, vị ưu-bà-tắc đó chắc chắn được phần nào sống trong sự an lạc.

"Lại nữa, này A-na-luật-đà, ưu-bà-tắc nào nghe ưu-bà-tắc kia lâm chung ở chỗ ấy, được Phật ghi nhận đã dứt sạch ba kiết sử, đắc Tu-đà-hoàn, đã đoạn ác pháp, nhất định sẽ đạt đến chánh giác, nhiều lắm là bảy lần thọ sanh nữa. Sau bảy lần qua lại thiên thượng, nhân gian thì đạt đến tận cùng sự khổ. Hoặc tận mắt trông thấy, hoặc nhiều lần nghe người khác kể lại rằng: 'Ưu-bà-tắc ấy có tín tâm như vậy, trì giới như vậy, học rộng như vậy, bố thí như vậy, trí tuệ như vậy.' Nghe xong, ưu-bà-tắc kia nhớ lại rằng: Vị ưu-bà-tắc ấy có tín tâm như vậy, trì giới như vậy, học rộng như vậy, bố thí như vậy, trí tuệ như vậy. Sau khi nghe Pháp Luật chân chánh này, vị ưu-bà-tắc kia có thể tâm nguyện noi theo như vậy, như vậy... Này A-na-luật-đà, vị ưu-bà-tắc đó chắc chắn được phần nào sống trong sự an lạc.

"Này A-na-luật-đà, nếu ưu-bà-di nào nghe vị ưu-bà-di ấy lâm chung nơi ấy, được Phật ghi nhận dứt sạch năm hạ phần kiết, sanh vào nơi kia mà nhập Niết-bàn, đắc pháp bất thối, không còn trở lại thế gian này nữa. Hoặc tận mắt trông thấy, hoặc nhiều lần nghe người khác kể lại rằng: 'Ưu-bà-di ấy có tín tâm như vậy, trì giới như vậy, học rộng như vậy, bố thí như vậy, trí tuệ như vậy.' Nghe xong, ưu-bà-di đó nhớ lại rằng: Vị ưu-bà-di ấy có tín tâm như vậy, trì giới như vậy, học rộng như vậy, bố thí như vậy, trí tuệ như vậy. Sau khi nghe Pháp Luật chân chánh này, vị ưu-bà-di đó có thể tâm nguyện noi theo như vậy, như vậy... Này A-na-luật-đà, vị ưu-bà-di đó chắc chắn được phần nào sống trong sự an lạc.

"Lại nữa, này A-na-luật-đà, ưu-bà-di nào nghe ưu-bà-di đó lâm chung ở nơi ấy, được Phật ghi nhận đã dứt sạch ba phần kiết, làm mỏng dâm, nộ, si; chỉ một lần qua lại thiên thượng, nhân gian. Sau một lần qua lại ấy thì đạt đến tận cùng sự khổ. Hoặc tận mắt trông thấy, hoặc nghe người khác kể lại rằng: 'Ưu-bà-di ấy có tín tâm như vậy, trì giới như vậy, học rộng như vậy, bố thí như vậy, trí tuệ như vậy.' Nghe xong, ưu-bà-di kia nhớ rằng: Ưu-bà-di ấy có tín tâm như vậy, trì giới như vậy, học rộng như vậy, bố thí như vậy, trí tuệ như vậy. Sau khi nghe Pháp Luật chân chánh này, ưu-bà-di đó có thể tâm nguyện noi theo như vậy, như vậy... Này A-na-luật-đà, vị ưu-bà-di đó chắc chắn được phần nào sống trong sự an lạc.

"Lại nữa, này A-na-luật-đà, vị ưu-bà-di nào nghe vị ưu-bà-di đó lâm chung ở nơi ấy, được Phật ghi nhận đã dứt sạch ba kiết, chứng Tu-đà-hoàn, không còn đọa vào ác pháp, nhất định sẽ đến chánh giác, nhiều lắm là bảy lần thọ sanh. Sau bảy lần qua lại thiên thượng, nhân gian thì đạt đến tận cùng sự khổ. Hoặc tận mắt trông thấy, hoặc nhiều lần nghe người khác kể lại rằng: 'Ưu-bà-di ấy có tín tâm như vậy, trì giới như vậy, học rộng như vậy, bố thí như vậy, trí tuệ như vậy.' Nghe xong, ưu-bà-di ấy nhớ lại rằng: ưu-bà-di ấy có tín tâm như vậy, trì giới như vậy, học rộng như vậy, bố thí như vậy, trí tuệ như vậy. Sau khi nghe Pháp Luật chân chánh này, ưu-bà-di ấy có thể tâm nguyện noi theo như vậy, như vậy... Này A-na-luật-đà, vị ưu-bà-di ấy chắc chắn được phần nào sống trong sự an lạc.

"Này A-na-luật-đà, Như Lai vì những thiện lợi ấy nên khi đệ tử lâm chung, ghi nhận vị này sẽ sanh vào chỗ này, vị kia sẽ sanh vào chỗ kia."

Phật thuyết như vậy Tôn giả A-na-luật-đà và các tỳ-kheo sau khi nghe lời Phật thuyết, hoan hỷ phụng hành.[96] ❂

78. KINH PHẠM THIÊN THỈNH PHẬT*

[**547a11**] Tôi nghe như vầy:

Một thời, Đức Phật trú tại nước Xá-vệ, trong rừng Thắng, vườn Cấp-cô-độc.

Phạm Thiên khởi tà kiến

Bấy giờ có một Phạm thiên[97] ở cõi trời Phạm thiên, sanh khởi tà kiến như thế này: "Chỗ này là hằng hữu, chỗ này là thường hữu, chỗ này là trường tồn, chỗ này quan yếu,[98] chỗ này pháp không hoại diệt,[99] chỗ này là xuất yếu;[100] ngoài xuất yếu này không còn xuất yếu nào khác nữa mà có đẳng Tối thắng, Tối diệu, Tối thượng."

Bấy giờ Đức Thế Tôn bằng tha tâm trí, biết rõ tâm niệm của Phạm thiên đang nghĩ, liền như vậy mà nhập định.[101] Với định như vậy, chỉ trong khoảnh khắc ví như người lực sĩ co duỗi cánh tay, Ngài biến mất khỏi vườn Cấp-cô-độc, trong rừng Thắng tại nước Xá-vệ, đi lên cõi trời Phạm.

Lúc ấy, Phạm thiên trông thấy Đức Thế Tôn đi đến, liền chào hỏi:

"Kính chào Đại Tiên nhân, chỗ này là thường hữu, chỗ này là hằng hữu, chỗ này là trường tồn, chỗ này là quan yếu, chỗ này là pháp không hoại diệt, chỗ này là xuất yếu; ngoài xuất yếu này không còn xuất yếu nào hơn nữa mà có bậc Tối thắng, Tối diệu, Tối thượng."

Bấy giờ Đức Thế Tôn bảo:

"Này Phạm thiên, cái không thường, ông bảo là thường; cái không hằng, ông bảo là hằng; cái không trường tồn, ông bảo là trường tồn; cái

---

* Tương đương Pāli, M. 49. *Brahmanimantanikasuttaṃ.*

không quan yếu, ông bảo là quan yếu; cái hoại diệt, ông bảo là không hoại diệt; cái không xuất yếu, ông bảo là xuất yếu; ngoài sự xuất yếu ấy, không còn xuất yếu nào khác nữa để có đấng Tối thắng, Tối diệu, Tối thượng. Phạm thiên, ông có cái vô minh ấy! Phạm thiên, ông có cái vô minh ấy!"

Ma Ba-tuần thuyết lý

Lúc đó, có Ma Ba-tuần[102] ở trong chúng. Ma Ba-tuần nói với Đức Thế Tôn rằng:

"Này tỳ-kheo, chớ nên trái điều Phạm thiên nói, chớ nên nghịch điều Phạm thiên nói. Tỳ-kheo, nếu ông trái điều Phạm thiên nói' [547b] nghịch điều Phạm thiên nói thì tỳ-kheo, cũng như người gặp vận may mà lại xua đuổi đi. Lời tỳ-kheo nói ra, lại cũng như vậy. Cho nên, tỳ-kheo, tôi bảo ông rằng ông chớ trái điều Phạm thiên nói, chớ nên nghịch điều Phạm thiên nói. Này tỳ-kheo, nếu ông trái lời Phạm thiên, nghịch điều Phạm thiên nói thì, tỳ-kheo, cũng như người từ núi cao rơi xuống, tuy dang tay chân quờ quạng trong hư không nhưng không bám víu được gì. Lời tỳ-kheo nói ra lại cũng như vậy. Cho nên, tỳ-kheo, tôi bảo ông rằng, ông chớ trái điều Phạm thiên nói, chớ nên nghịch điều Phạm thiên nói. Này tỳ-kheo, nếu ông trái điều Phạm thiên nói, nghịch điều Phạm thiên nói thì, tỳ-kheo, cũng như người từ trên cây cao rơi xuống, tuy dang tay chân quờ quạng lá cành nhưng chẳng bám víu được gì. Lời tỳ-kheo nói ra lại cũng như vậy. Cho nên, này tỳ-kheo, tôi bảo ông rằng ông chớ nên trái điều Phạm thiên nói, chớ nên nghịch điều Phạm thiên nói. Vì sao? Vì Phạm thiên là đấng Phước hựu, là Hóa công, là đấng Tối tôn, là đấng Năng tác, là đấng Sáng tạo, là Tổ phụ của tất cả chúng sanh đã sanh và sẽ sanh. Tất cả đều do ngài sanh ra. Những gì ngài biết là trọn biết, những gì ngài thấy là trọn thấy.[103]

"Đại Tiên nhân, nếu có sa-môn, bà-la-môn nào ghét đất, chê bai đất, thì sau khi thân hoại mạng chung, chắc chắn sanh làm thần kỹ nhạc trong chốn hạ tiện nhất. Cũng thế, đối với nước, lửa, gió, quỷ thần,[104] Chư Thiên, Sanh chủ, Phạm thiên, nếu ai ghét Phạm thiên, chê bai Phạm thiên, thì sau khi thân hoại mạng chung, chắc chắn sanh làm thần kỹ nhạc trong chốn hạ tiện nhất. Đại Tiên nhân, nếu có sa-môn, bà-la-môn nào ưa thích đất, ca ngợi đất thì sau khi thân hoại mạng chung, chắc chắn sanh làm bậc tối Thượng tôn trong cõi trời Phạm thiên. Cũng thế, đối với nước, lửa, gió, quỷ thần, Chư Thiên, Sanh chủ, Phạm thiên, nếu ai ưa thích Phạm thiên, tán thán Phạm thiên, thì sau khi thân hoại mạng chung, chắc chắn sanh làm bậc tối Thượng tôn trong cõi trời Phạm thiên. Đại Tiên nhân, ông há không thấy đại quyến thuộc của Phạm thiên ấy, chẳng hạn như bọn chúng tôi đang ngồi đây chăng?"

Ma Ba-tuần chẳng phải là Phạm thiên, chẳng phải quyến thuộc của Phạm thiên, nhưng lại xưng mình là Phạm thiên. Bấy giờ Đức Thế Tôn nghĩ rằng: "Ma Ba-tuần chẳng phải là Phạm thiên, cũng chẳng phải quyến thuộc của Phạm thiên, lại tự xưng là Phạm thiên. Nếu nói rằng có Ma Ba-tuần thì đây chính là Ma Ba-tuần."

Biết rõ như vậy, Đức Thế Tôn bảo:

"Này Ma Ba-tuần, ngươi chẳng phải Phạm thiên, cũng chẳng phải quyến thuộc của Phạm thiên, nhưng ngươi tự xưng rằng 'Ta là Phạm thiên.' Nếu nói rằng [547c] có Ma Ba-tuần, thì chính ngươi là Ma Ba-tuần."

Lúc ấy, Ma Ba-tuần liền nghĩ: "Thế Tôn đã biết ta! Thiện Thệ đã biết ta!" Ma Ba-tuần biết như thế nên rất đỗi ưu sầu, vụt biến mất nơi ấy.

Phạm Thiên thuyết lý

Bấy giờ, Phạm thiên ấy lại ba lần thưa thỉnh Đức Thế Tôn rằng:

"Kính chào Đại Tiên nhân, chỗ này là thường hữu, chỗ này là trường tồn, chỗ này là quan yếu, chỗ này là pháp không hoại diệt, chỗ này là xuất yếu; ngoài xuất yếu này không còn xuất yếu nào hơn nữa mà có đấng Tối thắng, Tối diệu, Tối tôn!

Đức Thế Tôn cũng ba lần bảo Phạm Thiên rằng:

"Này Phạm thiên, cái không thường, ông bảo là thường; cái không hằng, ông bảo là hằng; cái không trường tồn, ông bảo là trường tồn; cái không quan yếu, ông bảo là quan yếu; cái hoại diệt, ông bảo là không hoại diệt; cái không xuất yếu, ông bảo là xuất yếu; ngoài sự xuất yếu ấy, không còn xuất yếu nào khác nữa để có đấng Tối thắng, Tối diệu, Tối thượng. Phạm thiên, ông có cái vô minh ấy! Phạm thiên, ông có cái vô minh ấy!"

Rồi thì, Phạm thiên bạch Thế Tôn rằng:

"Đại Tiên nhân, thuở xưa có sa-môn, bà-la-môn thọ mạng rất lâu dài. Đại Tiên nhân, thọ mạng của ông ngắn quá, không bằng một khoảnh khắc ngồi yên của sa-môn, bà-la-môn kia. Vì sao? Vì những gì các vị ấy biết là trọn biết, những gì các vị ấy thấy là trọn thấy. Nếu thật có sự xuất yếu, ngoài sự xuất yếu ra không còn xuất yếu nào hơn nữa mà có bậc Tối thắng, Tối diệu, Tối thượng thì các vị ấy biết ngay rằng có; và ngoài xuất yếu ấy ra, không còn sự xuất yếu nào hơn nữa mà có bậc Tối thắng, Tối diệu, Tối thượng. Nếu thật không có sự xuất yếu, lại không có ngoài xuất yếu nào hơn nữa mà có bậc Tối thắng, Tối diệu, Tối thượng thì các vị ấy biết ngay là không có. Đại Tiên nhân, đối với chỗ xuất yếu ông nghĩ là không xuất yếu. Trái lại, đối với chỗ không phải là xuất yếu, ông nghĩ là xuất yếu. Như vậy, ông không đạt được chỗ xuất yếu và trở thành kẻ đại si. Vì sao? Vì sẽ không bao giờ có cảnh giới ấy cho ông.

"Đại Tiên nhân, nếu có sa-môn, bà-la-môn nào ưa thích đất, ca ngợi đất, thì vị ấy tùy theo sự tự tại của ta, làm theo ý ta muốn, vâng theo mệnh lệnh ta sai sử. Cũng thế, đối với nước, lửa, gió, quỷ thần, Chư Thiên, Sanh chủ, Phạm thiên; nếu ai ưa thích Phạm thiên, ca ngợi Phạm thiên thì vị ấy tùy theo sự tự tại của ta, làm theo ý muốn của ta, vâng theo mệnh lệnh ta sai. Đại Tiên nhân, nếu ông ưa thích đất, ca ngợi đất, thì ông cũng tùy theo sự tự tại của ta, làm theo ý ta muốn, vâng theo mệnh lệnh ta sai sử. Cũng thế, với nước, lửa, gió, quỷ thần, Chư Thiên, Sanh chủ, Phạm thiên; nếu ông ưa thích Phạm thiên, ca ngợi Phạm thiên thì ông cũng tùy theo sự tự tại của ta, làm theo ý ta muốn, vâng theo mệnh lệnh ta sai."

Phật tự tại

Bấy giờ Đức Thế Tôn nói rằng:

"Phạm thiên, điều Phạm thiên nói sự thật. Nếu có sa-môn, bà-la-môn nào ưa thích đất, ca ngợi đất, vị ấy tùy theo sự tự tại của ông, làm theo [548a] ý ông muốn, vâng theo mệnh lệnh ông sai. Cũng vậy, đối với nước, lửa, gió, quỷ thần, Chư Thiên, Sanh chủ, Phạm thiên; nếu ai ưa thích Phạm thiên, ca ngợi Phạm thiên thì vị ấy tùy theo sự tự tại của ông, làm theo ý ông muốn, vâng theo mệnh lệnh của ông sai. Và này Phạm thiên, nếu Ta ưa thích đất, ca ngợi đất thì Ta cũng tùy theo sự tự tại của ông, làm theo ý ông muốn và vâng theo mệnh lệnh của ông sai. Cũng thế, đối với nước, lửa, gió, quỷ thần, Chư Thiên, Sanh chủ, Phạm thiên; nếu Ta ưa thích Phạm thiên, ca ngợi Phạm thiên thì Ta cũng tùy theo sự tự tại của ông, làm theo ý ông muốn, vâng theo mệnh lệnh ông sai.

"Nhưng này Phạm thiên, nếu tám sự kiện này,[105] Ta tùy theo mỗi sự mà ưa thích, mà ca ngợi, thì những điều ấy cũng vẫn như thế. Này Phạm thiên, Ta biết rõ ông từ đâu đến và sẽ đi đâu, tùy nơi ông đang sống, tùy chỗ ông mất, và tùy chốn ông tái sanh. Nếu có Phạm thiên thì Phạm thiên ấy có đại như ý túc, có đại oai đức, có đại phước hựu, có đại oai thần."

Nghe vậy, Phạm thiên bạch Thế Tôn rằng:

"Đại Tiên nhân, làm thế nào ông biết được điều ta biết, thấy được điều ta thấy? Làm sao ông biết rõ ta như mặt trời, tự tại soi sáng khắp nơi, bao trùm cả một ngàn thế giới? Ông có tự tại không, trong một ngàn thế giới ấy? Ông có biết nơi này và nơi kia, nơi nào không có ngày đêm không? Này Đại Tiên nhân, ông có lần nào qua lại các nơi ấy chưa? Hay đã nhiều lần qua lại các nơi ấy rồi?"

Bấy giờ Đức Thế Tôn bảo:

"Này Phạm thiên, như mặt trời tự tại, soi sáng khắp nơi, bao trùm cả một ngàn thế giới. Trong ngàn thế giới ấy, Ta được tự tại và cũng biết nơi này hay nơi kia, không có ngày đêm. Này Phạm thiên, Ta đã từng qua lại những nơi ấy và qua lại rất nhiều lần.

Ba hạng chư thiên

"Này Phạm thiên, có ba loại trời, đó là Quang thiên, Tịnh quang thiên và Biến tịnh quang thiên.[106] Nếu những gì mà ba loại trời ấy có biết và có thấy, thì Ta cũng có biết và có thấy. Phạm thiên, những gì mà ba loại trời đó không có biết, không có thấy, thì riêng Ta vẫn có biết, có thấy. Này Phạm thiên, nếu những gì mà ba loại trời ấy và quyến thuộc của họ có biết và có thấy thì Ta cũng có biết và có thấy. Những gì mà ba loại trời ấy và quyến thuộc họ không biết, không thấy, thì riêng Ta vẫn có biết, có thấy. Này Phạm thiên, những gì mà ông có biết, có thấy, Ta cũng có biết, có thấy. Những gì mà ông không có biết, có thấy, thì riêng Ta vẫn có biết, có thấy. Này Phạm thiên, nếu những gì mà ông và những quyến thuộc của ông có biết, có thấy, thì Ta cũng có biết, có thấy. Những gì mà ông và quyến thuộc của ông không có biết, có thấy, thì riêng Ta vẫn có biết, có thấy. Này Phạm thiên, ông không thể ngang hàng Ta về tất cả, ông không thể ngang hàng Ta suốt hết. Nhưng đối với ông, Ta là Tối thắng, [**548b**] Tối thượng.

Nghe vậy, Phạm thiên thưa Đức Thế Tôn rằng:

"Này Đại Tiên nhân, do đâu ông có được tri kiến về những gì ba loại trời ấy có biết và có thấy, thì ông cũng có biết và có thấy; những gì mà ba loại trời đó không có biết, không có thấy, thì riêng ông vẫn có biết, có thấy? Nếu những gì mà ba loại trời ấy và quyến thuộc của họ có biết và có thấy thì ông cũng có biết và có thấy; những gì mà ba loại trời ấy và quyến thuộc họ không biết, không thấy, thì riêng ông vẫn có biết, có thấy? Nếu những gì mà ta có biết, có thấy, ông cũng có biết, có thấy; những gì mà ta không có biết, không có thấy, thì riêng ông vẫn có biết, có thấy? Nếu những gì mà ta và những quyến thuộc của ta có biết, có thấy, thì ông cũng có biết, có thấy; những gì mà ta và quyến thuộc của ta không có biết, không có thấy, thì riêng ông vẫn có biết, có thấy? Đại Tiên nhân, đó không phải là lời nói khoác chăng?"

Đã hỏi vậy, tăng thêm ngu si mà không biết. Vì sao? Vì cảnh giới của thức là vô lượng, nên biết vô lượng, thấy vô lượng, chủng loại phân biệt vô lượng; Ta biết rõ từng cái: biết đất là đất; nước, lửa, gió, quỷ thần, Chư Thiên, Sanh chủ, biết Phạm thiên là Phạm thiên.

Bấy giờ Đức Thế Tôn bảo rằng:

"Này Phạm thiên, nếu có sa-môn, bà-la-môn nào đối với đất mà có tưởng về đất rằng: 'Đất là ta, đất là sở hữu của ta, ta là sở hữu của đất,' thì khi chấp đất là ta tức không biết rõ đất. Cũng thế, đối với nước, lửa, gió, quỷ thần, Chư Thiên, Sanh chủ, Phạm thiên, Vô phiền thiên, Vô nhiệt và Tịnh;[107] nếu nghĩ rằng: 'Tịnh là ta, Tịnh là sở hữu của ta, ta là sở hữu của Tịnh', khi chấp Tịnh là ta rồi, vị ấy không thật biết về Tịnh. Phạm thiên, nếu có sa-môn, bà-la-môn nào đối với đất mà biết rằng: 'đất là đất, đất không phải là ta, đất không phải là sở hữu của ta, ta không phải là sở hữu của đất;' do không chấp đất là ta nên vị ấy thật biết về đất. Cũng thế, đối với nước, lửa, gió, quỷ thần, Sanh chủ, Chư Thiên, Phạm thiên, Vô phiền, Vô nhiệt, Tịnh, mà biết rằng: 'Tịnh chẳng phải là ta, Tịnh chẳng phải là sở hữu của ta, ta chẳng phải là sở hữu của Tịnh;' do không chấp Tịnh là ta nên vị ấy thật biết về Tịnh. Phạm thiên, Ta đối với đất, biết rằng: 'đất là đất, đất không phải là Ta, đất không phải là sở hữu của Ta, Ta không phải là sở hữu của đất;' do không chấp đất là Ta nên Ta thật biết về đất. Cũng thế, đối với nước, lửa, gió, quỷ thần, Sanh chủ, Chư Thiên, Phạm thiên, Vô phiền, Vô nhiệt, Tịnh, mà biết rằng: 'Tịnh chẳng phải là Ta, Tịnh chẳng phải là sở hữu của Ta, Ta chẳng phải là sở hữu của Tịnh;' do không chấp Tịnh là ta nên Ta thật biết về Tịnh.

Nghe vậy, Phạm thiên thưa với Đức Thế Tôn rằng:

"Chúng sanh này, ai cũng ái trước hữu, ưa thích hữu, thân cận hữu. Chỉ có ông đã nhổ tận gốc rễ hữu. Vì sao? Vì ông là Như Lai, Vô Sở Trước, Đẳng Chánh Giác."

Phạm thiên [**548c**] liền nói bài kệ:

> *Nơi hữu thấy sợ hãi;*
> *Không hữu, thấy sợ gì!*
> *Cho nên đừng ưa hữu;*
> *Hữu làm sao chẳng dứt?*[108]

"Này Đại Tiên nhân, tôi nay muốn ẩn hình."

Thần lực Phạm thiên

Đức Thế Tôn bảo:

"Này Phạm thiên, nếu ông muốn ẩn mình thì cứ tùy tiện."

Phạm thiên liền ẩn hình ngay nơi đó. Đức Thế Tôn thấy rõ, liền nói:

"Phạm thiên, ông ở chỗ này. Ông đến chỗ kia. Ông lại ở giữa."

Phạm thiên vận dụng hết như ý túc, muốn tự ẩn hình mà không thể tự ẩn, nên hiện hình trở lại giữa cõi trời Phạm thiên.

Bấy giờ Đức Thế Tôn mới bảo:

"Này Phạm thiên, Ta cũng muốn ẩn mình."

Phạm thiên thưa rằng:

"Đại Tiên nhân, nếu muốn ẩn mình, xin cứ tùy tiện."

Lúc ấy, Đức Phật nghĩ rằng: "Ta hãy như vậy mà hóa hiện như ý túc,[109] phóng hào quang cực sáng, chiếu rọi cùng khắp cõi trời Phạm thiên, rồi ẩn hình trong đó, khiến cho Phạm thiên và quyến thuộc của Phạm thiên chỉ nghe tiếng mà không thấy hình Ta."

Nghĩ xong, Đức Thế Tôn hiện như ý túc như vậy, phóng hào quang cực sáng, chiếu rọi khắp cõi trời Phạm thiên, rồi ẩn hình trong đó, khiến cho Phạm thiên và quyến thuộc chỉ nghe tiếng mà không thấy hình Ngài. Bấy giờ Phạm thiên và quyến thuộc mới nghĩ rằng: "Sa-môn Cù-đàm thật là kỳ diệu, thật là hy hữu, có đại như ý túc, có đại oai đức, có đại phước hựu, có đại oai thần. Vì sao? Vì đã phóng hào quang chiếu sáng, chiếu rọi khắp cả trời Phạm thiên, rồi tự ẩn hình trong đó, khiến cho chúng ta chỉ được nghe tiếng mà không thấy hình."

"Lúc ấy, Đức Thế Tôn lại nghĩ rằng: "Ta đã giáo hóa Phạm thiên này và quyến thuộc của Phạm thiên. Nay Ta hãy thu hồi như ý túc."

Ma Ba-tuần tác động

Đức Thế Tôn liền thu hồi như ý túc, hiện ra giữa cõi trời Phạm thiên. Khi ấy Ma vương cũng liền xuất hiện trong chúng Phạm thiên. Bấy giờ Ma vương liền bạch Thế Tôn rằng:

"Đại Tiên nhân, ông thật khéo thấy, khéo biết, khéo thông suốt, nhưng ông chớ nên giáo huấn, chớ nên dìu dắt đệ tử, chớ nói pháp cho đệ tử nghe, chớ luyến ái đệ tử. Chớ vì luyến ái đệ tử mà khi thân hoại mạng chung sẽ sanh vào nơi thấp kém, sanh trong loại thần kỹ nhạc. Hãy sống vô vi mà hưởng thụ an ổn khoái lạc trong đời hiện tại. Vì sao? Đại Tiên nhân, vì đó là tự gây phiền nhiệt vô ích. Đại Tiên nhân, xưa có sa-môn, bà-la-môn giáo huấn đệ tử, dìu dắt [549a] đệ tử, nói pháp cho đệ tử nghe, luyến ái đệ tử. Vì luyến ái đệ tử nên khi thân hoại mạng chung, vị ấy đã sanh vào những nơi thấp kém, sanh làm thần kỹ nhạc. Đại Tiên nhân, vì thế tôi bảo ông chớ nên giáo huấn đệ tử và dìu dắt đệ tử, cũng đừng nói pháp cho đệ tử nghe, chớ luyến ái đệ tử. Vì luyến ái đệ tử, sau khi thân hoại mạng chung sẽ sanh vào nơi thấp kém, làm thần kỹ nhạc. Hãy sống vô vi mà hưởng thụ khoái lạc trong đời hiện tại. Vì sao? Vì đó là tự gây phiền nhọc vô ích mà thôi.”

Khi ấy, Phật bảo rằng:

“Ma Ba-tuần, ngươi chẳng phải vì mong cầu nghĩa lợi cho Ta, chẳng phải vì mong cầu sự hữu ích, chẳng phải vì mưu cầu an lạc, cũng chẳng phải mưu cầu sự an ổn cho Ta mà nói với Ta rằng: ‘Đừng giáo huấn, dìu dắt đệ tử, đừng nói pháp cho đệ tử nghe, đừng luyến ái đệ tử. Vì sao? Vì luyến ái đệ tử thì sau khi thân hoại mạng chung, sẽ sanh vào nơi thấp kém, sanh làm thần kỹ nhạc. Hãy sống vô vi mà hưởng thụ khoái lạc trong đời hiện tại. Vì sao vậy? Đại Tiên nhân, vì đó là sự gây phiền nhọc vô ích mà thôi.’ Ma Ba-tuần, Ta biết ngươi đang nghĩ rằng ‘Sa-môn Cù-đàm này nói pháp cho đệ tử nghe, sau khi nghe xong, các đệ tử ấy sẽ ra khỏi cảnh giới của ta.’ Này Ma Ba-tuần, vì thế cho nên ngươi nói với Ta rằng: ‘Đừng giáo huấn, dìu dắt đệ tử, đừng nói pháp cho đệ tử nghe, cũng đừng luyến ái đệ tử; vì luyến ái đệ tử thì sau khi thân hoại mạng chung, sẽ sanh vào nơi thấp kém, sanh làm thần kỹ nhạc. Hãy sống vô vi mà hưởng thụ khoái lạc trong đời hiện tại. Vì sao vậy? Đại Tiên nhân, vì đó là sự gây phiền nhọc vô ích mà thôi.’

“Ma Ba-tuần, nếu quả có sa-môn, bà-la-môn nào đã giáo huấn đệ tử, dìu dắt đệ tử, nói pháp cho đệ tử nghe và luyến ái đệ tử; vì luyến ái đệ tử nên thân hoại mạng chung đã sanh vào nơi thấp kém, làm thần kỹ nhạc thì sa-môn, bà-la-môn ấy chẳng phải là sa-môn mà tự xưng là sa-môn, chẳng phải là bà-la-môn mà tự xưng là bà-la-môn, chẳng phải A-la-hán mà tự xưng là A-la-hán, chẳng phải Đẳng Chánh Giác mà tự xưng Đẳng Chánh Giác.

“Này Ma Ba-tuần, Ta là sa-môn thực nên mới xưng là sa-môn, thực là bà-la-môn nên mới xưng là bà-la-môn, thực là A-la-hán nên mới xưng là A-la-hán, thực là Đẳng Chánh Giác nên mới xưng là Đẳng Chánh Giác. Này Ma Ba-tuần, nếu Ta có nói pháp hay không nói pháp cho đệ tử nghe thì ngươi cũng nên đi đi. Nay Ta tự biết nên nói pháp cho đệ tử nghe, hay không nên nói pháp cho đệ tử nghe.

"Vì đây là thỉnh cầu của Phạm thiên, còn Ma Ba-tuần lại chống đối sự thuyết pháp tùy thuận của Đức Thế Tôn, cho nên kinh này gọi là "Phạm thiên thỉnh Phật."

Phật thuyết như vậy. Phạm thiên [549b] và quyến thuộc của Phạm thiên sau khi nghe Phật thuyết, hoan hỷ phụng hành. ❈

79. KINH HỮU THẮNG THIÊN*

Tôi nghe như vầy:

Một thời, Đức Phật trú tại nước Xá-vệ, trong rừng Thắng, vườn Cấp-cô-độc.

Tiên Dư Tài Chủ

Bấy giờ, Tiên Dư Tài Chủ[110] bảo một người sứ:

"Ngươi hãy đến chỗ Đức Phật, thay ta cúi đầu đảnh lễ dưới chân Đức Thế Tôn và thưa hỏi: Thánh thể có khang cường, an vui, không bệnh, đi đứng dễ dàng, khí lực bình thường chăng? Hãy nói như vầy: 'Tiên Dư Tài Chủ cúi lạy dưới chân Phật, thưa hỏi Thế Tôn: Thánh thể có khang cường, an vui, không bệnh, đi đứng dễ dàng, khí lực bình thường chăng?' Ngươi đã thay ta thăm hỏi Phật rồi, hãy đến chỗ Tôn giả A-na-luật-đà,[111] cũng thay mặt ta cúi lạy dưới chân Tôn giả, rồi thăm hỏi rằng: 'Tiên Dư Tài Chủ cúi lạy dưới chân Tôn giả A-na-luật-đà và thưa hỏi Tôn giả: Thánh thể có khang kiện, an vui, không bệnh, đi đứng dễ dàng, thoải mái, nhẹ nhàng, khí lực bình thường chăng? Tiên Dư Tài Chủ cung thỉnh Tôn giả A-na-luật-đà với ba vị nữa, ngày mai cùng đến thọ thực.' Nếu ngài nhận lời, thưa thêm rằng: 'Bạch Tôn giả, Tiên Dư Tài Chủ nhiều công việc, nhiều bổn phận, làm các việc cho vua, giải quyết việc thần tá.[112] Cúi xin Tôn giả vì lòng thương xót, tất cả bốn vị, ngày mai đến nhà Tiên Dư Tài Chủ.'"

Lúc ấy người sứ nghe lời Tiên Dư Tài Chủ dạy xong, đi đến chỗ Phật, cúi lạy dưới chân Ngài, đứng qua một bên mà bạch rằng:

---

* Tương đương Pāli, M. 127. *Anuruddhasuttaṃ.*

"Bạch Đức Thế Tôn, Tiên Dư Tài Chủ cúi lạy dưới chân Phật, thăm hỏi Thế Tôn: Thánh thể có khang kiện, an vui, không bệnh, đi đứng thoải mái nhẹ nhàng, khí lực bình thường chăng?"

Bấy giờ Đức Thế Tôn bảo người sứ:

"Mong rằng Tiên Dư Tài Chủ an ổn, khoái lạc. Mong rằng trời, người, A-tu-la, Càn-thát-bà, La-sát và tất cả loài khác an ổn khoái lạc.

Khi ấy, người sứ nghe lời Phật dạy, khéo ghi nhớ, cúi lạy dưới chân Phật, nhiễu quanh ba vòng rồi lui ra. Đi đến chỗ Tôn giả A-na-luật-đà, sứ giả cúi lạy dưới chân, ngồi qua một bên và bạch rằng:

"Bạch Tôn giả A-na-luật-đà, Tiên Dư Tài Chủ cúi lạy dưới chân ngài, thăm hỏi Tôn giả: [549c] Thánh thể có khang kiện, an vui, không bệnh, đi đứng thoải mái nhẹ nhàng, khí lực bình thường chăng? Tiên Dư Tài Chủ cung thỉnh Tôn giả với ba vị nữa, ngày mai cùng đến thọ thực."

Lúc ấy, cách Tôn giả A-na-luật-đà không xa, Tôn giả Chân Ca-chiên-diên[113] đang ngồi nghỉ. Tôn giả A-na-luật-đà liền nói:

"Hiền giả Chân Ca-chiên-diên, tôi đã nói ngày mai chúng ta đến Xá-vệ để khất thực chính là vậy. Hôm nay Tiên Dư Tài Chủ sai người thỉnh chúng ta, bốn người cùng thọ thực ngày mai."

Tôn giả Chân Ca-chiên-diên lập tức bạch rằng:

"Mong Tôn giả A-na-luật-đà vì người ấy mà nhận lời mời. Ngày mai chúng ta ra khỏi khu rừng này để vào thành Xá-vệ khất thực."

Tôn giả A-na-luật-đà vì người ấy mà im lặng nhận lời. Lúc đó người sứ biết Tôn giả im lặng nhận lời, liền thưa thêm rằng:

"Tiên Dư Tài Chủ bạch Tôn giả rằng: 'Tiên Dư Tài Chủ có nhiều công việc, nhiều bổn phận, làm các việc cho vua, giải quyết việc thần tá. Mong Tôn giả vì thương xót, tất cả bốn vị, ngày mai đến sớm nhà Tiên Dư Tài Chủ.'"

Tôn giả A-na-luật-đà bảo người sứ rằng:

"Ông cứ trở về, tôi tự biết thời."

Lúc ấy, người sứ liền từ chỗ ngồi đứng dậy, cúi đầu đảnh lễ, nhiễu ba vòng rồi lui ra.

Đêm tàn, trời sáng, Tôn giả A-na-luật-đà mang y cầm bát, tất cả bốn vị cùng đến nhà Tiên Dư Tài Chủ. Bấy giờ Tiên Dư Tài Chủ với thể nữ vây quanh, đứng ở giữa cửa, chờ Tôn giả A-na-luật-đà.

Tiên Dư Tài Chủ thấy Tôn giả A-na-luật-đà từ xa đi đến. Sau khi thấy, Tiên Dư Tài Chủ chắp tay hướng về Tôn giả A-na-luật-đà tán thán:

"Kính chào Tôn giả A-na-luật-đà, đã lâu rồi ngài không đến đây."

Với lòng tôn kính, Tiên Dư Tài Chủ dìu Tôn giả A-na-luật-đà vào trong nhà, mời ngồi trên giường tốt đẹp đã bày sẵn. Tôn giả liền ngồi trên giường ấy, Tiên Dư Tài Chủ cúi lạy dưới chân Tôn giả A-na-luật-đà, ngồi qua một bên mà bạch rằng:

Đại tâm và vô lượng tâm

"Kính bạch Tôn giả A-na-luật-đà, con có điều muốn hỏi, xin ngài nghe cho."

Tôn giả bảo:

"Tài Chủ, tùy theo ông hỏi. Nghe rồi tôi sẽ suy nghĩ."

Tiên Dư Tài Chủ hỏi Tôn giả A-na-luật-đà rằng:

"Có sa-môn, bà-la-môn đi đến chỗ con, bảo con: 'Tài Chủ, [550a] ông nên tu đại tâm giải thoát.'[114] Bạch Tôn giả, lại có sa-môn, bà-la-môn đến chỗ con, bảo con: 'Tài Chủ, ông nên tu vô lượng tâm giải thoát.'[115] Bạch Tôn giả, đại tâm giải thoát và vô lượng tâm giải thoát, hai giải thoát này khác văn khác nghĩa, hay một nghĩa nhưng khác văn?"

Tôn giả A-na-luật-đà bảo:

"Tài Chủ, ông hỏi điều này trước, vậy ông hãy tự trả lời trước, rồi tôi sẽ trả lời sau."

Tài Chủ thưa:

"Bạch Tôn giả, đại tâm giải thoát và vô lượng tâm giải thoát này đồng nghĩa nhưng khác văn."

Tiên Dư Tài Chủ không thể trả lời việc này.[116]

Tôn giả A-na-luật-đà bảo rằng:

"Tài chủ, hãy lắng nghe. Tôi sẽ nói cho ông nghe về đại tâm giải thoát và vô lượng tâm giải thoát.

"Thế nào là đại tâm giải thoát? Có sa-môn, bà-la-môn ở trong rừmg vắng, hoặc đến gốc cây, chỗ yên tịnh, y trên một gốc cây, ý cởi mở, đại tâm giải thoát biến mãn, thành tựu an trụ, chỉ với giới hạn bằng chừng đó, tâm giải thoát không vượt hơn chỗ đó.[117] Nếu không y trên một cây, thì nên y trên hai, hay ba gốc cây, ý cởi mở, đại tâm giải thoát biến mãn, thành tựu an trụ, với giới hạn bằng chừng đó, tâm giải thoát không vượt hơn chỗ đó. Nếu không y trên hai, hay ba gốc cây thì nên y trên một khu rừng. Nếu không y trên một khu rừng thì hoặc y trên hai, ba khu rừng. Nếu không y trên hai, ba khu rừng, nên y trên một thôn. Nếu không y trên một thôn thì nên y trên hai, ba thôn. Nếu không y trên hai, ba thôn thì hoặc y trên một nước. Nếu không y trên một nước, thì nên y trên hai, ba nước. Nếu không y trên hai, ba nước thì hoặc y vào đại địa, cho đến đại hải, ý cởi mở, đại tâm giải thoát biến mãn, thành tựu an trú, với giới hạn bằng đó, tâm giải thoát không vượt hơn chỗ đó. Đó là đại tâm giải thoát.

"Tài Chủ, thế nào là vô lượng tâm giải thoát? Nếu có sa-môn, bà-la-môn nào ở trong rừng vắng, hoặc đến gốc cây, chỗ yên tịnh trống trải, tâm đi đôi với từ, biến mãn một phương, thành tựu và an trú. Như vậy, với phương thứ hai, ba, bốn, trên dưới cùng khắp nơi, tâm đi đôi với từ, không kết, không oán, không giận, không tranh, rất rộng, rất lớn, vô lượng, khéo tu tập, biến mãn tất cả thế gian. Cũng như vậy, tâm đi đôi với bi, hỷ, xả, không kết, không oán, không giận không tranh, rất rộng, rất lớn, vô lượng, khéo tu tập, biến mãn tất cả thế gian. Đó là vô lượng tâm giải thoát."

Tôn giả hỏi:

"Tài Chủ, đại tâm giải thoát và vô lượng tâm giải thoát, [**550b**] hai giải thoát này khác nghĩa, khác văn, hay đồng nghĩa đồng văn?"

Tiên Dư Tài Chủ bạch rằng:

"Từ chỗ tôi nghe Tôn giả thì tôi hiểu được nghĩa ấy. Hai giải thoát ấy, nghĩa đã khác nhau mà văn cũng khác."

Quang thiên

Tôn giả A-na-luật-đà bảo rằng:

"Tài Chủ, có ba loài trời: Quang thiên, Tịnh quang thiên và Biến tịnh thiên.[118] Trong đó, Chư Thiên trong cõi Quang thiên[119] sanh tại một chỗ, không nghĩ rằng: 'Đây là sở hữu của ta, kia là sở hữu của ta.' Nhưng Quang thiên kia đến nơi nào thì họ liền vui say nơi đó.

"Tài Chủ, ví như con ruồi ở nơi miếng thịt, không nghĩ rằng: 'Đây là sở hữu của ta, kia là sở hữu của ta', nhưng con ruồi tùy theo miếng thịt ở đâu thì vui say chỗ đó. Cũng vậy, Chư Thiên cõi Quang thiên không nghĩ rằng: 'Đây là sở hữu của ta, kia là sở hữu của ta,' nhưng Quang thiên kia đến nơi nào thì họ liền vui say trong đó.

"Có thời, Chư Thiên cõi Quang thiên họp lại một chỗ, tuy thân có khác nhau nhưng ánh sáng không khác.

"Tài Chủ, ví như có người thắp vô số cây đèn, đặt ở trong một cái nhà; các cây đèn kia tuy khác nhau nhưng ánh sáng của các cây đèn thì không khác. Cũng vậy, Chư Thiên cõi Quang thiên họp lại một chỗ, tuy thân có khác nhau, nhưng ánh sáng không khác.

"Có lúc Quang thiên kia đều tự tản mác; lúc họ tự tản mác thì thân của họ đã khác nhau mà ánh sáng cũng khác.

"Tài Chủ, ví như có người từ trong một cái nhà đem ra nhiều cây đèn, phân chia đặt các nơi trong nhà. Những cây đèn đó đã khác mà ánh sáng cũng khác. Cũng vậy, Quang thiên kia có khi tự tản mác; lúc họ tản mác thì thân của họ đã khác mà ánh sáng cũng khác."

Lúc ấy, Tôn giả Chân Ca-chiên-diên bạch rằng:

"Bạch Tôn giả A-na-luật-đà, các vị Quang thiên sanh ở một chỗ, có thể biết có sự hơn, bằng, vi diệu và không vi diệu chăng?"

Tôn giả A-na-luật-đà đáp rằng:

"Hiền giả Ca-chiên-diên, có thể nói Quang thiên kia sanh ở một chỗ, biết có sự hơn, bằng, vi diệu và không vi diệu."

Tôn giả Chân Ca-chiên-diên lại hỏi:

"Tôn giả A-na-luật-đà, Quang thiên kia sanh tại một chỗ, do nhân gì, duyên gì mà biết được có sự hơn, bằng, vi diệu và không vi diệu?"

Tôn giả A-na-luật-đà đáp:

"Hiền giả Chân Ca-chiên-diên, có sa-môn, bà-la-môn ở trong rừng vắng, hoặc đến gốc cây, chỗ an tịnh, trống vắng, y trên một gốc cây, ý cởi mở, suy tưởng về ánh sáng, thành tựu an trụ. Tâm suy tưởng về ánh sáng cực thịnh, với giới hạn bằng chừng đó, tâm giải thoát không vượt hơn chỗ đó. Nếu không y trên một cây, thì hoặc y trên hai, ba cây, cởi mở, suy tưởng về ánh sáng, tâm suy tưởng ánh sáng cực thịnh, với giới hạn bằng chừng đó, [550c] tâm giải thoát không vượt hơn chỗ đó. Này Hiền giả Chân Ca-chiên-diên, hai tâm giải thoát này, giải thoát nào là trên, là hơn, là vi diệu, là tối cao?"

Tôn giả Chân Ca-chiên-diên đáp:

"Tôn giả A-na-luật-đà, nếu có sa-môn, bà-la-môn không y trên một cây, mà y trên hai, ba cây, ý cởi mở, suy tưởng về ánh sáng, thành tựu và an trú. Tâm suy tưởng về ánh sáng cực thịnh, với giới hạn bằng chừng đó, tâm giải thoát không vượt hơn chỗ đó. Tôn giả A-na-luật-đà, trong hai loại giải thoát, giải thoát này là trên, là hơn, là vi diệu, là tối cao."

Tôn giả A-na-luật-đà lại nói:

"Hiền giả Chân Ca-chiên-diên, nếu không y trên hai, ba cây thì hoặc y trên một rừng. Nếu không y trên một rừng thì hoặc y trên hai, ba rừng. Nếu không y trên hai, ba rừng thì hoặc y trên một thôn. Nếu không y trên một thôn, thì hoặc y trên hai, ba thôn. Nếu không y trên hai, ba thôn, thì hoặc y trên một nước. Nếu không y trên một nước thì hoặc y trên hai, ba nước. Nếu không y trên hai, ba nước thì hoặc y trên một đại địa này, cho đến đại hải, ý cởi mở, suy tưởng về ánh sáng. Tâm suy tưởng ánh sáng cực thịnh, với giới hạn bằng chừng đó, tâm giải thoát không vượt hơn chỗ đó. Hiền giả Chân Ca-chiên-diên, trong hai giải thoát đó, giải thoát nào là hơn, là trên, là vi diệu, là tối cao?"

Tôn giả Chân Ca-chiên-diên đáp:

"Tôn giả A-na-luật-đà, nếu có sa-môn, bà-la-môn không y trên hai, ba cây thì hoặc y trên một rừng. Nếu không y trên một rừng thì hoặc y trên hai, ba rừng. Nếu không y trên hai, ba rừng thì hoặc y trên một thôn. Nếu không y trên một thôn, thì hoặc y trên hai, ba thôn. Nếu không y trên hai, ba thôn, thì hoặc y trên một nước. Nếu không y trên một nước thì hoặc y trên hai, ba nước. Nếu không y trên hai, ba nước thì hoặc y trên một đại địa này, cho đến đại hải, ý cởi mở, suy tưởng về ánh sáng. Tâm suy tưởng ánh sáng cực thịnh, với giới hạn bằng chừng đó, tâm giải thoát không vượt hơn chỗ đó. Tôn giả A-na-luật-đà, trong hai loại giải thoát, giải thoát này là trên, là hơn, là vi diệu, là tối thắng."

Tôn giả A-na-luật-đà bảo rằng:

"Này Chân Ca-chiên-diên, do nhân ấy, duyên ấy, Quang thiên kia sanh ở một chỗ mà biết có hơn, có bằng, có vi diệu và không vi diệu. Vì sao? Vì do tâm người có hơn, có bằng, nên sự tu có tinh, có thô. Do sự tu có tinh, có thô nên người chứng đắc có hơn, có bằng. Này Hiền giả Chân Ca-chiên-diên, [**551a**] Đức Thế Tôn cũng nói như vậy, con người có hơn, có bằng nhau."

Tịnh quang thiên

Tôn giả Chân Ca-chiên-diên lại hỏi:

"Tôn giả A-na-luật-đà, Tịnh quang thiên[120] kia sanh một chỗ có thể biết có sự hơn, bằng, vi diệu và không vi diệu chăng?"

Tôn giả A-na-luật-đà đáp:

"Này Hiền giả, có thể nói, Tịnh quang thiên kia sanh tại một chỗ, biết có sự hơn, bằng, vi diệu và không vi diệu."

Tôn giả Chân Ca-chiên-diên lại hỏi:

"Tôn giả A-na-luật-đà, Tịnh quang thiên kia sanh tại một chỗ, vì nhân gì, duyên gì mà biết có sự hơn, bằng, vi diệu và không vi diệu?"

Tôn giả A-na-luật-đà đáp:

"Này Hiền giả Chân Ca-chiên-diên, có sa-môn, bà-la-môn ở trong rừng vắng, hoặc đến dưới gốc cây, chỗ an tịnh không nhàn, ý cởi mở, Tịnh quang thiên biến mãn, thành tựu an trú; với định này, vị ấy không tu không tập, không làm rộng lớn, không cực kỳ thành tựu. Vị ấy sau đó, khi thân hoại mạng chung, sanh lên Tịnh quang thiên, sanh rồi không được cực kỳ tĩnh chỉ, không được cực kỳ tịch tịnh, cũng không sống trọn tuổi thọ.

"Này Hiền giả Chân Ca-chiên-diên, ví như hoa sen màu xanh, vàng, đỏ, trắng, sanh ra và lớn lên đều ở dưới đáy nước. Khi ấy, rễ, cọng, lá, hoa, tất cả đều bị thấm nước, ngập nước, không gì là không bị thấm nước. Này Hiền giả Chân Ca-chiên-diên, cũng như vậy, có sa-môn, bà-la-môn ở chỗ vô sự, hoặc đến dưới gốc cây, nơi an tĩnh không nhàn, ý cởi mở, Tịnh quang thiên biến mãn thành tựu an trụ; với định này, vị ấy không tu, không tập, không làm rộng lớn, không cực kỳ thành tựu. Vị ấy thân hoại mạng chung, sanh lên Tịnh quang thiên, sanh rồi không cực kỳ tĩnh chỉ, không cực kỳ tịch tịnh, cũng không sống trọn tuổi thọ.

"Này Hiền giả Chân Ca-chiên-diên, lại có sa-môn, bà-la-môn, ý cởi mở, Tịnh quang thiên biến mãn, thành tựu an trụ; với định này, vị ấy nhiều lần tu, nhiều lần tập, nhiều lần làm rộng lớn, cực kỳ thành tựu. Vị ấy thân hoại mạng chung, sanh lên Tịnh quang thiên. Sau khi sanh, được cực kỳ tĩnh chỉ, cực kỳ tịch tịnh, cũng được sống trọn tuổi thọ.

"Này Hiền giả Ca-chiên-diên, ví như hoa sen xanh, vàng, đỏ, trắng sanh dưới nước, lớn dưới nước, vượt lên trên nước, nước không thể thấm ngập được. Hiền giả Ca-chiên-diên, cũng như vậy, nếu lại có sa-môn, bà-la-môn ở chỗ vô sự, hoặc đến dưới gốc cây, nơi an tĩnh không nhàn, ý cởi mở, Tịnh quang thiên biến mãn, thành tựu an trụ; với định này, vị ấy nhiều lần tu, nhiều lần tập, nhiều lần làm rộng lớn, cực kỳ thành tựu. Vị ấy khi thân hoại mạng chung, sanh lên Tịnh quang thiên. Sanh lên rồi, được cực kỳ tĩnh chỉ, cực kỳ tịch tịnh, và cũng được sống trọn tuổi thọ.

[551b] "Này Hiền giả Ca-chiên-diên, do nhân ấy, duyên ấy, Chư Thiên cõi Tịnh quang thiên, sanh ở một chỗ, biết có sự hơn, bằng, vi diệu và không vi diệu. Vì sao? Bởi do tâm người có hơn, có bằng, nên sự tu có tinh, có thô. Do sự tu có tinh, có thô nên người chứng đắc có hơn, có

bằng. Này Hiền giả Ca-chiên-diên, Đức Thế Tôn cũng nói như vậy, con người có hơn, có bằng nhau."

Tôn giả Chân Ca-chiên-diên lại hỏi:

"Tôn giả A-na-luật-đà, Biến tịnh quang thiên kia, sanh ở một chỗ, biết có sự hơn, bằng, vi diệu và không vi diệu chăng?"

Tôn giả A-na-luật-đà đáp:

"Này Hiền giả Chân Ca-chiên-diên, có thể nói Biến tịnh quang thiên kia sanh ở một chỗ, biết có sự hơn, bằng, vi diệu và không vi diệu."

Biến tịnh thiên

Tôn giả Chân Ca-chiên-diên lại hỏi:

"Tôn giả A-na-luật-đà, Biến tịnh quang thiên kia, sanh tại một chỗ, do nhân gì, duyên gì mà biết có sự hơn, bằng, vi diệu và không vi diệu?"

Tôn giả A-na-luật-đà đáp:

"Này Hiền giả Chân Ca-chiên-diên, có sa-môn, bà-la-môn ở trong rừng vắng, hoặc đến dưới gốc cây, chỗ an tịnh không nhàn, ý cởi mở, biến tịnh quang thiên biến mãn, thành tựu an trú. Vị ấy không cực kỳ đình chỉ được thụy miên, không chấm dứt trạo hối một cách khéo léo. Sau đó, khi thân hoại mạng chung, sanh lên Biến tịnh quang thiên. Vị ấy sanh rồi, ánh sáng không cực kỳ minh tịnh.

"Này Hiền giả Chân Ca-chiên-diên, ví như đèn cháy là nhờ nơi dầu và tim đèn. Nếu dầu có cặn, tim lại không sạch, do đó ánh sáng của đèn phát ra không sáng tỏ. Này Hiền giả Ca-chiên-diên, cũng vậy, có sa-môn, bà-la-môn nào ở trong rừng vắng, hoặc đến dưới gốc cây, chỗ an tĩnh không nhàn, ý cởi mở, biến tịnh quang thiên biến mãn, thành tựu an trụ. Vị ấy không cực kỳ đình chỉ được thụy miên, không khéo léo chấm dứt trạo hối. Khi thân hoại mạng chung, sanh lên Biến tịnh quang thiên. Vị ấy sanh rồi, ánh sáng không cực kỳ minh tịnh.

"Này Hiền giả Chân Ca-chiên-diên, lại có sa-môn, bà-la-môn ở trong rừng vắng, hoặc đến dưới gốc cây, chỗ an tĩnh không nhàn, ý cởi mở, biến tịnh quang thiên biến mãn, thành tựu an trụ. Vị ấy cực kỳ đình chỉ được thụy miên, khéo léo chấm dứt trạo hối. Khi thân hoại mạng chung sanh lên Biến tịnh quang thiên. Vị ấy sanh rồi, ánh sáng cực kỳ minh tịnh.

"Này Hiền giả Chân Ca-chiên-diên, cũng như vậy, đèn do dầu và do tim. Nếu dầu rất sạch và tim rất sạch, nhờ đó ánh sáng phát ra rất trong sáng. Cũng vậy, nếu có sa-môn, bà-la-môn ở chỗ nhàn tịnh, vô sự, đến dưới gốc cây, ý cởi mở, biến tịnh quang thiên biến mãn, thành tựu [551c] an trụ. Vị ấy cực kỳ đình chỉ được thụy miên, khéo léo chấm dứt được trạo hối. Khi thân hoại mạng chung, sanh lên Biến tịnh quang thiên. Vị ấy sanh rồi, ánh sáng cực kỳ minh tịnh.

"Này Hiền giả Chân Ca-chiên-diên, do nhân ấy, duyên ấy, Chư Thiên cõi Biến tịnh quang thiên sanh ở một chỗ mà biết có hơn, bằng, vi diệu và không vi diệu. Vì sao? Bởi do tâm người có hơn, có bằng nên sự tu có tinh có thô. Do sự tu có tinh, có thô, nên khi người chứng đắc có hơn, có bằng. Này Hiền giả Chân Ca-chiên-diên, Đức Thế Tôn cũng nói như vậy, loài người có hơn, có bằng nhau."

Bấy giờ Tôn giả Chân Ca-chiên-diên khen Tiên Dư Tài Chủ:

"Lành thay! Lành thay! Tài Chủ, ông đã làm cho chúng tôi được nhiều lợi ích. Vì sao? Vì trước hết ông hỏi Tôn giả A-na-luật-đà về việc cõi trời thù thắng.[121] Chúng tôi chưa từng nghe Tôn giả A-na-luật-đà nói về nghĩa như vậy. Tức là, cõi trời kia, có cõi trời kia, cõi trời kia như vậy."

Lúc ấy, Tôn giả A-na-luật-đà bảo rằng:

"Này Hiền giả Chân Ca-chiên-diên, có nhiều cõi trời kia, mà mặt trời và mặt trăng này có đại như ý túc, có đại oai đức, có đại phước hựu, có đại oai thần như vậy nhưng ánh sáng này không bằng ánh sáng kia. Các vị kia cùng tôi tụ họp, cùng hỏi han, cùng có những điều luận thuyết, có những điều để đối đáp, nhưng tôi không như vầy, rằng: "Cõi trời kia, có cõi trời kia, cõi trời kia như vậy."

Khi đó Tiên Dư Tài Chủ biết Tôn giả A-na-luật-đà đã nói xong, liền từ chỗ ngồi đứng dậy, tự tay đi lấy nước rửa, dùng các thức ăn hết sức trong sạch, tốt tươi, đầy dẫy các loại nhai, loại nuốt, tự tay sớt thức ăn, rót nước, làm cho các vị ăn uống no đủ.

Ăn xong, dọn dẹp đồ dùng, rửa nước, rồi Tài Chủ lấy một cái ghế nhỏ, ngồi một bên nghe pháp. Tiên Dư Tài Chủ ngồi xong, Tôn giả A-na-luật-đà thuyết pháp cho Tài chủ nghe, khuyến phát làm cho lợi ích, làm cho hoan hỷ. Bằng vô lượng phương tiện thuyết pháp cho Tài chủ nghe, khuyến phát làm cho lợi ích, làm cho hoan hỷ rồi, Tôn giả từ chỗ ngồi đứng dậy ra về.

Tôn giả A-na-luật-đà thuyết như vậy. Tiên Dư Tài Chủ và các tỳ-kheo sau khi nghe xong, hoan hỷ phụng hành. ❀

80. KINH CA-HI-NA[*]

Tôi nghe như vầy:

Một thời, Đức Phật trú tại nước Xá-vệ, trong rừng Thắng, vườn Cấp-cô-độc.

Nhân duyên y ca-thi-na

Bấy giờ, A-na-luật-đà cũng ở tại nước Xá-vệ, trong núi [**552a**] Sa-la-la nham.[122] Lúc ấy đêm đã qua, trời sáng, Tôn giả A-na-luật-đà mang y, cầm bát vào thành Xá-vệ khất thực. Tôn giả A-nan cũng vào buổi sáng đắp y mang bát vào thành Xá-vệ khất thực. Tôn giả A-na-luật-đà gặp Tôn giả A-nan cùng đi khất thực. Sau khi gặp, Tôn giả A-na-luật-đà hỏi:

"Này Hiền giả A-nan, nên biết, ba y của tôi đã rách nát hết. Này Hiền giả, nay đây có thể nhờ các tỳ-kheo may y hộ cho tôi không?"[123]

Tôn giả A-nan im lặng nhận lời Tôn giả A-na-luật-đà, hứa sẽ nhờ.

Rồi Tôn giả A-nan vào Xá-vệ khất thực. Sau khi ăn xong, sau buổi trưa, rửa tay chân, lấy ni-sư-đàn vắt lên vai, tay cầm chìa khóa cửa, Tôn giả đến khắp các phòng gặp các tỳ-kheo, nói rằng:

"Thưa các Thầy, hôm nay hãy qua núi Sa-la-la nham may hộ y cho Tôn giả A-na-luật-đà."

Các tỳ-kheo nghe lời Tôn giả A-nan, thảy đều đến Sa-la-la nham để may y cho Tôn giả A-na-luật-đà.

Lúc ấy, Đức Thế Tôn gặp Tôn giả A-nan tay cầm chìa khóa cửa, đang đến khắp các phòng. Ngài hỏi:

---

[*] Không thấy tương đương Pāli.

"A-nan, ông có việc gì mà tay cầm chìa khóa cửa, đi đến khắp các phòng vậy?"

Tôn giả A-nan bạch rằng:

"Bạch Thế Tôn, con nay nhờ các tỳ-kheo may y cho Tôn giả A-na-luật-đà."

Đức Thế Tôn bảo rằng:

"A-nan, sao ông không thỉnh Như Lai may y cho A-na-luật-đà?"

Tôn giả A-nan liền chắp tay hướng về Đức Thế Tôn bạch rằng:

"Cúi mong Thế Tôn qua núi Sa-la-la nham may y cho Tôn giả A-na-luật-đà."

Đức Thế Tôn im lặng nhận lời.

Bấy giờ Đức Thế Tôn dẫn Tôn giả A-nan qua núi Sa-la-la nham, ngồi trước mặt chúng tỳ-kheo. Lúc ấy trong núi Sa-la-la nham có tám trăm tỳ-kheo và Đức Thế Tôn cũng ngồi chung may y cho Tôn giả A-na-luật-đà.

Lúc đó, Tôn giả Đại Mục-kiền-liên cũng có trong chúng. Bấy giờ Đức Thế Tôn bảo:

"Đại Mục-kiền-liên, Ta có thể vì A-na-luật-đà trải rộng khuôn khổ tấm y, cắt rọc rồi khâu may lại thành y."[124]

Lúc đó, Tôn giả Đại Mục-kiền-liên từ chỗ ngồi đứng dậy, trịch vai hữu, chắp tay hướng về Đức Thế Tôn mà bạch rằng:

"Cúi mong Đức Thế Tôn trải rộng khuôn khổ tấm y, các vị tỳ-kheo sẽ cùng nhau cắt rọc, khâu vá, may chung lại thành y."

[552b] Bấy giờ Đức Thế Tôn liền vì Tôn giả A-na-luật-đà trải rộng khuôn khổ tấm y, các vị tỳ-kheo cùng nhau cắt rọc, khâu vá, may chung lại. Ngay trong ngày hôm ấy may xong ba y[125] cho Tôn giả A-na-luật-đà. Đức Thế Tôn lúc ấy biết ba y của Tôn giả A-na-luật-đà đã may xong, liền bảo rằng:

Pháp ca-hi-na

"A-na-luật-đà, ông hãy nói pháp Ca-hi-na cho các tỳ-kheo nghe. Ta đang đau lưng muốn nghỉ một lúc."

Tôn giả A-na-luật-đà bạch rằng:

"Xin vâng, bạch Thế Tôn."

Khi ấy, Đức Thế Tôn xếp chồng y uất-đa-la-tăng bốn lớp[126] trải lên giường, gấp y tăng-già-lê làm gối, nằm nghiêng hông bên phải, hai chân chồng lên nhau, khởi quang minh tưởng, an lập chánh niệm chánh tri, thường tác tưởng ngồi dậy.

Lúc đó Tôn giả A-na-luật-đà bảo các tỳ-kheo:

"Này chư Hiền, xưa kia, lúc tôi chưa xuất gia học đạo, nhàm tởm cảnh sanh, già, bệnh, chết, khóc than, áo não, buồn tủi, lo lắng, muốn đoạn trừ cái khối đau khổ lớn lao này.

"Này chư Hiền, khi đã nhàm tởm, tôi quán sát như vầy: 'Đời sống tại gia hết sức chật hẹp, đầy bụi bặm. Xuất gia học đạo, rộng rãi bao la. Ta nay sống tại gia bị kềm tỏa trong sự xiềng xích, không được trọn đời tu các phạm hạnh. Ta hãy từ bỏ những tài vật ít, và tài vật nhiều, từ bỏ thân tộc ít và thân tộc nhiều, cạo bỏ râu tóc, mặc áo cà-sa, chí tín, từ bỏ gia đình, sống không gia đình, xuất gia học đạo.

"Này chư Hiền, sau đó tôi từ bỏ những tài vật ít, và tài vật nhiều, từ bỏ thân tộc ít và thân tộc nhiều, cạo bỏ râu tóc, mặc áo cà-sa, chí tín, từ bỏ gia đình, sống không gia đình, xuất gia học đạo.

"Này chư Hiền, khi tôi đã xuất gia học đạo, từ bỏ dòng họ rồi, thọ pháp tỳ-kheo, tu hành cấm giới, thủ hộ Biệt giải thoát. Tôi lại khéo léo nhiếp phục các oai nghi lễ tiết, thấy tội nhỏ nhặt thường ôm lòng lo sợ, thọ trì thập giới.

"Này chư Hiền, tôi xa lìa sát hại, đoạn trừ sát hại, vất bỏ dao gậy, có tàm có quý, có tâm từ bi, lợi ích tất cả, ngay đến cả côn trùng nhỏ nhặt. Với việc sát sanh, tôi đã đoạn trừ tâm đó.

"Này chư Hiền, tôi đã xa lìa sự lấy của không cho, đoạn trừ sự lấy của không cho, chỉ lấy những gì được cho, vui nơi việc lấy vật đã được cho, thường ưa bố thí, hoan hỷ không keo kiệt, không mong cầu báo đáp. Với sự lấy của không cho, tâm tôi đã đoạn trừ.

"Này chư Hiền, tôi đã xa lìa phi phạm hạnh, siêng năng tu phạm hạnh, tinh cần tịnh diệu, thanh tịnh không cấu uế, lìa dục, đoạn dâm. Với việc phi phạm hạnh, tâm tôi đã đoạn trừ.

"Này chư Hiền, tôi xa lìa nói láo, nói lời chân thật, thích sự chân thật, an trụ nơi chân thật không di động, hết thảy đều đáng tin, không dối gạt thế gian. Với lời nói dối, tâm tôi đã đoạn trừ.

"Này chư Hiền, tôi xa lìa lời nói hai lưỡi, đoạn trừ lời nói hai lưỡi, thực hành không nói hai lưỡi, không phá hoại người khác; không nghe lời người này đem nói lại với người kia để phá hoại người này; không nghe lời người kia đem nói lại với người này để phá hoại người kia. Ai chia rẽ thì muốn làm cho hòa hiệp, ai hòa hiệp thì làm cho hoan hỷ; không bè đảng, không ham thích bè đảng, không rêu rao bè đảng. Với lời nói hai lưỡi, tâm tôi đã đoạn trừ.

"Này chư Hiền, tôi xa lìa lời nói thô ác, đoạn trừ lời nói thô ác. Nếu có lời nói mà ngôn từ thô ác, hung hăng, tiếng dữ trái tai, mọi người nghe không vui, mọi người không mến, khiến cho người khác khổ não, không được an định, tôi đoạn trừ lời nói ấy. Nếu có lời nói mà trong trẻo, hòa thuận, mềm mỏng, xuôi tai, đáng mến, khiến cho người khác an lạc, ngôn từ đầy đủ rõ ràng, không làm người sợ, khiến họ được an tịnh; tôi nói những lời như vậy. Với lời nói thô ác, tâm tôi đã đoạn trừ.

"Này chư Hiền, tôi xa lìa lời nói phù phiếm, đoạn trừ lời nói phù phiếm, nói lời hợp thời, lời chân thật, đúng pháp, đúng nghĩa, nói lời tịch tĩnh và ưa nói lời tịch tĩnh, hợp theo việc, hợp theo thời, dạy dỗ khéo léo, quở trách khéo léo. Với lời nói phù phiếm, tâm tôi đã đoạn trừ.

"Này chư Hiền, tôi xa lìa sự buôn bán, đoạn trừ sự buôn bán, vất bỏ dụng cụ đong lường, cái đấu, cái hộc; không nhận lãnh hàng hóa, không buộc trói người, không mong bẻ đấu đong lường, không vì lợi nhỏ mà xâm lấn dối gạt người khác. Với sự buôn bán, tâm tôi đã đoạn trừ.

"Này chư Hiền, tôi xa lìa việc nhận lãnh quả phụ, đồng nữ, đoạn trừ việc nhận lãnh quả phụ, đồng nữ. Với việc nhận lãnh quả phụ, đồng nữ, tâm tôi đã đoạn trừ.

"Này chư Hiền, tôi xa lìa việc nhận lãnh tôi tớ, đoạn trừ việc nhận lãnh tôi tớ. Với việc nhận lãnh tôi tớ, tâm tôi đã đoạn trừ.

"Này chư Hiền, tôi xa lìa việc nhận lãnh voi, ngựa, bò, dê; đoạn trừ việc nhận lãnh voi, ngựa, bò, dê. Với việc nhận lãnh voi, ngựa, trâu, dê, tâm tôi đã đoạn trừ.

"Này chư Hiền, tôi xa lìa việc nhận lãnh gà, heo, đoạn trừ việc nhận lãnh gà, heo. Đối với việc nhận lãnh gà, heo, tâm tôi đã đoạn trừ.

"Này chư Hiền, tôi xa lìa việc nhận lãnh ruộng vườn, tiệm quán, đoạn trừ việc nhận lãnh ruộng vườn, tiệm quán. Với việc nhận lãnh ruộng vườn, tiệm quán, tâm tôi đã đoạn trừ.

"Này chư Hiền, tôi xa lìa việc nhận lãnh lúa, mè, đậu còn sống chưa chín; đoạn trừ việc nhận lãnh lúa, mè, đậu còn sống chưa chín. Với việc nhận lãnh lúa, mè, đậu còn sống chưa chín, tâm tôi đã đoạn trừ.

"Này chư Hiền, tôi xa lìa rượu, đoạn trừ rượu. Với việc uống rượu, tâm tôi đã đoạn trừ.

"Này chư Hiền, tôi xa lìa giường lớn, cao rộng; đoạn trừ giường lớn cao rộng. Với việc giường cao lớn rộng, tâm tôi đã đoạn trừ.

"Này chư Hiền, tôi xa lìa tràng hoa, anh lạc, phấn sáp thơm tho, bôi xoa thân thể; đoạn trừ tràng hoa, anh lạc, phấn sáp thơm tho, bôi xoa thân thể. Với tràng hoa, anh lạc, phấn sáp, bôi xoa, thơm tho thân thể, [553a] tâm tôi đã đoạn trừ.

"Này chư Hiền, tôi xa lìa ca múa, xướng hát, xem nghe; đoạn trừ ca múa, hát xướng, xem nghe. Với việc ca múa, hát xướng, xem nghe, tâm tôi đã đoạn trừ.

"Này chư Hiền, tôi xa lìa việc nhận lãnh vàng bạc quý báu, đoạn trừ việc nhận lãnh vàng bạc quý báu. Với việc nhận lãnh vàng bạc quý báu, tâm tôi đã đoạn trừ.

"Này chư Hiền, tôi xa lìa việc ăn quá giữa trưa, đoạn trừ việc ăn quá giữa trưa; ăn một lần, không ăn đêm, học ăn đúng thời. Với việc ăn quá giữa trưa, tâm tôi đã đoạn trừ.

"Này chư Hiền, tôi đã thành tựu Thánh giới tụ này, lại học theo hạnh hết sức tri túc, y phục chỉ đủ để che thân, ăn chỉ đủ để nuôi thân, đi đến đâu đều mang theo y bát, đi không luyến nhớ, như chim ưng mang theo đôi cánh bay lượn trên không trung. Này chư Hiền, tôi cũng vậy, đi đến đâu đều mang theo y bát, không luyến nhớ.

"Này chư Hiền, tôi đã thành tựu Thánh giới tụ này và hết sức tri túc. Tôi lại học thủ hộ các căn, thường nghĩ đến sự khép kín các căn, mong muốn các căn thông suốt,[127] thủ hộ niệm tâm mà được thành tựu, luôn luôn đề khởi chánh tri. Khi mắt thấy sắc, không chấp thủ sắc tướng,[128] không đắm sắc vị;[129] vì nguyên nhân gì[130] mà khi không thủ hộ căn con mắt, trong tâm sanh tham lam, ưu não, ác bất thiện pháp, tôi hướng đến đó để thủ hộ căn con mắt. Cũng vậy, tai, mũi, lưỡi, thân, khi ý biết pháp không chấp thủ pháp tướng, không đắm pháp vị; vì nguyên nhân gì[131] mà khi không thủ hộ ý căn, trong tâm sanh tham lam, ưu não, ác bất thiện pháp, tôi hướng đến đó để thủ hộ ý căn.

"Này chư Hiền, tôi đã thành tựu Thánh giới tụ này, hết sức tri túc và thủ hộ các căn. Tôi lại học chánh tri: khi ra, khi vào,[132] khéo phân biệt khi nhìn;[133] co duỗi, cúi ngước, nghi dung chững chạc; khéo mang tăng-già-lê và các y bát; đi, đứng, ngồi, nằm, ngủ, thức, nói năng hay im lặng đều có chánh tri.

"Này chư Hiền, khi tôi đã thành tựu Thánh giới tụ này và hết sức tri túc, thủ hộ các căn, chánh trí xuất nhập. Tôi lại học hạnh viễn ly, cô độc một mình, ở trong chỗ rừng vắng, hoặc đến dưới gốc cây, nơi an tĩnh trống vắng, núi sâu, hốc đá, đất trống, hoặc ở trong núi rừng, hoặc ở nơi gò trũng.

"Này chư Hiền, khi tôi đã đến chỗ vô sự, hoặc dưới gốc cây, nơi an tĩnh trống vắng, trải ni-sư-đàn, ngồi kiết già, chánh thân chánh nguyện,[134] hướng niệm nội tâm,[135] đoạn trừ tâm tham lam, tâm không tranh cãi,[136] thấy tài vật và các nhu dụng sinh sống của người khác, không khởi lòng tham muốn mình được của đó. Tôi đối với sự tham lam, tâm đã tịnh trừ. Cũng vậy, sân nhuế, [553b] thụy miên, trạo hối, đoạn nghi trừ hoặc, đối với các thiện pháp không có do dự. Tôi đối với sự nghi hoặc, tâm đã tịnh trừ.

"Này chư Hiền, tôi đã đoạn trừ năm triền cái vốn làm cho tâm cấu uế, tuệ yếu kém; rồi ly dục, ly ác bất thiện, cho đến chứng đắc Tứ thiền, thành tựu và an trụ.

"Này chư Hiền, tôi đã được định tâm như vậy, thanh tịnh không cấu uế, không buồn phiền, nhu nhuyến, khéo an trụ, được tâm bất động, học hướng đến chứng nghiệm như ý túc trí thông.

"Này chư Hiền, tôi đã được vô lượng như ý túc; đó là, phân một thân thành nhiều, hợp nhiều thân thành một, một thời trụ một, có tri có kiến, không trở ngại bởi vách đá, chẳng khác nào đi giữa hư không, vào đất như vào nước, đi trên nước như đi trên đất, ngồi kiết già bay lên không trung như chim bay. Ngay mặt trời này, mặt trăng này có đại như ý túc, có đại oai đức, có đại phước hựu, có đại oai thần, như vậy mà tôi sờ bắt được. Thân tôi cao đến Phạm thiên.

"Này chư Hiền, khi tôi đã được định tâm như vậy, thanh tịnh, không tạp uế, không phiền, nhu nhuyến, khéo an trụ, được tâm bất động, tôi hướng đến chứng nghiệm thiên nhĩ trí thông. Này chư Hiền, tôi bằng thiên nhĩ mà nghe âm thanh loài người và không phải loài người, gần xa, hay và không hay.

"Này chư Hiền, khi tôi đã được định tâm như vậy, thanh tịnh không cấu uế, nhu nhuyến, khéo an trụ, được bất động tâm, tôi học chứng nghiệm tha tâm trí thông. Này chư Hiền, những gì chúng sanh khác suy nghĩ, hành động; tôi bằng tha tâm trí biết được tâm của họ đúng như thật. Tâm có dục, tôi biết đúng như thật là tâm có dục. Tâm không dục, tôi cũng biết đúng như thật là tâm không dục. Nếu tâm có sân, không sân, có si, không si, có uế, không uế, định tâm, tán loạn, cao thấp, lớn nhỏ, tu hay không tu, định hay không định, tôi đều biết đúng như thật. Không có tâm giải thoát, tôi biết không có tâm giải thoát. Có tâm giải thoát tôi cũng biết đúng như thật có tâm giải thoát.

"Này chư Hiền, tôi đã được định tâm như vậy, thanh tịnh không uế, không phiền, nhu nhuyến, khéo an trụ, được tâm bất động, tôi học chứng nghiệm ức túc mạng trí thông. Này chư Hiền, hành nghiệp gì, tướng mạo gì, những gì đã trải qua trong vô lượng đời trước đây, tôi đều nhớ lại, từ một đời, hai đời, trăm đời, ngàn đời, thành kiếp, hoại kiếp, vô số thành hoại kiếp. Trải qua số kiếp đó, chúng sanh đó tên như vậy; tôi đã từng sanh nơi kia, với tên họ như vậy, danh tự như vậy, sống như vậy, ăn uống như vậy, cảm thọ khổ, lạc như vậy, sống lâu như vậy, tồn tại như vậy, thọ mạng chấm dứt như vậy, chết đây sanh kia, chết kia sanh đây. Tôi sanh chỗ này, họ như vậy, tên như vậy, sống như vậy, ăn uống như vậy, cảm thọ khổ như vậy, lạc như vậy, [553c] sống lâu như vậy, tồn tại như vậy, thọ mạng chấm dứt như vậy.

"Này chư Hiền, tôi đã được định tâm như vậy, thanh tịnh không uế, không phiền, nhu nhuyến, khéo an trụ, được tâm bất động, tôi học tác chứng sanh tử trí thông. Này chư Hiền, tôi bằng thiên nhãn thanh tịnh, nhìn xa hơn người, thấy chúng sanh này lúc chết lúc sanh, sắc đẹp sắc xấu, vi diệu hoặc không vi diệu, qua lại chỗ thiện, chỗ bất thiện, tùy chỗ tạo nghiệp của chúng sanh này mà thấy họ đúng như thật. Nếu chúng sanh nào thành tựu ác hành nơi thân, ác hành nơi khẩu, ác hành nơi ý, phỉ báng Thánh nhân, tà kiến, thành tựu nghiệp tà kiến, thì chúng sanh ấy, bởi nhân duyên này, khi thân hoại mạng chung chắc chắn đến chỗ ác, sanh vào địa ngục. Nếu chúng sanh nào thành tựu diệu hành nơi thân, diệu hành nơi khẩu và diệu hành nơi ý, không phỉ báng Thánh nhân, chánh kiến, thành tựu nghiệp chánh kiến, thì chúng sanh ấy, bởi nhân duyên này, khi thân hoại mạng chung chắc chắn sanh lên cõi thiện, sanh lên thiên giới.

"Này chư Hiền, tôi với định tâm như vậy, thanh tịnh, không cấu uế, không phiền nhiệt, nhu nhuyến, khéo an trụ, được tâm bất động, học tác chứng lậu tận trí thông. Tôi liền biết như thật rằng: 'Đây là Khổ,' 'Đây là Khổ tập,' 'Đây là Khổ diệt,' 'Đây là Khổ diệt đạo.' Cũng biết như thật: 'Đây là lậu,' 'Đây là lậu tập,' 'Đây là lậu diệt,' 'Đây là lậu diệt đạo.' Tôi đã biết như vậy, thấy như vậy rồi, tâm giải thoát dục lậu, hữu lậu, vô minh lậu. Giải thoát rồi liền biết là mình đã giải thoát, biết như thật rằng: 'Sự sanh đã dứt, phạm hạnh đã thành, điều cần làm đã làm xong, không còn tái sanh nữa.'

"Này chư Hiền, tỳ-kheo phạm giới, giới bị vỡ, giới bị khuyết, giới bị thủng, giới tạp uế, giới đen, mà muốn nương tựa nơi giới, an lập nơi giới, lấy giới làm thang leo lên tòa nhà vô thượng tuệ, lên lầu gác chánh pháp, nhất định không có điều đó.

"Này chư Hiền, ví như cách thôn không xa, có nhà lớn, nhà nhỏ, lầu cao, lầu thấp, trong đó có một cái thang, hoặc có mười nấc thang hay mười hai nấc thang. Nếu người nào đến cầu xin, muốn leo lên nhà gác đó, nhưng nếu không leo lên nấc thang thứ nhất mà muốn leo lên nấc thang thứ hai thì không thể được. Nếu không leo lên nấc thang thứ hai, thứ ba, thứ tư mà lên đến nhà gác cũng không thể được. Này chư Hiền, cũng như thế, nếu tỳ-kheo phạm giới, giới bị vỡ, giới bị khuyết, giới bị thủng, giới tạp uế, giới đen, mà muốn nương tựa nơi giới, an lập nơi giới, lấy giới làm thang leo lên tòa nhà vô thượng tuệ, lầu gác chánh pháp, nhất định không có điều đó.

"Này chư Hiền, tỳ-kheo không phạm giới, giới không bị vỡ, giới không bị khuyết, giới không bị thủng, giới không tạp uế, giới không đen, vị ấy [554a] nếu muốn nương tựa nơi giới, an lập nơi giới, lấy giới làm thang leo lên tòa nhà vô thượng tuệ, lầu gác chánh pháp, điều đó chắc chắn có.

"Này chư Hiền, như cách thôn không xa có ngôi nhà gác, trong đó có một cái thang, hoặc có mười nấc thang hay mười hai nấc thang. Có người cầu xin, muốn được leo lên nhà gác đó, nếu leo lên nấc thứ nhất của thang ấy rồi, muốn leo lên nấc thứ hai thì chắc chắn có thể được. Nếu leo lên nấc thứ hai, rồi muốn leo lên nấc thứ ba, thứ tư thì chắc chắn có thể được. Này chư Hiền, cũng như thế, nếu tỳ-kheo không phạm giới, giới không bị vỡ, giới không bị khuyết, giới không bị thủng, giới không tạp uế, giới không đen, vị ấy nếu muốn nương tựa nơi giới, an lập nơi giới, lấy giới làm thang leo lên tòa nhà vô thượng tuệ, lầu gác chánh pháp, chắc chắn có điều đó.

"Này chư Hiền, tôi nương tựa nơi giới, an lập nơi giới, lấy giới làm thang leo lên tòa nhà vô thượng tuệ, lầu gác chánh pháp, với chút ít phương tiện mà quán sát ngàn thế giới.

"Này chư Hiền, như người có mắt đứng trên lầu cao, chỉ với chút ít cố gắng có thể nhìn khoảng đất trống phía dưới, thấy ngàn ụ đất. Này chư Hiền, tôi cũng như vậy, nương tựa nơi giới, an lập nơi giới, lấy giới làm thang leo lên tòa nhà vô thượng tuệ, lầu gác chánh pháp, với chút ít phương tiện mà thấy ngàn thế giới.

"Này chư Hiền, như con voi lớn của vua, hoặc có bảy báu, hoặc lại giảm tám,[137] lấy lá đa-la mà che đi, như tôi được che phủ với sáu thông này.

"Này chư Hiền, đối với sự chứng đắc của tôi về như ý túc trí thông, nếu ai có gì nghi ngờ thì cứ hỏi tôi, tôi sẽ trả lời.

"Này chư Hiền, đối với thiên nhĩ thông của tôi, nếu ai có điều gì nghi ngờ thì cứ hỏi tôi, tôi sẽ trả lời.

"Này chư Hiền, đối với tha tâm trí thông của tôi, nếu có điều gì nghi ngờ thì cứ hỏi tôi, tôi sẽ trả lời.

"Này chư Hiền, đối với túc mạng trí thông của tôi, nếu có điều gì nghi ngờ thì cứ hỏi tôi, tôi sẽ trả lời.

"Này chư Hiền, đối với sanh tử trí thông của tôi, nếu có điều gì nghi ngờ thì cứ hỏi tôi, tôi sẽ trả lời.

"Này chư Hiền, đối với lậu tận trí thông của tôi, nếu có điều gì nghi ngờ thì cứ hỏi tôi, tôi sẽ trả lời."

Bấy giờ Tôn giả A-nan bạch rằng:

"Bạch Tôn giả A-na-luật-đà, nay đây đang tập hợp ngồi trong núi Sa-la-la nham gồm có tám trăm tỳ-kheo và Đức Thế Tôn để may y cho Tôn giả A-na-luật-đà. Nếu ai có điều gì nghi ngờ về sự chứng đắc như ý túc trí thông của Tôn giả A-na-luật-đà, thì cứ hỏi, Tôn giả A-na-luật-đà sẽ trả lời. Nếu ai có **[554b]** điều gì nghi ngờ về sự chứng đắc thiên nhĩ trí thông của Tôn giả A-na-luật-đà, thì cứ hỏi, Tôn giả A-na-luật-đà sẽ trả lời. Nếu ai có điều gì nghi ngờ về sự chứng đắc tha tâm trí thông của Tôn giả A-na-luật-đà, thì cứ hỏi, Tôn giả A-na-luật-đà sẽ trả lời. Nếu ai có điều gì nghi ngờ về sự chứng đắc túc mạng trí thông của Tôn giả A-na-luật-đà, thì cứ hỏi, Tôn giả A-na-luật-đà sẽ trả lời. Nếu ai có điều gì nghi ngờ về sự chứng đắc sanh tử trí thông của Tôn giả A-na-luật-đà, thì cứ hỏi, Tôn giả A-na-luật-đà sẽ trả lời. Nếu ai có điều gì nghi ngờ về sự chứng đắc lậu tận trí thông của Tôn giả A-na-luật-đà, thì cứ hỏi, Tôn giả A-na-luật-đà sẽ trả lời. Nhưng trong một thời gian dài, chúng tôi đã bằng tâm mình mà biết được tâm của Tôn giả A-na-luật-đà, đúng như Tôn giả A-na-luật-đà nói: Ngài có đại Như ý túc, có đại oai đức, có đại phước hựu, có đại oai thần."

Phật tán thán pháp ca-hi-na

Khi ấy Đức Thế Tôn chỗ đau đã bớt và được an ổn, Ngài liền trở dậy ngồi kiết già. Sau khi ngồi, Đức Thế Tôn khen Tôn giả A-na-luật-đà:

"Lành thay! Lành thay! A-na-luật-đà, ông đã nói pháp Ca-hi-na cho các tỳ-kheo nghe. Này A-na-luật-đà, ông lại nói pháp Ca-hi-na cho các tỳ-kheo nghe. Này A-na-luật-đà, ông thường nói pháp Ca-hi-na cho các tỳ-kheo nghe."

Khi ấy Đức Thế Tôn bảo các tỳ-kheo:

"Này các tỳ-kheo, các ông hãy vâng thọ pháp Ca-hi-na, đọc tụng, tu tập pháp Ca-hi-na, khéo giữ pháp Ca-hi-na. Vì sao? Vì pháp Ca-hi-na cùng tương ưng với pháp, là căn bản phạm hạnh, đưa đến trí thông suốt, đưa đến giác ngộ, đưa đến Niết-bàn. Thiện gia nam tử cạo bỏ râu tóc, mặc áo cà-sa, chí tín, lìa bỏ gia đình, sống không gia đình, xuất gia học đạo thì hãy chí tâm vâng thọ pháp Ca-hi-na. Vì sao? Vì Ta không thấy trong quá khứ các tỳ-kheo may y như vậy, như A-na-luật-đà tỳ-kheo. Cũng như trong vị lai và hiện tại các tỳ-kheo may y như vậy, như tỳ-kheo A-na-luật-đà. Vì sao? Vì hôm nay tám trăm tỳ-kheo cùng ngồi nơi núi Sa-la-la nham, và Thế Tôn cũng có trong đó, may y cho tỳ-kheo A-na-luật-đà. Như vậy, Tỳ-kheo A-na-luật-đà có đại như ý túc, có đại oai đức, có đại phước hựu, có đại oai thần."

Phật thuyết như vậy. Tôn giả A-na-luật-đà và các tỳ-kheo sau khi nghe Phật thuyết, hoan hỷ phụng hành.[138] ❀

81. KINH NIỆM THÂN*

[554c12] Tôi nghe như vầy:

Một thời, Đức Phật trú tại nước Ương-kì,[139] cùng với đại chúng tỳ-kheo đi qua A-hòa-na,[140] trú xứ của Kiền-ni.[141]

Bấy giờ đêm tàn, trời sáng, Đức Thế Tôn đắp y ôm bát vào A-hòa-na để khất thực. Sau buổi ăn trưa, Đức Thế Tôn thu cất y bát, rửa tay chân, vắt ni-sư-đàn lên vai, đi đến một khu rừng. Vào trong rừng đó, Ngài đến dưới một gốc cây, trải ni-sư-đàn và ngồi kiết già.

Tu thân hành niệm

Lúc bấy giờ một số đông các tỳ-kheo sau giờ ăn trưa, tụ họp tại giảng đường, cùng thảo luận vấn đề này:

"Này chư Hiền, Đức Thế Tôn thật kỳ diệu thay, hy hữu thay! Sự tu tập niệm thân[142] được phân biệt, được quảng bá, được hiểu biết tột cùng, được quán sát tột cùng, được tu tập tột cùng, được thủ hộ và đối trị tột cùng, khéo sung mãn, khéo thực hành, ở trong một tâm. Phật tuyên bố niệm thân có đại quả báo, được con mắt, có con mắt thấy đệ nhất nghĩa."

Bấy giờ, Đức Thế Tôn từ chỗ tĩnh tọa, bằng thiên nhĩ thanh tịnh, nghe xa hơn người, Ngài biết các tỳ-kheo sau giờ ăn trưa tụ họp tại giảng đường, cùng bàn luận vấn đề này, "Này chư Hiền, Đức Thế Tôn thật kỳ diệu thay, hy hữu thay! Sự tu tập niệm thân được phân biệt, được quảng bá, được hiểu biết tột cùng, được quán sát tột cùng, được tu tập tột cùng, được thủ hộ và đối trị tột cùng, khéo sung mãn, khéo thực hành, ở trong một tâm. Phật tuyên bố niệm thân có đại quả báo, được con mắt, có con mắt thấy đệ nhất nghĩa."

---

* Tương đương Pāli, M. 119. *Kāyagatāsatisuttaṃ.*

Sau khi Đức Thế Tôn nghe như vậy, vào lúc xế, rời chỗ tĩnh tọa đứng dậy, Ngài đến giảng đường, trải chỗ ngồi trước chúng tỳ-kheo.

Bấy giờ Đức Thế Tôn hỏi các tỳ-kheo:

"Các ngươi cùng nhau vừa bàn luận việc gì? Vì việc gì mà tụ tập tại giảng đường?"

Các tỳ-kheo bạch Phật:

[555a] "Bạch Thế Tôn, tỳ-kheo chúng con sau giờ ăn trưa, tụ họp tại giảng đường, cùng bàn luận về vấn đề này: 'Này chư Hiền, Đức Thế Tôn thật kỳ diệu thay, hy hữu thay! Sự tu tập niệm thân được phân biệt, được quảng bá, được hiểu biết tột cùng, được quán sát tột cùng, được tu tập tột cùng, được thủ hộ và đối trị tột cùng, khéo sung mãn, khéo thực hành, ở trong một tâm. Phật tuyên bố niệm thân có đại quả báo, được con mắt, có con mắt thấy đệ nhất nghĩa.' Bạch Thế Tôn, chúng con vừa cùng nhau bàn luận vấn đề như vậy. Vì vấn đề này mà tụ họp tại giảng đường."

Đức Thế Tôn lại hỏi các tỳ-kheo:

"Ta đã nói như thế nào về tu tập niệm thân, phân biệt, quảng bá, được đại quả báo?"

Lúc ấy các tỳ-kheo bạch Phật:

"Bạch Thế Tôn, Thế Tôn là gốc của Pháp, là chủ của Pháp, Pháp do Thế Tôn nói. Kính mong Thế Tôn giảng thuyết. Chúng con sau khi nghe xong sẽ được hiểu biết nghĩa lý rộng rãi."

Đức Phật nói:

"Các ngươi hãy lắng nghe, hãy suy ngẫm kỹ! Ta sẽ phân biệt nghĩa ấy cho các ngươi nghe."

Các tỳ-kheo vâng lời Phật dạy, lắng nghe.

Chánh niệm chánh tri

1. Đức Phật nói:[143]

"Tỳ-kheo tu tập niệm thân như thế nào? Tỳ-kheo khi đi thì biết mình đang đi, đứng thì biết mình đang đứng, ngồi thì biết mình đang ngồi, nằm thì biết mình đang nằm, ngủ thì biết mình đang ngủ, thức thì biết mình đang thức, ngủ hay thức thì biết mình đang ngủ hay thức. Như vậy, tỳ-kheo tùy thân hành mà biết đúng như thật như vậy. Tỳ-kheo như thế, sống một mình, viễn ly, tâm không phóng dật, tu hành tinh tấn, đoạn trừ các tai hoạn của tâm và được định tâm.[144] Khi được định tâm rồi thì biết như thật như vậy.[145] Ấy là tỳ-kheo tu tập niệm thân.

2. "Lại nữa, tỳ-kheo tu tập niệm thân như sau. Tỳ-kheo tỉnh giác[146] khi vào, khi ra, khéo phân biệt khi nhìn,[147] khi co, lúc duỗi, khi cúi, lúc ngước; nghi dung chững chạc, khoác tăng-già-lê ngay ngắn, ôm bát chỉnh tề; đi đứng, ngồi, nằm, ngủ, thức, nói năng, im lặng, đều biết rõ như thực. Như vậy, tỳ-kheo tùy thân hành mà biết đúng như thật như vậy. Tỳ-kheo như thế, sống một mình, viễn ly, tâm không phóng dật, tu hành tinh tấn, đoạn trừ các tai hoạn của tâm và được định tâm. Được định tâm rồi thì biết như thật như vậy. Ấy là tỳ-kheo tu tập niệm thân.

3. "Lại nữa, tỳ-kheo tu tập niệm thân như sau. Tỳ-kheo khi phát sanh tâm niệm ác, bất thiện, liền bằng niệm pháp thiện để đối trị, đoạn trừ, tiêu diệt, tĩnh chỉ. Như người thợ mộc hoặc học trò thợ mộc kéo thẳng dây mực, búng thẳng lên thân cây, rồi dùng búa bén mà đẽo cho thẳng. Cũng vậy, tỳ-kheo khi sanh niệm ác bất thiện, liền niệm pháp thiện để đối trị, đoạn trừ, tiêu diệt, tĩnh chỉ. Như vậy, tỳ-kheo tùy theo thân hành mà biết như thật như vậy. Tỳ-kheo như thế, sống một mình, viễn ly, tâm không phóng dật, tu hành **[555b]** tinh tấn, đoạn trừ các tai hoạn của tâm và được định tâm. Được định tâm rồi thì biết như thật như vậy như vậy. Ấy là tỳ-kheo tu tập niệm thân.

Niệm hơi thở ra vào

1. "Lại nữa, tỳ-kheo tu tập niệm thân như sau. Tỳ-kheo răng ngậm khít lại, lưỡi ấn lên trên khẩu cái, dùng tâm trị tâm, đối trị, đoạn trừ, tiêu diệt, tĩnh chỉ. Như hai lực sĩ bắt một người yếu mang đi khắp nơi, tự do đánh đập; cũng vậy, tỳ-kheo răng ngậm khít lại, lưỡi ấn lên khẩu cái, dùng tâm trị tâm, đối trị, đoạn trừ, tiêu diệt, tĩnh chỉ. Như vậy, tỳ-kheo tùy theo thân hành mà biết như thật như vậy. Tỳ-kheo như thế, sống một mình, viễn ly, tâm không phóng dật, tu hành tinh tấn, đoạn trừ các tai hoạn của tâm và được định tâm. Được định tâm rồi thì biết như thật như vậy. Ấy là tỳ-kheo tu tập niệm thân.

2. "Lại nữa, tỳ-kheo tu tập niệm thân như sau. Tỳ-kheo niệm hơi thở vào thì biết niệm hơi thở vào; niệm hơi thở ra thì biết niệm hơi thở ra; thở vào dài thì biết thở vào dài, thở ra dài thì biết thở ra dài; thở vào ngắn thì biết thở vào ngắn, thở ra ngắn thì biết thở ra ngắn. Học toàn thân thở vào, học toàn thân thở ra. Học tĩnh chỉ thân hành khi thở vào, học tĩnh chỉ khẩu hành khi thở ra. Như vậy, tỳ-kheo tùy theo thân hành mà biết như thật như vậy. tỳ-kheo như thế, sống một mình, viễn ly, tâm không phóng dật, tu hành tinh tấn, đoạn trừ các tai hoạn của tâm và được định tâm. Được định tâm rồi thì biết như thật như vậy. Ấy là tỳ-kheo tu tập niệm thân.

Đắc tứ thiền

1. "Lại nữa, tỳ-kheo tu tập niệm thân như sau. Tỳ-kheo có hỷ lạc do ly dục sanh nhuần thấm khắp thân, phổ biến sung mãn. Khắp trong thân thể, hỷ lạc do ly dục sanh, không đâu không có. Như người hầu tắm, bỏ bột tắm[148] đầy chậu, nước hòa thành bọt, nước thấm vào thân, phổ biến sung mãn, không đâu không có. Cũng vậy, tỳ-kheo có hỷ lạc do ly dục sanh nhuần thấm khắp thân, phổ biến sung mãn, khắp trong thân thể, hỷ lạc do ly dục sanh không đâu không có. Như vậy, tỳ-kheo tùy theo thân hành mà biết như thật như vậy. Tỳ-kheo như thế, sống một mình, viễn ly, tâm không phóng dật, tu hành tinh tấn, đoạn trừ các tai hoạn của tâm và được định tâm. Được định tâm rồi thì biết như thật như vậy. Ấy là tỳ-kheo tu tập niệm thân.

2. "Lại nữa, tỳ-kheo tu tập niệm thân như sau. Tỳ-kheo có hỷ lạc do định sanh nhuần thấm khắp thân, phổ biến sung mãn. Khắp trong thân thể, hỷ lạc do định sanh không đâu không có. Cũng như suối trên núi tràn đầy, tràn ngập nước trong sạch, trong vắt. Nước từ bốn phương **[555c]** bên ngoài không ngõ nào để chảy vào được. Chính nước ngay từ dưới đáy suối ấy tự phun lên, chảy tràn ra ngoài, thấm ướt cả núi, phổ biến sung mãn, không đâu không có. Cũng vậy, tỳ-kheo có hỷ lạc do định sanh nhuần thấm khắp thân, phổ biến sung mãn. Khắp trong thân thể, hỷ lạc do định sanh không đâu không có. Như vậy, tỳ-kheo tùy theo thân hành mà biết như thật như vậy. Tỳ-kheo như thế, sống một mình, viễn ly, tâm không phóng dật, tu hành tinh tấn, đoạn trừ các tai hoạn của tâm và được định tâm. Được định tâm rồi thì biết như thật như vậy. Ấy là tỳ-kheo tu tập niệm thân.

3. "Lại nữa, tỳ-kheo tu tập niệm thân như sau. Tỳ-kheo có lạc do ly hỷ sanh, thấm nhuần khắp thân, phổ biến sung mãn. Khắp trong thân thể, lạc do ly hỷ sanh, không đâu không có. Như các loại sen xanh, hồng, đỏ, trắng sanh ra từ nước, lớn lên trong nước, ở dưới đáy nước, rễ, cọng, hoa, lá đều nhuần thấm nước, phổ biến sung mãn, không đâu không có. Cũng vậy, tỳ-kheo có lạc do ly hỷ sanh, nhuần thấm khắp thân, phổ biến sung mãn; khắp trong thân thể, lạc do ly hỷ sanh không đâu không có. Như vậy, tỳ-kheo tùy theo thân hành mà biết như thật như vậy. Tỳ-kheo như thế, sống một mình, viễn ly, tâm không phóng dật, tu hành tinh tấn, đoạn trừ các tai hoạn của tâm và được định tâm. Được định tâm rồi thì biết như thật như vậy. Ấy là tỳ-kheo tu tập niệm thân.

4. "Lại nữa, tỳ-kheo tu tập niệm thân như sau. Tỳ-kheo ở trong thân này biến mãn với tâm ý thanh tịnh, tỏ rõ,[149] thành tựu an trụ; ở trong thân này với tâm thanh tịnh, không chỗ nào là không biến mãn. Như có một người được trùm một tấm vải dài bảy hay tám khuỷu tay, từ đầu đến chân, không chỗ nào là không phủ kín; cũng vậy, tỳ-kheo ở trong thân này, biến mãn với tâm ý thanh tịnh, tỏ rõ, thành tựu an trụ; ở trong thân này với tâm thanh tịnh, không chỗ nào là không biến mãn. Như vậy, tỳ-kheo tùy theo thân hành mà biết như thật như vậy. Tỳ-kheo như thế, sống một mình, viễn ly, tâm không phóng dật, tu hành tinh tấn, đoạn trừ các tai hoạn của tâm và được định tâm. Được định tâm rồi thì biết như thật như vậy. Ấy là tỳ-kheo tu tập niệm thân.

Quang minh tưởng

1. "Lại nữa, tỳ-kheo tu tập niệm thân như sau. Tỳ-kheo niệm quang minh tưởng,[150] khéo thọ, khéo trì, nhớ rõ điều niệm; như phía trước, phía sau cũng vậy; như phía sau, phía trước cũng vậy;[151] ngày cũng như đêm, đêm cũng như ngày; dưới cũng như trên, trên cũng như dưới. Như vậy, [**556a**] tâm không điên đảo, tâm không bị ràng buộc, tu tập tâm quang minh, không còn bị bóng tối che lấp. Như vậy, tỳ-kheo tùy theo thân hành mà biết như thật như vậy. Tỳ-kheo như thế, sống một mình, viễn ly, tâm không phóng dật, tu hành tinh tấn, đoạn trừ các tai hoạn của tâm và được định tâm. Được định tâm rồi thì biết như thật như vậy. Ấy là tỳ-kheo tu tập niệm thân.

2. "Lại nữa, tỳ-kheo tu tập niệm thân như sau. Tỳ-kheo quán sát tướng,[152] khéo tiếp thu, khéo ghi nhớ, khéo suy tưởng. Như người ngồi quán sát kẻ nằm, người nằm quán sát kẻ ngồi. Cũng vậy, tỳ-kheo quán sát tướng, khéo tiếp thu, khéo ghi nhớ, khéo suy tưởng. Như vậy, tỳ-kheo tùy theo thân hành mà biết như thật như vậy. Tỳ-kheo như thế, sống một mình, viễn ly, tâm không phóng dật, tu hành tinh tấn, đoạn trừ các tai hoạn của tâm và được định tâm. Được định tâm rồi thì biết như thật như vậy. Ấy là tỳ-kheo tu tập niệm thân.

Quán thân

1. "Lại nữa, tỳ-kheo tu tập niệm thân như sau. Tỳ-kheo tùy theo những chỗ trong thân, tùy theo tính chất tốt xấu, từ đầu đến chân, quán thấy thảy đều đầy dẫy bất tịnh. Tức là, trong thân này có tóc, lông, móng, răng, da dày, da non, thịt, gân, xương, tim, thận, gan, phổi, ruột già, ruột non, lá lách, dạ dày, phân,[153] não và não bộ, nước mắt, mồ hôi, nước mũi, nước miếng, mủ, máu, mỡ, tủy, đờm dãi, nước tiểu. Như một cái bồn chứa đủ loại hạt giống, ai có mắt sáng thì thấy rõ ràng, 'Đây là hạt lúa, gạo; kia là hạt cải, cỏ, rau.' Cũng vậy, tỳ-kheo tùy theo những chỗ trong thân, tùy theo tính chất tốt xấu, từ đầu đến chân, quán thấy thảy đều đầy dẫy bất tịnh. Tức là, trong thân này có tóc, lông, móng, răng, da dày, da non, thịt, gân, xương, tim, thận, gan, phổi, ruột già, ruột non, lá lách, dạ dày, phân, não và não bộ, nước mắt, mồ hôi, nước mũi, nước miếng, mủ, máu, mỡ, tủy, đờm dãi, nước tiểu. Như vậy, tỳ-kheo tùy theo thân hành mà biết như thật như vậy. Tỳ-kheo như thế, sống một mình, viễn ly, tâm không phóng dật, tu hành tinh tấn, đoạn trừ các tai hoạn của tâm và được định tâm. Được định tâm rồi thì biết như thật như vậy. Ấy là tỳ-kheo tu tập niệm thân.

2. "Lại nữa, tỳ-kheo tu tập niệm thân như sau. Tỳ-kheo quán các giới trong thân rằng 'Trong thân này của ta có địa giới, thủy giới, hỏa giới, phong giới, không giới, thức giới.' Như gã đồ tể mổ bò, lột hết bộ da, trải lên mặt đất, phân thành sáu đoạn. Cũng vậy, tỳ-kheo quán các giới trong thân rằng: 'Trong thân này của ta có địa giới, thủy giới, hỏa [**556b**] giới, phong giới, không giới, thức giới.' Như vậy, tỳ-kheo tùy theo thân hành mà biết như thật như vậy. Tỳ-kheo như thế, sống một mình, viễn ly, tâm không phóng dật, tu hành tinh tấn, đoạn trừ các tai hoạn của tâm và được định tâm. Được định tâm rồi thì biết như thật như vậy. Ấy là tỳ-kheo tu tập niệm thân.

Bất tịnh tưởng

1. "Lại nữa, tỳ-kheo tu tập niệm thân như sau. Tỳ-kheo quán xác chết mới chết, từ một, hai ngày đến sáu, bảy ngày, đang bị quạ, diều bươi mổ, sài lang cấu xé; hoặc đã được hỏa thiêu hay đã được chôn lấp, đang bị rữa nát hư hoại. Quán sát rồi, tự so sánh: 'Thân ta cũng thế, đều có những trường hợp này, không sao tránh khỏi.' Như vậy, tỳ-kheo tùy theo thân hành mà biết như thật như vậy. Tỳ-kheo như thế, sống một mình, viễn ly, tâm không phóng dật, tu hành tinh tấn, đoạn trừ các tai hoạn của tâm và được định tâm. Được định tâm rồi thì biết như thật như vậy. Ấy là tỳ-kheo tu tập niệm thân.

2. "Lại nữa, tỳ-kheo tu tập niệm thân như sau. Tỳ-kheo như đã từng thấy trong nghĩa địa, hài cốt sắc xanh, rữa nát, bị chim thú ăn một nửa, xương cốt nằm rải rác trên mặt đất. Tỳ-kheo thấy rồi, tự so sánh, 'Thân ta cũng thế, đều có những trường hợp này, không sao tránh khỏi.' Như vậy, tỳ-kheo tùy theo thân hành mà biết như thật như vậy. tỳ-kheo như thế, sống một mình, viễn ly, tâm không phóng dật, tu hành tinh tấn, đoạn trừ các tai hoạn của tâm và được định tâm. Được định tâm rồi thì biết như thật như vậy. Ấy là tỳ-kheo tu tập niệm thân.

3. "Lại nữa, tỳ-kheo tu tập niệm thân như sau. Tỳ-kheo như đã từng thấy ở trong nghĩa địa, thây chết không còn da thịt, máu, mà chỉ còn gân nối liền với xương. Thấy rồi, tự so sánh, 'Thân ta cũng thế, đều có những trường hợp này, không sao tránh khỏi.' Như vậy, tỳ-kheo tùy theo thân hành mà biết như thật như vậy. Tỳ-kheo như thế, sống một mình, viễn ly, tâm không phóng dật, tu hành tinh tấn, đoạn trừ các tai hoạn của tâm và được định tâm. Được định tâm rồi thì biết như thật như vậy. Ấy là tỳ-kheo tu tập niệm thân.

4. "Lại nữa, tỳ-kheo tu tập niệm thân như sau. Tỳ-kheo như đã từng thấy trong nghĩa địa, xương rời từng đốt, tản mác khắp nơi, xương chân, xương đùi, xương đầu gối, xương bắp vế, xương sống, xương vai, xương cổ, xương sọ, mỗi thứ một nơi. Thấy rồi tự so sánh, 'Thân ta cũng thế, đều có những trường hợp này, không sao tránh khỏi.' Như vậy, tỳ-kheo tùy theo thân hành mà biết như thật như vậy. Tỳ-kheo như thế, sống một mình, viễn ly, tâm không phóng dật, [556c] tu hành tinh tấn, đoạn trừ các tai hoạn của tâm và được định tâm. Được định tâm rồi thì biết như thật như vậy. Ấy là tỳ-kheo tu tập niệm thân.

5. "Lại nữa, tỳ-kheo tu tập niệm thân như sau. Tỳ-kheo như đã từng thấy ở trong nghĩa địa, xương trắng như vỏ ốc, xanh như lông chim bồ câu, đỏ như màu máu, mục nát, bể vụn. Thấy rồi tự so sánh, 'Thân ta cũng thế, đều có những trường hợp này, không sao tránh khỏi.' Như vậy, tỳ-kheo tùy theo thân hành mà biết như thật như vậy. Tỳ-kheo như thế, sống một mình, viễn ly, tâm không phóng dật, tu hành tinh tấn, đoạn trừ các tai hoạn của tâm và được định tâm. Được định tâm rồi thì biết như thật như vậy. Ấy là tỳ-kheo tu tập niệm thân.

Thuận minh phần

1. "Nếu có vị nào tu tập niệm thân như vậy, quảng bá như vậy, các thiện pháp kia toàn bộ đều ở trong đó, gọi là Đạo phẩm pháp.[154] Vị ấy có tâm ý rộng mở biến mãn, giống như biển lớn mà các con sông nhỏ kia đều đổ vào. Cũng vậy, tu tập niệm thân như vậy, quảng bá như vậy, các thiện pháp kia toàn bộ đều ở trong đó, gọi là Đạo phẩm pháp.

"Nếu có sa-môn, bà-la-môn nào không chân chánh an trụ niệm thân, sống với tâm nhỏ hẹp,[155] với vị ấy nếu Ma Ba-tuần muốn chi phối thì có thể chi phối được. Vì sao? Vì sa-môn, bà-la-môn kia trống không, không có niệm thân. Giống như một cái bình, bên trong trống không, không có nước, đặt ngay ngắn trên mặt đất, nếu có người đem nước đến đổ vào trong bình thì tỳ-kheo nghĩ sao? Bình ấy như vậy, có đổ nước vào được hay không?"

Tỳ-kheo đáp:

"Bạch Thế Tôn, có thể được. Vì sao? Vì bình trống không, không có nước, đặt ngay ngắn trên mặt đất cho nên có thể đổ nước vào được."

"Cũng vậy, nếu có sa-môn, bà-la-môn nào không chánh lập an trụ niệm thân, sống với tâm nhỏ hẹp, vị ấy nếu Ma Ba-tuần muốn chi phối thì có thể chi phối được. Vì sao? Vì sa-môn, bà-la-môn kia trống không, không có niệm thân.

2. "Nếu có sa-môn, bà-la-môn nào chánh lập an trụ niệm thân, sống với tâm vô lượng, vị ấy nếu Ma Ba-tuần muốn chi phối, nhất định không thể được. Vì sao? Vì sa-môn, bà-la-môn kia không trống không, có niệm thân. Giống như có một cái bình, bên trong chứa đầy nước, đặt ngay ngắn trên mặt đất, nếu có người đem nước đến đổ vào trong bình, thì tỳ-kheo nghĩ sao? Bình ấy như vậy có nhận nước nữa không?"

Tỳ-kheo đáp:

"Bạch Thế Tôn, không thể được. Vì sao? Vì bình ấy nước đã đầy rồi, đặt ngay ngắn trên mặt đất, cho nên không nhận nước được nữa."

"Cũng vậy, nếu có sa-môn, bà-la-môn nào chánh lập [**557a**] an trụ niệm thân, sống với tâm vô lượng, vị ấy nếu Ma Ba-tuần muốn chi phối, nhất định không thể được. Vì sao? Vì sa-môn, bà-la-môn kia không trống không, có niệm thân.

3. "Nếu có sa-môn, bà-la-môn nào không chánh lập an trụ niệm thân, sống với tâm nhỏ hẹp, vị ấy nếu Ma Ba-tuần muốn chi phối thì có thể chi phối được. Vì sao? Vì sa-môn, bà-la-môn kia trống không, không có niệm thân. Giống như người lực sĩ khiêng hòn đá to, nặng, quăng vào trong vũng bùn, thì tỳ-kheo, ngươi nghĩ sao, hòn đá có bị lún vào bùn không?"

Tỳ-kheo đáp:

"Bạch Thế Tôn, hòn đá bị lún vào bùn. Vì sao? Vì bùn lầy mà đá nặng, cho nên chắc chắn phải lún vào."

"Cũng vậy, nếu có sa-môn, bà-la-môn nào không chánh lập an trụ niệm thân, sống với tâm nhỏ hẹp, vị ấy nếu Ma Ba-tuần muốn chi phối thì có thể lợi dụng được. Vì sao? Vì sa-môn, bà-la-môn kia trống không, không có niệm thân.

4. "Nếu có sa-môn, bà-la-môn nào chánh lập an trụ niệm thân, sống với tâm vô lượng, vị ấy nếu Ma Ba-tuần muốn chi phối, nhất định không thể được. Vì sao? Vì sa-môn, bà-la-môn kia không trống không, có niệm thân. Giống như người lực sĩ cầm một trái cầu nhẹ bằng lông, ném vào một cánh cửa thẳng đứng, thì tỳ-kheo, ngươi nghĩ sao, cánh cửa kia có nhận trái cầu chăng?"

Tỳ-kheo đáp:

"Bạch Thế Tôn, không thể nhận. Vì sao? Vì trái cầu thì nhẹ mà cánh cửa đứng thẳng, không thể nhận được."

"Cũng vậy, nếu có sa-môn, bà-la-môn nào chánh lập an trụ niệm thân, tâm vô lượng, vị ấy nếu Ma Ba-tuần muốn chi phối, nhất định không thể được. Vì sao? Vì sa-môn, bà-la-môn kia không trống không, có niệm thân.

5. "Nếu có sa-môn, bà-la-môn nào không chánh lập an trụ niệm thân, sống với tâm nhỏ hẹp, vị ấy nếu Ma Ba-tuần muốn chi phối thì có thể lợi dụng được. Vì sao? Vì sa-môn, bà-la-môn kia trống không, không có niệm thân. Giống như người tìm lửa, lấy củi khô làm mồi, rồi dùng dùi khô mà dùi, thì này tỳ-kheo, ngươi nghĩ sao, người kia làm như vậy có tìm thấy lửa không?"

Tỳ-kheo đáp:

"Bạch Thế Tôn, người kia tìm thấy lửa. Vì sao? Vì người kia lấy dùi khô mà dùi củi khô, cho nên chắc chắn tìm thấy lửa."

"Cũng vậy, nếu có sa-môn, bà-la-môn nào không chánh lập an trụ niệm thân, tâm nhỏ hẹp, vị ấy nếu Ma Ba-tuần muốn chi phối thì có thể lợi dụng được. Vì sao? Vì sa-môn, bà-la-môn kia trống không, không có niệm thân.

6. "Nếu có sa-môn, bà-la-môn nào chánh lập an trụ niệm thân, sống với tâm vô lượng, vị ấy nếu Ma Ba-tuần muốn [**557b**] chi phối, nhất định không thể được. Vì sao? Vì sa-môn, bà-la-môn kia không trống không, có niệm thân. Giống như người tìm lửa, lấy củi ướt làm mồi, rồi dùng dùi ướt mà dùi, thì này tỳ-kheo, ngươi nghĩ sao, người kia làm vậy có tìm thấy lửa không?"

Tỳ-kheo đáp:

"Bạch Thế Tôn, người kia không tìm thấy lửa. Vì sao? Vì người kia lấy cái dùi ướt mà dùi gỗ ướt, cho nên không tìm thấy lửa."

"Cũng vậy, nếu có sa-môn, bà-la-môn nào chánh lập an trụ niệm thân, tâm vô lượng, vị ấy nếu Ma Ba-tuần muốn chi phối, nhất định không thể được. Vì sao? Vì sa-môn, bà-la-môn kia không trống không, có niệm thân.

Công đức niệm thân

"Tu tập niệm thân như vậy, quảng bá như vậy, nên biết có mười tám công đức.[156] Những gì là mười tám công đức?

1. "Tỳ-kheo có thể nhẫn nại những sự đói, khát, nóng, lạnh, muỗi mòng, ruồi nhặng, gió nắng bức bách, hay gậy đánh, tiếng dữ cũng có thể nhẫn nại. Thân bị bệnh tật hết sức đau đớn, gần như tuyệt vọng, những điều không xứng ý đều có thể kham nhẫn. Đây là đức tánh thứ nhất khi tu tập niệm thân như vậy, quảng bá như vậy.

2. "Lại nữa, tỳ-kheo kham nhẫn điều không vui thích hoan lạc. Nếu sanh điều không hoan lạc thì tâm nhất định không vướng mắc. Đây là đức tánh thứ hai khi tu tập niệm thân như vậy, quảng bá như vậy.

3. "Lại nữa, tỳ-kheo kham nhẫn sự sợ hãi. Nếu sợ hãi phát sanh thì tâm nhất định không vướng mắc. Đây là đức tánh thứ ba khi tu tập niệm thân như vậy.

4. "Lại nữa, tỳ-kheo sanh ba ác niệm: dục niệm, nhuế niệm, hại niệm.[157] Nếu ba ác niệm phát sanh, tâm nhất định không dính trước. Đây là đức tánh thứ tư, thứ năm, thứ sáu và thứ bảy[158] khi tu tập niệm thân như vậy, quảng bá như vậy.

5. "Lại nữa tỳ-kheo ly dục, ly pháp ác bất thiện, cho đến chứng đắc Tứ thiền, thành tựu an trụ. Đây là đức tánh thứ tám khi tu tập niệm thân như vậy, quảng bá như vậy.

6. "Lại nữa, tỳ-kheo đã diệt tận ba kết sử, chứng quả Tu-đà-hoàn, không còn đọa vào ác pháp, nhất định đến Chánh giác, chỉ còn thọ sanh tối đa bảy đời nữa. Sau bảy lần qua lại thiên thượng, nhân gian sẽ chứng đắc khổ biên. Đây là đức tánh thứ chín khi tu tập niệm thân như vậy, quảng bá như vậy.

7, "Lại nữa, tỳ-kheo đã diệt tận ba kết sử; dâm, nộ, si đã mỏng, chỉ còn qua lại một lần thiên thượng nhân gian. Sau một lần qua lại sẽ chứng đoạn tận khổ biên. Đây là đức tánh thứ mười khi tu tập niệm thân như vậy, quảng bá như vậy.

8. "Lại nữa, tỳ-kheo đã diệt tận năm hạ phần kết sử, sanh vào nơi kia rồi nhập Niết-bàn, được pháp bất thối, không trở lại đời này. **[557c]** Đây là đức tánh thứ mười một khi tu tập niệm thân như vậy, quảng bá như vậy.

9. "Lại nữa, tỳ-kheo nếu có tịch tĩnh giải thoát,[159] ly sắc, chứng đắc vô sắc, định như vậy,[160] tự thân tác chứng, thành tựu an trụ, rồi bằng trí tuệ và quán sát để vĩnh viễn đoạn trừ các lậu. Đây là đức tánh thứ mười hai, mười ba, mười bốn, mười lăm, mười sáu, mười bảy[161] khi tu tập niệm thân như vậy, quảng bá như vậy.

10. "Lại nữa, tỳ-kheo chứng đắc như ý túc, thiên nhĩ, tha tâm trí, túc mạng trí, sanh tử trí, các lậu đã tận diệt, chứng đắc vô lậu, tâm giải thoát, tuệ giải thoát. Ngay trong đời này mà tự tri, tự giác, tự tác chứng, thành tựu an trụ; biết một cách như thật rằng 'Sự sanh đã dứt, phạm hạnh đã thành, điều cần làm đã làm xong, không còn tái sanh nữa.' Đây là đức tánh thứ mười tám khi tu tập niệm thân như vậy, quảng bá như vậy.

"Tu tập niệm thân như vậy, quảng bá như vậy, nên biết, có mười tám công đức này."[162]

Phật thuyết như vậy. Các tỳ-kheo sau khi nghe Phật thuyết, hoan hỷ phụng hành. ✽

82. KINH CHI-LY-DI-LÊ[*]

Tôi nghe như vầy:

Một thời, Đức Phật trú tại thành Vương Xá, trong rừng Trúc, vườn Ca-lan-đa.

Chất-đa-la Tượng Tử

Bấy giờ một số đông các tỳ-kheo sau giờ ăn trưa, có ít việc cần làm nên tụ họp ngồi ở giảng đường để giải quyết một vụ tranh chấp,[163] tức thảo luận điều này có phải là pháp luật, điều này có phải là lời Phật dạy. Lúc bấy giờ Tỳ-kheo Chất-đa-la Tượng Tử[164] cũng hiện diện trong chúng.

Trong khi một số đông các tỳ-kheo đang thảo luận điều này có phải là pháp luật, điều này có phải là lời Phật dạy, thì ngay trong lúc đang bàn luận ấy, Tỳ-kheo Chất-đa-la Tượng Tử không đợi cho các tỳ-kheo nói pháp xong, mà dành nói nửa chừng, lại không có thái độ cung kính, không quan sát cẩn thận để thưa hỏi các bậc tỳ-kheo Thượng tôn Trưởng lão.

Bấy giờ, Tôn giả Đại Câu-hi-la[165] cũng đang có mặt trong chúng. Tôn giả nói với Tỳ-kheo Chất-đa-la Tượng Tử rằng:

"Hiền giả nên biết, trong khi một số đông tỳ-kheo đang thảo luận điều này có phải là pháp luật, điều này có phải là lời Phật dạy, Hiền giả chớ có dành nói nửa chừng. Đợi các tỳ-kheo nói xong, [558a] nhiên hậu Hiền giả mới nói. Hiền giả hãy có thái độ cung kính và quán sát cẩn thận để thưa hỏi các bậc Tỳ-kheo Thượng tôn Trưởng lão. Chớ đem sự không cung kính, không khéo quán sát để thưa hỏi các ngài."

---

[*] Tương đương Pāli, A. vi. 60.

Khi đó, bạn bè quen thân của Tỳ-kheo Chất-đa-la Tượng Tử hiện có trong chúng, nói với Tôn giả Đại Câu-hi-la rằng:

"Này Hiền giả Đại Câu-hi-la, ngài chớ nặng lời quở trách Tỳ-kheo Chất-đa-la Tượng Tử. Lý do vì sao? Vì Tỳ-kheo Chất-đa-la Tượng Tử có giới đức, đa văn, trông giống như người giải đãi nhưng không cống cao, ngã mạn. Này Hiền giả Đại Câu-hi-la, bất cứ lúc nào, các tỳ-kheo làm việc gì, Tỳ-kheo Chất-đa-la Tượng Tử đều có thể giúp đỡ cả."

Quán sát tâm người

Tôn giả Đại Câu-hi-la khi ấy nói với bạn bè quen thuộc của Tỳ-kheo Chất-đa-la Tượng Tử rằng:

1. "Này chư Hiền, nếu không biết tâm của kẻ khác thì đừng vội nói là người ấy xứng đáng hay không xứng đáng. Lý do vì sao? Vì hoặc có một người lúc ở trước Đức Thế Tôn và trước các đồng phạm hạnh Thượng tôn Trưởng lão, khả tàm, khả quý, khả ái, khả kính, thì người ấy khéo léo thủ hộ, nhưng sau đó, khi không còn ở trước Đức Thế Tôn và trước các đồng phạm hạnh Thượng tôn Trưởng lão khả tàm, khả quý, khả ái, khả kính, thì người ấy thường cùng với bạch y tụ họp, cười cợt, cống cao, bàn tán ồn ào đủ chuyện. Người ấy thường cùng với bạch y tụ họp, cười cợt, cống cao, bàn tán ồn ào đủ chuyện rồi thì tâm sanh tham dục. Tâm sanh tham dục rồi thì thân nhiệt, tâm nhiệt.[166] Thân nhiệt, tâm nhiệt rồi thì xả giới, bỏ đạo.

"Này chư Hiền, giống như con bò vào trong ruộng lúa của người, người giữ ruộng bắt được, hoặc lấy dây cột lại, hoặc nhốt trong chuồng. Này chư Hiền, nếu có người nói rằng: 'Con bò này không vào ruộng lúa của người khác nữa đâu.' Người kia nói như vậy có đúng chăng?"

"Không đúng. Vì sao? Vì nếu con bò bị trói kia, hoặc làm đứt, hoặc làm sút sợi dây trói, hoặc nhảy ra khỏi chuồng, nó cũng lại vào trong ruộng lúa của người khác như trước, chứ không khác gì cả."

"Này chư Hiền, hoặc có một người lúc ở trước Đức Thế Tôn và trước các đồng phạm hạnh Thượng tôn Trưởng lão khả tàm, khả quý, khả ái, khả kính thì người ấy khéo léo thủ hộ. Nhưng sau đó, khi không còn ở trước Đức Thế Tôn và trước các đồng phạm hạnh Thượng tôn Trưởng lão khả tàm, khả quý, khả ái, khả kính, thì người ấy thường cùng với bạch y tụ họp, cười cợt, cống cao, bàn tán ồn ào đủ chuyện, rồi thì tâm sanh tham dục, tâm sanh ham muốn, rồi thì [558b] thân nhiệt, tâm nhiệt. Thân nhiệt tâm nhiệt rồi thì xả giới, bỏ đạo. Này chư Hiền, có một hạng người như vậy.

2. "Lại nữa, này chư Hiền, hoặc có một người vừa được Sơ thiền; được Sơ thiền rồi, người ấy liền an trú chứ không mong cầu thêm, không mong được những gì chưa được, không mong thu hoạch những gì chưa thu hoạch, không mong tác chứng những gì chưa tác chứng. Người ấy, sau đó thường cùng với bạch y tụ họp, cười cợt, cống cao, bàn tán ồn ào đủ chuyện. Người ấy thường cùng với bạch y tụ họp, cười cợt, cống cao, bàn tán ồn ào đủ chuyện rồi thì tâm sanh tham dục. Tâm sanh tham dục rồi thì thân nhiệt, tâm nhiệt. Thân nhiệt tâm nhiệt rồi thì xả giới, bỏ đạo.

"Này chư Hiền, như lúc mưa to, hồ ao trong thôn xóm đều đầy nước. Có người trước khi chưa mưa, thấy trong hồ ao đó có cát, đá, cỏ cây, một vài loại giáp trùng, cá, rùa, ểnh ương và các loài thủy tánh khác, lúc bơi qua, lúc bơi lại, lúc rượt chạy, lúc đứng yên. Nhưng sau khi trời mưa, ao hồ đầy nước, người đó không còn thấy như thế nữa. Chư Hiền, nếu người kia nói như thế này: 'Trong hồ ao kia nhất định không thể nào thấy lại được cát, đá, cỏ cây, một vài loại giáp trùng, cá, rùa, ểnh ương và các loài thủy tánh khác, lúc bơi qua, lúc bơi lại, lúc rượt chạy, lúc đứng yên.' Người ấy nói như vậy có đúng chăng?"

"Không đúng. Vì sao? Vì hồ ao đầy nước kia, hoặc voi uống, ngựa uống, lạc đà, bò, lừa, heo, nai, trâu uống, hoặc người lấy dùng, gió thổi, mặt trời rọi, thì nước sẽ cạn. Người kia khi nước đầy hồ ao không thấy cát, đá, cỏ cây, một vài loại giáp trùng, cá, rùa, ểnh ương và các loài thủy tánh khác, lúc bơi qua, lúc bơi lại, lúc rượt chạy, lúc đứng yên, nhưng sau khi nước đã cạn rồi thì vẫn thấy như cũ."

"Cũng vậy, này chư Hiền, hoặc có một người vừa được Sơ thiền; được Sơ thiền rồi, người ấy liền an trụ chứ không mong cầu thêm, không mong được những gì chưa được, thu hoạch những gì chưa thu hoạch, tác chứng những gì chưa tác chứng. Sau đó người ấy thường cùng với bạch y tụ họp, cười cợt, cống cao, bàn tán ồn ào đủ chuyện. Người ấy thường cùng với bạch y tụ họp, cười cợt, cống cao, bàn tán ồn ào đủ chuyện rồi thì tâm sanh tham dục. Tâm sanh tham dục rồi thì thân nhiệt, tâm nhiệt. Thân nhiệt, tâm nhiệt rồi thì xả giới, bỏ đạo. Này chư Hiền, có một hạng người như vậy.

3. "Lại nữa, này chư Hiền, hoặc có một người được Nhị thiền; được Nhị thiền rồi, người ấy liền an trụ chứ không mong cầu thêm, không mong được những gì chưa được, thu hoạch những gì chưa thu hoạch, tác chứng những gì chưa tác chứng. Sau đó người ấy thường cùng với bạch y tụ họp, cười cợt, cống cao, bàn tán ồn ào đủ chuyện, rồi thì sanh tâm tham dục. [558c] Tâm sanh tham dục rồi thì thân nhiệt, tâm nhiệt. Thân nhiệt, tâm nhiệt rồi liền xả giới, bỏ đạo.

"Này chư Hiền, như lúc mưa to, đất bụi ở nơi ngã tư đường đều thành bùn. Này chư Hiền, nếu có người nói như thế này: 'Bùn ở nơi ngã tư đường này nhất định không khô ráo, không thể trở lại thành bụi đất được nữa.' Người ấy nói như vậy có đúng chăng?"

"Không đúng. Vì sao? Vì ngã tư đường này hoặc voi đi, ngựa đi, lạc đà, bò, lừa, heo, nai, trâu và người đi, gió thổi, mặt trời rọi, thì con đường kia bùn sẽ khô và khô rồi sẽ trở thành đất bụi trở lại."

"Cũng như vậy, này chư Hiền, hoặc có người được Nhị thiền; được Nhị thiền rồi, người ấy liền an trụ không mong cầu thêm, không mong được những gì chưa được, thu hoạch những gì chưa thu hoạch, tác chứng những gì chưa tác chứng. Sau đó người ấy thường cùng với bạch y tụ họp, cười cợt, cống cao, bàn tán ồn ào đủ chuyện. Người ấy thường cùng với bạch y tụ họp, cười cợt, cống cao, bàn tán ồn ào đủ chuyện rồi thì tâm sanh tham dục. Tâm sanh tham dục rồi thì thân nhiệt, tâm nhiệt. Thân nhiệt, tâm nhiệt rồi thì xả giới, bỏ đạo. Này chư Hiền, có một hạng người như vậy.

4. "Này chư Hiền, lại nữa, hoặc có một người được Tam thiền; được Tam thiền rồi, người ấy liền an trụ chứ không mong cầu thêm, không mong được những gì chưa được, thu hoạch những gì chưa thu hoạch, tác chứng những gì chưa tác chứng. Sau đó người ấy thường cùng với bạch y tụ họp, cười cợt, cống cao, bàn tán ồn ào đủ chuyện. Người ấy thường cùng với bạch y tụ họp, cười cợt, cống cao, bàn tán ồn ào đủ chuyện rồi thì tâm sanh tham dục. Tâm sanh tham dục rồi thì thân nhiệt, tâm nhiệt. Thân nhiệt, tâm nhiệt rồi thì xả giới, bỏ đạo.

"Này chư Hiền, như hồ nước trên núi, nước hồ lặng trong, ngang bờ đứng yên, không xao động và cũng không có sóng. Này chư Hiền, nếu có người nói như thế này: 'hồ nước trên núi kia nhất định không bao giờ xao động và nổi sóng nữa.' Người ấy nói như vậy có đúng chăng?"

"Không đúng. Vì sao? Vì hoặc ở phương Đông gió lớn chợt thổi đến làm cho nước trong hồ xao động nổi sóng. Cũng vậy, phương Nam, phương Tây, phương Bắc, gió lớn chợt thổi đến làm cho nước trong hồ xao động nổi sóng."

"Cũng như vậy, này chư Hiền, hoặc có một người được Tam thiền; được Tam thiền rồi, người ấy liền an trụ chứ không mong cầu thêm, không mong được những gì chưa được, thu hoạch những gì chưa thu hoạch, tác chứng những gì chưa tác chứng. Sau đó người ấy thường cùng với bạch y tụ họp, cười cợt, [**559a**] cống cao, bàn tán ồn ào đủ chuyện. Người ấy thường cùng với bạch y tụ họp, cười cợt, cống cao, bàn tán ồn ào đủ chuyện rồi thì tâm sanh tham dục. Tâm sanh tham dục rồi thì thân nhiệt, tâm nhiệt. Thân nhiệt, tâm nhiệt rồi thì xả giới, bỏ đạo. Này chư Hiền, có một hạng người như vậy.

5. "Lại nữa, này chư Hiền, hoặc có một người được Tứ thiền; được Tứ thiền rồi, người ấy liền an trụ chứ không mong cầu thêm, không mong được những gì chưa được, thu hoạch những gì chưa thu hoạch, tác chứng những gì chưa tác chứng. Sau đó người ấy thường cùng với bạch y tụ họp, cười cợt, cống cao, bàn tán ồn ào đủ chuyện. Người ấy thường cùng với bạch y tụ họp, cười cợt, cống cao, bàn tán ồn ào đủ chuyện rồi thì tâm sanh tham dục. Tâm sanh tham dục rồi thì thân nhiệt, tâm nhiệt. Thân nhiệt, tâm nhiệt rồi thì xả giới, bỏ đạo.

"Này chư Hiền, ví như cư sĩ hoặc con cư sĩ ăn đồ ăn vi diệu, sau khi ăn uống no nê đầy bụng rồi thì những món ăn mà họ đã ăn trước kia, bây giờ không còn muốn ăn nữa. Này chư Hiền, nếu có lời nói như thế này: 'Cư sĩ hoặc con của cư sĩ nhất định không bao giờ muốn ăn lại nữa.' Người ấy nói như vậy có đúng chăng?" "Không đúng. Vì sao? Vì cư sĩ hoặc con của cư sĩ kia qua một đêm đã thấy đói, thì những gì khi no bụng họ không muốn ăn, bây giờ lại có thể ăn như trước."

"Cũng vậy, này chư Hiền, hoặc có một người được Tứ thiền; được Tứ thiền rồi, người ấy liền an trụ chứ không mong cầu thêm, không mong được những gì chưa được, thu hoạch những gì chưa thu hoạch, tác chứng những gì chưa tác chứng. Sau đó người ấy thường cùng với bạch y tụ họp, cười cợt, cống cao, bàn tán ồn ào đủ chuyện. Người ấy thường cùng với bạch y tụ họp, cười cợt, cống cao, bàn tán ồn ào đủ chuyện rồi thì tâm sanh tham dục. Tâm sanh tham dục rồi thì thân nhiệt, tâm nhiệt. Thân nhiệt, tâm nhiệt rồi thì xả giới, bỏ đạo. Này chư Hiền, có một hạng người như vậy.

6. "Lại nữa, này chư Hiền, hoặc có một người được Vô tưởng tâm định;[167] được vô tưởng tâm định rồi thì người ấy liền an trụ, không mong cầu thêm, không mong được những gì chưa được, thu hoạch những gì chưa thu hoạch, tác chứng những gì chưa tác chứng. Sau đó người ấy thường cùng với bạch y tụ họp, cười cợt, cống cao, bàn tán ồn ào đủ chuyện. Người ấy thường cùng với bạch y tụ họp, cười cợt, cống cao, bàn tán ồn ào đủ chuyện rồi thì tâm sanh tham dục. Tâm sanh tham dục rồi thì thân nhiệt, tâm nhiệt. Thân nhiệt, tâm nhiệt rồi thì xả giới, bỏ đạo.

"Này chư Hiền, ví như ở một khu rừng vắng, người ta nghe tiếng dế kêu.[168] Khi vua hoặc đại thần ngủ đêm tại khu rừng vắng đó, bấy giờ người ta nghe nào là tiếng voi, tiếng ngựa, tiếng xe cộ, tiếng đi bộ, tiếng trống, tiếng trống cơm, [559b] tiếng trống kịch, tiếng múa, tiếng hát, tiếng đàn cầm, tiếng ăn uống, chứ không nghe tiếng dế kêu như trước tại khu rừng này nữa. Này chư Hiền, nếu có lời nói như thế này: 'Khu rừng kia nhất định không bao giờ nghe được tiếng dế kêu nữa.' Người ấy nói như vậy có đúng chăng?"

"Không đúng. Vì sao? Vì vua hoặc đại thần ấy khi đêm đã qua, trời sáng, thảy đều trở về. Nếu chỗ đó vì nghe các tiếng voi, ngựa, xe cộ, đi bộ, tiếng ốc, tiếng trống, trống cơm, trống múa, tiếng múa, ca, tiếng đàn, ăn uống nên không nghe tiếng dế kêu, nhưng khi họ đã đi rồi thì nghe lại như cũ.

"Cũng vậy, này chư Hiền, có một người được Vô tưởng tâm định; được Vô tưởng tâm định rồi liền an trụ chứ không mong cầu thêm, không mong được những gì chưa được, thu hoạch những gì chưa thu hoạch, tác chứng những gì chưa tác chứng. Sau đó người ấy thường cùng với bạch y tụ họp, cười cợt, cống cao, bàn tán ồn ào đủ chuyện. Người ấy thường cùng với bạch y tụ họp, cười cợt, cống cao, bàn tán ồn ào đủ chuyện rồi thì tâm sanh tham dục. Tâm sanh tham dục rồi thì thân nhiệt, tâm nhiệt. Thân nhiệt, tâm nhiệt rồi thì xả giới, bỏ đạo. Này chư Hiền, có một hạng người như vậy."

Chất-đa-la bỏ đạo

Bấy giờ Tỳ-kheo Chất-đa-la Tượng Tử sau đó chẳng bao lâu xả giới, bỏ đạo. Bạn bè quen thân của Tỳ-kheo Chất-đa-la Tượng Tử nghe ông xả giới bỏ đạo, qua đến chỗ Tôn giả Đại Câu-hi-la, đến nơi rồi, bạch rằng:

"Bạch Tôn giả Đại Câu-hi-la, ngài biết rõ tâm của Tỳ-kheo Chất-đa-la Tượng Tử hay nhờ các việc khác mà biết? Lý do vì sao? Vì nay Tỳ-kheo Chất-đa-la Tượng Tử đã xả giới bỏ đạo."

Tôn giả Đại Câu-hi-la bảo các bạn bè quen thân kia rằng:

"Này chư Hiền, việc ấy phải như vậy. Lý do vì sao? Vì do không biết như thật, không thấy như chân nên xảy ra như vậy."

Tôn giả Đại Câu-hi-la thuyết như vậy, các tỳ-kheo nghe Tôn giả dạy xong, hoan hỷ phụng hành.[169] ❁

83. KINH TRƯỞNG LÃO THƯỢNG TÔN THỤY MIÊN*

Tôi nghe như vầy:

Một thời, Đức Phật trú tại nước Bà-kì-sấu,[170] ở rừng Bố trong núi Ngạc, [559c] trong vườn Lộc Dã.[171]

Tôn giả Đại Mục-kiền-liên

Bấy giờ Tôn giả Đại Mục-kiền-liên ở tại nước Ma-kiệt-đà, trong làng Thiện tri thức.[172] Lúc ấy, Tôn giả Đại Mục-kiền-liên sống riêng một mình nơi yên tĩnh, ngồi tĩnh tọa tư duy nhưng mắc phải chứng buồn ngủ. Đức Thế Tôn ở xa biết Tôn giả Đại Mục-kiền-liên sống riêng một mình nơi yên tĩnh, ngồi tĩnh tọa tư duy và mắc phải chứng buồn ngủ. Đức Thế Tôn biết như vậy, Ngài liền như vậy mà nhập định.[173] Do định như vậy, trong khoảnh khắc, như người lực sĩ co duỗi cánh tay, từ Bà-kì-sấu, rừng Bố trong núi Ngạc, trong vườn Lộc Dã, Đức Thế Tôn bỗng biến mất khỏi chỗ đó, qua đến nước Ma-kiệt-đà, thôn Thiện tri thức, trước mặt Tôn giả Đại Mục-kiền-liên. Rồi Đức Thế Tôn xuất định và nói rằng:

"Này Đại Mục-kiền-liên, ngươi đang bị buồn ngủ chi phối. Này Đại Mục-kiền-liên, ngươi đang bị buồn ngủ chi phối."[174]

Tôn giả Đại Mục-kiền-liên bạch Thế Tôn:

"Quả thật vậy, bạch Đức Thế Tôn."

Đối trị thụy miên

Phật lại nói:

---

* Tham chiếu Pāli, A. vii. 58; *Thera* 1146-1149. Hán: Ly thụy kinh.

1. "Này Đại Mục-kiền-liên, nếu như sở tướng¹⁷⁵ nào gây buồn ngủ, ngươi chớ tu tập tướng ấy và cũng đừng phát triển¹⁷⁶ nó. Như vậy, chứng buồn ngủ mới có thể được diệt trừ.

2. "Nếu chứng buồn ngủ của ngươi vẫn không diệt trừ, thì này Đại Mục-kiền-liên, hãy theo giáo pháp đã được nghe, tùy theo đó mà thọ trì, quảng bá và tụng đọc. Như vậy mới có thể diệt trừ được buồn ngủ.

3. "Nếu sự buồn ngủ của ngươi vẫn không diệt trừ, thì này Đại Mục-kiền-liên, hãy theo giáo pháp đã được nghe, tùy theo đó mà thọ trì, rồi diễn rộng ra cho người khác nghe. Như vậy sự buồn ngủ mới có thể được diệt trừ.

4. "Nếu sự buồn ngủ của ngươi vẫn không diệt trừ, thì này Đại Mục-kiền-liên, hãy theo giáo pháp đã được nghe, tùy theo đó mà thọ trì, tâm suy niệm, tâm suy tư. Như vậy, sự buồn ngủ mới có thể được diệt trừ.

5. "Nếu sự buồn ngủ của ngươi vẫn không diệt trừ, thì này Đại Mục-kiền-liên, hãy dùng hai tay day¹⁷⁷ hai lỗ tai. Như vậy, sự buồn ngủ mới có thể được diệt trừ.

6. "Nếu sự buồn ngủ của ngươi không diệt trừ, thì này Đại Mục-kiền-liên, hãy lấy nước lạnh rửa mặt và dội ướt thân thể. Như vậy, sự buồn ngủ mới có thể được diệt trừ.

7. "Nếu sự buồn ngủ của ngươi vẫn không diệt trừ, thì này Đại Mục-kiền-liên, hãy đi ra ngoài thất, xem khắp bốn phương, ngước nhìn các vì sao. Như vậy, chứng buồn ngủ mới có thể được diệt trừ.

8. "Nếu sự buồn ngủ của ngươi vẫn không diệt trừ, thì này Đại Mục-kiền-liên, hãy đi ra ngoài thất, đến khoảng đất trống phía đầu thất mà kinh hành, thủ hộ các căn, tâm an trụ bên trong, khởi hậu tiền tưởng.¹⁷⁸ Như vậy, sự buồn ngủ mới có thể được diệt trừ.

9. "Nếu sự buồn ngủ của ngươi không diệt trừ, thì này Đại Mục-kiền-liên, hãy bỏ con đường đang kinh hành, đến đầu con đường ấy, trải ni-sư-đàn, ngồi kiết già. Như vậy, sự buồn ngủ mới có thể [**560a**] được diệt trừ.

10. "Nếu sự buồn ngủ của ngươi vẫn không diệt trừ, thì này Đại Mục-kiền-liên, hãy trở vào thất, gấp y uất-đa-la-tăng bốn lớp trải trên giường, gấp tăng-già-lê làm gối, nằm hông bên phải, hai chân chồng lên nhau, khởi tưởng ánh sáng,[179] lập chánh niệm chánh tri và luôn luôn khởi ý tưởng muốn trỗi dậy.[180] Này Đại Mục-kiền-liên, đừng ham lạc thú giường nệm, đừng ham lạc thú ngủ nghỉ, đừng ham tài lợi, đừng đắm trước danh dự.[181] Lý do vì sao? Vì Ta nói: 'Tất cả pháp không nên tụ hội,' và cũng nói, 'Nên tụ hội'.[182]

Tụ hội

1. "Này Đại Mục-kiền-liên, Ta nói pháp gì không nên tụ hội? Này Đại Mục-kiền-liên, nếu pháp đạo và tục mà cùng tụ hội, Ta nói pháp này không nên tụ hội.[183] Này Đại Mục-kiền-liên, nếu pháp đạo và tục mà cùng tụ hội thì có nhiều điều phải nói. Nếu có nhiều điều phải nói thì có trạo cử.[184] Nếu có trạo cử thì tâm không tịch tĩnh. Này Đại Mục-kiền-liên, nếu tâm không tịch tĩnh thì tâm rời xa định. Này Đại Mục-kiền-liên, do đó Ta nói là không nên tụ hội.

"Này Đại Mục-kiền-liên, Ta nói pháp gì nên cùng tụ hội? Này Đại Mục-kiền-liên, ở nơi rừng vắng kia,[185] Ta nói pháp này nên cùng tụ hội: núi rừng, dưới cây, chỗ an tĩnh không nhàn, núi cao, hang đá, vắng bặt âm thanh, viễn ly, không ác, không người, có thể tùy thuận mà tĩnh tọa. Này Đại Mục-kiền-liên, Ta nói pháp này nên cùng tụ hội.

2. "Này Đại Mục-kiền-liên, nếu ngươi đi vào làng khất thực, hãy nhàm tởm lợi lộc, nhàm tởm sự cúng dường, cung kính. Đối với lợi lộc, cúng dường, cung kính, khi tâm ngươi đã phát khởi sự nhàm tởm rồi mới vào làng khất thực.

"Này Đại Mục-kiền-liên, đừng đem ý cao đại mà vào làng khất thực. Vì sao? Vì nhà trưởng giả có công việc gì đó, tỳ-kheo đến khất thực khiến trưởng giả không chú ý. Tỳ-kheo liền nghĩ rằng: 'Ai phá hoại ta ở nhà trưởng giả?[186] Vì sao? Vì ta vào nhà trưởng giả khất thực mà trưởng giả không chú ý.' Nhân đó sanh ưu sầu, nhân ưu sầu mà sanh trạo cử, nhân trạo cử mà tâm không tịch tĩnh, nhân tâm không tịch tĩnh nên tâm rời xa định.

3. "Này Đại Mục-kiền-liên, khi ngươi thuyết pháp, đừng vì tranh luận. Nếu có tranh luận thì có nhiều lời, nhân nhiều lời mà có trạo cử, nhân trạo cử mà tâm không tịch tĩnh, nhân tâm không tịch tĩnh nên tâm rời xa định.

"Này Đại Mục-kiền-liên, khi ngươi thuyết pháp đừng nói to, nói mạnh, như sư tử. Này Đại Mục-kiền-liên, khi ngươi thuyết pháp hãy hạ ý mà thuyết pháp, không ráng sức, tiêu diệt sức, dẹp bỏ sức, hãy thuyết pháp bằng sự không dùng cường lực, như [**560b**] sư tử.[187]

"Này Đại Mục-kiền-liên, hãy học như vậy."

Cảm thọ

Bấy giờ Tôn giả Đại Mục-kiền-liên rời chỗ ngồi đứng dậy, trịch áo vai phải, chắp tay hướng Phật, bạch rằng:

"Bạch Đức Thế Tôn, thế nào là tỳ-kheo đến chỗ cứu cánh, cứu cánh bạch tịnh, cứu cánh phạm hạnh và cứu cánh phạm hạnh cùng tột?"

Đức Thế Tôn bảo:

"Này Đại Mục-kiền-liên, tỳ-kheo khi đã thọ lạc, cảm thọ khổ, cảm thọ không lạc không khổ, vị ấy ở nơi các cảm thọ này mà quán vô thường, quán hưng suy, quán đoạn, quán vô dục, quán diệt, quán xả. Sau khi ở nơi các cảm thọ này mà quán vô thường, quán hưng suy, quán đoạn, quán vô dục, quán diệt, quán xả rồi, vị ấy không chấp thủ bất kỳ cái gì trên đời này,[188] do không chấp thủ bất kỳ cái gì trên đời này nên không bị nhọc nhằn, do không bị nhọc nhằn nên nhập Niết-bàn, biết một cách như thật rằng: 'Sự sanh đã dứt, phạm hạnh đã thành, điều cần làm đã làm xong, không còn tái sanh nữa.'

"Này Đại Mục-kiền-liên, như vậy là tỳ-kheo đạt đến chỗ cứu cánh, cứu cánh bạch tịnh, cứu cánh phạm hạnh và cứu cánh phạm hạnh cùng tột."

Phật thuyết như vậy. Tôn giả Đại Mục-kiền-liên nghe Phật thuyết, hoan hỷ phụng hành.[189] ❁

84. KINH VÔ THÍCH[*]

Tôi nghe như vầy:

Một thời, Đức Phật trú Tì-xá-li, ở tại ngôi nhà sàn, bên bờ ao Di Hầu.[190]

Các đệ tử danh đức Trưởng lão Thượng tôn như các ngài Già-la, Ưu-bá-giá-la, Hiền Thiện, Hiền Hoạn, Da-xá, Thượng Xứng;[191] các tỳ-kheo danh đức Trưởng lão Thượng tôn như vậy cũng tựu tại Tì-xá-li, ở tại ngôi nhà sàn, bên ao Di Hầu và đều ở bên cạnh nhà lá của Phật. Các người Lệ-xa[192] ở thành Tì-xá-li nghe Đức Thế Tôn trụ tại Tì-xá-li, **[560c]** nơi ngôi nhà sàn, bên bờ ao Di Hầu, liền nghĩ rằng, "Chúng ta hãy phát đại như ý túc, khởi oai đức của bậc vua chúa, lớn tiếng rao truyền rồi ra khỏi thành Tì-xá-li, qua đến chỗ Phật cúng dường kính lễ."

Lúc bấy giờ các đại đệ tử danh đức Trưởng lão Thượng tôn nghe người Lệ-xa thành Tì-xá-li phát đại như ý túc, khởi oai đức của bậc vua chúa, lớn tiếng rao truyền rồi ra khỏi thành Tì-xá-li, qua đến chỗ Phật cúng dường kính lễ, liền nghĩ rằng: 'Âm thanh là gai nhọn đối với thiền.' Đức Thế Tôn cũng nói rằng: 'Âm thanh là gai nhọn đối với thiền.' Chúng ta hãy qua rừng Ngưu giác Sa-la,[193] nơi ấy không náo loạn, sống viễn ly cô độc, ẩn dật nơi thanh vắng mà tĩnh tọa."

Rồi các đại đệ tử danh đức Trưởng lão Thượng tôn đi qua rừng Ngưu giác Sa-la, nơi ấy không não loạn, sống viễn ly cô độc, ẩn dật nơi thanh vắng mà tĩnh tọa để tư duy.

Bấy giờ, rất nhiều người Lệ-xa thành Tì-xá-li phát đại như ý túc, khởi oai đức của bậc vua chúa, lớn tiếng rao truyền, rồi ra khỏi thành Tì-xá-li, qua đến chỗ Phật cúng dường kính lễ. Hoặc có người Lệ-xa thành Tì-xá-li cúi lạy chân Phật rồi ngồi xuống một bên, hoặc có người chào hỏi Phật

---

[*] Tương đương Pāli, A. x. 72.

rồi ngồi xuống một bên, hoặc có người chắp tay hướng về Phật rồi ngồi xuống một bên, hoặc có người ở xa thấy Phật rồi im lặng ngồi xuống.

Khi những người Lệ-xa thành Tì-xá-li đã ngồi xong đâu đấy, Đức Thế Tôn thuyết pháp cho họ nghe, khuyến phát làm cho lợi ích, làm cho hoan hỷ. Sau khi bằng vô lượng phương tiện thuyết pháp cho họ nghe, khuyến phát làm cho lợi ích, làm cho hoan hỷ rồi, Đức Thế Tôn ngồi im lặng.

Những người Lệ-xa thành Tì-xá-li, sau khi đã được Đức Thế Tôn thuyết pháp, khuyến phát làm cho lợi ích, làm cho hoan hỷ rồi, liền từ chỗ ngồi đứng dậy, cúi lạy chân Phật, nhiễu quanh ba vòng rồi ra về.

Sau khi những người Lệ-xa thành Tì-xá-li đi chẳng bao lâu, bấy giờ Đức Thế Tôn hỏi các tỳ-kheo rằng:

"Các Trưởng lão Thượng tôn đại đệ tử đã đi đến nơi nào?

Các tỳ-kheo bạch:

"Bạch Thế Tôn, các Trưởng lão Thượng tôn đại đệ tử khi nghe những người Lệ-xa thành Tì-xá-li phát đại như ý túc, khởi oai đức của bậc vua chúa, lớn tiếng rao truyền rồi ra khỏi thành Tì-xá-li, qua đến chỗ Phật cúng dường kính lễ. Các ngài nghĩ rằng: 'Âm thanh là gai nhọn đối với thiền,' Đức Thế Tôn cũng nói rằng: 'Âm thanh là gai nhọn đối với thiền.' Chúng ta hãy đi qua rừng Ngưu giác Sa-la, ở đó không náo loạn, sống viễn ly cô độc, ẩn dật nơi thanh vắng mà tĩnh tọa tư duy. Bạch Thế Tôn, các Trưởng lão Thượng tôn đại đệ tử đều đi đến nơi đó."

[561a] Bấy giờ Đức Thế Tôn nghe xong, khen rằng:

"Lành thay! Lành thay! Nếu là Trưởng lão Thượng tôn đại đệ tử, nên nói như thế này: 'Âm thanh là gai nhọn đối với thiền.' Đức Thế Tôn cũng nói: 'Âm thanh là gai nhọn đối với thiền.' Vì sao? Vì quả thật Ta có nói như vậy: Âm thanh là gai nhọn đối với thiền. Phạm giới là gai nhọn đối với trì giới. Trang sức thân thể là gai nhọn đối với thủ hộ các căn. Tịnh tướng là gai nhọn đối với tu tập bất tịnh.[194] Sân nhuế là gai nhọn đối với tu tập từ tâm. Uống rượu là gai nhọn đối với xa lìa uống rượu. Thấy nữ sắc là gai nhọn đối với phạm hạnh. Âm thanh là gai nhọn đối với nhập Sơ thiền. Tầm tứ là gai đối với nhập Nhị thiền. Hỷ là gai nhọn đối với nhập Tam thiền. Hơi thở ra, hơi thở vào là gai nhọn đối với nhập Tứ thiền. Sắc tưởng là gai nhọn đối với nhập Không xứ. Không tưởng là gai nhọn đối với nhập Thức xứ. Thức tưởng là gai nhọn đối với nhập Vô sở hữu xứ. Tưởng và thọ[195] là gai nhọn đối với nhập Tưởng thọ diệt định.[196]

"Lại cũng có ba loại gai nhọn khác; gai nhọn dục, gai nhọn nhuế và gai nhọn ngu si. Với ba loại gai này, bậc lậu tận A-la-hán đã đoạn trừ, đã biết rõ, đã nhổ sạch cội rễ, tuyệt diệt không còn sanh lại, ấy là bậc A-la-hán không bị gai chích, bậc A-la-hán xa lìa gai chích, bậc A-la-hán không gai, lìa gai."

Phật thuyết như vậy. Các vị tỳ-kheo nghe Phật thuyết, hoan hỷ phụng hành. ✿

85. KINH CHÂN NHÂN*

Tôi nghe như vầy:

Một thời, Đức Phật trú tại nước Xá-vệ, trong rừng Thắng, vườn Cấp-cô-độc.

Bấy giờ Đức Thế Tôn bảo các tỳ-kheo:

"Ta sẽ nói cho các ngươi nghe về pháp chân nhân, và pháp không phải chân nhân.[197] Hãy lắng nghe, hãy suy ngẫm kỹ!"

Các tỳ-kheo thọ giáo, lắng nghe.

Phật nói:

1. "Thế nào là pháp không phải chân nhân? Ở đây có một người thuộc dòng dõi hào quý, xuất gia học đạo và những người khác thì không như vậy. Người ấy nhân vì dòng dõi hào quý mà quý mình khinh người. Đó gọi là pháp không phải chân nhân. Pháp chân nhân xét nghĩ như thế này: 'Ta không phải nhân bởi dòng dõi hào quý mà đoạn trừ được dâm, nộ, si. Hoặc có người nào đó không phải dòng dõi hào quý mà xuất gia học đạo, [561b] người ấy thực hành pháp như pháp, tùy thuận pháp, thực hành pháp tùy pháp,[198] do đó mà được cúng dường, cung kính.' Vị ấy như vậy mà thú hướng sự chứng đắc pháp chân đế nhưng không quý mình, không khinh người. Đó gọi là pháp chân nhân.

2. "Lại nữa, hoặc có người đoan chánh, khả ái, những người khác không được như vậy. Người kia nhân vì mình đoan chánh, khả ái mà quý mình khinh người. Đó gọi là pháp không phải chân nhân. Pháp chân nhân xét nghĩ như thế này: 'Ta không phải do vẻ đoan chánh khả ái này

---

* Tương đương Pāli, M. 113. *Sappurisasuttaṃ*. Hán, No 48: Thị pháp phi pháp kinh; No 125(17.9).

mà đoạn trừ được dâm, nộ, si. Hoặc có người nào đó không đoan chánh khả ái nhưng người ấy thực hành pháp như pháp, tùy thuận pháp, thực hành pháp tùy pháp, do đó mà được cúng dường, cung kính.' Vị ấy như vậy mà thú hướng sự chứng đắc pháp chân đế nhưng không quý mình, không khinh người. Đó gọi là pháp chân nhân.

3. "Lại nữa, hoặc có một người hùng biện, luận giỏi, những người khác không được như vậy. Người kia nhân vì hùng biện, luận giỏi mà quý mình khinh người. Đó gọi là pháp không phải chân nhân. Pháp chân nhân xét nghĩ như thế này: 'Ta không phải do tài hùng biện, luận giỏi này mà đoạn trừ được dâm, nộ, si. Hoặc có người nào đó không có tài hùng biện, luận giỏi, nhưng người ấy thực hành pháp như pháp, tùy thuận pháp, thực hành pháp tùy pháp, do đó mà được cúng dường, cung kính.' Vị ấy như vậy mà thú hướng sự chứng đắc pháp chân đế nhưng không quý mình, không khinh người. Đó gọi là pháp chân nhân.

4. "Lại nữa, hoặc có người thuộc hàng Trưởng lão, quen biết với vua, nổi tiếng với mọi người và có đại phước, những người khác không được như vậy. Người kia nhân vì là Trưởng lão, vì quen biết với vua, vì nổi tiếng với mọi người và có đại phước mà quý mình khinh người. Đó gọi là pháp không phải chân nhân. Pháp chân nhân xét nghĩ như thế này: 'Ta không phải do Trưởng lão, không phải do quen biết với vua, nổi tiếng với mọi người và có đại phước mà đoạn trừ được dâm, nộ, si. Hoặc có người nào đó không phải là Trưởng lão, không quen biết với vua, không nổi tiếng với mọi người và cũng không có đại phước, nhưng người ấy thực hành pháp như pháp, tùy thuận pháp, thực hành pháp tùy pháp, do đó mà được cúng dường, cung kính.' Vị ấy như vậy mà thú hướng sự chứng đắc pháp chân đế nhưng không quý mình, không khinh người. Đó gọi là pháp chân nhân.

5. "Lại nữa, hoặc có người tụng Kinh, trì Luật, học A-tỳ-đàm,[199] thuộc làu A-hàm,[200] học nhiều kinh sách, người khác không được như vậy. Người kia nhân vì thuộc làu A-hàm, học nhiều kinh sách nên quý mình khinh người. Đó gọi là pháp không phải chân nhân. Pháp chân nhân [661c] xét nghĩ như thế này: 'Ta không phải do thuộc làu A-hàm, học nhiều kinh sách mà đoạn trừ được dâm, nộ, si. Hoặc có người nào đó không thuộc làu A-hàm, cũng không học nhiều kinh sách, nhưng người ấy thực hành pháp như pháp, tùy thuận pháp, thực hành pháp tùy pháp, do đó mà được cúng dường, cung kính.' Vị ấy như vậy mà thú hướng sự chứng đắc pháp chân đế nhưng không quý mình, không khinh người. Đó gọi là pháp chân nhân.

6. "Lại nữa, hoặc có người mặc y phấn tảo, nhiếp ba pháp phục, trì y bất mạn,[201] người khác không được như vậy. Người kia nhân vì trì y bất mạn nên quý mình khinh người. Đó gọi là pháp không phải chân nhân. Pháp chân nhân xét nghĩ như thế này: 'Ta không phải do trì y bất mạn này mà đoạn trừ được dâm, nộ, si. Hoặc có người nào đó không trì y bất mạn nhưng người ấy thực hành pháp như pháp, tùy thuận pháp, thực hành pháp tùy pháp, do đó mà được cúng dường, cung kính.' Vị ấy như vậy mà thú hướng sự chứng đắc pháp chân đế nhưng không quý mình, không khinh người. Đó gọi là pháp chân nhân.

7. "Lại nữa, hoặc có người thường đi khất thực, cơm chỉ ngang bằng năm thăng, chỉ khất thực hạn cuộc nơi bảy nhà, chỉ ăn một bữa, quá giữa trưa không uống nước trái cây,[202] người khác không được như vậy. Người kia nhân vì quá giữa trưa không uống nước trái cây mà quý mình khinh người. Đó gọi là pháp không phải chân nhân. Pháp chân nhân xét nghĩ như thế này: 'Ta không phải do sự quá giữa trưa không uống nước trái cây này mà đoạn trừ được dâm, nộ, si. Hoặc có người nào đó không dứt bỏ sự quá giữa trưa uống nước trái cây, nhưng người ấy thực hành pháp như pháp, tùy thuận pháp, thực hành pháp tùy pháp, do đó mà được cúng dường, cung kính.' Vị ấy như vậy mà thú hướng sự chứng đắc pháp chân đế nhưng không quý mình, không khinh người. Đó gọi là pháp chân nhân.

8. "Lại nữa, hoặc có người ở chỗ rừng vắng sơn lâm, dưới gốc cây, hoặc ở núi cao hay nơi đất trống, hoặc nơi gò mả, hoặc có thể biết thời; người khác không được như vậy. Người kia nhân vì biết thời mà quý mình khinh người. Đó không phải là pháp chân nhân. Pháp chân nhân xét nghĩ như thế này: 'Ta không phải do sự biết thời này mà đoạn trừ được dâm, nộ, si. Hoặc có người nào đó không biết thời nhưng người ấy thực hành pháp như pháp, tùy thuận pháp, thực hành pháp tùy pháp, do đó mà được cúng dường, cung kính.' Vị ấy như vậy mà thú hướng sự chứng đắc pháp chân đế nhưng không quý mình, không khinh người.

Đó gọi là pháp chân nhân.

9. "Lại nữa, hoặc có người được Sơ thiền. Người ấy nhân vì được Sơ thiền mà quý mình [**662a**] khinh người. Đó gọi là pháp không phải chân nhân. Pháp chân nhân xét nghĩ như thế này: 'Về Sơ thiền, Đức Thế Tôn nói là vô lượng chủng loại, nếu có kế chấp thì gọi là ái.²⁰³' Do đó người ấy được cúng dường cung kính. Như vậy, vị này thú hướng sự chứng đắc pháp chân đế, nhưng không quý mình, không khinh người. Đó gọi là pháp chân nhân.

10. "Lại nữa, hoặc có người được Nhị, Tam, Tứ thiền; được Không vô biên xứ, Thức vô biên xứ, Vô sở hữu xứ, Phi tưởng phi phi tưởng xứ, người khác không được như vậy. Người kia nhân vì được Phi tưởng phi phi tưởng xứ nên quý mình khinh người. Đó gọi là pháp không phải chân nhân. Pháp chân nhân xét nghĩ như thế này: 'Phi tưởng phi phi tưởng, Đức Thế Tôn nói là vô lượng chủng loại, nếu có kế chấp thì gọi đó là ái.' Do đó người ấy được cúng dường cung kính. Như vậy, vị này thú hướng sự chứng đắc pháp chân đế, nhưng không quý mình, không khinh người. Đó gọi là pháp chân nhân.

"Các ngươi hãy nhận biết pháp chân nhân và pháp không phải chân nhân. Sau khi biết được pháp thượng nhân và pháp không phải chân nhân rồi, hãy dứt bỏ pháp không phải chân nhân và hãy học pháp chân nhân. Các ngươi nên học như vậy."

Phật thuyết như vậy, các tỳ-kheo nghe Đức Phật thuyết, hoan hỷ phụng hành.

> *Giàu, đẹp trai, nói giỏi,*
> *Trưởng lão, tụng nhiều kinh,*
> *Y, thực, tu núi, thiền,*
> *Sau cùng bốn vô sắc.* ❈

86. KINH THUYẾT XỨ*

Tôi nghe như vầy:

Một thời, Đức Phật đến nước Xá-vệ, ở trong vườn Cấp-cô-độc, rừng Thắng.

Bấy giờ Tôn giả A-nan vào lúc xế, rời chỗ ngồi tĩnh tọa đứng dậy, dẫn các tỳ-kheo niên thiếu đi đến chỗ Phật, cúi lạy dưới chân Phật rồi đứng qua một bên. Các tỳ-kheo niên thiếu cũng cúi lạy chân Phật, rồi đứng qua một bên.

Tôn giả A-nan bạch rằng:

"Bạch Đức Thế Tôn, với các tỳ-kheo niên thiếu này, con phải răn bảo như thế nào? Dạy dỗ như thế nào? Thuyết pháp cho họ nghe như thế nào?"

I. GIÁO GIỚI TỲ KHEO NIÊN THIẾU

Đức Thế Tôn bảo rằng:

"Này A-nan, ông hãy nói về xứ²⁰⁴ và dạy về xứ cho các tỳ-kheo niên thiếu. Nếu ông nói về xứ và dạy về xứ cho các tỳ-kheo niên thiếu, họ sẽ được an ổn, được sức lực, được an lạc, thân tâm không phiền nhiệt, [562b] trọn đời tu hành phạm hạnh."

Tôn giả A-nan chắp tay hướng về Phật, bạch rằng:

"Bạch Thế Tôn, nay thật là đúng thời. Bạch Thiện Thệ, nay thật là đúng thời. Nếu Thế Tôn nói về xứ và dạy về xứ cho các tỳ-kheo niên thiếu, con và các tỳ-kheo niên thiếu sau khi nghe Thế Tôn nói sẽ khéo léo thọ trì."

---

* Tương đương Pāli, M. 148. *Chachakkasuttaṃ*.

Đức Thế Tôn bảo rằng:

"A-nan, các ông hãy lắng nghe, hãy suy ngẫm kỹ! Ta sẽ phân biệt rộng rãi cho ông và các tỳ-kheo niên thiếu nghe."

Tôn giả A-nan thọ giáo, lắng nghe.

Đức Thế Tôn bảo rằng:

Năm thủ uẩn

"A-nan, trước kia Ta đã nói cho ông nghe về năm Thủ uẩn:[205] sắc thủ uẩn, thọ, tưởng, hành và thức thủ uẩn. Này A-nan, năm Thủ uẩn này, ông hãy nói để dạy cho các tỳ-kheo niên thiếu. Nếu ông nói và dạy cho các tỳ-kheo niên thiếu về năm Thủ uẩn này, họ sẽ được an ổn, được sức lực, được an lạc, thân tâm không phiền nhiệt, trọn đời tu hành phạm hạnh.

Mười hai xứ

1. "A-nan, trước kia Ta đã nói cho ông nghe về sáu nội xứ: nhãn xứ, nhĩ, tỷ, thiệt, thân, ý xứ. A-nan, sáu nội xứ này ông hãy nói để dạy cho các tỳ-kheo niên thiếu. Nếu ông nói và dạy cho các tỳ-kheo niên thiếu về sáu nội xứ này, họ sẽ được an ổn, được sức lực, được an lạc, thân tâm không phiền nhiệt, trọn đời tu hành phạm hạnh.

2. "A-nan, trước kia Ta đã nói cho ông nghe về sáu ngoại xứ: sắc xứ, thanh, hương, vị, xúc, pháp xứ. A-nan, sáu ngoại xứ này ông hãy nói để dạy cho các tỳ-kheo niên thiếu. Nếu ông nói và dạy cho các tỳ-kheo niên thiếu về sáu ngoại xứ này, họ sẽ được an ổn, được sức lực, được hoan lạc, thân tâm không phiền nhiệt, trọn đời tu hành phạm hạnh.

3. "A-nan, trước kia Ta đã nói cho ông nghe về sáu thức thân:[206] nhãn thức, nhĩ, tỷ, thiệt, thân, ý thức. A-nan, sáu thức thân này, ông hãy nói để dạy cho các tỳ-kheo niên thiếu. Nếu ông nói và dạy cho các tỳ-kheo niên thiếu về sáu thức thân này, họ sẽ được an ổn, được sức lực, được an lạc, thân tâm không phiền nhiệt, trọn đời tu hành phạm hạnh.

4. "A-nan, trước kia Ta đã nói cho ông nghe về sáu xúc thân:[207] nhãn xúc, nhĩ, tỷ, thiệt, thân, ý xúc. A-nan, sáu xúc thân này, ông hãy nói để dạy cho các tỳ-kheo niên thiếu. Nếu ông nói và dạy cho các tỳ-kheo niên thiếu về sáu xúc thân này, họ sẽ được an ổn, được sức lực, được an lạc, thân tâm không phiền nhiệt, trọn đời tu hành phạm hạnh.

5. "A-nan, trước kia Ta đã nói cho ông nghe về sáu thọ thân:[208] nhãn thọ, [**562c**] nhĩ, tỷ, thiệt, thân, ý thọ. A-nan, sáu thọ thân này, ông hãy nói để dạy cho các tỳ-kheo niên thiếu. Nếu ông nói và dạy cho các tỳ-kheo niên thiếu về sáu thọ thân này, họ sẽ được an ổn, được sức lực, được an lạc, thân tâm không phiền nhiệt, trọn đời tu hành phạm hạnh.

6. "A-nan, trước kia Ta đã nói cho ông nghe về sáu tưởng thân:[209] nhãn tưởng, nhĩ, tỷ, thiệt, thân, ý tưởng. A-nan, sáu tưởng thân này, ông hãy nói để dạy cho các tỳ-kheo niên thiếu. Nếu ông nói và dạy cho các tỳ-kheo niên thiếu về sáu tưởng thân này, họ sẽ được an ổn, được sức lực, được an lạc, thân tâm không phiền nhiệt, trọn đời tu hành phạm hạnh.

7. "A-nan, trước kia Ta đã nói cho ông nghe về sáu tư thân:[210] nhãn tư, nhĩ, tỷ, thiệt, thân, ý tư. A-nan, sáu tư thân này, ông hãy nói để dạy cho các tỳ-kheo niên thiếu. Nếu ông nói và dạy cho các tỳ-kheo niên thiếu về sáu tư thân này, họ sẽ được an ổn, được sức lực, được an lạc, thân tâm không phiền nhiệt, trọn đời tu hành phạm hạnh.

8. "A-nan, trước kia Ta đã nói cho ông nghe về sáu ái thân:[211] nhãn ái, nhĩ, tỷ, thiệt, thân, ý ái. Này A-nan, sáu ái thân này, ông hãy nói để dạy cho các tỳ-kheo niên thiếu. Nếu ông nói và dạy cho các tỳ-kheo niên thiếu về sáu ái thân này, họ sẽ được an ổn, được sức lực, được hoan lạc, thân tâm không phiền nhiệt, trọn đời tu hành phạm hạnh.

Giới

"A-nan, trước kia Ta đã nói cho ông nghe về sáu giới: địa giới, thủy, hỏa, phong, không, thức giới. A-nan, sáu giới này, ông hãy nói để dạy cho các tỳ-kheo niên thiếu. Nếu ông nói và dạy cho các tỳ-kheo niên thiếu về sáu giới này, họ sẽ được an ổn, được sức lực, được an lạc, thân tâm không phiền nhiệt, trọn đời tu hành phạm hạnh.

Duyên khởi

"A-nan, trước kia Ta đã nói cho ông nghe về nhân duyên khởi và pháp sanh khởi do nhân duyên khởi[212]: 'Nếu cái này có thì cái kia có, nếu cái này không có thì cái kia không có. Nếu cái này sanh thì cái kia sanh, nếu cái này diệt thì cái kia diệt. Đó là duyên vô minh, có hành. Duyên hành, có thức. Duyên thức, có danh sắc. Duyên danh sắc, có sáu xứ. Duyên sáu xứ, có xúc. Duyên xúc, có thọ. Duyên thọ, có ái. Duyên ái, có thủ. Duyên thủ, có hữu. Duyên hữu, có sanh. Duyên sanh, có già chết. Nếu vô minh diệt thì hành diệt, hành diệt thì thức diệt, thức diệt thì danh sắc diệt, danh sắc diệt thì sáu xứ diệt, sáu xứ diệt thì xúc diệt, xúc diệt thì thọ diệt, thọ diệt thì ái diệt, ái diệt [563a] thì thủ diệt, thủ diệt thì hữu diệt, hữu diệt thì sanh diệt, sanh diệt thì già chết diệt. A-nan, nhân duyên khởi và pháp sanh khởi do nhân duyên khởi này, ông hãy nói để dạy cho các tỳ-kheo niên thiếu. Nếu ông nói và dạy cho các tỳ-kheo niên thiếu về nhân duyên khởi và pháp sanh khởi do nhân duyên khởi này, họ sẽ được an ổn, được sức lực, được an lạc, thân tâm không phiền nhiệt, trọn đời tu hành phạm hạnh.

Niệm trụ

"A-nan, trước kia Ta đã nói cho ông nghe về bốn niệm trụ, quán thân nơi thân, quán thọ, quán tâm, quán pháp như pháp. A-nan, bốn niệm trụ này ông hãy nói để dạy cho các tỳ-kheo niên thiếu. Nếu ông nói và dạy cho các tỳ-kheo niên thiếu về bốn niệm trụ này, họ sẽ được an ổn, được sức lực, được an lạc, thân tâm không phiền nhiệt, trọn đời tu hành phạm hạnh.

Bốn chánh cần

"A-nan, trước kia Ta đã nói cho ông nghe về bốn chánh đoạn,²¹³ tỳ-kheo đối với pháp ác bất thiện đã sanh, vì để đoạn trừ chúng nên khởi ước muốn, nỗ lực hành, tinh cần, dốc hết tâm, đoạn trừ.²¹⁴ Đối với các pháp ác bất thiện chưa sanh, vì để chúng không phát sanh nên khởi ước muốn, nỗ lực hành, tinh cần, dốc hết tâm, đoạn trừ. Đối với các pháp thiện chưa sanh, vì để cho phát sanh nên khởi ước muốn, nỗ lực hành, tinh cần, dốc hết tâm, để cho phát sinh. Đối với các pháp thiện đã sanh, vì để chúng kiên trụ, không bị quên lãng, không bị thoái hóa, được bồi bổ tăng tiến, được phát triển rộng rãi, được viên mãn cụ túc, nên khởi ước muốn, nỗ lực hành, tinh cần, dốc hết tâm, để chúng kiên trụ. A-nan, bốn chánh đoạn này, ông hãy nói để dạy cho các tỳ-kheo niên thiếu. Nếu ông nói và dạy cho các tỳ-kheo niên thiếu về bốn chánh đoạn này, họ sẽ được an ổn, được sức lực, được an lạc, thân tâm không phiền nhiệt, trọn đời tu hành phạm hạnh.

Bốn như ý túc

"A-nan, trước kia Ta đã nói cho ông nghe về bốn như ý túc,[215] tỳ-kheo thành tựu dục định, thiêu đốt các hành,[216] tu tập như ý túc,[217] y vô dục, y viễn ly, y diệt, nguyện đến phi phẩm.[218] Tinh tấn định, tâm định cũng như vậy. Thành tựu tư duy định,[219] thiêu đốt các hành, tu tập như ý túc, nương vào vô dục, nương vào viễn ly, nương vào diệt, nguyện đến phi phẩm. Này A-nan, bốn như ý túc này, ông hãy nói để dạy cho các tỳ-kheo niên thiếu. Nếu ông nói và dạy cho các tỳ-kheo niên thiếu về bốn như ý túc này, họ sẽ được an ổn, được sức lực, được an lạc, thân tâm không phiền nhiệt, trọn đời tu hành phạm hạnh.

Bốn thiền

"A-nan, trước kia Ta đã nói cho ông nghe về bốn thiền, tỳ-kheo ly dục, ly ác bất thiện cho đến được bốn Thiền, thành tựu an trú. Này A-nan, [**563b**] bốn thiền này, ông hãy nói để dạy cho các tỳ-kheo niên thiếu. Nếu ông nói và dạy cho các tỳ-kheo niên thiếu về bốn thiền này, họ sẽ được an ổn, được sức lực, được hoan lạc, thân tâm không phiền nhiệt, trọn đời tu hành phạm hạnh.

Thánh đế

"A-nan, trước kia Ta đã nói cho ông nghe về bốn Thánh đế: Khổ thánh đế, Tập, Diệt và Đạo thánh đế. A-nan, bốn Thánh đế này, ông hãy nói để dạy cho các tỳ-kheo niên thiếu. Nếu ông nói và dạy cho các tỳ-kheo niên thiếu về bốn Thánh đế này, họ sẽ được an ổn, được sức lực, được an lạc, thân tâm không phiền nhiệt, trọn đời tu hành phạm hạnh.

Bốn tưởng

"A-nan, trước kia Ta đã nói cho ông nghe về bốn tưởng, tỳ-kheo có tiểu tưởng, có đại tưởng, có vô lượng tưởng, có vô sở hữu tưởng.[220] A-nan, bốn tưởng này, ông hãy nói để dạy cho các tỳ-kheo niên thiếu. Nếu ông nói và dạy cho các tỳ-kheo niên thiếu về bốn tưởng này, họ sẽ được an ổn, được sức lực, được an lạc, thân tâm không phiền nhiệt, trọn đời tu hành phạm hạnh.

Bốn vô lượng

"A-nan, trước kia Ta đã nói cho ông nghe về bốn vô lượng, tỳ-kheo tâm đi đôi với từ biến mãn một phương, thành tựu an trụ. Cứ như thế, với phương thứ hai, ba, bốn, tứ duy, trên dưới biến khắp tất cả, tâm đi đôi với từ, không kết, không oán, không sân nhuế, không tranh, vô cùng rộng lớn, vô lượng, khéo tu tập, biến mãn tất cả thế gian, thành tựu an trụ. Bi và hỷ cũng vậy. Tâm đi đôi với xả, không kết, không oán, không sân nhuế, không tranh, vô cùng rộng lớn, vô lượng, khéo tu tập, biến mãn tất cả thế gian, thành tựu an trụ. A-nan, bốn Vô lượng này, ông hãy nói để dạy cho các tỳ-kheo niên thiếu. Nếu ông nói và dạy cho các tỳ-kheo niên thiếu về bốn vô lượng này, họ sẽ được an ổn, được sức lực, được an lạc, thân tâm không phiền nhiệt, trọn đời tu hành phạm hạnh.

Bốn vô sắc

"A-nan, trước kia Ta đã nói cho ông nghe về bốn vô sắc, tỳ-kheo đoạn trừ tất cả sắc tưởng, cho đến chứng đắc Phi tưởng phi phi tưởng xứ, thành tựu an trụ. A-nan, bốn vô sắc này, ông hãy nói để dạy cho các tỳ-kheo niên thiếu. Nếu ông nói và dạy cho các tỳ-kheo niên thiếu về bốn vô sắc này, họ sẽ được an ổn, được sức lực, được an lạc, thân tâm không phiền nhiệt, trọn đời tu hành phạm hạnh.

Bốn Thánh chủng

"A-nan, trước kia Ta đã nói cho ông nghe về bốn Thánh chủng. Tỳ-kheo, tỳ-kheo-ni nhận được cái y thô xấu mà biết hài lòng, tri túc, không phải vì y áo mà mong thỏa mãn ý mình. Nếu [563c] chưa được y thì không u uất, không khóc than, không đấm ngực, không si dại. Nếu đã được y áo thì không nhiễm, không trước, không ham muốn, không tham lam, không cất giấu, không tích trữ. Khi dùng y thì thấy rõ tai hoạn và biết sự xuất ly. Được sự lợi như vậy vẫn không giải đãi mà có chánh trí. Đó là tỳ-kheo, tỳ-kheo-ni chân chánh an trụ nơi Thánh chúng cựu truyền.²²¹ Về ẩm thực và trụ xứ cũng như vậy. Mong muốn đoạn trừ, vui thích đoạn trừ, mong muốn tu, vui thích tu. Vị ấy nhân muốn đoạn trừ, vui thích đoạn trừ, muốn tu, vui thích tu nên không quý mình, không khinh người. Sự lợi như vậy, không giải đãi nhưng chánh trí. Đó gọi là tỳ-kheo, tỳ-kheo-ni chân chính an trụ nơi Thánh chúng cựu truyền.

"A-nan, bốn Thánh chủng này, ông hãy nói để dạy cho các tỳ-kheo niên thiếu. Nếu ông nói và dạy cho các tỳ-kheo niên thiếu về bốn Thánh chủng này, họ sẽ được an ổn, được sức lực, được an lạc, thân tâm không phiền nhiệt, trọn đời tu hành phạm hạnh.

Sa-môn quả

"A-nan, trước kia Ta đã nói cho ông nghe về bốn quả sa-môn: Tu-đà-hoàn, Tư-đà-hàm, A-na-hàm, tối thượng A-la-hán quả. A-nan, bốn quả sa-môn này, ông hãy nói để dạy cho các tỳ-kheo niên thiếu. Nếu ông nói và dạy cho các tỳ-kheo niên thiếu về bốn quả sa-môn này, họ sẽ được an ổn, được sức lực, được an lạc, thân tâm không phiền nhiệt, trọn đời tu hành phạm hạnh.

Thành thục tưởng

"A-nan, trước kia Ta đã nói cho ông nghe về năm thành thục Giải thoát tưởng:²²² tưởng về vô thường, tưởng vì vô thường cho nên khổ, tưởng khổ cho nên vô ngã, tưởng bất tịnh ố lộ,²²³ tưởng hết thảy thế gian không có gì đáng ái lạc.²²⁴ A-nan, năm thục Giải thoát này, ông hãy nói để dạy cho các tỳ-kheo niên thiếu. Nếu ông nói và dạy cho các tỳ-kheo niên thiếu về năm thục Giải thoát tưởng này, họ sẽ được an ổn, được sức lực, được an lạc, thân tâm không phiền nhiệt, trọn đời tu hành phạm hạnh.

Giải thoát xứ

"A-nan, trước kia Ta đã nói cho ông nghe về năm Giải thoát xứ. Nếu tỳ-kheo, tỳ-kheo-ni chưa giải thoát thì nhờ ở đây mà tâm được giải thoát.²²⁵ Nếu chưa tận trừ các lậu thì sẽ được tận trừ hoàn toàn. Nếu chưa chứng đắc vô thượng Niết-bàn thì sẽ chứng đắc vô thượng Niết-bàn. Thế nào là năm?

1. "A-nan, Thế Tôn thuyết pháp cho tỳ-kheo, tỳ-kheo-ni nghe, các đồng phạm hạnh có trí cũng thuyết pháp cho tỳ-kheo, tỳ-kheo-ni nghe. A-nan, nếu Thế Tôn thuyết pháp cho tỳ-kheo, tỳ-kheo-ni nghe, các đồng phạm hạnh có trí cũng thuyết pháp cho tỳ-kheo, tỳ-kheo-ni nghe; họ nghe pháp rồi thấu hiểu pháp, thấu hiểu nghĩa, và do sự thấu hiểu pháp, thấu hiểu nghĩa đó nên được hân hoan,²²⁶ nhân [**654a**] hân hoan mà được hỷ.²²⁷ Nhân hỷ mà được thân khinh an.²²⁸ Do thân khinh an nên được cảm thọ lạc. Do cảm thọ lạc nên được tâm định.²²⁹ A-nan, tỳ-kheo, tỳ-kheo-ni nhân tâm định nên được thấy như thật, biết như thật. Do thấy như thật, biết như thật nên phát sanh sự nhàm tởm. Do nhàm tởm nên được vô dục. Do vô dục nên được giải thoát. Do giải thoát mà biết là mình giải thoát, biết một cách như thật rằng: 'Sự sanh đã dứt, phạm hạnh đã thành, điều cần làm đã làm xong, không còn tái sanh nữa.' A-nan, đó là Giải thoát xứ thứ nhất. Nhân đó mà nếu tỳ-kheo, tỳ-kheo-ni chưa được giải thoát, chưa tận trừ các lậu thì được tận trừ hoàn toàn, chưa chứng đắc vô thượng Niết-bàn thì chứng đắc vô thượng Niết-bàn.

2. "Lại nữa, này A-nan, nếu trong trường hợp Thế Tôn không có thuyết pháp cho tỳ-kheo, tỳ-kheo-ni nghe, các đồng phạm hạnh có trí cũng không thuyết pháp cho tỳ-kheo, tỳ-kheo-ni nghe, nhưng họ theo những điều đã nghe, đã tụng tập và đọc tụng rộng rãi.

3. "Nếu không đọc tụng rộng rãi những điều đã nghe, đã tụng đọc nhưng họ chỉ tùy theo điều đã nghe, đã tụng tập, nói lại rộng rãi cho người khác nghe.

4. "Nếu không nói rộng rãi cho người khác nghe những điều đã nghe, đã tụng tập, nhưng họ chỉ tùy theo điều đã nghe, đã tụng tập mà tư duy, phân biệt.

5. "Nếu không tư duy phân biệt những điều đã nghe, đã tụng tập, nhưng họ chỉ thọ trì các tướng tam-muội. A-nan, nếu tỳ-kheo, tỳ-kheo-ni khéo thọ trì các tướng tam muội thì thấu hiểu pháp, thấu hiểu nghĩa. Do thấu hiểu pháp, thấu hiểu nghĩa nên được hân hoan. Do hân hoan nên có hỷ. Do hỷ nên được thân khinh an. Do thân khinh an nên được cảm thọ lạc. Do cảm thọ lạc nên được tâm định. A-nan, tỳ-kheo, tỳ-kheo-ni nhân tâm định nên được thấy như thật, biết như thật. Do thấy như thật, biết như thật nên phát sanh nhàm tởm. Do nhàm tởm nên được vô dục. Do vô dục nên được giải thoát. Do giải thoát mà biết là mình đã giải thoát, biết một cách như thật rằng: 'Sự sanh đã dứt, phạm hạnh đã thành, điều đáng làm đã làm xong, không còn tái sanh nữa.' Này A-nan, đó là Giải thoát xứ thứ năm, nhân đó mà nếu tỳ-kheo, tỳ-kheo-ni chưa được giải thoát thì được tâm giải thoát, chưa dứt sạch các lậu thì được dứt sạch trọn vẹn, chưa chứng đắc vô thượng Niết-bàn thì chứng đắc vô thượng Niết-bàn.

"A-nan, năm Giải thoát xứ này ông hãy nói để dạy cho các tỳ-kheo niên thiếu. Nếu [**564b**] ông nói và dạy cho các tỳ-kheo niên thiếu về năm Giải thoát xứ này, họ sẽ được an ổn, được sức lực, được an lạc, thân tâm không phiền nhiệt, trọn đời tu hành phạm hạnh.

Năm căn

"A-nan, trước kia Ta đã nói cho ông nghe về năm Căn: tín, tinh tấn, niệm, định và tuệ căn. A-nan, năm Căn này, ông hãy nói để dạy cho các tỳ-kheo niên thiếu. Nếu ông nói và dạy cho các tỳ-kheo niên thiếu về năm Căn này, họ sẽ được an ổn, được sức lực, được an lạc, thân tâm không phiền nhiệt, trọn đời tu hành phạm hạnh.

Năm lực

"A-nan, trước kia Ta đã nói cho ông nghe về năm Lực: tín, tinh tấn, niệm, định, tuệ lực. A-nan, năm Lực này, ông hãy nói để dạy cho các tỳ-kheo niên thiếu. Nếu ông nói và dạy cho các tỳ-kheo niên thiếu về năm Lực này, họ sẽ được an ổn, được sức lực, được an lạc, thân tâm không phiền nhiệt, trọn đời tu hành phạm hạnh.

Năm xuất ly giới

"A-nan, trước kia Ta đã nói cho ông nghe về năm Xuất ly giới.²³⁰ Những gì là năm?

1 "A-nan, Đa văn Thánh đệ tử quán sát dục một cách cực kỳ mãnh liệt. Vị ấy do cực kỳ mãnh liệt quán sát dục nên tâm không hướng theo dục, không vui say dục, không thân cận với dục, không quyết tâm²³¹ nơi dục. Khi tâm dục vừa sanh, tức thì bị cháy tiêu, khô héo, co rút lại, bị cuốn tròn lại chứ không được mở rộng ra, bị vứt bỏ đi; không trụ nơi dục, chán ghét, nhàm tởm.

"A-nan, giống như lông và gân của con gà bị đem quăng vào trong lửa, tức khắc cháy tiêu, khô héo, co rút lại, bị cuốn tròn lại chứ không được mở rộng ra.

"A-nan, Đa văn Thánh đệ tử cũng vậy, cực kỳ mãnh liệt quán sát dục. Vị ấy do cực kỳ mãnh liệt quán sát dục nên tâm không hướng theo dục, không vui say trong dục, không thân cận với dục, không quyết tâm nơi dục. Khi tâm dục vừa sanh, tức thì bị cháy tiêu, khô héo, co rút lại, bị cuốn tròn lại chứ không được mở rộng ra. Vị ấy vứt bỏ, không trụ nơi dục, chán ghét, nhàm tởm, chế ngự dục. Vị ấy quán sát vô dục, tâm hướng về vô dục, vui say vô dục, thân cận vô dục, quyết tâm nơi vô dục, tâm không bị chướng ngại, không ô trược, tâm được an lạc, rất an lạc, viễn ly tất cả dục, viễn ly các lậu và các thứ phiền nhọc, ưu sầu do dục mà có, giải chúng, thoát chúng và lại giải thoát khỏi chúng. Vị ấy không còn nhận lãnh các cảm thọ ấy nữa, tức các cảm thọ sanh ra bởi dục. Như vậy, đó là sự xuất ly khỏi dục. A-nan, đó là Xuất ly giới thứ nhất.

2. "A-nan, Đa văn Thánh đệ tử quán sát sân nhuế cực kỳ mãnh liệt. Vị ấy do cực kỳ mãnh liệt quán sát sân nhuế nên tâm không hướng theo sân nhuế, không vui say trong sân nhuế, không thân cận với sân nhuế, không quyết tâm nơi sân nhuế. Khi tâm sân nhuế vừa sanh, tức khắc bị cháy tiêu, bị khô héo, co rút lại, [564c] bị cuốn tròn lại chứ không được nở rộng ra, bị vứt bỏ đi. Vị ấy không trụ nơi sân nhuế, chán ghét, nhàm tởm, chế ngự sân nhuế.

"A-nan, giống như lông và gân của con gà bị đem quăng vào trong lửa, tức khắc bị cháy tiêu, bị khô rút lại, bị cuốn tròn lại chứ không được nở rộng ra.

"A-nan, Đa văn Thánh đệ tử cũng vậy, cực kỳ mãnh liệt quán sát sân nhuế. Vị ấy do cực kỳ mãnh liệt quán sát sân nhuế nên tâm không hướng theo nhuế, không vui say nhuế, không quyết định nơi nhuế. Tâm nhuế vừa sanh, tức khắc bị cháy tiêu, bị khô rút, bị cuốn tròn chứ không nở rộng ra được, bị vứt bỏ đi, vị ấy không an trụ nơi nhuế, chán ghét, nhàm tởm, chế ngự nhuế. Vị ấy quán sát vô nhuế, tâm hướng về vô nhuế, vui say vô nhuế, thân cận vô nhuế, quyết định nơi vô nhuế, tâm không bị chướng ngại, không ô trược, tâm được an lạc, rất an lạc, viễn ly sân nhuế, viễn ly các lậu và các thứ phiền nhọc, ưu sầu do nhuế mà có, thoát chúng, giải chúng và lại giải thoát khỏi chúng. Vị ấy không còn nhận lãnh cảm thọ này nữa, tức cảm thọ sanh ra bởi nhuế. Như vậy, đó là sự xuất ly khỏi nhuế. A-nan, đó là Xuất ly giới thứ hai.

3. "Lại nữa, A-nan, Đa văn Thánh đệ tử quán sát một cách cực kỳ mãnh liệt não hại. Vị ấy do cực kỳ mãnh liệt quán sát hại nên tâm không hướng theo hại, không vui say hại, không thân cận với hại, không quyết định nơi hại. Khi tâm hại vừa sanh, tức khắc bị cháy tiêu, bị khô héo, co rút lại, bị cuốn tròn lại chứ không được nở rộng ra, bị vứt bỏ đi. Vị ấy không trụ nơi hại, chán ghét, nhàm tởm, chế ngự não hại.

"A-nan, giống như lông và gân của con gà bị đem quăng vào trong lửa, tức khắc bị cháy tiêu, bị khô, bị cuốn tròn lại chứ không được nở rộng ra.

"A-nan, Đa văn Thánh đệ tử cũng vậy, cực kỳ mãnh liệt quán sát não hại. Vị ấy do cực kỳ quán sát não hại nên tâm không hướng theo hại, không vui say hại, không thân cận với hại, không quyết định nơi hại. Tâm hại vừa sanh, tức khắc bị cháy tiêu, bị khô rút, bị cuốn tròn chứ không nở rộng ra được, bị vứt bỏ đi. Vị ấy không an trụ nơi hại, chán ghét, nhàm tởm, chế ngự hại. Vị ấy quán sát vô hại, tâm hướng về vô hại, vui say vô hại, thân cận vô hại, quyết định nơi vô hại, tâm không bị chướng ngại, không ô trược, tâm được an lạc, rất an lạc, viễn ly dục hại, viễn ly các lậu và các thứ phiền nhọc, ưu sầu do hại mà có, thoát chúng, giải chúng và lại giải thoát khỏi chúng. Vị ấy không còn nhận lãnh cảm thọ này nữa, tức cảm thọ sanh ra bởi hại. Như vậy, đó là sự xuất ly khỏi hại. A-nan, đó là Xuất ly giới thứ ba.

4. "Lại nữa, A-nan, Đa văn Thánh đệ tử quán sát sắc cực kỳ mãnh liệt. Vị ấy do cực kỳ mãnh liệt quán sát sắc nên tâm không hướng theo sắc, không vui say trong sắc, không thân cận với sắc, không quyết định nơi sắc. Khi tâm sắc vừa sanh, tức thì bị cháy tiêu, bị khô héo, co rút lại, bị cuốn tròn lại chứ [565a] không được nở rộng ra, bị vứt bỏ đi. Vị ấy không trụ nơi sắc, chán ghét, nhàm tởm, chế ngự sắc.

"A-nan, giống như lông và gân của con gà bị đem quăng vào trong lửa, tức khắc bị cháy tiêu, bị khô, bị cuốn tròn lại chứ không được nở rộng ra.

"A-nan, Đa văn Thánh đệ tử cũng vậy, cực kỳ mãnh liệt quán sát sắc. Vị ấy do cực kỳ quán sát sắc nên tâm không hướng theo sắc, không vui say sắc, không thân cận với sắc, không quyết định nơi sắc. Tâm sắc vừa sanh, tức khắc bị cháy tiêu, bị khô rút, bị cuốn tròn chứ không nở rộng ra được, bị vứt bỏ đi. Vị ấy không an trụ nơi sắc, chán ghét, nhàm tởm, chế ngự sắc. Vị ấy quán sát vô sắc, tâm hướng về vô sắc, vui say vô sắc, thân cận vô sắc, quyết định nơi vô sắc, tâm không bị chướng ngại, không ô trược, tâm được an lạc, rất an lạc, viễn ly dục sắc, viễn ly các lậu và các thứ phiền nhọc, ưu sầu do sắc mà có, thoát chúng, giải chúng và lại giải thoát khỏi chúng. Vị ấy không còn nhận lãnh cảm thọ này nữa, tức cảm thọ sanh ra bởi sắc. Như vậy, đó là sự xuất ly khỏi sắc. A-nan, đó là Xuất ly giới thứ tư.

5. "Lại nữa, A-nan, Đa văn Thánh đệ tử hết sức thận trọng khéo léo, quán sát hữu thân[232] một cách cực kỳ mãnh liệt. Vị ấy do cực kỳ mãnh liệt quán sát hữu thân nên tâm không hướng theo hữu thân, không vui say trong hữu thân, không thân cận với hữu thân, không quyết định nơi hữu thân. Khi hữu thân vừa sanh, tức khắc bị cháy tiêu, bị khô héo, co rút lại, bị cuốn tròn lại chứ không được nở rộng ra, bị vứt bỏ đi. Vị ấy không trụ nơi thân, chán ghét, nhàm tởm, chế ngự hữu thân.

"A-nan, giống như lông và gân của con gà bị đem quăng vào trong lửa, tức khắc bị cháy tiêu, bị khô, bị cuốn tròn lại chứ không được nở rộng ra.

"A-nan, Đa văn Thánh đệ tử cũng vậy, cực kỳ mãnh liệt quán sát hữu thân. Vị ấy do cực kỳ mãnh liệt quán sát hữu thân nên tâm không hướng theo thân, không vui say thân, không quyết định nơi thân. Hữu thân vừa sanh, tức khắc bị cháy tiêu, bị khô rút, bị cuốn tròn chứ không nở rộng ra được, bị vứt bỏ đi. Vị ấy không an trụ nơi thân, chán ghét, nhàm tởm, chế ngự thân. Vị ấy quán sát vô thân, tâm hướng về vô thân, vui say vô thân, thân cận vô thân, quyết định vô thân, tâm không bị chướng ngại, không ô trược, tâm được an lạc, rất an lạc; viễn ly dục thân, viễn ly các lậu và các thứ phiền nhọc, ưu sầu do thân mà có, thoát chúng, giải chúng và lại giải thoát khỏi chúng. Vị ấy không còn nhận lãnh cảm thọ này nữa, tức cảm thọ sanh ra bởi thân. Như vậy, đó là sự Xuất ly khỏi thân. A-nan, đó là Xuất ly giới thứ năm.

"A-nan, năm Xuất ly giới này, ông hãy nói để dạy cho các tỳ-kheo niên thiếu. [565b] Nếu ông nói và dạy cho các tỳ-kheo niên thiếu về năm Xuất ly giới này, họ sẽ được an ổn, được sức lực, được an lạc, thân tâm không phiền nhiệt, trọn đời tu hành phạm hạnh.

Thánh tài

"A-nan, trước kia Ta đã nói cho ông nghe về bảy tài sản: tín, giới, tàm, quý, văn, thí và tuệ tài. A-nan, bảy tài sản này, ông hãy nói để dạy cho các tỳ-kheo niên thiếu. Nếu ông nói và dạy bảy tài sản này cho các tỳ-kheo niên thiếu, họ sẽ được an ổn, được sức lực, được an lạc, thân tâm không phiền nhiệt, trọn đời tu phạm hạnh.

Bảy lực

"A-nan, trước kia Ta đã nói cho ông nghe về bảy Lực: tín, tinh tấn, tàm, quý, niệm, định, tuệ lực. A-nan, bảy Lực này, ông hãy nói để dạy cho các tỳ-kheo niên thiếu. Nếu ông nói và dạy bảy Lực này cho các tỳ-kheo niên thiếu, họ sẽ được an ổn, được sức lực, được an lạc, thân tâm không phiền nhiệt, trọn đời tu hành phạm hạnh.

Giác chi

"A-nan, trước kia Ta đã nói cho ông nghe về bảy Giác chi: niệm, trạch pháp, tinh tấn, hỷ, khinh an,[233] định, xả giác chi. A-nan, bảy Giác chi này, ông hãy nói để dạy cho các tỳ-kheo niên thiếu. Nếu ông nói và dạy bảy Giác chi này cho các tỳ-kheo niên thiếu, họ sẽ được an ổn, được sức lực, được an lạc, thân tâm không phiền nhiệt, trọn đời tu hành phạm hạnh.

Thánh đạo

"A-nan, trước kia Ta đã nói cho ông nghe về Thánh đạo tám chi: chánh kiến, chánh tư duy,²³⁴ chánh ngữ, chánh nghiệp, chánh mạng, chánh tinh tấn,²³⁵ chánh niệm, chánh định. Đó là tám. A-nan, Thánh đạo tám chi này, ông hãy nói để dạy cho các tỳ-kheo niên thiếu. Nếu ông nói và dạy tám chi Thánh đạo này cho các tỳ-kheo niên thiếu, họ sẽ được an ổn, được sức lực, được an lạc, thân tâm không phiền nhiệt, trọn đời tu hành phạm hạnh."

Lúc ấy, Tôn giả A-nan chắp tay hướng về Phật, bạch rằng:

"Bạch Thế Tôn, thật là kỳ diệu, thật là hy hữu! Đức Thế Tôn đã nói về Xứ và dạy về Xứ cho các tỳ-kheo niên thiếu."

II. ĐẢNH PHÁP

Đức Thế Tôn bảo:

"Này A-nan, thật vậy, thật vậy! Thật là kỳ diệu, thật là hy hữu, Ta nói về Xứ và dạy về Xứ cho các tỳ-kheo niên thiếu. Này A-nan, nếu ông lại hỏi về đảnh pháp và đảnh pháp thối²³⁶ từ nơi Như Lai thì ông hết sức tin tưởng, hoan hỷ đối với Như Lai."

Bấy giờ Tôn giả A-nan chắp tay hướng về Phật, bạch rằng:

"Bạch Thế Tôn, nay thật đúng thời. Bạch Thiện Thệ, nay thật đúng thời. Nếu Thế Tôn nói và dạy về Đảnh pháp và Đảnh pháp thối cho các tỳ-kheo niên thiếu thì con và các tỳ-kheo niên thiếu từ Đức Thế Tôn nghe xong sẽ khéo léo thọ trì."

[565c] Đức Thế Tôn bảo:

"Này A-nan, các ông hãy lắng nghe! Hãy suy ngẫm kỹ! Ta sẽ nói về Đảnh pháp và Đảnh pháp thối cho ông và các tỳ-kheo niên thiếu nghe."

Tôn giả A-nan và các tỳ-kheo niên thiếu thọ trì, lắng nghe.

Đức Thế Tôn bảo rằng:²³⁷

1. "A-nan, Đa văn Thánh đệ tử chân thật, nhân nơi tâm lý luận,²³⁸ tư lương, khéo quán sát, phân biệt về vô thường, khổ, không, phi ngã. Vị ấy khi lý luận như vậy, tư lương như vậy, khéo quán sát, phân biệt như vậy, liền phát sanh nhẫn, phát sanh lạc, phát sanh dục, tức mong cầu nghe, mong cầu niệm, mong cầu quán.[239] Này A-nan, ấy gọi là Đảnh pháp.

"A-nan, nếu được Đảnh pháp này nhưng lại mất đi, suy thoái, không tu thủ hộ, không tập tinh tấn, này A-nan, ấy gọi là Đảnh pháp thối.[240] Cũng vậy, đối với thức nội xứ, thức ngoại xứ, xúc, thọ, tưởng, tư, ái, giới, nhân duyên khởi và pháp do nhân duyên khởi[241] cũng như vậy.

2. "A-nan, Đa văn Thánh đệ tử đối với nhân duyên khởi và pháp do nhân duyên khởi này mà lý luận, tư lương, khéo quán sát, phân biệt về vô thường, khổ, không, phi ngã, vị ấy khi lý luận như vậy, tư lương như vậy, khéo quán sát, phân biệt như vậy nên phát sanh nhẫn, phát sanh lạc, phát sanh dục, tức mong cầu nghe, mong cầu niệm, mong cầu quán. A-nan, đó gọi là Đảnh pháp.

"A-nan, nếu được Đảnh pháp này nhưng lại mất đi, suy thoái, không tu thủ hộ, không tập tinh tấn, này A-nan, ấy gọi là Đảnh pháp thoái. A-nan, Đảnh pháp và Đảnh pháp thoái này, ông hãy nói để dạy cho các tỳ-kheo niên thiếu. Nếu ông nói và dạy Đảnh pháp và Đảnh pháp thoái này cho các tỳ-kheo niên thiếu, họ sẽ được an ổn, được sức lực, được an lạc, thân tâm không phiền nhiệt, trọn đời tu phạm hạnh.

"A-nan, Ta đã nói về xứ, dạy về xứ, về đảnh pháp, đảnh pháp thoái cho các ông nghe. Như vị Tôn sư vì đệ tử nên khởi lòng đại từ ái, lân niệm, mẫn thương mà mong cầu sự thiện lợi và hữu ích, mong cầu an ổn, khoái lạc. Ta đã thực hiện như vậy, các ông cũng nên tự chính mình thực hiện. Hãy đến nơi rừng vắng, nơi núi rừng, dưới gốc cây, chỗ an tĩnh không nhàn, tĩnh tọa tư duy, không được phóng dật, siêng năng tinh tấn, đừng để ân hận về sau. Đây là lời giáo sắc của Ta, là lời huấn thị của Ta."

Phật thuyết như vậy. Tôn giả A-nan và các tỳ-kheo niên thiếu nghe lời Phật thuyết, hoan hỷ phụng hành.

> *Uẩn, nội, ngoại, thức, xúc,*
> *Thọ, tưởng, tư, ái, giới;*
> *Nhân duyên, niệm, chánh đoạn,*
> *Như ý, thiền, đế tưởng,*

Vô lượng, vô sắc chủng,
Sa-môn quả, giải thoát,
Xứ, căn, lực, xuất ly,
Tài, lực, giác, đạo, danh.[242] ❀

Chú thích

1 Câu-xá-di 拘舍彌. No.1428: Câu-diệm-di, Pāli: *Kosambī*, một trong 16 nước lớn thời Phật, thủ phủ là *Vaṃsā*, ở phía Bắc *Kosala*.

2 Cù-sư-la viên 瞿師羅園. Pāli: *Ghositārāma*, một tịnh xá được dựng do *Ghosita*.

3 Một cuộc tranh chấp lịch sử xảy ra tại đây, được ghi lại trong hầu hết Luật tạng. *Tứ phần 43* (tr. 879b24): Kiền-độ 9 Câu-thiểm-di; *Thập tụng 30* (tr. 214a21): Câu-xá-di pháp. Pāli, *Mahāvagga x*: *Kosambakakkhandho*, Vin.i. 336ff.

4 Tránh 諍, cãi lộn, tranh chấp. Pāli: *Dham. vera*, oán hận, thù nghịch.

5 Xem *Pháp cú* (Dhm.5). Bản Pāli đối chiếu không ghi bài kệ này và câu chuyện tiền thân dưới đây cũng không.

6 Câu-sa-la Quốc vương Trường Thọ 拘娑羅國王長壽. Chuyện tiền thân này cũng được tìm thấy trong bản *Trường Thọ Vương kinh* (No.161, tr. 386 - 388). Cf. *Tứ phần 43* (tr. 880b18); Pāli (Vin.i. tr. 342): *Dīghīti*.

7 Gia-xá Quốc vương Phạm-ma-đạt-đa 加赦國王梵摩達哆. Pāli: *Kāsī*, *Brahmadatta*.

8 Pāli: *purohiro brāhmaṇṇo*, Bà-la-môn tư tế của Vua. Ông trước đó là bạn của Vua *Dīghīti* nước *Kosala*.

9 No.125 (24.8) nói, bà đang có thai. Pāli cũng nói vậy (*gabbhinī ahosi*).

10 Lỗ bạc 鹵簿; loại thuẫn lớn khi vua xuất trận.

11 No.125 (24.8): bà có thai và chiêm bao thấy như vậy. Trong vòng bảy ngày sẽ sanh, nếu không thấy đúng như chiêm bao nhất định phải chết.

12 Trường Sanh Đồng tử 長生童子. Pāli: *Dīghāyu*, hay là *Dīghāvu*.

13 No.125 (24.8): "Thế Tôn tuy có nói như vậy nhưng thực tế lại không thể như vậy. Rồi Thế Tôn bỏ đi sang Bạt-kỳ". *Tứ phần* ibid (tr. 882b12), một tỳ-kheo bạch Phật: "Mong Thế Tôn ở yên. Đấu tránh sự này, các tỳ-kheo tự biết." Thế Tôn can gián ba lần, nhưng không được, liền nói bài kệ, rồi bỏ đi.

14 Xem *Pháp cú* 3&4.

15 *Pháp cú* 5.

[16] So sánh *Pháp cú* 6.

[17] Xem *Pháp cú* 328.

[18] *Pháp cú* 329.

[19] *Pháp cú* 330.

[20] *Pháp cú* 330.

[21] Bà-la-lâu-la thôn 婆羅樓羅村. Pāli: *Bālakaloṇakāragama*.

[22] Bà-cửu Thích-gia tử 婆咎釋家子. Pāli: *Bhagu*, dòng họ Thích, xuất gia một lần với các ngài *Anurudha* và *Kimbila*. Một hôm vừa bước khỏi giường, ngài cảm thấy hụt chân, cố gượng và do đó chợt chứng quả A-la-hán.

[23] Rừng Hộ Tự 護寺林. Pāli: *Rakkhitavanasaṇḍa*. Sớ giải *Dhammapada*: từ *Ghositārāma*, Phật đi thẳng vào *Parrileyya*.

[24] Hiền-sa-la 賢娑羅. Pāli: *bhaddasāla*.

[25] Ban-na-mạn-xà-tự lâm 般那蔓闍寺林. Pāli: *Pācīnavaṃsadāya*.

[26] Xem kinh số 185.

[27] Nguyên văn Hán: phả đắc nhân thượng chi pháp nhi hữu sai giáng an lạc trụ chỉ da 頗得人上之法而有差降安樂住止耶. Pāli: *alamariyañāṇadassanaviseso adhigato phāsuvihāro ti*, chứng đắc tri kiến tối thắng của bậc Thánh và sống an lạc thoải mái.

[28] Tham chiếu nghĩa Pāli: *obhāsañ ceva saṃjānāma dassanañ ca rūpānaṃ*, chúng con cảm nhận ánh sáng và sự hiện diện của các sắc. Sắc xuất hiện trong định, thuộc pháp xứ (*dhammāyatana*, tức đối tượng của ý thức chứ không phải của nhãn thức). Cf. *Đại thừa a-tì-đạt-ma tạp tập 1* (No 1606, tr. 696b20b), đây là cảnh giới sở hành của các Giải thoát, Thắng xứ, Tĩnh lự. Không thấy các bộ phái luận chi tiết loại sắc mà Đại thừa gọi là định quả sắc này. Sớ giải Pāli (MA iv. tr. 207) nói đây là ánh sáng của biến tác định (*parikammobhāsaṃ*) tức ánh sáng xuất hiện trong giai đoạn chuẩn bị định (*parikammasamādhinibattaṃ obhāsaṃ*)... Sớ thích nói, khi muốn thấy sắc hành (*rūpagatam*) bằng thiên nhãn, bấy giờ biến nhập và an trú biến xứ định (bằng đệ tứ thiền) về ánh sáng (*obhāsakasiṇaṃ pharitvā ṭhito*).

[29] Pl.: *ko nu kho hetu ko paccayo*, do nhân gì, duyên gì?

[30] Pāli không đề cập yếu tố nhân diệt: *samādhimhi cute obhāso anataradhāyati*, định diệt, đồng thời ánh sáng biến mất.

[31] Sớ giải Pāli: ánh sáng biến tác định biến mất, bằng thiên nhãn cũng không thấy sắc (*parikammobhāsopi antaradhāyi dibbacakkhunāpi rūpaṃ na passi*).

[32] Để bản: vô đạo 無道. TNM: vô thị 無是.

[33] Pl.: *vicikicchā*, nghi.

[34] Vô niệm. Pl. *amanasikāro*, không tác ý.

[35] Thân bịnh tưởng 身病想. Có lẽ Pl.: *duṭṭullaṃ*, thô ác, tiếp ngay sau *uppilaṃ*, phấn chấn. Sớ giải nói, do tinh tấn kiên trì nên phát sanh phấn chấn, bấy giờ làm cho sự tinh tấn hoãn bớt, vì vậy khiến cho thân bất an, thân thô trọng, thân rã rượi (*kāyadaratho kāyaduṭṭhullaṃ kāyālasiyaṃ*).

[36] Pl.: *thinamiddha*, hôn trầm và thụy miên, tiếp theo ngay sau *amanasikāro*, không tác ý.

[37] Quá tinh cần 過精勤. Pl.: *accāraddhavīriyaṃ*, tinh cần thái quá, ngay sau *duṭṭhullaṃ*, thô ác tưởng.

[38] Pl.: *atilīnavīriyaṃ*, tinh cần quá yếu.

[39] Pl.: *chambhittaṃ*, kinh sợ, tiếp ngay sau *thinamiddhaṃ*, hôn trầm thụy miên.

[40] Hỷ duyệt 喜悅. Pl. *uppilaṃ* (= *ubbillo*), hân hoan, phấn khích.

[41] Tự cao tâm 自高心. Có lẽ Pl. *abhijappā*, dục cầu. Sớ giải, sau khi phát triển ánh sáng hướng về phía Chư Thiên, tham ái muốn thấy chúng hội Chư Thiên khởi lên; đó là *abhijappā*.

[42] Nhược can tưởng 若干想. Pl.: *nānattasaññā*, ngay sau *abhijappā*, dục cầu.

[43] Bất quán sắc 不觀色. Tương đương giai đoạn *atinijhātattaṃ*, nhưng ý nghĩa bất đồng. Pl., sau *nānattasaññā* (sai biệt tưởng) là *atinijjhāyittaṃ*, cực thiền tứ. Sớ giải nói, do tác ý về nhiều loại sắc sai biệt nên sai biệt tưởng phát sinh; bấy giờ tác ý về một loại duy nhất, do đó phát sinh sự tư duy sắc thái quá.

[44] Nguyên văn: vô giác *thiểu* quán; nhưng thông thường: vô tầm *duy* tứ, tức không giác *duy chỉ* có *quán*. Pl. *avtakkaṃ vicāramattaṃ samādhiṃ*.

[45] Pl.: *obhāsañhi kho sañjānāmi na ca rūpāni passāmi*, Ta có tưởng ánh sáng nhưng Ta không thấy sắc. Sớ giải: không thấy sắc bằng thiên nhãn.

[46] Thiểu tri quang minh 少知光明. Pl. *parittaṃ obhāsaṃ sajñānāmi*, có tưởng về ánh sáng hạn chế, tức ánh sáng trong phạm vi hạn chế (Sớ giải: *paritakaṭṭhāne obhāsaṃ*).

[47] Thiểu nhập định 少入定. Pl. *paritto samādhi*, định hạn chế, tức biến tác định (*parikammasamādhi*) có giới hạn chỉ liên hệ ánh sáng hạn chế trong giới hạn nhỏ.

[48] Quảng tri quang minh 廣知光明. Pl. *appamāṇaṃ obhāsaṃ sañjānāmi*.

⁴⁹ Tạp định, từ lúc nhập cho đến lúc xuất, lần lượt đi từ định này sang định khác. Khác với Nhất hướng định, định thuần túy, từ lúc nhập cho đến lúc xuất chỉ một loại định.

⁵⁰ Có bốn giới hạn về đối tượng của định: giới hạn nhỏ, giới hạn lớn, giới hạn vô hạn và hoàn toàn ra ngoài giới hạn. Thường nói Tứ tưởng, xem *Tập dị 6* (No.1536, Đại 26, trang 292 a).

⁵¹ Bản Hán, hết quyển 17.

⁵² Chi-đề-sấu, Thủy chử lâm 枝提瘦水渚林. Bản Pāli: *gayāyaṃ vaharati gayāsīse*, trú tại thôn *Gayā*, trong núi *Gayāsīsa*.

⁵³ Sớ giải AA iv. 143: ánh sáng của thiên nhãn trí.

⁵⁴ Bát hành 八行. Pāli: *aṭṭhaparivaṭṭaṃ adhidevañāṇadassanaṃ*, tri kiến về Chư Thiên với tám sự lưu chuyển.

⁵⁵ Pl: (…) *neva tāvāhaṃ sadevake loke… anuttaraṃ sammāsambodhiṃ abhisambuddho'ti paccaññāsiṃ*, chừng ấy Ta đã không thể tuyên bố Ta đã giác ngộ Vô thượng Chánh đẳng giác ở trong thế gian này gồm Chư Thiên….

⁵⁶ Bà-kì-sấu 婆奇瘦. Pāli: Bhaggesu, giữa những người *Bhagga*.

⁵⁷ Ngạc Sơn Bố Lâm Lộc Dã viên 鱷山怖林鹿野園.Pl.: trong núi Cá sấu (*suṃsumāragire*), rừng Khủng Bố (*bhesakāḷāvane*), chỗ nuôi hươu (*migadāye*). No.46: Phật ở tại Thệ Mục sơn 誓牧山, dưới gốc cây Cầu Sư 求師樹.

⁵⁸ Chi-đề-sấu Thủy Chử lâm 枝提瘦水渚林. Pāli:, giữa những người *Cetī*, trong rừng Đông Trúc *Pācīnavaṃsadāye*. No.125 (42.6): Tôn giả ở tại trú xứ trước đây bốn Phật đã ở. No 46: Tôn giả A-na-luật ở trong Thiền Không trạch 禪空澤 (đầm Thiền Không).

⁵⁹ Pl.: *appicchassāyaṃ dhammo*, pháp này cho người thiểu dục, ít ham muốn.

⁶⁰ Như kỳ tượng định 如其像定. Pāli: *tathārūpaṃ samādhi*.

⁶¹ Đại nhân chi niệm 大人之念. Pāli: *mahāpurisavitakka*.

⁶² Hán: đạo tùng bất hý… đắc 不戲. Pāli: *nippapañcārāmassāyaṃ dhammo*, đây là pháp của người không ưa hý luận. Sớ giải: ái, mạn, kiến (*taṇhāmānadiṭṭhi*), đồng nghĩa với *papañca*.

⁶³ Trong bản Hán: gia-lăng-già-ba-hòa-la-ba-giá-tất-đa-la-na 加陵伽波和邏波遮悉哆羅那. Pāli: *kadalimigapavara-paccattharaṇo*.

⁶⁴ Bản Hán chép nhầm vô dục, 無欲.

⁶⁵ Tì-da-li Trúc lâm 毘耶離竹林. Pāli: trong *Vajji-Veluvagāma*, một ngôi làng ở *Vesali*, xứ *Vajjī* (Bạt Kỳ); Anuruddha sẽ nhập Niết-bàn ở đó.

⁶⁶ Kiếm-ma-sắt-đàm Câu-lâu. Pāli: tại thị trấn *Kammāsadhamma* của người *Kuru*. Xem kinh số 10.

⁶⁷ Hán: Dục... hư ngụy, vọng ngôn 虛偽妄言. Pāli: *aniccā... kāmā tucchā musā mosadhammā*, dục là pháp trống rỗng, giả dối, ngu si.

⁶⁸ Thị huyễn ngôn... ngu si. Pāli: *mayākataṃ etaṃ... bālalāpanaṃ*, đó là phiếm luận của người ngu được tạo ra bằng sự hư huyễn.

⁶⁹ Dục..., và sắc.... Pāli: *kāmā..., kāmasaññā...*: dục và dục tưởng.

⁷⁰ Hán: tăng tứ 增伺. Pāli: *abhijjhā*, xan tham, tham lam; thường chỉ ham muốn, dòm ngó của người khác.

⁷¹ Đấu tranh 鬥諍. Pāli: *ārambha*, nóng tính, hay phẫn nộ, hay gây gổ.

⁷² Pl.: *āyatane cittaṃ pasīdati*. Sớ giải: tâm minh tịnh ở nơi nguyên nhân, tức ở nơi A-la-hán quả hoặc hướng đến A-la-hán; đệ tứ thiền hoặc hướng đến đệ tứ thiền.

⁷³ Nhập bất động 入不動. Pāli: *āneñjaṃ samāpajjati*, nhập định với trạng thái bất động, chỉ đệ tứ thiền.

⁷⁴ Dĩ tuệ vi giải 以慧為解. Pāli: *paññāya adhimuccati*, do tuệ mà có quyết định. Cũng có thể hiểu, do tuệ mà quyết định giải thoát.

⁷⁵ Nhân bản ý 因本意. Pāli: *saṃvattanikaṃ viññaṇaṃ*, thức đã được định hướng.

⁷⁶ Tịnh bất động đạo 淨不動道. Pāli: *āneñjasappayā paṭipadā*, sự thực hành đưa đến lợi ích của bất động.

⁷⁷ Tịnh vô sở hữu xứ đạo. Pāli: *ākiñcaññāyatanasappayā paṭipadā*, sự thực hành đưa đến lợi ích của Vô sở hữu xứ.

⁷⁸ Không ư thần không, thần sở hữu không 空於神空神所有空. Pl. *suññam idaṃ attena vā attaniyena*, cái này là trống không với ngã và ngã sở.

⁷⁹ Phi vị tha... Phi vị tự nhi hữu sở vi 非為他...非為自而有所為. Pāli: *nāhaṃ kvacani kassaci kiñcanatasmiṃ, na mama kvacani kismiñci kiñcanaṃ natthī'ti*, tôi không hiện hữu bất cứ ở đâu, cho bất cứ ai, trong bất cứ cái gì. Sở hữu của tôi không hiện hữu bất cứ ở đâu, cho bất cứ ai, trong bất cứ cái gì. Sớ giải: bốn không (*catukoṭikā suññatā kathitā*), Không có tôi (1) ở bất cứ đâu, (2) trong bất cứ cái gì (*nāham kvacani kassaci kiñcanatasmin*); không có cái của tôi (3) ở bất cứ đâu, (4) trong bất cứ cái gì (*na ca mama kvacani kismiñci kiñcanaṃ*)..

⁸⁰ Tịnh vô tưởng đạo 淨無想道. Pāli: *nevasaññānāsaññāyatanasappayā paṭipadā*, sự thực hành đưa đến lợi ích của Phi tưởng phi phi tưởng xứ.

⁸¹ Tận đắc xả 盡得捨. Pl.: *taṃ pajahāmi*, xả ly, đoạn tận.

⁸² Pl.: *so tam upekkham abhinandati*.

83 Pl.: *sa-upādāna*.

84 Hành trung hữu dư 行中有餘.

85 Pl.: *upādānaseṭṭhaṇhetaṃ yadidaṃ nevasaññānāsaññāyatanaṃ*, tối thắng trong các chấp thủ, đó là Phi tưởng phi phi tưởng xứ.

86 Vấn đáp này không có trong Pāli.

87 Nguyên Hán: tự kỷ hữu 自己有: *tự thân*, hay *hữu thân*, về sự chắc thật của năm uẩn. Pāli: *sakkāya*.

88 Nguyên Hán: cam lộ 甘露, cũng hiểu là bất tử. Pāli: *amata*.

89 Úc-già-chi-la 郁伽支羅. Pāli: *Ukkācelā*, một ngôi làng trong xứ *Vajji*, trên bờ sông *Gaṅgā*, trên con đường từ Vương Xá đến Xá-vệ. Sau khi Tôn giả Xá-lợi-phất và Mục-kiền-liên thị tịch, trong khoảng 15 ngày, Đức Phật trên đường đi về *Vesāli*, Ngài ghé lại *Ukkācelā* thuyết kinh *Ukkācelā-sutta* (S.47.14). Ngài nói: "Này các tỳ-kheo, khi Xá-lợi-phất và Mục-kiền-liên Bát-niết-bàn, Ta thấy chúng hội này giống như trống không." Bản Hán không đề cập đến sự kiện này.

90 Sa-kê-đế 娑雞帝. Pāli: *Sāketa*, một thị trấn lớn của *Kosala*, cách *Sāvatthi* chừng bảy dặm.

91 Thanh lâm 青林. Pāli, có lẽ: *Palāsavana*. Bản Pāli: trú *Kosala*, thôn *Nalapāna*, rừng *Palāsa*.

92 Xem kinh số 72 ở trước và kinh số 185 ở sau.

93 Pl.: *nādhigacchati aññaṃ vā tato santataraṃ*, không đạt được một trạng thái khác tịch tĩnh hơn.

94 Hữu sở trừ, sở dụng, sở kham, sở chỉ, sở thổ 有所除所用所堪所止所吐. Pāli: *saṅkhāyekaṃ paṭisevati saṅkhāyekaṃ adhivāsati saṅkhāyekaṃ parivajjati saṅkhāyekaṃ vinodeti*: sau khi tư duy, thọ dụng một pháp; sau khi tư duy, nhẫn thọ (chấp nhận) một pháp; sau khi tư duy, xả ly một pháp; sau khi tư duy, bài trừ một pháp.

95 Hán: sai giáng an lạc trụ chỉ.

96 Bản Hán, hết quyển 18.

97 Bản Pāli nói vị này tên là *Baka*.

98 Hán: thử xứ thị yếu 此處是要. Pāli: *idaṃ kevalam*, cái này là tuyệt đối, độc nhất, toàn nhất.

99 Hán: thử xứ bất chung pháp 此處不終法. Pāli: *idaṃ acavadhammaṃ*, cái này là pháp bất diệt.

100 Hán: xuất yếu 出要. Pāli: *nissaraṇa*, sự thoát ly, giải thoát, sự cứu rỗi.

101 Như kỳ tượng định 如其像定.

[102] Ma Ba-tuần 魔波旬. Pāli: *Māra Papiman*.

[103] Pāli: *eso hi bhikkhu brahmā mahābrahmā abhibhū anabhibhūto aññudatthudaso vasavattī issaro kattā nimmātā seṭṭho sañjitā vasī pitā bhūtabhavyānaṃ*, tỳ-kheo, vị *Brahmā* này thật sự là *Mahā-brahmā*, là Đại Phạm thiên, là đấng Chiến thắng, Toàn thắng, Toàn kiến, Toàn năng, Tự tại, là đấng Sáng tác, Sáng tạo, Tối tôn, Chúa tể, Quyền năng, là Tổ phụ của những gì đã sanh và sẽ sanh.

[104] Hán: thần 神, đây chỉ quỷ thần; Pāli: *bhūta*.

[105] Tám sự kể trên: bốn đại: đất, nước, lửa, gió, và quỷ thần, Chư Thiên, Sanh chủ, Phạm thiên. Pāli: *pathavī, āpa, tejo, vāyo, bhūta, deva, pajāpati, brahmā*.

[106] Quang thiên 光天 (Pāli: *Parittābhā*: Thiểu quang); Tịnh quang thiên 淨光天 (Pāli: *Apramāṇābhā*: Vô lượng quang) Biến tịnh quang thiên 遍淨光天 (Pāli: *Ābhassara*: Cực quang), cả ba thuộc thiền thứ hai Sắc giới. Bản Pāli kể: *Ābhassara* Cực quang thiên, cao nhất trong Nhị thiền), *Subhakiṇṇa* (Biến tịnh thiên, cao nhất trong Tam thiền) và *Vehapphala* (Quảng quả thiên thấp nhất trong Tứ thiền). Phạm thiên thuộc Sơ thiền.

[107] Vô phiền, Vô nhiệt và Tịnh, nên hiểu là Vô phiền thiên, Vô nhiệt thiên, và Tịnh cư thiên..

[108] Trong bản Pāli, bài kệ này do Phật nói.

[109] Như kỳ tượng như ý túc 如其像如意足.

[110] Tiên Dư Tài Chủ 仙餘財主. Pāli có thể là *Isidatta dhanapati* (thương gia), nhưng không đồng với Pāli ở đây: *Pañcakaṅga thapati* (Ngũ Chi vật chủ, xem kinh 179), một người thợ mộc của *Pasenadi*, vua xứ *Kosala*.

[111] Xem các kinh 72, 74, 77.

[112] Đoán lý thần tá 斷理臣佐.

[113] Chân Ca-chiên-diên 真迦旃延. Pāli: *Sabhiya Kaccāna*.

[114] Đại tâm giải thoát 大心解脫. Pāli: *mahaggatā cetovimutti*, tâm giải thoát đại hành, được phát triển rộng lớn.

[115] Vô lượng tâm giải thoát 無量心解脫. Pāli: *appamāṇā cetovimutti*.

[116] Pāli, ngài không thừa nhận cả hai đồng nghĩa.

[117] Bản Pāli: *yāvatā ekaṃ rukkhamūlaṃ mahaggan ti pharitvā adhimuccitvā viharati*, vị ấy an trú sau khi làm sung mãn và xác định rằng "lớn đến mức bằng một gốc cây."

[118] Xem cht.106, kinh 78.

[119] Tham chiếu Pāli: tu tập đại tâm, có bốn trường hợp tái sinh trong các hữu (*bhavūpapattiyo*): cộng trú với chư thiên có ánh sáng hạn chế

(*parittābhānaṃ devānaṃ sahavyataṃ:* Thiểu quang thiên), ánh sáng vô lượng (*appamāṇābhā:* vô lượng quang thiên), ánh sáng tạp nhiễm (*saṃkiliṭṭhābhā*), ánh sáng thuần tịnh (*parisuddhābhā*).

¹²⁰ Tịnh quang thiên và Biến tịnh thiên, tham chiếu Số giải: chư thiên thiểu quang (*parittābhā*) có hai hạng, có ánh sáng tạp nhiễm (*saṃkiliṭṭhābhā*) và có ánh sáng thuần tịnh (*parisuddhābhā*). Chư thiên vô lượng quang (*appamābhā*) cũng vậy.

¹²¹ Hán: hữu thắng thiên 有勝天. Tên kinh cũng do đó.

¹²² Sa-la-la nham sơn 娑羅邏巖山. Có lẽ Pāli: *Salaḷāgāra*, tại đây Tôn giả *Anuruddha* đã thuyết kinh *Salaḷāgāra-sutta* (A. vi, tr. 300) về bốn *satipaṭṭhāna* cho các tỳ-kheo.

¹²³ Xem *Ngũ phần 22* (tr. 153a19).

¹²⁴ Y được căng trên một cái khung gỗ để may. Y có thể may hai lớp hay bốn lớp. Người trương y là vai trò thợ cả. *Ngũ phần 22, Tăng-kỳ 28* (tr. 452b10) đều có pháp yết-ma tăng sai tỳ-kheo làm người may y.

¹²⁵ Nguyên bản Hán như vậy. Nhưng trong các Luật, chỉ một y ca-thi-na thôi. Trong ba y của tỳ-kheo, chọn bất cứ y nào làm ca-thi-na cũng được.

¹²⁶ Xem cht. 54 kinh 33.

¹²⁷ Hán: niệm dục minh đạt 念欲明達.

¹²⁸ Hán: bất thọ tướng 不受相. Pl. *cakkhunā rūpaṃ disvā ma nimittaggāhi hohi mānuvyañjanaggāhī*, khi mắt thấy sắc, không nắm hình tướng của sắc, không nắm giữ các dấu hiệu riêng của sắc.

¹²⁹ Hán: bất vị sắc 不味色. Pl.: *mānuvyañjanaggāhī*, chớ nắm giữ tướng phụ, các dấu hiệu riêng biệt khi nhìn thấy sắc. Pl.: *vyañjana* có nghĩa dấu hiệu, cũng có nghĩa gia vị hương liệu. Bản Hán hiểu theo nghĩa thứ hai.

¹³⁰ Vị phẫn tránh cố 謂忿静故; vì sự phẫn nộ và tranh cãi. Pāli, thành cú: *yatvādhikaraṇaṃ enaṃ cakkhundriyaṃ asaṃvuttaṃ viharantaṃ abhijjhādomanassā ... anvāssaveyyuṃ tassa saṃsvarāya paṭipajhhāhi,* do nguyên nhân gì mà khi không phòng hộ nhãn căn thì tham ưu trôi chảy vào, hãy tu tập để phòng hộ nguyên nhân ấy. Pāli: *adhikaraṇa,* có hai nghĩa: nguyên nhân, và tránh sự (tranh chấp); bản Hán hiểu theo nghĩa thứ hai. Vừa không chính xác, mà đoạn văn lại tối nghĩa. Ở đây y theo thành cú Pāli sửa lại.

¹³¹ Xem cht. 130.

¹³² Chánh tri xuất nhập 正知出入; Pāli: *abhikkante paṭikkante sampajānakārī,* tỉnh giác (biết mình đang làm gì) khi đi tới đi lui.

¹³³ Thiện quán phân biệt 善觀分別; Pāli: *ālokite vilokite saupajānakārī*, tỉnh giác khi nhìn trước nhìn sau.

¹³⁴ Chánh thân chánh nguyện 正身正願; Pāli: *ujuṃ kāyaṃ paṇidhāya*, ngồi thẳng lưng. Bản Hán, *paṇidhāya*, sau khi đặt để, được hiểu là *paṇidhāna*: ước nguyện.

¹³⁵ Phản niệm bất hướng 反念不向; Pāli: *parimukhaṃ satiṃ upaṭṭhapetvā*, dựng chánh niệm ngay trước mặt (*hệ niệm tại tiền*).

¹³⁶ Tâm vô hữu tránh 心無有諍; Pāli: *vigatābhijjhena cetasā vharati*, sống với tâm tư không tham lam.

¹³⁷ Hoặc phục giảm bát 或復減八: không rõ nghĩa.

¹³⁸ Bản Hán, hết quyển 19.

¹³⁹ Ương-kỳ 鴦祁. Các đoạn trên kia âm là Ương-già. Pāli: *Aṅga*.

¹⁴⁰ A-hòa-na 阿惒那. Có lẽ Pāli là *Āpaṇa*, một ngôi làng Bà-la-môn, một thị trấn trong xứ *Anguttarāpa* thuộc vương quốc *Aṅga* (Ương-kỳ).

¹⁴¹ Kiền-ni 犍尼. Có lẽ Pāli là *Kaniya*, một đạo sĩ bện tóc (*Jatila*) ở tại *Āpaṇa*, được nói đến trong M.9: *Sela-sutta*. Bản Pāli nói: Phật tại *Sāvatthi*.

¹⁴² Niệm thân 念身. Pāli: *kāyagatāsati*, thân hành niệm.

¹⁴³ Từ đây trở xuống, như kinh số 98. Xem các chú thích ở kinh đó.

¹⁴⁴ Pāli: *ye gehasitā sarasaṃkappā te pahīyanti... ajjhattam eva cittaṃ santiṭṭhati sannisīdati ekodi hoti samādhīyati*; đoạn trừ những niệm tưởng tư duy liên hệ thế tục... nội tâm an lập, an trụ, chuyên nhất, nhập định.

¹⁴⁵ Tri thượng như chân 知上如真; không rõ ý.

¹⁴⁶ Nguyên Hán: chánh tri 正知. Pāli: *saṃpajāna*.

¹⁴⁷ Hán; thiện quán phân biệt 善觀分別. Pl.: *ālokite volikite saṃpajānakārī*, tỉnh giác khi nhìn, khi quan sát.

¹⁴⁸ Hán: tháo đậu 澡豆, người Trung quốc thời cổ nghiền đậu thành bột, trộn với thuốc, làm bột tắm. Từ này dùng để chỉ bột tắm trong kinh Phật. Pāli: *nahāniya-cuṇṇa*.

¹⁴⁹ Thanh tịnh tâm ý giải 清淨心意解: tâm thanh tịnh và ý cởi mở. Pāli: *so imam eva kāyaṃ parisuddhena cetasā pariyodātena pharitvā*, vị ấy làm thấm nhuần thân này với tâm thuần tịnh, tinh khiết.

¹⁵⁰ Quang minh tưởng 光明想; niệm tưởng về ánh sáng. Bản Pāli không đề cập.

¹⁵¹ Nghĩa là quán trước mặt thấy như là sau lưng và ngược lại. Xem kinh số 85.

¹⁵² Quán tướng 觀相. Bản Pāli không đề cập.

¹⁵³ Đoàn phần 搏糞; bản Tống-Minh 胺 bản Nguyên 揣.

154 Đạo phẩm pháp 道品法; không phải 37 phẩm trợ đạo. Pāli: *vijjābhāgiyā*, pháp thuận minh phần, dẫn đến phát sanh minh (*ettha sampayogavasena vijjaṃ bhajantī'ti vijābhāgiyā*).

155 Du hành thiểu tâm 遊行少心; được hiểu là sống với tâm không biến mãn bởi thân hành niệm.

156 Bản Pāli nói có mười: *dasānisaṃsā*, mười điều lợi ích.

157 Tức ba bất thiện tầm.

158 Bản Cao-li ghi các số năm, sáu, bảy. Bản Minh, sau thứ tư, không ghi các số này.

159 Nguyên Hán: tức giải thoát 息解脫; (Pāli: *santa-vimokkha*); chỉ định từ sắc giới vượt qua sắc để nhập vô sắc, an trụ nơi tịch tĩnh giải thoát. Xem các kinh 26, 51. Bản Pāli không đề cập.

160 Như kỳ tượng định.

161 Các số này kể theo bản Cao-li. Bản Minh chỉ nêu số mười hai.

162 Thực sự chỉ có 10, bằng con số trong bản Pāli, chỉ khác chi tiết.

163 Tránh sự 諍事. Pl., họ đang thảo luận về đề tài *Abhidhamma*.

164 Chất-đa-la Tượng Tử 質多羅象子. Pāli: *Citta-Hathisāriputta*.

165 Đại Câu-hi-la 大拘絺羅. Pāli: *Mahā-koṭṭhika*.

166 Pāli: *rāgo cittam anuddhaṃsati*, tham dục làm bại hoại tâm.

167 Vô tưởng tâm định 無想心定; đây chỉ vô tướng tâm định. Pāli: *animitta cetosamādhi*.

168 Nguyên Hán: Chi-ly-di-lê trùng 支離彌梨虫. Pāli: *cīrika-sadda* (hoặc *cīriḷika-sadda*, tên kinh bản Hán âm từ từ này), tiếng dế kêu.

169 Bản Pāli còn có đoạn kết: Phật tiên đoán Tượng Tử sẽ xuất gia trở lại và sẽ đắc quả A-la-hán. Lời tiên đoán đã đúng.

170 Bà-kì-sấu 婆奇廋. Pāli: *Bhaggesu*, giữa những người *Bhagga*.

171 Ngạc sơn Bố lâm Lộc Dã viên 鱷山怖林鹿野園. Pāli: trong núi Cá Sấu, rừng Khủng Bố, chỗ nuôi hươu. Xem kinh 74.

172 Thiện tri thức thôn 善知識村. Pāli: *Kallavāḷamuttagāma*. Ngài Đại Mục-kiền-liên ở đây ngay sau khi vừa xuất gia. Kinh này được nói vào lúc này. Bảy ngày sau đó, Ngài đắc quả A-la-hán.

173 Như kỳ tượng định.

174 Pāli: *pacalāyati*, ngủ gật.

175 Sở tướng 所相, ở đây, đề mục thiền định. Pāli: *saññā*, tưởng.

176 Quảng bá 廣布. Pāli: *bahulīkaroti*, tu tập nhiều.

177 Hán: môn mô 捫摸 (mần mò). Pāli: *ubho kaṇṇasotāni āviñcheyyasi*, ngươi hãy *vặn* (hay *kéo*?) hai lỗ tai.

[178] Hậu tiền tưởng 後前想, quán tưởng sau lưng như là trước mặt. Pāli: *pacchāpuresaññī*.

[179] Minh tưởng 明想 hay Quang Minh tưởng, lấy các loại ánh sáng để làm đề mục, tập trung tư tưởng trên đó. Pāli: *ālokasaññā*, đề cập đến sau khi ngắm các ngôi sao không thành công.

[180] Dục khởi tưởng 欲起想. Pāli: *uṭṭhānasaññā*.

[181] Trong bản Pāli, câu này dành cho hành giả tự tâm niệm lúc nằm, tức những điều suy niệm của phép dục khởi tưởng.

[182] Pl.(A.iv. tr. 88): *na panāhaṃ, moggallāna, sabbeva saṃsaggaṃ vaṇṇayāmi, na panāhaṃ sabbeva samsaggaṃ na vaṇṇayāmi.*, "Ta không tán thán tất cả sự tụ hội. ta cũng không phải không tán thán tất cả sự tụ hội."

[183] Pl. ibid.: *sagahaṭṭhapabbajitehi kho ahaṃ samsaggaṃ na vaṇṇayāmi*, "Ta không tán thán sự câu hội với người tại gia và xuất gia."

[184] Điệu 掉, ở đây cử chỉ táy máy không yên. Pāli: *uddhacca*.

[185] Vô sự xứ.

[186] No.47: ai đã nói gì với Cư sĩ đó? Bởi vì ta vào nhà mà Cư sĩ đó không chịu nói chuyện với ta.

[187] No.47: hãy như sư tử luận.

[188] Bất thọ thử thế 不受此世. Pāli: *na kiñci loke upādiyati*, không chấp thủ bất cứ cái gì ở trên đời.

[189] Bản Hán, hết quyển 20.

[190] Xem kinh 217. Pāli: *Mahāvane kuṭāgārasālāyaṃ*.

[191] Già-la 遮羅, Ưu-bá-già-la 優簸遮羅, Hiền Thiện 賢善, Hiền Hoạn 賢患, Da-xá 耶舍, Thượng Xứng 上稱. Pāli: *Cāla, Upacāla, Kukkuṭa, Kaḷimbha, Nikaṭa, Kaṭissa*.

[192] Lệ xế 麗掣: Lệ-xa, hoặc Li-xa. Pāli: *Licchavī*.

[193] Xem kinh 184.

[194] Nguyên Hán: ố lộ 惡露. Pl.: *asubhanimittānuyogaṃ*.

[195] Nguyên bản Hán: tưởng tri 想知. Pl.: *saññāvedayita*.

[196] Trong bản Pali, Phật nói mười loại gai nhọn (*dasa kaṇṭakā*).

[197] Chân nhân pháp 真人法; No.48: hiền giả pháp 賢者法. Pāli: *sappurisadhamma*, chân nhân pháp, thiện nhân pháp, thiện sĩ pháp.

[198] Hành pháp như pháp, tùy thuận ư pháp, hướng pháp thứ pháp 行法如法隨順於法向法次法. Pāli: *dhammānudhammapaṭṭpanno sāmicīpaṭṭipanno anudhammacārī*; là người thực hành pháp tùy pháp, thực hành chân chính, có hành vi tùy thuận pháp.

[199] A-tỳ-đàm 阿毗曇; thường chỉ Luận tạng. Pāli: *abhidhamma*.

[200] Nguyên trong bản: A-hàm-mộ 阿含慕, thường chỉ chung Kinh tạng. Pāli: *āgama*.

[201] Bất mạn y 不慢衣. Pāli: *amāna-cīvara*, y không kiêu mạn, hay *amanāpa-cīvara*, y xấu xí?

[202] Bất ẩm tương 不飲漿. Luật chế, tỳ-kheo không ăn chiều nhưng được phép uống tám thứ nước trái cây.

[203] Ái 愛; TNM: thọ (chấp thủ). Pāli (A.iii. 42): *paṭhamajjhānasamāpattiyā pi kho atammayatā vuttā*, sự chứng đạt Sơ thiền được nói là có tánh không tham luyến.

[204] Xứ 處, gồm sáu nội xứ và sáu ngoại xứ. Pāli: *cha ajjhattikāni āyatanāni, cha bāhirāni āyatanāni*.

[205] Ngũ thạnh ấm 五盛陰.

[206] Thức thân 識身. Pāli: *viññāṇakāya*.

[207] Nguyên Hán: cánh lạc thân 更樂身. Pāli: *phassakāya*.

[208] Nguyên Hán: giác thân 覺身. Pāli: *vedanākāya*.

[209] Tưởng thân 想身. Pāli: *saññākāya*.

[210] Tư thân 思身. Pāli: *sañcetanā-kāya*.

[211] Ái thân 愛身. Pāli: *taṇhākāya*.

[212] Nhân duyên khởi và nhân duyên khởi sở sanh pháp 因緣起-因緣起所生法, hay *duyên khởi, duyên khởi pháp*; duyên sanh, duyên dĩ sanh pháp: lý duyên khởi và pháp do duyên khởi. Bản Pāli không đề cập, nhưng các từ tương đương là *paṭiccasammuppāda*, và *paṭiccasammuppannā dhammā*.

[213] Bốn Chánh đoạn 正斷, tức bốn Chánh cần. Pāli: *sammappadhāna*.

[214] Khởi dục, cầu phương tiện hành, tinh cần, cử tâm, đoạn 起欲求方便行精勤舉心斷. Tham chiếu, *Tập dị 6* (tr.391c 6): khởi dục, phát cần, tinh tấn, sách tâm, trì tâm 起欲發勤精進策心持心. Pāli: *chandaṃ janeti vāyamati viriyaṃ ārabhati cittaṃ paggaṇhati padahati*.

[215] Bốn Như ý túc 如意足, cũng nói là bốn Thần túc. Pāli: *cattaro iddhipādā*.

[216] Thiêu chư hành 燒諸行. Pāli: *padhānasaṃkhāra*: tinh cần hành, tức tác ý hay nỗ lực tinh cần; *saṃkhāra* ở đây đồng nghĩa payoga: gia hành. Bản Hán hiểu *padahana*: tinh cần, do gốc động từ *dahati*: thiêu đốt, thay vì theo nghĩa đặt để.

[217] Dịch sát văn Hán. Tham chiếu, *Tập dị 6*, nt.: dục tam-ma-địa đoạn hành (hay *thắng hành*) thành tựu Thần túc Pāli: *chanda-samādhi-padhānā-*

saṃkhāra-samannāgataṃ iddhipādaṃ, Thần túc được thành tựu bằng tác động tinh cần tập trung vào sự (đối tượng) ước muốn.

218 Nguyện chí phi phẩm 願至非品. Xem kinh 10 cht. 24. Pl. thành cú: vivekanissitaṃ virāganissitaṃ nirodhanissitaṃ vossaggapariṇāmiṃ, y viễn ly, y ly dục, y diệt tận, hướng đến xả ly.

219 Nguyên Hán: quán định 觀定.

220 Xem giải thích, Tập dị 6, tr. 392 a-b.

221 Hán: cựu Thánh chủng 舊聖種. Tập dị ibid: cổ tích Thánh chúng, Pāli: porāṇe aggaññe ariyavaṃse ṭhito, đứng vững trong phả hệ Thánh từ ngàn xưa.

222 Thục Giải thoát tưởng 熟解脫想. Xem Tập dị 13 (tr. 423c): thành thục Giải thoát tưởng. Pāli: pañca vimuttiparipācaniyā saññā (các tưởng làm chín muồi giải thoát): aniccà-saññā, anicce dukkha-saññā, dukkhe anatta-saññā, pahāna-saññā (khác với các bản Hán; xem D. 33. Saṅgīti, mục năm pháp).

223 Bất tịnh ố lộ tưởng 不淨惡露想. Pāli: asubhasañña.

224 Hai Tưởng sau, Tập dị: yếm nghịch thực tưởng, tử tưởng; xem thêm chú thích trên.

225 Năm Giải thoát xứ 解脫處. Pāli: pañca vimuttāyatanāni. Xem D. 33. Saṅgīti.

226 Nguyên Hán: hoan duyệt 歡悅.

227 Nguyên Hán: hoan hỷ 歡喜.

228 Nguyên Hán: chỉ thân 止身; ở đây theo dịch ngữ của Tập dị sđd. Pāli: passaddha-kāya.

229 Tuần tự theo Pāli (D.iii. 241): pamojjaṃ (hoan hỷ), pīti (hỷ), passaddhakāyo (thân khinh an), sukhaṃ (lạc), cittaṃ samādhiyati (tâm định).

230 Năm Xuất yếu hay Xuất ly giới 出要界: Pāli: pañca nissāraṇiyā dhātuyo, năm giới hạn cần phải thoát ly; xem D. 33 Saṅgīti. Cf Tập dị 14 (No 1536, tr. 427b21).

231 Nguyên Hán: bất tín giải 不信解; Tập dị, sđd. tr.427c: vô thắng giải 無勝解; Pāli (D 33) na vimuccati (Sớ giải: đồng nghĩa với adhimuccati).

232 Nguyên Hán: kỷ thân 己身: tự thân của mình. Đây nói về hữu thân (kiến), hay tát-ca-da (tà-kiến). Tập dị ibid.: hữu thân 有身. Pali: sakāya.

233 Nguyên Hán: tức 息.

234 Nguyên Hán: chánh chí 正志.

235 Nguyên Hán: chánh phương tiện 正方便.

236 Đảnh pháp Đảnh pháp thối 頂法頂法退. Pāli không có. Tham khảo, Tì-bà-sa 6 (No.1545, tr. 25 c): "Ví như đỉnh núi."

237 Đoạn này, Về đảnh pháp được dẫn trong Tì-bà-sa 6 (Đại 27, trang 26 c) với một ít dị biệt. Xem các chú thích dưới.

238 *Tì-bà-sa* ibid.: "đối với năm Thủ uẩn, trong pháp duyên sanh..."

239 ibid.: "... có nhẫn, có kiến, có dục lạc, có hành giải..." về nhẫn pháp, *Câu-xá 23* (No.1558, tr. 119 c): "đối với bốn Diệu đế có khả năng chấp nhận."

240 *Phát trí 1* (No.1554, tr. 918 c) *Tỳ-bà-sa 6* (tr. 27 a-b): Đảnh đọa do ba nguyên nhân sau khi đã đạt đến Đảnh: Không thân cận thiện sĩ, không thính văn chánh pháp, không như lý tác ý.

241 Bản Hán, văn mạch không chặt chẽ, nên hiểu là "cũng như đối với năm Thủ uẩn ở trên, thức... cũng vậy."

242 Bài tụng này tóm tắt các vấn đề được nói đến trong kinh. * Bản Hán, hết quyển 21.

PHẨM 9
PHẨM UẾ
TỤNG NGÀY THỨ HAI

Tiểu thổ thành

穢求比丘請　智周那問見
華喻水淨梵　黑住無在後

Kệ tóm tắt:
**Uế, Cầu, Tỳ-kheo thỉnh,
Trí Chu-na vấn kiến,
Hoa dụ, Thủy tịnh phạm,
Hắc, Trụ, Vô cuối cùng.**

❊

87. KINH UẾ PHẨM
88. KINH CẦU PHÁP
89. KINH TỲ-KHEO THỈNH
90. KINH TRI PHÁP
91. KINH CHU-NA VẤN KIẾN
92. KINH THANH BẠCH LIÊN HOA DỤ
93. KINH THỦY TỊNH PHẠM CHÍ
94. KINH HẮC TỲ-KHEO
95. KINH TRỤ PHÁP
96. KINH VÔ

87. KINH UẾ PHẨM*

[566a14] Tôi nghe như vầy:

Một thời, Đức Phật đến Bà-kì-sấu, ở trong núi Ngạc, rừng Bố, vườn Lộc Dã.[1]

Bốn hạng người

Bấy giờ, Tôn giả Xá-lợi-phất nói với các tỳ-kheo:

"Này chư Hiền, thế gian có bốn hạng người. Những gì là bốn? Hoặc có một hạng người bên trong thật có cấu uế[2] mà không tự biết, không biết như thật bên trong có cấu uế. Hoặc có một hạng người bên trong thật có cấu uế nhưng tự biết, biết như thật bên trong có cấu uế. Hoặc có một hạng người bên trong thật không có cấu uế mà không tự biết, không tự biết bên trong thật không có cấu uế. Hoặc có một hạng người bên trong thật không có cấu uế và tự biết, biết như thật bên trong thật không có cấu uế.

"Chư Hiền, ở đây hạng người bên trong thật có cấu uế mà không tự biết, không biết như thật bên trong có cấu uế, hạng ấy tối hạ tiện trong các hạng người.

"Ở đây hạng người bên trong thật có cấu uế nhưng tự biết như thật, biết như thật bên trong thật có cấu uế, hạng ấy tối thắng trong các hạng người.[3]

---

* Tương đương Pāli, M. 5. *Anaṅgaṇasuttaṃ*. Hán, No 49: Cầu dục kinh; No 125(25.6).

□ *Xem chú thích Phẩm 9: tr.360-364*

"Ở đây hạng người bên trong thật không có cấu uế mà không tự biết, không biết như thật bên trong thật không có cấu uế, hạng ấy tối hạ tiện trong các hạng người.[4]

"Ở đây hạng người bên trong thật không có cấu uế mà tự biết, biết như thật bên trong thật không có cấu uế, thì trong loài người, đây là hạng tối thắng."

Bình giá

Lúc ấy, có một tỳ-kheo[5] liền từ chỗ ngồi đứng dậy, trịch áo vai phải, chắp tay hướng về Tôn giả Xá-lợi-phất bạch rằng:

"Bạch Tôn giả Xá-lợi-phất, [**566b**] do nhân gì, duyên gì mà hai hạng người trước đều có cấu uế làm bẩn tâm, mà một người được nói là tối hạ tiện và một người được coi là tối thắng? Và do nhân gì, duyên gì mà hai hạng người sau không có cấu uế, không làm bẩn tâm, nhưng một người được nói là tối hạ tiện và một người được coi là tối thắng?"

Khi đó, Tôn giả Xá-lợi-phất trả lời vị tỳ-kheo kia rằng:

1. "Hiền giả, một người bên trong thật có cấu uế mà không tự biết, không biết như thật bên trong thật có cấu uế, thì nên biết, người ấy không muốn đoạn trừ cấu uế, không cầu phương tiện, không tinh cần học. Người ấy khi mạng chung, với cấu uế làm bẩn tâm, do mạng chung với cấu uế làm bẩn tâm, người ấy chết không an lành, sanh vào chỗ bất thiện. Vì sao? Vì người ấy do mạng chung với cấu uế làm bẩn tâm.

"Này Hiền giả, cũng như có một người từ chợ, quán, hoặc từ nhà làm đồ đồng mua về một cái mâm đồng bị bụi bẩn làm bẩn. Người ấy mang về nhưng không năng rửa bụi, không năng lau chùi, cũng không phơi nắng, lại để chỗ nhiều bụi bặm nên đồng càng dính thêm bụi bặm dơ bẩn. Hiền giả, cũng vậy, một người bên trong thật có cấu uế mà không tự biết, không biết như thật bên trong thật có cấu uế, thì nên biết, người ấy không muốn đoạn trừ cấu uế, không cầu phương tiện, không tinh cần học, người ấy mạng chung với sự cấu uế làm bẩn tâm. Do mạng chung với sự cấu uế làm bẩn tâm, người ấy chết không an lành, sanh vào chỗ bất thiện. Vì sao? Bởi vì người ấy mạng chung với cấu uế làm bẩn tâm.

2. "Này Hiền giả, nếu một người biết như thật rằng: 'Trong ta có cấu uế, trong ta quả thật có cấu uế này', thì nên biết, người ấy muốn đoạn trừ cấu uế đó, cầu phương tiện và tinh cần học. Người ấy mạng chung mà không có cấu uế, không làm bẩn tâm. Do mạng chung không có cấu uế, không làm bẩn tâm, người ấy chết an lành, sanh vào cõi thiện. Vì sao? Vì người ấy mạng chung mà không có cấu uế, không làm bẩn tâm.

"Này Hiền giả, cũng như có người từ chợ, quán, hoặc từ nhà người làm đồ đồng mua về một cái mâm đồng bị bụi bặm làm dơ bẩn. Người ấy mang mâm về, thường năng rửa bụi bặm, thường năng lau chùi, thường năng phơi nắng và không để chỗ nhiều bụi bặm. Như vậy, mâm đồng hết sức sạch bóng. Hiền giả, cũng vậy, nếu một người biết như thật rằng: 'Trong ta có cấu uế; trong ta quả thật có cấu uế này,' thì nên biết, người ấy muốn đoạn trừ cấu uế đó, cầu phương tiện và tinh cần học. Người ấy mạng chung mà không có cấu uế, không làm bẩn tâm. Do mạng chung không có cấu uế, không làm bẩn tâm, người ấy chết an lành, sanh vào cõi thiện. Vì sao? Vì người ấy mạng chung mà không có cấu uế, [**566c**] không làm bẩn tâm.

3. "Hiền giả, nếu một người không biết như thật rằng: 'Trong ta không có cấu uế; trong ta quả thật không có cấu uế này,' thì nên biết, người ấy không giữ gìn được những pháp mắt thấy tai nghe. Do không giữ gìn được những pháp mắt thấy tai nghe, người ấy bị dục tâm ràng buộc. Người ấy sẽ mạng chung với dục tâm, với cấu uế làm bẩn tâm. Do mạng chung với dục tâm, với cấu uế làm bẩn tâm, người ấy chết không an lành, sanh vào cõi bất thiện. Vì sao? Vì người ấy mạng chung với dục tâm, với cấu uế làm bẩn tâm.

"Hiền giả, cũng như có một người từ chợ, quán, hoặc từ nhà làm đồ đồng, mua về một cái mâm đồng không có bụi bẩn. Người ấy mang mâm về nhưng không năng rửa bụi, không năng lau chùi, không thường phơi nắng, để chỗ nhiều bụi bặm. Như vậy, mâm đồng chắc chắn dính bụi bặm dơ bẩn. Hiền giả, cũng vậy, nếu một người không biết như thật rằng: 'Trong ta không có cấu uế; trong ta thật không có cấu uế này,' thì nên biết, người kia không giữ gìn được những pháp mắt thấy tai nghe. Do không giữ gìn được những pháp mắt thấy tai nghe, người ấy bị dục tâm ràng buộc. Người ấy sẽ mạng chung với dục tâm, với cấu uế làm bẩn tâm. Người ấy chết không an lành, sanh vào cõi bất thiện. Vì sao? Vì người ấy mạng chung với dục tâm, với cấu uế làm bẩn tâm.

4. "Hiền giả, nếu một người biết như thật rằng: 'Trong ta không có cấu uế; trong ta quả thật không có cấu uế này,' thì nên biết, người ấy giữ gìn được những pháp mắt thấy tai nghe. Do vì giữ gìn được những pháp mắt thấy tai nghe nên người ấy không bị dục tâm ràng buộc. Người ấy mạng chung mà không có dục tâm, không có cấu uế, không làm bẩn tâm. Do mạng chung mà không có dục tâm, không có cấu uế, không làm bẩn tâm, người ấy chết an lành, sanh vào nẻo thiện. Vì sao? Vì người ấy không có dục tâm, không có cấu uế, không làm bẩn tâm.

"Hiền giả, cũng như có người hoặc từ chợ, quán, hoặc từ nhà làm đồ đồng mua về một cái mâm đồng không có bụi bẩn, sạch bóng. Người ấy mang mâm về, thường năng rửa bụi, thường năng lau chùi, thường năng phơi nắng, không để chỗ bụi bặm. Như vậy, cái mâm đồng hết sức sạch bóng. Hiền giả, cũng vậy, nếu một người biết như thật rằng: 'Trong ta không có cấu uế; trong ta quả thật không có cấu uế này,' thì nên biết người ấy giữ gìn được những pháp mắt thấy tai nghe. Do vì giữ gìn được những pháp mắt thấy tai nghe nên người ấy không bị dục tâm ràng buộc. Người ấy mạng chung mà không có dục tâm, không có cấu uế, không làm bẩn tâm. Do mạng chung mà không có dục tâm, [567a] không có cấu uế, không làm bẩn tâm, người ấy chết an lành, sanh vào cõi thiện. Vì sao? Vì người ấy không có dục tâm, không có cấu uế, không làm bẩn tâm.

"Hiền giả, do nhân này, duyên này mà hai hạng người trước mặc dù đều có cấu uế làm bẩn tâm, nhưng một người được nói là tối hạ tiện, và một người được coi là tối thắng. Và cũng do nhân này, duyên này mà hai hạng người sau mặc dù đều không có cấu uế, không làm bẩn tâm, nhưng một người được nói là tối hạ tiện, và một người được coi là tối thắng."

Cấu uế

Bấy giờ lại có một thầy tỳ-kheo khác, từ chỗ ngồi đứng dậy, trịch áo vai hữu, chắp tay hướng về Tôn giả Xá-lợi-phất, bạch rằng:

"Bạch Tôn giả Xá-lợi-phất, Ngài nói cấu uế; những gì là cấu uế?"

Tôn giả Xá-lợi-phất đáp rằng:

1. "Này Hiền giả, vô lượng pháp ác bất thiện từ dục mà sanh, đó là cấu uế.[6] Vì sao? Giả sử có một người mà tâm sanh ước muốn như vầy, 'Ta đã phạm giới, mong rằng người khác đừng biết ta phạm giới.' Hiền giả, nhưng có người khác biết người ấy phạm giới. Bởi vì người khác biết người ấy phạm giới, nên người ấy tâm sanh ác.[7] Nếu với người ấy mà tâm phát sanh ác và tâm phát sanh dục, cả hai đều là bất thiện.[8]

2. "Hiền giả, giả sử có người sanh tâm ước muốn như vầy, 'Ta đã phạm giới, mong người khác chỉ trích ta ở chỗ kín đáo, chứ đừng chỉ trích ta phạm giới ở giữa đại chúng.' Hiền giả, nhưng có người khác chỉ trích người ấy ở giữa đại chúng chứ không ở chỗ kín đáo. Do bởi người khác quở trách người ấy ở giữa đại chúng, chứ không ở chỗ kín đáo, nên người ấy sanh tâm ác. Người ấy sanh tâm ác và sanh tâm dục, cả hai đều là bất thiện.

3. "Hiền giả, giả sử có người sanh tâm ước muốn như vầy, 'Ta đã phạm giới, mong rằng bị người hơn mình trách mắng, chứ đừng bị người kém mình trách mắng ta phạm giới.' Này Hiền giả, nhưng người kém người ấy chứ không phải người hơn, trách mắng người ấy phạm giới. Do bị người kém mình chứ không phải người hơn trách mắng, nên tâm sanh ác. Nếu người ấy tâm sanh ác và tâm sanh dục thì cả hai đều là bất thiện.

4. "Hiền giả, giả sử có người sanh tâm ước muốn như vầy: 'Mong rằng ta ngồi trước mặt Đức Thế Tôn, thưa hỏi Đức Thế Tôn về giáo pháp để Ngài nói cho các tỳ-kheo nghe, chứ không phải vị tỳ-kheo khác ngồi trước mặt Đức Thế Tôn, thưa hỏi Đức Thế Tôn về giáo pháp để Ngài nói cho các tỳ-kheo nghe.' Này Hiền giả, nhưng có tỳ-kheo khác ngồi trước mặt Đức Thế Tôn, thưa hỏi Đức Thế Tôn về giáo pháp để Ngài nói cho các tỳ-kheo nghe. Do vì có vị tỳ-kheo khác ngồi trước mặt Đức Thế Tôn, thưa hỏi Đức Thế Tôn về giáo pháp để Ngài nói cho các tỳ-kheo nghe, nên người ấy sanh tâm ác. Người ấy sanh tâm ác và sanh tâm dục, cả hai đều là bất thiện.

5. "Hiền giả, giả sử có người sanh tâm [567b] ước muốn như vầy: 'Lúc các tỳ-kheo vào làng,[9] mong rằng ta đi trước nhất, các tỳ-kheo theo sau ta mà vào làng, đừng có một tỳ-kheo nào khác mà khi các tỳ-kheo vào làng đi trước nhất, và các tỳ-kheo đi theo sau mà vào.' Này Hiền giả, nhưng có tỳ-kheo, khi các tỳ-kheo vào làng, đã đi trước nhất, và các tỳ-kheo theo sau vị ấy để vào làng. Do bởi có tỳ-kheo khác, khi các tỳ-kheo vào làng, đã đi trước nhất và các tỳ-kheo theo sau để vào làng, nên người ấy sanh tâm ác. Người ấy sanh tâm ác và sanh tâm dục, cả hai đều là bất thiện.

6. "Hiền giả, giả sử có người tâm sanh ước muốn như vầy, 'Khi các tỳ-kheo đã vào trong,[10] mong rằng ta ngồi chỗ cao hơn hết, được chỗ ngồi bậc nhất, được nước rửa bậc nhất, được thức ăn bậc nhất, chứ đừng có vị tỳ-kheo nào khác mà khi các tỳ-kheo đã vào trong lại ngồi chỗ cao hơn hết, được chỗ ngồi bậc nhất, được nước rửa bậc nhất, được thức ăn bậc nhất.' Này Hiền giả, nhưng có tỳ-kheo khác, khi các tỳ-kheo đã vào trong, ngồi chỗ cao hơn hết, được chỗ ngồi bậc nhất, được nước rửa bậc nhất, được thức ăn bậc nhất. Do bởi có tỳ-kheo khác, khi các tỳ-kheo đã vào trong, ngồi ghế cao hơn hết, được chỗ ngồi bậc nhất, được thức ăn bậc nhất, nên người ấy sanh tâm ác. Người ấy sanh tâm ác và sanh tâm dục, cả hai đều là bất thiện.

7. "Hiền giả, giả sử có người sanh tâm ước muốn như vầy: 'Các tỳ-kheo ăn xong, sau khi thu dọn đồ ăn, lau rửa rồi, mong ta nói pháp cho cư sĩ nghe, khuyến phát làm cho lợi ích, làm cho hoan hỷ; đừng có tỳ-kheo nào khác sau khi các tỳ-kheo ăn xong thu dọn đồ ăn, lau rửa rồi, nói pháp cho cư sĩ nghe, khuyến phát làm cho lợi ích, làm cho hoan hỷ.' Này Hiền giả, nhưng có tỳ-kheo khác, sau khi tỳ-kheo ăn xong, thu dọn đồ ăn, lau rửa rồi, nói pháp cho cư sĩ nghe, khuyến phát làm cho lợi ích, làm cho hoan hỷ. Do bởi có tỳ-kheo khác, sau khi các tỳ-kheo ăn xong, thu dọn đồ ăn, lau rửa rồi nói pháp cho cư sĩ nghe, khuyến phát làm cho lợi ích, làm cho hoan hỷ, nên người ấy sanh tâm ác. Người ấy sanh tâm ác và sanh tâm dục, cả hai đều là bất thiện.

8. "Hiền giả, giả sử có người sanh tâm ước muốn như vầy: 'Khi các cư sĩ đi đến chúng viên,[11] mong rằng ta với họ cùng tụ hội, cùng tụ tập, cùng ngồi, cùng đàm luận, đừng có tỳ-kheo nào khác khi các cư sĩ đi đến chúng viên mà cùng tụ hội, cùng tụ tập, cùng ngồi, cùng đàm luận với họ.' Này [567c] Hiền giả, nhưng có tỳ-kheo khác, khi các cư sĩ đi đến chúng viên, cùng tụ hội, cùng tụ tập, cùng ngồi, cùng đàm luận với

họ. Do bởi có tỳ-kheo khác khi các cư sĩ đi đến chúng viên cùng tụ hội, cùng tụ tập, cùng ngồi, cùng đàm luận với họ, nên người ấy sanh tâm ác. Người ấy sanh tâm ác và sanh tâm dục, cả hai đều là bất thiện.

9. "Hiền giả, giả sử có người sanh tâm ước muốn như vầy: 'Mong rằng ta được vua biết đến, được các đại thần, bà-la-môn, cư sĩ và nhân dân trong nước biết đến và kính trọng.' Này Hiền giả, nhưng có vị tỳ-kheo khác được vua biết đến, được các đại thần, bà-la-môn, cư sĩ và nhân dân trong nước biết đến và kính trọng. Do bởi có vị tỳ-kheo khác được vua biết đến, được các đại thần, bà-la-môn, cư sĩ và nhân dân trong nước biết đến và kính trọng, nên người ấy sanh tâm ác. Người ấy sanh tâm ác và sanh tâm dục, cả hai đều là bất thiện.

10. "Hiền giả, giả sử có người sanh tâm ước muốn như vầy: 'Mong rằng ta được bốn chúng: Tỳ-kheo, tỳ-kheo-ni, ưu-bà-tắc và ưu-bà-di kính trọng, đừng có tỳ-kheo nào khác được bốn chúng tỳ-kheo, tỳ-kheo-ni, ưu-bà-tắc, ưu-bà-di kính trọng.' Này Hiền giả, nhưng có tỳ-kheo khác được bốn chúng: tỳ-kheo, tỳ-kheo-ni, ưu-bà-tắc, ưu-bà-di kính trọng. Do bởi có tỳ-kheo khác được bốn chúng: tỳ-kheo, tỳ-kheo-ni, ưu-bà-tắc, ưu-bà-di kính trọng, nên người ấy sanh tâm ác. Người ấy sanh tâm ác và sanh tâm dục, cả hai đều là bất thiện.

11. "Hiền giả, giả sử có người sanh tâm ước muốn như vầy: 'Mong ta được các dụng cụ sinh hoạt như quần áo, đồ ăn uống, giường nệm, thuốc thang, đừng có tỳ-kheo nào được các dụng cụ sinh hoạt như quần áo, đồ ăn uống, giường nệm, thuốc thang.' Này Hiền giả, nhưng có tỳ-kheo khác được các dụng cụ sinh hoạt như quần áo, đồ ăn uống, giường nệm, thuốc thang. Do bởi có tỳ-kheo khác được các dụng cụ sinh hoạt như: quần áo, đồ ăn uống, giường nệm, thuốc thang, nên người ấy sanh tâm ác. Người ấy sanh tâm ác và sanh tâm dục, cả hai đều là bất thiện.

"Này Hiền giả, như vậy nếu có các đồng phạm hạnh có trí, vì không biết người ấy sanh vô lượng tâm ham muốn ác bất thiện như vậy, nên mặc dù người ấy như thế không phải sa-môn nhưng các vị tưởng là Sa-môn, không phải là sa-môn có trí mà tưởng là sa-môn có trí, không phải là chánh trí mà tưởng là chánh trí, không phải là chánh niệm mà tưởng là chánh niệm, không phải thanh tịnh mà [**568a**] tưởng là thanh tịnh. Hiền giả, người ấy như vậy, nếu các đồng phạm hạnh có trí, do biết người ấy sanh vô lượng tâm ham muốn ác bất thiện như vậy, người ấy như thế không phải sa-môn thì không cho là sa-môn, không phải là sa-môn có trí thì không cho là sa-môn có trí, không phải chánh trí thì không cho là chánh trí, không phải chánh niệm thì không cho là chánh niệm, không phải thanh tịnh thì không cho là thanh tịnh.

"Này Hiền giả, cũng như có người hoặc từ chợ, quán, hoặc từ nhà làm đồ đồng mua một cái mâm đồng đựng đầy phẩn bên trong, có nắp đậy phía trên, rồi bưng đi. Qua các phố xá, gần chỗ đông người qua lại; những người kia thấy mâm đồng ấy đều muốn được ăn, tỏ ý rất ưa thích, không chán ghét và nghĩ lầm cái mâm đồng là sạch. Người ấy bưng mâm đồng đi, rồi dừng chân tại một chỗ nào đó và giở nó ra. Mọi người thấy vậy đều không muốn ăn, không có ý ưa thích, rất chán ghét và cho là đồ bất tịnh. Dù cho người đã muốn ăn cũng không thèm dùng, huống chi người vốn không muốn ăn. Hiền giả, cũng vậy, người ấy như vậy, nếu các phạm hạnh có trí, vì không biết người ấy sanh vô lượng tâm ham muốn bất thiện như vậy, nên mặc dù người ấy như thế, không phải sa-môn mà các vị kia cứ tưởng là sa-môn, không phải sa-môn có trí mà cứ tưởng là sa-môn có trí, không phải chánh trí mà tưởng là chánh trí, không phải chánh niệm mà tưởng là chánh niệm, không phải thanh tịnh mà tưởng là thanh tịnh. Này Hiền giả, người ấy như vậy, nếu các đồng phạm hạnh có trí, do biết người ấy sanh vô lượng tâm ham muốn ác bất thiện như vậy, nên người ấy như thế không phải là sa-môn thì các vị kia không cho nó là sa-môn, không phải sa-môn có trí thì không cho là sa-môn có trí, không phải chánh trí thì không cho là chánh trí, không phải chánh niệm thì không cho là chánh niệm, không phải thanh tịnh thì không cho là thanh tịnh.

"Này Hiền giả, phải biết, người như vậy không nên gần gũi, không nên cung kính, lễ bái. Nếu tỳ-kheo nào không đáng gần gũi mà gần gũi, không đáng cung kính lễ bái mà cung kính lễ bái, thì người thân cận cung kính lễ bái ấy lâu dài không được thiện lợi, không được hữu ích, không lợi ích, không an ổn khoái lạc, sanh ra đau khổ buồn lo.

Không cấu uế

1. "Hiền giả, giả sử có người không sanh tâm ước muốn như vầy: 'Ta đã phạm giới, mong người khác đừng biết ta phạm giới.' Này Hiền giả, hoặc có người biết người ấy phạm giới, người ấy nhân vì người khác biết mình phạm giới, mà người ấy không sanh tâm ác. Nếu người ấy không sanh tâm ác, không sanh tâm dục, cả hai đều là thiện.

2. "Hiền giả, giả sử có người không sanh tâm ước muốn như vầy, 'Ta đã phạm giới, mong người khác chỉ trích ở chỗ kín đáo chứ đừng chỉ trích là ta phạm giới ở giữa [568b] đại chúng.' Này Hiền giả, hoặc có người khác chỉ trích người ấy ở giữa đại chúng chứ không ở chỗ kín đáo, người ấy nhân vì người khác chỉ trích ở giữa đại chúng chứ không ở chỗ kín đáo, mà người ấy không sanh tâm ác. Nếu người ấy không sanh tâm ác, không sanh tâm dục, cả hai đều là thiện.

3. "Hiền giả, giả sử có người không sanh tâm ước muốn như vầy, 'Ta đã phạm giới, mong người hơn mình chỉ trích chứ đừng có người không bằng mình chỉ trích ta đã phạm giới.' Này Hiền giả, hoặc có người không bằng, chứ không phải người hơn chỉ trích người ấy phạm giới, người ấy nhân vì người không bằng mình chứ không phải người hơn chỉ trích, mà người ấy không sanh tâm ác. Nếu người ấy không sanh tâm ác, không sanh tâm dục, cả hai đều là thiện.

4. "Hiền giả, giả sử có người không sanh tâm ước muốn như vầy, 'Mong ta ngồi trước mặt Đức Thế Tôn, thưa hỏi Đức Thế Tôn về giáo pháp để Ngài nói cho các tỳ-kheo nghe.' Này Hiền giả, hoặc có vị tỳ-kheo khác ngồi trước mặt Đức Thế Tôn, thưa hỏi Đức Thế Tôn về giáo pháp để Ngài nói cho các tỳ-kheo nghe. Người ấy nhân vì có vị tỳ-kheo khác ngồi trước mặt Đức Thế Tôn, thưa hỏi Đức Thế Tôn về giáo pháp để Ngài nói cho các tỳ-kheo nghe, mà người ấy không sanh tâm ác. Nếu người ấy không sanh tâm ác, không sanh tâm dục, cả hai đều là thiện.

5. "Hiền giả, giả sử có người không sanh tâm ước muốn như vầy, 'Lúc các tỳ-kheo vào làng mong rằng ta đi trước nhất và các tỳ-kheo theo sau ta để vào, chứ đừng có vị tỳ-kheo nào đi trước nhất khi các tỳ-kheo vào trong và các tỳ-kheo theo sau vị ấy vào.' Này Hiền giả, khi các tỳ-kheo vào trong làng, hoặc có tỳ-kheo khác đi trước nhất và các tỳ-kheo theo sau vị ấy vào trong. Người ấy nhân vì có tỳ-kheo khác, khi các tỳ-kheo vào trong, đi trước nhất, các tỳ-kheo theo sau vào trong, mà người ấy không sanh tâm ác. Nếu người ấy không sanh tâm ác, không sanh tâm dục, cả hai đều là thiện.

6. "Hiền giả, giả sử có người không sanh tâm ước muốn như vầy, 'Khi các tỳ-kheo đã vào trong, mong ta ngồi trên ghế cao hơn hết, được ngồi chỗ bậc nhất, được nước rửa trước nhất, được thức ăn trước nhất.' Này Hiền giả, hoặc có vị tỳ-kheo khác, khi các tỳ-kheo đã vào trong, [568c] ngồi ghế cao hơn hết, được chỗ ngồi bậc nhất, được nước rửa bậc nhất, được thức ăn bậc nhất. Người ấy nhân vì có tỳ-kheo khác, khi các tỳ-kheo đã vào trong, ngồi ghế cao hơn hết, được chỗ ngồi bậc nhất, được nước rửa trước nhất, được thức ăn trước nhất, mà người ấy không sanh tâm ác. Nếu người ấy không sanh tâm ác, không sanh tâm dục, cả hai đều là thiện.

7. "Hiền giả, giả sử có người không sanh tâm ước muốn như vầy, 'Sau khi các tỳ-kheo ăn xong, thu dọn đồ ăn, lau rửa rồi, mong ta nói pháp cho cư sĩ nghe, khuyến phát làm cho lợi ích, làm cho hoan hỷ, đừng có tỳ-kheo nào khác, sau khi các tỳ-kheo ăn xong, thu dọn đồ ăn, lau rửa rồi, nói pháp cho cư sĩ nghe, khuyến phát làm cho lợi ích, làm cho hoan hỷ.' Này Hiền giả, hoặc có vị tỳ-kheo khác, sau khi các tỳ-kheo ăn xong, thu dọn đồ ăn, lau rửa rồi, nói pháp cho cư sĩ nghe, khuyến phát làm cho lợi ích, làm cho hoan hỷ. Người ấy nhân vì có tỳ-kheo khác, sau khi các tỳ-kheo ăn xong, thu dọn đồ ăn, lau rửa rồi, nói pháp cho cư sĩ nghe, khuyến phát làm cho lợi ích, làm cho hoan hỷ, mà người ấy không sanh tâm ác. Nếu người ấy không sanh tâm ác, không sanh tâm dục, cả hai đều là thiện.

8. "Hiền giả, giả sử có người không sanh tâm ước muốn như vầy, 'Khi các cư sĩ đi đến chúng viên, mong ta với họ cùng tụ hội, cùng tụ tập, cùng ngồi, cùng đàm luận, chứ đừng có tỳ-kheo nào khác khi các cư sĩ đi đến chúng viên, cùng tụ hội, cùng tụ tập, cùng ngồi, cùng đàm luận với họ.' Này Hiền giả, hoặc có tỳ-kheo khác, khi các cư sĩ đi đến chúng viên, cùng tụ hội, cùng tụ tập, cùng ngồi, cùng đàm luận với họ. Người ấy nhân vì có tỳ-kheo khác, khi các cư sĩ đến chúng viên, cùng tụ hội, cùng tụ tập, cùng ngồi, cùng đàm luận với họ, mà người ấy không sanh tâm ác. Nếu người ấy không sanh tâm ác, không sanh tâm dục, cả hai đều là thiện.

9. "Hiền giả, giả sử có người không sanh tâm ước muốn như vầy, 'Mong ta được vua biết đến, được các đại thần, bà-la-môn, cư sĩ, nhân dân trong nước biết đến và kính trọng; đừng có tỳ-kheo nào khác được vua biết đến, được các đại thần, bà-la-môn, cư sĩ, nhân dân trong nước biết đến và kính trọng.' Này Hiền giả, hoặc có vị tỳ-kheo khác được vua biết đến, được các đại thần, bà-la-môn, cư sĩ, nhân dân trong nước biết đến và kính trọng. Nhân vì có tỳ-kheo khác được vua biết đến, được các đại thần, bà-la-môn, cư sĩ, nhân dân trong nước biết đến và kính trọng, mà người ấy không sanh tâm ác. Nếu người ấy không sanh tâm ác, không sanh tâm dục, cả hai đều là thiện.

10. "Hiền giả, giả sử có người không sanh tâm ước muốn như vầy, 'Mong ta được bốn chúng: tỳ-kheo, tỳ-kheo-ni, [569a] ưu-bà-tắc, ưu-bà-di kính trọng, đừng có tỳ-kheo nào khác được bốn chúng: tỳ-kheo, tỳ-kheo-ni, ưu-bà-tắc, ưu-bà-di kính trọng.' Này Hiền giả, hoặc có tỳ-kheo khác được bốn chúng: tỳ-kheo, tỳ-kheo-ni, ưu-bà-tắc, ưu-bà-di kính trọng. Nhân vì có tỳ-kheo khác được bốn chúng: tỳ-kheo, tỳ-kheo-ni, ưu-bà-tắc, ưu-bà-di kính trọng, mà người ấy không sanh tâm ác. Nếu người ấy không sanh tâm ác, không sanh tâm dục, cả hai đều là thiện.

11. "Hiền giả, giả sử có người không sanh tâm ước muốn như vầy, 'Mong ta được các dụng cụ sinh hoạt như quần áo, đồ ăn uống, giường nệm, thuốc thang, đừng có tỳ-kheo nào khác được các dụng cụ sinh hoạt như quần áo, đồ ăn uống, giường nệm, thuốc thang.' Này Hiền giả, hoặc có tỳ-kheo khác được các dụng cụ sinh hoạt như quần áo, đồ ăn uống, giường nệm, thuốc thang, mà người ấy không sanh tâm ác. Nếu người ấy không sanh tâm ác, không sanh tâm dục, cả hai đều là thiện.

"Hiền giả, người ấy như vậy, nếu các đồng phạm hạnh có trí, vì không biết người ấy sanh tâm dục vô lượng thiện[12] như vậy nên người ấy như thế chính là sa-môn, mà các vị kia tưởng không phải là sa-môn, chính là sa-môn có trí mà tưởng không phải là sa-môn có trí, chính là chánh trí mà tưởng không phải là chánh trí, chính là chánh niệm mà tưởng không phải là chánh niệm, chính là thanh tịnh mà tưởng không phải là thanh tịnh. Này Hiền giả, người ấy như vậy, nếu các đồng phạm hạnh có trí, do biết người này sanh tâm ham muốn vô lượng thiện như vậy, nên người ấy như vậy chính là sa-môn, các vị kia cho là sa-môn, chính là sa-môn có trí thì cho là sa-môn có trí, chính là chánh trí thì cho là chánh trí, chính là chánh niệm thì cho là chánh niệm, chính là thanh tịnh thì cho là thanh tịnh.

"Này Hiền giả, cũng như có người, hoặc từ chợ, quán, hoặc từ nhà làm đồ đồng mua về một cái mâm đồng đựng đầy đủ thứ đồ ăn uống trong sạch, ngon lành, đậy nắp lên trên rồi bưng đi. Ngang qua phố xá, gần chỗ đông người qua lại, những người kia thấy được mâm đồng đều không muốn ăn, không có ý ưa thích, hết sức chán ghét và nghĩ rằng mâm đồng này không trong sạch và nói như vầy, 'Phân bẩn kia, hãy đem đi lập tức! Phân bẩn kia, hãy đem đi lập tức!' Người kia bưng mâm đồng đi, rồi dừng chân lại một chỗ và giở nó ra. Sau khi thấy giở ra rồi, những người kia đều muốn ăn, ý hết sức ưa thích, không còn chán ghét và nghĩ rằng đó là đồ trong sạch. Dù cho những người đã không muốn ăn, thấy rồi cũng muốn ăn, huống chi những người đã có ý muốn ăn. Hiền giả, cũng vậy, người ấy như vậy, nếu các đồng phạm hạnh có trí không biết người ấy sanh tâm dục vô lượng thiện như vậy thì người ấy như thế chính là sa-môn mà các vị kia tưởng không phải là sa-môn, chính là sa-môn có trí mà tưởng không phải là sa-môn có trí, chính là chánh trí mà tưởng không phải là chánh trí, chính là chánh niệm mà tưởng không phải là chánh niệm, chính là thanh tịnh mà tưởng không phải là thanh tịnh.

"Này Hiền giả, người ấy như vậy, nếu có đồng phạm hạnh có trí, do biết người này sanh tâm dục vô lượng thiện như vậy, nên người ấy như vậy chính là sa-môn, các vị kia cho là sa-môn, chính là sa-môn có trí thì cho là sa-môn có trí, chính là chánh trí thì cho là chánh trí, chính là chánh niệm thì cho là chánh niệm, chính là thanh tịnh thì cho là thanh tịnh.

"Này Hiền giả, phải biết người như vậy nên gần gũi, nên cung kính lễ bái. Nếu tỳ-kheo nào đáng gần gũi, đáng cung kính lễ bái mà cung kính lễ bái thì người gần gũi, cung kính lễ bái ấy lâu dài được thiện lợi, được hữu ích, an ổn khoái lạc và cũng được không khổ, không buồn lo."

Mục-kiền-liên tán thán

Bấy giờ Tôn giả Đại Mục-kiền-liên cũng có mặt trong chúng, ngài bạch rằng:

"Tôn giả Xá-lợi-phất, nay tôi muốn nói một thí dụ cho các tỳ-kheo nghe, ngài cho phép chăng?"

Tôn giả Xá-lợi-phất đáp:

"Hiền giả Đại Mục-kiền-liên, ngài muốn nói thí dụ, xin cứ nói."

Tôn giả Đại Mục-kiền-liên bạch rằng:

"Tôn giả Xá-lợi-phất, tôi nhớ một thời tôi đến thành Vương xá, ở trong Nham sơn. Bấy giờ, đêm đã qua, trời vừa sáng, tôi đắp y, ôm bát vào thành Vương xá để khất thực, đi đến nhà Vô Y Mãn Tử, trước kia là một thợ xe.[13] Lúc ấy ngang nhà ông lại có một người thợ đang đẽo trục xe. Vô Y Mãn Tử, một thợ xe cũ, đi đến nhà đó. Rồi Vô Y Mãn Tử, một thợ xe cũ, thấy người kia đang đục đẽo trục xe, tâm sanh ý nghĩ như vầy, 'Nếu người thợ này cầm búa đẽo trục, đẽo gọt chỗ xấu này, chỗ xấu kia, như thế thì cái trục ấy mới tuyệt đẹp.' Bấy giờ, người thợ kia đúng như điều suy nghĩ của Vô Y Mãn Tử, một thợ xe cũ, liền cầm búa đẽo gọt chỗ xấu này, chỗ xấu kia. Khi ấy, Vô Y Mãn tử, một thợ xe cũ, hết sức hoan hỷ, nói như thế này:

"– Này con ông thợ xe, tâm ông như vậy tức là biết tâm tôi rồi. Vì sao? Vì đúng theo ý nghĩ của tôi, ông cầm búa đẽo gọt chỗ xấu này, chỗ xấu kia.

"Cũng như thế, Tôn giả Xá-lợi-phất, nếu như có kẻ dua nịnh, dối trá, ganh tị, không tín, giải đãi, không chánh niệm, không chánh tri, không định, không tuệ, tâm người ấy cuồng mê, không giữ các căn, không tu hạnh sa-môn, không hiểu biết phân biệt; Tôn giả Xá-lợi-phất vì biết tâm của người ấy nên nói pháp này.

"Tôn giả Xá-lợi-phất, [569c] nếu có người không dua nịnh, không dối trá, không ganh tị, có tín, có tấn, không giải đãi, có chánh niệm, chánh tri, tu định, tu tuệ, tâm không cuồng mê, giữ gìn các căn, tu tập rộng rãi hạnh sa-môn và phân biệt khéo léo thì người ấy nghe Tôn giả Xá-lợi-phất nói pháp giống như kẻ đói muốn được ăn, khát muốn được uống, tức thì được ăn và uống như ý vậy.

"Tôn giả Xá-lợi-phất, giống như con gái sát-lị hay con gái Bà-la-môn, cư sĩ, công sư, đoan trang xinh đẹp, tắm rửa sạch sẽ, lấy hương thoa khắp thân thể, mặc áo mới và dùng các thứ anh lạc để trang sức dung nhan. Giả sử có người nghĩ đến nàng ấy, mong cầu sự thiện lợi hữu ích, cầu an ổn khoái lạc cho nàng ấy nên đem tràng hoa sen xanh, hoặc tràng hoa chiêm-bặc, hoặc tràng hoa tu-ma-na, hoặc tràng hoa bà-sư, hoặc tràng hoa a-đề-mâu-đa đến tặng. Người con gái ấy hoan hỷ nhận cả hai tay, dùng trang sức trên đầu. Tôn giả Xá-lợi-phất, cũng như thế, nếu có người không dua nịnh, không dối trá, không ganh tị, có tín, tinh tấn, không giải đãi, có chánh niệm, chánh tri, tu định, tu tuệ, tâm không cuồng mê, gìn giữ các căn, tu tập rộng rãi hạnh sa-môn và phân biệt khéo léo, người ấy được nghe Tôn giả Xá-lợi-phất nói pháp, giống như người đói muốn được ăn, người khát muốn được uống thì liền được ăn uống như ý vậy.

"Tôn giả Xá-lợi-phất! Thật kỳ diệu! Thật hy hữu! Tôn giả Xá-lợi-phất thường cứu vớt các người tu phạm hạnh, khiến cho xa lìa bất thiện, an trụ chỗ thiện."

Như thế, cả hai Tôn giả tán thán lẫn nhau, rồi từ chỗ ngồi đứng dậy mà đi.

Tôn giả Xá-lợi-phất thuyết như vậy, Tôn giả Đại Mục-kiền-liên và các thầy tỷ-kheo nghe Tôn giả Xá-lợi-phất thuyết, hoan hỷ phụng hành. ✿

88. KINH CẦU PHÁP*

Tôi nghe như vầy:

Một thời, Đức Phật trú tại nước Câu-tát-la cùng đại chúng tỳ-kheo, qua đến phía Bắc làng Ngũ sa-la,¹⁴ trong rừng Thi-nhiếp-hòa với hàng đại đệ tử Trưởng lão, Thượng tôn, danh đức, như các ngài: Tôn giả Xá-lợi-phất, Tôn giả Đại Mục-kiền-liên, Tôn giả Ca-diếp, Tôn giả Đại Ca-chiên-diên, Tôn giả A-na-luật, Tôn giả Lệ-việt,¹⁵ Tôn giả A-nan và các đại đệ tử Trưởng lão Thượng tôn danh đức khác ngang hàng như vậy cũng có mặt tại làng Ngũ sa-la. [570a] Tất cả đều ở gần bên cạnh ngôi nhà lá của Phật.

Tỳ-kheo thừa tự thực

Bấy giờ Đức Thế Tôn bảo các tỳ-kheo:

"Các ngươi nên hành cầu pháp, đừng hành cầu ẩm thực.¹⁶ Vì sao? Vì Ta thương tưởng các đệ tử, muốn các đệ tử nên hành cầu pháp, chứ không hành cầu ẩm thực. Nếu các ngươi hành cầu ẩm thực, không hành cầu pháp, không những các ngươi tự xấu xa, mà Ta cũng không được danh dự gì. Nếu các ngươi hành cầu pháp, chứ không thực hành sự cầu ẩm thực, không những các thầy đã tự tốt đẹp mà Ta cũng được danh dự.

"Thế nào là các đệ tử vì cầu ẩm thực mà theo Phật tu hành, chứ không phải vì cầu pháp? Sau khi Ta ăn no, bữa ăn đã xong, còn lại đồ ăn dư; sau đó có hai tỳ-kheo đến, đói khát, sức lực hao mòn, Ta nói với họ rằng: 'Sau khi Ta ăn no, bữa ăn đã xong, còn lại đồ ăn dư, các ngươi muốn ăn thì lấy mà ăn. Nếu các ngươi không lấy thì Ta sẽ mang đổ nơi đất sạch, hoặc đổ trong nước không có trùng.'

---

* Tương đương Pāli, M. 3. *Dhammadāyādasuttaṃ*. Hán, No 125(18.3).

"Trong hai người ấy, tỳ-kheo thứ nhất suy nghĩ như vầy, 'Đức Thế Tôn ăn rồi, bữa ăn đã xong, còn lại đồ ăn dư, nếu ta không lấy tất nhiên Đức Thế Tôn sẽ mang đổ nơi đất sạch, hoặc trong nước không có trùng. Vậy ta hãy lấy mà ăn.' Tỳ-kheo ấy liền lấy mà ăn. Tuy được một ngày một đêm an ổn khoái lạc, nhưng vì tỳ-kheo ấy nhận lấy đồ ăn dư đó nên không vừa ý Phật.[17] Vì sao? Vì tỳ-kheo đó nhận lấy đồ ăn đó nên không được là thiểu dục, không được là tri túc, không được là dễ nuôi, không được là dễ thỏa mãn, không được là biết thời, không được là biết tiết độ, không được tinh tấn, không được tĩnh tọa, không được có tịnh hạnh, không được sống viễn ly, không được nhất tâm, không được tinh cần, cũng không được chứng đắc Niết-bàn. Vì vậy, do bởi tỳ-kheo nhận lấy đồ ăn dư mà không vừa ý Phật. Như thế, gọi là các đệ tử vì cầu ẩm thực mà theo Phật tu hành, chứ không phải vì cầu pháp.

Tỳ-kheo thừa tự pháp

"Thế nào là các đệ tử hành cầu pháp, chứ không hành cầu ẩm thực? Trong hai người ấy, tỳ-kheo thứ hai suy nghĩ như vầy, 'Đức Thế Tôn ăn rồi, bữa ăn đã xong, còn lại đồ ăn dư. Nếu ta không lấy thì tất nhiên Đức Thế Tôn sẽ mang đổ nơi đất sạch, hoặc trong nước không có trùng. Nhưng Đức Thế Tôn có dạy rằng: 'Điều thấp kém nhất trong việc ăn uống là ăn đồ ăn dư.'[18] Vậy ta không nên nhận lấy đồ ăn đó.' Nghĩ như thế rồi, tỳ-kheo ấy không nhận lấy đồ ăn. Tỳ-kheo kia không nhận lấy đồ ăn đó, [570b] tuy suốt một ngày một đêm khổ sở, không được an ổn, nhưng nhân vì tỳ-kheo ấy không nhận lấy đồ ăn đó nên được vừa lòng Phật. Vì sao? Tỳ-kheo ấy do bởi không nhận lấy đồ ăn dư nên được sự thiểu dục, được sự tri túc, được sự sống dễ nuôi, dễ thỏa mãn, biết thời, có tiết độ, có tinh tấn, có thể tĩnh tọa, có tịnh hạnh, có thể sống viễn ly, được nhất tâm, được tinh cần và cũng có thể chứng đắc Niết-bàn. Cho nên, do bởi tỳ-kheo ấy không nhận lấy đồ ăn này mà được vừa lòng Phật. Như thế, gọi là các đệ tử vì cầu pháp mà theo Phật tu hành, chứ không phải vì cầu ẩm thực."

Phật lược thuyết

Bấy giờ Đức Thế Tôn nói với các đệ tử:

"Nếu một Tôn sư có pháp luật, thích sống viễn ly, mà đệ tử hàng trưởng thượng của vị ấy không thích đời sống viễn ly, thì pháp luật đó không có ích gì cho mọi người, không mang lại an lạc cho mọi người, không phải là vì thương xót thế gian, cũng không phải là mong sự thiện lợi, mong cầu an ổn khoái lạc cho loài trời, loài người.

"Nếu một Tôn sư có pháp luật, thích sống viễn ly, mà đệ tử bậc trung và bậc hạ của vị ấy không thích đời sống viễn ly, thì pháp luật đó không ích gì cho mọi người, không mang lại an lạc cho mọi người, không phải là vì thương xót thế gian, cũng không phải là mong cầu sự thiện lợi và hữu ích, mong cầu an ổn khoái lạc cho loài trời, loài người.

"Nếu một Tôn sư có pháp luật, thích sống viễn ly, mà đệ tử hàng trưởng thượng của vị ấy cũng thích đời sống viễn ly, thì pháp luật đó có ích cho mọi người, mang lại an lạc cho mọi người, là vì thương xót thế gian, mong cầu sự thiện lợi và hữu ích, mong cầu an ổn khoái lạc cho loài trời và loài người.

"Nếu một Tôn sư có pháp luật, thích sống viễn ly, đệ tử bậc trung và bậc hạ của vị ấy cũng thích đời sống viễn ly, thì pháp luật đó có ích cho mọi người, mang lại an lạc cho mọi người, là bậc thương xót thế gian, mong cầu sự thiện lợi và hữu ích, mong cầu an ổn khoái lạc cho trời, người."

Xá-lợi-phất quảng diễn

Bấy giờ tôn giả Xá-lợi-phất cũng hiện diện trong chúng. Đức Thế Tôn bảo tôn giả rằng:

"Xá-lợi-phất, thầy hãy nói pháp như pháp cho các tỳ-kheo nghe. Ta bị đau lưng, nay Ta muốn nghỉ một lát."

Tôn giả Xá-lợi-phất liền vâng lãnh lời Phật:

"Kính vâng, bạch Thế Tôn."

Rồi Đức Thế Tôn gấp tư y Uất-đa-la-tăng trải trên giường, cuộn y tăng-già-lê làm gối, nằm nghiêng hông bên phải, hai chân chồng lên nhau, khởi quang minh tưởng,[19] chánh niệm, chánh tri và thường nghĩ muốn trối dậy.[20]

Tôn sư và đệ tử

Bấy giờ tôn giả Xá-lợi-phất nói với các tỳ-kheo:

"Này chư Hiền, nên biết, Đức Thế Tôn vừa nói pháp sơ lược rằng: 'Nếu một Tôn sư có pháp luật, thích sống viễn ly mà đệ tử hàng trưởng thượng của vị ấy không thích đời sống viễn ly, thì pháp luật đó [570c] không có ích gì cho mọi người, không mang lại an lạc cho mọi người, không phải là vì thương xót thế gian, không phải là mong cầu thiện lợi và hữu ích, mong cầu an ổn khoái lạc cho loài trời, loài người.

"Nếu một Tôn sư có pháp luật, thích sống viễn ly mà đệ tử bậc trung và hạ của vị ấy không thích đời sống viễn ly, thì pháp luật đó không có ích gì cho mọi người, không mang lại an lạc cho mọi người, không phải là vì thương xót thế gian, cũng không phải là mong cầu sự thiện lợi và hữu ích, mong cầu an ổn khoái lạc cho loài trời, loài người.

"Nếu một Tôn sư có pháp luật, thích sống viễn ly và đệ tử hàng trưởng thượng của vị ấy cũng thích đời sống viễn ly, thì pháp luật đó có ích cho mọi người, mang lại an lạc cho mọi người, là vì thương xót thế gian, mong cầu sự thiện lợi và hữu ích, mong cầu an ổn khoái lạc cho loài trời, loài người.

Nếu một Tôn sư có pháp luật, thích sống viễn ly, đệ tử bậc trung và bậc hạ của vị ấy cũng thích đời sống viễn ly, thì pháp luật đó có ích cho mọi người, mang lại sự an lạc cho mọi người, là vì thương xót thế gian, mong cầu sự thiện lợi và hữu ích, mong cầu an ổn khoái lạc cho loài trời, loài người.'

"Nhưng Đức Thế Tôn nói pháp này hết sức sơ lược, các thầy thấu hiểu nghĩa đó như thế nào và phân biệt rộng rãi như thế nào?"

Bấy giờ trong chúng, hoặc có tỳ-kheo nói như thế này:

"Bạch tôn giả Xá-lợi-phất, nếu các Trưởng lão Thượng tôn tuyên bố rằng, 'Ta đã chứng đắc cứu cánh trí, biết một cách như thật rằng, 'Sự sanh đã dứt, phạm hạnh đã thành, điều cần làm đã làm xong, không còn tái sanh nữa.' Các đồng phạm hạnh khi nghe vị tỳ-kheo kia tự tuyên bố 'Tôi đã chứng đắc cứu cánh trí,' bèn được hoan hỷ."

Lại có tỳ-kheo nói như thế này:

"Bạch Tôn giả Xá-lợi-phất, nếu có đệ tử bậc trung, bậc hạ có ước nguyện vô thượng Niết-bàn, các đồng phạm hạnh thấy vị tỳ-kheo kia đã hành như vậy, nên được hoan hỷ."

Như vậy, các tỳ-kheo ấy giải thích ý nghĩa đó như vậy mà không hài lòng Tôn giả Xá-lợi-phất.

Đệ tử xứng đáng thừa tự

Tôn giả Xá-lợi-phất nói với các tỳ-kheo ấy rằng:

"Này chư Hiền, hãy lắng nghe, tôi sẽ giải thích cho các thầy.

"Này chư Hiền, nếu một Tôn sư có pháp luật, thích sống viễn ly, mà hàng đệ tử trưởng thượng của vị ấy không thích đời sống viễn ly, thì người đệ tử hàng trưởng thượng ấy có ba điều đáng chê.

"Những gì là ba? Tôn sư thích sống viễn ly mà đệ tử hàng trưởng thượng không học theo hạnh viễn ly. Vị đệ tử ấy vì vậy mà đáng chê. Nếu Tôn sư dạy những pháp phải đoạn trừ mà đệ tử trưởng thượng không đoạn trừ pháp ấy. Vị đệ tử này vì vậy mà đáng chê. Với những điều có thể thủ chứng mà đệ tử trưởng thượng lại từ bỏ phương tiện.[21] Vị đệ tử này vì vậy mà đáng chê. Nếu bậc Tôn sư có pháp luật, thích an trú viễn ly mà đệ tử trưởng thượng của vị ấy không thích đời sống viễn ly thì người đệ tử ấy có ba điều đáng [**671**] chê trách này.

"Này chư Hiền, nếu Tôn sư có pháp luật, thích sống viễn ly mà đệ tử bậc trung và hạ không thích đời sống viễn ly, thì đệ tử trung và hạ ấy có ba điều đáng chê.

"Những gì là ba? Tôn sư thích sống viễn ly, đệ tử trung và hạ không học theo hạnh viễn ly, những đệ tử này vì vậy mà đáng chê. Nếu Tôn sư dạy những pháp phải đoạn trừ mà đệ tử trung và hạ không đoạn trừ những pháp ấy, những đệ tử này vì vậy mà đáng chê. Với những điều có thể thủ chứng, mà đệ tử trung và hạ lại từ bỏ phương tiện, những đệ tử này vì vậy mà đáng chê. Nếu Tôn sư có pháp luật, thích sống viễn ly, mà đệ tử trung và hạ không thích đời sống viễn ly, thì những đệ tử ấy có ba điều đáng chê này.

"Này chư Hiền, nếu Tôn sư có pháp luật, thích sống viễn ly và đệ tử trưởng thượng của vị ấy cũng thích đời sống viễn ly, thì đệ tử trưởng thượng này có ba điều đáng tán thưởng.

"Những gì là ba? Tôn sư thích sống viễn ly, đệ tử trưởng thượng cũng học theo hạnh viễn ly. Vị đệ tử này vì vậy đáng được tán thưởng. Nếu Tôn sư dạy những pháp phải đoạn trừ, đệ tử trưởng thượng đoạn trừ những pháp ấy. Vị đệ tử trưởng thượng này vì vậy đáng tán thưởng. Với những điều có thể thủ chứng thì đệ tử trưởng thượng tinh tấn cầu học, không bỏ phương tiện. Vị đệ tử này vì vậy đáng được tán thưởng. Nếu bậc Tôn sư có pháp luật, thích an trú viễn ly, đệ tử trưởng thượng cũng thích đời sống viễn ly thì những đệ tử ấy có ba điều đáng tán thưởng này.

"Này chư Hiền, nếu Tôn sư có pháp luật, thích sống viễn ly, đệ tử trung và hạ cũng thích đời sống viễn ly, thì những đệ tử ấy có ba điều đáng tán thưởng.

"Những gì là ba? Tôn sư thích an trú viễn ly, đệ tử trung và hạ cũng thích đời sống viễn ly. Những đệ tử này vì vậy đáng được tán thưởng. Nếu Tôn sư dạy những pháp phải đoạn trừ, đệ tử trung và hạ đoạn trừ những pháp ấy. Những đệ tử này vì vậy đáng được tán thưởng. Với những điều có thể thủ chứng thì đệ tử trung và hạ tinh tấn, cầu học, không bỏ phương tiện. Những đệ tử này vì vậy đáng được tán thưởng. Nếu bậc Tôn sư có pháp luật, thích sống viễn ly, đệ tử trung và hạ cũng thích đời sống viễn ly thì những đệ tử ấy có ba điều đáng tán thưởng này."

Trung đạo

Tôn giả Xá-lợi-phất lại nói với các tỳ-kheo:

"Này chư Hiền, có con đường giữa, theo đó có thể đạt đến tâm trú, được định, được an lạc, tùy thuận pháp tùy pháp, được trí thông, được giác ngộ và cũng chứng đắc Niết-bàn.

"Này chư Hiền, thế nào là có một con đường giữa, theo đó có thể đạt đến tâm trú, được định, được an lạc, tùy thuận pháp tùy pháp, được trí thông, được giác ngộ và cũng chứng đắc Niết-bàn?

"Này chư Hiền, niệm dục là ác, ác niệm dục cũng là ác.²² Người ấy đoạn trừ niệm dục và cũng đoạn trừ ác niệm dục. Cũng vậy, sân nhuế, oán kết, bổn xẻn, ganh tị, dối trá, vô tàm, vô quý, mạn, tối thượng mạn, cống cao, phóng dật, hào quý, tăng tránh.²³

"Này chư Hiền, tham cũng là ác mà đắm trước cũng là ác. [571b] Người ấy đoạn trừ tham và cũng đoạn trừ đắm trước.

"Này chư Hiền, đó là có một con đường giữa, theo đó có thể đạt đến tâm trú, được định, được an lạc, tùy thuận pháp tùy pháp, được trí thông, được giác ngộ và cũng chứng đắc Niết-bàn.

"Này chư Hiền, lại có một con đường giữa khác theo đó có thể đạt đến tâm trú, được định, được an lạc, tùy thuận pháp tùy pháp, được trí thông, được giác ngộ và cũng chứng đắc Niết-bàn. Chư Hiền, thế nào là có một con đường giữa khác theo đó có thể đạt đến tâm trú, được định, được an lạc, tùy thuận pháp tùy pháp, được trí thông, được giác ngộ và cũng chứng đắc Niết-bàn? Chư Hiền, đó là Thánh đạo tám chi, từ chánh kiến đến chánh định, ấy là tám. Chư Hiền, đó là một con đường giữa khác nhờ đó có thể đạt đến tâm trú, được định, được an lạc, tùy thuận pháp tùy pháp, được trí thông, được giác ngộ và cũng chứng đắc Niết-bàn."

Bấy giờ Đức Thế Tôn đã qua cơn đau và được an ổn, từ chỗ nằm trở dậy, ngồi kiết già, Ngài tán thán Tôn giả Xá-lợi-phất:

"Lành thay! Lành thay! Xá-lợi-phất nói pháp như pháp cho các tỳ-kheo nghe. Xá-lợi-phất, từ nay về sau, thầy hãy nói pháp như pháp cho các tỳ-kheo nghe nữa. Xá-lợi-phất, thầy nên luôn luôn nói pháp như pháp cho các tỳ-kheo nghe."

Rồi Đức Thế Tôn nói với các tỳ-kheo:

"Các ngươi phải cùng nhau vâng lãnh pháp như pháp, hãy tụng tập, chấp trì. Vì sao? Vì pháp như pháp này có pháp, có nghĩa, là căn bản phạm hạnh, được trí thông, được giác ngộ và cũng chứng đắc Niết-bàn. Các thiện nam tử cạo bỏ râu tóc, mặc áo cà-sa, chí tín, từ bỏ gia đình sống không gia đình, xuất gia học đạo, phải khéo léo thọ trì pháp như pháp này."

Phật thuyết như vậy. Tôn giả Xá-lợi-phất và các tỳ-kheo nghe Phật thuyết, hoan hỷ phụng hành.[24] ✵

89. KINH TỲ-KHEO THỈNH*

[**571c1**] Tôi nghe như vầy:

Một thời, Đức Phật trú tại thành Vương Xá, trong rừng Trúc, vườn Ca-lan-đa, an cư mùa mưa cùng với đại chúng tỳ-kheo.

Tỳ-kheo khó dạy

Bấy giờ, Tôn giả Đại Mục-kiền-liên[25] nói với các tỳ-kheo:

"Này chư Hiền, nếu có tỳ-kheo thỉnh cầu[26] các tỳ-kheo rằng: 'Xin các thầy hãy nói với tôi, hãy chỉ giáo tôi, khiển trách tôi, xin đừng làm khó tôi.' Vì sao vậy? Này chư Hiền, hoặc có một người hay có lời nói cộc, mang bản tánh nói cộc[27] và do bản tánh nói cộc này mà các đồng phạm hạnh không nói tới, không chỉ giáo, không khiển trách, trái lại làm khó người ấy.

"Này chư Hiền, thế nào là bản tánh nói cộc, mà nếu ai có bản tánh nói cộc, các đồng phạm hạnh không nói tới, không chỉ giáo, không khiển trách, trái lại làm khó người ấy?

"Này chư Hiền, ở đây có người có ác dục và niệm tưởng dục.[28] Này chư Hiền, nếu là người có ác dục và niệm tưởng dục thì đó là bản tánh nói cộc. Cũng như thế, nhiễm và hành nhiễm,[29] cố ý phú tàng,[30] lường gạt dối trá, xan tham, tật đố, vô tàm, vô quý, sân tệ ác ý,[31] nói lời phẫn nộ, cử tội tỳ-kheo cử tội mình,[32] khinh mạn tỳ-kheo cử tội mình,[33] phanh phui tỳ-kheo cử tội mình,[34] nói lăng ngoài đề để tránh né,[35] câm nín, sân hận, thù ghét phừng phực,[36] bằng hữu ác, đồng bọn ác, vong ân, không biết ân. Chư Hiền, nếu ai là người vong ân, không biết ân, thì đó là người có bản tánh cộc. Này chư Hiền, đó là những bản tánh khiến nói cộc. Nếu

---

* Tương đương Pāli, M. 15. *Anumānasuttaṃ*. No 50: Thọ tuế kinh.

ai có bản tánh nói cộc, các đồng phạm hạnh không nói tới, không chỉ giáo, không khiển trách, trái lại làm khó người ấy.

"Này chư Hiền, tỳ-kheo hãy tự tư lương:[37] 'Chư Hiền, nếu ai có ác dục, niệm dục thì tôi không ưa thích người đó. Nếu tôi có ác dục, niệm dục thì người ấy cũng chẳng ưa thích tôi.' Tỳ-kheo hãy quán sát như vậy, không hành ác dục, không niệm dục. Nên học như vậy.

"Cũng như thế, ai nhiễm và hành nhiễm, cố ý phú tàng, lường gạt dối trá, xan tham, tật đố, vô tàm, vô quý, sân tệ ác ý, nói lời phẫn nộ, cử tội tỳ-kheo cử tội mình, khinh mạn tỳ-kheo cử tội mình, phanh phui tỳ-kheo cử tội mình, nói lăng ngoài đề để tránh né, câm nín, sân hận, thù ghét phừng phực, bằng hữu ác, đồng bọn ác, vong ân, không biết ân. 'Chư Hiền, nếu ai vong ân, không biết ân thì tôi không ưa thích người ấy, và nếu tôi vong ân, không biết ân thì người ấy cũng chẳng ưa thích tôi.' Tỳ-kheo hãy quán sát như vậy, không hành sự vong ân, không biết ân. Nên học như vậy.

"Này chư Hiền, ở đây có tỳ-kheo không thỉnh cầu các tỳ-kheo rằng: 'Xin các ngài nói với tôi, chỉ giáo tôi, khiển trách tôi, [572a] đừng làm khó tôi.' Vì sao vậy? Chư Hiền, ở đây có một người dễ nói, phú bẩm bản tánh dễ nói,[38] do phú bẩm bản tánh dễ nói nên các bậc phạm hạnh khéo nói với, khéo chỉ giáo, khéo khiển trách và không làm khó người đó.

Tỳ-kheo dễ dạy

"Này chư Hiền, thế nào là bản tánh dễ nói? Nếu là người phú bẩm bản tánh dễ nói thì các đồng phạm hạnh khéo nói với, khéo chỉ giáo, khéo khiển trách và không làm khó người đó. Chư Hiền, người không ác dục, không niệm dục, đó là bản tánh dễ nói. Cũng như thế, không nhiễm và hành nhiễm, không cố ý phú tàng, không lường gạt dối trá, không xan tham tật đố, không vô tàm vô quý, không sân tệ ác ý, không nói lời phẫn nộ, không cử tội tỳ-kheo cử tội mình, không khinh mạn tỳ-kheo cử tội mình, không phanh phui tỳ-kheo cử tội mình, không nói lăng ngoài đề để tránh né, không câm nín, không sân hận, không thù ghét phừng phực, không bằng hữu ác đồng bọn ác, không vong ân không biết ân. Chư Hiền, nếu ai không vong ân không biết ân, đó là có bản tánh dễ nói. Chư Hiền, đó là những bản tánh khiến dễ nói. Nếu ai đầy đủ bản tánh dễ nói thì các đồng phạm hạnh khéo nói với, khéo chỉ giáo, khéo khiển trách và không làm khó người đó.

"Này chư Hiền, tỳ-kheo nên tự tư lương: 'Chư Hiền, 'nếu người không ác dục, không niệm dục, tôi ưa thích người đó. Nếu tôi không ác dục, không niệm dục thì người đó cũng ưa thích tôi.' Tỳ-kheo nên quán sát như vậy, không hành ác dục, không niệm dục. Nên học như vậy. Cũng như thế, không nhiễm và hành nhiễm, không cố ý phú tàng, không lường gạt dối trá, không xan tham tật đố, không vô tàm vô quý, không sân tệ ác ý, không nói lời phẫn nộ, không cử tội tỳ-kheo cử tội mình, không khinh mạn tỳ-kheo cử tội mình, không phanh phui tỳ-kheo cử tội mình, không nói lãng ngoài đề để tránh né, không câm nín, sân hận, không thù ghét phừng phực, không bằng hữu ác đồng bọn ác, không vong ân không biết ân. 'Chư Hiền, nếu có người không vong ân không biết ân thì tôi thích người đó, và nếu tôi không vong ân không biết ân thì người đó cũng ưa thích tôi.' Tỳ-kheo nên quán sát như vậy, không vong ân không biết ân. Nên học như vậy.

Tỳ-kheo tự quan sát

"Này chư Hiền, nếu tỳ-kheo quán sát như vầy tất sẽ được nhiều lợi ích: 'Ta có ác dục, niệm dục hay không có ác dục, niệm dục?'

"Này chư Hiền, nếu khi tỳ-kheo quán sát mà biết được ta có [572b] ác dục, niệm dục thì không thể vui mừng. Do đó mong cầu đoạn trừ dục.

"Này chư Hiền, nếu lúc tỳ-kheo quán sát mà biết mình không có ác dục, niệm dục tức thì vui mừng, rằng: 'Ta tự thanh tịnh, cầu học pháp tôn quý.' Vì vậy nên vui mừng.

"Này chư Hiền, như người có mắt, lấy gương tự soi thì thấy được mặt mình là sạch hay bẩn. Chư Hiền, nếu người có mắt thấy mặt mình bẩn thì không vui mừng và mong muốn rửa sạch. Chư Hiền, nếu người có mắt thấy mặt mình không bẩn thì vui mừng rằng: 'Mặt ta sạch.' Vì vậy nên vui mừng. Chư Hiền, cũng như vậy, nếu khi tỳ-kheo quán sát mà biết được ta có ác dục, niệm dục thì không vui mừng và mong cầu đoạn trừ dục. Chư Hiền, nếu lúc tỳ-kheo quán sát mà biết được mình không có ác dục, niệm dục thì vui mừng rằng 'Ta tự thanh tịnh, cầu học pháp tôn quý.' Vì vậy nên vui mừng. Cũng như thế, ta nhiễm và hành nhiễm hay không nhiễm và hành nhiễm? Cố ý phú tàng hay không cố ý phú tàng? Lường gạt dối trá hay không lường gạt dối trá? Xan tham tật đố hay không xan tham tật đố? Vô tàm vô quý hay không vô tàm vô quý? Sân tệ ác ý hay không sân tệ ác ý? Nói lời phẫn nộ hay không nói lời phẫn nộ? Cử tội tỳ-kheo cử tội hay không cử tội tỳ-kheo cử tội? Khinh mạn tỳ-kheo cử tội hay không khinh mạn tỳ-kheo cử tội? Phanh phui tỳ-kheo cử tội hay không phanh phui tỳ-kheo cử tội? Nói lãng ngoài đề để tránh né hay không nói lãng ngoài đề để tránh né? Câm nín, sân hận, hay không câm nín, sân hận? Thù ghét phừng phực hay không thù ghét phừng phực? Bằng hữu ác và đồng bọn ác hay không bằng hữu ác và đồng bọn ác? Vong ân không biết ân hay không vong ân không biết ân? Chư Hiền, nếu khi tỳ-kheo quán sát mà biết được 'ta có vong ân không biết ân' thì không vui mừng và mong muốn đoạn trừ. Chư Hiền, nếu lúc tỳ-kheo quán sát mà biết được mình không có vong ân không biết ân thì được vui mừng rằng 'Ta tự thanh tịnh, cầu học pháp tôn quý,' cho nên vui mừng.

"Này chư Hiền, như người có mắt, lấy gương tự soi thì thấy được mặt mình là sạch hay bẩn. Chư Hiền, nếu người có mắt thấy mặt mình bẩn thì không vui mừng và mong muốn rửa sạch. Chư Hiền, nếu người có mắt thấy mặt mình không bẩn thì được vui mừng rằng 'Mặt ta sạch sẽ,' cho nên vui mừng. Chư Hiền, [572c] cũng vậy, nếu khi tỳ-kheo quán sát mà biết được ta có vong ân không biết ân, thì không vui mừng và mong muốn đoạn trừ. Chư Hiền, nếu khi tỳ-kheo quán sát mà biết được mình không có vong ân không biết ân thì vui mừng rằng 'Ta tự thanh tịnh, cầu học tôn pháp,' cho nên vui mừng. Do vui mừng cho nên có hỷ, nhân hỷ nên thân khinh an, do thân khinh an[39] nên được cảm thọ lạc, do cảm thọ lạc nên được định tâm.

"Này chư Hiền, Đa văn Thánh đệ tử do định tâm nên thấy như thật, biết như thật; do thấy như thật, biết như thật nên được yểm ly, do yểm ly nên được vô dục, do vô dục nên được giải thoát, do giải thoát mà được tri kiến giải thoát, biết một cách như thật rằng: 'Sự sanh đã dứt, phạm hạnh đã thành, điều đáng làm đã làm xong, không còn tái sanh.'"

Tôn giả Đại Mục-kiền-liên nói như vậy, các thầy tỳ-kheo nghe Tôn giả Đại Mục-kiền-liên nói xong, hoan hỷ phụng hành. ❈

90. KINH TRI PHÁP*

Tôi nghe như vầy:

Một thời, Đức Phật trú tại Câu-xá-di, trong vườn Cù-sư-la.⁴⁰

Bấy giờ Tôn giả Chu-na⁴¹ nói với các tỳ-kheo:

1. "Nếu có tỳ-kheo nói như thế nầy, 'Tôi biết các pháp, những pháp được biết ấy không có tham lam.' Nhưng trong tâm Hiền giả kia, ác tham lam⁴² đã sanh và tồn tại.

"Cũng như vậy, tranh tụng, nhuế hận, sân triền, phú kết, bỏn xẻn, ganh tị, lừa dối, dua nịnh, vô tàm, vô quý, ác dục, ác kiến.⁴³ Nhưng trong tâm Hiền giả ấy ác dục, ác kiến đã sanh và tồn tại. Các vị đồng phạm hạnh biết Hiền giả ấy không biết các pháp, những pháp được biết đến mà không có tham lam. Vì sao? Vì trong tâm Hiền giả ấy tham lam đã sanh và tồn tại. Cũng như vậy, tranh tụng, nhuế hận, sân triền, phú kết, bỏn xẻn, ganh tị, lừa dối, dua nịnh, vô tàm, vô quý, ác dục, ác kiến. Vì sao? Vì trong tâm Hiền giả kia ác dục, ác kiến đã sanh và tồn tại.

"Này chư Hiền, như người không giàu mà tự xưng là giàu, cũng không có phong ấp mà nói là có phong ấp. Lại không có súc mục mà nói là có súc mục. Khi muốn tiêu dùng thì không có vàng bạc, chơn châu, lưu ly, thủy tinh, hổ phách; không có súc mục, lúa gạo; cũng không có nô tỳ. Các bằng hữu quen biết đến nhà người ấy, nói rằng: 'Anh thật không giàu mà tự xưng là giàu, [573a] cũng không có phong ấp mà nói có phong ấp; lại không có súc mục mà nói có súc mục. Khi muốn tiêu dùng thì không có vàng bạc, chơn châu, lưu ly, thủy tinh, hổ phách; không có súc mục, lúa gạo và cũng không có nô tỳ.' Cũng giống như thế, này chư Hiền, nếu có tỳ-kheo nói như thế này: 'Tôi biết các pháp, những pháp được biết mà

---

* Tương đương Pāli, A. x. 24.

không có tham lam,' nhưng trong tâm Hiền giả kia tham lam đã sanh và tồn tại. Cũng như vậy, tranh tụng, nhuế hận, sân triền, phú kết, bỏn xẻn, ganh tị, lừa dối, dua nịnh, vô tàm, vô quý, ác dục, ác kiến đã sanh và tồn tại. Các đồng phạm hạnh biết Hiền giả ấy không biết các pháp, những pháp được biết mà không có tham lam. Vì sao? Vì tâm của Hiền giả kia không hướng đến chỗ diệt tận tham lam, đến Vô dư Niết-bàn. Cũng như vậy, tranh tụng, nhuế hận, sân triền, phú kết, bỏn xẻn, ganh tị, lừa dối, dua nịnh, vô tàm, vô quý, ác dục, ác kiến. Vì sao? Vì tâm Hiền giả kia không hướng đến chỗ diệt tận ác nhuế, đến Vô dư Niết-bàn.

2. "Này chư Hiền, hoặc có tỳ-kheo không nói như thế này: 'Tôi biết các pháp, những pháp được biết đến mà không có tham lam,' nhưng trong tâm Hiền giả kia tham lam không sanh và tồn tại. Cũng như vậy, tranh tụng, nhuế hận, sân triền, phú kết, bỏn xẻn, ganh tị, lừa dối, dua nịnh, vô tàm, vô quý, ác dục, ác kiến; nhưng trong tâm Hiền giả kia ác dục, ác kiến không sanh và tồn tại. Các đồng phạm hạnh biết Hiền giả ấy thật biết các pháp, những pháp được biết đến mà không có tham lam. Vì sao? Vì trong tâm Hiền giả kia, ác tham lam đã không sanh và tồn tại. Cũng như vậy, tranh tụng, nhuế hận, sân triền, phú kết, bỏn xẻn, ganh tị, lừa dối, dua nịnh, vô tàm, vô quý, ác dục, ác kiến. Vì sao? Vì trong tâm Hiền giả kia ác dục, ác kiến không sanh và tồn tại.

"Này chư Hiền, như người giàu to mà không nói mình giàu, cũng có phong ấp mà không nói là có phong ấp. Lại có súc mục mà không nói là có súc mục. Nếu lúc muốn tiêu dùng thì có sẵn vàng bạc, trân châu, lưu ly, thủy tinh, hổ phách; có súc mục, lúa gạo và có nô tỳ. Các bằng hữu quen biết đến nhà người ấy, nói rằng: 'Anh thật giàu to mà không nói là giàu, cũng có phong ấp mà không nói là có phong ấp. Lại có súc mục mà không nói là có súc mục, nhưng khi muốn dùng thì có sẵn vàng bạc, trân châu, lưu ly, thủy tinh, hổ phách; có súc mục, lúa gạo và cũng có nô tỳ.'

[**573b**] "Cũng giống như thế, này chư Hiền, nếu có tỳ-kheo không nói như thế này: 'Tôi biết các pháp, những pháp được biết đến mà không có tham lam,' nhưng trong tâm Hiền giả kia ác tham lam đã không sanh và không tồn tại. Cũng như vậy, tranh tụng, nhuế hận, sân triền, phú kết, bỏn xẻn, ganh tị, lừa dối, dua nịnh, vô tàm, vô quý, ác dục, ác kiến, nhưng trong tâm Hiền giả kia ác dục, ác kiến không sanh và tồn tại. Các người đồng phạm hạnh biết Hiền giả ấy thật biết các pháp, những pháp được biết đến mà không có tham lam. Vì sao? Vì tâm Hiền giả ấy hướng đến chỗ diệt tận tham lam, sân triền, phú kết, bỏn xẻn, ganh tị, lừa dối, dua nịnh, vô tàm, vô quý, ác dục, ác kiến. Vì sao? Vì tâm Hiền giả kia hướng đến chỗ diệt tận ác kiến, đến Vô dư Niết-bàn."

Tôn giả Chu-na thuyết như vậy, các thầy tỳ-kheo sau khi nghe Tôn giả nói xong, hoan hỷ phụng hành. ❀

91. KINH CHU-NA VẤN KIẾN*

Tôi nghe như vầy:

Một thời, Đức Phật trú tại Câu-xá-di, trong vườn Cù-sư-la.[44]

Xả ly kiến chấp

Bấy giờ Tôn giả Đại Chu-na vào lúc xế, rời chỗ tĩnh tọa đứng dậy, đi đến chỗ Phật, đảnh lễ dưới chân Phật, rồi ngồi xuống một bên, bạch rằng:

"Bạch Thế Tôn, trong đời, các kiến chấp phát sanh và phát sanh, tức các chủ trương có thần ngã, có chúng sanh, có nhân, có thọ, có mạng, có thế gian.[45] Bạch Thế Tôn, biết như thế nào, thấy như thế nào để các kiến chấp này được tiêu diệt, được xả ly và khiến cho các tà kiến khác không tiếp diễn, không bị chấp thủ?"

Bấy giờ Thế Tôn nói rằng:

"Chu-na, trong đời, các kiến chấp phát sanh và phát sanh, tức các chủ trương có thần ngã, có chúng sanh, có nhân, có thọ, có mạng, có thế gian. Chu-na, nếu muốn các pháp diệt tận không dư, thì phải biết như vậy, thấy như vậy mới có thể khiến cho các kiến chấp này được tiêu diệt, được xả ly và khiến cho các kiến chấp khác không tiếp diễn, không bị chấp, hãy học pháp tiệm tốn.[46]

Pháp tiệm giảm

1. "Chu-na, trong Thánh pháp luật, thế nào là tiệm tốn? Tỳ-kheo ly dục, ly ác bất thiện, cho đến chứng đắc Tứ thiền, thành tựu an trụ, vị ấy nghĩ như vầy: 'Ta đã thực hành sự tiệm tốn.' Này Chu-na, trong Thánh

---

* Tương đương Pāli, M. 8. *Sallekhasuttaṃ*.

pháp luật không phải chỉ có sự tiệm tổn này.[47]

2. "Có bốn Tăng thượng tâm, hiện pháp lạc trú,[48] hành giả từ đó xuất rồi lại nhập trở lại. Vị ấy [**573c**] nghĩ như thế này: 'Ta thực hành sự tiệm tổn này.' Này Chu-na, trong Thánh pháp luật không phải chỉ có sự tiệm tổn này.

3. "Tỳ-kheo vượt khỏi mọi sắc tưởng, cho đến chứng đắc phi tưởng phi phi tưởng xứ, thành tựu an trụ. Vị ấy nghĩ như thế này: 'Ta thực hành sự tiệm tổn.' Này Chu-na, trong Thánh pháp luật không phải chỉ có sự tiệm tổn này.

4. "Có bốn tịch tĩnh giải thoát,[49] lìa sắc, chứng đắc vô sắc, hành giả từ đó khởi lên sẽ nói cho người khác biết. Vị ấy nghĩ như thế này: 'Ta thực hành sự tiệm tổn.' Này Chu-na, trong Thánh pháp luật không phải chỉ có sự tiệm tổn này.

5. "Chu-na, 'Người khác có ác dục, niệm dục; ta không có ác dục, niệm dục.' Hãy học tiệm tổn.[50]

"Chu-na, 'Người khác có sân hại ý;[51] ta không có sân hại ý.' Hãy học tiệm tổn.

"Chu-na, 'Người khác có sát sanh, lấy của không cho, phi phạm hạnh; ta không phi phạm hạnh.' Hãy học tiệm tổn.

"Chu-na, 'Người khác có tham lam,[52] tâm não hại,[53] thụy miên triền,[54] trạo cử,[55] cống cao và có nghi hoặc;[56] ta không có nghi hoặc.' Hãy học tiệm tổn.

"Chu-na, 'Người khác có sân kết,[57] dua siểm, lừa gạt, vô tàm, vô quý; ta có tàm quý.' Hãy học tiệm tổn.

"Chu-na, 'Người khác có mạn, ta không có mạn.' Hãy học tiệm tổn.

"Chu-na, 'Người khác có tăng thượng mạn, ta không có tăng thượng mạn.'[58] Hãy học tiệm tổn.

"Chu-na, 'Người khác không đa văn, ta có đa văn.' Hãy học tiệm tổn.

"Chu-na, 'Người khác không quán các thiện pháp, ta quán các thiện pháp.' Hãy học tiệm tổn.

"Chu-na, 'Người khác hành phi pháp, ác hành; ta hành đúng pháp, diệu hành.' Hãy học tiệm tốn.

"Chu-na, 'Người khác có nói láo, hai lưỡi, nói cộc cằn, nói phù phiếm, ác giới; ta không ác giới.' Hãy học tiệm tốn.

"Chu-na, 'Người khác có bất tín, giải đãi, vô niệm, vô định, có ác tuệ; ta không có ác tuệ.' Hãy học tiệm tốn.

Hành thiện pháp

"Chu-na, chỉ cần phát tâm nghĩ muốn cầu học các thiện pháp còn được nhiều sự lợi ích, huống chi thân và khẩu thực hành thiện pháp?

"Chu-na, 'Người khác có ác dục, niệm dục; ta không có ác dục, niệm dục.' Hãy phát khởi tâm.

"Chu-na, 'Người khác có sân hại ý; ta không có sân hại ý.' Hãy phát khởi tâm.

"Chu-na, 'Người khác có sát sanh, lấy của không cho, phi phạm hạnh; ta không phi phạm hạnh.' Hãy phát khởi tâm.

"Chu-na, 'Người khác có tham lam, tâm não hại, thụy miên triền, trạo cử và cống cao và có nghi hoặc; ta không có nghi hoặc.' Hãy phát khởi tâm.

"Chu-na, 'Người khác có sân kết, dua siểm, lừa gạt, vô tàm, vô quý; ta có tàm quý.' Hãy phát khởi tâm.

"Chu-na, 'Người khác [574a] có mạn, ta không có mạn.' Hãy phát khởi tâm.

"Chu-na, 'Người khác có tăng thượng mạn, ta không có tăng thượng mạn.' Hãy phát khởi tâm.

"Chu-na, 'Người khác không đa văn, ta có đa văn.' Hãy phát khởi tâm.

"Chu-na, 'Người khác không quán các thiện pháp, ta quán các thiện pháp.' Hãy phát khởi tâm.

"Chu-na, 'Người khác hành phi pháp, ác hạnh; ta hành đúng pháp, diệu hạnh.' Hãy phát khởi tâm.

"Chu-na, 'Người khác có nói láo, nói hai lưỡi, nói cộc cằn, nói phù phiếm, ác giới; ta không ác giới.' Hãy phát khởi tâm.

"Chu-na, 'Người khác có bất tín, giải đãi, vô niệm, vô định, có ác tuệ; ta không có ác tuệ.' Hãy phát khởi tâm.

"Chu-na, ví như con đường xấu, có con đường tốt đối lại; bến đò xấu, có bến đò tốt đối lại. Cũng vậy, này Chu-na, ác dục có phi ác dục đối lại. Hại ý sân, có không hại ý sân đối lại. Sát sanh, lấy của không cho, phi phạm hạnh, có phạm hạnh đối lại. Tham lam, não hại, thụy miên, trạo cử cống cao, nghi hoặc, có sự không nghi hoặc đối lại. Sân kết, dua siểm, lừa gạt, vô tàm, vô quý; có tàm quý đối lại. Mạn, có không mạn đối lại. Tăng thượng mạn có không tăng thượng mạn đối lại. Không đa văn, có đa văn đối lại. Không quán các thiện pháp, có quán các thiện pháp đối lại. Hành phi pháp, ác hạnh; có hành đúng pháp, diệu hạnh đối lại. Nói láo, nói hai lưỡi, nói cộc cằn, nói phù phiếm, ác giới; có thiện giới đối lại. Bất tín, giải đãi, vô niệm, vô định, ác tuệ; có thiện tuệ đối lại.

Pháp hắc bạch

"Chu-na, hoặc có pháp đen, có quả báo đen, dẫn đến ác xứ; hoặc có pháp trắng, có quả báo trắng, dẫn lên thiện xứ. Cũng như thế, này Chu-na, người ác dục thì do phi ác dục mà đi lên. Người có hại ý sân thì do không có hại ý sân mà đi lên. Người sát sanh, lấy của không cho, phi phạm hạnh, thì do phạm hạnh mà đi lên. Người tham lam, não hại, thụy miên, trạo cử cống cao, nghi hoặc thì do không nghi hoặc mà đi lên. Người sân nhuế, dua siểm, lừa gạt, vô tàm, vô quý thì do tàm quý mà đi lên. Người mạn thì do không mạn mà đi lên, Người tăng thượng mạn thì do không tăng thượng mạn mà đi lên. Người không đa văn thì do đa văn mà đi lên. Người không quán các thiện pháp thì do quán các thiện pháp mà đi lên. Người hành phi pháp, ác hạnh thì do hành đúng pháp, diệu hạnh mà đi lên. Người nói láo, nói hai lưỡi, nói cộc cằn, nói phù phiếm, ác giới thì do thiện giới mà [574b] đi lên. Người bất tín, giải đãi, vô niệm, vô định, ác tuệ thì do thiện tuệ mà đi lên.

Tự điều phục

"Chu-na, nếu có người tự mình không điều phục, người khác không điều phục, mà muốn có sự điều phục, sự kiện ấy không bao giờ có. Tự mình chìm, người khác chìm mà muốn vớt lên, sự kiện ấy không bao giờ có. Tự mình không Bát-niết-bàn, người khác không Bát-niết-bàn mà muốn dẫn đến nhập Niết-bàn, sự kiện ấy không bao giờ có.

"Chu-na, nếu có người tự mình điều phục được, người khác không điều phục được, mà muốn có sự điều phục, sự kiện ấy có xảy ra. Tự mình không chìm, người khác bị chìm mà muốn vớt lên, sự kiện ấy có xảy ra. Tự mình Bát-niết-bàn, người khác không Bát-niết-bàn mà muốn đưa đến Niết-bàn, sự kiện ấy có xảy ra.

Nhập Niết-bàn

"Cũng như thế, này Chu-na, người ác dục thì do phi ác dục mà nhập Niết-bàn. Người có hại ý sân thì do không có hại ý sân mà nhập Niết-bàn. Người sát sanh, lấy của không cho, phi phạm hạnh thì do phạm hạnh mà nhập Niết-bàn. Người tham lam, não hại, thùy miên, trạo cử, cống cao, nghi hoặc, thì do không nghi hoặc mà nhập Niết-bàn. Người sân kết, dua nịnh, vô tàm, vô quý, thì do tàm quý mà nhập Niết-bàn. Người tăng thượng mạn thì do không tăng thượng mạn mà nhập Niết-bàn. Người không đa văn thì do đa văn mà nhập Niết-bàn. Người không quán các thiện pháp thì do quán các thiện pháp mà nhập Niết-bàn. Người hành phi pháp, ác hạnh thì do hành đúng pháp, diệu hạnh mà nhập Niết-bàn. Người nói láo, nói hai lưỡi, nói cộc cằn, nói phù phiếm, ác giới, thì do thiện giới mà nhập Niết-bàn. Người bất tín, giải đãi, vô niệm, vô định, ác tuệ, thì do thiện tuệ mà nhập Niết-bàn.

"Chu-na, đó là Ta đã nói cho ngươi nghe về pháp tiệm tổn, đã nói pháp phát khởi tâm, đã nói pháp đối trị, đã nói pháp thăng thượng, đã nói pháp dẫn nhập Niết-bàn. Như bậc Tôn sư đối với đệ tử khởi tâm đại từ, thương xót, thương tưởng, mong cầu cho đệ tử được phước lợi và thiện ích, mong cầu an ổn khoái lạc. Ta đã làm như vậy. Các ngươi cũng nên tự mình làm. Hãy đến nơi rừng vắng, núi sâu, dưới gốc cây, chỗ an tĩnh không nhàn, tĩnh tọa tư duy, đừng phóng dật, không ngừng tinh tấn, chớ để ân hận mai sau. Đó là lời khuyến giáo, lời huấn thị của Ta."

Phật thuyết như vậy. Tôn giả Đại Chu-na và các tỳ-kheo sau khi nghe Phật thuyết, hoan hỷ phụng hành. ✿

92. KINH THANH BẠCH LIÊN HOA DỤ[*]

[574c03] Tôi nghe như vầy:

Một thời, Đức Phật trú tại nước Xá-vệ, trong rừng Thắng, vườn Cấp-cô-độc.

Bấy giờ Đức Thế Tôn bảo các thầy tỳ-kheo:

1. "Hoặc có pháp do nơi thân mà diệt trừ, không do nơi miệng mà diệt trừ. Hoặc có pháp do nơi miệng mà diệt trừ, không do nơi thân mà diệt trừ. Hoặc có pháp không do nơi thân và miệng diệt trừ nhưng do tuệ kiến mà diệt trừ.

"Thế nào là pháp do nơi thân mà diệt trừ, không do nơi miệng diệt trừ? Tỳ-kheo có thân hành bất thiện sung mãn, thọ trì đầy đủ, dễ dính trước nơi thân, các tỳ-kheo thấy vậy khiển trách tỳ-kheo ấy rằng: 'Hiền giả, thân hành bất thiện sung mãn, thọ trì đầy đủ, sao lại dính trước nơi thân? Hiền giả, nên bỏ thân hành bất thiện, tu tập thân hành thiện.' Thời gian sau, vị tỳ-kheo ấy bỏ thân hành bất thiện, tu tập thân hành thiện. Đó gọi là pháp do nơi thân mà diệt trừ, không do nơi miệng mà diệt trừ.

"Thế nào là pháp do nơi miệng mà diệt trừ, không do nơi thân diệt trừ? Tỳ-kheo khẩu hành bất thiện sung mãn, thọ trì đầy đủ và dính trước nơi miệng. Các tỳ-kheo thấy vậy quở trách tỳ-kheo ấy rằng: 'Hiền giả, khẩu hành bất thiện sung mãn, thọ trì đầy đủ, sao lại dính trước nơi miệng? Hiền giả, nên bỏ khẩu hành bất thiện, tu tập khẩu hành thiện.' Thời gian sau, vị tỳ-kheo ấy bỏ khẩu hành bất thiện, tu tập khẩu hành thiện. Đó gọi là pháp do nơi miệng mà diệt trừ, không do nơi thân diệt trừ.

---

[*] Không thấy tương đương Pāli.

"Thế nào là pháp không do nơi thân, miệng diệt trừ, nhưng chỉ do tuệ kiến mà diệt trừ? Tham lam không do thân, miệng diệt trừ, chỉ do tuệ kiến mà diệt trừ. Cũng như thế, tranh tụng, nhuế, hận, sân triền, phú kết, bỏn xẻn, tật đố, lừa gạt, dua siểm, vô tàm, vô quý, ác dục, ác kiến[59] không do nơi thân, miệng diệt trừ, chỉ do tuệ kiến mà diệt trừ. Đó gọi là pháp không do nơi thân, miệng diệt trừ, chỉ do tuệ kiến mà diệt trừ.

"Như Lai có khi quán sát; quán sát tâm của người khác, biết người này không tu thân, tu giới, tu tâm, tu tuệ như vậy. Nếu như người này tu thân, tu giới, tu tâm, tu tuệ thì diệt trừ được tham lam. Vì sao? Vì người này sanh tâm ác tham mà trụ. Cũng như vậy, tranh tụng, nhuế, hận, sân triền, phú kết, bỏn xẻn, tật đố, lừa gạt, dua nịnh, vô tàm, vô quý, ác dục, ác kiến; nếu người ấy tu tập thì diệt trừ được ác dục, ác kiến. Vì sao? Vì người này sanh tâm ác dục, ác kiến mà trụ.

"Như Lai cũng biết người này tu thân, tu giới, tu tâm, tu tuệ như vậy. Nếu như người này tu thân, tu giới, tu tâm, tu tuệ thì diệt trừ được tham lam. Lý do vì sao? Vì nơi người này [575a] tâm không sanh ác tham mà trụ. Cũng như vậy, tranh tụng, nhuế hận, sân triền, phú kết, bỏn xẻn, tật đố, lừa gạt, dua nịnh, vô tàm, vô quý, diệt được ác dục, ác kiến. Vì sao? Vì nơi người này tâm không sanh ác dục, ác kiến mà trụ.

2. "Giống như hoa sen xanh, hồng, đỏ, trắng sanh từ trong nước, lớn lên trong nước, vượt lên khỏi mặt nước, không bị dính nước. Cũng như thế, Như Lai sanh từ trong thế gian, lớn lên trong thế gian, tu hành vượt trên thế gian, không đắm trước pháp thế gian. Vì sao? Vì Như Lai, Vô Sở Trước, Đẳng Chánh Giác, vượt khỏi tất cả thế gian."

Bấy giờ, Tôn giả A-nan đứng cầm quạt hầu Phật, chắp tay hướng về Phật bạch rằng:

"Bạch Đức Thế Tôn, kinh này tên là gì, và thọ trì như thế nào?"

Lúc ấy Đức Thế Tôn bảo rằng:

"A-nan, kinh này tên là 'Thanh Bạch Liên Hoa Dụ.' Ngươi hãy như vậy thọ trì đọc tụng."

Bấy giờ Đức Thế Tôn bảo các tỳ-kheo:

"Các ngươi hãy cùng nhau thọ trì đọc tụng, gìn giữ kinh Thanh Bạch Liên Hoa Dụ này. Lý do vì sao? Vì kinh 'Thanh Bạch Liên Hoa Dụ' này là như pháp, có nghĩa, là căn bản phạm hạnh, đưa đến trí thông, đưa đến giác ngộ và cũng đưa đến Niết-bàn. Nếu thiện nam tử cạo bỏ râu tóc, mặc áo cà-sa, chí tín xuất gia, từ bỏ gia đình, sống không gia đình, xuất gia học đạo thì nên hãy khéo thọ trì, tụng đọc kinh 'Thanh Bạch Liên Hoa Dụ' này."

Phật thuyết như vậy. Tôn giả A-nan và các tỳ-kheo sau khi nghe Phật thuyết, hoan hỷ phụng hành. ❀

93. KINH THỦY TỊNH PHẠM CHÍ[*]

Tôi nghe như vầy:

Một thời, Đức Phật đến Uất-tì-la, bên bờ sông Ni-liên-nhiên, ngồi dưới gốc cây A-đa-hòa-la Ni-câu-loại vào lúc mới thành đạo.⁶⁰

Bấy giờ sau giờ ngọ, có Thủy Tịnh bà-la-môn⁶¹ ung dung đi đến chỗ Phật. Đức Thế Tôn thấy Thủy Tịnh bà-la-môn từ xa đi lại; nhân vì có Thủy Tịnh bà-la-môn, Ngài bảo các tỳ-kheo:⁶²

Hai mươi mốt cấu uế

"Nếu có hai mươi mốt thứ cấu uế làm bẩn tâm,⁶³ chắc chắn dẫn đến ác xứ, sanh vào địa ngục.

1. "Những gì là hai mươi mốt thứ cấu uế? Đó là, tâm uế do tà kiến, tâm uế do phi pháp dục, tâm uế do ác tham, tâm uế do tà pháp, tâm uế do tham, tâm uế do nhuế, tâm uế do thụy miên, tâm uế do trạo cử hối quá, tâm uế do nghi hoặc, tâm uế do sân triền, tâm uế do phú tàng, tâm uế do xan tham, tâm uế do tật đố, tâm uế do khi trá, tâm uế do dua siểm, [575b] tâm uế do vô tàm, tâm uế do vô quý, tâm uế do mạn, tâm uế do đại mạn, tâm uế do ngạo mạn, tâm uế do phóng dật.⁶⁴

"Nếu có hai mươi mốt thứ cấu uế này làm bẩn tâm thì chắc chắn đi đến ác xứ, sanh vào địa ngục.

2. "Ví như cái áo bị cấu bẩn đem cho nhà thợ nhuộm. Người thợ nhuộm nhận áo đó, hoặc dùng tro sạch,⁶⁵ hoặc dùng bột giặt⁶⁶ hay dùng nước chất⁶⁷ chà xát thật kỹ cho sạch cái áo dơ bẩn đó. Dù người thợ giặt

---

[*] Tương đương Pāli, M. 7. *Vatthasuttaṃ*. Hán, No 51: Phạm-chí kế thủy tịnh kinh; No 99(1185), No 100(99); No 125(13.5).

dùng tro sạch, hoặc dùng bột giặt hay dùng nước chắt chà xát thật kỹ cho sạch, nhưng cái áo dơ bẩn ấy vẫn có màu dơ bẩn.[68] Cũng như vậy, nếu có hai mươi mốt thứ cấu uế làm bẩn tâm thì chắc chắn đi đến ác xứ, sanh vào địa ngục. Những gì là hai mươi mốt thứ cấu uế? Đó là, tâm uế do tà kiến, tâm uế do phi pháp dục, tâm uế do ác tham, tâm uế do tà pháp, tâm uế do tham, tâm uế do nhuế, tâm uế do thụy miên, tâm uế do trạo cử hối quá, tâm uế do nghi hoặc, tâm uế do sân triền, tâm uế do phú tàng, tâm uế do xan tham, tâm uế do tật đố, tâm uế do khi trá, tâm uế do dua siểm, tâm uế do vô tàm, tâm uế do vô quý, tâm uế do mạn, tâm uế do đại mạn, tâm uế do ngạo mạn, tâm uế do phóng dật.

3. "Nếu có hai mươi mốt thứ cấu uế này mà không làm bẩn tâm thì chắc chắn đi đến thiện xứ, sanh lên cõi trời. Những gì là hai mươi mốt thứ cấu uế? Đó là, tâm uế do tà kiến, tâm uế do phi pháp dục, tâm uế do ác tham, tâm uế do tà pháp, tâm uế do tham, tâm uế do nhuế, tâm uế do thụy miên, tâm uế do trạo cử hối quá, tâm uế do nghi hoặc, tâm uế do sân triền, tâm uế do phú tàng, tâm uế do xan tham, tâm uế do tật đố, tâm uế do khi trá, tâm uế do dua siểm, tâm uế do vô tàm, tâm uế do vô quý, tâm uế do mạn, tâm uế do đại mạn, tâm uế do ngạo mạn, tâm uế do phóng dật. Nếu có hai mươi mốt thứ cấu uế này mà không làm bẩn tâm thì chắc chắn đi đến thiện xứ, sanh lên cõi trời.

4. "Ví như cái áo trắng sạch của loại vải dệt ở xứ Ba-la-nại, đem cho nhà thợ nhuộm. Người thợ nhuộm nhận áo đó, dùng tro sạch, hoặc dùng bột giặt hay dùng nước chắt chà xát thật kỹ cho thêm sạch cái áo trắng sạch bằng loại vải Ba-la-nại này. Người thợ giặt Ba-la-nại chà xát thật kỹ cho thêm sạch, nhưng cái áo trắng sạch loại vải Ba-la-nại ấy vốn đã sạch lại càng trắng sạch thêm. Cũng vậy, nếu có hai mươi mốt thứ cấu uế mà không làm bẩn tâm thì chắc chắn đi đến thiện xứ, sanh lên cõi trời. Những gì là hai mươi mốt thứ cấu uế? Đó là, tâm uế do tà kiến, tâm uế do phi pháp dục, tâm uế do ác tham, tâm uế do tà pháp, tâm uế do tham, tâm uế do nhuế, tâm uế do thụy miên, tâm uế do trạo cử hối quá, tâm uế do nghi hoặc, [575c] tâm uế do sân triền, tâm uế do phú tàng, tâm uế do xan tham, tâm uế do tật đố, tâm uế do khi trá, tâm uế do dua siểm, tâm uế do vô tàm, tâm uế do vô quý, tâm uế do mạn, tâm uế do đại mạn, tâm uế do ngạo mạn, tâm uế do phóng dật. Nếu có hai mươi mốt thứ cấu uế này mà không làm bẩn tâm thì chắc chắn đi đến thiện xứ, sanh lên cõi trời.

5. "Nếu ai biết được tà kiến là cấu uế của tâm, sau khi biết liền đoạn trừ. Cũng như vậy, nếu ai biết được tâm uế do phi pháp dục, tâm uế do ác tham, tâm uế do tà pháp, tâm uế do tham, tâm uế do nhuế, tâm uế do thụy miên, tâm uế do trạo cử hối quá, tâm uế do nghi hoặc, tâm uế do sân triền, tâm uế do phú tàng, tâm uế do xan tham, tâm uế do tật đố, tâm uế do khi trá, tâm uế do dua siểm, tâm uế do vô tàm, tâm uế do vô quý, tâm uế do mạn, tâm uế do đại mạn, tâm uế do ngạo mạn; nếu biết phóng dật là tâm uế, sau khi biết liền đoạn trừ.

"Tâm của vị ấy cùng đi đôi với từ, biến mãn một phương, thành tựu an trụ. Như vậy, cho đến hai phương, ba phương, bốn phương, tứ duy, trên dưới, trùm khắp tất cả cùng đi đôi với lòng từ, không kết, không oán, không giận, không tranh, rộng rãi bao la, vô lượng, khéo tu tập, biến mãn tất cả thế gian, thành tựu an trụ.

"Này bà-la-môn,[69] đó là phương pháp gột rửa nội tâm chứ không phải gột rửa ngoại thân."

Thủy tịnh

Bấy giờ, bà-la-môn[70] nói với Thế Tôn:

"Này Cù-đàm, nên đi đến sông Đa thủy[71] mà tắm rửa."

Đức Thế Tôn hỏi:

"Này bà-la-môn, nếu đến tắm nơi sông Đa thủy thì sẽ được những gì?"

Bà-la-môn trả lời:

"Này Cù-đàm, sông Đa thủy ấy là dấu hiệu trai khiết của thế gian, là dấu hiệu độ thoát, là dấu hiệu phước đức. Cù-đàm, nếu đến tắm nơi sông Đa thủy thì được trừ sạch tất cả ác."

Bấy giờ Đức Thế Tôn nói bài tụng cho bà-la-môn nghe:

Diệu Hảo Thủ phạm chí![72]
Nếu vào sông Đa Thủy,
Kẻ ngu thường du hý,
Không thể sạch nghiệp dữ.

Hảo Thủ, đến sông chi
Sông ấy có nghĩa gì?
Người tạo nghiệp bất thiện
Nước trong nào ích chi!
Người tịnh, không cấu uế,
Người tịnh, thường thuyết giới;
Người tịnh, nghiệp trắng trong;
Thường được thanh tịnh hạnh.
Nếu ông không tạo sát,
Cũng không hay trộm cắp,
[576a] Chân thật không dối trá,
Thường chánh niệm, chánh tri;
Bà-la-môn học như vậy,
Tất cả chúng sanh an.
Bà-la-môn về nhà chi?
Suối nhà đâu trong sạch.
Bà-la-môn, ông nên học,
Dùng thiện pháp tẩy sạch.
Cần gì nước bẩn kia,
Chỉ trừ bẩn thân thể.

Bà-la-môn bạch Phật rằng:

Tôi cũng nghĩ như vầy:
Dùng thiện pháp tẩy sạch,
Cần gì nước bẩn kia.
Bà-la-môn nghe Phật dạy,
Trong lòng rất hoan hỷ.
Tức thì lạy chân Phật,
Quy y Phật, Pháp, Tăng.

Bà-la-môn bạch rằng:

"Bạch Đức Thế Tôn, con đã biết! Bạch Thiện Thệ, con đã hiểu. Con nay tự quy y Phật, Pháp và Chúng tỳ-kheo. Ngưỡng mong Thế Tôn cho con làm ưu-bà-tắc, bắt đầu từ ngày nay, trọn đời, con tự quy y cho đến chết."

Phật thuyết như vậy. Bà-la-môn Diệu Hảo Thủy Tịnh và các tỳ-kheo sau khi nghe Phật thuyết, hoan hỷ phụng hành. ✸

94. KINH HẮC TỲ-KHEO*

Tôi nghe như vầy:

Một thời, Đức Phật trú tại nước Xá-vệ, trong Đông Viên, giảng đường Lộc Mẫu. Hắc tỳ-kheo,[73] con bà Lộc Mẫu, thường ưa tranh cãi, đi đến chỗ Phật. Thế Tôn thấy Hắc tỳ-kheo từ xa đi lại, nhân vì có Hắc tỳ-kheo nên Ngài nói với các tỳ-kheo:

Hạng ưa tranh cãi

1. "Hoặc có người thường ưa tranh cãi, không khen việc đình chỉ tranh cãi. Nếu có người thường ưa tranh cãi, không khen việc đình chỉ tranh cãi, thì đó là pháp không khiến có ái lạc, không khiến có ái hỷ, không khiến cho có ái niệm, không khiến cho có kính trọng, không khiến tu tập, không khiến nhiếp trì, không khiến xứng đáng là sa-môn, không thể khiến được nhất ý,[74] không khiến chứng đắc Niết-bàn.[75]

2. "Hoặc có người ác dục, không khen việc đình chỉ ác dục. Nếu có người ác dục, không khen việc đình chỉ ác dục, thì đó là pháp không khiến có ái lạc, không khiến có ái hỷ, không khiến cho có ái niệm, không khiến cho có kính trọng, không khiến tu tập, không khiến nhiếp trì, không khiến xứng đáng là sa-môn, không thể khiến [576b] được nhất ý, không khiến chứng đắc Niết-bàn.

3. "Hoặc có người phạm giới, vượt giới, sứt mẻ giới, làm rách giới, cấu uế giới và không khen việc trì giới. Nếu có người phạm giới, vượt giới, sứt mẻ giới, làm rách giới, cấu uế giới, và không khen việc trì giới thì đó là pháp không khiến có ái lạc, không khiến có ái hỷ, không thể khiến cho có ái niệm, không khiến cho có kính trọng, không khiến tu

---

* Tương đương Pāli, A. x. 87.

tập, không khiến nhiếp trì, không khiến xứng đáng là sa-môn, không thể khiến được nhất ý, không khiến chứng đắc Niết-bàn.

4. "Hoặc có người có sân triền, có phú kết, có bỏn xẻn, tật đố, có dua siễm, dối trá, có vô tàm, vô quý, không khen tàm quý.[76] Nếu có người có sân triền, có phú kết, bỏn xẻn, tật đố, có dua siễm, dối trá, có vô tàm, vô quý, không khen tàm quý, thì đó là pháp không khiến có ái lạc, không khiến có ái hỷ, không khiến cho có ái niệm, không khiến cho có kính trọng, không khiến tu tập, không khiến nhiếp trì, không khiến xứng đáng là sa-môn, không thể khiến được nhất ý, không khiến chứng đắc Niết-bàn.

5. "Hoặc có người không tiếp đãi các vị đồng phạm hạnh, không khen sự tiếp đãi các vị đồng phạm hạnh. Nếu có người không tiếp đãi các vị đồng phạm hạnh, không khen sự tiếp đãi các vị đồng phạm hạnh, thì đó là pháp không khiến có ái lạc, không khiến có ái hỷ, không khiến cho có ái niệm, không khiến cho có kính trọng, không khiến tu tập, không khiến nhiếp trì, không khiến xứng đáng là sa-môn, không thể khiến được nhất ý, không khiến chứng đắc Niết-bàn.

6. "Hoặc có người không quán các pháp, không khen việc quán các pháp. Nếu có người không quán các pháp, không khen việc quán các pháp, thì đó là pháp không khiến có ái lạc, không khiến có ái hỷ, không khiến cho có ái niệm, không khiến cho có kính trọng, không khiến tu tập, không khiến nhiếp trì, không khiến xứng đáng là sa-môn, không thể khiến được nhất ý, không khiến chứng đắc Niết-bàn.

7. "Hoặc có người không tĩnh tọa,[77] không khen tĩnh tọa. Nếu có người không tĩnh tọa, không khen tĩnh tọa, thì đó là pháp không khiến có ái lạc, không khiến có ái hỷ, không khiến cho có ái niệm, không khiến cho có kính trọng, không khiến tu tập, không khiến nhiếp trì, không khiến xứng đáng là sa-môn, không thể khiến được nhất ý, không khiến chứng đắc Niết-bàn.

8. "Những người như thế tuy nghĩ rằng: 'Mong các vị đồng phạm hạnh cúng dường, cung kính, lễ sự **[576c]** ta', nhưng các vị đồng phạm hạnh không cúng dường, cung kính, lễ sự người ấy. Vì sao? Vì người ấy có vô lượng điều ác này. Nhân vì người ấy có vô lượng điều ác này nên khiến cho các vị đồng phạm hạnh không cúng dường, cung kính, lễ sự người ấy.

"Cũng như con ngựa dữ bị nhốt vào trong chuồng, tuy nó nghĩ rằng: 'Mong người ta nhốt tôi ở chỗ an ổn, cho đồ ăn thức uống tươi tốt và thích ngắm nghía tôi.' nhưng người ta không nhốt nó ở chỗ an ổn, không cho nó đồ ăn thức uống tốt tươi và không thích ngắm nghía nó. Vì sao? Vì con ngựa ấy có sự dữ, nghĩa là vì nó hết sức thô tệ, không hiền lành, nên khiến cho người ta không nhốt nó ở chỗ an ổn, không cho đồ ăn thức uống tốt tươi và không thích ngắm nghía nó. Cũng như vậy, người này dù nghĩ rằng 'Mong các vị đồng phạm hạnh cúng dường, cung kính, lễ sự ta,' nhưng các vị đồng phạm hạnh không cúng dường, cung kính, lễ sự người ấy. Vì sao? Vì người ấy có vô lượng điều ác này. Nhân vì người ấy có vô lượng điều ác này nên khiến cho các vị đồng phạm hạnh không cúng dường, cung kính, lễ sự người ấy.

Hạng không ưa tranh cãi

1. "Ở đây có người không thích tranh cãi, khen ngợi việc đình chỉ tranh cãi. Nếu có người không thích tranh cãi, khen ngợi việc đình chỉ tranh cãi, thì đây là pháp khả lạc, khả ái, khả hỷ, có thể khiến ái niệm, có thể khiến kính trọng, có thể khiến tu tập, có thể khiến nhiếp trì, có thể khiến xứng đáng là sa-môn, có thể khiến được nhất ý, có thể khiến chứng đắc Niết-bàn.

2. "Hoặc có người không ác dục, khen ngợi việc đình chỉ ác dục. Nếu có người không ác dục, khen ngợi việc đình chỉ ác dục, thì đây là pháp khả lạc, khả ái, khả hỷ, có thể khiến ái niệm, có thể khiến kính trọng, có thể khiến tu tập, có thể khiến nhiếp trì, có thể khiến xứng đáng là sa-môn, có thể khiến được nhất ý, có thể khiến chứng đắc Niết-bàn.

3. "Hoặc có người không phạm giới, vượt giới, sứt mẻ giới; không làm rách giới, cấu uế giới; và khen ngợi việc trì giới. Nếu có người không phạm giới, vượt giới, sứt mẻ giới; không làm rách giới, cấu uế giới; và khen ngợi việc trì giới, thì đây là pháp khả lạc, khả ái, khả hỷ, có thể khiến ái niệm, có thể khiến kính trọng, có thể khiến tu tập, có thể khiến nhiếp trì, có thể khiến xứng đáng là sa-môn, có thể khiến được nhất ý, có thể khiến chứng đắc Niết-bàn.

4. "Hoặc có người không có sân triền, không phú kết, không bỏn xẻn, tật đố, không dua siểm, dối trá, không vô tàm, không vô quý và khen ngợi tàm quý. Nếu có người không có sân triền, không phú kết, không bỏn xẻn, tật đố, không dua diểm, dối trá, không [**577a**] vô tàm, không vô quý và khen ngợi tàm quý, thì đây là pháp khả lạc, khả ái, khả hỷ, có thể khiến ái niệm, có thể khiến kính trọng, có thể khiến tu tập, có thể khiến nhiếp trì, có thể khiến xứng đáng là sa-môn, có thể khiến được nhất ý, có thể khiến chứng đắc Niết-bàn.

5. "Hoặc có người có tiếp đãi các vị đồng phạm hạnh, khen ngợi việc tiếp đãi các vị đồng phạm hạnh. Nếu có người tiếp đãi các vị đồng phạm hạnh, khen ngợi việc tiếp đãi các vị đồng phạm hạnh, thì đây là pháp khả lạc, khả ái, khả hỷ, có thể khiến ái niệm, có thể khiến kính trọng, có thể khiến tu tập, có thể khiến nhiếp trì, có thể khiến xứng đáng là sa-môn, có thể khiến được nhất ý, có thể khiến chứng đắc Niết-bàn.

6. "Hoặc có người quán các pháp, khen ngợi việc quán các pháp. Nếu có người quán các pháp, khen ngợi việc quán các pháp, thì đây là pháp khả lạc, khả ái, khả hỷ, có thể khiến ái niệm, có thể khiến kính trọng, có thể khiến tu tập, có thể khiến nhiếp trì, có thể khiến xứng đáng là sa-môn, có thể khiến được nhất ý, có thể khiến chứng đắc Niết-bàn.

7. "Hoặc có người tĩnh tọa, khen ngợi tĩnh tọa. Nếu có người tĩnh tọa, khen ngợi tĩnh tọa, thì đây là pháp khả lạc, khả ái, khả hỷ, có thể khiến ái niệm, có thể khiến kính trọng, có thể khiến tu tập, có thể khiến nhiếp trì, có thể khiến xứng đáng là sa-môn, có thể khiến được nhất ý, có thể khiến chứng đắc Niết-bàn.

8. "Người này tuy không nghĩ rằng: 'Mong các vị đồng phạm hạnh cúng dường, cung kính, lễ sự nơi ta,' nhưng các vị đồng phạm hạnh vẫn cúng dường, cung kính, lễ sự người ấy. Vì sao? Vì người ấy có vô lượng điều lành này. Nhân người ấy có vô lượng điều lành này khiến cho các vị đồng phạm hạnh cúng dường, cung kính, lễ sự người ấy.

"Giống như con ngựa hiền nhất trong chuồng, tuy nó không nghĩ rằng: 'Mong người ta nhốt tôi ở chỗ an ổn, cho đồ ăn thức uống tốt tươi và thích ngắm nghía tôi,' nhưng người ta vẫn nhốt nó ở chỗ an ổn, cho đồ ăn thức uống tốt tươi và vẫn thích ngắm nghía nó. Vì sao? Bởi vì đó là con ngựa lành, nghĩa là nó rất thuần thục, rất hiền lành, nên người ta nhốt nó ở chỗ an ổn, cho đồ ăn thức uống tốt tươi và thích ngắm nghía nó. Cũng như vậy, người này tuy không nghĩ rằng 'Mong các vị đồng phạm hạnh cúng dường, cung kính, lễ sự nơi ta,' nhưng các vị đồng phạm hạnh vẫn cúng dường, cung kính, lễ sự người ấy."

Phật thuyết như vậy. Các vị tỳ-kheo sau khi nghe Phật thuyết, hoan hỷ phụng hành. 🏵

95. KINH TRỤ PHÁP*

[577b4] Tôi nghe như vầy:

Một thời, Đức Phật trú tại nước Xá-vệ, trong rừng Thắng, vườn Cấp-cô-độc.

Bấy giờ Đức Thế Tôn nói với các thầy tỳ-kheo:

"Ta nói về sự thối thất của thiện pháp,[78] không đình trụ cũng không tăng tiến. Ta nói về sự đình trụ của thiện pháp, không thối thất, không tăng tiến. Ta nói về sự tăng tiến của thiện pháp, không thối thất cũng không đình trụ.

"Thế nào là sự thối thất của thiện pháp, không đình trụ cũng không tăng tiến? Tỳ-kheo nếu có đốc tín, cấm giới, bác văn, bố thí, trí tuệ, biện tài, Thánh giáo và sở đắc,[79] đối với các pháp này, vị ấy thối thất, chứ không trụ, cũng không tăng. Đó là sự thối thất của thiện pháp, không đình trụ cũng không tăng tiến.

"Thế nào là sự đình trụ của thiện pháp, không thối thất, không tăng tiến? Tỳ-kheo nếu có đốc tín, cấm giới, bác văn, bố thí, trí tuệ, biện tài, Thánh giáo và sở đắc; đối với các pháp này, vị ấy trụ, chứ không thối, không tăng. Đó gọi là sự đình trụ của thiện pháp, không thối thất, không tăng tiến.

"Thế nào là sự tăng tiến của thiện pháp, không thối thất cũng không đình trụ? Tỳ-kheo có đốc tín, cấm giới, bác văn, bố thí, trí tuệ, biện tài, Thánh giáo và sở đắc; đối với các pháp này vị ấy tăng, không thối, không trụ. Đó gọi là sự tăng tiến của thiện pháp, không thối thất cũng không đình trụ.

---

* Tương đương Pāli, A. x. 53.

"Tỳ-kheo chắc chắn được nhiều lợi ích nếu quán như vầy: 'Ta sống nhiều tham lam hay không nhiều tham lam? Ta sống nhiều tâm sân nhuế hay không nhiều tâm sân nhuế? Ta sống nhiều thùy miên hay không nhiều thùy miên? Ta sống nhiều trạo cử, cống cao hay là không nhiều trạo cử, cống cao? Ta sống nhiều nghi hoặc hay không nhiều nghi hoặc. Ta sống nhiều thân tránh hay không nhiều thân tránh? Ta sống nhiều tâm cấu uế hay không nhiều tâm cấu uế? Ta sống nhiều tín hay nhiều bất tín? Ta sống nhiều tinh tấn hay nhiều giải đãi? Ta sống nhiều chánh niệm hay nhiều vô niệm? Ta sống nhiều chánh định hay nhiều vô định? Ta sống nhiều ác tuệ hay nhiều không ác tuệ?'

"Nếu khi tỳ-kheo quán mà biết mình sống nhiều với tham lam, sân nhuế tâm, thùy miên triền, trạo cử và cống cao, nghi hoặc, thân tránh, cấu uế tâm, bất tín, giải đãi, vô niệm, vô định và sống với nhiều ác tuệ, thì tỳ-kheo ấy vì muốn diệt trừ các pháp ác bất thiện này nên gấp rút tìm phương tiện học hỏi, hết sức tinh cần chánh niệm, [577c] chánh tri, nhẫn, không để thoái lui.

"Như người bị lửa cháy đầu, cháy áo, gấp rút cầu phương tiện cứu đầu cứu áo. Cũng như thế, vì muốn diệt trừ các pháp ác bất thiện này nên vị tỳ-kheo ấy gấp rút cầu phương tiện học, hết sức tinh cần, chánh niệm, chánh tri, nhẫn, không để thoái lui.

"Nếu khi tỳ-kheo quán mà biết mình sống không nhiều tham lam, không nhiều sân nhuế tâm, không nhiều thùy miên triền, không nhiều trạo cử cống cao, không nghi hoặc, không thân tránh, không cấu uế tâm, có tín, có tấn, có niệm, có định và sống nhiều không ác tuệ, thì vị tỳ-kheo ấy vì muốn trụ nơi thiện pháp này, không quên mất, không thoái lui, tu hành phát triển, nên gấp rút cầu phương tiện học, hết sức tinh cần, chánh niệm, chánh tri, nhẫn, không để thoái lui.

"Như người bị lửa cháy đầu, cháy áo, gấp rút cầu phương tiện cứu đầu cứu áo. Cũng như thế, vị tỳ-kheo vì muốn an trụ nơi thiện pháp này, không quên mất, không thoái lui, tu hành phát triển, nên vị tỳ-kheo ấy gấp rút cầu phương tiện học, hết sức tinh cần, chánh niệm, chánh tri, nhẫn, không để thoái lui."

Phật thuyết như vậy. Các tỳ-kheo sau khi nghe Phật thuyết, hoan hỷ phụng hành. ❂

96. KINH VÔ

Tôi nghe như vầy:

Một thời, Đức Phật trú tại nước Xá-vệ, trong rừng Thắng, vườn Cấp-cô-độc.

Bấy giờ Tôn giả Xá-lợi-phất nói với các tỳ-kheo:

"Này chư Hiền, nếu có tỳ-kheo, tỳ-kheo-ni không được nghe pháp chưa từng nghe; pháp đã nghe thì lại quên mất. Giả sử có pháp mà vị ấy trước kia đã tu hành, đã phát triển, đã tụng và đã được hiểu bởi tuệ, nhưng vị ấy không nhớ lại và không thấu hiểu. Này chư Hiền, đó gọi là tỳ-kheo, tỳ-kheo-ni suy thoái tịnh pháp.

"Này chư Hiền, nếu có tỳ-kheo, tỳ-kheo-ni với pháp chưa nghe thì được nghe; pháp đã nghe thì không quên mất. Giả sử có pháp mà vị ấy trước kia đã tu hành, đã phát triển, đã tụng và đã được hiểu bởi tuệ, rồi vị ấy thường ghi nhớ và thấu hiểu, thì đó gọi là tỳ-kheo, tỳ-kheo-ni tăng trưởng tịnh pháp.

"Này chư Hiền, tỳ-kheo nên quán như vầy: 'Ta có tham lam hay không có tham lam? Ta có tâm sân nhuế hay không có tâm sân nhuế? Ta có thùy miên triền hay không có thùy miên triền? Ta có trạo cử, cống cao hay không có trạo cử, cống cao? Ta có nghi hoặc hay không có nghi hoặc? Ta có thân tránh hay không có thân tránh? Ta [578a] có tâm cấu uế hay không có tâm cấu uế? Ta có tín hay không có tín? Ta có tấn hay không có tấn? Ta có niệm hay không có niệm? Ta có định hay không có định? Ta có tuệ hay không có tuệ?'

"Này chư Hiền, nếu khi tỳ-kheo quán mà biết mình có tham lam, có tâm sân nhuế, có thùy miên triền, có trạo cử, cống cao, có nghi hoặc, có thân tránh, có tâm cấu uế, không tín, không tấn, không niệm, không định, có ác tuệ, thì này chư Hiền, vì muốn diệt trừ các pháp ác bất thiện này cho nên vị tỳ-kheo ấy gấp rút cầu phương tiện học, hết sức tinh cần, chánh niệm, chánh tri, nhẫn, không để thoái lui.

"Này chư Hiền, như người bị lửa cháy đầu, cháy áo, gấp rút tìm cách cứu đầu, cứu áo. Này chư Hiền, cũng như thế, vị tỳ-kheo vì muốn diệt trừ các pháp ác bất thiện này nên gấp rút cầu phương tiện học, hết sức tinh cần, chánh niệm, chánh tri, nhẫn, không để thoái lui.

"Này chư Hiền, nếu khi tỳ-kheo quán mà biết mình không có tham lam, không có tâm sân nhuế, không thùy miên triền, không trạo cử, cống cao, không có nghi hoặc, không có thân tránh, không có tâm cấu uế; có tín, có tấn, có niệm, có định, không ác tuệ, thì tỳ-kheo ấy vì muốn an trụ nơi pháp thiện này, không quên mất, không thoái lui, tu hành phát triển, nên gấp rút cầu phương tiện học, hết sức tinh cần, chánh niệm, chánh tri, nhẫn, không để thoái lui.

"Này chư Hiền, như người bị lửa cháy đầu, cháy áo, gấp rút tìm cách cứu đầu, cứu áo. Này chư Hiền, cũng như thế, tỳ-kheo muốn an trụ nơi pháp thiện này, không quên mất, không thoái lui, tu hành phát triển, nên gấp rút cầu phương tiện học, hết sức tinh tấn, chánh niệm, chánh tri, nhẫn, không để thoái lui."

Tôn giả Xá-lợi-phất thuyết như vậy. Các tỳ-kheo sau khi nghe Tôn giả thuyết, hoan hỷ phụng hành.[80] ✪

Chú thích

¹ Xem kinh 74.

² Hán: uế 穢. Pāli: *aṅgaṇa*, vết bẩn, bụi bẩn, nước dơ.

³ Nguyên Hán: ư chư nhân trung vi tối thắng 於諸人中為最勝. Tham chiếu Pl. A. i. 25: *ayaṃ imesaṃ dvinaṃ puggalānaṃ sāṅgaṇānaṃ- yeva sataṃ seṭṭhapuriso akkhāyati*, trong hai người có cấu uế, người này được kể là tối thắng.

⁴ Hán: ư chư nhân trung tối vi hạ tiện 於諸人中為最下賤; xem cht. 3 trên. Pl. A. i. 25: *ayaṃ imesaṃ dvinaṃ puggalānaṃ anaṅgaṇānaṃyeva sataṃ hīnapuriso akkhāyati*, trong hai người không cấu uế, người này được kể là thấp kém.

⁵ Bản Pāli: Tôn giả *Mahāmoggallāna* (Đại Mục-kiền-liên). No.125 (25-6) cũng vậy.

⁶ Cf. Pāli ibid.: *pāpakānaṃ kho etaṃ akusalānaṃ icchāvacarānaṃ adhivacanaṃ yadidaṃ aṅgaṇaṃ*, các pháp ác bất thiện, cảnh giới của dục, là đồng nghĩa của uế.

⁷ Pāli: *so kupito hoti appatīto*, nó phẫn nộ và bất mãn.

⁸ Pāli: *kopo yo ca appaccayo ubhayam etaṃ aṅgaṇaṃ*, phẫn nộ và bất mãn, cả hai cái này là cấu uế.

⁹ Hán: nhập nội thời 入內時. Pāli: *gāmaṃ bhattāya paviseyyuṃ*, vào làng để ăn cơm.

¹⁰ Hán: dĩ nhập nội 已入內. Pāli: *bhattagge*, tại nhà ăn.

¹¹ Hán: chúng viên 眾園: tăng-già-lam (*saṅghārāma*), tăng viện. Pāli: *ārāmagatānaṃ bhikkhūnaṃ dhammaṃ deseyyaṃ*, mong ta thuyết pháp cho các tỳ-kheo tập họp tại tịnh xá.

¹² Hán: vô lượng thiện tâm dục 無量善心欲: ở đây, dục đồng nghĩa với vô lượng thiện tâm. Trong bản Pāli không có khái niệm, nhưng nói (A. i. 31): *yassa kassaci bhikkhuno ime pāpakā akusalā icchāvarā pahīnā*, đối với tỳ-kheo mà cảnh giới của dục, ác bất thiện này được đoạn trừ.

¹³ Cựu xa sư Vô y Mãn Tử 舊車師無衣滿子. Pāli: *Paṇḍuputta*, đạo sĩ phái Tà mạng (*ājīvaka*), con trai của một người thợ làm xe trước kia (*purāṇayānakāraputto*).

¹⁴ Ngũ Sa-la 五娑羅. Pāli: *Pañcasāla*.

¹⁵ Lệ-việt tức *Revata* mà chỗ khác cũng bản Hán này, âm là Li-việt-đa. Xem chú thích kinh số 184.

¹⁶ Hành cầu pháp mạc hành cầu ẩm thực 行求法莫行求飲食. Pāli (M. i. 12): *dhammadāyādā me bhavatha mā āmisadayādā*, hãy là những kẻ thừa tự Pháp của Ta, chớ đừng là kẻ thừa tự tài vật.

¹⁷ Bất khả Phật ý 不可佛意.

¹⁸ Hán: tàn dư thực 殘餘食. Có thể Hán đã diễn sai ý, vì các tỳ-kheo ăn đồ người khác ăn dư còn lại là chuyện rất thường thấy trong Luật. Bản Pāli: Thế Tôn dạy: "Hãy là kẻ thừa tự Pháp..."

¹⁹ Xem kinh 83.

²⁰ Xem kinh 83.

²¹ Xả phương tiện, nên hiểu là từ bỏ sự nỗ lực.

²² Niệm dục ác, ác niệm dục diệc ác 念欲惡, 惡念欲亦惡. Pāli: *lobho ca pāpako doso ca pāpako, lobhassa ca pahānāya dossa ca pahānāya atthi majjhimā paṭipadā*, tham là ác, sân là ác; có con đường giữa để đoạn trừ tham và sân.

²³ Hào quý 豪貴 và tăng tránh 憎諍; có lẽ Pāli: *thambo* (ngạo mạn) và *sārambho* (nóng nảy, hay gây gổ). Liệt kê các tính xấu, theo bản Pāli: *kodho* (phẫn nộ), *upanāho* (oán hận), *makkho* (phú: đạo đức giả), *palāso* (não: ác ý), *issā* (tật: bủn xỉn), *maccheram* (xan: keo kiệt), *māyā* (cuống: dối trá), *sāṭheyyam* (siểm: giảo hoạt), *thambho* (cống cao: ngạo mạn), *sārambho* (phẫn khích: hay gây sự), *māno* (mạn), *atimāno* (quá mạn: tự cao), *mado* (kiêu: nghiện ngập), *pamādo* (phóng dật: phóng túng).

²⁴ Bản Hán, hết quyển 22.

²⁵ Pāli (M. i. 95): lúc bấy giờ Tôn giả Đại Mục-kiền-liên trú ở giữa những người *Bhagga*, trong núi *Suṃsumāra*.

²⁶ Hán: thỉnh 請. Pāli: *pavāreti*: tự tứ, yêu cầu người khác chỉ lỗi cho mình.

²⁷ Hán: lệ ngữ, lệ ngữ pháp 戾語,戾語法. Pāli: *dubbaco, dovacassakaraṇa dhamma*, ác ngôn, bản tánh ương ngạnh (không nghe lời can gián).

²⁸ Ác dục niệm dục 惡欲念欲. Pāli: *pāpiccho hoti pāpikānaṃ icchānaṃ vasaṃgato*, là người có ác dục, bị chi phối bởi ác dục.

²⁹ Nhiễm hành nhiễm 染行染; có lẽ Pāli: *attukkaṃsako paravambhī*, khen mình chê người.

³⁰ Bất ngữ kết trụ 不語結住; có lẽ Pāli: *makkhata*, phú, che giấu lỗi, ngụy thiện.

³¹ Sân tệ ác ý 瞋弊惡意; có lẽ Pāli: *kodhahetu upanāhī*, do nóng giận mà ôm lòng cừu hận.

³² Ha tỳ-kheo ha 訶比丘訶. Pāli: *codito codakena codakṃ paṭipphareti,* bị nêu tội kích ngược lại người nêu tội.

³³ Ha tỳ-kheo khinh mạn 訶比丘輕慢, động từ nghịch đảo = khinh mạn ha tỳ-kheo. Pāli: *codakaṃ apasādeti*, khinh dễ người nêu tội.

³⁴ Hán: ha tỳ-kheo phát lộ 訶比丘發露; động từ nghịch đảo = phát lộ ha tỳ-kheo. Pl.: *codakassa paccāropeti*: phản vần người cử tội.

³⁵ Hán: lệ ngữ, lệ ngữ pháp 戾語, 戾語法. Pāli: *dubbaco, dovacassakaraṇa dhamma*.

³⁶ Hán: bất ngữ, sân nhuế, tắng tật xí thạnh 不語, 瞋恚, 憎嫉熾盛. Pāli: *kopañca dosañca appaccayañca pātukaroti*: bộc lộ sự phẫn nộ, sân hận, bất mãn.

³⁷ Pāli: *attanāva attānaṃ evaṃ anuminitabbaṃ*, nên tự mình suy xét về mình như vầy.

³⁸ Thiện ngữ, thành tựu thiện ngữ pháp 善語成就善語法. Pāli: *so ca sovaco hoti, sovacassakaraṇehi samannāgato*.

³⁹ Hán: chỉ thân 止身.

⁴⁰ Câu-xá-di Cù-sư-la viên 拘舍彌瞿師羅園. Xem kinh 72. Pāli tương đương, A. v. 41: khi ấy *Mahā-cunda* đang trú tại *Ceti*.

⁴¹ Chu-na 周那. Pāli: *Māha-Cunda*. Xem kinh số 196.

⁴² Ác tăng tứ 惡增伺. Pāli: *lobha*. Nơi khác, Hán: *tăng tứ*, tương đương Pāli: *abhijjhā*.

⁴³ Bản liệt kê Hán, xem các kinh 183, 196. Liệt kê theo Pāli: *lobha* (tham), *moha* (si), *kodha* (phẫn nộ), *upanāha* (oán hận), *makkha* (giả dối hay phú tàng), *palāsa* (não hại hay có ác ý), *macchariya* (xan tham hay keo kiệt), *pāpikā issā* (ác tật đố), *pāpikā icchā* (ác dục).

⁴⁴ Xem kinh 90 trên.

⁴⁵ Các kiến chấp: thần 神 (Pāli: *attā*), chúng sanh 眾生 (*satta*), nhân 人 (*puggala*), thọ 壽 (*āyu*), mạng 命 (*jīva*), thế 世 (*loka*) đều liên hệ đến quan niệm linh hồn hay tiểu ngã (*attavāda*). Bản Pāli tương đương (M. i. 41) chỉ nêu: *attavādapaṭisaṃyuttā lokavāda-paṭisaṃyuttā* (*diṭṭhiyo*), các kiến chấp liên hệ đến các thuyết về hữu ngã và thế giới (thường hay vô thường, v.v...).

⁴⁶ Tiệm tổn 漸損. Pāli: *sallekha*, tổn giảm, theo nghĩa kiểm thúc, sống khắc khổ.

[47] Pāli: *na kho panete, cunda, ariyassa vinaye sallekhā vuccanti, diṭṭhadhamma-sukhavihārā ete ariyassa vinaye vuccanti*, trong luật của bậc Thánh, chúng không được gọi là tiệm giảm, mà được gọi là hiện pháp lạc trú.

[48] Hiện pháp lạc cư 現法樂居; chỉ tính chất của bốn thiền sắc giới. Pl.: *diṭṭhadhamma- sukhavihārā*.

[49] Nguyên Hán: tức giải thoát 息解脫, tức tịch tịnh giải thoát, chỉ bốn vô sắc giới định. Pāli: *santā vimokkhā*.

[50] Pāli: *pare vihiṃsakā bhavissanti, maya ettha avihiṃsakā bhavissāmā*, những người khác có thể sẽ là bạo hại; chúng ta sẽ không là bạo hại: nên học tiệm giảm như vậy.

[51] Hán: hại ý sân 害意瞋. Pāli: *vihiṃsaka*, bạo hành.

[52] Tăng tứ 增伺; Pāli: *abhijjhālu*.

[53] Tránh ý 諍意; Pāli: *vyāpannacitta*.

[54] Thụy miên sở triền 睡眠所纏, triền cái thụy miên. Pāli: *thīnamiddhapariyuṭṭhāna*, mê ngủ nghỉ, bị buồn ngủ khống chế.

[55] Điệu cống cao, hay trạo cử ố tác hay trạo hối. Pāli: *uddahaccakukkucca*, vị kích động và vọng động.

[56] Liệt kê năm triền cái (Pāli: *pañca nīvaraṇāni*): tham, sân, thụy miên, trạo hối và nghi.

[57] Sân kết 瞋結, chỗ khác (xem kinh 89 trên) gọi là *bất ngữ kết*, Pāli: *makkha*, ngụy thiện và ác ý hay ác cảm.

[58] Tăng mạn 增慢. Pāli: *atimāna*, tự cao.

[59] Các bất thiện tâm sở này, xem kinh 91, các kinh trên.

[60] Xem kinh 134.

[61] Thủy Tịnh Phạm chí 水淨梵志. No.51: Kế Thủy Phạm chí; No.99 (1185) không nói tên; No.100 (99): Bà-la-môn thờ lửa; No.125 (13.5): Một người bà-la-môn đang gánh một gánh nặng, đi đến gần Phật. Người bà-la-môn mà Phật gặp ngay sau khi vừa thành đạo, được nói đến trong Luật tạng Pāli tên là *Huhuṅkajātika*. Pāli tương đương không có chi tiết này. Nhưng người bà-la-môn xuất hiện ở cuối kinh. Xem đoạn cuối.

[62] Sự kiện này hoàn toàn không phù hợp. Khi vừa thành đạo, Ngài chưa có một đệ tử xuất gia nào cả.

[63] Uế ô ư tâm 穢污於心. Pāli: *citassa upakkilesa*, ô nhiễm của tâm (hay tùy phiền não của tâm). No.51 và No.125: kết 結.

[64] No.125 (13.5): 21 kết nhiễm tâm: sân, nhuế, hại, thùy miên, điệu hý, nghi, nộ, kỵ, não, tật, tằng, vô tàm, vô quý, huyễn, gian, ngụy, tránh, kiêu mạn,

đố, tăng thượng mạn, tham. Liệt kê theo bản Pāli: *abhijjhavisamalobho* (tham lam và bất chánh tham), *vyāpādo* (sân), *kodho* (phẫn nộ), *upanāho* (oán hận), *makkho* (phú tàng hay ngụy thiện), *palāso* (não hay ác ý, ác cảm), *issā* (tật đố), *macchariyam* (xan hay bỏn xẻn), *māyā* (cuống hay huyễn hoặc), *sāṭheyyam* (siểm hay gian trá), *thambho* (ngoan cố hay ngạo mạn), *sārambho* (cấp tháo hay dễ kích động), *māno* (mạn), *atimāno* (quá mạn), *mado* (kiêu hay say sưa), *pamādo* (phóng túng hay buông lung). Bản danh sách đầy đủ và giải thích chi tiết, xem *Pháp uẩn 9* (tr. 494c).

[65] Thuần hôi 淳灰; có lẽ nước tro.

[66] Tháo đậu 澡豆; loại bột giặt do nghiền đậu trộn với vài thứ cây lá.

[67] Thổ tí 土漬, nước chắt, để thấm qua đất?

[68] No.51 cũng nói không thể giặt sạch như vậy. No.125 (13.5). Pāli: tấm vải dơ thì không thể nhuộm bất cứ màu gì cho đẹp đẽ ra được.

[69] Trong đoạn đầu, Phật nói với các tỳ-kheo. Có sự nhầm lẫn trong bản Hán.

[70] Pl. (M. i. 39): khi ấy có bà-la-môn *Sundarikabhādvajo* ngồi cách Phật không xa. Đối thoại tiếp theo, như trong bản Hán.

[71] Đa thủy hà 多水河. No.99 (1158): Bà-hưu hà. Pāli: *Bāhukā.*

[72] Diệu hảo thủ Phạm chí 妙好首梵志, tên dịch nghĩa của Sundarika, do hình dung từ *sundara*: mỹ miều.

[73] Hắc tỳ-kheo 黑比丘. Pāli: *Kālaka-bhikkhu.* Bản Pāli tương đương không có chi tiết này.

[74] Nhất ý 一意. Pāli: *ekībhava*, nhất thể, hiệp nhất.

[75] A.v. 164: *ayampi dhammo na piyatāya na garutāya na bhāvanāya na sāmaññāya na ekibhāvāya saṃvattati,* "pháp ấy không dẫn đến yêu thương, không dẫn đến tôn kính, không dẫn đến tu tập, không dẫn đến kết quả của sa-môn, không dẫn đến hiệp nhất (hòa hiệp)."

[76] Xem các kinh 90 và 93 trên.

[77] Yến tọa 宴坐; ngồi hay sống chỗ yên tĩnh, vắng vẻ. Pāli: *patisallāno*, độc cư, nhàn tĩnh, ẩn dật.

[78] Pāli (A.v. 96): *ṭhitimpāhaṃ, bhikkhave, na vaṇṇayāmi kusalesu dhammesu, pageva parihāniṃ,* Ta không tán thán sự đứng im trong các pháp thiện, huống gì là sự thối thất.

[79] Nguyên bản: A-hàm cập kỳ sở đắc 阿含及其所得.

[80] Bản Hán, hết quyển 23.

PHẨM 10
NHÂN
TỤNG NGÀY THỨ HAI

Tiểu thổ thành

因處二苦陰　增上心及念
師子吼優曇　願想最在後

Kệ tóm tắt:

Nhân, Xứ, hai Khổ uẩn,
Tăng thượng tâm và Niệm,
Sư tử hống, Ưu-đàm,
Nguyện, Tưởng ở sau cùng

❁

97. KINH ĐẠI NHÂN*

[584c8] Tôi nghe như vầy:

Một thời, Đức Phật trú tại Câu-lâu-sấu, ở Kiếm-ma-sắt-đàm, một đô ấp của Câu-lâu.¹

Duyên khởi thậm thâm

Bấy giờ, Tôn giả A-nan, một mình tĩnh tọa tại một nơi vắng vẻ, tâm nghĩ như vầy, 'Kỳ diệu thay, pháp duyên khởi này! Thật là vô cùng sâu sắc và ánh sáng cũng thật là vô cùng sâu sắc,² nhưng ta quán sát thấy rất nông cạn, rất nông cạn!'³

Rồi vào lúc xế, Tôn giả A-nan rời chỗ tĩnh tọa, qua đến chỗ Phật, đảnh lễ chân Ngài, rồi đứng sang một bên, bạch rằng:

"Bạch Thế Tôn, hôm nay con một mình tĩnh tọa tại một nơi thanh vắng, tâm nghĩ như vầy, 'Kỳ diệu thay, duyên khởi này! Thật là vô cùng sâu sắc, nhưng ta quán sát thấy rất nông cạn, rất nông cạn!'"

Đức Thế Tôn bảo:

"A-nan, ngươi chớ nghĩ rằng 'Duyên khởi này rất nông cạn, rất nông cạn!' Vì sao? Vì duyên khởi này thật là vô cùng sâu sắc và ánh sáng cũng thật là vô cùng sâu sắc.

---

* Tương đương Pāli, D. 15. *Mahānidānasuttaṃ*. Hán, No 1(13), No 14: Nhân bản dục sinh kinh, No 52: Đại sinh nghĩa kinh.

□ *Xem chú thích Phẩm 10: tr.448–456*

I. Ý NGHĨA CÁC CHI

"Này A-nan, đối với duyên khởi này, vì không biết như thật, không thấy như thật, không giác ngộ, không thấu triệt, nên khiến chúng sanh ấy dính móc nhau như khung cửi rối ren, như đám uẩn-mạn⁴ mọc chẳng chịt, tấp nập huyên náo, đi từ đời này đến đời kia, từ đời kia đến đời này, qua rồi lại, lại rồi qua, không thể ra khỏi vòng sanh tử. A-nan, cho nên phải biết duyên khởi này thật vô cùng sâu sắc và ánh sáng cũng rất là sâu sắc.

1. Duyên khởi năm chi

1. "A-nan, nếu có người hỏi: 'Già và chết có duyên không?' Hãy trả lời như vầy, 'Già, chết có duyên.' Nếu có người hỏi: 'Già, chết có duyên gì?' Hãy trả lời như vầy: 'Duyên nơi sanh vậy.'

2. "A-nan, nếu có người hỏi: 'Sanh có duyên không?' Hãy trả lời rằng: 'Sanh cũng có duyên.' Nếu có người hỏi rằng: 'Sanh có duyên gì?' Hãy trả lời rằng: 'Duyên nơi hữu vậy.'

3. "A-nan, nếu có người hỏi: 'Hữu có duyên không?' Hãy trả lời rằng 'Hữu cũng có duyên.' Nếu có người hỏi: 'Hữu có duyên gì?' Hãy trả lời rằng: 'Duyên nơi thủ⁵ vậy.'

4. "A-nan, nếu có người hỏi: [**578c**] 'Thủ có duyên không?' Hãy trả lời rằng 'Thủ cũng có duyên.' Nếu có người hỏi: 'Thủ có duyên gì?' Hãy trả lời rằng: 'Duyên nơi ái vậy.'

5. "A-nan, đó là duyên ái có thủ; duyên thủ có hữu; duyên hữu có sanh; duyên sanh có già và chết, duyên già chết có buồn lo, khóc lóc, buồn khổ, áo não; đều duyên nơi già chết mà có. Như thế là trọn đủ toàn khối khổ đau to lớn.⁶

2. Duyên khởi mười chi

a. Từ sinh đến ái

1. "A-nan, duyên sanh có già chết. Đây nói duyên sanh có già chết; nên biết, điều được nói là duyên sanh có già chết. A-nan, nếu không có sự sanh, như cá và loài cá, chim và loài chim, muỗi và loài muỗi, rồng và loài rồng, thần và loài thần, quỷ và loài quỷ, trời và loài trời, người và loài người; A-nan, các loài chúng sanh như thế này hay như thế kia ấy, ở bất cứ nơi này hay nơi kia ấy; nếu không có sự sanh, mỗi loài và mỗi loài đều không sanh, giả sử tách rời sự sanh thì có già chết không?"

"Bạch Thế Tôn, không."

"A-nan, cho nên biết rằng, nguyên nhân của già chết, tập khởi của già chết, căn bản của già chết, duyên sanh của già chết,[7] gọi đó là sanh. Vì sao? Vì duyên nơi sanh nên có già chết.

2. "A-nan, duyên hữu có sanh. Đây nói là duyên hữu có sanh; nên biết, điều được nói là duyên hữu có sanh.

"A-nan, nếu không có hữu, như cá và loài cá, chim và loài chim, muỗi và loài muỗi, rồng và loài rồng, thần và loài thần, quý và loài quý, trời và loài trời, người và loài người. A-nan, các loài chúng sanh như thế này hay như thế kia ấy, ở bất cứ nơi này hay nơi kia; nếu không có sự hữu, mỗi loài và mỗi loài đều không có hữu, giả sử tách rời sự hữu thì có sanh chăng?"

"Bạch Thế Tôn, không."

"A-nan, cho nên biết rằng nguyên nhân của sanh, tập khởi của sanh, căn bản của sanh, duyên sanh của sanh, gọi đó là hữu. Vì sao? Vì duyên hữu nên có sanh.

3. "A-nan, duyên thủ có hữu. Đây nói là duyên thủ có hữu; nên biết, điều được nói là duyên thủ có hữu. A-nan, nếu không có thủ, mỗi loài và mỗi loài đều không có thủ, giả sử tách rời thủ thì có hữu chăng? Thi thiết[8] có hữu chăng?"

"Bạch Thế Tôn, không."

"A-nan, cho nên biết rằng nguyên nhân của hữu, tập khởi của hữu, căn bản của hữu, duyên sanh của hữu, gọi đó là thủ. Vì sao? Vì duyên thủ nên có hữu.

4. "A-nan, duyên ái có thủ. Đây nói là duyên ái có thủ; nên biết, điều được nói là duyên ái có thủ. A-nan, nếu không có ái, mỗi loài và mỗi loài đều không có ái, giả sử tách rời ái thì có thủ chăng? Thi thiết có thủ chăng?"

"Bạch Thế Tôn, không."

"A-nan, cho nên biết rằng nguyên nhân của thủ, tập khởi của thủ, căn bản của thủ, duyên sanh của thủ, gọi đó là ái. Vì sao? Vì duyên ái nên có thủ.

b. Chín ái bản

[579a] "A-nan, đó là duyên ái có tầm cầu,⁹ duyên tầm cầu có lợi đắc, duyên lợi đắc có phân phối, duyên phân phối có nhiễm dục, duyên nhiễm dục có đắm trước, duyên đắm trước có keo kiệt, duyên keo kiệt có tư hữu, duyên tư hữu có canh giữ.¹⁰

1. "A-nan, vì duyên canh giữ nên có dao gậy, đấu tranh, dua siểm, lừa gạt, nói láo, nói hai lưỡi, khởi lên vô lượng pháp ác bất thiện. Như vậy là trọn đủ toàn khối khổ đau to lớn.

"A-nan, nếu không có canh giữ, tất cả đều không có canh giữ, giả sử tách rời canh giữ thì có dao gậy, đấu tranh, dua siểm, lừa gạt, nói láo, nói hai lưỡi, khởi lên vô lượng pháp ác bất thiện chăng?"

"Bạch Thế Tôn, không."

"A-nan, cho nên biết rằng dao gậy, đấu tranh, dua siểm, lừa gạt, nói láo, nói hai lưỡi, khởi lên vô lượng pháp ác bất thiện, thì nhân của chúng, tập khởi của chúng, căn bản của chúng và duyên của chúng chính là bảo thủ vậy. Vì sao? Vì duyên bảo thủ nên có dao gậy, đấu tranh, dua nịnh, lừa gạt, nói láo, nói hai lưỡi, khởi lên vô lượng pháp ác bất thiện. Như vậy là trọn đủ toàn khối khổ đau to lớn.

2. "A-nan, duyên tư hữu có canh giữ. Đây nói là duyên tư hữu có canh giữ; nên biết, điều được nói là duyên tư hữu có canh giữ. A-nan, nếu không có tư hữu, tất cả đều không có tư hữu, giả sử tách rời tư hữu thì có canh giữ chăng?

"Bạch Thế Tôn, không."

"A-nan, cho nên biết rằng nhân của canh giữ, tập khởi của canh giữ, căn bản nguyên của canh giữ, duyên của canh giữ, gọi đó là tư hữu vậy. Vì sao? Vì duyên tư hữu nên có canh giữ.

3. "A-nan, duyên keo kiệt có tư hữu. Đây nói là duyên keo kiệt có tư hữu; nên biết, điều được nói là duyên keo kiệt có tư hữu. A-nan, nếu không có keo kiệt, tất cả đều không có keo kiệt, giả sử tách rời keo kiệt, có tư hữu chăng?

"Bạch Thế Tôn, không."

"A-nan, cho nên biết rằng nhân của tư hữu, tập khởi của tư hữu, căn bản của tư hữu, duyên của tư hữu, gọi đó là keo kiệt. Vì sao? Vì duyên keo kiệt nên có tư hữu.

4. "A-nan, duyên đắm trước có keo kiệt. Đây nói là duyên đắm trước có keo kiệt; nên biết, điều được nói là duyên đắm trước có keo kiệt. A-nan, nếu không có đắm trước, tất cả đều không có đắm trước, giả sử tách rời đắm trước, có keo kiệt chăng?

"Bạch Thế Tôn, không."

"A-nan, cho nên biết rằng nhân của keo kiệt, tập khởi của keo kiệt, căn bản của keo kiệt, duyên của keo kiệt, gọi đó là đắm trước. Vì sao? Vì duyên đắm trước nên có keo kiệt.

5. "A-nan, duyên dục có đắm trước. Đây nói là duyên dục có đắm trước; nên biết, điều được nói là duyên dục có đắm trước. A-nan, nếu không có dục, tất cả đều không có dục, giả sử tách rời dục, có đắm trước chăng?

[579b] "Bạch Thế Tôn, không."

"A-nan, cho nên biết rằng nhân của đắm trước, tập khởi của đắm trước, bản của đắm trước, duyên của đắm trước, gọi đó là dục. Vì sao? Vì duyên dục nên có đắm trước.

6. "A-nan, duyên phân phối có nhiễm dục. Đây nói là duyên phân phối có nhiễm dục; nên biết, điều được nói là duyên phân phối có nhiễm dục. A-nan, nếu không có phân phối, tất cả đều không có phân phối, giả sử tách rời phân phối, có nhiễm dục chăng?

"Bạch Thế Tôn, không."

"A-nan, cho nên biết rằng nhân của nhiễm dục, tập khởi của nhiễm dục, căn bản của nhiễm dục, gọi đó là phân phối. Vì sao? Vì duyên phân phối nên có nhiễm dục vậy.

7. "A-nan, duyên lợi đắc có phân phối. Đây nói là duyên lợi đắc có phân phối; nên biết, điều được nói là duyên lợi đắc có phân phối. A-nan, nếu không có lợi đắc, tất cả đều không có lợi đắc, giả sử tách rời lợi đắc, có phân phối chăng?

"Bạch Thế Tôn, không."

"A-nan, cho nên biết rằng nhân của phân phối, tập khởi của phân phối, căn bản của phân phối, duyên của phân phối gọi đó là lợi. Vì sao? Vì duyên lợi nên có phân phối.

8. "A-nan, duyên tầm cầu có lợi đắc. Đây nói là duyên tầm cầu có lợi đắc; nên biết, điều được nói là duyên tầm cầu có lợi đắc. A-nan, nếu không có tầm cầu, tất cả đều không có tầm cầu, giả sử tách rời tầm cầu, có lợi đắc chăng?

"Bạch Thế Tôn, không."

"A-nan, nhân của lợi đắc, tập khởi của lợi, căn bản của lợi đắc, duyên của lợi đắc, gọi đó là tầm cầu. Vì sao? Vì duyên tầm cầu cho nên có lợi đắc.

9. "A-nan, duyên ái có tầm cầu. Đây nói là duyên ái có tầm cầu; nên biết, điều được nói là duyên ái có tầm cầu.

"A-nan, nếu không có ái, tất cả đều không có ái, giả sử tách rời ái, thì có tầm cầu chăng?

"Bạch Thế Tôn, không."

"A-nan, cho nên biết rằng nhân của tầm cầu, tập khởi của tầm cầu, căn bản của tầm cầu, duyên của tầm cầu, gọi đó là ái. Vì sao? Vì duyên ái nên có tầm cầu.

c. Xúc và thọ

"A-nan, dục ái và hữu ái, hai pháp[11] này nhân thọ,[12] duyên thọ đưa đến.

"A-nan, nếu có người hỏi 'Thọ có duyên không?' Hãy trả lời rằng 'Thọ cũng có duyên.' Nếu có người hỏi 'Thọ có duyên gì?' Hãy trả lời rằng 'Thọ duyên với xúc,'[13] nên biết rằng: duyên xúc có thọ.

"A-nan, nếu không có nhãn xúc, tất cả đều không có nhãn xúc, giả sử tách rời nhãn xúc thì có duyên nhãn xúc mà sanh ra lạc thọ, khổ thọ, bất khổ bất lạc thọ chăng?"

"Bạch Thế Tôn, không."

"A-nan, nếu không có nhĩ, tỷ, thiệt, thân, ý xúc, tất cả đều không có ý xúc, giả sử [**579c**] tách rời ý xúc thì có duyên ý xúc mà sanh ra lạc thọ, khổ thọ, bất khổ bất lạc thọ chăng?"

"Bạch Thế Tôn, không."

"A-nan, cho nên biết rằng nhân của thọ, tập khởi của thọ, căn bản của thọ, duyên của thọ, gọi đó là xúc. Vì sao? Vì duyên xúc nên có thọ vậy.

"A-nan, nếu có người hỏi 'Xúc có duyên không?' Hãy trả lời rằng 'Xúc có duyên.' Nếu có người hỏi 'Xúc có duyên gì?' Hãy trả lời rằng 'Duyên danh sắc.' Nên biết rằng, duyên danh sắc có xúc.

"A-nan, do sở hành, sở duyên[14] mà biết có danh thân.[15] Rời hành này, ly duyên này thì có hữu đối xúc[16] chăng?"

"Bạch Thế Tôn, không."

"A-nan, do sở hành, sở duyên mà biết có sắc thân. Rời hành này, ly duyên này thì có tăng ngữ xúc chăng?"[17]

"Bạch Thế Tôn, không."

"Giả sử rời danh thân và sắc thân thì có xúc, có thi thiết xúc chăng?"

"Bạch Thế Tôn, không."

"A-nan, cho nên biết rằng nhân của xúc, tập khởi của xúc, căn bản của xúc, duyên của xúc, gọi đó là danh sắc. Vì sao? Vì duyên danh sắc nên có xúc.

d. Thức và danh sắc

"A-nan, nếu có người hỏi 'Danh sắc có duyên chăng?' Hãy trả lời rằng 'Danh sắc có duyên.' Nếu có người hỏi 'Danh sắc có duyên gì?' Hãy trả lời rằng 'Duyên thức.' Nên biết rằng duyên thức có danh sắc.

"A-nan, nếu thức không vào thai mẹ mà chỉ có danh sắc, thì có thành thân này chăng?"

"Bạch Thế Tôn, không."

"A-nan, nếu thức mới vào thai, liền ra tức khắc thì danh sắc hợp với tinh chăng?"

"Bạch Thế Tôn, không."

"A-nan, nếu thức của trẻ nhỏ, con trai hay con gái, bị đoạn hoại không còn, thì danh sắc tăng trưởng dần được chăng?"

"Bạch Thế Tôn, không."

"A-nan, cho nên biết rằng nhân của danh sắc, tập khởi của danh sắc, căn bản của danh sắc, duyên của danh sắc, gọi đó là thức. Vì sao? Vì duyên thức nên có danh sắc.

"A-nan, nếu có người hỏi 'Thức có duyên chăng?' Hãy trả lời rằng 'Thức có duyên.' Nếu có người hỏi: 'Thức có duyên gì?' Hãy trả lời rằng 'Duyên danh sắc.' Nên biết rằng duyên danh sắc có thức.

"A-nan, nếu thức không có danh sắc, nếu thức không an lập, không dựa vào danh sắc thì thức có sanh, có già, có bệnh, có chết chăng? Có khổ chăng?"

"Bạch Thế Tôn, không."

"A-nan, cho nên biết rằng nhân của thức, tập khởi của thức, căn bản của thức, duyên của thức, gọi đó là danh sắc. [580a] Vì sao? Vì duyên danh sắc nên có thức.

"A-nan, đó là duyên danh sắc có thức; duyên thức cũng có danh sắc; trong giới hạn đó mà có tăng ngữ, do tăng ngữ có truyền thuyết, do truyền thuyết mà có thể thi thiết là có, nghĩa là thức và danh sắc cùng đi đôi vậy.[18]

II. THỌ VÀ NGÃ

"A-nan, thế nào là có một loại kiến chấp có thần ngã?"[19]

Tôn giả A-nan bạch Đức Thế Tôn:

"Thế Tôn là Pháp bản, Thế Tôn là Pháp chủ, Pháp do Thế Tôn nói, cúi xin Thế Tôn nói điều đó. Con nay nghe xong, được biết ý nghĩa một cách rộng rãi."

Phật nói:

"A-nan, hãy lắng nghe! Hãy suy ngẫm kỹ! Ta sẽ phân biệt cho ông nghe ý nghĩa một cách rộng rãi."

Tôn giả A-nan vâng lời dạy, lắng nghe.

1. Kiến chấp ngã

Phật nói:

"A-nan, hoặc có kiến chấp thọ là ngã.[20] Hoặc lại có kiến chấp không cho rằng thọ là ngã, nhưng thần ngã có cảm thọ, mà tính cách của ngã là khả năng cảm thọ. Hoặc lại có kiến chấp không cho rằng thọ là ngã và cũng không cho rằng ngã có cảm thọ, vì tính cách của ngã là khả năng cảm thọ, mà chỉ cho rằng ngã không cảm thọ gì cả.

a. Thọ là ngã

"A-nan, Nếu có người cho rằng 'thọ là thần ngã,' thì nên hỏi người ấy rằng 'Ông có ba cảm thọ: lạc thọ, khổ thọ và không khổ không lạc thọ; trong ba cảm thọ này, ông cho thọ nào là ngã?' A-nan, nên nói tiếp với người ấy 'Nếu lúc có cảm thọ về lạc thọ, thì ngay lúc ấy hai cảm thọ kia, khổ thọ và không khổ không lạc thọ, diệt mất. Lúc ấy chỉ có cảm thọ về lạc thọ, nhưng lạc thọ là pháp vô thường, khổ, hoại diệt'. Nếu khi lạc thọ diệt rồi thì người ấy há không nghĩ rằng 'Chẳng phải là ngã diệt chăng?' A-nan, nếu khi có cảm thọ về khổ thọ, thì lúc ấy hai cảm thọ kia, lạc thọ và không khổ không lạc thọ, diệt mất. Người ấy lúc đó chỉ có cảm thọ về khổ thọ, nhưng khổ thọ là pháp vô thường, khổ, hoại diệt. Nếu khổ thọ đã diệt thì người ấy há không nghĩ rằng 'Chẳng phải là ngã diệt chăng?' A-nan, nếu khi có cảm thọ về bất khổ bất lạc thọ thì lúc ấy cả hai cảm thọ kia, lạc thọ và khổ thọ diệt mất. Người ấy lúc đó chỉ có cảm giác về không khổ không lạc thọ, nhưng không khổ không lạc thọ là pháp vô thường, khổ, hoại diệt. Nếu không khổ không lạc thọ đã diệt thì người ấy há không nghĩ rằng 'Chẳng phải là ngã diệt chăng?' A-nan, thọ là pháp vô thường như vậy, khi khổ khi lạc,[21] há lại còn chấp rằng thọ là ngã chăng?"

"Bạch Thế Tôn, không."

"A-nan, thọ vô thường như vậy, khi khổ khi lạc, không nên chấp rằng thọ là ngã.

b. Ngã có thọ

"A-nan, lại có một loại kiến chấp không cho rằng thọ là ngã, nhưng ngã có cảm thọ vì tính cách của ngã là khả năng cảm thọ, [22] [580b] thì nên nói với người ấy: 'Nếu ông không có thọ, thì thọ không thể có, không thể nói rằng cái này là sở hữu của tôi'.[23] A-nan, người kia còn chấp như vầy 'Thọ không phải là ngã, nhưng ngã có cảm thọ, vì tính cách của ngã là khả năng cảm thọ' nữa chăng?"

"Bạch Thế Tôn, không."

"A-nan, cho nên người kia không nên chấp như vầy 'Thọ không phải là ngã, nhưng ngã có cảm thọ, vì tính cách của ngã là khả năng cảm thọ.'

c. Ngã không thọ

"A-nan, nếu lại có một loại kiến chấp không cho rằng thọ là ngã, cũng không cho rằng ngã có cảm thọ vì tính cách của ngã là khả năng cảm thọ, mà chỉ chấp rằng ngã không cảm thọ gì cả, thì nên nói với người ấy 'Nếu ông không có cảm thọ, ông sẽ không cảm nhận được bất cứ cái gì cả; nhưng nếu ngã tách rời cảm thọ, thì không thể nói: ngã thanh tịnh.'[24] A-nan, người kia còn chấp 'Thọ không phải là ngã, cũng không chấp ngã có cảm thọ vì tính cách của ngã là khả năng cảm thọ, mà chỉ chấp ngã hoàn toàn không có cảm thọ' nữa chăng?"

"Bạch Thế Tôn, không."

"A-nan, cho nên người kia không nên chấp như vầy 'Thọ không phải là ngã, cũng không chấp ngã có cảm thọ vì tính cách của ngã là khả năng cảm thọ, mà chỉ chấp ngã hoàn toàn không có cảm thọ.' Đó gọi là một loại kiến chấp có ngã.

2. Không kiến chấp ngã

"A-nan, Thế nào là có loại không kiến chấp rằng có ngã?"

Tôn giả A-nan bạch Đức Thế Tôn:

"Thế Tôn là Pháp bản, Thế Tôn là Pháp chủ, Pháp do Thế Tôn nói. Cúi xin Thế Tôn nói điều đó. Con nay nghe rồi được biết ý nghĩa rộng rãi."

Phật bảo:

"A-nan, Hãy lắng nghe! Hãy suy ngẫm kỹ! Ta sẽ phân biệt cho thầy nghe ý nghĩa một cách rộng rãi."

Tôn giả A-nan vâng lời dạy, lắng nghe.

Phật nói:

1. "A-nan, ở đây có người không cho rằng 'Thọ là ngã, cũng không cho rằng ngã có cảm thọ vì tính cách của ngã là khả năng cảm thọ và cũng không cho rằng ngã hoàn toàn không có cảm thọ.' Người ấy do không chấp như vậy nên không còn thọ sanh ở thế gian này. Người ấy do không còn thọ sanh nên không còn phiền lụy. Do không phiền lụy mà Bát-niết-bàn, biết một cách như thật rằng 'Sự sanh đã hết, phạm hạnh đã thành, điều cần làm đã làm xong, không còn tái sanh nữa.'

"A-nan, đó gọi là tăng ngữ, do tăng ngữ có truyền thuyết, do truyền thuyết mà thi thiết là có. Biết như vậy thì không còn gì để chấp thủ.

2. "A-nan, nếu tỳ-kheo chánh giải thoát như vậy thì không có kiến chấp rằng Như Lai còn hay Như Lai không còn sau khi chết;[25] chấp Như Lai vừa còn, vừa không còn; Như Lai không phải còn hay không còn. Đó gọi là có một loại không thấy có ngã.

III. THI THIẾT NGÃ

"A-nan, thế nào là có một quan niệm có thần ngã được chủ trương?"[26]

Tôn giả A-nan bạch Phật rằng:

"Thế Tôn là Pháp bản, Thế Tôn là Pháp chủ, Pháp do Thế Tôn nói. Cúi xin Thế Tôn nói điều đó. Con nay nghe rồi biết ý nghĩa rộng rãi."

[**580c**] Phật bảo:

"A-nan, hãy lắng nghe! Hãy suy ngẫm kỹ! Ta sẽ phân biệt cho thầy nghe ý nghĩa một cách rộng rãi."

Tôn giả A-nan vâng lời, lắng nghe.

Phật nói:

1. Sắc và ngã

"Hoặc có chủ trương với quan niệm ngã có sắc, có hạn lượng;[27] hoặc có chủ trương với quan niệm ngã không phải là có sắc, có hạn lượng mà là không hạn lượng; hoặc có chủ trương với quan niệm ngã không phải là có sắc, có hạn lượng, cũng không phải là có sắc không hạn lượng, mà ngã là không sắc, có hạn lượng; hoặc có chủ trương với quan niệm ngã không phải là có sắc, có hạn lượng, cũng không phải là có sắc không hạn lượng, cũng không phải là không có sắc, có hạn lượng, mà là không sắc không hạn lượng.

1. "A-nan, trường hợp chủ trương với quan niệm ngã có sắc có hạn lượng, người ấy chủ trương quan niệm ngã trong hiện tại là có sắc có hạn lượng, khi thân hoại mạng chung người ấy nói nó cũng như vậy, thấy nó cũng như vậy. Nếu khi ngã tách ngoài sắc nhỏ hẹp này, người ấy cũng suy niệm như vậy, tư duy nó như vậy, như vậy.[28] A-nan, đó là trường hợp chủ trương với quan niệm ngã có sắc với lượng ít. Như vậy, có trường hợp cho rằng ngã có sắc, có hạn lượng mà chấp trước.

2. "A-nan, trường hợp chủ trương với quan niệm ngã không phải là có sắc với lượng ít mà là có sắc không hạn lượng, người ấy trong hiện tại với vô lượng sắc này mà quan niệm ngã được chủ trương, và khi thân hoại mạng chung cũng nói nó như vậy, cũng thấy nó như vậy. Nếu khi ngã tách khỏi vô lượng sắc, người ấy cũng suy niệm như vậy, tư duy nó như vậy, như vậy. A-nan, đó là trường hợp chủ trương với quan niệm ngã có sắc không hạn lượng. Như vậy, có trường hợp cho rằng ngã có sắc, không hạn lượng mà chấp trước.

3. "A-nan, trường hợp chủ trương với quan niệm ngã không phải là có sắc với hạn lượng ít cũng không phải là có sắc vô lượng, mà ngã là vô sắc với lượng ít, người ấy, trong hiện tại, căn cứ vào vô sắc nhỏ hẹp mà quan niệm ngã được chủ trương, khi thân hoại mạng chung cũng nói nó như vậy, cũng thấy nó như vậy. Nếu khi ngã rời khỏi vô sắc nhỏ hẹp, người ấy suy niệm như vậy, tư duy nó như vậy, như vậy. A-nan, đó là trường hợp chủ trương với quan niệm ngã là không có sắc với lượng ít. Như vậy có trường hợp cho rằng ngã không sắc, có hạn lượng mà chấp trước.

4. "A-nan, trường hợp chủ trương với quan niệm ngã không phải là có sắc với lượng ít, cũng không phải là có sắc không hạn lượng, [581a] cũng không phải là không có sắc với lượng ít, mà là không có sắc không hạn lượng, người ấy trong hiện tại, với vô lượng vô sắc mà quan niệm ngã được chủ trương, khi thân hoại mạng chung cũng nói nó như vậy, cũng thấy nó như vậy. Nếu khi ngã rời khỏi vô lượng vô sắc, người ấy suy niệm như vậy, tư duy nó như vậy, như vậy. A-nan, đó là trường hợp chủ trương với quan niệm ngã là vô sắc vô lượng. Như vậy, có trường hợp cho rằng ngã không sắc không hạn lượng mà chấp trước.

"A-nan, như vậy là trường hợp quan niệm ngã được chủ trương.

2. Vô ngã

"A-nan, thế nào là trường hợp quan niệm vô ngã được chủ trương?

Tôn giả A-nan bạch Đức Thế Tôn:

"Thế Tôn là Pháp bản, Thế Tôn là Pháp chủ, Pháp do Thế Tôn nói. Cúi mong Thế Tôn nói điều đó. Con nay nghe rồi được biết ý nghĩa rộng rãi."

Phật bảo:

"A-nan, hãy lắng nghe! Hãy suy ngẫm kỹ! Ta sẽ phân biệt cho ngươi nghe ý nghĩa một cách rộng rãi."

Tôn giả A-nan vâng lời dạy, lắng nghe.

Phật nói:

"A-nan, ở đây là trường hợp không chủ trương với quan niệm ngã có sắc, có hạn lượng; cũng không chủ trương với quan niệm ngã có sắc không hạn lượng; cũng không chủ trương với quan niệm ngã không có sắc, có hạn lượng; cũng không chủ trương ngã không, sắc không hạn lượng.

1. "A-nan, ở đây trường hợp không chủ trương với quan niệm ngã có sắc, có hạn lượng, người ấy trong hiện tại không căn cứ vào sắc nhỏ hẹp mà quan niệm ngã được chủ trương; khi thân hoại mạng chung cũng không nói nó như vậy, cũng không thấy nó như vậy. Nếu khi ngã rời khỏi sắc nhỏ hẹp, người ấy không suy niệm như vậy, cũng không tư duy nó như vậy, như vậy. A-nan, đó là trường hợp không chủ trương với quan

niệm ngã có sắc, có hạn lượng. Như vậy, có trường hợp không cho rằng ngã có sắc, có hạn lượng để mà chấp trước.

2. "A-nan, ở đây trường hợp không chủ trương với quan niệm ngã có sắc, không hạn lượng, người ấy, trong hiện tại không căn cứ vào sắc vô lượng mà quan niệm ngã được chủ trương, khi thân hoại mạng chung cũng không nói nó như vậy, cũng không thấy nó như vậy. Nếu khi ngã rời sắc vô lượng, người ấy không suy niệm như vậy, cũng không tư duy nó như vậy, như vậy. A-nan, đó là trường hợp không chủ trương với quan niệm ngã có sắc, không hạn lượng. Như vậy, có trường hợp không cho rằng ngã có sắc, không hạn lượng để mà chấp trước.

3. "A-nan, ở đây trường hợp không chủ trương với quan niệm ngã không có sắc, có hạn lượng, người ấy, trong hiện tại không căn cứ vào không sắc, có hạn lượng mà [**581b**] quan niệm ngã được chủ trương, khi thân hoại mạng chung người ấy không nói nó cũng như vậy, không thấy nó cũng như vậy. Nếu khi ngã rời khỏi vô sắc nhỏ hẹp, người ấy không suy niệm như vậy, cũng không tư duy nó như vậy, như vậy. A-nan, đó là trường hợp không chủ trương với quan niệm ngã không có sắc, có hạn lượng. Như vậy, có trường hợp không cho rằng ngã không sắc, có hạn lượng để mà chấp trước.

4. "A-nan, ở đây trường hợp không chủ trương ngã không sắc, không hạn lượng, người ấy, trong hiện tại, không căn cứ vào không sắc, không hạn lượng mà quan niệm ngã được chủ trương. Khi thân hoại mạng chung người ấy không nói nó cũng như vậy, không thấy nó cũng như vậy. Nếu khi ngã rời khỏi vô sắc vô lượng, người ấy không suy niệm như vậy, cũng không tư duy nó như vậy, như vậy. A-nan, đó là trường hợp không chủ trương ngã không có sắc, không hạn lượng. Như vậy, có trường hợp không cho rằng ngã không sắc, không hạn lượng để mà chấp trước.

"A-nan, đó gọi là có một loại quan niệm vô ngã được chủ trương.

IV. THỨC TRỤ VÀ GIẢI THOÁT

1. Bảy thức trụ

"Lại nữa, này A-nan, có bảy trú xứ của thức[29] và hai xứ.[30]

Thế nào là bảy trú xứ của thức?

1. Chúng sanh hữu sắc[31] với các chủng loại thân khác nhau, các chủng loại tưởng khác nhau, ấy là loài người và loài trời cõi Dục. Đó là trú xứ thứ nhất của thức.

2. "Lại nữa, này A-nan, chúng sanh hữu sắc với các chủng loại thân khác nhau, nhưng chỉ có một loại tưởng, ấy là Phạm thiên sơ sanh không yểu thọ.[32] Gọi đó là trụ xứ thứ hai của thức.

3. "Lại nữa, này A-nan, chúng sanh hữu sắc với một loại thân nhưng nhiều chủng loại tưởng, ấy là Hoảng dục thiên.[33] Gọi đó là trụ xứ thứ ba của thức.

4. "Lại nữa, này A-nan, chúng sanh hữu sắc với một thân, với một loại tưởng, ấy là Biến tịnh thiên. Gọi đó là trụ xứ thứ tư của thức.

5. "Lại nữa, này A-nan, chúng sanh vô sắc, vượt qua tất cả sắc tưởng, diệt trừ hữu đối tưởng, không tư duy các loại tưởng, vào Không vô biên xứ, thành tựu an trụ Không vô biên xứ, ấy là Không vô biên xứ thiên. Gọi đó là trụ xứ thứ năm của thức.

6. "Lại nữa, này A-nan, chúng sanh vô sắc, vượt qua tất cả Không vô biên xứ, vào Thức vô biên xứ, thành tựu an trụ Thức vô biên xứ, ấy là Thức vô biên xứ thiên. Gọi đó là trụ xứ thứ sáu của thức.

7. "Lại nữa, này A-nan, chúng sanh vô sắc, vượt qua tất cả vô lượng thức tưởng, vào Vô sở hữu xứ, thành tựu an trụ Vô sở hữu xứ, ấy là Vô sở hữu xứ thiên. Gọi đó là trụ xứ thứ bảy của thức.

2. Hai xứ

1. "Thế nào là có hai xứ? Chúng sanh hữu sắc không có tưởng, không có thọ, ấy là Vô tưởng thiên. Gọi đó là xứ thứ nhất.

2. "Lại nữa, này A-nan, chúng sanh vô sắc vượt qua tất cả Vô sở hữu xứ, vào Phi tưởng phi phi tưởng xứ, **[581c]** thành tựu an trụ Phi tưởng phi phi tưởng xứ, ấy là Phi tưởng phi phi tưởng thiên. Gọi đó là xứ thứ hai.[34]

3. Quán sát bảy thức trụ

1. "A-nan, đối với trụ xứ thứ nhất của thức, chúng sanh hữu sắc với các chủng loại thân, với các chủng loại tưởng, là loài người và loài trời cõi Dục; nếu có tỳ-kheo biết như thật trụ xứ ấy của thức, biết sự tập khởi trụ xứ ấy của thức, biết sự diệt tận, vị ngọt, tai hoạn, biết xuất ly, thì này A-nan, tỳ-kheo kia có thể vui thích nơi trụ xứ của thức ấy, chấp trước và trụ nơi trụ xứ ấy của thức chăng?"

"Bạch Thế Tôn, không."

2. "A-nan, đối với trụ xứ thứ hai của thức, chúng sanh hữu sắc với các chủng loại thân nhưng một chủng loại tưởng, là Phạm thiên sơ sanh không yểu thọ; nếu có tỳ-kheo biết như thật trụ xứ ấy của thức, biết sự tập khởi trụ xứ ấy của thức, biết sự diệt tận, biết vị ngọt, biết tai hoạn, biết xuất ly, thì này A-nan, tỳ-kheo ấy có thể hoan lạc nơi trụ xứ kia của thức, chấp trước và trụ nơi trụ xứ kia của thức chăng?

"Bạch Thế Tôn, không."

3. "A-nan, đối với trụ xứ thứ ba của thức, chúng sanh hữu sắc với một loại thân nhưng nhiều chủng loại tưởng, ấy là Hoảng dục thiên. Nếu có tỳ-kheo biết như thật trụ xứ ấy của thức, biết sự tập khởi trụ xứ ấy của thức, biết sự diệt tận, biết vị ngọt, biết tai hoạn, biết xuất ly, thì này A-nan, tỳ-kheo ấy có thể hoan lạc nơi trụ xứ kia của thức, chấp trước và trụ nơi trụ xứ kia của thức chăng?

"Bạch Thế Tôn, không."

4. "A-nan, đối với trụ xứ thứ tư của thức, chúng sanh hữu sắc với một loại thân, với một loại tưởng, ấy là Biến tịnh thiên. Nếu có tỳ-kheo biết như thật trụ xứ ấy của thức, biết sự tập khởi trụ xứ ấy của thức, biết sự diệt tận, biết vị ngọt, biết tai hoạn, biết xuất ly, thì này A-nan, tỳ-kheo ấy có thể hoan lạc nơi trụ xứ kia của thức, chấp trước và trụ nơi trụ xứ kia của thức chăng?

"Bạch Thế Tôn, không."

5. "A-nan, đối với trụ xứ thứ năm của thức, chúng sanh vô sắc, vượt qua tất cả sắc tưởng, diệt trừ hữu đối tưởng, không tư duy các loại tưởng, vào Không vô biên xứ, thành tựu an trụ Không vô biên xứ, ấy là

Không vô biên xứ thiên. Nếu có tỳ-kheo biết như thật trụ xứ ấy của thức, biết sự tập khởi trụ xứ ấy của thức, biết sự diệt tận, biết vị ngọt, biết tai hoạn, biết xuất ly, này A-nan, vị tỳ-kheo ấy có thể hoan lạc nơi trụ xứ kia của thức, chấp trước và trụ nơi trụ xứ kia của thức chăng?

"Bạch Thế Tôn, không".

6. "A-nan, đối với trụ xứ thứ sáu của thức, chúng sanh vô sắc vượt tất cả Không vô biên xứ, vào Thức vô biên xứ, thành tựu an trụ Thức vô biên xứ, ấy là Thức vô biên xứ thiên. Nếu có tỳ-kheo biết như thật trụ xứ ấy của thức, biết sự tập khởi trụ xứ ấy của thức, biết sự diệt tận, biết vị ngọt, biết tai hoạn, biết xuất ly, thì này A-nan, tỳ-kheo ấy có thể an lạc nơi trụ xứ kia của thức, chấp trước và trụ nơi trụ xứ kia của thức chăng?

"Bạch Thế Tôn, không."

7. "A-nan, đối với trụ xứ thứ bảy của thức, [582a] chúng sanh vô sắc, vượt qua tất cả vô lượng thức tưởng, vào Vô sở hữu xứ, thành tựu an trụ Vô sở hữu xứ, ấy là Vô sở hữu xứ thiên. Nếu có tỳ-kheo biết như thật trụ xứ của thức, biết sự tập khởi trụ xứ ấy của thức, biết sự diệt tận, biết vị ngọt, biết tai hoạn, biết xuất ly, thì này A-nan, vị tỳ-kheo ấy có thể hoan lạc nơi trụ xứ kia của thức, chấp trước và trụ nơi trụ xứ kia của thức chăng?"

"Bạch Thế Tôn, không."

4. Quán hai xứ

1. "A-nan, đối với trụ xứ thứ nhất, chúng sanh hữu sắc không có tưởng, không có thọ, ấy là Vô tưởng thiên. Nếu có tỳ-kheo biết như thật trụ xứ ấy của thức, biết sự tập khởi trụ xứ ấy của thức, biết sự diệt tận, biết vị ngọt, biết tai hoạn, biết xuất ly, thì này A-nan, tỳ-kheo ấy có thể hoan lạc nơi trụ xứ kia của thức, chấp trước và trụ nơi trụ xứ kia của thức chăng?"

"Bạch Thế Tôn, không."

2. "A-nan, đối với trụ xứ thứ hai của thức, chúng sanh vô sắc, vượt qua tất cả Vô sở hữu xứ, vào Phi tưởng phi phi tưởng xứ, thành tựu an trụ Phi tưởng phi phi tưởng xứ, ấy là Phi tưởng phi phi tưởng thiên. Nếu có tỳ-kheo biết như thật xứ ấy của thức, biết sự tập khởi trụ xứ ấy của thức, biết sự diệt tận, biết vị ngọt, biết tai hoạn, biết xuất ly, thì này A-nan, tỳ-kheo ấy có thể hoan lạc nơi xứ kia của thức, chấp trước và trụ nơi xứ kia của thức chăng?

"Bạch Thế Tôn, không."

"A-nan, nếu có tỳ-kheo biết như thật bảy trụ xứ của thức và hai xứ kia, tâm không nhiễm trước, được giải thoát thì gọi là tỳ-kheo A-la-hán, được gọi là tuệ giải thoát.

5. Tám giải thoát

"Lại nữa, này A-nan, có tám giải thoát. Những gì là tám?

1. "Có sắc, quán sắc, đó là giải thoát thứ nhất.

2. "Lại nữa, bên trong không sắc tưởng, bên ngoài quán sắc, đó là giải thoát thứ hai.

3. "Lại nữa, với tịnh giải thoát, tự thân chứng ngộ, thành tựu an trụ, đó là giải thoát thứ ba.

4. "Lại nữa, vượt qua tất cả sắc tưởng, diệt trừ hữu đối tưởng, không tư duy các loại tưởng, vào Không vô biên xứ, thành tựu an trụ Không vô biên xứ, đó là giải thoát thứ tư.

5. "Lại nữa, vượt qua tất cả Không vô biên xứ, vào Thức vô biên xứ, thành tựu an trụ Thức vô biên xứ, đó là giải thoát thứ năm.

6. "Lại nữa, vượt qua tất cả Thức vô biên xứ, vào Vô sở hữu xứ, thành tựu an trụ Vô sở hữu xứ, đó là giải thoát thứ sáu.

7. "Lại nữa, vượt qua tất cả Vô sở hữu xứ, vào Phi tưởng phi phi tưởng xứ, thành tựu an trụ Phi tưởng phi phi tưởng xứ, đó là giải thoát thứ bảy.

8. "Lại nữa, vượt qua tất cả Phi tưởng phi phi tưởng xứ, vào tưởng thọ diệt giải thoát, tự thân chứng ngộ, thành tựu an trụ, đó là giải thoát thứ tám.

[582b] "A-nan, tỳ-kheo biết như thật về bảy trụ xứ của thức và hai xứ kia, tâm không nhiễm trước, được giải thoát, thành tựu an trụ và với tám giải thoát này, thuận và nghịch mà tự thân chứng ngộ, thành tựu an trụ và cũng do tuệ quán mà diệt tận các lậu, đó là tỳ-kheo A-la-hán, được

gọi Câu giải thoát."[35]

Phật thuyết như vậy. Tôn giả A-nan và các tỳ-kheo sau khi nghe Phật thuyết, hoan hỷ phụng hành. ❁

98. KINH NIỆM TRỤ*

Tôi nghe như vầy:

Một thời, Đức Phật trú tại Câu-lâu-sấu, ở Kiếm-ma-sắt-đàm, một đô ấp của Câu-lâu.

Bấy giờ, Đức Thế Tôn bảo các tỳ-kheo:

"Có một con đường[36] tịnh hóa chúng sanh, vượt qua lo sợ, diệt trừ khổ não, chấm dứt kêu khóc, chứng đắc Chánh pháp. Đó là Bốn niệm trụ.

"Các Như Lai, Vô Sở Trước, Đẳng Chánh Giác ở quá khứ đều đoạn trừ năm triền cái, là thứ làm tâm ô uế, tuệ yếu kém; lập tâm chánh trụ nơi Bốn niệm trụ, tu Bảy giác chi mà chứng quả giác ngộ Vô thượng chánh tận.

"Các Như Lai, Vô Sở Trước, Đẳng Chánh Giác ở vị lai cũng đều đoạn trừ năm triền cái, là thứ làm tâm ô uế, tuệ yếu kém; lập tâm chánh trụ nơi Bốn niệm trụ, tu Bảy giác chi mà chứng quả giác ngộ.

"Ta nay trong hiện tại, là Như Lai, Vô Sở Trước, Đẳng Chánh Giác, Ta cũng đều đoạn trừ năm triền cái, là thứ làm tâm ô uế, tuệ yếu kém. Ta cũng lập tâm chánh trụ nơi Bốn niệm trụ, tu Bảy giác chi mà chứng quả giác ngộ Vô thượng chánh tận.

"Bốn niệm trụ là những gì? Đó là, quán thân nơi thân, quán thọ[37] như thọ, quán tâm như tâm và quán pháp như pháp.

I. QUÁN THÂN

"Thế nào gọi là niệm trụ quán thân nơi thân?[38]

---

* Tham chiếu Pāli, D. 22. *Mahāsatipaṭṭhānasuttaṃ*; M. 10. *Satipaṭṭhānasuttaṃ*. Hán, No 125(12.1).

1. Chánh niệm chánh tri

1. "Tỳ-kheo khi đi thì biết mình đi, đứng thì biết mình đứng, ngồi thì biết mình ngồi, nằm thì biết mình nằm, ngủ thì biết mình ngủ, thức thì biết mình thức, ngủ hay thức thì biết mình ngủ hay thức. Tỳ-kheo như vậy, quán thân trên nội thân; quán thân trên ngoại thân; dựng niệm trên thân, có tri, có kiến, có minh, có đạt. Như vậy gọi là tỳ-kheo quán thân nơi thân.

2. "Lại nữa, tỳ-kheo quán thân nơi thân; tỳ-kheo biết rõ chính xác khi vào lúc ra, khi co lúc duỗi, khi cúi lúc ngẩng, nghi dung chững chạc, khéo khoác tăng-già-lê và cầm bát; đi, đứng, ngồi, nằm, ngủ, thức, nói năng, im lặng đều biết rõ chính xác. Tỳ-kheo như vậy, quán thân trên nội thân; quán thân trên ngoại thân; dựng niệm trên thân, có tri, có kiến, có minh, có đạt. Như vậy gọi là tỳ-kheo quán thân nơi thân.

3. "Lại nữa, tỳ-kheo quán thân nơi thân; [582c] Tỳ-kheo khi sanh niệm ác bất thiện, liền niệm điều thiện để đối trị, đoạn trừ, tiêu diệt, tĩnh chỉ. Như người thợ mộc hoặc học trò thợ mộc, kéo thẳng dây mực, búng lên thân cây rồi dùng búa bén mà đẽo cho thẳng. Cũng vậy, tỳ-kheo khi sanh niệm ác bất thiện liền niệm điều thiện để đối trị, đoạn trừ. Tỳ-kheo như vậy, quán thân trên nội thân; quán thân trên ngoại thân; dựng niệm trên thân, có tri, có kiến, có minh, có đạt. Như vậy gọi là tỳ-kheo quán thân nơi thân.

2. Sổ tức

1. "Lại nữa, tỳ-kheo quán thân nơi thân; tỳ-kheo răng ngậm khít lại, lưỡi ấn lên khẩu cái, dùng tâm trị tâm, đối trị, đoạn trừ, tiêu diệt, tĩnh chỉ. Như hai lực sĩ bắt một người yếu mang đi khắp nơi, tự do đánh đập. Cũng vậy, tỳ-kheo răng ngậm khít lại, lưỡi ấn lên khẩu cái, dùng tâm trị tâm, đối trị, đoạn trừ, tiêu diệt, tĩnh chỉ. Tỳ-kheo như vậy, quán thân nơi nội thân; quán thân nơi ngoại thân; dựng niệm trên thân, có tri, có kiến, có minh, có đạt. Như vậy gọi là tỳ-kheo quán thân nơi thân.

2. "Lại nữa, tỳ-kheo quán thân nơi thân; tỳ-kheo-niệm hơi thở vào thì biết niệm hơi thở vào, niệm hơi thở ra thì biết niệm hơi thở ra. Thở vào dài thì biết thở vào dài, thở ra dài thì biết thở ra dài. Thở vào ngắn thì biết thở vào ngắn, thở ra ngắn thì biết thở ra ngắn. Học toàn thân

thở vào, học toàn thân thở ra. Học tĩnh chỉ thân hành khi thở vào, học tĩnh chỉ khẩu hành khi thở ra. Tỳ-kheo như vậy, quán thân trên nội thân; quán thân trên ngoại thân; dựng niệm trên thân, có tri, có kiến, có minh, có đạt. Như vậy gọi là tỳ-kheo quán thân nơi thân.

3. Bốn thiền

1. "Lại nữa, tỳ-kheo quán thân nơi thân; tỳ-kheo có hỷ lạc do ly dục sanh, nhuần thấm khắp thân, phổ biến sung mãn; khắp trong thân thể hỷ lạc do ly dục sanh, không đâu không có. Như người hầu tắm, bỏ bột tắm đầy chậu, nước hòa thành bọt, nước thấm vào thân, phổ biến sung mãn, không đâu không có. Cũng vậy, tỳ-kheo có hỷ lạc do ly dục sanh, nhuần thấm khắp thân, phổ biến sung mãn; khắp trong thân thể, hỷ lạc do ly dục sanh không đâu không có. Tỳ-kheo như vậy, quán thân trên nội thân; quán thân trên ngoại thân; dựng niệm trên thân, có tri, có kiến, có minh, có đạt. Như vậy gọi là tỳ-kheo quán thân nơi thân.

2. "Lại nữa, tỳ-kheo quán thân nơi thân; tỳ-kheo có hỷ lạc do định sanh, nhuần thấm khắp thân, phổ biến sung mãn; khắp trong thân thể, hỷ lạc do định sanh không đâu không có. Cũng như suối trên núi, trong sạch không dơ, [583a] tràn đầy, tràn ngập. Nước từ bốn phương chảy đến không sao đổ vào được, mà chính từ đáy suối, nước tự vọt lên, chảy tràn ra ngoài, thấm ướt cả núi, phổ biến sung mãn, không đâu không có. Cũng vậy, tỳ-kheo có hỷ lạc do định sanh thấm nhuần khắp thân, phổ biến sung mãn; khắp trong thân thể, hỷ lạc do định sanh không đâu không có. Tỳ-kheo như vậy, quán thân trên nội thân; quán thân trên ngoại thân; dựng niệm trên thân, có tri, có kiến, có minh, có đạt. Như vậy gọi là tỳ-kheo quán thân nơi thân.

3. "Lại nữa, tỳ-kheo quán thân nơi thân; tỳ-kheo có lạc do ly hỷ sanh, nhuần thấm khắp thân, phổ biến sung mãn; khắp trong thân thể, lạc do ly hỷ sanh không đâu không có. Như các loại sen xanh, hồng, đỏ, trắng sanh ra từ nước, lớn lên trong nước, ở dưới đáy nước, rễ, hoa, lá, cọng thảy đều thấm nhuần, phổ biến sung mãn, không đâu không có; cũng vậy, tỳ-kheo có lạc do ly hỷ sanh nhuần thấm khắp thân, phổ biến sung mãn, khắp trong thân thể lạc do ly hỷ sanh không đâu không có. Tỳ-kheo như vậy, quán thân trên nội thân; quán thân trên ngoại thân; dựng niệm trên thân, có tri, có kiến, có minh, có đạt. Như vậy gọi là tỳ-kheo quán

thân nơi thân.

4. "Lại nữa, tỳ-kheo quán thân nơi thân; tỳ-kheo ở trong thân này được biến mãn với tâm ý thanh tịnh, tỏ rõ,³⁹ thành tựu an trụ; ở trong thân này tâm thanh tịnh không đâu không biến mãn. Như có một người được trùm một tấm vải rộng bảy hoặc tám khuỷu tay, từ đầu đến chân, khắp cả thân thể đều được phủ kín. Cũng vậy, tỳ-kheo ở trong thân này với tâm thanh tịnh, không đâu không biến mãn. Tỳ-kheo như vậy, quán thân trên nội thân; quán thân trên ngoại thân; dựng niệm trên thân, có tri, có kiến, có minh, có đạt. Như vậy gọi là tỳ-kheo quán thân nơi thân.

4. Quang minh tưởng

"Lại nữa, tỳ-kheo quán thân nơi thân; là tỳ-kheo niệm quang minh tưởng, khéo thọ khéo trì, nhớ rõ điều niệm; như phía trước, phía sau cũng vậy; như phía sau, phía trước cũng vậy; ngày cũng như đêm, đêm cũng như ngày; dưới cũng như trên, trên cũng như dưới. Như vậy tâm không điên đảo, tâm không bị ràng buộc, tu tập tâm quang minh, không còn bị bóng tối che lấp. Tỳ-kheo như vậy, quán thân trên nội thân; quán thân trên ngoại thân; dựng niệm trên thân, có tri, có kiến, có minh, có đạt. Như vậy gọi là tỳ-kheo quán thân nơi thân.

5. Quán nội thân

1. "Lại nữa, tỳ-kheo quán thân nơi thân; tỳ-kheo khéo giữ tướng trạng tu quán,⁴⁰ khéo nhớ điều niệm, [**583b**] như người ngồi quán sát kẻ nằm, kẻ nằm quán sát kẻ ngồi. Tỳ-kheo khéo giữ tướng trạng tu quán, khéo nhớ đối tượng quán niệm, cũng giống như vậy. Tỳ-kheo như vậy, quán thân trên nội thân; quán thân trên ngoại thân; dựng niệm trên thân, có tri, có kiến, có minh, có đạt. Như vậy gọi là tỳ-kheo quán thân nơi thân.

2. "Lại nữa, tỳ-kheo quán thân nơi thân; tỳ-kheo tùy theo những chỗ trong thân, tùy theo tính chất tốt xấu từ đầu đến chân, quán thấy hết thảy đều đầy dẫy bất tịnh, 'trong thân này của ta có tóc, lông, móng, răng, da dày, da non, thịt, gân, xương, tim, thận, gan, phổi, ruột già, ruột non, lá lách, dạ dày, phân, não và não căn, nước mắt, mồ hôi, nước mũi, nước miếng, mủ, máu, mỡ, tủy, đờm dãi, nước tiểu.' Như một cái bồn chứa đủ các hạt giống, ai có mắt sáng thì thấy rõ ràng, 'đây là hạt lúa, hạt

gạo, kia là hạt cải, cỏ, rau;' cũng vậy, tỳ-kheo tùy theo những chỗ trong thân, tùy theo tính chất tốt xấu, từ đầu đến chân, quán thấy hết thảy đều đầy dẫy bất tịnh: 'Trong thân này của ta có tóc, lông, móng, răng, da dày, da non, thịt, gân, xương, tim, thận, gan, phổi, ruột già ruột non, lá lách, dạ dày, phân, não và não căn, nước mắt, mồ hôi, nước mũi, nước miếng, mủ, máu, mỡ, tủy, đờm dãi, nước tiểu.' [Tỳ-kheo khéo giữ tướng trạng tu quán, khéo nhớ đối tượng quán niệm, cũng giống như vậy].⁴¹ Tỳ-kheo như vậy, quán thân trên nội thân; quán thân trên ngoại thân; dựng niệm trên thân, có tri, có kiến, có minh, có đạt. Như vậy gọi là tỳ-kheo quán thân nơi thân.

6. Sáu giới

"Lại nữa, tỳ-kheo quán thân nơi thân; tỳ-kheo quán sát giới trong thân rằng: 'Trong thân này của ta có địa giới, thủy giới, hỏa giới, phong giới, không giới, thức giới.' Như gã đồ tể mổ bò, lột hết bộ da, trải lên mặt đất, phân thành sáu đoạn; cũng vậy, tỳ-kheo quán các giới trong thân rằng 'Trong thân này của ta có địa giới, thủy giới, hỏa giới, phong giới, không giới, thức giới.' Tỳ-kheo như vậy, quán thân trên nội thân; quán thân trên ngoại thân; dựng niệm trên thân, có tri, có kiến, có minh, có đạt. Như vậy gọi là tỳ-kheo quán thân nơi thân.

7. Quán ngoại thân

1. "Lại nữa, tỳ-kheo quán thân nơi thân; tỳ-kheo quán xác chết, mới chết từ một, hai ngày đến sáu, bảy ngày, đang bị quạ diều bươi mổ, sài lang cấu xé, hoặc đã được hỏa thiêu, hay đã được chôn lấp, đang bị rữa nát hư hoại. Quán rồi tự so sánh: 'Thân ta cũng thế, đều có những trường hợp này, không sao tránh khỏi.' [Tỳ-kheo khéo giữ tướng trạng tu quán, khéo nhớ đối tượng quán niệm, cũng giống như vậy]. Tỳ-kheo như vậy, quán thân trên nội thân; quán thân trên ngoại thân; dựng niệm trên thân, có tri, có kiến, có minh, có đạt. Như vậy gọi là tỳ-kheo quán thân nơi thân.

2. "Lại nữa, tỳ-kheo [583c] quán thân nơi thân; tỳ-kheo như từng thấy trong nghĩa địa: hài cốt xám xanh, rữa nát gần hết, xương vãi khắp đất. Quán rồi tự so sánh: 'Thân ta cũng thế, đều có những trường hợp này, không sao tránh khỏi.' [Tỳ-kheo khéo giữ tướng trạng tu quán, khéo

nhớ đối tượng quán niệm, cũng giống như vậy]. Tỳ-kheo như vậy, quán thân trên nội thân; quán thân trên ngoại thân; dựng niệm trên thân, có tri, có kiến, có minh, có đạt. Như vậy gọi là tỳ-kheo quán thân nơi thân.

3. "Lại nữa, tỳ-kheo quán thân nơi thân; tỳ-kheo như từng thấy trong nghĩa địa: da, thịt, máu, huyết tiêu cả, chỉ còn xương dính gân. Quán rồi tự so sánh: 'Thân ta cũng thế, đều có trường hợp này, không sao tránh khỏi'. [Tỳ-kheo khéo giữ tướng trạng tu quán, khéo nhớ đối tượng quán niệm, cũng giống như vậy]. Tỳ-kheo như vậy, quán thân trên nội thân; quán thân trên ngoại thân; dựng niệm trên thân, có tri, có kiến, có minh, có đạt. Như vậy gọi là tỳ-kheo quán thân nơi thân.

4. "Lại nữa, tỳ-kheo quán thân nơi thân; tỳ-kheo như từng thấy trong nghĩa địa: xương rời từng đốt, tản mác khắp nơi, xương chân, xương đùi, xương đầu gối, xương bắp vế, xương sống, xương vai, xương cổ, xương sọ, mỗi thứ một nơi. Quán rồi tự so sánh: 'Thân ta cũng thế, đều có những trường hợp này, không sao tránh khỏi'. [Tỳ-kheo khéo giữ tướng trạng tu quán, khéo nhớ đối tượng quán niệm, cũng giống như vậy]. Tỳ-kheo như vậy, quán thân trên nội thân; quán thân trên ngoại thân; dựng niệm trên thân, có tri, có kiến, có minh, có đạt. Như vậy gọi là tỳ-kheo quán thân nơi thân.

5. "Lại nữa, tỳ-kheo quán thân nơi thân; tỳ-kheo như từng thấy trong nghĩa địa: xương trắng như vỏ ốc, xanh như lông chim bồ câu, đỏ như màu máu, mục nát bể vụn. Quán rồi tự so sánh: 'Thân ta rồi cũng thế, đều có những trường hợp này, không sao tránh khỏi'. [Tỳ-kheo khéo giữ tướng trạng tu quán, khéo nhớ đối tượng quán niệm, cũng giống như vậy]. Tỳ-kheo như vậy, quán thân trên nội thân; quán thân trên ngoại thân; dựng niệm trên thân, có tri, có kiến, có minh, có đạt. Như vậy gọi là tỳ-kheo quán thân nơi thân.

"Nếu tỳ-kheo, tỳ-kheo-ni từng chi tiết quán thân nơi thân như vậy, đó gọi là niệm trụ quán thân nơi thân.

II. QUÁN THỌ-TÂM-PHÁP

1. Quán thọ

"Thế nào gọi là niệm trụ quán thọ như thọ? Tỳ-kheo khi thọ nhận cảm giác lạc liền biết đang thọ nhận cảm giác lạc, khi thọ nhận cảm giác khổ liền biết đang thọ nhận cảm giác khổ, khi thọ nhận cảm giác không lạc không khổ liền biết đang thọ nhận cảm giác không lạc không khổ. Khi thân thọ nhận cảm giác lạc, thân thọ nhận cảm giác khổ, thân thọ nhận cảm giác không lạc không khổ; khi tâm thọ nhận cảm giác lạc, tâm thọ nhận cảm giác khổ, tâm thọ nhận cảm giác không lạc không khổ; cảm giác lạc khi ăn, cảm giác khổ khi ăn, cảm giác không lạc không khổ khi ăn; cảm giác lạc khi không ăn, cảm giác khổ khi không ăn, cảm giác không lạc không khổ khi không ăn; cảm giác lạc khi có dục, cảm giác khổ khi có dục, cảm giác không khổ không lạc khi có dục; cảm giác lạc [**584a**] khi không có dục, cảm giác khổ khi không có dục, cảm giác không lạc không khổ khi không có dục, liền biết cảm giác không lạc không khổ khi không có dục. Tỳ-kheo như vậy, quán thọ nơi nội thọ, quán thọ nơi ngoại thọ, dựng niệm tại thọ, có tri, có kiến, có minh, có đạt. Như vậy gọi là tỳ-kheo quán thọ như thọ.

"Nếu tỳ-kheo, tỳ-kheo-ni từng chi tiết quán thọ như thọ như vậy, gọi là niệm trụ quán thọ như thọ.

2. Quán tâm

"Thế nào gọi là niệm trụ quán tâm như tâm? Tỳ-kheo có tâm tham dục thì biết đúng như thật có tâm tham dục, có tâm vô dục thì biết đúng như thật là có tâm vô dục. Khi có sân hay không sân, có si hay không si, có ô uế hay không ô uế, có hợp hay có tan, có thấp hay có cao, có nhỏ hay có lớn; tu hay không tu, định hay không định, giải thoát hay không giải thoát. Cũng như vậy, có tâm giải thoát thì biết đúng như thật có tâm giải thoát; có tâm không giải thoát thì biết đúng như thật là có tâm không giải thoát. Tỳ-kheo như vậy, quán tâm nơi nội tâm, dựng niệm tại tâm, có tri, có kiến, có minh, có đạt. Như vậy là tỳ-kheo quán tâm như tâm.

"Nếu tỳ-kheo, tỳ-kheo-ni từng chi tiết quán tâm như tâm như vậy, đó gọi là niệm trụ quán tâm như tâm.

3. Quán pháp

a. Sáu xứ

"Thế nào gọi là niệm trụ quán pháp như pháp? Khi con mắt duyên sắc, sanh nội kết, nếu tỳ-kheo bên trong thật có kết thì biết đúng như thật là bên trong có kết; bên trong thật không có kết thì biết đúng như thật là bên trong không có kết. Nội kết chưa sanh, bây giờ sanh, biết đúng như thật. Nội kết đã sanh và được đoạn trừ, không sanh lại nữa, biết đúng như thật. Với tai, mũi, lưỡi, thân và ý cũng giống như vậy. Khi ý duyên pháp, sanh nội kết, nếu tỳ-kheo bên trong thật có kết thì biết đúng như thật là bên trong có kết, bên trong không có kết thì biết đúng như thật là bên trong không có kết. Nội kết chưa sanh, bây giờ sanh, biết đúng như thật. Nội kết đã sanh và được đoạn trừ, không sanh lại nữa, biết đúng [**584b**] như thật. Tỳ-kheo như vậy quán pháp nơi nội pháp, quán pháp nơi ngoại pháp, lập niệm tại pháp, có tri, có kiến, có minh, có đạt. Như vậy gọi là tỳ-kheo quán pháp như pháp, nghĩa là quán sáu xứ bên trong.

b. Năm cái

"Lại nữa, tỳ-kheo quán pháp như pháp; tỳ-kheo bên trong thật có ái dục thì biết đúng như thật là đang có ái dục, bên trong thật không có ái dục thì biết đúng như thật là không có ái dục. Ái dục chưa sanh nay sanh, biết đúng như thật. Ái dục đã sanh và đã được đoạn trừ, không sanh lại nữa, biết đúng như thật. Với sân nhuế, thùy miên, điệu hối và nghi cũng giống như vậy. Bên trong thật có nghi, biết đúng như thật là đang có nghi; bên trong thật không có nghi, biết đúng như thật là không có nghi. Nghi chưa sanh, nay đã sanh, biết đúng như thật. Nghi đã sanh và đã được đoạn trừ, không sanh lại nữa, biết đúng [**584c**] như thật. Tỳ-kheo như vậy quán pháp nơi nội pháp, quán pháp nơi ngoại pháp, lập niệm tại pháp, có tri, có kiến, có minh, có đạt. Như vậy gọi là tỳ-kheo quán pháp như pháp, nghĩa là quán năm triền cái.

c. Bảy giác chi

"Lại nữa, tỳ-kheo quán pháp như pháp; tỳ-kheo bên trong thật có niệm giác chi thì biết đúng như thật là có niệm giác chi; bên trong thật không có niệm giác chi thì biết đúng như thật là không có niệm giác chi. Niệm giác chi chưa sanh nay sanh, biết đúng như thật. Niệm giác chi đã sanh thì ghi nhớ không quên, bất thối, tu tập càng lúc càng tăng trưởng, biết đúng như thật. Với trạch pháp, tinh tấn, hỷ, khinh an, định và xả cũng giống như vậy. Bên trong thật có xả giác chi thì biết đúng như thật là đang có xả giác chi, bên trong thật không có xả giác chi thì biết đúng như thật là không có xả giác chi. Xả giác chi chưa sanh nay sanh, biết đúng như thật; xả giác chi đã sanh thì ghi nhớ không quên, bất thối, tu tập càng lúc càng tăng trưởng, biết đúng như thật. Tỳ-kheo như vậy quán nội pháp đúng như pháp, quán ngoại pháp đúng như pháp, lập niệm tại pháp, có tri, có kiến, có minh, có đạt như vậy gọi là tỳ-kheo quán pháp như pháp, nghĩa là quán Bảy giác chi.

"Nếu tỳ-kheo, tỳ-kheo-ni từng chi tiết quán pháp như pháp như vậy, đó gọi là niệm trụ quán pháp như pháp.

III. CỨU CÁNH

"Nếu tỳ-kheo, tỳ-kheo-ni nào trụ Bốn niệm trụ thì trong vòng bảy năm, nhất định sẽ chứng được một trong hai quả: hoặc chứng Cứu cánh trí ngay trong hiện tại, hoặc chứng A-na-hàm nếu còn hữu dư.

"Không cần phải đến bảy, sáu, năm, bốn, ba, hai hay một năm, nếu tỳ-kheo, tỳ-kheo-ni nào lập tâm chánh trú nơi Bốn niệm trụ thì trong vòng bảy tháng cũng sẽ nhất định chứng được một trong hai quả: hoặc chứng Cứu cánh trí ngay trong hiện tại, hoặc chứng A-na-hàm nếu còn hữu dư.

"Không cần phải đến bảy, sáu, năm, bốn, ba, hai hay một tháng, nếu tỳ-kheo, tỳ-kheo-ni nào lập tâm chánh trú nơi Bốn niệm trụ thì trong vòng bảy ngày bảy đêm cũng sẽ nhất định chứng được một trong hai quả: hoặc chứng Cứu cánh trí ngay trong hiện tại, hoặc chứng A-na-hàm nếu còn hữu dư.

"Không cần phải đến bảy ngày đêm, sáu, năm, bốn, ba, hay hai ngày hai đêm, mà chỉ cần trong một ngày một đêm, nếu tỳ-kheo, tỳ-kheo-ni nào luôn luôn trong từng khoảnh khắc lập tâm chánh trú nơi Bốn niệm trụ thì nếu buổi sáng thực hành như vậy, nhất định buổi tối liền được thăng tấn. Nếu buổi tối thực hành như vậy, nhất định sáng hôm sau sẽ được thăng tấn."

Phật thuyết giảng như thế, các tỳ-kheo ấy sau khi nghe Phật thuyết, hoan hỷ phụng hành.[42] ❁

99. KINH KHỔ ẤM (I)*

[**584c9**] Tôi nghe như vầy:

Một thời, Đức Phật trú tại nước Xá-vệ, trong rừng Thắng, vườn Cấp-cô-độc.

Bấy giờ các tỳ-kheo sau bữa ăn trưa, có chút công việc nên tập trung ngồi tại giảng đường. Lúc ấy, một số đông những người Dị học, sau bữa cơm trưa loanh quanh tìm đến chỗ các tỳ-kheo, cùng nhau chào hỏi rồi ngồi một bên, nói với các tỳ-kheo rằng:

"Này chư Hiền, sa-môn Cù-đàm chủ trương biến tri đoạn dục,[43] chủ trương biến tri đoạn sắc, chủ trương biến tri đoạn thọ.[44] Này chư Hiền, chúng tôi cũng chủ trương biến tri đoạn dục, chủ trương biến tri đoạn sắc, chủ trương biến tri đoạn thọ. Giữa sa-môn Cù-đàm và chúng tôi, giữa hai[45] chủ trương biến tri đoạn[46] ấy, có sự thù thắng nào, có những sai biệt nào?"

"Lúc bấy giờ các tỳ-kheo khi nghe những điều mà số đông những người Dị học ấy nói, không biết thế nào là phải, thế nào là trái, im lặng đứng dậy mà đi, đồng thời suy nghĩ rằng: 'Những điều như vậy, chúng ta phải do nơi Đức Thế Tôn mới biết.'

Rồi họ đi đến Đức Phật, cúi đầu đảnh lễ, ngồi một bên, đem những điều đã bàn luận với số đông những người Dị học ấy thuật lại với Đức Phật. Bấy giờ Đức Thế Tôn bảo các tỳ-kheo rằng:

"Lúc đó các ông nên hỏi số đông những người Dị học như vầy, 'Này chư Hiền, thế nào là vị ngọt của dục, thế nào là tai họa của dục, thế nào là sự xuất ly của dục?[47] Thế nào là vị ngọt của sắc, thế nào là tai họa của

---

* Tương đương Pāli, M. 13. *Mahādukkhakkhandhasuttaṃ*. Hán, No 53: Khổ ấm kinh; No 125(21.9).

sắc, thế nào là sự xuất ly của sắc? Thế nào là vị ngọt của thọ, thế nào là tai họa của thọ, thế nào là sự xuất ly của thọ?

"Này các tỳ-kheo, nếu các ông hỏi như vậy, sau khi nghe, họ sẽ cật vấn lẫn nhau, nói quanh nói quẩn, nổi sân và cãi cọ, rồi từ chỗ ngồi đứng dậy, im lặng và rút lui. Vì sao vậy? Vì Ta không thấy có những chư Thiên, Ma, Phạm, sa-môn, bà-la-môn hay bất cứ ai khác ở trên đời này có thể biết được nghĩa ấy để tuyên bố lên. Chỉ có Như Lai và đệ tử của Như Lai, hoặc đệ tử nào được nghe từ hai vị này."

1. Biến tri dục

a. Vị ngọt

Đức Phật lại hỏi:

"Thế nào là vị ngọt của dục? Đó là, nhân bởi [**585a**] năm công đức của dục[48] mà phát sanh lạc và hỷ. Vị ngọt của dục chỉ tột cùng đến đó chứ không thể hơn nữa, nhưng tai họa của nó thì rất nhiều.

b. Tai họa

1. "Thế nào là tai họa của dục? Một thiện gia nam tử, tùy kỹ thuật[49] riêng mà tự mưu sinh; hoặc làm ruộng, hoặc buôn bán, hoặc học sách, hoặc giỏi toán thuật, biết công số, khéo in khắc, làm văn chương, tạo thủ bút, hoặc hiểu kinh thơ, hoặc làm võ tướng, hoặc phụng sự vua.[50] Người ấy khi gặp lạnh phải chịu lạnh, gặp nóng phải chịu nóng, bị đói khát nhọc mệt, bị muỗi mòng châm chích; người ấy phải làm nghề nghiệp như thế để mong kiếm được tiền của. Thiện nam tử bằng những phương tiện như thế, làm các công việc như vậy để mong cầu như vậy, nếu không kiếm được tiền của thì sinh khổ sở, lo buồn rầu rĩ, tâm thành si dại, nói rằng 'Luống công làm lụng khổ nhọc vô ích mà những điều mong cầu không có kết quả.' Trái lại, thiện nam tử ấy bằng những phương tiện như vậy để mong cầu như vậy, nếu kiếm được tiền của, người ấy sanh yêu quý, giữ gìn, chôn giấu. Vì sao vậy? Người ấy nghĩ: 'Tài vật này của ta, đừng để cho vua đoạt, giặc cướp, lửa thiêu, hư hại, mất mát, hoặc xuất tài mà vô lợi, hoặc làm việc mà không thành tựu.' Kẻ đó giữ gìn, chôn giấu như vậy nhưng nếu rủi bị vua đoạt, hoặc giặc cướp, lửa thiêu, hư hoại, mất mát thì sinh khổ sở, lo buồn rầu rĩ, tâm thành si ám, nói rằng: 'Vật ta yêu quý, nhớ nghĩ suốt đêm ngày, nay đã không còn.' Đó là khối khổ uẩn trong hiện tại này,[51] nhân nơi dục, duyên nơi dục, lấy dục làm gốc.

2. "Lại nữa, vì chúng sanh nhân nơi dục, duyên nơi dục, lấy dục làm gốc nên mẹ tranh cãi với con, con tranh cãi với mẹ, cha con, anh em, chị em, bà con dòng họ tranh cãi lẫn nhau. Vì tranh cãi lẫn nhau như vậy nên mẹ nói xấu con, con nói xấu mẹ. Cha con, anh em, chị em, bà con dòng họ nói xấu lẫn nhau. Thân thích còn vậy, huống nữa là người dưng. Đó là khối khổ uẩn trong hiện tại này nhân nơi dục, duyên nơi dục, lấy dục làm gốc.

3. "Lại nữa, vì chúng sanh nhân nơi dục, duyên nơi dục, lấy dục làm gốc nên vua tranh giành với vua, bà-la-môn tranh giành với bà-la-môn, cư sĩ tranh giành với cư sĩ, dân tranh giành với dân, nước này tranh giành với nước nọ. Bởi tranh giành nên thù nghịch nhau, rồi dùng đủ loại binh khí để giết hại lẫn nhau, hoặc nắm tay thoi, ném đá, hoặc dùng gậy đánh, dao chặt. Trong khi giao đấu, hoặc chết, hoặc sợ hãi, thọ cực trọng khổ. Đó là khối khổ uẩn trong hiện tại này nhân nơi dục, duyên nơi dục, lấy dục làm gốc.

4. "Lại nữa, vì chúng sanh nhân nơi dục, duyên nơi dục, lấy dục làm gốc nên mang khôi giáp, [585b] khoác trường bào, cầm giáo mác, cung tên, hoặc cầm dao thuẫn, đi vào quân trận. Hoặc đánh nhau bằng voi, hoặc ngựa, hoặc xe, hoặc dùng bộ binh đánh nhau, hoặc cho trai gái đánh nhau. Trong khi giao đấu, hoặc chết, hoặc sợ hãi, thọ cực trọng khổ. Đó là khối khổ uẩn trong hiện tại này nhân nơi dục, duyên nơi dục, lấy dục làm gốc.

5. Lại nữa, vì chúng sanh nhân nơi dục, duyên nơi dục, lấy dục làm gốc nên mang áo giáp, mặc trường bào, cầm giáo mác, cung tên, hoặc cầm dao thuẫn, đi tranh đoạt nước người, công thành phá lũy, chống cự lẫn nhau, thúc trống thổi kèn, lớn tiếng reo hò, hoặc dùng chày đập, hoặc dùng mâu kích, hoặc dùng bánh xe bén, hoặc dùng tên bắn, hoặc lăn đá kè, hoặc dùng nỏ lớn, hoặc rót nước đồng sôi vào mắt. Trong khi giao đấu, hoặc chết, hoặc sợ hãi, thọ cực trọng khổ. Đó là khối khổ uẩn trong hiện tại này nhân nơi dục, duyên nơi dục, lấy dục làm gốc.

6. "Lại nữa, vì chúng sanh nhân nơi dục, duyên nơi dục, lấy dục làm gốc nên mang áo giáp, mặc trường bào, cầm giáo mác, cung tên, hoặc cầm dao thuẫn vào xóm, vào ấp, vào quốc gia, vào thành thị, đục vách phá kho, cướp đoạt tài vật, chận đường giao thông, hoặc đến ngõ khác phá xóm phá làng, phá thành diệt nước. Trong đó, hoặc người của vua bắt được, đem khảo đủ cách; chặt tay, chặt chân, hoặc chặt hết cả tay chân; cắt tai, cắt mũi, hoặc cắt cả tai mũi; hoặc lóc từng miếng thịt; bứt râu bứt tóc, hoặc bứt cả râu tóc; hoặc nhốt vào trong cũi, quấn vải hỏa thiêu, hoặc lấp trong cát, lấy cỏ quấn lại rồi đốt; hoặc bỏ vô bụng lừa sắt, hoặc bỏ vô miệng heo sắt, hoặc đặt vào miệng cọp sắt rồi đốt, hoặc bỏ vô vạc đồng, hoặc bỏ vô vạc sắt rồi nấu; hoặc chặt ra từng khúc, hoặc dùng xoa bén đâm, hoặc lấy móc sắt móc, hoặc bắt nằm trên giường sắt rồi lấy dầu sôi rót, hoặc bắt ngồi trong cối sắt rồi lấy chày sắt giã, hoặc cho rắn rít mổ cắn, hoặc dùng roi quất, hoặc dùng gậy thọt, hoặc dùng dùi đánh, hoặc buộc sống treo trên nêu cao, hoặc chém đầu rồi bêu. Trong các trường hợp đó, kẻ ấy hoặc chết, hoặc sợ hãi, thọ cực trọng khổ. Đó là khối khổ uẩn trong hiện tại này nhân nơi dục, duyên nơi dục, lấy dục làm gốc.

7. "Lại nữa, vì chúng sanh nhân nơi dục, duyên nơi dục, lấy dục làm gốc nên thân làm ác, khẩu làm ác, ý làm ác. Kẻ đó về sau bệnh tật liệt giường, hoặc ngồi hoặc nằm trên đất, vì khổ bức thân, toàn thân cảm giác khổ sở vô cùng, không còn đáng yêu thích. Kẻ đó vì lúc trước thân làm ác, khẩu làm ác, ý làm ác nên khi sắp chết, trước mắt bị che chướng, giống như mặt trời lặn bóng sườn núi lớn, che lấp mặt đất.[52] [583c] Cũng vậy, kẻ ấy bị những ác hành của thân, ác hành của khẩu và của ý che lấp trước mắt, kẻ đó nghĩ rằng: 'Ác hành ta làm trước kia, bây giờ chúng che trước mắt ta. Trước ta không tạo phước nghiệp mà tạo nhiều ác nghiệp. Giả tỷ có ai chỉ làm ác, hung bạo, chỉ làm tội chứ không làm phước, không hành thiện, khi sống không biết lo sợ, gần chết không chỗ nương cậy, không chỗ quay về. Người ấy thân sanh về cõi nào, ta cũng thác sinh về chỗ đó.' Do đó, sanh hối hận, rồi do hối hận mà chết không an, chết không được phước. Đó là khối khổ uẩn trong hiện tại này nhân nơi dục, duyên nơi dục, lấy dục làm gốc.

8. "Lại nữa, vì chúng sanh nhân nơi dục, duyên nơi dục, lấy dục làm gốc nên thân làm ác, khẩu và ý làm ác. Kẻ đó vì thân làm ác, khẩu và ý làm ác nên nhân nơi đó, duyên nơi đó mà khi thân hoại mạng chung phải đến chỗ ác, sanh vào địa ngục. Đó là khối khổ uẩn trong đời sau nhân nơi dục, duyên nơi dục, lấy dục làm gốc. Như vậy là tai họa của dục.

c. Xuất ly

"Thế nào là sự xuất ly của dục? Nếu đoạn trừ dục, xả ly dục, diệt tận dục, vượt qua khỏi dục mà thoát ly. Như vậy gọi là sự xuất ly của dục.

"Nếu sa-môn, bà-la-môn nào mà không biết đúng như thật vị ngọt của dục, tai họa của dục, sự xuất ly của dục, thì không bao giờ có thể tự mình đoạn dục, huống nữa là đoạn dục cho kẻ khác.

"Nếu sa-môn, bà-la-môn nào biết đúng như thật vị ngọt của dục, tai họa của dục, sự xuất ly của dục, thì không những có thể tự mình đoạn dục mà có thể đoạn dục cho kẻ khác.

2. Biến tri sắc

a. Vị ngọt

"Thế nào là vị ngọt của sắc? Giả sử có các thiếu nữ sát-lị, bà-la-môn, cư sĩ hay công sư đến tuổi mười bốn, mười lăm, là lúc có sắc đẹp mỹ miều. Nhân nơi sắc đẹp đó, duyên nơi sắc đẹp đó mà sanh lạc, sanh hỷ; vị ngọt của sắc chỉ tột cùng đến đó chứ không hơn nữa. Nhưng tai hại của sắc thì rất nhiều.

b. Tai họa

1. "Thế nào là tai hại của sắc? Nếu thấy nàng ấy về sau trở nên hết sức già yếu, đầu bạc, răng rụng, lưng còng, gối rũ, chống gậy mà đi, tuổi trẻ đã tàn, mạng sống sắp hết, thân thể run rẩy, các căn hư mòn. Ý các ngươi nghĩ sao? Có phải sắc đẹp trước kia đã biến mất và sanh ra tai họa chăng?

"Bạch Thế Tôn, đúng vậy.

2. "Lại nữa, nếu thấy nàng ấy bệnh tật liệt giường, ngồi nằm trên đất, vì khổ bức thân, chịu khổ cùng cực, ý các ngươi nghĩ sao, có phải sắc đẹp trước kia biến mất, sanh ra tai họa chăng?

"Bạch Thế Tôn, đúng vậy.

3. "Lại nữa, nếu thấy xác nàng ấy đã chết từ một, hai ngày đến sáu bảy ngày, đang bị quạ diều bươi mổ, sài lang cấu xé, hoặc đã được hỏa thiêu hay chôn lấp, đang bị mục nát hư hoại. Ý các ngươi nghĩ sao? Có phải sắc đẹp trước [586a] đã biến mất và tai họa sanh ra chăng?

"Bạch Thế Tôn, đúng vậy.

4. "Lại nữa, nếu thấy xác nàng ấy ở trong nghĩa địa, hài cốt xám xanh, mục nát quá nửa, xương vãi trên đất. Ý các ngươi nghĩ sao? Có phải sắc đẹp trước kia đã biến mất và tai họa sanh ra chăng?

"Bạch Thế Tôn, đúng vậy.

5. "Lại nữa, nếu thấy xác nàng ấy ở trong nghĩa địa, xương rời từng đốt, tản mác khắp nơi, xương chân, xương đùi, xương đầu gối, xương bắp vế, xương sống, xương vai, xương cổ, xương sọ, mỗi thứ một nơi, ý các thầy nghĩ sao? Có phải sắc đẹp trước kia đã biến mất và tai họa sanh ra chăng?

"Bạch Thế Tôn, đúng vậy.

6. "Lại nữa, nếu thấy xác nàng ấy ở trong nghĩa địa, xương trắng như vỏ ốc, xanh như lông chim câu, đỏ như màu máu, hư hoại, mục nát. Ý các ngươi nghĩ sao? Có phải sắc đẹp trước kia đã biến mất và tai họa sanh ra chăng?

"Bạch Thế Tôn, đúng vậy. Như vậy gọi là tai họa của sắc.

c. Xuất ly

"Thế nào là sự xuất ly của sắc? Nếu đoạn trừ sắc, xả ly sắc, diệt tận sắc, vượt qua khỏi sắc mà thoát ly. Như vậy gọi là sự xuất ly của sắc.

"Nếu sa-môn, bà-la-môn nào mà không biết đúng như thật vị ngọt của sắc, tai họa của sắc, sự xuất ly của sắc, thì không bao giờ có thể tự mình đoạn sắc, huống nữa là đoạn sắc cho kẻ khác.

"Nếu sa-môn, bà-la-môn nào biết đúng như thật vị ngọt của sắc, tai họa của sắc, sự xuất ly của sắc thì không những tự mình đoạn sắc, mà còn có thể đoạn sắc cho kẻ khác.

3. Biến tri thọ

a. Vị ngọt

"Thế nào là vị ngọt của thọ? Tỳ-kheo ly dục, ly pháp ác bất thiện, cho đến, thành tựu và an trụ nơi Tứ thiền. Bấy giờ, vị đó không nghĩ đến việc tự hại, cũng không nghĩ đến sự hại người. Nếu không nghĩ đến hại, đó là vị ngọt của cảm giác lạc. Vì sao vậy? Vì không nghĩ đến sự làm hại thì thành tựu được cảm giác lạc ấy. Như vậy gọi là vị ngọt của thọ.

b. Tai họa & Xuất ly

1. "Thế nào là tai họa của thọ? Thọ là pháp vô thường, pháp diệt. Như vậy gọi là tai họa của thọ.

2. "Thế nào là sự xuất ly của thọ? Nếu đoạn trừ thọ, xả ly thọ, diệt tận thọ, vượt qua thọ mà thoát ly. Như vậy gọi là sự xuất ly của thọ.

"Nếu sa-môn, bà-la-môn nào mà không biết đúng như thật vị ngọt của thọ, tai họa của thọ, xuất ly của thọ thì không bao giờ có thể tự mình đoạn thọ, huống nữa là đoạn thọ cho kẻ khác.

"Nếu sa-môn, bà-la-môn nào biết đúng như thật vị ngọt của thọ, tai họa của thọ, xuất ly của thọ thì không những tự mình có thể đoạn thọ, mà còn có thể đoạn thọ cho kẻ khác."

Phật thuyết giảng như vậy. Các tỳ-kheo ấy sau khi nghe thuyết, hoan hỷ phụng hành. ❀

100. KINH KHỔ ẤM (II)*

[586b4] Tôi nghe như vầy:

Một thời, Đức Phật đến Thích-ki-sấu, trú tại Ca-duy-la-vệ, vườn Ni-câu-loại.[53]

Diệt trừ một pháp

Bấy giờ Thích Ma-ha-nam,[54] sau bữa ăn trưa tìm đến chỗ Phật, đảnh lễ dưới chân Ngài rồi ngồi qua một bên mà bạch rằng:

"Bạch Thế Tôn, con biết Thế Tôn dạy pháp như vậy khiến tâm con được diệt ba uế: nhiễm tâm uế, nhuế tâm uế và si tâm uế.[55] Bạch Thế Tôn, con biết pháp ấy như vậy nhưng trong tâm con lại sinh nhiễm pháp, nhuế pháp và si pháp. Bạch Thế Tôn, con suy nghĩ như vầy, 'Ta có pháp gì không bị diệt trừ, khiến tâm ta lại sinh pháp nhiễm, pháp nhuế, pháp si?'"

Thế Tôn bảo:

"Này Ma-ha-nam, ông có một pháp không bị diệt trừ, cho nên ông sống tại gia, không chí tín, lìa bỏ gia đình, sống không gia đình mà học đạo này. Ma-ha-nam, nếu ông diệt được pháp đó, ông sẽ không sống tại gia mà chí tín, lìa bỏ gia đình, sống không gia đình, học đạo. Bởi vì có một pháp không bị diệt trừ mà ông sống tại gia, không chí tín, lìa bỏ gia đình, sống không gia đình, học đạo."

Khi ấy Thích Ma-ha-nam liền từ chỗ ngồi đứng dậy, trịch áo bày vai hữu, chắp tay hướng về Phật mà bạch rằng:

---

* Tương đương Pāli, M. 14. *Cūḷadukkhakkhandhasuttaṃ*. Hán, No 54: Thích Ma-nam bản tứ tử kinh; No 55: Khổ ấm nhân sự kinh; Bo 125(41.1).

"Bạch Thế Tôn, mong Thế Tôn nói pháp cho con nghe để tâm con được thanh tịnh, trừ nghi, đắc đạo."

Năm dục công đức

a. Vị ngọt

Thế Tôn nói:

"Ma-ha-nam, có năm công đức của dục, đáng yêu, đáng mơ tưởng, đáng vui thích, có liên hệ đến dục, khiến cho người khoái lạc. Những gì là năm? Đó là, sắc được biết bởi mắt, âm thanh được biết bởi tai, hương được biết bởi mũi, vị được biết bởi lưỡi, xúc được biết bởi thân. Do đây mà vua và quyến thuộc của vua được an lạc hoan hỷ. Ma-ha-nam, vị ngọt của dục chỉ cùng cực đến đó chứ không hơn nữa, nhưng tai họa của nó thì lại rất nhiều.

b. Tai họa

1. "Ma-ha-nam, thế nào là tai họa của dục? "Ma-ha-nam, một thiện gia nam tử, tùy kỹ thuật[56] riêng mà tự mưu sinh; hoặc làm ruộng, hoặc buôn bán, hoặc học sách, hoặc giỏi toán thuật, biết công số, khéo in khắc, làm văn chương, tạo thủ bút, hoặc hiểu kinh thơ, hoặc làm võ tướng, hoặc phụng sự vua.[57] Người ấy khi gặp lạnh phải chịu lạnh, gặp nóng phải chịu nóng, bị đói khát nhọc mệt, bị muỗi mòng châm chích; người ấy phải làm nghề nghiệp như thế để mong kiếm được tiền của. Thiện nam tử bằng những phương tiện như thế, làm các công việc như vậy để mong cầu như vậy, nếu không [586c] kiếm được tiền của thì sinh khổ sở, lo buồn rầu rĩ, tâm thành si dại, nói rằng 'Luống công làm lụng khổ nhọc vô ích mà những điều mong cầu không có kết quả.' Trái lại, thiện nam tử ấy bằng những phương tiện như vậy để mong cầu như vậy, nếu kiếm được tiền của, người ấy sanh yêu quý, giữ gìn, chôn giấu. Vì sao vậy? Người ấy nghĩ: 'Tài vật này của ta, đừng để cho vua đoạt, giặc cướp, lửa thiêu, hư hại, mất mát, hoặc xuất tài mà vô lợi, hoặc làm việc mà không thành tựu.' Kẻ đó giữ gìn, chôn giấu như vậy nhưng nếu rủi bị vua đoạt, hoặc giặc cướp, lửa thiêu, hư hại, mất mát thì sinh khổ sở, lo buồn rầu rĩ, tâm thành si ám, nói rằng: 'Vật ta yêu quý, nhớ nghĩ suốt đêm ngày, nay đã không còn.' Ma-ha-nam, đó là khối khổ uẩn trong hiện tại này,[58] nhân nơi dục, duyên nơi dục, lấy dục làm gốc.

2. "Lại nữa, Ma-ha-nam, vì chúng sanh nhân nơi dục, duyên nơi dục, lấy dục làm gốc nên mẹ tranh cãi với con, con tranh cãi với mẹ, cha con, anh em, chị em, bà con dòng họ tranh cãi lẫn nhau. Vì tranh cãi lẫn nhau như vậy nên mẹ nói xấu con, con nói xấu mẹ. Cha con, anh em, chị em, bà con dòng họ nói xấu lẫn nhau. Thân thích còn vậy, huống nữa là người dưng. Ma-ha-nam, đó là khối khổ uẩn trong hiện tại này nhân nơi dục, duyên nơi dục, lấy dục làm gốc.

3. "Lại nữa, Ma-ha-nam, vì chúng sanh nhân nơi dục, duyên nơi dục, lấy dục làm gốc nên vua tranh giành với vua, bà-la-môn tranh giành với bà-la-môn, cư sĩ tranh giành với cư sĩ, dân tranh giành với dân, nước này tranh giành với nước nọ. Bởi tranh giành nên thù nghịch nhau, rồi dùng đủ loại binh khí để giết hại lẫn nhau, hoặc nắm tay thoi, ném đá, hoặc dùng gậy đánh, dao chặt. Trong khi giao đấu, hoặc chết, hoặc sợ hãi, thọ cực trọng khổ. Ma-ha-nam, đó là khối khổ uẩn trong hiện tại này nhân nơi dục, duyên nơi dục, lấy dục làm gốc.

4. "Lại nữa, Ma-ha-nam, vì chúng sanh nhân nơi dục, duyên nơi dục, lấy dục làm gốc nên mang khôi giáp, khoác trường bào, cầm giáo mác, cung tên, hoặc cầm dao thuẫn, đi vào quân trận. Hoặc đánh nhau bằng voi, hoặc ngựa, hoặc xe, hoặc dùng bộ binh đánh nhau, hoặc cho trai gái đánh nhau. Trong khi giao đấu, hoặc chết, hoặc sợ hãi, thọ cực trọng khổ. Ma-ha-nam, đó là khối khổ uẩn trong hiện tại này nhân nơi dục, duyên nơi dục, lấy dục làm gốc.

5. "Lại nữa, Ma-ha-nam, vì chúng sanh nhân nơi dục, duyên nơi dục, lấy dục làm gốc nên mang áo giáp, mặc trường bào, cầm giáo mác, cung tên, hoặc cầm dao thuẫn, đi tranh đoạt nước người, công thành phá lũy, chống cự lẫn nhau, thúc trống, [587a] thổi kèn, lớn tiếng reo hò, hoặc dùng chày đập, hoặc dùng mâu kích, hoặc dùng bánh xe bén, hoặc dùng tên bắn, hoặc lăn đá kè, hoặc dùng nỏ lớn, hoặc rót nước đồng sôi vào mắt. Trong khi giao đấu, hoặc chết, hoặc sợ hãi, thọ cực trọng khổ. Ma-ha-nam, đó là khối khổ uẩn trong hiện tại này nhân nơi dục, duyên nơi dục, lấy dục làm gốc.

6. "Lại nữa, Ma-ha-nam, vì chúng sanh nhân nơi dục, duyên nơi dục, lấy dục làm gốc nên mang áo giáp, mặc trường bào, cầm giáo mác, cung tên, hoặc cầm dao thuẫn vào xóm, vào ấp, vào quốc gia, vào thành thị, đục vách phá kho, cướp đoạt tài vật, chận đường giao thông, hoặc đến ngõ khác phá xóm phá làng, phá thành diệt nước. Trong đó, hoặc người của vua bắt được, đem khảo đủ cách; chặt tay, chặt chân, hoặc chặt hết cả tay chân; cắt tai, cắt mũi, hoặc cắt cả tai mũi; hoặc lóc từng miếng thịt; bứt râu bứt tóc, hoặc bứt cả râu tóc; hoặc nhốt vào trong cũi, quấn vải hỏa thiêu, hoặc lấp trong cát, lấy cỏ quấn lại rồi đốt; hoặc bỏ vô bụng lừa sắt, hoặc bỏ vô miệng heo sắt, hoặc đặt vào miệng cọp sắt rồi đốt, hoặc bỏ vô vạc đồng, hoặc bỏ vô vạc sắt rồi nấu; hoặc chặt ra từng khúc, hoặc dùng xoa bén đâm, hoặc lấy móc sắt móc, hoặc bắt nằm trên giường sắt rồi lấy dầu sôi rót, hoặc bắt ngồi trong cối sắt rồi lấy chày sắt giã, hoặc cho rắn rít mổ cắn, hoặc dùng roi quất, hoặc dùng gậy thọt, hoặc dùng dùi đánh, hoặc buộc sống treo trên nêu cao, hoặc chém đầu rồi bêu. Trong các trường hợp đó, kẻ ấy hoặc chết, hoặc sợ hãi, thọ cực trọng khổ. Ma-ha-nam, đó là khối khổ uẩn trong hiện tại này nhân nơi dục, duyên nơi dục, lấy dục làm gốc.

7. "Lại nữa, Ma-ha-nam, vì chúng sanh nhân nơi dục, duyên nơi dục, lấy dục làm gốc nên thân làm ác, khẩu làm ác, ý làm ác. Kẻ đó về sau bệnh tật liệt giường, hoặc ngồi hoặc nằm trên đất, vì khổ bức thân, toàn thân cảm giác khổ sở vô cùng, không còn đáng yêu thích. Kẻ đó vì lúc trước thân làm ác, khẩu làm ác, ý làm ác nên khi sắp chết, trước mắt bị che chướng, giống như mặt trời lặn bóng sườn núi lớn, che lấp mặt đất.[59] Cũng vậy, kẻ ấy bị những ác hành của thân, ác hành của khẩu và của ý che lấp trước mắt, kẻ đó nghĩ rằng: 'Ác hành ta làm trước kia, bây giờ chúng che trước mắt ta. Trước ta không tạo phước nghiệp mà tạo nhiều ác nghiệp. Giả tỷ có ai chỉ làm ác, hung bạo, chỉ làm tội chứ không làm phước, không hành thiện, khi sống không biết lo sợ, gần chết không chỗ nương cậy, không chỗ quay về. Người ấy thân sanh về cõi nào, ta cũng thác sanh về chỗ đó.' Do đó, sanh hối hận, rồi do hối hận mà chết không an, chết không được phước. Ma-ha-nam, **[587b]** đó là khối khổ uẩn trong hiện tại này nhân nơi dục, duyên nơi dục, lấy dục làm gốc.

8. "Lại nữa, Ma-ha-nam, vì chúng sanh nhân nơi dục, duyên nơi dục, lấy dục làm gốc nên thân làm ác, khẩu và ý làm ác. Kẻ đó vì thân làm ác, khẩu và ý làm ác nên nhân nơi đó, duyên nơi đó mà khi thân hoại mạng chung phải đến chỗ ác, sanh vào địa ngục. Ma-ha-nam, đó là khối khổ uẩn trong đời sau nhân nơi dục, duyên nơi dục, lấy dục làm gốc.

"Ma-ha-nam, Vì vậy nên biết, dục tuyệt đối không có lạc, chỉ có vô lượng khổ hoạn. Đa văn Thánh đệ tử nếu không biết đúng như thật, vị ấy bị dục phủ kín, không đạt được xả, lạc,[60] vô thượng tịch tĩnh. Ma-ha-nam, Đa văn Thánh đệ tử như vậy sẽ nhân nơi dục mà bị thoái chuyển.

"Ma-ha-nam, Ta biết là dục không có lạc mà chỉ là vô lượng khổ hoạn. Biết như thật rồi, Ma-ha-nam, Ta không bị dục phủ kín, cũng không bị pháp ác quấn chặt. Vì vậy đạt được xả, lạc, vô thượng tịch tĩnh. Ma-ha-nam, vì vậy Ta không nhân nơi dục mà bị thoái chuyển.

Khổ hành Ni-kiền tử

"Ma-ha-nam, một thời, Ta sống tại thành Vương Xá, trú trong động Tiên nhân Thất Diệp, ở trên núi Tì-đa-la.[61]

"Ma-ha-nam, lúc bấy giờ vào lúc xế trưa, Ta rời chỗ ngồi đứng dậy, đi đến Quảng Sơn,[62] Ta thấy ở đó có nhiều người Ni-kiền đang tu hạnh không ngồi, thường đứng mà không ngồi, chịu khổ cùng cực. Ta bước đến hỏi: 'Này các Ni-kiền! Vì sao các ông tu hạnh không ngồi này, thường đứng không ngồi, chịu khổ như vậy?' Họ trả lời như vầy, 'Này Cù-đàm, tôi có tôn sư Ni-kiền tên là Thân Tử. Ngài dạy tôi rằng: 'Này các Ni-kiền, đời trước ngươi nếu có nghiệp bất thiện, thì nhờ khổ hạnh này ngươi sẽ được hết. Nếu nay giữ gìn diệu hạnh của thân, giữ gìn diệu hạnh của khẩu, của ý, thì sẽ do nhân đó, duyên đó mà không trở lại làm ác, tạo nghiệp bất thiện.'

"Ma-ha-nam, Ta hỏi lại rằng: 'Này các Ni-kiền, các ông tin tưởng Tôn sư, không chút hoài nghi gì cả chăng?' Họ trả lời Ta, "Đúng vậy, Cù-đàm, chúng tôi tin tưởng đức Tôn sư, không chút hoài nghi gì cả.'

"Ma-ha-nam, Ta lại hỏi: 'Này Ni-kiền, nếu quả như vậy thì Tôn sư Ni-kiền của các ông trước kia đã tạo các nghiệp ác bất thiện rất nặng, vị ấy vốn trước kia là Ni-kiền rồi chết đi, nay sanh vào nhân gian, xuất gia làm Ni-kiền, tu hạnh không ngồi, thường đứng không ngồi, chịu khổ sở như vậy, cũng như bọn các ông và đệ tử các ông vậy.'

"Họ lại nói với Ta: 'Này Cù-đàm, lạc không nhân nơi lạc, nhưng nhân nơi khổ mới có. Như sự lạc của vua Tần-tì-sa-la⁶³ thì sa-môn Cù-đàm [587c] không bằng được.'

"Ta lại nói: 'Các ông si cuồng, nói điều vô nghĩa. Tại sao? Các ông không khéo léo, không hiểu biết gì cả. Mà khi không biết, nên các ông nói, 'Như sự lạc của vua Tần-tì-sa-la thì sa-môn Cù-đàm không bằng được.' Này Ni-kiền, đáng lẽ các ông phải hỏi như thế này: 'Tần-tì-sa-la và sa-môn Cù-đàm, ai sung sướng hơn?' Này Ni-kiền, nếu như Ta nói rằng: 'Sự lạc của Ta hơn, vua Tần-tì-sa-la không bằng,' thì này Ni-kiền, các ông có thể nói như vầy, 'Sự lạc của vua Tần-tì-sa-la, sa-môn Cù-đàm không bằng.'

"Các Ni-kiền đó liền nói như vầy, 'Thưa Cù-đàm, nay chúng tôi muốn hỏi Cù-đàm, giữa vua Tần-tì-sa-la và sa-môn Cù-đàm, ai sung sướng hơn?'

"Ta lại nói, 'Này Ni-kiền, Ta nay hỏi ông, tùy theo sự hiểu biết mà trả lời. Này Ni-kiền, ý ông nghĩ sao, vua Tần-tì-sa-la có đạt được sự tĩnh mặc vô ngôn như ý,⁶⁴ nhân đó mà được hoan hỷ, khoái lạc trong bảy ngày bảy đêm không?'

"Ni-kiền đáp, 'Không, thưa Cù-đàm.'

"Ta hỏi, 'Thế có được hoan hỷ, khoái lạc trong vòng sáu, năm, bốn, ba, hai hay một ngày một đêm không?'

"Ni-kiền đáp: 'Không, thưa Cù-đàm.'

"Ta lại hỏi, 'Này Ni-kiền, Ta có đạt được sự tĩnh mặc vô ngôn như ý, nhân đó mà được hoan hỷ, khoái lạc trong một ngày một đêm không?'

"Ni-kiền đáp, 'Được, thưa Cù-đàm.' Ta hỏi, 'Thế Ta có được hoan hỷ trong vòng hai, ba, bốn, năm, sáu, cho đến bảy ngày bảy đêm không?' - Ni-kiền đáp: 'Được, thưa Cù-đàm.'

"Ta lại hỏi tiếp, 'Này Ni-kiền, ý các ông nghĩ sao, ai sung sướng hơn, vua Tần-tì-sa-la hay là Ta?'

"Ni-kiền đáp, 'Thưa Cù-đàm, như chúng tôi hiểu theo sự trình bày của sa-môn Cù-đàm thì sa-môn Cù-đàm sung sướng hơn, vua Tần-tì-sa-la không bằng.'

"Ma-ha-nam, vì vậy nên biết là nơi dục không có lạc, chỉ toàn là khổ hoạn. Nếu Đa văn Thánh đệ tử không thấy biết như thật, như vậy sẽ bị bao phủ bởi dục, bị quấn chặt bởi pháp ác bất thiện, nên không đạt được xả, lạc, vô thượng tịch tĩnh. Ma-ha-nam, như vậy Đa văn Thánh đệ tử kia nhân nơi dục mà bị thoái chuyển.

"Ma-ha-nam, Ta biết là nơi dục không có lạc, chỉ toàn là vô lượng khổ hoạn. Ta biết đúng như thật nên không bị dục ngăn che, cũng không bị quấn chặt bởi pháp ác bất thiện. Vì vậy đạt được xả, lạc, vô thượng tịch tĩnh.

"Ma-ha-nam, vì vậy Ta không nhân nơi dục mà bị thoái chuyển.

Phật thuyết như vậy. Thích Ma-ha-nam và [**588a**] các tỳ-kheo nghe Phật thuyết, hoan hỷ phụng hành. ❀

101. KINH TĂNG THƯỢNG TÂM*

Tôi nghe như vầy:

Một thời, Đức Phật trú tại nước Xá-vệ, trong rừng Thắng, vườn Cấp-cô-độc.

Bấy giờ Đức Thế Tôn bảo các tỳ-kheo rằng:

"Nếu tỳ-kheo muốn được Tăng thượng tâm,[65] cần phải thường xuyên suy niệm năm tướng. Thường xuyên niệm năm tướng thì tâm niệm bất thiện đã sanh liền được trừ diệt. Niệm ác diệt rồi, tâm thường an trú, nội tâm được tĩnh chỉ, chuyên nhất, được định tĩnh.[66]

"Năm tướng[67] đó là những gì?

1. "Tỳ-kheo suy niệm về một tướng tương ưng thiện,[68] nếu tâm niệm bất thiện sanh,[69] vị tỳ-kheo đó nhân nơi tướng này lại suy niệm về một tướng khác tương ưng với thiện, khiến tâm niệm ác bất thiện không sanh nữa. Khi vị tỳ-kheo đó nhân nơi tướng này, lại suy niệm về một tướng khác tương ưng với thiện thì tâm niệm bất thiện đã sanh liền bị trừ diệt. Tâm niệm ác diệt rồi, tâm thường an trú, nội tâm tĩnh chỉ, chuyên nhất, được định tĩnh.

"Cũng như người thợ mộc hay học trò thợ mộc kéo thẳng dây mực, búng lên thân cây rồi dùng rìu bén mà đẽo cho thẳng; Tỳ-kheo cũng vậy, nhân nơi tướng này mà suy niệm một tướng khác tương ưng với thiện, khiến tâm niệm ác bất thiện không sanh nữa. Khi tỳ-kheo đó nhân nơi tướng này, lại suy niệm một tướng khác tương ưng với thiện, tâm niệm bất thiện đã sanh liền bị trừ diệt. Tâm niệm ác diệt rồi, tâm liền được an trú, bên trong tĩnh chỉ chuyên nhất, đắc định. Nếu tỳ-kheo muốn được Tăng thượng tâm, cần phải luôn luôn suy niệm tướng thứ nhất

---

* Tương đương Pāli, M. 20 *Vitakkasaṇṭhānasuttaṃ*.

này. Do suy niệm tướng này, tâm niệm bất thiện đã sanh liền được trừ diệt. Niệm ác diệt rồi, tâm thường an trú, nội tâm tĩnh chỉ, chuyên nhất, được định tĩnh.

2. "Lại nữa, tỳ-kheo khi suy niệm về một tướng, tương ưng với thiện, nếu tâm niệm bất thiện sanh, tỳ-kheo đó quán rằng: "Suy niệm này là ác, tai họa,[70] suy niệm này là bất thiện, suy niệm này là ám, suy niệm này bị người trí ghét, suy niệm này nếu đầy đủ thì không thể chứng đắc trí thông,[71] không chứng đắc giác đạo, không chứng đắc Niết-bàn, vì nó khiến sanh niệm ác bất thiện.' Vị tỳ-kheo đó quán sự ác như vậy, tâm niệm bất thiện sanh khởi liền bị trừ diệt. Niệm ác diệt rồi liền tâm thường an trú, nội tâm tĩnh chỉ, chuyên nhất, đắc định.

"Như có người thiếu niên đẹp trai, khả ái, tắm gội sạch sẽ, mặc y phục đẹp đẽ, lấy hương xoa khắp thân, cạo sửa râu tóc **[588b]** khiến rất tinh khiết. Nếu lấy xác rắn, xác chó, hoặc xác người đã thâm xanh, sình chướng, thối rữa, chảy nước dơ, đeo tròng vào cổ người ấy, người ấy liền ghét sự dơ bẩn nên không hỷ, không lạc. Tỳ-kheo cũng vậy, tỳ-kheo quán rằng 'Niệm ác này có tai họa, niệm này không thiện, niệm này là ác, niệm này người trí ghét. Nếu đầy đủ niệm này thì không thể chứng đắc trí thông, không chứng đắc giác đạo, không chứng đắc Niết-bàn, vì nó khiến sanh tâm niệm ác bất thiện.' Tỳ-kheo đã quán sự ác như vậy, tâm niệm bất thiện đã sanh liền trừ diệt. Niệm ác diệt rồi, tâm thường an trú, nội tâm tĩnh chỉ, chuyên nhất, đắc định. Nếu tỳ-kheo muốn được Tăng thượng tâm, cần phải luôn luôn niệm tướng thứ hai này. Khi niệm về tướng này thì tâm niệm bất thiện đã sanh liền bị trừ diệt. Niệm ác diệt rồi, tâm thường an trú, nội tâm tĩnh chỉ, chuyên nhất, đắc định.

3. "Lại nữa, tỳ-kheo khi suy niệm về một tướng tương ưng với thiện mà tâm niệm bất thiện sanh, và khi quán niệm này là ác, tai họa mà lại sanh tâm niệm bất thiện nữa, tỳ-kheo đó không nên suy niệm về niệm này, vì nó khiến sanh tâm niệm ác bất thiện. Tỳ-kheo đó không suy niệm về niệm này nữa thì tâm niệm bất thiện đã sanh liền được trừ diệt. Niệm ác diệt rồi, tâm thường an trụ, nội tâm tĩnh chỉ, chuyên nhất, đắc định.

"Như người có mắt, cảnh sắc nằm trong ánh sáng nhưng không muốn nhìn. Người đó hoặc nhắm mắt, hoặc lánh thân đi. Ý các ngươi nghĩ sao, cảnh sắc nằm trong ánh sáng, người đó có thể cảm nhận được tướng dạng của sắc không?"

Đáp rằng:

"Thưa không."

"Tỳ-kheo cũng vậy, không nên suy niệm về niệm này, vì nó khiến sanh tâm niệm ác bất thiện. Khi vị tỳ-kheo đó không suy niệm về niệm này nữa, tâm niệm bất thiện đã sanh liền bị trừ diệt. Niệm ác diệt rồi, tâm thường an trú, nội tâm tĩnh chỉ, chuyên nhất, đắc định. Nếu tỳ-kheo muốn được Tăng thượng tâm, cần phải luôn luôn suy niệm tướng thứ ba này. Suy niệm về tướng này thì tâm niệm bất thiện đã sanh liền bị trừ diệt. Niệm ác diệt rồi, tâm thường an trú, nội tâm tĩnh chỉ, chuyên nhất, đắc định.

4. "Lại nữa, tỳ-kheo khi suy niệm về một tướng tương ưng với thiện mà tâm niệm bất thiện sanh, khi quán niệm này là ác, tai họa, cũng sanh tâm niệm bất thiện nữa, và trong khi không suy niệm về niệm đó nữa cũng lại sanh niệm bất thiện; vị tỳ-kheo đó vì niệm này, phải dùng hành tướng của tư duy để giảm dần niệm ấy,[72] khiến không sanh niệm ác bất thiện. Khi đối với niệm này, tỳ-kheo đó phải dùng hành tướng tư duy để giảm dần niệm ấy thì niệm bất thiện đã sanh liền bị trừ diệt. Niệm ác diệt rồi, tâm thường an trú, nội tâm tĩnh chỉ, chuyên nhất, đắc định.

"Như có người đi đường, [**588c**] bước nhanh trên đường, người đó nghĩ rằng: 'Tại sao ta đi nhanh? Giờ ta hãy đi chậm được chăng?' Người đó liền đi chậm lại, nhưng rồi lại nghĩ: 'Tại sao ta đi chậm mà chẳng đứng lại?' Người đó liền đứng lại, nhưng rồi lại nghĩ: 'Tại sao ta lại đứng? Ta ngồi xuống được chăng?' Người đó liền ngồi xuống, nhưng rồi lại nghĩ: 'Tại sao ta lại ngồi? Ta nằm xuống được chăng?' Người đó liền nằm xuống. Như vậy là người đó đang thực hành pháp đình chỉ dần dần hành tướng thô của thân. Nên biết, tỳ-kheo cũng giống như thế. Đối với niệm này, tỳ-kheo đó phải dùng hành tướng của tư duy mà giảm dần niệm ấy để không sanh tâm niệm ác bất thiện. Khi đối với niệm này, tỳ-kheo đó phải dùng hành tướng của tư duy, giảm dần niệm ấy, thì tâm niệm bất thiện đã sanh liền bị trừ diệt, niệm ác diệt rồi, tâm liền được an trú, bên trong tĩnh chỉ, chuyên nhất, đắc định. Nếu tỳ-kheo muốn được Tăng thượng tâm, cần phải suy niệm luôn luôn tướng thứ tư này. Suy niệm tướng này thì niệm bất thiện đã sanh liền bị trừ diệt. Niệm ác diệt rồi, tâm liền được an trú, nội tâm tĩnh chỉ, chuyên nhất, đắc định.

5. "Lại nữa, tỳ-kheo khi suy niệm về một tướng, tương ưng với thiện mà tâm niệm bất thiện sanh, khi quán niệm này là ác, tai họa mà cũng sanh niệm bất thiện, khi không suy niệm về niệm ác, cũng sanh tiếp tâm niệm bất thiện, và khi phải dùng hành tướng của tư duy để giảm dần niệm ấy, cũng lại sanh tiếp tâm niệm bất thiện nữa; tỳ-kheo đó nên quán như vầy. Tỳ-kheo, vì nhân niệm này mà sanh tâm niệm bất thiện, tỳ-kheo đó liền ngậm khít răng lại, lưỡi ấn lên khẩu cái, dùng tâm để tu tâm, giữ chặt tâm và hàng phục tâm,[73] khiến không sanh niệm ác bất thiện.

"Khi vị tỳ-kheo đó dùng tâm tu tâm, giữ chặt tâm và hàng phục tâm thì niệm bất thiện đã sanh liền được trừ diệt. Niệm ác diệt rồi, tâm liền được an trú, nội tâm tĩnh chỉ, chuyên nhất, đắc định. Như hai lực sĩ bắt một người yếu, nắm vững và hàng phục người ấy. Tỳ-kheo cũng vậy, răng ngậm khít lại, lưỡi ấn lên khẩu cái, dùng tâm tu tâm, giữ chặt tâm và hàng phục tâm để không sanh tâm niệm ác bất thiện. Khi vị tỳ-kheo đó dùng tâm tu tâm, giữ chặt tâm và hàng phục tâm thì niệm bất thiện đã sanh liền bị trừ diệt. Niệm ác diệt rồi, tâm liền được an trú, bên trong tĩnh chỉ, chuyên nhất, đắc định. Nếu tỳ-kheo muốn được Tăng thượng tâm, cần phải luôn luôn suy niệm tướng thứ năm này. Suy niệm tướng này thì tâm niệm bất thiện đã sanh liền được trừ diệt. Niệm ác diệt rồi, tâm liền được an trú, nội tâm tĩnh chỉ, chuyên nhất, đắc định.

"Nếu tỳ-kheo muốn được Tăng thượng tâm thì cần phải luôn luôn suy niệm năm tướng này. Luôn luôn suy niệm năm tướng [589a] này thì tâm niệm bất thiện đã sanh liền bị trừ diệt. Niệm ác diệt rồi, tâm liền được an trú, nội tâm tĩnh chỉ, chuyên nhất, đắc định.

"Nếu tỳ-kheo khi suy niệm về một tướng tương ưng với thiện mà không sanh tâm niệm ác, khi quán sự xấu ác, tai họa của niệm, cũng không sanh niệm ác, khi không suy niệm về niệm đó cũng không sanh niệm ác, khi dùng hành tướng của tư duy để giảm dần niệm ấy cũng không sanh niệm ác, và khi dùng tâm tu tâm, giữ chặt tâm và hàng phục tâm cũng lại không sanh niệm ác nữa, liền được tự tại, muốn suy niệm thì suy niệm, không suy niệm thì không suy niệm.

Nếu tỳ-kheo muốn niệm thì niệm, không muốn niệm thì không niệm, thì đó là tỳ-kheo đã được tùy ý trong các suy niệm, tự tại trong các đạo tích suy niệm.[74]

Đức Phật thuyết như vậy, các tỳ-kheo ấy sau khi nghe Phật dạy xong, hoan hỷ phụng hành. ✸

102. KINH NIỆM*

Tôi nghe như vầy:

Một thời, Đức Phật trú tại nước Xá-vệ, trong rừng Thắng, vườn Cấp-cô-độc.

Bấy giờ Đức Thế Tôn bảo các tỳ-kheo rằng:

Hai loại tầm

"Thuở xưa, khi chưa chứng quả giác ngộ Vô thượng chánh tận, Ta nghĩ rằng: 'Ta hãy chia các suy niệm[75] làm hai phần, niệm dục, niệm nhuế, niệm hại[76] làm một phần. Niệm vô dục, niệm vô nhuế, niệm vô hại, làm một phần khác.'[77]

"Sau đó, Ta liền chia các niệm làm hai phần, niệm dục, niệm nhuế, niệm hại, làm một phần. Niệm vô dục, niệm vô nhuế, niệm vô hại, làm một phần khác.

Bất thiện tầm

"Ta thực hành như vầy. Sống viễn ly, một mình, tâm không phóng dật, tu hành tinh tấn. Nếu sanh tâm niệm dục, Ta liền biết là đang sanh tâm niệm dục, hại mình, hại người, hại cả hai, diệt trí tuệ, nhiều phiền nhọc, không chứng đắc Niết-bàn. Khi biết rằng, niệm này hại mình, hại người, hại cả hai, diệt trí tuệ, nhiều phiền nhọc, không chứng đắc Niết-bàn, nó liền tiêu diệt nhanh chóng.

"Nếu lại sanh tâm niệm nhuế, tâm niệm hại, Ta liền biết là đang sanh niệm nhuế, niệm hại, hại mình, hại người, hại cả hai, diệt trí tuệ, nhiều

---

* Tương đương Pāli, M. 19. *Dvedhāvitakkasuttaṃ*.

phiền nhọc, không chứng đắc Niết-bàn. Khi biết rằng, niệm này hại mình, hại người, hại cả hai, diệt trí tuệ, nhiều phiền nhọc, không chứng đắc Niết-bàn, nó liền được tiêu diệt nhanh chóng.

"Khi sanh tâm niệm dục, Ta không thọ nhận, mà đoạn trừ, loại trừ, tống khứ; sanh tâm niệm nhuế, tâm niệm hại, cũng không thọ nhận, mà đoạn trừ, loại trừ, tống khứ. Vì sao vậy? Vì Ta thấy rằng, nhân nơi đó mà sanh vô lượng pháp ác bất thiện. Ví như vào tháng cuối xuân, vì đã trồng lúa nên đất thả bò không được rộng. Người chăn bò thả bò nơi đầm ruộng, bò vào đất người, nó liền cầm roi đến ngăn lại. Vì sao vậy? **[589b]** Vì người chăn bò biết rằng nhân nơi đó mà có lỗi lầm, sẽ bị chửi, bị đánh, bị trói. Do đó, chăn bò cầm roi đến ngăn lại. Ta cũng như vậy, sanh tâm niệm dục, không thọ nhận, mà đoạn trừ, loại trừ, tống khứ. Sanh tâm niệm nhuế, tâm niệm hại, cũng không thọ nhận, mà đoạn trừ, loại trừ, tống khứ. Vì sao vậy? Vì Ta thấy nhân nơi đó mà sanh vô lượng pháp ác bất thiện.

"Tỳ-kheo tùy theo sự tư duy, tùy theo sự suy niệm của mình mà tâm sanh ham thích trong đó.[78]

Hý luận

"Nếu tỳ-kheo hý luận quá nhiều về niệm dục, tất sẽ bỏ niệm vô dục; vì hý luận nhiều về niệm dục cho nên tâm sanh ham thích trong đó. Nếu tỳ-kheo hý luận quá nhiều về niệm nhuế, niệm hại, tất sẽ xả bỏ niệm vô nhuế và niệm vô hại. Vì hý luận quá nhiều về niệm nhuế và niệm hại nên tâm sanh ham thích trong đó. Tỳ-kheo như vậy, nếu không lìa được niệm dục, không lìa được niệm nhuế và niệm hại, sẽ không thoát khỏi sanh, già, bệnh, chết, ưu sầu, khóc lóc, cũng không thể xa lìa khỏi tất cả mọi sự khổ.

"Ta thực hành như vậy. Sống viễn ly, một mình, tâm không phóng dật, tu hành tinh tấn. Nếu sanh tâm niệm vô dục, Ta biết liền là đang sanh tâm niệm vô dục, không hại mình, không hại người, không hại cả hai, tu trí tuệ, không phiền nhọc mà chứng đắc Niết-bàn. Biết rằng niệm này không hại mình, không hại người, không hại cả hai, tu trí tuệ không phiền nhọc mà chứng đắc Niết-bàn, liền được tu tập nhanh chóng và rộng rãi. Nếu lại sanh tâm niệm vô nhuế, tâm niệm vô hại, Ta liền biết là đang sanh niệm vô nhuế, niệm vô hại, không hại mình, không hại người, không hại cả hai, tu trí tuệ không phiền nhọc mà chứng đắc Niết-bàn. Biết rằng niệm này không hại mình, không hại người, không hại cả hai, tu trí tuệ không phiền nhọc mà chứng đắc Niết-bàn, liền được tu tập nhanh chóng và rộng rãi.

"Ta sanh tâm niệm vô dục, và hý luận nhiều. Sanh niệm vô nhuế, niệm vô hại, và hý luận nhiều. Ta lại suy nghĩ như vầy: 'Nếu hý luận quá nhiều thì thân mệt,[79] mất hỷ, tâm liền bị tổn hại. Ta hãy đối trị nội tâm, khiến thường an trú bên trong, tĩnh chỉ, chuyên nhất, đắc định để tâm không bị tổn hại.' Sau đó, Ta liền đối trị nội tâm, khiến thường an trú bên trong, tĩnh chỉ, chuyên nhất, đắc định mà tâm không bị tổn hại.

Pháp tùy pháp hành

"Ta đã sanh khởi niệm vô dục, rồi lại sanh khởi suy niệm về hướng pháp tùy pháp,[80] sanh khởi niệm vô nhuế, niệm vô hại, rồi lại cũng sanh khởi suy niệm về hướng pháp, thứ pháp. Vì sao vậy? Vì Ta không thấy nhân nơi đó mà sanh vô lượng pháp ác bất thiện. Ví như vào tháng cuối thu, đã gặt hết lúa, khi đó đứa chăn bò thả bò nơi đồng ruộng mà nghĩ rằng: 'Bò ta ở trong bầy.' Vì sao vậy? Vì đứa chăn bò không thấy rằng nhân nơi đó [589c] mà có lỗi lầm, sẽ bị chửi, bị đánh, bị trói. Do đó đứa chăn bò nghĩ 'Bò ta ở trong bầy' và không thấy rằng nhân nơi đó mà có lỗi lầm, sẽ bị chửi, bị đánh, bị trói, có mất mát. Ta cũng như vậy, sanh niệm vô dục rồi lại sanh niệm hướng pháp, thứ pháp, sanh niệm vô nhuế, niệm vô hại, rồi lại cũng sanh niệm hướng pháp, thứ pháp. Vì sao vậy? Vì Ta không thấy nhân nơi đó mà sanh vô lượng pháp ác bất thiện.

"Tỳ-kheo tùy sự tư duy, tùy sự suy niệm mà tâm ham thích trong đó. Nếu tỳ-kheo hý luận nhiều về niệm vô dục thì sẽ xả bỏ niệm dục; vì hý luận nhiều về niệm vô dục nên tâm ham thích trong đó. Nếu tỳ-kheo hý luận nhiều về niệm vô nhuế, niệm vô hại thì sẽ xả bỏ niệm nhuế, niệm hại. Vì hý luận nhiều về niệm vô nhuế, niệm vô hại nên ham thích trong đó.

Dứt tầm tứ

"Tỳ-kheo diệt tầm và tứ,[81] chứng nhập và an trú thiền thứ hai, không tầm không tứ, nội tâm tịch tĩnh nhất như,[82] có hỷ lạc phát sanh do định. Tỳ-kheo lìa hỷ, an trú xả,[83] chánh niệm chánh tri, thân cảm giác lạc, điều mà Thánh nói: an trú lạc có xả và niệm,[84] chứng nhập và an trú thiền thứ ba. Tỳ-kheo lìa lạc và khổ, hỷ ưu trước đã dứt, chứng nhập và an trú thiền thứ tư, không khổ, không lạc, trú xả và niệm thanh tịnh.

"Như vậy, tỳ-kheo định tâm, thanh tịnh, không ô uế, không phiền não, nhu nhuyến, khéo an trụ, chứng đắc tâm bất động, hướng đến quả vị lậu tận, tự thân chứng ngộ trí thông, liền biết như thật rằng 'Đây là Khổ', 'Đây là Khổ tập', 'Đây là Khổ diệt', 'Đây là Khổ diệt đạo'. Cũng biết như thật, 'đây là lậu, đây là lậu tập, đây là lậu diệt và đây là lậu diệt đạo.' Tỳ-kheo đã biết như vậy, thấy như vậy rồi thì tâm giải thoát dục lậu, giải thoát hữu lậu, giải thoát vô minh lậu. Giải thoát rồi biết mình đã giải thoát, biết đúng như thật rằng: 'Sự sanh đã dứt, phạm hạnh đã thành, điều cần làm đã làm xong, không còn tái sanh nữa.'

"Khi tỳ-kheo này đã lìa niệm dục, lìa niệm nhuế, lìa niệm hại thì được giải thoát khỏi sanh, già, bệnh, chết, buồn lo, khóc lóc, lìa tất cả khổ. Ví như ở một khu rừng có suối nước lớn, có bầy nai nọ đến đó rong chơi. Có một người đến, không muốn vì sự lợi ích phước lành cho bầy nai đó, vì không muốn sự an ổn khoái lạc cho chúng, liền bít con đường chánh, mở con đường hiểm, đào hầm hố lớn rồi cho người coi giữ. Như vậy là tất cả bầy nai đều bị chết hết. Lại có một người khác đến, muốn cho bầy nai kia được lợi ích phước lành, được an ổn khoái lạc, liền mở con đường chánh, bít lấp con đường hiểm, đuổi người coi giữ. Như vậy, bầy nai được cứu thoát an ổn.

"Này các tỳ-kheo, nên biết, [590a] Ta nói ví dụ này là muốn để các ngươi biết rõ ý nghĩa, người trí tuệ nghe ví dụ này sẽ hiểu rõ ý thú. Ví dụ đó có nghĩa như vầy. Suối nước lớn là năm dục, ái niệm, hoan lạc. Những gì là năm? Sắc được biết bởi mắt, tiếng được biết bởi tai, hương được biết bởi mũi, vị được biết bởi lưỡi và xúc được biết bởi thân. Suối nước lớn, nên biết, đó là năm thứ dục lạc. Bầy nai, nên biết, đó là sa-môn, bà-la-môn. Người đi đến không muốn cho bầy nai kia được lợi ích và phước lành, được an ổn khoái lạc, nên biết, đó là Ma Ba-tuần. Bít con đường chánh, mở một đường hiểm, đó là ba niệm ác bất thiện: niệm dục, niệm nhuế và niệm hại. Đường hiểm, nên biết, đó là niệm ác bất thiện. Lại có con đường hiểm, đó là tám tà đạo: tà kiến cho đến tà định. Đào hầm lớn, nên biết, đó là vô minh. Người coi giữ, nên biết, đó là quyến thuộc của Ma Ba-tuần. Còn người đi đến, muốn cho bầy nai được lợi ích và phước lành, được an ổn khoái lạc, nên biết, đó chính là Như Lai, Vô Sở Trước, Đẳng Chánh Giác. Bít lấp con đường hiểm, mở con đường chánh, đó là ba niệm thiện: niệm vô dục, niệm vô nhuế và niệm vô hại. Đường chánh, nên biết đó là ba niệm thiện. Lại còn có con đường chánh, đó là bát chánh đạo, từ chánh kiến cho đến chánh định.

"Này các tỳ-kheo, Ta đã mở con đường chánh, bít lấp con đường hiểm, san bằng hầm hố, đuổi người coi giữ cho các người rồi. Ví như đấng Tôn sư thương yêu đệ tử, phát khởi lòng đại từ đại bi, mong muốn cho được lợi ích và phước lành, được an ổn khoái lạc. Điều đó Ta đã thực hiện rồi, các người cũng phải tự mình thực hiện. Hãy đến chỗ vô sự, núi rừng, gốc cây, hoặc chỗ nào yên tĩnh mà thiền tọa tư duy, chớ nên phóng dật. Hãy chuyên cần tinh tấn, đừng để về sau phải hối hận. Đó là lời răn dạy của Ta. Đó là lời khuyên bảo của Ta."

Phật thuyết như vậy. Các tỳ-kheo sau khi nghe Phật thuyết, hoan hỷ phụng hành.[85] ❂

103. KINH SƯ TỬ HỐNG*

[**590b**] Tôi nghe như vầy:

Một thời, Đức Phật trú tại Câu-lâu-sấu, ở Kiếm-ma-sắt-đàm, một đô ấp của Câu-lâu.[86]

Ngoại đạo không sa-môn

Bấy giờ, Đức Thế Tôn bảo các tỳ-kheo rằng:

"Ở đây[87] có sa-môn thứ nhất, thứ hai, thứ ba, sa-môn thứ tư. Ngoài đây ra[88] không có sa-môn, bà-la-môn; Dị học hoàn toàn không có[89] sa-môn, bà-la-môn. Trong bất cứ chúng hội nào, các ngươi hãy chân chánh rống tiếng rống sư tử như vậy.

"Này các tỳ-kheo, nếu có người Dị học đến hỏi các ngươi, 'Này chư Hiền, các ông có hành gì, lực gì, trí gì mà các ông nói như vầy: 'Ở đây có sa-môn thứ nhất, thứ hai, thứ ba, sa-môn thứ tư. Ngoài đây ra không có sa-môn, bà-la-môn; Dị học hoàn toàn không có sa-môn, bà-la-môn.' Trong bất cứ chúng hội nào, các ông đều chân chánh rống tiếng rống sư tử như vậy?"

"Này các tỳ-kheo, các ngươi nên trả lời Dị học ấy như vầy: 'Này chư Hiền, Đức Thế Tôn của tôi là bậc có trí, có kiến; là Như Lai, Vô Sở Trước, Đẳng Chánh Giác, thuyết giảng bốn pháp. Nhân nơi bốn pháp này mà chúng tôi nói như vầy: 'Ở đây có sa-môn thứ nhất, thứ hai, thứ ba, sa-môn thứ tư. Ngoài đây ra không có sa-môn, bà-la-môn; Dị học hoàn toàn không có sa-môn, bà-la-môn. Trong bất cứ chúng hội nào, chúng tôi đều chân chánh rống tiếng rống sư tử như vậy.'

---

* Tương đương Pāli, M. 11. *Cūḷasīhanādáuttaṃ*, Sư tử hống tiểu kinh (*Dvedhāvitakkasuttaṃ*).

Bốn chứng tịnh

"Bốn pháp đó là những gì? Này chư Hiền, chúng tôi tin tưởng Đấng Tôn Sư, tin Pháp, tin sự thành mãn của giới đức,⁹⁰ đồng đạo có ái kính, có phụng sự chân thành.⁹¹

"Này chư Hiền, Đức Thế Tôn của chúng tôi là bậc có trí, có kiến, là Như Lai, Vô Sở Trước, Đẳng Chánh Giác, thuyết giảng bốn pháp này. Nhân bốn pháp này mà chúng tôi nói như vầy: 'Ở đây có sa-môn thứ nhất, thứ hai, thứ ba, sa-môn thứ tư. Ngoài ra không có sa-môn, bà-la-môn; Dị học hoàn toàn không có sa-môn, bà-la-môn. Trong bất cứ chúng hội nào, chúng tôi đều chân chánh rống tiếng rống sư tử như vậy.'

Duy nhất cứu cánh

"Này các tỳ-kheo, Dị học cũng có thể lại nói: 'Này chư Hiền, chúng tôi cũng tin đấng Tôn sư, tức Tôn sư của chúng tôi; tin pháp, tức pháp của chúng tôi; tin sự thành mãn của giới đức, tức giới của chúng tôi; cũng ái kính bạn đồng đạo, phụng sự chân thành, là [590c] bạn đồng đạo xuất gia và tại gia của chúng tôi. Này chư Hiền, giữa hai lời nói này, của sa-môn Cù-đàm và của chúng tôi, có gì hơn chăng? Có ý gì chăng? Có sai biệt gì chăng?'

"Các tỳ-kheo, các người nên hỏi Dị học như vầy: 'chư Hiền, cứu cánh là một hay cứu cánh là nhiều?'

1. "Này các tỳ-kheo, nếu Dị học trả lời như vầy: 'Chư Hiền, cứu cánh chỉ có một, cứu cánh không có nhiều.' Thì này các tỳ-kheo, các ông hỏi tiếp Dị học: 'Này chư Hiền, người có dục được cứu cánh, hay người không có dục mới được cứu cánh?'⁹²

2. "Này các tỳ-kheo, nếu Dị học trả lời như vầy, 'Này chư Hiền, người không có dục mới được cứu cánh, không phải người có dục mà được cứu cánh.' Này các tỳ-kheo, các người hãy hỏi tiếp Dị học, 'Chư Hiền, người có nhuế được cứu cánh, hay người không có nhuế mà được cứu cánh?'

3. "Các tỳ-kheo, nếu Dị học trả lời như vầy: 'Chư Hiền, người không có nhuế được cứu cánh, không phải người có nhuế mà được cứu cánh.'

Các tỳ-kheo, các ngươi hãy hỏi tiếp Dị học: 'Chư Hiền, người có si được cứu cánh hay người không có si mà được cứu cánh?'

4. "Các tỳ-kheo, nếu Dị học trả lời như vầy: 'Chư Hiền, người không có si được cứu cánh, không phải người có si mà được cứu cánh.' Này các tỳ-kheo, các ngươi hãy hỏi tiếp Dị học: 'Chư Hiền, người có ái, có thủ[93] được cứu cánh, hay người không có ái, không có thủ mà được cứu cánh?'

5. "Các tỳ-kheo, nếu Dị học trả lời như vầy: 'Chư Hiền, người không có ái, không có thủ được cứu cánh, không phải người có ái, có thủ mà được cứu cánh.' Này các tỳ-kheo, các ngươi hãy hỏi tiếp Dị học: 'Chư Hiền, người không có tuệ,[94] không có thuyết tuệ[95] được cứu cánh, hay người có tuệ, có thuyết giảng tuệ mà được cứu cánh?'

6. "Các tỳ-kheo, nếu Dị học trả lời như vầy: 'Chư Hiền, người có tuệ, có thuyết tuệ được cứu cánh; không phải người không có tuệ, không thuyết tuệ mà được cứu cánh.' Các tỳ-kheo, các ngươi hãy hỏi tiếp Dị học: 'Chư Hiền, người có tắng, có tránh[96] được cứu cánh, hay người không có tắng có tránh mà được cứu cánh?'

7. "Các tỳ-kheo, nếu Dị học trả lời như vầy: 'Chư Hiền, người không có tắng, không có tránh được cứu cánh; không phải người có tắng có tránh mà được cứu cánh.' Các tỳ-kheo, các ngươi hãy nói với Dị học như vầy: 'Chư Hiền, như vậy là các ông nói có một cứu cánh, không phải nhiều cứu cánh.

8. "Người không có dục được cứu cánh, [591a] không phải người có dục mà được cứu cánh. Người không có nhuế được cứu cánh, không phải người có nhuế mà được cứu cánh. Người không có si được cứu cánh, không phải người có si mà được cứu cánh. Người không có ái, không có thủ được cứu cánh, không phải người có ái, có thủ mà được cứu cánh. Người có tuệ, có thuyết tuệ được cứu cánh; không phải người không có tuệ, không có thuyết tuệ mà được cứu cánh. Người không có tắng, không có tránh được cứu cánh; không phải người có tắng, có tránh mà được cứu cánh.

Hai kiến

"Nếu có sa-môn, bà-la-môn nương nơi vô lượng kiến, vị đó nhất định nương nơi hai kiến: hữu kiến và vô kiến.⁹⁷ Nếu nương nơi hữu kiến, vị đó liền bám dính hữu kiến, nương cậy nơi hữu kiến, y trụ nơi hữu kiến và tranh chấp với vô kiến.⁹⁸ Nếu nương nơi vô kiến, vị đó liền bám dính vô kiến, nương cậy nơi vô kiến mà tranh chấp với hữu kiến.

"Nếu có sa-môn, bà-la-môn đối với hai loại kiến này, không biết một cách như thật về nhân, về tập, về diệt, về tận, vị ngọt, tai hoạn và sự xuất ly,⁹⁹ vị đó nhất định có dục, có nhuế, có si, có ái, có thủ, không có tuệ, không có thuyết tuệ, có tắng, có tránh; vị đó không lìa khỏi sanh, già, bệnh, chết, cũng không thể thoát khỏi sự buồn rầu, kêu khóc, lo khổ, áo não, không đoạn tận khổ biên.

"Nếu có sa-môn, bà-la-môn đối với hai loại kiến này mà biết một cách như thật về nhân, về tập, về diệt, về tận, vị ngọt, sự tai hoạn và sự xuất ly, vị đó nhất định không có dục, không có nhuế, không có si, không có ái, không có thủ, có tuệ, có thuyết tuệ, không có tắng, không có tránh, vị đó lìa khỏi sanh, già, bệnh, chết, cũng có thể thoát khỏi sự buồn rầu, kêu khóc, lo khổ, áo não, vượt khỏi bờ khổ.

Đoạn trừ thủ

"Hoặc có sa-môn, bà-la-môn chủ trương đoạn trừ thủ, nhưng không chủ trương đoạn trừ tất cả thủ; chỉ chủ trương đoạn trừ dục thủ mà không chủ trương đoạn trừ giới thủ, kiến thủ, ngã thủ.¹⁰⁰ Vì sao vậy? Vì sa-môn, bà-la-môn đó không biết đúng như thật về ba xứ.¹⁰¹ Do đó, vị ấy chủ trương đoạn trừ thủ, nhưng không chủ trương đoạn trừ tất cả thủ.

"Lại có sa-môn, bà-la-môn chủ trương đoạn trừ thủ, nhưng không chủ trương đoạn trừ tất cả thủ; chỉ chủ trương đoạn trừ dục thủ, giới thủ, mà không chủ trương đoạn trừ kiến thủ, ngã thủ. Vì sao vậy? Vì sa-môn, bà-la-môn đó không biết đúng như thật về hai xứ. Do đó, vị ấy tuy đoạn trừ thủ, nhưng không chủ trương đoạn trừ tất cả thủ.

"Lại có sa-môn, bà-la-môn chủ trương đoạn trừ thủ, nhưng không chủ trương đoạn trừ tất cả thủ; chỉ chủ trương đoạn trừ dục thủ, giới thủ, kiến thủ mà không [591b] chủ trương đoạn trừ ngã thủ. Vì sao vậy? Vị sa-môn, bà-la-môn đó không biết đúng như thật về một xứ. Do đó vị ấy chủ trương đoạn trừ thủ, nhưng không chủ trương đoạn trừ tất cả thủ.

"Đối với pháp luật như vậy, người nào tin đấng Tôn sư, người đó không phải là chân chánh,[102] không phải là đệ nhất. Nếu tin pháp, cũng không phải là chân chánh, không phải là đệ nhất. Nếu ái kính bạn đồng đạo, chân thành phụng sự, cũng không phải chân chánh, không phải đệ nhất.

"Nếu có Đức Như Lai ra đời, là Vô Sở Trước, Đẳng Chánh Giác, Minh Hạnh Thành, Thiện Thệ, Thế Gian Giải, Vô Thượng Sĩ, Điều Ngự Trượng Phu, Thiên Nhân Sư, gọi là Phật Thế Tôn, Ngài cũng chủ trương đoạn trừ thủ. Ngay trong đời này, Ngài chủ trương đoạn trừ tất cả thủ, chủ trương đoạn trừ dục thủ, giới thủ, kiến thủ, ngã thủ. Bốn thủ này nhân nơi đâu? Tập khởi do đâu? Phát sinh từ đâu? Lấy gì làm gốc?[103] Thủ này nhân nơi vô minh, khởi lên bởi vô minh, phát sanh từ vô minh, lấy vô minh làm gốc.[104] Tỳ-kheo vô minh đã diệt tận, minh tuệ đã phát sanh, vị đó từ đây không còn trở lại chấp thủ dục, chấp thủ giới, chấp thủ kiến và chấp thủ ngã nữa. Vị đó đã không chấp thủ rồi thì không còn lo sợ. Đã không lo sợ nên đoạn trừ nhân duyên, chắc chắn chứng đắc Niết-bàn và biết đúng như thật rằng: 'Sự sanh đã hết, phạm hạnh đã thành, điều cần làm đã làm xong, không còn tái sanh nữa.'

"Trong Pháp Luật chân chánh như vậy, nếu người nào tin Đấng Tôn Sư thì đó là người chân chánh, là người bậc nhất; nếu tin Pháp thì đó là người chân chánh, là người bậc nhất; nếu tin sự thành mãn của giới đức, đồng đạo có ái kính, thì đó là người chân chánh, là người bậc nhất; nếu đồng đạo có ái kính, có phụng sự chân thành thì đó là người chân chánh, là người bậc nhất.

"Này chư Hiền, chúng tôi có hành như vậy, có lực như vậy, có trí như vậy. Nhân nơi đó mà chúng tôi nói như vầy, 'Ở đây có sa-môn thứ nhất, thứ hai, thứ ba, sa-môn thứ tư. Ngoài đây ra không có sa-môn, bà-la-môn; Dị học hoàn toàn không có sa-môn, bà-la-môn. Do đó, trong bất cứ chúng hội nào, chúng tôi chân chánh rống tiếng rống sư tử như vậy.'"

Phật thuyết giảng như vậy, các tỳ-kheo ấy sau khi Phật thuyết, hoan hỷ phụng hành. ❁

104. KINH ƯU-ĐÀM-BÀ-LA*

Tôi nghe như vầy:

Một thời, Đức Phật trú tại thành Vương Xá, trong rừng Trúc, vườn Ca-lan-đa.

Dị học Vô Nhuế

Bấy giờ có một cư sĩ tên là Thật Ý,[105] vào **[591c]** buổi sáng sớm, ông rời thành Vương Xá, muốn đến chỗ Đức Phật để cúng dường lễ sự. Lúc bấy giờ cư sĩ Thật Ý nghĩ rằng: "Hãy gác qua chuyện đi đến chỗ Phật. Thế Tôn và các tỳ-kheo có thể vẫn còn đang thiền định. Ta hãy vào rừng Ưu-đàm-bà-la, đến Dị học viên."[106]

Bấy giờ cư sĩ Thật Ý liền đi vào rừng Ưu-đàm-bà-la, đến Dị học viên. Tại đây có một Dị học tên là Vô Nhuế,[107] được tôn làm tông chủ của Dị học, được mọi người kính trọng, quy phục, được năm trăm Dị học tôn sùng. Giữa một đám đông ồn ào, ông đang cao giọng luận bàn đủ mọi vấn đề chào xáo,[108] như bàn chuyện vua chúa, bàn chuyện trộm cướp, bàn chuyện đấu tranh, bàn chuyện ăn uống, bàn chuyện y phục, bàn chuyện phụ nữ, bàn chuyện đồng nữ, bàn chuyện dâm nữ, bàn chuyện thế tục, bàn chuyện phi đạo, bàn chuyện sông biển, bàn chuyện quốc gia... Ông nói về các loại điều luận như thế, đại chúng đều tập họp tại chỗ ngồi của ông.

Lúc bấy giờ, Dị học Vô Nhuế thấy cư sĩ Thật Ý từ xa tiến đến, liền ra lệnh bảo hội chúng của mình hãy im lặng:

"Này chư Hiền, các ông chớ nói nữa, hãy vui vẻ im lặng! Mỗi người hãy tự mình thu liễm! Vì sao vậy? Vì có cư sĩ Thật Ý sắp đến đây. Ông ấy

---

* Tương đương Pāli, D. 25. *Udumbarikasuttaṃ*.

là đệ tử của sa-môn Cù-đàm. Trong số cư sĩ tại gia ở trong thành Vương Xá này, nếu có đệ tử của sa-môn Cù-đàm mà danh đức vang dội, được mọi người kính trọng thì ông ấy là người bậc nhất. Ông ấy không ưa sự huyên náo, thích im lặng, tự mình thu liễm. Nếu ông ấy biết hội chúng đây im lặng, có thể sẽ đến."

Dị học Vô Nhuế bảo hội chúng im lặng, rồi tự mình cũng im lặng. Lúc bấy giờ cư sĩ Thật Ý đi đến chỗ Dị học Vô Nhuế, cùng nhau chào hỏi, rồi ngồi xuống một bên.

Cư sĩ Thật Ý nói:

"Này Vô Nhuế, Đức Phật Thế Tôn của tôi, hoặc ở tại rừng vắng, sơn lâm, dưới gốc cây hay sống trên sườn núi cao, những nơi vắng vẻ không có tiếng động, xa vắng, không có sự dữ, không có người đời và tùy thuận mà thiền tọa. Phật Thế Tôn là như vậy. Ngài sống ở tại rừng vắng, sơn lâm, dưới gốc cây, hay sống trên sườn núi cao, những nơi vắng lặng không có tiếng động, xa vắng, không có sự dữ, không có người đời, tùy thuận mà thiền tọa. Ngài ở nơi xa vắng, thường thích thiền tọa, an ổn, khoái lạc. Đức Phật Thế Tôn chưa hề một ngày một đêm tụ tập, hội họp cùng mọi người như ông và quyến thuộc của ông hôm nay."

Bấy giờ Dị học Vô Nhuế liền nói:

"Thôi, thôi, cư sĩ! Ông do đâu mà biết được? Cái tuệ giải thoát trống rỗng[109] của sa-môn Cù-đàm, cái đó không đủ để nói, hoặc tương ưng hay không tương ưng, hoặc tùy thuận hay không tùy thuận. Sa-môn **[592a]** Cù-đàm đi từ biên này đến biên kia, ưa thích từ biên này đến biên kia, sống từ biên này đến biên kia. Như con trâu đui ăn cỏ nơi biên địa, nó đi từ biên này đến biên kia,[110] ưa thích từ biên này đến biên kia, sống từ biên này đến biên kia. Sa-môn Cù-đàm cũng giống như vậy.

"Này cư sĩ, nếu sa-môn Cù-đàm đến nơi hội chúng này, chỉ bằng một vấn đề, tôi cũng đủ hủy diệt ông ấy như lăn cái bình không, và cũng sẽ nói cái ví dụ con trâu đui cho ông ấy nghe."

Rồi Dị học Vô Nhuế bảo với đồ chúng của mình:

"Này chư Hiền, giả sử sa-môn Cù-đàm đến nơi hội chúng này, nếu như có đến thật, thì các ông chớ có đứng dậy chắp tay nghinh đón, cũng chớ có mời ngồi. Hãy để riêng một chỗ cho ông ấy ngồi thôi. Khi ông ấy đến đây rồi thì hãy nói như vầy, 'Này Cù-đàm! Có chỗ ngồi đây, muốn ngồi tùy ý.'"

Bấy giờ Đức Thế Tôn đang thiền tọa, bằng thiên nhĩ thanh tịnh, nghe xa hơn người, nghe rõ cuộc thảo luận như vậy giữa cư sĩ Thật Ý và Dị học Vô Nhuế. Vào lúc xế, Ngài liền rời chỗ ngồi đứng dậy, đi vào rừng Ưu-đàm-bà-la, đến Dị học viên. Thấy Đức Thế Tôn đang từ xa đi đến, Dị học Vô Nhuế liền từ chỗ ngồi đứng dậy, trịch áo bày vai phải, chắp tay hướng Phật mà tán thán rằng:

"Kính chào Cù-đàm, đã lâu ngày không đến đây. Xin mời ngồi chỗ này."

Khi ấy Đức Thế Tôn thầm nghĩ: "Người ngu si này tự phản lại điều mình đặt ra." Biết như vậy, Đức Thế Tôn liền ngồi trên giường đó. Dị học Vô Nhuế sau khi chào hỏi Đức Thế Tôn, liền ngồi xuống một bên.

Đức Thế Tôn hỏi:

"Này Vô Nhuế! Ông và cư sĩ Thật Ý vừa bàn luận việc gì thế? Vì lý do gì mà nhóm họp nơi đây?"

Dị học Vô Nhuế trả lời:

"Thưa Cù-đàm, chúng tôi nghĩ như vầy, 'Sa-môn Cù-đàm có những pháp gì dạy bảo cho đệ tử, các đệ tử sau khi vâng lãnh sự dạy bảo rồi liền được an ổn, trọn đời tịnh tu phạm hạnh và đem dạy cho người khác?' Thưa Cù-đàm, tôi và cư sĩ Thật Ý vừa bàn luận việc như vậy. Vì lý do đó mà chúng tôi nhóm họp nơi đây."

Cư sĩ Thật Ý nghe ông ta nói vậy liền nghĩ: 'Lạ thay, Dị học Vô Nhuế lại nói láo. Vì sao vậy? Vì ở trước Đức Thế Tôn mà dám lừa dối Ngài.'

Đức Thế Tôn biết vậy, Ngài liền nói:

"Này Vô Nhuế, Pháp của Ta rất sâu sắc, rất kỳ diệu, rất hy hữu, khó hiểu, khó biết, khó thấy, khó chứng đắc, mà Ta dạy bảo cho đệ tử và đệ tử sau khi vâng lãnh sự dạy bảo rồi liền được an ổn, trọn đời tịnh tu phạm hạnh và đem dạy lại cho người khác. Này Vô Nhuế, hãy hỏi Ta về lối tu khổ hạnh kinh tởm[111] mà Sư tông của ông chấp nhận, Ta cũng sẽ giải đáp cho ông thỏa mãn."

Lúc đó [592b] các chúng Dị học ồn ào đó cùng nhau lớn tiếng nói rằng:

"Sa-môn Cù-đàm thật là kỳ diệu! Thật là hy hữu! Có như ý túc, có uy đức lớn, có phước hựu lớn, có oai thần lớn. Vì sao vậy? Ngài bỏ qua tông chỉ của mình mà lại đề nghị thảo luận về tông chỉ của người."

Lúc bấy giờ Dị học Vô Nhuế ra lệnh bảo hội chúng của mình im lặng rồi hỏi:

"Thưa Cù-đàm, lối tu khổ hạnh kinh tởm, thế nào là được hoàn toàn? Thế nào là không được hoàn toàn?

Tằng ố hành: khổ hành

Bấy giờ Đức Thế Tôn trả lời:

"Này Vô Nhuế! Hoặc có sa-môn, bà-la-môn lõa hình, không y phục, hoặc dùng tay làm y phục, hoặc lấy lá làm y phục, hoặc lấy hạt châu làm y phục; hoặc không múc nước bằng bình, hoặc không múc nước bằng gáo; không ăn đồ ăn xốc xỉa bằng dao gậy, không ăn đồ ăn lừa dối, không tự mình đến, không sai người đi, không làm khách được mời,[112] không làm khách được chào đón,[113] không làm khách được lưu,[114] không ăn từ giữa hai người đang ăn, không ăn tại nhà có thai,[115] không ăn từ nhà có nuôi chó, không ăn từ nhà có lằng xanh bay đến; không ăn cá, không ăn thịt, không uống rượu, không uống nước dấm,[116] hoặc không uống gì cả, học tập hạnh không uống; hoặc ăn một miếng, cho một miếng là đủ,[117] hoặc ăn hai, ba, bốn, cho đến bảy miếng, và cho bảy miếng là đủ, hoặc ăn bởi một lần nhận được,[118] và cho đến một lần nhận được là đủ, hoặc ăn bởi hai, ba bốn cho đến bảy lần nhận được và cho bảy lần nhận được là đủ, hoặc ăn ngày một lần và cho một lần là đủ, hoặc hai, ba, bốn, năm, sáu, bảy ngày, nửa tháng, hay một tháng, ăn một lần và cho một lần là đủ; hoặc ăn cỏ,[119] hoặc ăn lúa cỏ,[120] hoặc ăn nếp tuế, hoặc ăn cám, hoặc ăn gạo đầu-đầu-la,[121] hoặc ăn đồ ăn thô; hoặc đến chỗ rừng vắng,[122] y nơi rừng vắng; hoặc ăn rễ, hoặc ăn trái, hoặc ăn quả tự rụng; hoặc mặc áo khâu đủ thứ vải,[123] hoặc mặc áo lông, hoặc mặc áo vải đầu-xá,[124] hoặc mặc áo vải đầu-xá bằng lông, hoặc mặc bằng da nguyên, hoặc mặc da có xoi lỗ, hoặc mặc da toàn xoi lỗ; hoặc để tóc xõa, hoặc để tóc bện, hoặc để tóc vừa xõa vừa bện, hoặc chỉ cạo tóc, hoặc chỉ cạo râu, hoặc cạo cả râu tóc, hoặc nhổ tóc, hoặc nhổ râu, hoặc nhổ cả râu tóc, hoặc chỉ đứng thẳng không hề ngồi, hoặc đi chồm hổm, hoặc nằm gai, lấy gai làm giường; hoặc nằm cỏ,[125] lấy cỏ làm giường; hoặc thờ nước, ngày đêm lấy tay vọc; hoặc thờ lửa, ngày đêm đốt lên; hoặc thờ mặt trời, mặt trăng, thờ đấng Tôn Hựu Đại đức, [592c] chắp tay hướng về kia. Những sự như vậy thọ khổ vô lượng, học hạnh nóng bức."[126]

"Này Vô Nhuế, ý ông nghĩ sao, lối tu khổ hạnh kinh tởm như vậy là hoàn toàn hay không hoàn toàn?"

Dị học Vô Nhuế đáp:

"Thưa Cù-đàm, lối tu khổ hạnh kinh tởm như vậy là hoàn toàn, không phải là không hoàn toàn."

Đức Thế Tôn lại nói:

"Này Vô Nhuế, Ta sẽ chỉ cho ông thấy cái lối tu khổ hạnh kinh tởm hoàn toàn đó bị vô lượng cấu uế làm ô nhiễm."

Khổ hành cấu uế

Dị học Vô Nhuế hỏi:

"Thưa Cù-đàm, câu nói, 'Ta sẽ chỉ cho ông thấy cái lối tu khổ hạnh kinh tởm hoàn toàn đó bị vô lượng cấu uế làm ô nhiễm,' nghĩa là thế nào?"

Đức Thế Tôn đáp:

1. "Này Vô Nhuế, hoặc có người chuyên hành khổ hạnh một cách tân khổ.[127] Nhân bởi hành khổ hạnh một cách tân khổ mà có ác dục, niệm tưởng dục. Này Vô Nhuế, nếu ai chuyên hành khổ hạnh một cách tân khổ, rồi nhân hành khổ hạnh ấy mà có ác dục, niệm tưởng dục. Vô Nhuế, hành khổ hạnh như vậy là cấu uế.

2. "Này Vô Nhuế, hoặc có người hành khổ hạnh một cách tân khổ, do hành khổ hạnh một cách tân khổ này mà chỉ ngước nhìn ánh mặt trời, hấp thụ khí trời. Này Vô Nhuế, nếu ai hành khổ hạnh, rồi do chuyên hành khổ hạnh ấy nên chỉ ngước nhìn ánh mặt trời, hấp thụ khí trời. Vô Nhuế, hành khổ hạnh như vậy là cấu uế.

3. "Này Vô Nhuế, hoặc có người hành khổ hạnh một cách tân khổ, do chuyên hành khổ hạnh mà tự cống cao cho rằng ta đã tu khổ hạnh, nên tâm liền bị trói buộc. Này Vô Nhuế, nếu có người chuyên hành khổ hạnh rồi do chuyên hành khổ hạnh mà tự cống cao cho rằng đã tự tu khổ hạnh, nên tâm liền bị trói buộc. Vô Nhuế, hành khổ hạnh như vậy là cấu uế.

4. "Này Vô Nhuế, hoặc có người hành khổ hạnh một cách tân khổ. Do nhân hành khổ hạnh mà quý mình khinh người. Này Vô Nhuế, nếu có ai chuyên hành khổ hạnh, rồi do chuyên hành khổ hạnh mà quý mình khinh người. Vô Nhuế, hành khổ hạnh như vậy là cấu uế.

5. "Này Vô Nhuế, hoặc có người hành khổ hạnh một cách tân khổ, do hành khổ hạnh nên đến nhà người mà tự khen rằng: 'Tôi hành tân khổ; hành của tôi rất khó'. Này Vô Nhuế, nếu có ai chuyên hành khổ hạnh một cách tân khổ, rồi do duyên hành khổ hạnh nên đến nhà người mà tự khen rằng: 'Tôi hành tân khổ; hành của tôi rất khó.' Vô Nhuế, hành khổ hạnh như vậy là cấu uế.

6. "Này Vô Nhuế, hoặc có người hành khổ hạnh một cách tân khổ, do chuyên hành khổ hạnh một cách tân khổ nên nếu thấy sa-môn, bà-la-môn được người [593a] kính trọng, cúng dường, lễ sự liền sanh lòng tật đố, nói rằng 'Sao lại kính trọng, cúng dường, lễ sự sa-môn, bà-la-môn ấy? Hãy nên kính trọng, cúng dường, lễ sự tôi đây. Vì sao vậy? Vì tôi hành khổ hạnh.'

7. "Này Vô Nhuế, hoặc có người hành khổ hạnh một cách tân khổ, do chuyên hành khổ hạnh một cách tân khổ nên nếu thấy sa-môn, bà-la-môn được người kính trọng, cúng dường, lễ sự liền sanh lòng tật đố, nói rằng 'Sao lại kính trọng, lễ sự, cúng dường sa-môn, bà-la-môn ấy? Hãy nên kính trọng, cúng dường, lễ sự tôi đây. Vì sao vậy? Vì tôi hành khổ hạnh.' Vô Nhuế, hành khổ hạnh như vậy là cấu uế.[128]

8. "Này Vô Nhuế, hoặc có người hành khổ hạnh một cách tân khổ, do hành khổ hạnh một cách tân khổ nên nếu thấy sa-môn, bà-la-môn được người kính trọng, cúng dường, lễ sự liền đến mắng ngay mặt sa-môn, bà-la-môn đó, nói rằng: 'Sao ông lại được kính trọng, lễ sự, cúng dường? Ông là người nhiều ham muốn, nhiều mong cầu, thường ăn năm thứ hạt,

hạt sanh từ gốc cây, hạt sanh từ thân cây, hạt sanh từ trái cây, hạt sanh từ mắt cây và hạt sanh từ hạt. Ví như một trận mưa lớn làm tổn hại năm thứ hạt giống, nhiễu loạn súc sanh và nhân dân. Sa-môn, bà-la-môn hay đến nhà người, cũng giống như vậy.' Này Vô Nhuế, nếu ai hành khổ hạnh một cách tân khổ, do hành khổ hạnh một cách tân khổ nên nếu thấy sa-môn, bà-la-môn được người kính trọng, cúng dường, lễ sự liền đến mắng ngay mặt sa-môn, bà-la-môn đó, nói rằng 'Sao ông lại được kính trọng, lễ sự, cúng dường? Ông là người nhiều ham muốn, nhiều mong cầu, thường ăn năm thứ hạt sanh từ gốc cây, hạt sanh từ thân cây, hạt sanh từ trái cây, hạt sanh từ mắt cây và hạt sanh từ hạt. Ví như một trận mưa lớn làm tổn hại năm thứ hạt giống, nhiễu loạn súc sanh và nhân dân. Sa-môn, bà-la-môn mà hay đến nhà người, cũng giống như vậy.' Vô Nhuế, hành khổ hạnh như vậy là cấu uế.

9. "Này Vô Nhuế, hoặc có người hành khổ hạnh một cách tân khổ, do hành khổ hạnh một cách tân khổ nên có sầu, có si, khủng bố, khủng cụ, sống lén lút, nghi ngờ, sợ mất tiếng, tham lam, phóng dật. Này Vô Nhuế, nếu có người hành khổ hạnh một cách tân khổ, do hành khổ hạnh một cách tân khổ nên có sầu, có si, khủng bố, khủng cụ, sống lén lút, nghi ngờ, sợ mất tiếng, tham lam, phóng dật. Vô Nhuế, hành khổ hạnh như vậy là cấu uế.

10. "Này Vô Nhuế, hoặc ai chuyên tu khổ hạnh một cách tân khổ, do chuyên tu khổ hạnh nên sanh thân kiến, biên kiến, tà kiến, kiến thủ, khó tánh,[129] không biết tiết hạn, những pháp mà sa-môn, bà-la-môn phải thông suốt lại không thông suốt. [593b] Này Vô Nhuế, nếu có người tu khổ hạnh, rồi do tu khổ hạnh nên sanh thân kiến, biên kiến, tà kiến, kiến thủ, khó tánh, không biết tiết hạn, những pháp mà sa-môn, bà-la-môn phải thông suốt lại không thông suốt. Vô Nhuế, hành khổ hạnh như thế là cấu uế.

11. "Này Vô Nhuế, hoặc có ai hành khổ hạnh một cách tân khổ, do hành khổ hạnh nên có sân triền, phú kết, bỏn xẻn, ganh tị, dua siểm, dối trá, vô tàm, vô quý. Này Vô Nhuế, nếu ai hành khổ hạnh một cách tân khổ, do hành khổ hạnh nên có sân triền, phú kết, bỏn xẻn, ganh tị, dua siểm, dối trá, vô tàm, vô quý. Vô Nhuế, hành khổ hạnh như vậy là cấu uế.

12. "Này Vô Nhuế, hoặc có ai hành khổ hạnh một cách tân khổ, do hành khổ hạnh nên sanh ra nói dối, nói hai lưỡi, nói thô ác, nói phù phiếm, đủ cả ác giới. Này Vô Nhuế, nếu có ai hành khổ hạnh một cách tân khổ, do hành khổ hạnh nên sanh ra nói dối, nói hai lưỡi, nói thô ác, nói phù phiếm, đủ cả ác giới. Vô Nhuế, hành khổ hạnh như vậy là cấu uế.

13. "Này Vô Nhuế, hoặc có ai hành khổ hạnh một cách tân khổ, do hành khổ hạnh nên không có tín tâm, giải đãi, không chánh niệm, chánh tri, có đủ ác tuệ. Này Vô Nhuế, nếu có ai hành khổ hạnh một cách tân khổ, do hành khổ hạnh nên không có tín tâm, giải đãi, không chánh niệm, chánh tri, có đủ ác tuệ. Vô Nhuế, hành khổ hạnh như vậy là cấu uế.

"Này Vô Nhuế, Ta đã chỉ cho ông thấy cái lối tu khổ hạnh kinh tởm hoàn toàn đó bị vô lượng cấu uế làm ô nhiễm, có phải vậy chăng?"

Dị học Vô Nhuế đáp:

"Thưa Cù-đàm, đúng vậy, Ngài đã chỉ cho tôi thấy cái lối tu khổ hạnh kinh tởm hoàn toàn đó bị vô lượng cấu uế làm ô nhiễm."

Khổ hành không cấu uế

"Này Vô Nhuế, Ta cũng chỉ cho ông thấy cái lối tu khổ hạnh kinh tởm hoàn toàn đó không bị vô lượng cấu uế làm ô nhiễm."

Dị học Vô Nhuế lại hỏi:

"Thưa Cù-đàm, Ngài có thể chỉ cho tôi thấy cái lối tu khổ hạnh kinh tởm hoàn toàn đó không bị vô lượng cấu uế làm ô nhiễm như thế nào không?"

Đức Thế Tôn đáp:

1. "Này Vô Nhuế, hoặc có người hành khổ hạnh một cách tân khổ, do hành khổ hạnh tân khổ mà không có ác dục, không niệm tưởng dục. Này Vô Nhuế, nếu có người hành khổ hạnh một cách tân khổ, do hành khổ hạnh tân khổ mà không có ác dục, không niệm tưởng dục. Vô Nhuế, hành khổ hạnh như vậy là không cấu uế.

2. "Này Vô Nhuế, hoặc có người hành khổ hạnh một cách tân khổ, do hành khổ hạnh tân khổ mà không nhìn ánh mặt trời, không hấp thụ khí trời. Này Vô Nhuế, nếu có người chuyên hành khổ hạnh một cách tân khổ, do chuyên hành khổ hạnh tân khổ nên không nhìn ánh mặt trời, [593c] không hấp thụ khí trời. Vô Nhuế, hành khổ hạnh như vậy là không cấu uế.

3. "Này Vô Nhuế, hoặc có người hành khổ hạnh một cách tân khổ, do hành khổ hạnh một cách tân khổ mà không tự cống cao cho rằng đã tu khổ hạnh nên tâm không bị trói buộc. Này Vô Nhuế, nếu có người chuyên hành khổ hạnh, rồi do chuyên hành khổ hạnh mà không tự cống cao cho rằng đã tu khổ hạnh nên tâm không bị trói buộc. Vô Nhuế, hành khổ hạnh như vậy là không cấu uế.

4. "Này Vô Nhuế, hoặc có người hành khổ hạnh một cách tân khổ, do hành khổ hạnh một cách tân khổ mà không quý mình khinh người. Này Vô Nhuế, nếu có người hành khổ hạnh rồi do hành khổ hạnh mà không quý mình khinh người. Vô Nhuế, hành khổ hạnh như vậy là không cấu uế.

5. "Này Vô Nhuế, hoặc có người hành khổ hạnh một cách tân khổ, do hành khổ hạnh tân khổ mà không đến nhà người mà tự khen rằng 'Tôi hành tân khổ, hành của tôi rất khó khăn'. Này Vô Nhuế, nếu có người hành khổ hạnh một cách tân khổ, do hành khổ hạnh tân khổ mà không đến nhà người, tự khen rằng 'Tôi hành tân khổ; hành của tôi rất khó khăn'. Vô Nhuế, hành khổ hạnh như vậy là không cấu uế.

6. "Này Vô Nhuế, hoặc có người hành khổ hạnh một cách tân khổ, do hành khổ hạnh tân khổ mà nếu thấy sa-môn, bà-la-môn được người kính trọng, cúng dường, lễ sự thì không sanh lòng tật đố, nói rằng 'Sao lại kính trọng, cúng dường, lễ sự sa-môn, bà-la-môn ấy? Hãy nên kính trọng, cúng dường, lễ sự ta đây. Vì sao vậy? Vì ta là người tu khổ hạnh.' Này Vô Nhuế, nếu có ai hành khổ hạnh một cách tân khổ, rồi do hành khổ hạnh tân khổ, nếu thấy sa-môn, bà-la-môn được người kính trọng, cúng dường, lễ sự mà không sanh lòng tật đố, nói rằng 'Sao lại kính trọng, cúng dường, lễ sự sa-môn, bà-la-môn ấy? Hãy nên kính trọng, cúng dường, lễ sự ta đây. Vì sao vậy? Vì ta là người tu khổ hạnh.' Vô Nhuế, hành khổ hạnh như vậy là không cấu uế.

7. "Này Vô Nhuế, hoặc có người hành khổ hạnh một cách tân khổ, do hành khổ hạnh tân khổ mà nếu thấy sa-môn, bà-la-môn được người kính trọng, cúng dường, lễ sự thì không đến mắng ngay mặt sa-môn, bà-la-môn đó, nói rằng: 'Sao ông lại được kính trọng, cúng dường, lễ sự? Ông là người nhiều ham muốn, nhiều mong cầu, thường ăn năm thứ hạt, hạt sanh từ gốc cây, hạt sanh từ thân cây, hạt sanh từ trái cây, hạt sanh từ mắt cây và hạt sanh từ hạt. Ví như một trận mưa lớn làm tổn hại năm thứ hạt giống, **[594a]** nhiễu loạn súc sanh và nhân dân. Sa-môn, bà-la-môn mà hay đến nhà người cũng giống như vậy!' Này Vô Nhuế, nếu có ai chuyên hành khổ hạnh một cách tân khổ, rồi do chuyên hành khổ hạnh tân khổ nên nếu thấy sa-môn, bà-la-môn được người kính trọng, cúng dường, lễ sự mà không đến mắng ngay mặt sa-môn, bà-la-môn đó, nói rằng: 'Sao ông lại được kính trọng, cúng dường, lễ sự? Ông là người nhiều ham muốn, nhiều mong cầu, thường ăn năm thứ hạt, hạt sanh từ gốc cây, hạt sanh từ thân cây, hạt sanh từ trái cây, hạt sanh từ mắt cây và hạt sanh từ hạt. Ví như một trận mưa lớn làm tổn hại năm thứ hạt giống, nhiễu loạn súc sanh và nhân dân. Sa-môn, bà-la-môn mà hay đến nhà người cũng giống như vậy!' Vô Nhuế, hành khổ hạnh như vậy là không cấu uế.

8. "Này Vô Nhuế, hoặc có người hành khổ hạnh một cách tân khổ, do hành khổ hạnh tân khổ mà không sầu, không si, không khủng bố, không khủng cụ, không sống lén lút, không nghi ngờ, không mất tiếng, không tham lam, không phóng dật. Này Vô Nhuế, nếu ai chuyên hành khổ hạnh một cách tân khổ, rồi do hành khổ hạnh tân khổ mà không sầu, không si, không khủng bố, không khủng cụ, không sống lén lút, không nghi ngờ, sợ mất tiếng, không tham lam, không phóng dật. Vô Nhuế, hành khổ hạnh như vậy là không cấu uế.

9. "Này Vô Nhuế, hoặc có người hành khổ hạnh một cách tân khổ, do hành khổ hạnh tân khổ mà không sanh thân kiến, biên kiến, tà kiến, kiến thủ, khó tánh; biết tiết hạn, những pháp mà sa-môn, bà-la-môn phải thông suốt thì thông suốt. Này Vô Nhuế, nếu ai chuyên hành khổ hạnh một cách tân khổ, do chuyên hành khổ hạnh tân khổ mà không sanh thân kiến, biên kiến, tà kiến, kiến thủ, khó tánh; biết tiết hạn, những pháp mà sa-môn, bà-la-môn phải thông suốt thì thông suốt. Vô Nhuế, hành khổ hạnh như vậy là không cấu uế.

10. "Này Vô Nhuế, hoặc có người hành khổ hạnh một cách tân khổ, do hành khổ hạnh tân khổ mà không có sân triền, phú kết, bỏn xẻn, ganh tị, dua siểm, dối trá, vô tàm, vô quý. Này Vô Nhuế! Nếu có ai chuyên hành khổ hạnh một cách tân khổ, do chuyên hành khổ hạnh tân khổ mà không có sân triền, phú kết, bỏn xẻn, ganh tị, dua nịnh, dối trá, vô tàm, vô quý. Này Vô Nhuế! Hành khổ hạnh như vậy là không cấu uế.

11. "Này Vô Nhuế, hoặc có người hành khổ hạnh một cách tân khổ, do chuyên hành khổ hạnh tân khổ mà không nói dối, không nói hai lưỡi, không nói thô ác, không nói phù phiếm, không có ác giới. Này Vô Nhuế, nếu ai chuyên hành khổ hạnh một cách tân khổ, do chuyên hành khổ hạnh tân khổ nên không nói dối, không nói hai lưỡi, không nói thô ác, không nói phù phiếm, không có ác giới. Này [**594b**] Vô Nhuế, hành khổ hạnh như vậy là không cấu uế.

12. "Này Vô Nhuế, hoặc có người hành khổ hạnh một cách tân khổ, do chuyên hành khổ hạnh tân khổ mà có tín tâm, không giải đãi, có chánh niệm, chánh tri, không có ác tuệ. Này Vô Nhuế, nếu có ai chuyên hành khổ hạnh một cách tân khổ, do chuyên hành khổ hạnh tân khổ mà có tín tâm, không giải đãi, có chánh niệm, chánh tri, không có ác tuệ. Vô Nhuế, hành khổ hạnh như vậy là không cấu uế.

"Này Vô Nhuế, Ta đã chỉ cho ông thấy lối tu khổ hạnh kinh tởm hoàn toàn không bị vô lượng cấu uế làm ô nhiễm; có phải vậy không?"

Dị học Vô Nhuế đáp:

"Thưa Cù-đàm, đúng vậy, Ngài đã chỉ cho tôi thấy lối tu khổ hạnh kinh tởm hoàn toàn không bị cấu uế làm ô nhiễm."

Khổ hành đệ nhất

Dị học Vô Nhuế lại hỏi:

"Thưa Cù-đàm, lối tu khổ hạnh kinh tởm này đã đạt đến bậc nhất, đã đạt đến chân thật[130] chưa?"

Đức Thế Tôn đáp:

"Này Vô Nhuế, lối tu khổ hạnh kinh tởm này chưa đạt đến bậc nhất, chưa đạt đến chân thật, chỉ mới đạt đến vỏ và đạt đến đốt (giác cây)."

Dị học Vô Nhuế lại hỏi:

"Thưa Cù-đàm! Thế nào là lối tu khổ hạnh kinh tởm này chỉ đạt đến vỏ ngoài?"

Đức Thế Tôn đáp:

1. "Này Vô Nhuế, ở đây hoặc có sa-môn, bà-la-môn tu tập bốn hạnh,[131] không sát sanh, không bảo người sát sanh, không đồng tình với người sát sanh. Không trộm cắp, không bảo người trộm cắp, không đồng tình với người trộm cắp. Không phạm con gái của người, không bảo người khác phạm con gái của người, không đồng tình với người phạm con gái của người. Không nói dối, không bảo người khác nói dối, không đồng tình với người nói dối. Vị đó tu tập bốn hạnh này, ưa thích mà không tiến tới,[132] tâm đi đôi với từ, biến mãn cả một phương, thành tựu và an trụ. Như vậy cho đến hai, ba, bốn phương, bốn phương phụ, phương trên, phương dưới, phổ biến tất cả, tâm đi đôi với từ, không kết, không oán, không sân nhuế, không não hại, rộng lớn, bao la, vô lượng, khéo tu tập biến mãn khắp cả thế gian, thành tựu và an trụ. Cũng như vậy, đối với bi, hỷ; tâm đi đôi với xả, không kết, không oán, không sân nhuế, không não hại, rộng lớn bao la, vô lượng, tu tập biến mãn khắp cả thế gian, thành tựu và an trụ.

"Này Vô Nhuế, ý ông nghĩ sao, phải chăng lối tu khổ hạnh kinh tởm như vậy đạt đến vỏ ngoài?"

Vô Nhuế đáp:

"Thưa Cù-đàm! Lối tu khổ hạnh kinh tởm như vậy đạt đến vỏ ngoài. Thưa Cù-đàm, còn thế nào là lối tu khổ hạnh kinh tởm này đạt đến đốt?"

Đức Thế Tôn dạy:

2. "Này Vô Nhuế, hoặc có sa-môn, bà-la-môn tu tập bốn hạnh. Không sát sanh, không bảo người sát sanh, không đồng tình với người sát sanh. Không trộm cắp, không bảo người trộm cắp, không đồng tình với người trộm cắp. Không phạm con gái của người, không bảo người khác phạm con gái của người, không đồng tình với người phạm con gái của người. Không nói dối, không bảo người khác nói dối, không đồng tình với người nói dối. Vị đó tu tập bốn hạnh này, ưa thích mà không tiến tới. **[594c]**

Những gì là hành, những gì là tướng mạo, vị ấy nhớ lại vô lượng kiếp đã trải qua, hoặc một đời, hai đời, trăm ngàn đời, thành kiếp, hoại kiếp, vô lượng thành hoại kiếp, tại chỗ đó ta là chúng sanh tên đó, ta đã trải qua ở đó, đã từng sanh ở đó, có họ như vậy, tên như vậy, sinh hoạt như vậy, uống ăn như vậy, cảm thọ khổ lạc như vậy, tuổi thọ như vậy, sống lâu như vậy, dứt thọ mạng như vậy, rồi chết đây sanh kia, chết kia sanh đây. Ta sanh tại chỗ này như vậy, có họ như vậy, có tên như vậy, sinh hoạt như vậy, uống ăn như vậy, chịu khổ vui như vậy, tuổi thọ như vậy, sống lâu như vậy, dứt thọ mạng như vậy.

"Này Vô Nhuế, ý ông nghĩ sao, lối tu khổ hạnh kinh tởm như vậy có đạt đến đốt cây hay không?"

"Vô Nhuế đáp:

"Thưa Cù-đàm, lối tu khổ hạnh kinh tởm như vậy là đã đạt đến đốt cây. Thưa Cù-đàm, thế nào là lối tu khổ hạnh kinh tởm này đạt đến bậc nhất, đạt đến chân thật?"

Đức Thế Tôn đáp:

3. "Này Vô Nhuế, hoặc có sa-môn, bà-la-môn tu tập bốn hạnh. Không sát sanh, không bảo người sát sanh, không đồng tình với người sát sanh. Không trộm cắp, không bảo người trộm cắp, không đồng tình với người trộm cắp. Không phạm con gái của người, không bảo người khác phạm con gái của người, không đồng tình với người phạm con gái của người. Không nói dối, không bảo người khác nói dối, không đồng tình với người nói dối. Vị đó tu tập bốn hạnh này, ưa thích mà không tiến tới. Vị đó bằng thiên nhãn thanh tịnh, thấy xa hơn người, nhìn thấy chúng sanh lúc sanh lúc tử, sắc đẹp hoặc xấu, diệu hoặc bất diệu, qua lại chỗ lành hoặc chỗ không lành, tùy theo nghiệp mà chúng sanh ấy đã tạo. Vị ấy thấy sự kiện ấy đúng như thật, nếu chúng sanh nào thành tựu ác hạnh về thân, ác hạnh về khẩu, ác hạnh về ý, phỉ báng Thánh nhân, tà kiến, thành tựu nghiệp tà kiến; do nhân duyên đó, khi thân hoại mạng chung, chúng sanh ấy chắc chắn đi đến chỗ ác, sanh vào địa ngục. Nếu chúng sanh nào thành tựu diệu hạnh về thân, diệu hạnh về khẩu, diệu hạnh về ý, không phỉ báng Thánh nhân, chánh kiến, thành tựu nghiệp chánh kiến; do nhân duyên đó, khi thân hoại mạng chung, chúng sanh

ấy chắc chắn đi lên chỗ lành, sanh vào cõi trời.

"Này Vô Nhuế, ý ông nghĩ sao, lối tu khổ hạnh kinh tởm như vậy có đạt đến bậc nhất, đạt đến chân thật hay không?"

Vô Nhuế đáp:

"Thưa Cù-đàm, lối tu khổ hạnh kinh tởm như vậy là đã đạt đến bậc nhất, đạt đến chân thật. Thưa Cù-đàm, phải chăng vì để tác chứng lối tu khổ hạnh kinh tởm này mà các đệ tử của sa-môn Cù-đàm nương tựa nơi sa-môn Cù-đàm để tu hành phạm hạnh?"

Đức Thế Tôn đáp:

"Này Vô Nhuế, không phải vì để tác chứng lối tu khổ hạnh kinh tởm này mà đệ tử của Ta nương tựa nơi Ta để tu hành phạm hạnh.

"Này Vô Nhuế, lại còn có pháp khác tối thượng, tối diệu, tối thắng, chính vì để chứng đắc pháp ấy [595a] nên đệ tử của Ta nương tựa nơi Ta mà tu hành phạm hạnh."

Lúc đó, những Dị học trong hội chúng ồn ào đó liền lớn tiếng la ó:

"Đúng vậy! Đúng vậy! Vì để chứng đắc pháp ấy nên đệ tử của sa-môn Cù-đàm nương tựa nơi sa-môn Cù-đàm để mà tu hành phạm hạnh."

Pháp tối thượng vi diệu

Bấy giờ, Dị học Vô Nhuế ra lệnh bảo hội chúng của mình im lặng, rồi hỏi:

"Thưa Cù-đàm, thế nào được gọi là còn có pháp khác tối thượng tối diệu, tối thắng; chính vì để chứng đắc pháp ấy nên đệ tử của sa-môn Cù-đàm nương tựa nơi sa-môn Cù-đàm mà tu hành phạm hạnh?"

Bấy giờ Đức Thế Tôn đáp:

"Này Vô Nhuế, nếu Đức Như Lai, Vô Sở Trước, Đẳng Chánh Giác, Minh Hạnh Túc, Thiện Thệ, Thế Gian Giải, Vô Thượng Sĩ, Điều Ngự Trượng Phu, Thiên Nhân Sư, Phật Thế Tôn xuất hiện ở thế gian. Vị đó xả bỏ năm triền cái làm tâm ô uế, tuệ yếu kém, ly dục, ly pháp ác bất thiện, cho đến chứng Tứ thiền, thành tựu và an trụ. Vị ấy với định tâm như vậy, thanh tịnh không ô uế, không phiền não, nhu nhuyến, khéo an trụ, chứng đắc tâm bất động mà thú hướng sự diệt tận các lậu, tự thân chứng ngộ trí thông, biết như thật rằng 'Đây là Khổ, đây là Khổ tập, đây là Khổ diệt, biết như thật đây là Khổ diệt đạo.' Cũng biết như thật đây là lậu, biết đây là lậu tập, đây là lậu diệt, biết như thật đây là lậu diệt đạo. Vị đó biết như vậy, thấy như vậy rồi thì tâm giải thoát dục lậu, tâm giải thoát hữu lậu, vô minh lậu. Giải thoát rồi liền biết mình đã giải thoát, biết đúng một cách như thật rằng 'Sự sanh đã dứt, phạm hạnh đã thành, việc cần làm đã làm xong, không còn tái sanh nữa.'

"Này Vô Nhuế, như vậy gọi là còn có pháp khác tối thượng, tối diệu, tối thắng. Chính vì để chứng đắc pháp ấy nên đệ tử của Ta nương nơi Ta mà tu hành phạm hạnh."

Cư sĩ Thật Ý

Bấy giờ cư sĩ Thật Ý nói rằng:

"Này Vô Nhuế, Đức Thế Tôn đang ở đấy. Ông hãy chỉ bằng một vấn đề đủ để hủy diệt Ngài như lăn cái bình không đi! Ông hãy nói cái ví dụ con trâu đui ăn cỏ nơi biên địa như khi nãy đi!"

Đức Thế Tôn nghe xong, hỏi Dị học Vô Nhuế:

"Quả thật ông có nói như vậy không?"

Dị học Vô Nhuế đáp:

"Thưa Cù-đàm, quả thật tôi có nói như vậy."

Đức Thế Tôn hỏi tiếp:

"Đức Như Lai, Vô Sở Trước, Đẳng Chánh Giác ở quá khứ, nếu gặp khu rừng vắng, sơn lâm, dưới gốc cây hay trên sườn núi cao, vắng lặng không có tiếng động, xa vắng, không có sự dữ, không có người đời, liền tùy thuận mà thiền tọa. Các Đức Phật Thế Tôn ở nơi rừng vắng, sơn lâm, dưới gốc cây hay trên sườn cao, vắng lặng không có tiếng động, xa vắng, không có sự dữ, không có người đời, liền tùy thuận mà thiền tọa. Các Ngài ở nơi xa vắng, thường thích thiền tọa, an ổn và khoái lạc. Các Ngài chưa hề một ngày một đêm tụ tập hội họp cùng mọi người như ông và quyến thuộc của ông hôm nay. Này Vô Nhuế, ông có bao giờ nghe các vị trưởng lão cựu học nói như vậy không?"

[**595b**] Dị học Vô Nhuế đáp:

"Đức Như Lai, Vô Sở Trước, Đẳng Chánh Giác ở quá khứ, nếu gặp khu rừng vắng, sơn lâm, dưới gốc cây hay trên sườn núi cao, vắng lặng, không có tiếng động, xa vắng, không có sự dữ, không có người đời, liền tùy thuận mà thiền tọa. Các Đức Phật Thế Tôn ở nơi rừng vắng, sơn lâm, dưới gốc cây hay trên sườn núi cao, vắng lặng, không có sự dữ, không có người đời, liền tùy thuận mà thiền tọa. Các Ngài ở nơi xa vắng, thường thích thiền tọa, an ổn khoái lạc. Các Ngài chưa hề một ngày một đêm tụ tập, hội họp cùng mọi người như tôi và quyến thuộc của tôi hôm nay. Thưa đức Cù-đàm, tôi có nghe các vị trưởng lão cựu học nói như vậy."

"Này Vô Nhuế, ông há không nghĩ rằng 'Như các Đức Thế Tôn đó ở nơi rừng vắng, sơn lâm, dưới gốc cây hay trên sườn núi cao, vắng lặng, không có tiếng động, xa vắng, không có sự dữ, không có người đời, liền tùy thuận mà thiền tọa. Các Ngài ở nơi xa vắng thường thích thiền tọa, an ổn khoái lạc. Vị sa-môn Cù-đàm này cũng học đạo chánh giác như vậy.' Có phải vậy không?"

Dị học Vô Nhuế đáp:

"Thưa Cù-đàm, nếu tôi biết như vậy, tôi đã chẳng nói rằng chỉ bằng một vấn đề cũng đủ hủy diệt Ngài như lăn cái bình không, và cũng đã chẳng nói đến cái ví dụ con trâu đui ăn cỏ nơi biên địa."

Ý nghĩa Phật thuyết pháp

Đức Thế Tôn nói:

"Này Vô Nhuế, Ta có pháp thiện tương ưng với thiện, giải thoát tương ưng với giải thoát, có thể tự thân chứng ngộ. Do đây mà Như Lai tự xưng là Bậc Vô Úy. Các tỳ-kheo đệ tử của Ta, ai đến với tâm không dua nịnh, không lừa dối, chất trực không hư vọng, Ta giáo huấn cho và theo giáo huấn ấy, chắc chắn sẽ đạt đến cứu cánh trí.

"Này Vô Nhuế, nếu ông nghĩ rằng 'Sa-môn Cù-đàm vì muốn làm Thầy cho nên thuyết pháp'. Ông chớ nghĩ như vậy. Thầy ông, Ta trả lại cho ông. Ta chỉ thuyết pháp cho nghe thôi. Vô Nhuế, nếu ông nghĩ rằng 'Sa-môn Cù-đàm vì tham đệ tử cho nên thuyết pháp'. Ông chớ nghĩ như vậy. Đệ tử của ông trả lại cho ông, Ta chỉ thuyết pháp cho ông nghe thôi. Này Vô

Nhuế, nếu ông nghĩ rằng 'Sa-môn Cù-đàm vì tham sự cúng dường cho nên thuyết pháp.' Ông chớ nghĩ như vậy. Đồ cúng dường trả lại cho ông, ta chỉ thuyết pháp cho ông nghe thôi. Này Vô Nhuế, nếu ông nghĩ rằng 'Sa-môn Cù-đàm vì tham được khen ngợi cho nên thuyết pháp.' Ông chớ nghĩ như vậy. Điều khen ngợi trả lại cho ông, Ta chỉ thuyết pháp cho ông nghe thôi. Này Vô Nhuế, nếu ông nghĩ rằng 'Nếu ta có thiện pháp tương ưng thiện,[133] giải thoát đưa đến giải thoát, vì sa-môn Cù-đàm này đoạt của ta, hủy diệt ta.' Ông chớ nghĩ như vậy. Pháp của ông trả lại cho ông, Ta chỉ thuyết pháp cho ông nghe thôi."

Lúc bấy giờ tất cả hội chúng đều im lặng. Vì sao vậy? Vì họ bị Ma vương chế phục.

Khi ấy Đức Thế Tôn bảo cư sĩ Thật Ý:

"Ông hãy nhìn tất cả hội chúng đang im lặng này. Vì sao vậy? [595c] Vì họ đang bị Ma vương chế phục. Nó khiến cả hội chúng Dị học không có một Dị học nào có ý niệm 'Ta hãy thử theo sa-môn Cù-đàm tu hành phạm hạnh.'"

Đức Thế Tôn biết vậy, Ngài thuyết pháp cho cư sĩ Thật Ý nghe, khuyến phát làm cho lợi ích, làm cho hoan hỷ. Sau khi bằng vô lượng phương tiện thuyết pháp cho ông ấy nghe, khuyến phát làm cho lợi ích, làm cho hoan hỷ rồi, Ngài liền từ chỗ ngồi đứng dậy, nắm tay cư sĩ Thật Ý, vận dụng thần túc, nương hư không mà đi.

Phật thuyết như vậy. Cư sĩ Thật Ý sau khi nghe Phật thuyết, hoan hỷ phụng hành. ❁

105. KINH NGUYỆN*

Tôi nghe như vầy:

Một thời, Đức Phật trú tại nước Xá-vệ, trong rừng Thắng, vườn Cấp-cô-độc.

Bấy giờ có một tỳ-kheo sống một mình tại nơi thanh vắng, ẩn dật ở chỗ yên tĩnh, thiền tọa tư duy, trong tâm khởi lên ý nghĩ: "Đức Thế Tôn thăm hỏi ta, nói chuyện với ta, thuyết pháp cho ta nghe. Nhờ vậy ta được giới Cụ túc,[134] không phế bỏ thiền định, thành tựu quán hạnh,[135] ở nơi thanh vắng."[136]

Bấy giờ vào lúc xế, sau khi suy nghĩ như vậy rồi, vị tỳ-kheo ấy liền từ chỗ thiền tọa đứng dậy, đi đến Đức Phật. Đức Thế Tôn nhìn thấy vị tỳ-kheo ấy từ xa đi đến, nhân nơi tỳ-kheo ấy, Ngài bảo các vị tỳ-kheo:

1. "Các ngươi hãy ước nguyện rằng: 'Đức Thế Tôn thăm hỏi ta, nói chuyện với ta, thuyết pháp cho ta nghe. Nhờ vậy ta được giới Cụ túc, không phế bỏ thiền định, thành tựu quán hạnh, tại nơi thanh vắng.

2. "Tỳ-kheo, hãy ước nguyện rằng: 'Ta có thân tộc. Mong cho kia nhờ ta mà khi thân hoại mạng chung chắc chắn họ được lên chỗ lành, sanh vào cõi trời.' Vậy hãy thành tựu giới Cụ túc, không phế bỏ thiền định, thành tựu quán hạnh, ở nơi thanh vắng.

3. "Tỳ-kheo, hãy ước nguyện rằng: 'Các thí chủ cung cấp cho ta y phục, đồ ăn uống, giường chõng, thuốc thang, đủ mọi thứ để nuôi thân. Mong cho các thí chủ kia nhờ sự bố thí này mà có nhiều công đức, có đại quang minh, được nhiều phước báo'. Vậy hãy thành tựu giới Cụ túc, không phế bỏ thiền định, thành tựu quán hạnh, ở nơi thanh vắng.

---

* Tương đương Pāli, M. 6. *Ākaṅkheyyasuttaṃ*.

4. "Tỳ-kheo, hãy ước nguyện rằng: 'Mong cho ta có thể nhẫn chịu được sự đói, khát, nóng, lạnh, muỗi mòng châm chích, sự áp bức của gió, của mặt trời; bị tiếng xấu, bị đánh đập cũng có thể nhẫn chịu; bản thân bị tật bệnh rất là đau khổ, cho đến mạng sống sắp tuyệt, các sự không được vui, ta cũng đều có thể kham nhẫn.' Vậy hãy thành tựu giới Cụ túc, không phế bỏ thiền định, thành tựu quán hạnh, ở nơi thanh vắng.

[596a] 5. "Tỳ-kheo, hãy ước nguyện rằng: 'Mong cho ta kham nhẫn được điều không làm cho vui. Nếu sanh tâm không vui, không bao giờ để dính trước.' Vậy hãy thành tựu giới Cụ túc, không phế bỏ thiền định, thành tựu quán hạnh, ở nơi thanh vắng.

6. "Tỳ-kheo, hãy ước nguyện rằng: 'Nếu ta sanh khởi ba tâm niệm ác bất thiện: niệm dục, niệm nhuế, niệm hại; mong ta không bao giờ để đắm trước với ba niệm ác bất thiện đó.' Vậy hãy thành tựu giới Cụ túc, không phế bỏ thiền định, thành tựu quán hạnh, ở nơi thanh vắng.

7. "Tỳ-kheo, hãy ước nguyện rằng: 'Mong cho ta ly dục, ly pháp ác bất thiện, cho đến chứng đắc Tứ thiền, thành tựu và an trụ.' Vậy hãy thành tựu giới Cụ túc, không phế bỏ thiền định, thành tựu quán hạnh, ở nơi thanh vắng.

8. "Tỳ-kheo, hãy ước nguyện rằng: 'Mong cho ta dứt hẳn ba kết, chứng đắc quả Tu-đà-hoàn, không bị rơi xuống pháp ác, quyết định thú hướng đến quả vị Chánh giác, tối đa còn bảy lần ở cõi trời. Sau bảy lần qua lại rồi liền chứng đắc khổ biên.' Vậy hãy thành tựu giới Cụ túc, không phế bỏ thiền định, thành tựu quán hạnh, ở nơi thanh vắng.

9. "Tỳ-kheo, hãy ước nguyện rằng: 'Mong cho ta đã dứt hết ba kết, làm mỏng dâm, nộ, si; chỉ còn một lần qua lại ở cõi trời, cõi người. Sau một lần qua lại rồi liền chứng đắc khổ biên.' Vậy hãy thành tựu giới Cụ túc, không phế bỏ thiền định, thành tựu quán hạnh, ở nơi thanh vắng.

10. "Tỳ-kheo, hãy ước nguyện rằng: 'Mong cho ta dứt hết năm phần kết, sanh vào thế gian kia mà chứng đắc Niết-bàn, được pháp bất thối, không trở lại thế gian này.' Vậy hãy thành tựu giới Cụ túc, không phế bỏ thiền định, thành tựu quán hạnh, ở nơi thanh vắng.

11. "Tỳ-kheo, hãy ước nguyện rằng: 'Mong cho ta được tịch tịnh giải thoát, ly sắc, chứng đắc vô sắc; với định như vậy, tự thân chứng ngộ, thành tựu và an trụ, do tuệ quán mà đoạn trừ lậu và biến tri lậu.' Vậy hãy thành tựu giới Cụ túc, không phế bỏ thiền định, thành tựu quán hạnh, ở nơi thanh vắng.

12. "Tỳ-kheo, hãy ước nguyện rằng: 'Mong cho ta được như ý túc, thiên nhĩ trí, tha tâm trí, túc mạng trí, sanh tử trí, các lậu đã dứt sạch, chứng đắc vô lậu, tâm giải thoát, tuệ giải thoát, ngay trong đời này tự tri tự giác, tự thân chứng ngộ, thành tựu và an trụ, biết một cách như thật rằng: 'Sự sanh đã dứt, phạm hạnh đã thành, việc cần làm đã làm xong, không còn tái sanh nữa.' Vậy hãy thành tựu giới Cụ túc, không phế bỏ thiền định, thành tựu quán hạnh, ở nơi thanh vắng."

Lúc bấy giờ, ỳ-kheo ấy sau khi nghe Phật thuyết giảng, khéo thọ lãnh, khéo ghi nhớ, từ chỗ ngồi đứng dậy, cúi đầu đảnh lễ dưới chân Phật, đi nhiễu quanh ba vòng rồi lui ra. Tỳ-kheo ấy lãnh thọ lời Phật dạy, ẩn dật nơi thanh vắng, thiền tọa tư duy, tu hành tinh cần, tâm không [**586b**] phóng dật. Do ẩn dật những nơi thanh vắng, thiền tọa tư duy, tu hành tinh cần, tâm không phóng dật, nên đạt đến mục đích mà thiện nam tử cạo bỏ râu tóc, khoác áo cà-sa, chí tín, lìa bỏ gia đình, sống không gia đình, xuất gia học đạo, chỉ vì thành tựu phạm hạnh vô thượng, ngay trong đời này, tự tri tự giác, tự thân chứng ngộ, thành tựu và an trụ, biết một cách như thật rằng: 'Sự sanh đã dứt, phạm hạnh đã thành, việc cần làm đã làm xong, không còn tái sanh nữa.' Tôn giả ấy đã biết pháp rồi, liền chứng quả A-la-hán.

Phật thuyết như vậy. Các tỳ-kheo sau khi nghe Phật thuyết, hoan hỷ phụng hành. ✸

106. KINH TƯỞNG*

Tôi nghe như vầy:

Một thời, Đức Phật trú tại nước Xá-vệ, trong rừng Thắng, vườn Cấp-cô-độc.

Bấy giờ, Đức Thế Tôn bảo các tỳ-kheo:

"Nếu có sa-môn, bà-la-môn đối với đất có tư tưởng về đất, cho rằng: 'Đất tức là thần ngã, đất là sở hữu của thần ngã, thần ngã là sở hữu của đất.'[137] Vị ấy đã cho đất tức là ngã, do đó không biết rõ đất. Cũng như vậy, đối với nước, lửa, gió, thần, trời, Sanh chủ,[138] Phạm thiên, Vô phiền thiên, Vô nhiệt thiên,[139] vị ấy đối với Tịnh thiên[140] có tư tưởng về Tịnh thiên, 'Tịnh thiên tức là thần ngã, Tịnh thiên là sở hữu của thần ngã, thần ngã là sở hữu của Tịnh thiên.' Vị ấy đã cho Tịnh thiên tức là thần ngã, do đó không biết rõ Tịnh thiên. Đối với Không vô biên xứ, Thức vô biên xứ, Vô sở hữu xứ, Phi tưởng phi phi tưởng, với nhất thể, dị biệt, đa thù, cái được thấy, cái được nghe, cái được nhận thức, cái được liễu tri, cái được làm, cái được quán sát; cái được tác ý, cái được ý tư duy, từ đời này đến đời kia, từ đời kia đến đời này, cho đến, cái tất cả. Vị ấy đối với cái tất cả có tư tưởng về cái tất cả, 'Cái tất cả là thần ngã, cái tất cả là sở hữu của thần ngã, thần ngã là sở hữu của cái tất cả.' Vị ấy đã cho cái tất cả tức là ngã, do đó không biết rõ cái tất cả.

"Nếu có sa-môn, bà-la-môn đối với đất thì biết đất, 'Đất không phải là thần ngã, đất không phải là sở hữu của thần ngã, thần ngã không phải là sở hữu của đất.' Vị ấy đã không cho đất tức là thần ngã, vậy vị ấy biết rõ đất. Cũng như vậy, đối với nước, lửa, gió, thần, trời, Sanh chủ, Phạm thiên, Vô phiền thiên, Vô nhiệt thiên; vị ấy đối với Tịnh thiên thì biết

---

* Tương đương Pāli, M. 1. *Mūlapariyāyasuttaṃ*.

Tịnh thiên, 'Tịnh thiên không phải là thần ngã, Tịnh thiên không phải là sở hữu của thần ngã, thần ngã không phải là sở hữu của Tịnh thiên.' Vị ấy đã không cho Tịnh thiên tức là thần ngã, vậy vị ấy biết rõ Tịnh thiên.

"Đối với Không vô biên xứ, Thức vô biên xứ, Vô sở hữu xứ, Phi tưởng phi phi tưởng, với nhất thể, dị biệt, đa thù, cái được thấy, cái được nghe, cái được nhận thức, cái được liễu tri, cái được làm, cái được quán sát; cái được tác ý, cái được ý tư duy, từ đời này đến đời kia, [596c] từ đời kia đến đời này, cho đến, cái tất cả. Vị ấy đối với cái tất cả thì biết là cái tất cả, 'Cái tất cả không phải là ngã, cái tất cả không phải là sở hữu của ngã, ngã không phải là sở hữu của cái tất cả.' Vị ấy đã không cho cái tất cả là thần ngã, vậy vị ấy biết rõ cái tất cả.

"Ta đối với đất thì biết đất, 'Đất không phải là thần ngã, đất không phải là sở hữu của thần ngã, thần ngã không phải là sở hữu của đất.' Ta đã không cho đất tức là thần ngã, vậy Ta đã biết rõ đất. Cũng như vậy, đối với nước, lửa, gió, thần, trời, Sanh chủ, Phạm thiên, Vô phiền thiên, Vô nhiệt thiên; Ta đối với Tịnh thiên thì biết Tịnh thiên, 'Tịnh thiên không phải là thần ngã, Tịnh thiên không phải là sở hữu của thần ngã, thần ngã không phải là sở hữu của Tịnh thiên.' Ta đã không cho Tịnh thiên tức là thần ngã, vậy Ta biết rõ Tịnh thiên. Đối với Không vô biên xứ, Thức vô biên xứ, Vô sở hữu xứ, Phi tưởng phi phi tưởng, với nhất thể, dị biệt, đa thù, cái được thấy, cái được nghe, cái được nhận thức, cái được liễu tri, cái được làm, cái được quán sát; cái được tác ý, cái được ý tư duy, từ đời này đến đời kia, từ đời kia đến đời này, cho đến, cái tất cả. Ta đối với cái tất cả thì biết là cái tất cả, 'Cái tất cả không phải là ngã, cái tất cả không phải là sở hữu của ngã, ngã không phải là sở hữu của cái tất cả.' Ta đã không cho cái tất cả là ngã, vậy là Ta biết rõ cái tất cả."

Phật thuyết như vậy. Các tỳ-kheo sau khi nghe Phật thuyết, hoan hỷ phụng hành.[141] ✸

Chú thích

¹ Xem các kinh số 10, 175, 177.

² Minh diệc thậm thâm 明亦甚深. Pāli: *gambhīrāvabhāso*: "có vẻ sâu sắc" (*Pāli-English Dict. PTS.*). *Avabhāsa*, từ gốc Skt.: ánh sáng, sự chói sáng, sự biểu hiện.

³ Chí thiển chí thiển 至淺至淺. Pāli: (*gambhīrāvabhāso ca...*) *me uttānattānako viya khāyati*, đối với con nó có vẻ như minh bạch. Trong đó, *uttānaka* có nghĩa "dễ dàng (*như nằm ngửa*)" và do đó, có nghĩa *"công khai, minh bạch".* Bản Hán hiểu theo nghĩa cụ thể nên nói là *"rất nông cạn".* No 1(13) hiểu theo nghĩa đầu.

⁴ Uẩn-mạn thảo 蘊蔓草; không rõ, Pāli: *muñjapabbaja*, cỏ *muñja* (một loại sậy, tên khoa học Saccharum munja) và cỏ *pabbaja*, chỉ chung lau sậy.

⁵ Nguyên Hán: thọ 受.

⁶ Thuần sanh đại khổ ấm 純生大苦陰.

⁷ Nhân, tập, bản, duyên 因習本緣. Pāli: *hetu, samudayo, nidānaṃ, paccayo*: nguyên nhân, tập khởi, bản nguyên, điều kiện (nhân duyên). Các bản đều chép là 習 (tập quán), nhưng đối chiếu Pāli, nên hiểu là 集 (tập khởi).

⁸ Hán: thi thiết 施設; Pl.: *paññatti*, quan niệm, có khái niệm hay *paññāyati*, được quan niệm, được khái niệm.

⁹ Duyên ái hữu cầu 緣愛有求. Pāli: *taṇhaṃ paṭicca pariyesanā*, duyên nơi khát ái mà có tầm cầu.

¹⁰ Lợi, phân, nhiễm dục, trước, xan, gia, thủ 利分染欲著慳家守. Cf. No 1(13): lợi 利, dụng 用, dục 欲, trước 著, tật 嫉, thủ 守, hộ 護. Pāli: *labho* (lợi lộc), *vinicchayo* (quyết định, sử dụng), *chandarāgo* (ham muốn), *ajjhosānaṃ* (tham chấp), *pariggaho* (ôm giữ chặt), *macchariyaṃ* (keo lẫn), *ārakkho* (canh giữ).

¹¹ Dục ái và hữu ái 欲愛有愛. No 1(13), ba ái: dục, hữu và vô sắc. Pl.: sáu ái thân: sắc, thanh, hương,...

¹² Nguyên Hán: giác 覺.

¹³ Cánh lạc 更樂.

¹⁴ Sở hành, sở duyên 所行所緣. Hành tướng hay hình thái hoạt động, và đối tượng hoạt động. Xem cht. dưới.

¹⁵ Pāli: *ākārehi yehi liṅgehi yehi... nāmakāyassa paññatti hoti*, do bởi những hình thái, những tướng mạo... mà có khái niệm về danh thân.

¹⁶ Hữu đối cánh lạc 有對更樂; xúc chạm có đối ngại, sự xúc chạm gây phản ứng trên các giác quan. Xem *Câu-xá* 10 (Ch.iii, tụng 30). No.1 (13): tâm xúc. Pāli: *paṭigha-samphassa*.

¹⁷ Tăng ngữ xúc 增語觸, tác động của ngôn từ trên nhận thức. Cũng gọi là danh mục xúc. No.1(13): tâm xúc 心觸. Xem cht. 14 No 1(13). Pāli: *adhivacana-samphassa*.

¹⁸ Tham chiếu Pāli: *ettāvatā...jāyetha vā... cavetha vā upapajjetha vā ettāvatā adhivacanapatho ettāvatā niruttipatho ettāvatā paññattipatho... ettāvatā vattaṃ vattati itthattaṃ paññāpanāya yadidam nāmarūpaṃ saha viññaṇena aññamaññapaccayatā pavattati*; trong giới hạn có thể sanh, có thể chết, có thể tái sanh; trong giới hạn ấy có con đường danh ngôn, con đường truyền thuyết, con đường khái niệm; trong giới hạn ấy là sự lưu chuyển từ trạng thái này sang trạng thái khác, tức là danh sắc cùng với thức hỗ tương làm duyên cho nhau...

¹⁹ Nhất kiến hữu thần 一見有神. Pāli: *kittāvatā... attānaṃ samanupassamāno samanupassati*, cho đến mức nào quan niệm về tự ngã được quan sát?

²⁰ Giác thị thần 覺是神. Pāli: *vedanā me attā*, cảm thọ là tự ngã của tôi.

²¹ Đế bản: ly 離. TNM: tạp. Pl: *aniccasukhadukkhacokiṇṇaṃ*, nó là vô thường, xen lẫn. khổ lạc.

²² Pl.: *na kho me vedanā attā, nopi appaṭisaṃvedano me attā, attā me vediyati, vedanādhammo hi me attā' ti*, "ngã của tôi không phải là thọ; nhưng không phải ngã của tôi không có cảm thọ; ngã của tôi biết cảm thọ; ngã của tôi có tính chất cảm thọ (thọ pháp)."

²³ Pl.: *vedanā ca hi sabbena sabbaṃ sabbathā sabbaṃ aparisesā nirujjheyyuṃ ... nu kho tattha ayam aham asmi ti siyā ti?* Nếu tất cả thọ hoàn toàn diệt tận vô dư, ở đó có thể nói "tôi đang hiện hữu" được chăng?

²⁴ Thần thanh tịnh 神清淨. Không rõ ý. Có lẽ nên hiểu: "Tôi đang thanh tịnh" hay "Ngã của tôi là thanh tịnh." Cf. Pl.: *yattha sabbaso vedayitaṃ natthi api nu kho tattha ayam aham asmī ti siyā ti?* Nơi nào hoàn toàn không có cái gì được cảm thọ, nơi ấy có thể nói: tôi đang hiện hữu, được chăng?"

²⁵ Như Lai chung bất chung.

²⁶ Hán: hữu thần thi thiết nhi thi thiết 有神施設而施設. Pl. *attānaṃ paññapento paññapeti*.

²⁷ Hán: thiểu sắc thị thần thi thiết 少色是神施設. Pl.: *rūpī me paritto attā*, tự ngã của tôi là có sắc, có hạn lượng.

²⁸ Pl.: *atathaṃ vā santaṃ tathattāya upakappessāmi*, "nếu không như thế, tôi sẽ cố gắng để như thế." (Sớ giải: *upakappessāmi= sampādessāmi*).

²⁹ Thất thức trụ 七識住. Pāli: *satta viññāṇaṭṭhitiya*.

³⁰ Nhị xứ 二處. N.1 (13): nhị nhập xứ. Pāli: *dve āyatanāni*.

³¹ Hữu sắc "vì có sắc uẩn" (*Tập dị 17*. No. 1536, Đại 26, trang 437c).

³² *Tập dị 17* ibid.: Phạm chúng thiên vào thời sáng thế.

³³ Hoảng dục thiên, tức Quang âm thiên hay Cực quang thiên. Pāli: *Ābhassarā*.

³⁴ Vô tưởng thiên và Phi hữu tưởng phi vô tưởng xứ thiên, không được gọi là trụ xứ của thức vì hai nơi này thức không hiện khởi.

³⁵ Xem, kinh số 195.

³⁶ Nhất đạo 一道; No.125 (12.1): Nhất nhập đạo. Pāli: *ekāyano maggo*, con đường độc đạo.

³⁷ Giác.

³⁸ Quán thân như thân 觀身如身. Pāli: *kāye kāyanupassī*.

³⁹ Thanh tịnh tâm ý giải 清淨心意解: tâm thanh tịnh và ý cởi mở. Pāli: *so imaṃ eva kāyaṃ parisuddhena cetasā pariyodātena pharitvā*, vị ấy làm thấm nhuần thân này với tâm thuần tịnh, tinh khiết. Xem kinh 81 (Niệm thân).

⁴⁰ Thiện thọ quán tướng 善受觀相. Đây chỉ đối tượng dùng làm đề mục tu quán.

⁴¹ Ở đây thêm đoạn này vào để cho đủ nghĩa cách tu quán tưởng, mà đoạn kinh trên đã nói.

⁴² Bản Hán, hết quyển 24.

⁴³ Nguyên Hán: tri đoạn dục 知斷欲, biết thấu đáo về dục, đoạn trừ dục. Pāli: *kāmānaṃ pariññaṃ*. Sớ giải: *kāmābaṃ pahānaṃ samatikkamaṃ paññapeti*, tức là chủ trương đoạn trừ dục, siêu việt dục.

⁴⁴ Giác.

⁴⁵ Bản Cao-li chép *nhị* 二; các bản khác chép *tam* 三.

⁴⁶ Các bản chép: *nhị (tam) tri nhị (tam) đoạn*, dư chữ *nhị (tam)* thứ hai.

⁴⁷ Dục vị, dục hoạn, dục xuất yếu 欲味欲患欲出要. Pāli: *kāmānaṃ assādo, kāmānaṃ ādīnavo, kāmānṃ nissaraṇaṃ*, vị ngọt, sự tai hại và thoát ly đối với các dục.

⁴⁸ Ngũ dục công đức 五欲功德; năm yếu tố hay năm phẩm chất của dục. Pāli: *pañca kāmaguṇā*. Huyền Tráng: 5 diệu dục.

⁴⁹ Hán: kỹ thuật 伎(技)述. Pāli: *sippaṭṭhanena*, bằng công xảo xứ.

⁵⁰ Các "kỹ thuật" theo bản Hán: tác điền nghiệp, hành trị sanh, học thư, minh toán thuật, tri công số, xảo khắc ấn, tác văn chương, tạo thủ bút, hiểu kinh thư, tác dũng tướng, phụng sự vương 作田業 行治生 學書 明算術 知工數 巧刻印 作文章 造手筆 曉經書 作勇將 奉事王. Danh sách theo bản Pāli: *yadi muddāya yadi gaṇanāya yadi saṅkhānena yadi kasiyā yadi vaṇijjāya yadi gorakkhena yadi issatthena yadi rājaporisena*, hoặc bằng ấn toán (hay thuật khắc ấn), bằng ám toán (tính trầm), mục toán (số học), canh nông, thương mãi, mục súc (chăn bò), làm tên (chế tạo vũ khí), và quan chức (phục vụ vua).

⁵¹ Hiện pháp khổ ấm 現法苦陰. Pāli: *sandiṭṭhiko dukkhakhando*, khổ uẩn được chứng kiến.

⁵² No.53: "Lúc mặt trời sắp lặn, bóng mát đổ ngược xuống giữa hai ngọn núi lớn."

⁵³ Xem các kinh 12, 180, 191. Pāli: *sakkesu viharati kapilavatthusmiṃ nigrodhārāme*.

⁵⁴ Thích Ma-ha-nam 釋摩訶男. Pāli: *Sakka Mahānāma*, con trai của *Amitodana*, anh em chú bác với Phật, chứ không phải là một trong năm vị đệ tử đầu tiên của Phật.

⁵⁵ Nhiễm, nhuế, si tâm uế 染, 恚, 癡心穢. Pāli: *lobho, doso, moho citassa upakkileso*, tham, sân, si là ô nhiễm của tâm.

⁵⁶ Đoạn này như kinh 99 trên, xem các cht. ở đó.

⁵⁷ Xem kinh 99 trên.

⁵⁸ Xem cht.52, kinh 99.

⁵⁹ Xem cht.53, kinh 99.

⁶⁰ Đắc xả lạc 得捨樂.

⁶¹ Tì-đa-la sơn Tiên nhân Thất Diệp ốc 鞞哆羅山仙人七葉屋. Có lẽ là hang *Sattapaṇṇiguhā*, dưới chân núi *Vebhāra*, địa điểm này khác với bản Pāli là núi *Gijjhakūṭa*. cả hai đều ở trong số năm ngọn núi quanh *Rājagahā*. No.54: Thiết-đề-ban-lãm-cù-hà, có thể coi như dịch âm tương đương với *Sattapaṇṇiguhā*. Bản Pāli: ... *viharāmi gijjhakūṭe pabbate... saṃbahulā nigaṇṭhā isigilipasse kālasilāyaṃ*, Ta trú trên núi *Gijjhakūṭa* (Linh Thứu); có nhiều người Nigaṇṭha sống trong hang Hắc Thạch, sườn núi Tiên Nhân.

⁶² Quảng Sơn 廣山, có lẽ là *Vepulla*, cao nhất trong năm ngọn núi quanh *Rājagahā*, địa điểm này cũng khác trong bản Pāli: họ ở trong hang

> *Kaḷasilā* trên sườn *Isigili*, No.54: *Đọa-phu-lu*, có thể coi như dịch âm
> tương đương *Vepulla*.

63 Tần-tì-sa-la 頻鞞娑羅. Pāli: *Bimbisāra*, vua nước *Magadha* (Ma-kiệt-đà).

64 Pl.(M.i. 94): *aniñjamāno kāyena abhāsamāno vācaṃ satta rattidivāni...*, thân
bất động, không nói lời nào, suốt bảy ngày đêm...

65 Tăng thượng tâm 增上心. Pāli: *adhicittam.*

66 Pāli (M. i. 120): *ajjhattam eva cittaṃ santiṭṭhati sannisīdati ekodhi
hoti samādhiyati.*

67 Ngũ tướng 五相. Pāli: *pañca nimittāni.*

68 Pāli: *yaṃ nimittaṃ manasākaroto*, khi tác ý nơi một tướng (nào đó).

69 Bất thiện niệm 不善念: bất thiện tầm. Pāli: *upapajjanti pāpakā akusalā
vitakkā chandūpasamhitāpi...*, sanh khởi những ác bất thiện tầm liên hệ
đến dục...

70 Pāli: *tesaṃ vitakkānaṃ ādīnavo uparikkhitabbo: itipime vitakkā akusalā...
sāvajjā... dukkhavipākā ti*, cần quán sát sự tai hại của các tầm này: tầm
này là bất thiện, là bị chỉ trích, là có kết quả khổ.

71 Thông 通, chỉ thắng trí, tức lục thông.

72 Dĩ tư hành tiệm giảm kỳ niệm 以思行漸減其念. Pāli: *tesam vitakkānaṃ
vitakkasaṅkhārasaṇṭhānaṃ manāsikaroto*, tác ý đến tư thái và tác động
của tầm đối với các tầm ấy.

73 Pāli: *cetasā cittaṃ abhiniggaṇhaitabbaṃ abhinippīḷetabbaṃ
abhisantāpetabbaṃ*, bằng tâm mà khống chế tâm, trấn áp tâm, khuất
phục tâm.

74 Tự tại chư niệm tích 自在諸念跡. Pāli: *bhikkhu vasī vitakkapariyāyapathesu*,
tỳ-kheo ấy là người tự chủ trên những con đường dẫn đến pháp chiêm
nghiệm (tầm pháp môn đạo).

75 Niệm 念, hoặc gọi là tầm, tức là chú tâm tìm bắt đối tượng của tư duy. Cũng
là một thiền chi, thuộc Sơ thiền, mà bản Hán này thường dịch là: giác 覺.
Pāli: *vitakka.*

76 Dục niệm, nhuế niệm, hại niệm 欲念恚念害念, ba bất thiện tầm. Pāli: *tayo
akusalavitakkā: kāmavitakko, vyāpādavitakko, vihiṃsavitakko.*

77 Ba thiện tầm. Pāli: *tayo kusalavitakkā.*

78 Hán: tâm tiện lạc trung 心便樂中. Pl.(M. i. 115): *yaññadeva... bahulam
anuvitakketi anuvicāreti tathā tathā nati hoti cetaso*, tầm và tứ hướng
nhiều về nơi nào thì tâm cũng thiên hướng về nơi đó.

79 Để bản chép: thân *định hỷ* vong 身定喜亡; TTNM: thân *chi hỷ* vong 身之喜亡. Có thể nhầm cả; nên sửa lại: thân *phạp, hỷ* vong 身乏喜亡. Đối chiếu Pāli: *aticiraṃ anuvitakkayato... kāyo kilameyya; kāye kilante cittaṃ ūhaññeyya*: suy tầm quá lâu, thân có thể sinh mệt. Khi thân mỏi mệt, tâm loạn động.

80 Hướng pháp thứ pháp 向法次法, tức thực hành pháp tùy pháp.

81 Giác quán, tức là tư và niệm đã nói trên.

82 Hán: nội tĩnh nhất tâm 內靜一心 Pāli: *ajjhattaṃ sampasādanaṃ cetaso ekodibhāvaṃ.*

83 Hán: ly ư hỷ dục, xả, vô cầu du 離於喜欲捨無求遊. Pāli: *pītiyā ca virāgā ca uppekkako ca viharati*: vị ấy sống (an trú) trong trạng thái xả, không còn hỷ.

84 Hán: Thánh sở thuyết Thánh sở xả niệm lạc trú không 聖所說聖所捨念樂住空. Pāli: *yaṃ taṃ āriyā ācikkhanti upekkhako satimā sukhavihāri*, điều mà các Thánh nói là an trú lạc với xả và niệm. (...) 樂住空, nên đọc đúng: lạc trụ thất 樂住室, Pl. *sukhaviharati*. Từ tương đương Pl. *viharati* (*vihāra*, *vihāri*): an trú, cư ngụ. Danh từ của nó, Hán thường dịch là trụ; nhưng cũng có bản Hán hiểu là đường hay thất (cái nhà) như (bốn) Phạm đường hay Phạm thất mà Pāli tương đương là *brahma-vihāra*, tức bốn Phạm trụ. Vậy, ở đây Hán dịch: lạc trụ thất, chính xác cần hiểu là lạc trú hay an trú lạc.

85 Bản Hán, hết quyển 25.

86 Xem chú thích kinh 97 trên. Bản Pāli nói Phật ở tại *Sāvatthi*.

87 Thử trung 此中, tức chỉ trong Chánh pháp của Phật. Pāli: *idheva*, chỉ ở đây.

88 Thử ngoại 此外, tức ngoài Phật pháp. Pāli: *parappavāda*, ngoại đạo.

89 Dị học không vô 異學空無. Pāli: *suññā parappavādā*, các học thuyết khác trống rỗng, không có...

90 Tín giới đức cụ túc 信戒德具足. Pāli: *atthi sīlesu paripūrakāritā*, tin có những sự thành mãn trong các giới đức.

91 Ái kính đồng đạo, cung khác phụng sự 愛敬同道恭恪奉事. Pāli: *sahadhammikā kho pana piyā manāpā*, những người cùng theo một giáo pháp thương yêu nhau, mến mộ nhau.

92 Pl. *sā niṭṭhā sarāgassa udāhu vītarāgassa*, cứu cánh ấy là cho người có dục hay cho người ly dục?

93 Ái và thọ 愛受, tức ái và thủ trong mười hai chi duyên khởi. Pāli: *sa-taṇhā, sa-upādāna.*

94 Vô tuệ 無慧; Pāli: *viddasuno udāhu aviddasuno,* cho bậc trí giả hay vô trí giả?

95 Thuyết tuệ 說慧, chưa rõ nghĩa.

96 Tắng và tránh 憎諍; ghét và gây gỗ; hay ác cảm và hay gây sự. Pāli: *anuruddha-paṭiviruddha* (thuận tùng và phản đối)?

97 Hữu kiến, vô kiến 有見無見. Pāli: *bhavadiṭṭhi, vibhavadiṭṭhi,* hữu kiến, phi hữu kiến.

98 Tắng tránh vô kiến 憎諍無見. Pāli: *vibhavadiṭṭhiyā te paṭiviruddhā,* chúng phản đối quan điểm phi hữu.

99 Bảy khía cạnh của vấn đề, Hán: nhân, tập, diệt, tận, vị, hoạn, xuất yếu 因集滅盡味患出要. Pāli, chỉ kể sáu: *samudaya* (tập khởi), *atthaṅgama* (hoại diệt), *assāda* (vị ngọt), *ādīnava* (tai hại), *nissaraṇa* (sự thoát ly).

100 Bốn thọ, tức bốn thủ: dục, giới, kiến và ngã. Pāli: *cattāri upādāni, kāmupādānaṃ* (dục thủ), *diṭṭhupādānaṃ* (kiến thủ), *sīlabbatupādānaṃ* (giới cấm thủ), *attavādupādānaṃ* (ngã ngữ thủ, ngã luận thủ).

101 Ba xứ, đây chỉ ba trường hợp về giới, kiến và ngã. Tức trừ dục thủ.

102 Hán: phi chánh phi đệ nhất 非正非第一. Pl,: *sammagga,* chánh hành. Bản Hán hiểu: *samma* (chân chánh)+ *agga* (đỉnh cao, đệ nhất); thay vì, *samma+(g)gata* (đi, hành).

103 Pāli: *kiṃnidānā kiṃsamudayā kiṃjātikā kiṃpabhavā*: Cái gì là nhân duyên (đầu mối), cái gì là tập khởi, cái gì là sanh (chủng loại), cái gì là gốc.

104 Hán: tứ thọ nhân vô minh 四受因無明. Pl.: thủ do duyên ái, ái duyên thọ,..., hành, vô minh.

105 Cư sĩ Thật Ý 居士實意. No.1(8): Tán-đà-na 散陀那. No.11: Hòa hiệp 和合. Pāli, D. 25: *Sandhāna gahapati.*

106 Ưu-đàm-bà-la lâm Dị học viên 優曇婆邏林異學園. No.1(8): Ô-tạm-bà-lị-nữ phạm chí lâm. No.11: Ô-đàm-mạt-lê viên: Pāli: *Udumbarikāya paribbājakārāmo.* một bà hoàng (*devī*) dựng *Paribbajakārāma* (Tịnh xá dành cho các du sĩ Dị học), gần *Rājagaha* (Vương Xá).

107 Vô Nhuế 無恚. No.1(8), như No.11: Ni-câu-đà 尼拘陀. Pāli: *Nigrodha.* Hán đọc là *Nikrodha.*

108 Điểu luận 鳥論. Cũng trong bản Hán này những chỗ khác gọi là Súc sanh luận. Xem kinh 207. Pāli: *tiracchānakatha.*

109 Không tuệ giải thoát 空慧解脫. No 1(8): không xá tuệ 空舍慧. Pāli nói: *suññāgārahātā samaṇassa gotamassa paññā,* "trí tuệ của sa-môn Cù-đàm bị hủy hoại vì sống nơi hoang vắng" (hoặc hiểu cụ thể hơn: bị hủy hoại như ngôi nhà trống). Đề tài về tu tập nơi rừng vắng để chứng đạt

vô thượng thanh tịnh không tánh (*parisuḍhā paramānuttarā suññatā*) được nói đến trong M.122 và 123 (Xem các kinh số 190 và 191 ở sau). No.11 (...) xử Ứng Chánh đẳng giác không xá, tuệ hà năng chuyển, "ở trong cái nhà trống của Phật, thì tuệ nào mà có thể chuyển?"

[110] Hành biên chí biên 行邊至邊. Pāli: *seyyathāpi nāma gokāṇā pariyantacārinī antamantān' eva sevati*, như con bò chột mắt đi loanh quanh ngoài rìa, từ đầu này đến đầu nọ.

[111] Bất liễu tăng ố hành 不了憎惡行, tức lối tu hành khổ hạnh lấy sự ghê tởm (tăng ố) làm bản chất. Pāli: *tapojiguccha*.

[112] Hán: *bất lai tôn* 不來尊. Pāli: *na-ehi-bhadantika*, "không là Tôn giả được gọi: *Mời đến đây!*"

[113] Hán: *bất thiện tôn* 不善尊. Có lẽ tương đương: *na-sādhu-bhadantika*, "không là Tôn giả được chào đón: *Lành thay, tôn giả!*"

[114] Hán: *bất trụ tôn* 不住尊. Pāli: *na-tiṭṭha-bhadantika*, "không là Tôn giả được mời mọc: *Hãy ở lại đây, Tôn giả!*"

[115] Hán: *bất hoài nhâm gia thực* 不懷妊家食. Pāli: *na gabbhiniyā (paṭigaṇhāti)*, không (nhận thức ăn) từ người đàn bà mang thai.

[116] Hán: *ác thủy* 惡水. Pāli: *thusodaka*, nước lên men.

[117] Pāli: *ekāgāriko vā hoti ekālopiko*, mỗi nhà chỉ nhận một miếng ăn.

[118] Hán: *thực nhất đắc* 食一得. Pāli: *ekissāpi dattiyā yāpeti*, chỉ sống bằng một vật được cho.

[119] Hán: *thái như* 菜茹. Pāli: *sāka-bhakkho*.

[120] Hán: *bại tử* 稗子, loại cỏ giống như lúa. Pāli: *sāmāka*.

[121] Hán: *đầu-đầu-la* 頭頭邏. Pāli: *daddula*.

[122] Hán: chí vô sự xứ 至無事處, đến nơi rừng vắng? Không thấy Pāli tương đương. Tham chiếu: *vana-mūla-palāhāro yāpeti*.

[123] Hán: liên hiệp y 連合衣. Pāli: *masāṇāni*, vải gai lẫn các vải khác.

[124] Hán: đầu- xá y 頭舍衣. Pāli *dussa*, vải thô chưa nhuộm màu.

[125] Hán: thảo 草; Tống-Nguyên: quả 菓; Minh: 果. Kinh số 18: ngọa quả 臥果. Pāli: *phalaka*, (nằm trên) tấm ván. Bản Hán hiểu *phala(ka)* là trái cây.

[126] Hán: Học phiền nhiệt hạnh 學煩熱行. Pāli: *ātāpanaparitāpanānuyogam anuyutto viharati*, sống hành theo sự khổ hạnh ép xác.

[127] Để bản: thanh khổ 清苦; TNM: tinh khổ 精苦. Pāli: *tapassī tapassaṃ samādiyati*, người tu khổ hạnh thọ trì pháp khổ hạnh.

[128] Bản Hán, đoạn 6 và 7 giống nhau.

[129] Hán: nan vi 難為: không rõ nghĩa; nhưng có thể tương đương Pāli (M. ii. 45): *ādhānaggāhī* (cố chấp) hay *duppaṭinissaggī* (khó xả).

[130] Đắc đệ nhất, đắc chân thật 得第一得真實. Pāli: *aggappattā, sārappattā*, đạt đến đỉnh cao, đạt đến lõi (tinh túy).

[131] Hành tứ hành 行四行. Pāli: *cātuyāmasaṃvarasaṃtto*, được phòng hộ bằng bốn cấm giới luật nghi.

[132] Hán: lạc nhi bất tiến 樂而不進. Pl.: *so abhirahati no hīnāyāvattati*, vị ấy tiến tới chứ không hướng xuống thấp. Bản Hán đọc là *abhirati*.

[133] Pl.: *ye no dhammā kusalā kusalasaṅkhātā sācariyakānaṃ*, những pháp gì là thiện, được thừa nhận là thiện của các Tôn sư của chúng ta.

[134] Đắc Cụ túc giới 得具足戒. Pāli: *sampannasīla*, giới được thành tựu.

[135] Thành tựu quán hạnh 成就觀行. Pāli: *vipassanāya samannāgato*.

[136] Không tĩnh xứ 空靜處. Pāli: *suññāgāra*, chỗ trống không, trống trải.

[137] Địa tức thị thần, địa thị thần sở, thần thị địa sở 地即是神, 地是神所, 神是地所. Đối chiếu Pāli:(...) *pathiviṃ pathivito saññatvā pathivṃ maññati pathivito... pathiviyā... pathivito... maññati... pathiviṃ meti maññati pathiviṃ abhinandati*, sau khi từ đất mà có ấn tượng về đất, người ấy tư duy đất (*đối tượng*), tư duy trên đất (*sở y*), tư duy từ đất (*xuất xứ*),... người đó tư duy đất là của tôi, người ấy hoan hỷ đất.

[138] Sanh chủ 生主. Pāli: *Pajāpati*, chúa tể (hay tổ phụ) của muôn loài.

[139] Vô phiền, Vô nhiệt 無煩無熱. Hai trong năm Tịnh cư thiên. Bản Pāli không đề cập. Có tất cả tám đối tượng, xem kinh 78 (Phạm thiên thỉnh): bốn đại, quỷ thần, chư thiên, Sanh chủ và Phạm thiên.

[140] Tịnh 淨. Đây chỉ năm Tịnh cư thiên. Bản Pāli không đề cập.

[141] Bản Hán, hết quyển 26.

PHẨM 11
LÂM
TỤNG NGÀY THỨ HAI

Tiểu thổ thành

二林觀心二 達奴波法本
優陀羅蜜丸 瞿曇彌在後

Kệ tóm tắt:

Hai Lâm, hai Quán tâm,
Đạt, Nô-ba, Pháp bản,
Ưu-đà-la, Mật hoàn,
Cù-đàm-di sau cùng

107. KINH LÂM (I) *

Tôi nghe như vầy:

Một thời, Đức Phật trú tại nước Xá-vệ, trong rừng Thắng, vườn Cấp-cô-độc.

Bấy giờ Đức Thế Tôn bảo các tỳ-kheo:

1. "Tỳ-kheo nương vào một khu rừng để ở. Vị ấy nghĩ rằng: 'Ta nương vào khu rừng này để ở. Hoặc chánh niệm chưa có sẽ được chánh niệm; tâm chưa định sẽ được định; nếu chưa giải thoát sẽ được giải thoát, các lậu **[597a]** chưa diệt tận sẽ được diệt tận; chưa chứng đắc Niết-bàn an ổn vô thượng thì sẽ chứng đắc Niết-bàn. Những điều người học đạo cần như áo, chăn, đồ ăn, thức uống, giường chõng, thuốc thang, các vật dụng cho đời sống, tất cả được tìm cầu một cách dễ dàng, không khó khăn.'

"Rồi tỳ-kheo ấy nương vào khu rừng này để ở. Sau khi nương vào khu rừng này để ở, chánh niệm chưa có vẫn không được chánh niệm, tâm chưa được định vẫn không được định, chưa giải thoát vẫn không được giải thoát, các lậu chưa hết vẫn không đoạn hết, chưa chứng đắc Niết-bàn vô thượng vẫn chưa chứng đắc Niết-bàn. Những điều người học đạo cần như áo, chăn, đồ ăn, thức uống, giường chõng, thuốc thang, các vật dụng cho đời sống, tất cả được tìm cầu một cách dễ dàng, không khó khăn. Vị tỳ-kheo ấy nên quán như vầy: 'Ta xuất gia học đạo không phải vì áo chăn, không phải vì ăn uống, giường chõng, thuốc thang, cũng không phải vì các vật dụng cho đời sống. Nhưng ta nương vào khu rừng này để ở, nếu chánh niệm chưa có vẫn không được chánh niệm, tâm chưa định vẫn không được định, chưa giải thoát vẫn không được giải

---

* Tương đương Pāli, M. 17. *Vanapatthasuttaṃ*.

□ *Xem chú thích Phẩm 11: tr.507–511*

thoát, các lậu chưa hết vẫn không đoạn hết, chưa chứng đắc Niết-bàn an ổn vô thượng vẫn chưa chứng đắc Niết-bàn. Nhưng những điều người học đạo cần như áo, chăn, đồ ăn, thức uống, giường chõng, thuốc thang, các vật dụng cho đời sống, tất cả được tìm cầu một cách dễ dàng, không khó khăn.'

"Tỳ-kheo ấy đã quán như vậy rồi, phải từ bỏ khu rừng này để đi nơi khác."

2. "Tỳ-kheo nương vào một khu rừng[1] để ở. Vị ấy nghĩ rằng: 'Ta nương vào khu rừng này để ở, hoặc chánh niệm chưa có sẽ được chánh niệm, tâm chưa được định sẽ được định, chưa giải thoát sẽ được giải thoát, các lậu chưa hết liền được đoạn hết, chưa chứng đắc Niết-bàn an ổn vô thượng thì liền chứng đắc Niết-bàn. Những điều người học đạo cần như áo, chăn, đồ ăn, thức uống, giường chõng, thuốc thang, các vật dụng cho đời sống, tất cả được tìm cầu một cách dễ dàng, không khó khăn.'

"Rồi tỳ-kheo ấy nương vào khu rừng này để ở. Sau khi nương vào khu rừng để ở, chánh niệm chưa có liền được chánh niệm, tâm chưa định liền được định, chưa giải thoát liền **[597b]** được giải thoát, các lậu chưa hết liền được đoạn hết, chưa chứng đắc Niết-bàn an ổn vô thượng thì liền chứng đắc Niết-bàn. Những điều người học đạo cần như áo chăn, ăn uống, giường chõng, thuốc thang, các vật dụng cho đời sống tìm cầu một cách rất khó khăn, vị tỳ-kheo ấy nên quán như vầy, 'Ta xuất gia học đạo không phải vì áo chăn, không phải vì ăn uống, giường chõng, thuốc thang, cũng không phải vì vật dụng cho đời sống. Nhưng ta nương vào khu rừng này để ở, hoặc chánh niệm chưa có thì liền được chánh niệm, tâm chưa định liền được định, chưa giải thoát liền được giải thoát, các lậu chưa hết liền được đoạn hết, chưa chứng đắc Niết-bàn an ổn vô thượng thì liền chứng đắc Niết-bàn. Những điều người học đạo cần như áo chăn, ăn uống, giường chõng, thuốc thang, các vật dụng cho đời sống tìm cầu một cách rất khó khăn'.

"Tỳ-kheo ấy đã quán như vậy rồi, nên ở lại khu rừng này."

3. "Tỳ-kheo nương vào một khu rừng để ở. Vị ấy nghĩ rằng: 'Ta nương vào khu rừng này để ở, hoặc chánh niệm chưa có sẽ được chánh niệm, tâm chưa định sẽ được định, chưa giải thoát sẽ được giải thoát, các lậu chưa hết sẽ được đoạn hết, chưa chứng đắc Niết-bàn an ổn vô thượng thì sẽ chứng đắc Niết-bàn. Những điều người học đạo cần như áo chăn, ăn uống, giường chõng, thuốc thang, các vật dụng cho đời sống tìm cầu tất cả một cách dễ dàng không khó khăn.'

"Rồi vị tỳ-kheo ấy nương vào khu rừng này để ở. Sau khi nương vào khu rừng này để ở, hoặc chánh niệm chưa có vẫn không có chánh niệm, tâm chưa được định tĩnh vẫn không được định tĩnh, nếu chưa được giải thoát vẫn không được giải thoát, các lậu chưa hết vẫn không đoạn hết, chưa chứng đắc Niết-bàn an ổn vô thượng vẫn chưa chứng đắc Niết-bàn. Những điều người học đạo cần như áo chăn, ăn uống, giường chõng, thuốc thang, các vật dụng cho đời sống tìm cầu tất cả một cách rất khó khăn. Vị tỳ-kheo ấy nên quán như vầy, 'Ta nương vào khu rừng này để ở, chánh niệm chưa có vẫn không được chánh niệm, tâm chưa được định tĩnh vẫn không được định tĩnh, tâm chưa giải thoát vẫn không được giải thoát, các lậu chưa hết vẫn không đoạn hết, chưa chứng đắc Niết-bàn an ổn vô thượng vẫn chưa chứng đắc Niết-bàn. Những điều người học đạo cần như: áo chăn, ăn uống, giường chõng, thuốc thang, các vật dụng cho đời sống tìm cầu tất cả một cách khó khăn.'

"Tỳ-kheo quán như vậy rồi, phải lập tức từ bỏ khu rừng này ngay trong đêm mà đi, chớ có cùng người cáo biệt."

4. "Tỳ-kheo nương vào một khu rừng để ở. Vị ấy nghĩ: 'Ta nương vào khu rừng này để ở, hoặc chánh niệm chưa có liền được chánh niệm, tâm chưa định liền được định, chưa giải thoát liền được giải thoát, các lậu chưa hết liền được đoạn hết, chưa chứng đắc Niết-bàn an ổn vô thượng thì liền chứng đắc Niết-bàn. Và những điều người học đạo cần như áo chăn, ăn uống, giường chõng, thuốc thang, các vật dụng cho đời sống tìm cầu tất cả một cách dễ dàng không khó khăn.'

"Rồi tỳ-kheo ấy nương vào khu rừng này để ở. Đã nương vào khu rừng này để ở, chánh niệm chưa có liền được chánh niệm, tâm chưa định liền được định, chưa giải thoát liền được giải thoát, các lậu chưa hết liền được đoạn hết, chưa chứng đắc Niết-bàn an ổn vô thượng thì liền chứng đắc Niết-bàn. Những điều người học đạo cần như áo chăn, ăn uống, giường chõng, thuốc thang, [**597c**] các vật dụng cho đời sống tìm cầu tất cả một cách dễ dàng không khó khăn. Tỳ-kheo ấy nên quán như vầy, 'Ta nương vào khu rừng này để ở, chánh niệm chưa có liền được chánh niệm, tâm chưa định tĩnh liền được định tĩnh, chưa giải thoát liền được giải thoát, các lậu chưa hết liền được đoạn hết, chưa chứng đắc Niết-bàn an ổn vô thượng thì liền chứng đắc Niết-bàn. Những điều người học đạo cần như áo chăn, ăn uống, giường chõng, thuốc thang, các vật dụng cho đời sống tìm cầu tất cả một cách dễ dàng không khó khăn.'

"Tỳ-kheo đã quán như vậy rồi nên nương vào khu rừng này để ở trọn đời cho đến lúc mạng chung.

"Cũng như các trường hợp nương vào khu rừng để ở, cũng vậy, giữa bãi tha ma, giữa thôn ấp hay sống với người khác."

Phật thuyết như vậy. Các tỳ-kheo sau khi nghe Phật thuyết, hoan hỷ phụng hành. ◉

108. KINH LÂM (II)*

Tôi nghe như vầy:

Một thời, Đức Phật trú tại nước Xá-vệ, trong rừng Thắng, vườn Cấp-cô-độc.

Bấy giờ Đức Thế Tôn bảo các tỳ-kheo:

1. "Tỳ-kheo nương vào khu rừng này để ở. Vị ấy nghĩ rằng: 'Ta nương vào khu rừng này để ở vì lý tưởng xuất gia học đạo, là muốn thành đạt ý nghĩa của sa-môn,² ý nghĩa này được thành tựu đối với ta. Những điều người học đạo cần như y phục, ăn uống, giường chõng, thuốc thang, các vật dụng cho đời sống, tìm cầu tất cả một cách dễ dàng không khó khăn.'

"Rồi tỳ-kheo ấy nương vào khu rừng này để ở. Sau khi nương vào khu rừng này để ở, với lý tưởng xuất gia học đạo là muốn thành đạt ý nghĩa của sa-môn, nhưng ý nghĩa ấy không được thành đạt đối với ta. Những điều người học đạo cần như áo chăn, ăn uống, giường chõng, thuốc thang, các vật dụng cho đời sống tìm cầu một cách dễ dàng không khó khăn.' Tỳ-kheo ấy nên quán như vầy, 'Ta xuất gia học đạo không phải vì áo chăn, không phải vì ăn uống, giường chõng, thuốc thang, cũng không phải vì các vật dụng cho đời sống; nhưng ta nương vào khu rừng này để ở với lý tưởng xuất gia học đạo, là muốn thành đạt ý nghĩa của sa-môn, ý nghĩa này không được thành đạt đối với ta. Những điều người học đạo cần như áo chăn, ăn uống, giường chõng, thuốc thang, các vật dụng cho đời sống tìm cầu một cách dễ dàng không khó khăn.' Tỳ-kheo đã quán như vậy rồi, nên từ bỏ khu rừng này để đi nơi khác.

2. "Tỳ-kheo nương vào một khu rừng để ở, vị ấy nghĩ rằng: 'Ta nương vào một khu rừng để ở với lý tưởng xuất gia học đạo là muốn thành đạt

---

* Tham chiếu kinh 107.

ý nghĩa của sa-môn, ý nghĩa ấy được thành đạt đối với ta. Những điều người học đạo cần như áo chăn, ăn uống, giường chõng, thuốc thang, các vật dụng cho đời sống tìm cầu một cách dễ dàng không khó khăn.'

"Rồi tỳ-kheo ấy [598a] nương vào khu rừng này để ở. Sau khi nương vào khu rừng này để ở với lý tưởng xuất gia học đạo là muốn thành đạt ý nghĩa của sa-môn và ý nghĩa ấy được thành đạt đối với ta. Những điều người học đạo cần như áo chăn, ăn uống, giường chõng, thuốc thang, các vật dụng cho đời sống, tìm cầu tất cả một cách rất khó khăn, tỳ-kheo ấy nên quán như thế này: 'Ta xuất gia học đạo không phải vì áo chăn, ăn uống, giường chõng, thuốc thang, cũng không phải vì các vật dụng cho đời sống. Nhưng ta nương vào khu rừng này để ở với lý tưởng xuất gia học đạo là muốn thành đạt ý nghĩa của sa-môn, ý nghĩa ấy được thành đạt đối với ta. Những điều người học đạo cần như áo chăn, ăn uống, giường chõng, thuốc thang, các vật dụng cho đời sống tìm cầu tất cả một cách rất khó khăn.'

"Tỳ-kheo đã quán như vậy rồi, nên ở lại khu rừng này.

3. "Tỳ-kheo nương vào một khu rừng để ở, vị ấy nghĩ rằng: 'Ta nương vào khu rừng này để ở với lý tưởng xuất gia học đạo là thành đạt ý nghĩa của sa-môn, ý nghĩa ấy được thành đạt đối với ta. Những điều người học đạo cần như áo chăn, ăn uống, giường chõng, thuốc thang, các vật dụng cho đời sống tìm cầu tất cả một cách dễ dàng không khó khăn.'

"Rồi vị ấy nương vào khu rừng này để ở. Sau khi nương vào khu rừng này để ở với lý tưởng xuất gia học đạo là muốn thành đạt ý nghĩa của sa-môn, nhưng ý nghĩa ấy không thành đạt đối với ta. Những điều người học đạo cần như áo chăn, ăn uống, giường chõng, thuốc thang, các vật dụng cho đời sống tìm cầu tất cả một cách khó khăn, vị tỳ-kheo ấy nên quán như thế này: 'Ta nương vào khu rừng này để ở với lý tưởng xuất gia học đạo là thành đạt ý nghĩa của sa-môn, ý nghĩa ấy không được thành đạt đối với ta. Những điều người học đạo cần như áo chăn, ăn uống, giường chõng, thuốc thang, các vật dụng cho đời sống tìm cầu tất cả một cách rất khó khăn.'

"Tỳ-kheo đã quán như vậy rồi phải lập tức từ bỏ khu rừng này ngay giữa đêm mà đi, chớ có cùng người cáo biệt.

4. "Tỳ-kheo nương vào một khu rừng để ở, vị ấy nghĩ rằng: 'Ta nương vào khu rừng này để ở với lý tưởng xuất gia học đạo là thành đạt ý nghĩa của sa-môn, ý nghĩa ấy được thành đạt đối với ta. Những điều người học đạo cần như: áo chăn, ăn uống, giường chõng, thuốc thang, các vật dụng cho đời sống tìm cầu tất cả một cách dễ dàng không khó khăn.'

"Rồi vị tỳ-kheo ấy nương vào khu rừng này để ở. Sau khi nương vào khu rừng này để ở với lý tưởng xuất gia học đạo là muốn thành đạt ý nghĩa của sa-môn, ý nghĩa ấy được thành đạt đối với ta. Những điều người học đạo cần như áo chăn, giường chõng, thuốc thang, các vật dụng cho đời sống tìm cầu tất cả một cách dễ dàng không khó khăn, vị tỳ-kheo ấy nên quán như thế này: 'Ta nương vào khu rừng này để ở với lý tưởng xuất gia học đạo là thành đạt ý nghĩa của sa-môn, ý nghĩa ấy được thành đạt đối với ta. Những điều người học đạo cần như áo chăn, ăn uống, giường chõng, [598b] thuốc thang, các vật dụng cho đời sống tìm cầu tất cả một cách dễ dàng không khó khăn.'

"Tỳ-kheo đã quán như vậy rồi, nên nương vào khu rừng này để ở trọn đời cho đến lúc mạng chung."

Cũng như các trường hợp nương vào khu rừng để ở, cũng vậy, giữa bãi tha ma, thôn ấp hay sống với người khác.

Phật thuyết như vậy. Các tỳ-kheo sau khi nghe Phật thuyết, hoan hỷ phụng hành. ✱

109. KINH TỰ QUÁN TÂM (I)*

Tôi nghe như vầy:

Một thời, Đức Phật trú tại nước Xá-vệ, trong rừng Thắng, vườn Cấp-cô-độc.

Bấy giờ Đức Thế Tôn bảo các tỳ-kheo:

1. "Nếu tỳ-kheo không thiện xảo quán tâm người khác, hãy thiện xảo tự quán sát tâm của chính mình. Nên học như vậy.

"Thế nào gọi là tỳ-kheo thiện xảo quán tự tâm?[3] Tỳ-kheo nếu có quán này, chắc chắn được nhiều lợi ích: 'Phải chăng ta được chỉ của nội tâm,[4] nhưng chưa được tối thượng tuệ quán pháp?[5] Phải chăng ta được tối thượng tuệ quán pháp, nhưng chưa được chỉ nội tâm? Phải chăng ta chưa được chỉ nội tâm, cũng chưa được tối thượng tuệ quán pháp? Phải chăng ta được chỉ nội tâm, cũng được tối thượng tuệ quán pháp?"

"Nếu tỳ-kheo sau khi quán, liền biết rằng: 'Ta được chỉ nội tâm, chưa được tối thượng tuệ quán pháp.' Tỳ-kheo ấy được chỉ nội tâm rồi, hãy nên mong cầu tối thượng tuệ quán pháp. Vị ấy sau đó được chỉ nội tâm và cũng được tối thượng tuệ quán pháp.

"Nếu tỳ-kheo sau khi quán liền biết rằng: 'Ta được tối thượng tuệ quán pháp, nhưng chưa được chỉ nội tâm'. Tỳ-kheo ấy trụ nơi tối thượng tuệ quán pháp rồi, hãy nên mong cầu tĩnh chỉ nội tâm. Vị ấy, sau đó được tối thượng tuệ quán pháp và cũng được chỉ nội tâm.

"Nếu tỳ-kheo sau khi quán liền biết rằng: 'Ta chưa được chỉ nội tâm cũng chưa được tối thượng tuệ quán pháp.' Như vậy tỳ-kheo chưa

---

* Pāli, A. x. 54.

được pháp thiện này; vì muốn được nên phải nhanh chóng tìm cầu phương tiện, học tập tinh cần, chánh niệm, chánh tri, kham nhẫn, đừng để bị thoái chuyển. Ví như người bị lửa đốt cháy đầu, đốt cháy áo, phải nhanh chóng tìm cầu phương tiện cứu đầu, cứu áo. Cũng vậy, tỳ-kheo chưa được pháp thiện này, vì muốn được nên phải nhanh chóng tìm cầu phương tiện, học tập tinh cần, chánh niệm chánh tri, đừng để bị thoái chuyển. Vị ấy sau đó liền được chỉ nội tâm và cũng được tối thượng tuệ quán pháp.

[598c] 2. "Nếu tỳ-kheo sau khi quán tâm, liền biết rằng: 'Ta được chỉ nội tâm, cũng được tối thượng tuệ quán pháp.' Tỳ-kheo ấy tạm trú nơi pháp thiện này rồi, hãy nên mong cầu tự thân chứng ngộ Lậu tận trí thông.[6] Vì sao vậy? Ta nói, 'Không được cất chứa tất cả y, nhưng cũng nói được phép cất chứa tất cả y'.[7]

"Loại y nào mà Ta nói không được cất chứa? Nếu cất chứa y mà tăng trưởng pháp ác bất thiện, suy thoái pháp thiện, loại y như vậy, Ta nói không được cất chứa.

"Loại y nào Ta nói được phép cất chứa? Nếu cất chứa y mà tăng trưởng pháp thiện, suy thoái pháp ác bất thiện, loại y như vậy Ta nói được phép cất chứa." Cũng như y áo, về uống ăn, giường chõng, thôn ấp, cũng giống như vậy.

"Ta nói, không được quen thân tất cả mọi người, nhưng cũng nói được phép quen thân tất cả mọi người.[8]

"Loại người nào Ta nói không được quen thân? Nếu quen thân người mà tăng trưởng pháp ác bất thiện, suy thoái pháp thiện; người như vậy Ta thuyết giảng không được quen thân.

"Loại người nào Ta nói được phép quen thân? Nếu quen thân người mà tăng trưởng pháp thiện, suy thoái pháp ác bất thiện; người như vậy Ta nói được phép quen thân.

3. "Vị ấy biết đúng như thật pháp nên tập hành, cũng biết đúng như thật pháp không nên tập hành.[9] Vị ấy biết đúng như thật pháp nên tập hành, pháp không nên tập hành rồi, với pháp không nên tập hành thì không tập hành, với pháp nên tập hành liền tập hành. Vị ấy không tập hành pháp không nên tập hành, tập hành pháp nên tập hành rồi liền

tăng trưởng pháp thiện, suy thoái pháp ác bất thiện.

"Như vậy gọi là tỳ-kheo thiện xảo quán tự tâm, khéo biết tự tâm, khéo thủ, khéo xả."

Phật thuyết như vậy. Các tỳ-kheo sau khi nghe Phật thuyết, hoan hỷ phụng hành. ❁

110. KINH TỰ QUÁN TÂM (II)*

Tôi nghe như vầy:

Một thời, Đức Phật trú tại nước Xá-vệ, trong rừng Thắng, vườn Cấp-cô-độc.

Bấy giờ Đức Thế Tôn bảo các tỳ-kheo:

1. "Nếu tỳ-kheo không thiện xảo quán tâm người khác, hãy thiện xảo tự quán sát tâm của chính mình. Nên học như vậy.

"Thế nào gọi là tỳ-kheo thiện xảo quán tự tâm? tỳ-kheo nếu có quán này, chắc chắn được nhiều lợi ích: 'Ta thường hành tham lam hay thường hành không tham lam?[10] Ta thường hành tâm sân nhuế hay thường hành tâm không sân nhuế? Ta thường hành thùy miên triền hay thường hành không thùy miên triền? Ta thường hành [**599a**] trạo hối, cống cao hay thường hành không trạo hối, cống cao? Ta thường hành nghi hoặc hay thường hành không nghi hoặc? Ta thường hành thân tránh[11] hay thường hành không thân tránh? Ta thường hành tâm ô uế hay thường hành tâm không ô uế? Ta thường hành tín hay thường hành bất tín? Ta thường hành tinh tấn hay thường hành giải đãi? Ta thường hành suy niệm hay thường hành không suy niệm? Ta thường hành tâm định hay thường hành tâm không định? Ta thường hành ác tuệ hay thường hành không ác tuệ?'

"Nếu tỳ-kheo khi quán liền biết, 'Ta thường hành tham lam, tâm sân nhuế, thùy miên triền, trạo hối, cống cao, nghi hoặc, thân tránh, tâm ô uế, bất tín, giải đãi, không suy niệm, không tâm định, thường hành ác tuệ.' Tỳ-kheo ấy muốn diệt trừ pháp ác bất thiện này phải nhanh chóng tìm cầu phương tiện, học tập, tinh cần, chánh niệm, chánh trí, kham

---

* Pāli, A. x. 51.

nhẫn, đừng để bị thoái chuyển.

2. "Ví như bị lửa đốt cháy đầu, cháy áo, nhanh chóng tìm cầu phương tiện cứu đầu, cứu áo. Cũng vậy, tỳ-kheo muốn diệt trừ pháp ác bất thiện này phải nhanh chóng tìm cầu phương tiện, học tập, tinh cần, chánh niệm, chánh trí, kham nhẫn, đừng để bị thoái chuyển.

"Nếu tỳ-kheo khi quán liền biết, 'Ta thường hành không tham lam, tâm không sân nhuế, không thùy miên triền, không trạo hối cống cao, không nghi hoặc, không thân tránh, tâm không ô uế, tín, tinh tấn, suy niệm, định, thường hành không ác tuệ.' Tỳ-kheo ấy trụ nơi pháp thiện này rồi, hãy nên mong cầu tự thân chứng ngộ lậu tận trí thông.

3. "Vì sao vậy? Ta nói, không được cất chứa tất cả y nhưng cũng nói được quyền cất chứa tất cả y áo. Loại y nào Ta nói không được cất chứa? Nếu cất chứa y áo mà tâm tăng trưởng pháp ác bất thiện, suy thoái pháp thiện, y áo như vậy Ta nói không được cất chứa. Loại y nào Ta nói được quyền cất chứa? Nếu cất chứa y áo mà tăng trưởng pháp thiện, suy thoái pháp ác bất thiện, y áo như vậy Ta nói được quyền cất chứa." Cũng như y áo, về uống ăn, giường chõng, thôn ấp cũng giống như vậy.

4. "Ta nói không được quen thân tất cả mọi người, nhưng cũng nói được quen thân tất cả mọi người. Người thế nào mà Ta nói không được quen thân? Nếu quen thân người mà tăng trưởng pháp ác bất thiện, suy thoái pháp thiện, người như vậy Ta nói không được quen thân. Người thế nào mà Ta nói được quyền quen thân? Nếu quen thân người, liền tăng trưởng pháp thiện, suy thoái pháp ác bất thiện, người như vậy Ta nói được quyền quen thân.

5. [599b] "Vị ấy biết đúng như thật pháp nên tập hành, cũng biết đúng như thật pháp không nên tập hành. Vị ấy biết đúng như thật pháp nên tập hành và pháp không nên tập hành rồi, pháp không nên tập hành thì không tập hành, pháp nên tập hành liền tập hành. Vị ấy không tập hành pháp không nên tập hành, tập hành pháp nên tập hành rồi, liền tăng trưởng pháp thiện, suy thoái pháp ác bất thiện.

"Như vậy gọi là tỳ-kheo khéo tự quán tâm, khéo tự biết tâm, khéo thủ, khéo xả."

Phật thuyết như vậy. Các tỳ-kheo sau khi nghe Phật thuyết, hoan hỷ phụng hành. ❁

111. KINH ĐẠT PHẠM HẠNH*

Tôi nghe như vầy:

Một thời, Đức Phật trú tại Câu-lâu-sấu, ở Kiếm-ma-sắt-đàm, một đô ấp của Câu-lâu.¹²

Bấy giờ Đức Thế Tôn nói với các tỳ-kheo rằng:

"Ta sẽ thuyết pháp cho các ngươi nghe, vi diệu ở khởi đầu, vi diệu ở khoảng giữa và vi diệu ở đoạn cuối, có văn, có nghĩa, cụ túc thanh tịnh, hiển hiện phạm hạnh; đó là 'Đạt phạm hạnh',¹³ có thể diệt tận các lậu. Các ngươi hãy lắng nghe, hãy suy ngẫm kỹ!"

Bấy giờ các tỳ-kheo vâng lời dạy, chờ nghe.

Đức Thế Tôn nói:

1. "Các ngươi hãy biết lậu, nhân sinh của lậu, biết sự hữu báo của lậu, biết sự thắng liệt của lậu,¹⁴ biết sự diệt tận của lậu, biết lậu diệt đạo.

"Các ngươi hãy biết thọ,¹⁵ biết nhân sanh của thọ, biết sự hữu báo của thọ, biết sự thắng liệt của thọ, biết sự diệt tận của thọ, biết thọ diệt đạo.

"Các ngươi hãy biết tưởng, biết nhân sanh của tưởng, biết sự hữu báo của tưởng, biết sự thắng liệt của tưởng, biết sự diệt tận của tưởng, biết tưởng diệt đạo.

"Các ngươi hãy biết dục, biết nhân sanh của dục, biết hữu báo của dục, biết sự thắng liệt của dục, biết sự diệt tận của dục, biết dục diệt đạo.

"Các ngươi hãy biết nghiệp, biết nhân sanh của nghiệp, biết hữu báo của nghiệp, biết sự thắng liệt của nghiệp, biết sự diệt tận của nghiệp, biết nghiệp diệt đạo.

---

* Pāli, A. vi. 63. Hán, No 57: kinh Lậu phân bố.

"Các ngươi hãy biết khổ, biết nhân sanh của khổ, biết sự hữu báo của khổ, biết sự thắng liệt của khổ, biết sự diệt tận của khổ, biết khổ diệt đạo.

2. "Thế nào là biết lậu? Biết có ba lậu: dục lậu, hữu lậu và vô minh lậu. Đó là biết lậu. Thế nào biết nhân sanh của lậu? Biết từ vô minh, nhân vô minh, do đó có lậu. Đó là biết nhân sanh của lậu. Thế nào là biết hữu báo của lậu? Biết bị vô minh trói buộc, bị các lậu rỉ thấm, do nhân duyên đó lãnh thọ quả báo hoặc được đến chỗ lành hay được đến chỗ ác. Đó là biết [**599c**] hữu báo lậu. Thế nào là biết sự thắng liệt của lậu? Biết có lậu khiến sanh vào địa ngục, có lậu khiến sanh vào súc sanh, có lậu khiến sanh vào ngạ quỷ, có lậu khiến sanh vào cõi trời, hoặc có lậu khiến sanh vào cõi người. Đó là sự thắng liệt của lậu. Thế nào là biết sự diệt tận của lậu? Biết vô minh diệt, lậu liền diệt. Đó là biết lậu diệt tận. Thế nào là biết lậu diệt đạo? Biết Thánh đạo tám chi, từ chánh kiến đến chánh định. Đó là biết lậu diệt đạo. Nếu tỳ-kheo biết lậu, biết nhân sanh của lậu, biết hữu báo của lậu, biết sự thắng liệt của lậu, biết sự diệt tận của lậu, biết lậu diệt đạo như vậy, đó gọi là đạt phạm hạnh, có thể diệt tận tất cả lậu.

3. "Thế nào là biết thọ? Biết có ba cảm thọ: cảm thọ lạc, cảm thọ khổ và cảm thọ không khổ không lạc. Đó là biết thọ. Thế nào là biết nhân sanh của thọ? Biết từ xúc, do xúc nên có thọ. Đó là biết nhân sanh của thọ. Thế nào là biết hữu báo của thọ? Biết ái, ái là hữu báo của thọ. Đó là biết hữu báo của thọ. Thế nào là biết sự thắng liệt của thọ? Tỳ-kheo khi thọ nhận cảm thọ lạc, liền biết đang thọ nhận cảm thọ lạc; khi thọ nhận cảm thọ khổ liền biết đang thọ nhận cảm thọ khổ; khi thọ nhận cảm thọ không khổ không lạc, liền biết đang thọ nhận cảm thọ không khổ không lạc. Khi thân thọ nhận cảm thọ lạc, thân thọ nhận cảm thọ khổ, thân thọ nhận cảm thọ không khổ không lạc; khi tâm thọ nhận cảm thọ lạc, tâm thọ nhận cảm thọ khổ, tâm thọ nhận cảm thọ không khổ không lạc. Cảm thọ lạc khi ăn, cảm thọ khổ khi ăn, cảm thọ không khổ không lạc khi ăn. Cảm thọ lạc khi không ăn, cảm thọ khổ khi không ăn, cảm thọ không khổ không lạc khi không ăn. Cảm thọ lạc khi có dục, cảm thọ khổ khi có dục, cảm thọ không khổ không lạc khi có dục. Cảm thọ lạc khi không có dục, cảm thọ khổ khi không có dục, cảm thọ không khổ không lạc khi không có dục, thì biết có cảm thọ không khổ không lạc khi không có dục. Đó là biết sự thắng liệt của thọ. Thế nào là biết sự diệt tận của thọ? Biết xúc diệt, thọ liền diệt. Đó là biết sự diệt tận của thọ. Thế nào là biết thọ diệt đạo? Biết Thánh đạo tám chi, từ chánh kiến cho đến chánh định. Đó là biết thọ diệt đạo. Nếu tỳ-kheo biết thọ, biết nhân sanh của thọ, biết hữu báo của thọ, biết sự thắng liệt của thọ, biết sự diệt tận của thọ, biết thọ diệt đạo như vậy, đó gọi là đạt phạm hạnh, có thể diệt tận tất cả thọ.

4. "Thế nào là biết tưởng? Biết có bốn tưởng:[16] Tỳ-kheo khi có tưởng nhỏ cũng biết, tưởng lớn cũng biết, tưởng vô lượng cũng biết, tưởng xứ vô sở hữu cũng biết. Đó là biết tưởng. Thế nào là biết nhân sanh của tưởng? Biết từ xúc, do xúc nên có tưởng. Đó là biết nhân sanh của tưởng. Thế nào là biết hữu báo của tưởng? Biết **[600a]** tuyên thuyết,[17] tùy tưởng mà tuyên thuyết.[18] Đó là biết hữu báo của tưởng. Thế nào là biết sự thắng liệt của tưởng? Biết có tưởng tưởng về sắc,[19] có tưởng tưởng về tiếng, có tưởng tưởng về hương, có tưởng tưởng về vị, có tưởng tưởng về xúc. Đó là biết sự thắng liệt của tưởng. Thế nào là biết sự diệt tận của tưởng? Biết xúc diệt, tưởng liền diệt. Đó là biết sự diệt tận của tưởng. Thế nào là biết tưởng diệt đạo? Biết Thánh đạo tám chi, từ chánh kiến cho đến chánh định. Đó là biết tưởng diệt đạo. Nếu tỳ-kheo biết tưởng, biết nhân sanh của tưởng, biết hữu báo của tưởng, biết sự thắng liệt của tưởng, biết sự diệt tận của tưởng, biết tưởng diệt đạo như vậy, đó gọi là đạt phạm hạnh, có thể diệt tận tất cả tưởng.

5. "Thế nào là biết dục? Biết dục có năm công đức của dục, khả ái, khả hỷ, mỹ sắc, tương ưng với ham muốn, rất đáng thích. Những gì là năm? Sắc được biết bởi mắt, thanh được biết bởi tai, hương được biết bởi mũi, vị được biết bởi lưỡi, xúc được biết bởi thân. Đó là biết dục. Thế nào là biết nhân sanh của dục? Biết từ xúc, do xúc nên có dục. Đó là biết nhân sanh của dục. Thế nào là biết hữu báo của dục? Tùy theo chủng loại dục mà sanh ái lạc, đắm trước rồi trụ vào đó, do nhân duyên đó lãnh thọ quả báo, đến chỗ có phước, đến chỗ phi phước hay chỗ bất động. Đó là biết hữu báo của dục. Thế nào là biết sự thắng liệt của dục? Hoặc có dục ham muốn sắc,[20] hoặc có dục ham muốn tiếng, hoặc có dục ham muốn hương, hoặc có dục ham muốn vị, hoặc có dục ham muốn xúc. Đó là biết sự thắng liệt của dục. Thế nào là biết sự diệt tận của dục? Biết xúc diệt, dục liền diệt. Đó là biết sự diệt tận của dục. Thế nào là biết dục diệt đạo? Biết Thánh đạo tám chi, từ chánh kiến cho đến chánh định. Đó là biết dục diệt đạo. Nếu tỳ-kheo biết dục, biết nhân sanh của dục, biết hữu báo của dục, biết sự thắng liệt của dục, biết sự diệt tận của dục, biết dục diệt đạo là như vậy, đó gọi là đạt phạm hạnh, có thể diệt tận tất cả dục.

6. "Thế nào là biết nghiệp? Biết có hai nghiệp: nghiệp và nghiệp đã tư.²¹ Đó là biết nghiệp. Thế nào là biết nhân sanh của nghiệp? Biết do xúc nên có nghiệp. Đó là biết nhân sanh của nghiệp. Thế nào là biết hữu báo của nghiệp? Biết nghiệp đen có quả báo đen, nghiệp trắng có quả báo trắng, nghiệp đen trắng có quả báo đen trắng, hoặc nghiệp không đen không trắng thì không có quả báo và nghiệp tận. Đó là biết nghiệp có quả báo. Thế nào là biết sự thắng liệt của nghiệp? Biết có nghiệp khiến sanh [600b] vào địa ngục, có nghiệp khiến sanh vào súc sanh, có nghiệp khiến sanh vào ngạ quỷ, có nghiệp khiến sanh vào cõi trời, hoặc có nghiệp khiến sanh vào cõi người. Đó là biết sự thắng liệt của nghiệp. Thế nào là biết sự diệt tận của nghiệp? Biết xúc diệt, nghiệp liền diệt. Đó là biết sự diệt tận của nghiệp. Thế nào là biết nghiệp diệt đạo? Biết Thánh đạo tám chi, từ chánh kiến cho đến chánh định. Đó là biết nghiệp diệt đạo. Nếu tỳ-kheo biết nghiệp, biết nhân sanh của nghiệp, biết hữu báo của nghiệp, biết sự thắng liệt của nghiệp, biết sự diệt tận của nghiệp, biết nghiệp diệt đạo như vậy, đó gọi là đạt phạm hạnh, có thể diệt tận tất cả nghiệp.

7. "Thế nào là biết khổ? Biết khổ sanh, khổ già, khổ bệnh, khổ chết, khổ oán tăng hội, khổ ái biệt ly, khổ cầu bất đắc; nói tóm, năm thủ uẩn là khổ. Đó là biết khổ. Thế nào là biết nhân sanh của khổ? Biết từ ái, do ái sanh khổ. Đó là biết nhân sanh của khổ. Thế nào là biết hữu báo của khổ? Biết có khổ diệt hơi chậm, hoặc có khổ diệt hơi nhanh, hoặc có khổ diệt rất chậm, hoặc có khổ diệt rất nhanh.²² Đó là biết hữu báo của khổ. Thế nào là biết sự thắng liệt của khổ? Đó là phàm phu ngu si không đa văn, không gặp thiện tri thức, không điều ngự thánh pháp, nên khi thân sanh cảm thọ rất khổ, cùng cực khổ, mạng sống muốn tuyệt; bỏ đây,²³ theo ngoại đạo để mong cầu chữa trị, hoặc có sa-môn, bà-la-môn thọ trì loại chú một câu, loại chú hai, ba, bốn hay nhiều câu, hoặc thọ trì loại chú một trăm câu thần chú, 'Vị ấy trị dứt khổ cho ta', như vậy là nhân mong cầu mà sanh khổ, nhân tập khởi mà sanh khổ; cũng nhân mong cầu mà khổ diệt. Đó là biết sự thắng liệt của khổ. Thế nào là biết sự diệt tận của khổ? Biết ái diệt, khổ liền diệt. Đó là biết sự diệt tận của khổ. Thế nào là biết khổ diệt đạo? Biết Thánh đạo tám chi, từ chánh kiến cho

đến chánh định. Đó là biết khổ diệt đạo. Nếu tỳ-kheo biết khổ, biết nhân sanh của khổ, biết hữu báo của khổ, biết sự thắng liệt của khổ, biết sự diệt tận của khổ, biết khổ diệt đạo như vậy, đó gọi là Đạt phạm hạnh, có thể diệt tận tất cả khổ."

Phật thuyết như vậy. Các tỳ-kheo sau khi nghe Phật thuyết, hoan hỷ phụng hành. ◉

112. KINH A-NÔ-BA*

[600c1] Tôi nghe như vầy:

Một thời, Đức Phật trú tại Bạt-kì-sấu,[24] ở đô ấp A-nô-ba[25] của người Bạt-kì.

Bấy giờ, vào lúc xế trưa, Đức Thế Tôn từ chỗ tĩnh tọa đứng dậy, bước ra khỏi tịnh thất và nói:

"A-nan, Ta và ông hãy đi đến sông A-di-la-hòa-đế[26] để tắm.

Tôn giả A-nan nói:

"Kính vâng."

Đề-bà-đạt-đa

Khi ấy, Đức Thế Tôn cùng Tôn giả A-nan đi đến sông A-di-la-hòa-đế, cởi bỏ y phục trên bờ sông rồi xuống nước tắm. Tắm xong, lên bờ, lau mình và mặc y phục vào. Bấy giờ Tôn giả A-nan cầm quạt quạt hầu Phật. Khi ấy, Đức Thế Tôn ngoảnh lại, hỏi:

"A-nan, Đề-bà-đạt-đa vì phóng dật nên sẽ bị đọa lạc rất cực khổ, chắc chắn đến chỗ ác, sanh vào địa ngục, ở đấy trọn kiếp, không thể cứu vớt. A-nan, ông có nghe các tỳ-kheo nói lại rằng, Ta đã xác định một cách dứt khoát[27] Đề-bà-đạt-đa chắc chắn đến chỗ ác, sanh vào địa ngục, ở đấy trọn kiếp, không thể cứu vớt chăng?"

Tôn giả A-nan thưa:

"Quả vậy, lúc bấy giờ có một vị tỳ-kheo nói với con rằng: 'Này Tôn giả A-nan, phải chăng Đức Thế Tôn dùng tha tâm trí biết rõ tâm Đề-bà-đạt-

---

* Pāli, A. vi. 62. Hán, No 58: A-nậu phong kinh.

đa nên Ngài xác định rằng, Đề-bà-đạt-đa²⁸ chắc chắn đến chỗ ác, sanh vào địa ngục, ở đấy trọn kiếp, không thể cứu vớt'?"²⁹

Đức Thế Tôn nói:

"A-nan, tỳ-kheo ấy hoặc nhỏ, hoặc trung, hoặc lớn tuổi, hoặc niên thiếu, đều không hiểu biết.³⁰ Vì sao vậy? Như Lai đã xác định, nhưng người ấy vẫn còn nghi hoặc. A-nan, Ta không thấy có những Thiên, Ma, Phạm, sa-môn, bà-la-môn hay bất cứ ai khác ở trên đời này từ người đến trời như Ta ghi nhận nhất quyết về Đề-bà-đạt-đa. Vì sao vậy? A-nan, Ta xác định rằng Đề-bà-đạt-đa chắc chắn đến chỗ ác, sanh vào địa ngục, ở đấy trọn kiếp, không thể cứu vớt. A-nan, nếu Ta thấy Đề-bà-đạt-đa có được chút pháp bạch tịnh nào bằng một sợi lông, Ta đã không xác định rằng Đề-bà-đạt-đa chắc chắn đến chỗ ác, sanh vào địa ngục, ở đấy trọn kiếp, không thể cứu vớt. A-nan, vì Ta không thấy Đề-bà-đạt-đa có được chút pháp bạch tịnh nào bằng một sợi lông, nên Ta xác định rằng Đề-bà-đạt-đa chắc chắn đến chỗ ác, sanh vào địa ngục, ở đấy trọn kiếp, không thể cứu vớt.

"A-nan, ví như cách thôn nọ không xa, có một hầm phẩn sâu rộng, có người bị lọt vào đấy, chìm xuống tận đáy. Có người đi đến trông thấy, phát khởi lòng đại từ đại bi, mong muốn cho được sự lợi ích và phước lành, được an ổn, khoái lạc. Người ấy [601a] nhìn quanh rồi nói, 'Người này có chỗ nào như lông, tóc không bị dính phẩn để ta có thể nắm kéo lên chăng?' Người ấy nhìn khắp châu thân nhưng không thấy có chỗ nào bằng một sợi lông, một cọng tóc mà không bị dính phẩn để có thể dùng tay nắm kéo lên được.' Cũng vậy, này A-nan, nếu Ta thấy Đề-bà-đạt-đa có một chút pháp bạch tịnh nào bằng một sợi lông, Ta đã không ghi xác định rằng Đề-bà-đạt-đa chắc chắn đến chỗ ác, sanh vào địa ngục, ở đấy trọn kiếp, không thể cứu vớt. A-nan, vì Ta không thấy Đề-bà-đạt-đa có được chút pháp bạch tịnh nào bằng một sợi lông, nên Ta ghi xác định rằng Đề-bà-đạt-đa chắc chắn đến chỗ ác, sanh vào địa ngục, ở đấy trọn kiếp, không thể cứu vớt.

Đại nhân căn trí

Khi ấy, Tôn giả A-nan khóc lóc, lấy tay gạt lệ rồi thưa rằng:

"Kính bạch Thế Tôn! Thật là kỳ diệu! Thật là hy hữu! Thế Tôn đã xác định rằng 'Đề-bà-đạt-đa chắc chắn đến chỗ ác, sanh vào địa ngục, ở đấy trọn kiếp không thể cứu vớt.'"

"Đúng vậy A-nan! Đúng vậy A-nan! Ta xác định rằng Đề-bà-đạt-đa chắc chắn đến chỗ ác, sanh vào địa ngục, ở đấy trọn kiếp, không thể cứu vớt. A-nan, nếu ông được Như Lai thuyết giảng cho nghe về phân biệt Đại nhân căn trí[31] chắc chắn sẽ có tín tâm tối thượng nơi Như Lai mà luôn luôn hoan hỷ."

Khi ấy, Tôn giả A-nan chắp tay hướng Phật mà bạch rằng:

"Bạch Thế Tôn, nay quả là đúng lúc! Bạch Thiện Thệ, nay quả là đúng lúc! Ngưỡng mong Thế Tôn thuyết giảng cho các tỳ-kheo nghe về phân biệt Đại nhân căn trí. Các tỳ-kheo được Thế Tôn thuyết giảng cho nghe sẽ khéo léo thọ trì."

Đức Thế Tôn nói:

"A-nan, hãy lắng nghe! Hãy suy ngẫm kỹ! Nay Ta sẽ thuyết giảng cho ông nghe về phân biệt Đại nhân căn trí."

Tôn giả A-nan vâng lời dạy, lắng nghe.

Thế Tôn nói:

1. "A-nan, Như Lai dùng tha tâm trí quán sát tâm người khác, biết người này thành tựu pháp thiện, cũng thành tựu pháp bất thiện. Sau đó, Như Lai dùng tha tâm trí quán sát lại tâm người này, biết người này diệt pháp thiện, sanh pháp bất thiện. Người này đã diệt pháp thiện, sanh pháp bất thiện, nhưng thiện căn còn sót lại chưa đoạn tuyệt. Từ thiện căn đó, lại sẽ phát sanh pháp thiện. Như vậy, người này đạt được pháp thanh tịnh.

"A-nan, ví như sáng sớm, mặt trời vừa xuất hiện, bóng tối diệt, ánh sáng sanh. A-nan, ý ông nghĩ sao, mặt trời lên dần cho đến giờ ăn trưa, phải chăng bóng tối đã diệt, ánh sáng đã sanh?

Tôn giả A-nan thưa:

"Bạch Thế Tôn, đúng vậy."

[**601b**] "Cũng vậy, này A-nan, Như Lai dùng tha tâm trí quán sát tâm người khác, biết người này thành tựu pháp thiện, cũng thành tựu pháp bất thiện. Sau đó, Như Lai dùng tha tâm trí quán sát lại tâm người này, biết người này diệt pháp thiện, sanh pháp bất thiện. Người này đã diệt pháp thiện, sanh pháp bất thiện, nhưng thiện căn còn sót lại, chưa đoạn tuyệt. Từ thiện căn đó sẽ lại phát sanh pháp thiện. Như vậy, người này đạt được pháp thanh tịnh.

"A-nan, ví như hạt lúa giống không hư, không vỡ, không mục, không nứt, không bị gió, nắng làm thương tổn, mùa thu được cất giấu kín đáo. Nếu người cư sĩ giỏi, sửa sang khoảnh ruộng tốt rồi vãi hạt giống vào và mưa xuống phải thời, A-nan, ý ông nghĩ sao, hạt giống ấy có dần dần lớn lên được chăng?"

Tôn giả A-nan thưa:

"Bạch Thế Tôn, có thể vậy."

"Cũng vậy, A-nan, Như Lai dùng tha tâm trí quán sát tâm người khác, biết người này thành tựu pháp thiện, cũng thành tựu pháp bất thiện. Sau đó Như Lai dùng tha tâm trí lại quán sát tâm người này, biết người này diệt pháp thiện, sanh pháp bất thiện; người này đã diệt pháp thiện, sanh pháp bất thiện, nhưng thiện căn còn sót chưa đoạn tuyệt. Từ thiện căn đó, thiện pháp sẽ lại phát sanh. Như vậy là người này đạt được pháp thanh tịnh. A-nan, đó gọi là Đại nhân căn trí của Như Lai. Như Lai hiểu biết chân chánh về gốc rễ của các pháp như vậy.

2. "Lại nữa, A-nan, Như Lai dùng tha tâm trí quán sát tâm người khác, biết người này thành tựu pháp thiện, cũng thành tựu pháp bất thiện. Sau đó Như Lai dùng tha tâm trí quán sát lại tâm người này, biết người này diệt pháp thiện, sanh pháp bất thiện, thiện căn còn sót chưa đoạn tuyệt, chắc chắn rồi sẽ đoạn tuyệt. Như vậy, người này đi đến pháp suy thoái.[32]

"A-nan, ví như từ lúc xế trưa cho đến khi mặt trời lặn, ánh sáng diệt, bóng tối sanh; A-nan, ý ông nghĩ sao, sau khi mặt trời lặn, phải chăng ánh sáng đã diệt, bóng tối đã sanh?"

Tôn giả A-nan thưa:

"Bạch Thế Tôn, đúng vậy."

"Cũng vậy, A-nan, Như Lai dùng tha tâm trí quán sát tâm người khác, biết người này thành tựu pháp thiện, cũng thành tựu pháp bất thiện. Sau đó Như Lai dùng tha tâm trí quán sát lại tâm người này, biết người này diệt pháp thiện, sanh pháp bất thiện; người này đã diệt pháp thiện, sanh pháp bất thiện, thiện căn còn sót chưa đoạn tuyệt, chắc chắn rồi sẽ đoạn tuyệt. Như vậy, người này đi đến pháp suy thoái.

"A-nan, ví như hạt lúa giống không hư, không vỡ, không [**601c**] mục, không nứt, không bị gió, nắng làm thương tổn, mùa thu đến được cất giấu kín đáo. Nếu người cư sĩ kia giỏi, sửa sang ruộng tốt rồi vãi hạt giống vào nhưng mưa xuống không phải thời, thì này A-nan, ý ông nghĩ sao, hạt giống này có dần dần lớn lên được không?"

Tôn giả A-nan thưa:

"Bạch Thế Tôn, không thể được".

"Cũng vậy, này A-nan, Như Lai dùng tha tâm trí quán sát tâm người khác, biết người này thành tựu pháp thiện, cũng thành tựu pháp bất thiện. Sau đó Như Lai dùng tha tâm trí quán sát lại tâm người này, biết người này diệt pháp thiện, sanh pháp bất thiện; người này đã diệt pháp thiện, sanh pháp bất thiện, thiện căn còn sót chưa đoạn tuyệt, chắc chắn rồi sẽ đoạn tuyệt. Như vậy, người này đi đến pháp suy thoái.

"A-nan, đó gọi là Đại nhân căn trí của Như Lai. Như Lai hiểu biết chân chánh về gốc rễ của các pháp như vậy.

3. "Lại nữa, này A-nan, Như Lai dùng Tha tâm trí quán sát tâm người khác. Ta không thấy người này có được chút pháp bạch tịnh nào, dù chỉ bằng một sợi lông. Người này một mực chỉ có pháp ác, bất thiện, ô uế, làm gốc rễ cho sự hữu trong tương lai là sự phiền nhiệt, là khổ báo, là nguyên nhân của sanh, già, bệnh, chết. Như vậy, người này khi thân hoại mạng chung, chắc chắn đi đến chỗ ác, sanh vào địa ngục.

"A-nan, ví như hạt giống hư, vỡ, mục nát, bị gió nắng làm thương tổn, mùa thu không được cất giấu kín đáo. Nếu người cư sĩ kia không phải là nông phu giỏi, lại không khéo canh tác, gieo hạt giống xuống và mưa không phải thời, thì này A-nan, ý ông nghĩ sao, hạt giống lúa có dần dần lớn lên được chăng?"

Tôn giả A-nan thưa:

"Bạch Thế Tôn, dạ không."

"Cũng vậy, này A-nan, Như Lai dùng tha tâm trí quán sát tâm người khác, Ta không thấy người này có được chút pháp bạch tịnh, dù bằng sợi lông. Người này pháp ác bất thiện hoàn toàn dẫy đầy, ô uế, làm gốc rễ cho sự hữu trong tương lai, lại phiền nhiệt, khổ báo, nguyên nhân của sanh, già, bệnh, chết. Như vậy, người này khi thân hoại mạng chung, chắc chắn đi đến chỗ ác, sanh vào địa ngục. A-nan, đó gọi là Đại nhân căn trí của Như Lai. Như Lai hiểu biết chân chánh về gốc rễ của các pháp như vậy."

Ba hạng người

"Khi ấy Tôn giả A-nan chắp tay hướng Phật mà bạch rằng:

"Bạch Thế Tôn, Thế Tôn đã thuyết giảng về ba hạng người như vậy. Mong Thế Tôn có thể giảng thuyết về ba hạng người khác nữa được chăng?"

Đức Thế Tôn nói:

1. "Ta có thể nói. Này A-nan, Như Lai dùng tha tâm trí quán sát tâm người khác, biết người này thành tựu pháp bất thiện, cũng thành tựu pháp thiện. Sau đó, Như Lai dùng tha tâm trí quán sát lại tâm người này, biết người này diệt pháp bất thiện, sanh pháp thiện. Người này đã diệt pháp bất thiện, sanh pháp thiện, **[602a]** nhưng bất thiện căn còn sót chưa đoạn tuyệt. Từ bất thiện căn này sẽ lại phát sanh pháp bất thiện. Như vậy, người này đi đến pháp suy thoái.

"A-nan, ví như lửa đốt, khi mới đốt chỉ có một ngọn, có người đẩy cỏ khô thêm rồi chất củi khô lên. Này A-nan, ý ông nghĩ sao, ngọn lửa kia càng bốc cháy mạnh lên chăng?"

Tôn giả A-nan thưa:

"Bạch Thế Tôn, quả như vậy."

"Cũng vậy, này A-nan, Như Lai dùng tha tâm trí quán sát tâm người khác, biết người này thành tựu pháp bất thiện, cũng thành tựu pháp thiện. Sau đó, Như Lai dùng tha tâm trí quán sát lại tâm người này, biết người này diệt pháp bất thiện, sanh pháp thiện. Người này đã được diệt pháp bất thiện, sanh pháp thiện, nhưng bất thiện căn còn sót chưa đoạn tuyệt. Từ bất thiện căn đó sẽ lại phát sanh pháp bất thiện. Như vậy, người này đi đến pháp suy thoái.

"Này A-nan, đó gọi là Đại nhân căn trí của Như Lai. Như Lai hiểu biết chân chánh về gốc rễ của các pháp như vậy.

2. "Lại nữa, này A-nan, Như Lai dùng tha tâm trí quán sát tâm người khác, biết người này thành tựu pháp bất thiện, cũng thành tựu pháp thiện. Sau đó, Như Lai dùng tha tâm trí quán sát lại tâm người này, biết người này diệt pháp bất thiện, sanh pháp thiện. Người này đã diệt pháp bất thiện, sanh pháp thiện, nhưng bất thiện căn còn sót chưa đoạn tuyệt, chắc chắn rồi sẽ đoạn tuyệt. Như vậy, người này đạt đến pháp thanh tịnh.

"A-nan, ví như đốt lửa, khi mới đốt chỉ có một ngọn, có người đem cây lửa đang cháy sáng này để trên đất bằng, hoặc để trên đá; này A-nan, ý ông nghĩ sao, ngọn lửa há càng bốc cháy mạnh lên chăng?"

Tôn giả A-nan thưa:

"Bạch Thế Tôn, không thể vậy."

"Cũng vậy, này A-nan, Như Lai dùng tha tâm trí quán sát tâm người khác, biết người này thành tựu pháp bất thiện, cũng thành tựu pháp thiện. Sau đó Như Lai dùng tha tâm trí quán sát lại tâm người này, biết người này diệt pháp bất thiện, sanh pháp thiện. Người này đã diệt pháp bất thiện, sanh pháp thiện, nhưng bất thiện căn còn sót chưa đoạn tuyệt, chắc chắn rồi sẽ đoạn tuyệt. Như vậy là người này đạt pháp thanh tịnh.

"A-nan, đó gọi là Đại nhân căn trí của Như Lai. Như Lai hiểu biết chân chánh về gốc rễ của các pháp như vậy.

3. "Lại nữa, này A-nan, Như Lai dùng tha tâm trí quán sát tâm người khác, Ta không thấy người này có chút hắc nghiệp dù bằng một sợi lông. Người này tuyệt đối chỉ có pháp thiện dẫy đầy, cùng với lạc, được lạc báo, chắc chắn sanh vào lạc xứ mà **[602b]** được trường thọ. Như vậy, người này ngay trong đời này chắc chắn chứng đắc Niết-bàn.

"A-nan, ví như tro lửa đã tắt từ lâu, đã nguội lạnh, có một người thêm đầy cỏ khô rồi chất củi khô lên; này A-nan, ý ông nghĩ sao, tro nguội lạnh há có thể bốc cháy được chăng?"

Tôn giả A-nan thưa:

"Bạch Thế Tôn, không thể được."

"Cũng vậy, này A-nan, Như Lai dùng tha tâm trí quán sát tâm người khác. Ta không thấy người này có chút hắc nghiệp dù bằng một sợi lông. Người này tuyệt đối chỉ có pháp thiện dẫy đầy, cùng với lạc, được lạc báo, chắc chắn sanh vào lạc xứ mà được trường thọ. Như vậy, người này ngay trong đời này chắc chắn chứng đắc Niết-bàn. Này A-nan, đó gọi là Đại nhân căn trí của Như Lai. Như Lai hiểu biết chân chánh về gốc rễ của các pháp như vậy.

"A-nan, ba hạng người nói trên kia, hạng người thứ nhất đạt pháp thanh tịnh, hạng người thứ hai đạt pháp suy thoái, hạng người thứ ba khi thân hoại mạng chung chắc chắn đến chỗ ác, sanh vào địa ngục.

"Ba hạng người Ta nói sau này, hạng người thứ nhất đạt pháp suy thoái, hạng người thứ hai đạt pháp thanh tịnh, hạng người thứ ba ngay trong đời này chứng đắc Niết-bàn.

"A-nan, Ta đã giảng thuyết cho ông nghe về Đại nhân căn trí. Như đấng Tôn sư thương yêu đệ tử, phát khởi lòng đại từ đại bi, mong muốn cho được sự lợi ích và phước lành, được an ổn khoái lạc, điều đó Ta đã thực hiện rồi. Các người cũng phải tự mình thực hiện. Hãy đến rừng vắng, sơn lâm, dưới gốc cây hoặc một chỗ nào yên tĩnh mà thiền tịnh tư duy, chớ nên phóng dật. Hãy chuyên cần tinh tấn, đừng để về sau phải hối hận. Đó là lời răn dạy của Ta! Đó là lời khuyên bảo của Ta!"

Phật thuyết như vậy. Tôn giả A-nan sau khi nghe Phật thuyết, hoan hỷ phụng hành.[33] ✿

113. KINH CHƯ PHÁP BỔN*

[**602c1**] Tôi nghe như vầy:

Một thời, Đức Phật trú tại nước Xá-vệ, trong rừng Thắng, vườn Cấp-cô-độc.

Pháp bổn

Bấy giờ, Đức Thế Tôn bảo các tỳ-kheo:

"Nếu có Dị đạo đến hỏi các ông 'Tất cả các pháp lấy gì làm gốc?' Các ông nên trả lời họ như thế này: 'Tất cả các pháp lấy dục làm gốc.'

"Nếu lại hỏi, 'Lấy gì làm hòa hiệp?' Hãy trả lời như vầy, 'Lấy xúc làm hòa hiệp.'[34]

"Nếu lại hỏi, 'Lấy gì làm dẫn khởi?' Hãy trả lời như vầy, 'Lấy thọ làm dẫn khởi.'[35]

"Nếu lại hỏi, 'Lấy gì làm hiện hữu?' Hãy trả lời như vầy, 'Lấy tác ý làm hiện hữu.'[36]

"Nếu lại hỏi, 'Lấy gì làm thượng thủ?' Hãy trả lời như vầy: 'Lấy niệm làm thượng thủ.'

"Nếu lại hỏi, 'Lấy gì làm tiền đạo?' Hãy trả lời như vầy, 'Lấy định làm tiền đạo.'[37]

"Nếu lại hỏi, 'Lấy gì làm tối thượng?' Hãy trả lời như vầy, 'Lấy tuệ làm tối thượng.'

"Nếu lại hỏi, 'Lấy gì làm chắc thật?' Hãy trả lời như vầy, 'Lấy giải thoát làm chắc thật.'[38]

---

* Tương đương Pāli, A. viii. 83; A. x. 58. Hán, No 59: Chư pháp bản kinh.

"Nếu lại hỏi, 'Lấy gì làm cứu cánh?' Hãy trả lời như vầy, 'Lấy Niết-bàn làm cứu cánh.'

"Tỳ-kheo, đó là, dục là gốc của các pháp, xúc là hòa hiệp của các pháp, thọ là dẫn khởi của các pháp, tác ý là hiện hữu của các pháp, niệm là thượng thủ của các pháp, định là tiền đạo của các pháp, tuệ là tối thượng của các pháp, giải thoát là chắc thật của các pháp, và Niết-bàn là cứu cánh của các pháp. Tỳ-kheo, hãy nên học tập như vậy."

Tích tập

"Tích tập tâm xuất gia học đạo,[39] tích tập tưởng vô thường,[40] tích tập tưởng vô thường nên khổ, tích tập tưởng khổ nên vô ngã, tích tập tưởng bất tịnh, tích tập tưởng thức ăn ghê tởm,[41] tích tập tưởng tất cả thế gian không có gì hoan lạc, tích tập tưởng về sự chết.[42]

"Biết sự tốt xấu của thế gian;[43] tâm được tích tập với tưởng như vậy.[44] Biết tập hữu của thế gian;[45] tâm được tích tập với tưởng như vậy. Biết như thật sự tập khởi, sự diệt tận, vị ngọt, tai hoạn và sự xuất ly của thế gian; tâm được tích tập với tưởng như vậy. Nếu tỳ-kheo tích tập được tâm xuất gia học đạo, tích tập được tưởng vô thường, tích tập được tưởng vô thường nên khổ, tích tập được tưởng khổ nên vô ngã, tích tập được tưởng bất tịnh, tích tập được tưởng thức ăn ghê tởm, tích tập được tưởng tất cả thế gian không có gì hoan lạc, tích tập được tưởng về sự chết. Biết sự tốt xấu của thế gian; tâm đã được tích tập với tưởng như vậy. Biết tập hữu của thế gian; tâm đã được tích tập với tưởng như vậy. Biết như thật sự tập khởi, sự diệt tận, vị ngọt, tai hoạn và sự xuất ly của thế gian; tâm đã được tích tập với tưởng như vậy. Đó được gọi là tỳ-kheo đoạn ái, trừ kết; đã chánh tri, chánh quán các pháp rồi liền được tận cùng sự khổ.[46]

Phật thuyết như vậy. Các tỳ-kheo sau khi nghe Phật thuyết, hoan hỷ phụng hành. ❖

114. KINH ƯU-ĐÀ-LA*

[603a] Tôi nghe như vầy:

Một thời, Đức Phật trú tại nước Xá-vệ, trong rừng Thắng, vườn Cấp-cô-độc.

Bấy giờ, Đức Thế Tôn bảo các tỳ-kheo:

"Ưu-đà-la La-ma-tử⁴⁷ ở trong chúng hội thường nói như vầy, 'Ta ở trong sanh loại này, quán sát nó, cảm thọ nó mà không biết cội gốc của ung nhọt, nhưng sau đó biết hoàn toàn cội gốc của ung nhọt.'⁴⁸ Ưu-đà-la La-ma-tử không biết tất cả, tự xưng biết tất cả, thật không có giác ngộ tự xưng có giác ngộ. Ưu-đà-la La-ma-tử thấy như vậy, nói như vậy, 'Nếu có tưởng thì đó là bệnh, là ung nhọt, là gai, còn như không có tưởng thì đó là kẻ ngu si. Nếu có cái được cảm thọ, thì đó là tĩnh chỉ, là tối diệu, tức là cho đến Phi tưởng phi phi tưởng xứ.' Ông ấy ái lạc tự thân, chấp thủ tự thân, sau đó tu tập cho đến Phi tưởng phi phi tưởng xứ. Khi thân hoại mạng chung ông sanh vào cõi trời Phi tưởng phi phi tưởng xứ. Sau khi chấm dứt tuổi thọ ở đó, ông trở lại nhân gian, sanh vào loài chồn.

"Ở đây, tỳ-kheo nói chân chánh, có thể nói như vầy, 'Ta ở trong sanh loại này, quán sát nó, cảm thọ nó mà không biết cội gốc của ung nhọt, nhưng sau đó biết hoàn toàn cội gốc của ung nhọt.'

"Thế nào là tỳ-kheo quán sát chân chánh? Tỳ-kheo biết sáu xúc xứ, biết tập, biết diệt, biết vị ngọt, biết tai hoạn và biết sự xuất ly của chúng; bằng tuệ mà biết một cách như thật. Như vậy gọi là tỳ-kheo quán sát chân chánh.

"Thế nào là tỳ-kheo biết cảm thọ? Là tỳ-kheo biết ba cảm thọ, biết tập, biết diệt, biết vị ngọt, biết tai hoạn và biết sự xuất ly của chúng; bằng

---

* Tương đương Pāli, S. 35. 103.

tuệ mà biết một cách như thật. Như vậy gọi là tỳ-kheo biết cảm thọ.

"Thế nào là tỳ-kheo không biết cội gốc của ung nhọt, nhưng sau đó biết hoàn toàn cội gốc của ung nhọt? Tỳ-kheo biết hữu ái đã diệt, đã nhổ sạch gốc rễ của nó, khiến không thể sanh lại. Như vậy gọi là tỳ-kheo không biết cội gốc của ung nhọt, nhưng sau đó biết hoàn toàn cội gốc của ung nhọt.

"Ung nhọt chính là thân này, là sắc thân bốn đại thô phù do cha mẹ sanh ra, được lớn lên nhờ ăn uống, cọ xát với y phục, chăm sóc bằng tắm rửa, là pháp vô thường, là pháp hủy hoại, là pháp tan rã. Như vậy gọi là ung nhọt.

"Cội gốc của ung nhọt là ba ái: dục ái, sắc ái và vô sắc ái. Như vậy gọi là cội gốc của ung nhọt. Tất cả lậu gây ung nhọt là sáu xúc xứ, mắt lậu thấy sắc, tai lậu nghe tiếng, mũi lậu ngửi mùi, lưỡi lậu nếm vị, thân lậu cảm xúc, ý lậu biết các pháp. [603b] Như vậy gọi là tất cả lậu gây ung nhọt.

"Này các tỳ-kheo, Ta đã thuyết giảng cho các ngươi nghe về ung nhọt, cội gốc của ung nhọt. Như đấng Tôn sư thương yêu đệ tử, phát khởi lòng đại từ đại bi, mong cho được sự lợi ích và phước lành, được an ổn khoái lạc, điều đó Ta đã thực hiện. Các thầy cũng phải tự mình thực hiện. Hãy đến nơi rừng vắng, sơn lâm, dưới gốc cây hoặc một chỗ nào yên tĩnh mà thiền tọa, tư duy, chớ nên phóng dật. Hãy chuyên cần tinh tấn, đừng để về sau phải hối hận. Đó là lời răn dạy của Ta! Đó là lời khuyên bảo của Ta!"

Phật thuyết như vậy. Các tỳ-kheo sau khi nghe lời Phật thuyết, hoan hỷ phụng hành. ◙

115. KINH MẬT HOÀN DỤ*

Tôi nghe như vầy:

Một thời, Đức Phật trú Thích-ki-sấu, ở tại Ca-duy-la-vệ.⁴⁹

Chấp Trượng Thích

Bấy giờ sau khi đêm tối qua, vào buổi sáng sớm, Đức Thế Tôn đắp y, ôm bát, vào Ca-tì-la-vệ khất thực. Sau khi ăn xong, sau buổi trưa, thâu cất y bát, rửa tay chân, rồi lấy ni-sư-đàn vắt lên vai, đi đến rừng trúc⁵⁰ trong chùa Thích-ca,⁵¹ rồi Ngài đi vào Đại lâm,⁵² đến dưới một gốc cây, trải ni-sư-đàn ngồi kiết già.

Khi ấy, Chấp Trượng Thích⁵³ chống gậy [**603c**] mà đi, sau bữa cơm trưa, ung dung tìm đến chỗ Phật, cùng nhau chào hỏi, chống gậy đứng trước Đức Phật, rồi hỏi Đức Thế Tôn rằng:

"Sa-môn Cù-đàm, Ngài lấy gì làm tông chỉ? Và thuyết giảng những pháp gì?"

Đức Thế Tôn đáp:

"Này người họ Thích, Như Lai không tranh⁵⁴ với tất cả chư Thiên, Ma, Phạm, sa-môn, bà-la-môn, từ người đến trời trên thế gian này; tu tập ly dục, thanh tịnh phạm hạnh, lìa bỏ siểm khúc, dứt trừ truy hối,⁵⁵ không đắm trước nơi hữu, phi hữu, cũng không có tưởng.⁵⁶ Đó là tông chỉ của Ta. Pháp Ta thuyết giảng cũng như vậy."

Khi ấy, Chấp Trượng Thích nghe Đức Phật nói rồi, không cho là phải, không cho là trái. Chấp Trượng Thích lắc đầu rồi bỏ đi.

---

* Tương đương Pāli, M 18. *Madhupiṇḍikasuttaṃ*. Hán, No 125(40.10).

Bấy giờ, sau khi Chấp Trượng Thích bỏ đi không lâu, vào lúc xế, Đức Thế Tôn từ chỗ thiền tọa đứng dậy, đi vào giảng đường, đến trước chúng hội tỳ-kheo, trải tọa cụ ngồi xuống, rồi nói với các tỳ-kheo:

"Hôm nay, vào buổi sáng sớm, Ta đắp y, ôm bát vào Ca-duy-la-vệ khất thực. Sau khi ăn xong, Ta thâu y bát, rửa tay chân, lấy ni-sư-đàn vắt lên vai, đến khóm trúc trong chùa Thích-ca, rồi Ta đi vào Đại lâm ấy, đến dưới một gốc cây, trải ni-sư-đàn rồi ngồi kiết già. Khi ấy, có Chấp Trượng Thích chống gậy mà đi, sau bữa cơm trưa ung dung tìm đến chỗ Ta, cùng nhau chào hỏi, chống gậy đứng trước mặt Ta rồi hỏi Ta rằng: 'Sa-môn Cù-đàm, Ngài lấy gì làm tông chỉ và thuyết giảng những pháp gì?' Ta đáp, 'Này người họ Thích, Như Lai không tranh với tất cả chư Thiên, Ma, phạm, sa-môn, bà-la-môn, từ người đến trời trên thế gian này; tu tập ly dục, thanh tịnh phạm hạnh, lìa bỏ siểm khúc, dứt trừ truy hối, không đắm trước nơi hữu, phi hữu, cũng không có tưởng. Đó là tông chỉ của Ta. Pháp Ta thuyết giảng cũng như vậy.' Khi ấy Chấp Trượng Thích nghe Ta nói rồi, không cho là phải, cũng không cho là trái. Chấp Trượng Thích lắc đầu rồi bỏ đi."

Tông chỉ pháp yếu

Khi ấy có một tỳ-kheo từ chỗ ngồi đứng dậy, trịch áo bày vai phải, chắp tay hướng Phật mà bạch rằng:

"Bạch Thế Tôn, sao gọi là Như Lai không tranh với tất cả chư Thiên, Ma, phạm, sa-môn, bà-la-môn, từ người đến trời trên thế gian này, tu tập ly dục, thanh tịnh phạm hạnh, lìa bỏ siểm khúc, dứt trừ truy hối, không đắm trước nơi hữu, phi hữu, cũng không có tưởng?"

Đức Thế Tôn nói:

"Này tỳ-kheo, nếu nhân bởi tưởng hý luận của con người,[57] mà xuất gia học đạo, tu tập tư tưởng, và đối với pháp hiện tại, quá khứ và vị lai, mà không ái, không lạc, không đắm trước, không trụ, đó gọi là đoạn tận biên tế khổ; đoạn tận dục sử,[58] nhuế sử, hữu sử, mạn sử, vô minh sử, kiến sử, nghi sử,[59] đấu tranh, thù nghịch, siểm nịnh, lừa bịp, nói dối, nói hai lưỡi và vô lượng pháp ác bất thiện khác,[60] đó gọi là đoạn tận biên tế khổ."

Đức Phật nói như vậy rồi, liền từ chỗ ngồi đứng dậy đi vào tịnh thất tĩnh tọa.

Khi ấy các tỳ-kheo liền suy nghĩ rằng: "Này chư Hiền, nên biết, Đức Thế Tôn nói nghĩa này một cách vắn tắt, không phân biệt rộng rãi, từ chỗ ngồi đứng dậy, đi vào tịnh thất tĩnh tọa. 'Nếu nhân bởi tưởng hý luận của con người, mà xuất gia học đạo, tu tập tư tưởng, và đối với pháp hiện tại, quá khứ và vị lai, mà không ái, không lạc, không đắm trước, không trụ, đó gọi là đoạn tận biên tế khổ; đoạn tận dục sử, nhuế sử, hữu sử, mạn sử, vô minh sử, kiến sử, nghi sử, đấu tranh, thù nghịch, siểm nịnh, lừa bịp, nói dối, nói hai lưỡi và vô lượng pháp ác bất thiện khác, đó gọi là đoạn tận biên tế khổ.'"

Rồi lại suy nghĩ rằng: "Này chư Hiền, ai có thể phân biệt rộng rãi ý nghĩa mà Đức Thế Tôn vừa nói vắn tắt ấy?"

Rồi họ lại suy nghĩ: "Chỉ có Tôn giả Đại Ca-chiên-diên thường được Đức Thế Tôn và các đồng phạm hạnh có trí khen ngợi. Tôn giả Đại Ca-chiên-diên có thể phân biệt rộng rãi ý nghĩa mà Đức Thế Tôn vừa nói vắn tắt ấy. Này chư Hiền, hãy cùng nhau đi đến chỗ Tôn giả Đại Ca-chiên-diên yêu cầu ngài nói nghĩa này. Nếu được Tôn giả Đại Ca-chiên-diên phân biệt cho thì chúng ta sẽ khéo léo nhận lãnh rồi ghi nhớ."

Rồi thì [604a] các tỳ-kheo đi đến chỗ của Tôn giả Đại Ca-chiên-diên, cùng nhau chào hỏi rồi ngồi một bên mà bạch rằng:

"Thưa Tôn giả Đại Ca-chiên-diên, nên biết, Đức Thế Tôn nói nghĩa này một cách vắn tắt, không phân biệt rộng rãi, rồi từ chỗ ngồi đứng dậy đi vào tịnh thất tĩnh tọa. 'Nếu nhân bởi tưởng hý luận[61] của con người, mà xuất gia học đạo, tu tập tư tưởng, và đối với pháp hiện tại, quá khứ và vị lai, mà không ái, không lạc, không đắm trước, không trụ, đó gọi là đoạn tận biên tế khổ; đoạn tận dục sử, nhuế sử, hữu sử, mạn sử, vô minh sử, kiến sử, nghi sử, đấu tranh, thù nghịch, siểm nịnh, lừa bịp, nói dối, nói hai lưỡi và vô lượng pháp ác bất thiện khác, đó gọi là đoạn tận biên tế khổ.' Chúng tôi liền suy nghĩ rằng: 'Này chư Hiền, ai có thể phân biệt rộng rãi ý nghĩa mà Đức Thế Tôn vừa nói vắn tắt?' Rồi chúng tôi lại suy nghĩ: 'Chỉ có Tôn giả Đại Ca-chiên-diên thường được Đức Thế Tôn và các đồng phạm hạnh có trí khen ngợi. Tôn giả Đại Ca-chiên-diên có thể phân biệt rộng rãi ý nghĩa mà Đức Thế Tôn vừa nói. Cúi xin Tôn giả Đại Ca-chiên-diên vì từ mẫn mà giảng rộng cho chúng tôi."

Bấy giờ Tôn giả Đại Ca-chiên-diên bảo rằng:

"Này chư Hiền, hãy nghe tôi nói ví dụ này. Người có trí tuệ nghe dụ này sẽ hiểu rõ nghĩa lý.

"Này chư Hiền, ví như có người tìm lõi cây. Vì muốn tìm lõi cây nên người ấy cầm búa vào rừng. Người ấy thấy cây đại thọ đã thành rễ, thân, cành, nhánh, lá, hoa và lõi. Người ấy không đụng đến rễ, thân, cành, lõi, mà chỉ đụng đến nhánh và lá. Những điều chư Hiền nói cũng giống như vậy. Đức Thế Tôn đang ở đây mà chư Hiền lại bỏ Ngài đến tôi để hỏi nghĩa này. Vì sao vậy? Này chư Hiền, nên biết, Đức Thế Tôn là vị có mắt, là vị có trí. Ngài là Pháp, là vị Pháp Chủ, là Pháp tướng, là vị nói nghĩa chân đế, hiển hiện tất cả nghĩa. Do đó chư Hiền nên đi đến chỗ Đức Thế Tôn mà hỏi nghĩa này, rằng: 'Bạch Thế Tôn, điều này là thế nào? Điều này có nghĩa gì?' Nếu như Đức Thế Tôn có nói gì thì chư Hiền hãy khéo léo nhận lãnh và ghi nhớ."

Bấy giờ các tỳ-kheo bạch rằng:

"Đúng vậy, thưa Tôn giả Đại Ca-chiên-diên, Đức Thế Tôn là bậc có mắt, là bậc có trí. Ngài là nghĩa, là Pháp, là bậc Pháp chủ, là bậc Pháp tướng, là bậc nói nghĩa chân đế, hiển hiện tất cả nghĩa. Do đó chúng tôi nên đi đến chỗ Đức Thế Tôn mà hỏi nghĩa này, 'Bạch Thế Tôn, điều này là thế nào? Điều này có nghĩa gì?' Nếu như Đức Thế Tôn có nói gì thì chúng tôi khéo léo nhận lãnh rồi ghi nhớ. Nhưng, thưa Tôn giả Đại Ca-chiên-diên, ngài thường được Đức Thế Tôn và các đồng phạm hạnh có trí khen ngợi. Tôn giả Đại Ca-chiên-diên có thể phân biệt rộng rãi ý nghĩa mà Đức Thế Tôn vừa nói vắn tắt ấy. Ngưỡng mong Tôn giả Đại Ca-chiên-diên thương xót [604b] mà giảng rộng cho."

Đại Ca-chiên-diên quảng diễn

Tôn giả Đại Ca-chiên-diên bảo các tỳ-kheo:

"Vậy, này chư Hiền, xin hãy nghe tôi nói."

"Này chư Hiền, duyên nhãn và sắc mà sanh nhãn thức. Hòa hiệp ba sự này là xúc. Do duyên xúc nên có cảm thọ. Có cảm thọ thì có tưởng. Có tưởng thì có tư duy. Có tư duy thì có niệm. Có niệm thì có phân biệt.[62]

"Tỳ-kheo nhân bởi tưởng hý luận này, mà xuất gia học đạo, tu tập tư tưởng, trong đó đối với pháp hiện tại, quá khứ và vị lai, mà không ái, không lạc, không đắm trước, không trụ; đó gọi là đoạn tận biên tế khổ; đoạn tận dục sử, nhuế sử, hữu sử, mạn sử, vô minh sử, kiến sử, đấu tranh, thù nghịch, siểm nịnh, lừa bịp, nói dối, nói hai lưỡi và vô lượng pháp ác bất thiện khác. Đó gọi là đoạn tận biên tế khổ.

"Với tai, mũi, lưỡi, thân cũng vậy. Duyên ý và pháp mà phát sanh ý thức. Ba sự cùng tụ hội liền có xúc. Do duyên xúc nên có cảm thọ. Có cảm thọ thì có tưởng. Có tưởng thì có tư duy. Có tư duy thì có suy niệm. Có suy niệm thì có phân biệt. Tỳ-kheo nhân bởi tưởng hý luận này, mà xuất gia học đạo, tu tập tư tưởng, trong đó đối với pháp hiện tại, quá khứ, vị lai, mà không ái, không lạc, không đắm trước, không trụ; đó gọi là đoạn tận biên tế khổ; đoạn tận dục sử, nhuế sử, hữu sử, mạn sử, vô minh sử, kiến sử, đấu tranh, thù nghịch, siểm nịnh, lừa bịp, nói dối, nói hai lưỡi và vô lượng pháp ác bất thiện khác. Đó gọi là đoạn tận biên tế khổ.

"Này chư Hiền, tỳ-kheo trừ con mắt, trừ sắc, trừ nhãn thức mà có xúc, mà giả thiết có xúc, điều này không thể có. Nếu không giả thiết có xúc mà có thọ, giả thiết có cảm thọ, điều ấy không xảy ra. Nếu không giả thiết cảm thọ mà giả thiết có suy niệm rồi xuất gia học đạo, tu tập tư tưởng, điều này không thể có. Với tai, mũi, lưỡi, thân cũng vậy. Trừ ý, trừ pháp, trừ ý thức mà có xúc, giả thiết có xúc, điều này không thể có. Nếu không giả thiết xúc mà có thọ, giả thiết có thọ, điều này không thể có. Nếu không giả thiết thọ mà giả thiết có suy niệm, rồi xuất gia học đạo, tu tập tư tưởng, điều này không thể có.

"Này chư Hiền, do con mắt, do sắc, do nhãn thức mà có xúc, giả thiết có xúc, điều này có thật. Do giả thiết xúc mà có thọ, giả thiết có thọ, điều này có thật. Do giả thiết thọ mà giả thiết có suy niệm rồi xuất gia học đạo, tu tập tư tưởng, điều này có thật.

"Với tai, mũi, lưỡi, thân cũng vậy. Do ý, do pháp, do ý thức mà có xúc, giả thiết có xúc, điều này có thật. [604c] Do giả thiết xúc mà có cảm thọ, giả thiết có cảm thọ, điều này có thật. Do giả thiết có cảm thọ mà giả thiết có suy niệm, rồi xuất gia học đạo, tu tập tư tưởng, điều này có thật.

"Này chư Hiền, Đức Thế Tôn nói nghĩa này một cách vắn tắt, không phân biệt rộng rãi mà rời chỗ ngồi đứng dậy đi vào tịnh thất tĩnh tọa: 'Tỳ-kheo, nếu nhân bởi tưởng hý luận của con người, mà xuất gia học đạo, tu tập tư tưởng, và đối với pháp hiện tại, quá khứ và vị lai, mà không ái, không lạc, không đắm trước, không trụ, đó gọi là đoạn tận biên tế khổ; đoạn tận dục sử, nhuế sử, hữu sử, mạn sử, vô minh sử, kiến sử, nghi sử, đấu tranh, tắng tật, siểm nịnh, lừa bịp, nói dối, nói hai lưỡi và vô lượng pháp ác bất thiện khác, đó gọi là đoạn tận biên tế khổ.' Đức Thế Tôn nói nghĩa này một cách vắn tắt, không phân biệt rộng rãi. Tôi đã diễn rộng câu ấy, văn ấy như vậy.

"Này chư Hiền, có thể đi đến chỗ Phật, tường trình lại đầy đủ, nếu đúng như nghĩa mà Đức Thế Tôn muốn nói, chư Hiền hãy nhận lãnh và ghi nhớ."

Phật ấn chứng

Khi ấy các tỳ-kheo nghe những gì Tôn giả Đại Ca-chiên-diên nói, khéo ghi nhớ, tụng đọc, từ chỗ ngồi đứng dậy, nhiễu quanh Tôn giả Đại Ca-chiên-diên ba vòng rồi đi đến chỗ Phật, cúi đầu đảnh lễ, ngồi xuống một bên mà bạch rằng:

"Bạch Thế Tôn, vừa rồi Đức Thế Tôn nói nghĩa này một cách vắn tắt, không phân biệt rộng rãi, rồi từ chỗ ngồi đứng dậy, đi vào tịnh thất nghỉ ngơi. Tôn giả Đại Ca-chiên-diên đã đem những câu này, văn này mà diễn rộng ra."

Đức Thế Tôn nghe xong, khen rằng:

"Lành thay! Lành thay! Trong hàng đệ tử của Ta, có vị là bậc có mắt, có trí, có pháp, có nghĩa. Vì sao? Vì khi Tôn sư nói nghĩa này cho họ một cách vắn tắt, không phân biệt một cách rộng rãi, mà vị đệ tử kia đã diễn rộng ra những câu ấy, văn ấy. Đúng như những gì Tỳ-kheo Ca-chiên-diên đã nói, các ngươi hãy nên nhận lãnh rồi ghi nhớ như vậy. Vì sao vậy? Vì nói về quán nghĩa, nên nói như vậy.

"Này các tỳ-kheo, ví như có người do đi đến chỗ rừng vắng, trong rừng sâu, giữa những cây cối, bỗng nhiên gặp được bánh mật,[63] vị ấy ăn bất kì chỗ nào, cũng được vị ngọt của nó. Thiện nam tử cũng giống như vậy, ở trong Pháp Luật chân chánh này của Ta, tùy theo những gì vị ấy quán sát, mà được vị ngọt của nó. Quán sát con mắt, thưởng thức được vị ngọt. Quán sát tai, mũi, lưỡi, thân, quán sát ý thưởng thức được vị ngọt."

Bấy giờ Tôn giả A-nan đang cầm quạt hầu Đức Thế Tôn, Tôn giả A-nan liền chắp tay hướng Phật mà bạch rằng:

"Bạch Thế Tôn, pháp này tên gọi là gì? Chúng con phải phụng trì như thế nào?"

Đức Thế Tôn nói:

"Này A-nan, pháp này tên là 'Mật hoàn dụ,'[64] ông hãy nên nhận lãnh và ghi nhớ."

Khi ấy, Đức Thế Tôn bảo các tỳ-kheo:

"Các ngươi hãy nhận lãnh pháp 'Mật hoàn dụ' này, [605a] phải thường tụng đọc. Vì sao vậy? Này các tỳ-kheo, pháp "Mật hoàn dụ" này có pháp, có nghĩa, là căn bản phạm hạnh, dẫn đến trí thông, dẫn đến giác ngộ, đưa đến Niết-bàn. Thiện nam tử cạo bỏ râu tóc, khoác áo cà-sa, chí tín, lìa bỏ gia đình, sống không gia đình học đạo, hãy nên khéo léo nhận lãnh, ghi nhớ pháp 'Mật hoàn dụ' này."

Phật thuyết như vậy. Tôn giả A-nan và các tỳ-kheo sau khi nghe lời Phật thuyết, hoan hỷ phụng hành. ❁

116. KINH CÙ-ĐÀM-DI*

Tôi nghe như vầy:

Một thời, Đức Phật trú Thích-ki-sấu, tại Ca-duy-la-vệ, vườn Ni-câu-loại,[65] cùng với đại chúng tỳ-kheo đồng thọ hạ an cư.

Cù-đàm-di thỉnh nguyện

Bấy giờ, Cù-đàm-di Đại Ái[66] đi đến chỗ Phật, cúi đầu đảnh lễ sát chân Phật, rồi ngồi qua một bên, bạch rằng:

"Bạch Thế Tôn, nữ nhân có thể đắc quả sa-môn thứ tư[67] được chăng? Do nhân duyên này nữ nhân có thể ở trong Pháp Luật chân chánh này chí tín, lìa bỏ gia đình, sống không gia đình mà học đạo được chăng?"

Đức Thế Tôn nói:

"Thôi! Thôi! Cù-đàm-di, người chớ nên nghĩ rằng 'Nữ nhân có thể ở trong Pháp Luật chân chánh này chí tín, lìa bỏ gia đình, sống không gia đình mà học đạo.' Cù-đàm-di, người cứ như vậy mà cạo bỏ đầu tóc, khoác áo cà-sa, suốt đời tịnh tu phạm hạnh."[68]

Khi ấy, Cù-đàm-di Đại Ái bị Phật ngăn cản, cúi đầu đảnh lễ sát chân Phật, nhiễu quanh ba vòng rồi lui ra.

Bấy giờ các tỳ-kheo khâu vá y cho Đức Phật. Đức Thế Tôn ở Thích-ki-sấu không bao lâu, sau khi trải qua ba tháng thọ hạ an cư xong và đã khâu vá y rồi, Ngài khoác y, cầm bát, sửa soạn du hành nhân gian. Cù-đàm-di Đại Ái nghe tin các tỳ-kheo khâu vá y của Đức Phật, Đức Thế Tôn ở Thích-ki-sấu không bao lâu, sau khi trải qua ba tháng thọ hạ an cư

---

* Pāli, A. viii. 51; Cv. x. 1 (Vin. 11. 253). Hán, No 60: Cù-đàm-di ký quả kinh; No 1421 (29): Ngũ phần luật 29; No 1428 (48): Tứ phần luật 48.

xong và đã khâu vá y rồi, Ngài khoác y, ôm bát, sửa soạn du hành nhân gian. Sau khi nghe tin, bà Cù-đàm-di Đại Ái lại đi đến chỗ Phật, cúi đầu đảnh lễ sát chân Phật, rồi ngồi qua một bên mà bạch rằng:

"Bạch Thế Tôn, nữ nhân có thể đắc quả thứ tư được chăng? Do nhân duyên này, nữ nhân có thể ở trong Pháp Luật chân chánh này chí tín, lìa bỏ gia đình, sống không gia đình mà học đạo được chăng?"

Đức Thế Tôn cũng lại nói:

"Thôi! Thôi! Cù-đàm-di, người chớ nên nghĩ rằng 'Nữ nhân có thể ở trong Pháp Luật chân chánh này chí tín, lìa bỏ gia đình, sống không gia đình mà [605b] học đạo.' Cù-đàm-di, người cứ như vậy mà cạo bỏ đầu tóc, khoác áo cà-sa, suốt đời tịnh tu phạm hạnh."

Khi ấy, Cù-đàm-di Đại Ái bị Phật ngăn cản lần thứ hai, cúi đầu đảnh lễ sát chân Phật, nhiễu quanh ba vòng rồi lui ra.

A-nan thỉnh nguyện

Lúc bấy giờ, Đức Thế Tôn ở Thích-ki-sấu, sau khi trải qua ba tháng thọ hạ an cư xong và đã khâu vá y rồi, Ngài khoác y, ôm bát du hành nhân gian. Cù-đàm-di Đại Ái nghe tin Đức Thế Tôn ở Thích-ki-sấu sau khi trải qua ba tháng thọ hạ an cư xong và đã khâu vá y rồi, Ngài khoác y ôm bát mà du hành nhân gian, Cù-đàm-di Đại Ái liền cùng các lão mẫu Xá-di⁶⁹ đi theo sau Phật, tiến dần đến Na-ma-đề, trú tại tinh xá Na-ma-đề Kiền-ni.⁷⁰ Khi ấy, Cù-đàm-di Đại Ái lại đi đến chỗ Phật, cúi đầu đảnh lễ sát chân Phật rồi ngồi một bên mà bạch rằng:

"Bạch Thế Tôn, nữ nhân có thể đắc quả thứ tư được chăng? Do nhân duyên này, nữ nhân có thể ở trong Pháp Luật chân chánh này chí tín, lìa bỏ gia đình, sống không gia đình mà học đạo được chăng?"

Đức Thế Tôn nói lại lần thứ ba:

"Thôi! Thôi! Cù-đàm-di, người chớ nên nghĩ rằng 'Nữ nhân có thể ở trong Pháp Luật chân chánh này chí tín, lìa bỏ gia đình, sống không gia đình mà học đạo.' Cù-đàm-di, người cứ như vậy mà cạo bỏ đầu tóc, khoác áo cà-sa, suốt đời tịnh tu phạm hạnh." Khi ấy, Cù-đàm-di Đại Ái bị Phật ngăn cản lần thứ ba, cúi đầu đảnh lễ sát chân Phật, nhiễu quanh ba vòng rồi lui ra.

Lúc bấy giờ, Cù-đàm-di Đại Ái chân cẳng bết bùn,[71] mình mẩy dính đầy bụi bặm, vô cùng mệt mỏi, đứng ngoài cửa buồn rầu khóc lóc. Tôn giả A-nan trông thấy Cù-đàm-di Đại Ái chân cẳng bết bùn, mình mẩy dính đầy bụi bặm, vô cùng mệt mỏi, đứng ngoài cửa buồn rầu khóc lóc, liền hỏi:

"Cù-đàm-di, vì cớ gì mà chân cẳng bết bùn, mình mẩy dính đầy bụi bặm, vô cùng mệt mỏi, đứng ngoài cửa buồn rầu khóc lóc như vậy?"

Cù-đàm-di Đại Ái đáp:

"Thưa Tôn giả A-nan, nữ nhân không được ở trong Pháp Luật chân chánh này chí tín, lìa bỏ gia đình, sống không gia đình mà học đạo."

Tôn giả A-nan nói:

"Cù-đàm-di, hãy đứng dậy, để tôi đi đến Đức Phật thưa hỏi việc này cho."

Cù-đàm-di Đại Ái Đạo bạch:

"Kính vâng, thưa Tôn giả A-nan."

Rồi Tôn giả A-nan đi đến chỗ Phật, cúi đầu đảnh lễ sát chân Phật, chắp tay hướng Phật mà bạch rằng:

"Bạch Thế Tôn, nữ nhân có thể đắc quả thứ tư được chăng?[72] Do nhân duyên này nữ nhân có thể ở trong Pháp Luật chân chánh chí tín, lìa bỏ gia đình, sống không gia đình mà [605c] học đạo được chăng?"

Đức Thế Tôn nói:

"Thôi! Thôi! A-nan, người chớ nên nghĩ rằng 'Nữ nhân có thể ở trong Pháp Luật chân chánh này chí tín, lìa bỏ gia đình, sống không gia đình mà học đạo.' A-nan, nếu cho nữ nhân được ở trong Pháp Luật chân chánh này chí tín lìa bỏ gia đình, sống không gia đình mà học đạo thì phạm hạnh này sẽ không tồn tại lâu dài.[73] A-nan, ví như gia đình có nhiều người nữ, ít người nam thì gia đình này có được hưng thịnh lâu không?

"Bạch Thế Tôn, không thể vậy."

"Cũng vậy, này A-nan, nếu có nữ nhân được ở trong Pháp Luật chân chánh này chí tín, lìa bỏ gia đình, sống không gia đình mà học đạo thì phạm hạnh sẽ không được tồn tại lâu dài.

"A-nan, ví như trong ruộng lúa dé, ruộng lúa tẻ có sanh cỏ uế[74] thì ruộng lúa kia chắc chắn bị hư hại. Cũng vậy, này A-nan, nếu cho nữ nhân được ở trong Pháp Luật chân chánh này chí tín lìa bỏ gia đình, sống không gia đình mà học đạo thì phạm hạnh này sẽ không được tồn tại lâu dài."

Tôn giả A-nan lại bạch rằng:

"Bạch Thế Tôn, Cù-đàm-di Đại Ái đã đem lại cho Thế Tôn nhiều lợi ích. Vì sao? Vì sau khi thân mẫu Thế Tôn mất, Cù-đàm-di Đại Ái đã bảo dưỡng Đức Thế Tôn."

Đức Thế Tôn nói:

"Đúng vậy, A-nan! Đúng vậy, A-nan! Cù-đàm-di Đại Ái đã đem lại cho Ta nhiều lợi ích, đã bảo dưỡng Ta sau khi thân mẫu Ta mất. Nhưng này A-nan, Ta cũng đem lại cho Cù-đàm-di Đại Ái nhiều lợi ích. Vì sao? Này A-nan, Cù-đàm-di Đại Ái nhờ Ta mà được quy y Phật, quy y Pháp, quy y Chúng tỳ-kheo, không nghi ngờ ba ngôi tôn quý và Khổ - Tập - Diệt - Đạo, thành tựu tín tâm, phụng trì giới cấm, tu học bác văn, thành tựu hạnh bố thí, được trí tuệ, xa lìa nghiệp sát, đoạn trừ nghiệp sát; xa lìa nghiệp không cho mà lấy, đoạn trừ nghiệp không cho mà lấy; xa lìa nghiệp tà dâm, đoạn trừ nghiệp tà dâm; xa lìa nghiệp nói dối, đoạn trừ nghiệp nói dối; xa lìa nghiệp uống rượu, đoạn trừ nghiệp uống rượu.

"A-nan, nếu có người nhờ người mà được quy y Phật, quy y Pháp, quy y Chúng tỳ-kheo, không nghi ngờ ba ngôi tôn quý và Khổ -Tập - Diệt - Đạo, thành tựu tín tâm, phụng trì giới cấm, tu học bác văn, thành tựu bố thí, được trí tuệ, xa lìa nghiệp sát, đoạn trừ nghiệp sát; xa lìa nghiệp không cho mà lấy, đoạn trừ nghiệp không cho mà lấy; xa lìa nghiệp tà dâm, đoạn trừ nghiệp tà dâm; xa lìa nghiệp nói dối, đoạn trừ nghiệp nói dối; xa lìa nghiệp uống rượu, đoạn trừ nghiệp uống rượu. Rồi, này A-nan, dù cho người này cúng dường người kia y phục, ăn uống, tọa cụ, thuốc thang, các vật dụng trong cuộc sống, cho đến trọn đời, cũng không thể báo đáp được ân ấy.[75]

Tám kỉnh pháp

"Này A-nan, Ta vì nữ nhân mà tuyên bố tám pháp tôn sư,[76] nữ nhân không được trái phạm, nữ nhân [606a] phải phụng trì suốt đời.

"A-nan, ví như người nuôi cá và đệ tử của người nuôi cá, đắp đập ở khoảng nước sâu để giữ nước, không cho chảy ra ngoài; cũng vậy, này A-nan, nay Ta vì nữ nhân mà tuyên bố tám Pháp tôn sư, nữ nhân không được trái phạm, nữ nhân phải phụng trì suốt đời.

"Tám pháp đó là những gì?

1. "A-nan, tỳ-kheo-ni phải cầu thọ giới Cụ túc nơi tỳ-kheo. A-nan, Ta đã vì nữ nhân mà tuyên bố Pháp tôn sư thứ nhất. Nữ nhân không được trái phạm, nữ nhân phải phụng trì suốt đời.

2. "A-nan, tỳ-kheo-ni cứ mỗi nửa tháng phải đến thọ giáo nơi tỳ-kheo. A-nan, Ta đã vì nữ nhân mà tuyên bố Pháp tôn sư thứ hai. Nữ nhân không được trái phạm, nữ nhân phải phụng trì suốt đời.

3. "A-nan, nếu nơi trụ xứ không có tỳ-kheo, tỳ-kheo-ni không được thọ hạ an cư. A-nan, Ta đã vì nữ nhân mà tuyên bố Pháp tôn sư thứ ba. Nữ nhân không được trái phạm, nữ nhân phải phụng trì suốt đời.

4. "A-nan, tỳ-kheo-ni sau khi thọ hạ an cư phải đối trước hai bộ chúng thỉnh cầu chỉ rõ về ba sự kiện: thấy, nghe và nghi. A-nan, Ta đã vì nữ nhân mà tuyên bố Pháp tôn sư thứ tư. Nữ nhân không được trái phạm, nữ nhân phải phụng trì suốt đời.

5. "A-nan, nếu tỳ-kheo không cho phép tỳ-kheo-ni thưa hỏi thì tỳ-kheo-ni không được thưa hỏi tỳ-kheo về Kinh, Luật hoặc A-tỳ-đàm. Nếu cho phép hỏi thì tỳ-kheo-ni mới được thưa hỏi về Kinh, Luật hoặc A-tỳ-đàm. A-nan, Ta đã vì nữ nhân mà tuyên bố Pháp tôn sư thứ năm. Nữ nhân không được trái phạm, nữ nhân phải phụng trì suốt đời.

6. "A-nan, tỳ-kheo-ni không được nói điều trái phạm của tỳ-kheo, nhưng tỳ-kheo được quyền nói điều trái phạm của tỳ-kheo-ni. A-nan, Ta đã vì nữ nhân mà tuyên bố Pháp tôn sư thứ sáu. Nữ nhân không được trái phạm, nữ nhân phải phụng trì suốt đời.

7. "A-nan, tỳ-kheo-ni nếu phạm Tăng-già-bà-thi-sa⁷⁷ thì phải đối trước hai bộ chúng hành bất mạn⁷⁸ trong vòng mười lăm ngày. A-nan, Ta đã vì nữ nhân mà tuyên bố Pháp tôn sư thứ bảy. Nữ nhân không được trái phạm, nữ nhân phải phụng trì suốt đời.

8. "A-nan, tỳ-kheo-ni dù đã thọ giới Cụ túc lâu đến một trăm năm, nhưng đối với trước tỳ-kheo mới thọ giới Cụ túc vẫn phải khiêm cung cúi đầu làm lễ, cung kính chắp tay thưa hỏi. A-nan, Ta đã vì nữ nhân mà tuyên bố pháp tôn sư thứ tám. [606b] Nữ nhân không được trái phạm, nữ nhân phải phụng trì suốt đời.

"A-nan, Ta đã vì nữ nhân, tuyên bố tám Pháp tôn sư này, nữ nhân không được trái phạm, nữ nhân phải phụng trì suốt đời. A-nan, nếu Cù-đàm-di Đại Ái phụng trì tám Pháp tôn sư này thì được ở trong Pháp Luật chân chánh mà xuất gia học đạo, được thọ giới Cụ túc, làm tỳ-kheo-ni."

Khi ấy Tôn giả A-nan nghe Đức Phật dạy, khéo léo nhận lãnh và ghi nhớ, cúi đầu đảnh lễ sát chân Phật, nhiễu quanh ba vòng rồi lui ra, đi đến chỗ Cù-đàm-di Đại Ái, nói rằng:

"Cù-đàm-di, nữ nhân đã được phép ở trong Pháp Luật chân chánh này chí tín lìa bỏ gia đình, sống không gia đình mà học đạo. Cù-đàm-di, Đức Thế Tôn đã vì nữ nhân mà tuyên bố tám Pháp tôn sư, nữ nhân không được trái phạm, nữ nhân phải phụng trì suốt đời.

"Tám pháp này là những gì?

"Cù-đàm-di, tỳ-kheo-ni phải cầu thọ giới Cụ túc nơi tỳ-kheo. Cù-đàm-di, Thế Tôn đã vì nữ nhân mà tuyên bố Pháp tôn sư thứ nhất. Nữ nhân không được trái phạm, nữ nhân phải phụng trì suốt đời.

"Cù-đàm-di, tỳ-kheo-ni cứ mỗi nửa tháng phải đến thọ giáo nơi tỳ-kheo. Cù-đàm-di, Thế Tôn đã vì nữ nhân mà tuyên bố Pháp tôn sư thứ hai. Nữ nhân không được trái phạm, nữ nhân phải phụng trì suốt đời.

"Cù-đàm-di, nếu nơi trụ xứ không có tỳ-kheo thì tỳ-kheo-ni không được thọ hạ an cư. Cù-đàm-di, Thế Tôn đã vì nữ nhân mà tuyên bố Pháp tôn sư thứ ba. Nữ nhân không được trái phạm, nữ nhân phải phụng trì suốt đời.

"Cù-đàm-di, tỳ-kheo-ni sau khi thọ hạ an cư, phải đối trước hai bộ chúng thỉnh cầu chỉ rõ về ba sự kiện: thấy, nghe và nghi. Cù-đàm-di, Thế Tôn đã vì nữ nhân mà tuyên bố Pháp tôn sư thứ tư. Nữ nhân không được trái phạm, nữ nhân phải phụng trì suốt đời.

"Cù-đàm-di, nếu tỳ-kheo không cho phép tỳ-kheo-ni thưa hỏi thì tỳ-kheo-ni không được thưa hỏi tỳ-kheo về Kinh, Luật hoặc A-tỳ-đàm. Nếu cho phép hỏi thì tỳ-kheo-ni mới được thưa hỏi về Kinh, Luật hoặc A-tỳ-đàm. Cù-đàm-di, Thế Tôn đã vì nữ nhân mà tuyên bố Pháp tôn sư thứ năm. Nữ nhân không được trái phạm, nữ nhân phải phụng trì suốt đời.

"Cù-đàm-di, tỳ-kheo-ni không được nói điều trái phạm của tỳ-kheo, nhưng tỳ-kheo được quyền nói điều trái phạm của tỳ-kheo-ni. Cù-đàm-di, Thế Tôn đã vì nữ nhân mà tuyên bố Pháp tôn sư thứ sáu. Nữ nhân [606c] không được trái phạm, nữ nhân phải phụng trì suốt đời.

"Cù-đàm-di, tỳ-kheo-ni nếu phạm Tăng-già-bà-thi-sa thì phải đối trước hai bộ chúng hành bất mạn trong vòng mười lăm ngày. Cù-đàm-di, Thế Tôn đã vì nữ nhân mà tuyên bố Pháp tôn sư thứ bảy. Nữ nhân không được trái phạm, nữ nhân phải phụng trì suốt đời.

"Cù-đàm-di, tỳ-kheo-ni dù đã thọ giới Cụ túc lâu đến một trăm năm, nhưng đối với trước tỳ-kheo mới thọ giới Cụ túc vẫn phải khiêm cung cúi đầu làm lễ, cung kính chắp tay thưa hỏi. Cù-đàm-di, Thế Tôn đã vì nữ nhân mà tuyên bố Pháp tôn sư thứ tám. Nữ nhân không được trái phạm, nữ nhân phải phụng trì suốt đời.

"Cù-đàm-di, Thế Tôn đã vì nữ nhân tuyên bố Tám Pháp tôn sư này, nữ nhân không được trái phạm, nữ nhân phải phụng trì suốt đời. Cù-đàm-di, Thế Tôn nói như vầy, 'Nếu Cù-đàm-di Đại Ái phụng trì Tám Pháp tôn sư này thì được ở trong Pháp Luật chân chánh mà xuất gia học đạo, được thọ giới Cụ túc, làm tỳ-kheo-ni."

Khi ấy, Cù-đàm-di Đại Ái bạch:

"Thưa Tôn giả A-nan, cho phép tôi nói ví dụ này, người trí tuệ nghe dụ này phải hiểu rõ nghĩa lý. Thưa Tôn giả A-nan, giả sử có thiếu nữ sát-lị, bà-la-môn, cư sĩ hay công sư, đoan chánh, đẹp đẽ, tắm gội sạch sẽ, lấy hương xoa khắp thân, mặc y phục mới, dung mạo trang sức bằng đủ thứ anh lạc, nếu có người nghĩ tưởng đến thiếu nữ ấy, mong muốn cho được lợi ích và phước lành, được an ổn khoái lạc, liền đem tràng hoa sen xanh, tràng hoa chiêm bặc, tràng hoa tu-ma-na, tràng hoa bà-sư, hoặc tràng hoa a-đề-mưu-đa trao tặng thiếu nữ ấy, thiếu nữ ấy vui mừng, hai tay nhận lãnh, đem cài lên đầu mình. Cũng vậy, thưa Tôn giả A-nan, Đức Thế Tôn đã vì nữ nhân mà tuyên bố Tám Pháp tôn sư này, tôi nguyện suốt đời nhận lãnh phụng trì."

Bấy giờ Cù-đàm-di Đại Ái ở trong Pháp Luật chân chính xuất gia học đạo, được thọ giới Cụ túc mà làm tỳ-kheo-ni.

Kỉnh pháp thứ tám

Cù-đàm-di Đại Ái, về sau trở thành Đại tỳ-kheo-ni, cùng với các Trưởng lão Thượng tôn tỳ-kheo-ni, là những vị danh tiếng trong hàng vương giả, tu hành phạm hạnh đã lâu, đồng đi đến chỗ Tôn giả A-nan cúi đầu làm lễ rồi đứng một bên mà bạch rằng:

"Thưa Tôn giả A-nan, nên biết, các tỳ-kheo-ni Trưởng lão Thượng tôn này là những vị danh tiếng trong hàng vương giả, tu hành phạm hạnh đã lâu; còn các tỳ-kheo kia nhỏ tuổi, mới học đạo, xuất gia sau, [607a] vào trong Pháp Luật chân chánh này chưa được bao lâu, mong rằng các thầy tỳ-kheo ấy đối với các tỳ-kheo-ni nên tùy theo lớn nhỏ mà cúi đầu làm lễ, cung kính chắp tay thưa hỏi."

Khi ấy Tôn giả A-nan nói:

"Cù-đàm-di, hãy đứng dậy, để tôi đi đến Đức Phật thưa hỏi việc này."

Cù-đàm-di Đại Ái bạch rằng:

"Kính vâng, thưa Tôn giả A-nan."

Rồi thì Tôn giả A-nan đi đến chỗ Phật, cúi đầu đảnh lễ sát chân Phật rồi đứng một bên, chắp tay hướng Phật mà bạch rằng:

"Bạch Thế Tôn, hôm nay Cù-đàm-di Đại Ái cùng các tỳ-kheo-ni Trưởng lão Thượng tôn là những vị danh tiếng trong hàng vương giả, tu hành phạm hạnh đã lâu, đồng đi đến chỗ của con, cúi đầu đảnh lễ sát chân con rồi đứng qua một bên, chắp tay mà nói với con rằng: 'Thưa Tôn giả A-nan, các tỳ-kheo-ni Trưởng lão Thượng tôn này là những vị danh tiếng trong hàng vương giả, tu hành phạm hạnh đã lâu; còn các thầy tỳ-kheo nhỏ kia còn nhỏ tuổi, mới học đạo, xuất gia sau, vào nơi Pháp Luật chân chánh này chưa được bao lâu, mong rằng các thầy tỳ-kheo ấy đối với tỳ-kheo-ni nên tùy theo lớn nhỏ mà cúi đầu làm lễ, cung kính chắp tay thưa hỏi.'"

Đức Thế Tôn nói:

"Thôi, thôi! A-nan, hãy gìn giữ lời nói này. Hãy thận trọng, chớ có nói điều đó! A-nan, nếu ông là người hiểu biết như Ta biết thì một câu cũng không nên nói, huống nữa là đã nói như vậy.

"A-nan, nếu nữ nhân không ở trong Pháp Luật chân chánh này, chí tín, lìa bỏ gia đình, sống không gia đình mà học đạo, thì các bà-la-môn, cư sĩ sẽ lấy áo trải lên đất mà nói rằng: 'Thưa sa-môn tinh tấn, ngài có thể đi lên trên này. Thưa sa-môn tinh tấn, ngài đã làm việc khó làm, khiến cho chúng tôi được lợi ích, phước lành, an ổn, khoái lạc lâu dài.'

"A-nan, nếu nữ nhân không ở trong Pháp Luật chân chánh này, chí tín, lìa bỏ gia đình, sống không gia đình mà học đạo thì các bà-la-môn, cư sĩ sẽ đem đầu tóc mình trải lên đất mà nói rằng: 'Thưa sa-môn tinh tấn, ngài có thể đi lên trên này. Thưa sa-môn tinh tấn, ngài đã làm việc khó làm, khiến cho chúng tôi được lợi ích, phước lành, được an ổn, khoái lạc lâu dài.'

"A-nan, nếu nữ nhân không ở trong Pháp Luật chân chánh này, chí tín lìa bỏ gia đình, sống không gia đình mà học đạo, thì các bà-la-môn, cư sĩ nếu trông thấy sa-môn, hai tay sẽ bưng các thức ăn ra đứng bên đường chờ đợi mà nói rằng: 'Thưa Tôn giả, xin thọ nhận món ăn này. Có thể mang đi tùy ý thọ dụng để cho chúng tôi được lợi ích phước lành, được an ổn khoái lạc lâu dài.'

"A-nan, nếu nữ nhân không ở trong Pháp Luật chân chánh này, chí tín lìa bỏ gia đình, sống không gia đình mà học đạo, [**607b**] thì các bà-la-môn, cư sĩ trông thấy sa-môn tinh tấn liền sanh tâm kính mến, dìu đỡ vào nhà, đem các tài vật ra cúng dường sa-môn tinh tấn mà nói rằng: 'Thưa Tôn giả, xin thọ nhận tài vật này. Có thể mang đi tùy ý thọ dụng để cho chúng tôi được lợi ích phước lành, được an ổn khoái lạc lâu dài.'

"A-nan, nếu nữ nhân không ở trong Pháp Luật chân chánh này, chí tín lìa bỏ gia đình, sống không gia đình mà học đạo, thì dù cho mặt trời mặt trăng này có đại như ý túc, có đại oai đức, có đại phước hựu, có đại oai thần, nhưng đối trước đức oai thần của vị sa-môn tinh tấn vẫn không thể sánh bằng, huống nữa là đối với hàng dị đạo dở chết ấy!

"A-nan, nếu nữ nhân không ở trong Pháp Luật chân chánh này, chí tín lìa bỏ gia đình, sống không gia đình mà học đạo thì Chánh pháp sẽ tồn tại đến ngàn năm. Thế nhưng, giờ đây đã mất hết một nửa, chỉ còn lại có được năm trăm năm.

"A-nan, có năm việc nữ nhân không làm được. Nếu nói rằng nữ nhân được thành Như Lai, Bậc Vô Sở Trước, Đẳng Chánh Giác, hoặc Chuyển luân vương, Thiên Đế Thích, Ma vương hay Đại Phạm thiên, điều này nhất định không thể có.

"Nhưng có năm việc người nam làm được. Nếu nói rằng người nam được thành Như Lai, Bậc Vô Sở Trước, Đẳng Chánh Giác, hoặc Chuyển luân vương, Thiên Đế Thích, Ma vương hay Đại Phạm thiên vương, điều này chắc chắn có thật."

Phật thuyết như vậy. Tôn giả A-nan và các tỳ-kheo sau khi nghe Phật thuyết, hoan hỷ phụng hành.[79] ❂

Chú thích

---

[1] Đến một khu rừng khác.

[2] Sa-môn nghĩa 娑門義, nên hiểu là mục đích của sa-môn; hoặc, lợi ích của sa-môn.

[3] Thiện tự quán tâm 善自觀心. Pāli: *sacittapariyāyakusala*.

[4] Nội chỉ 內止; đây nói về *chỉ quán* pháp môn. Pāli: *ajjhattacetosamatha*.

[5] Tối thượng tuệ quán pháp 最上慧觀法; được chỉ (*samtha*) nhưng chưa được quán (*vipassana*). Pāli: *adhipaññā-dhammavipassana*, sự quán chiếu pháp bằng tuệ tăng thượng.

[6] Lậu tận trí thông tác chứng 漏盡智通作證. Pāli: *āsavānaṃ khayāya yo karaṇīyo*, nỗ lực dứt sạch các lậu.

[7] Pāli: *cīvarampāhaṃ bhikkhave duvidhena vadāmi sevitabbampi asevitabbampī ti*, Y, Ta nói có hai loại: nên sử dụng và không nên sử dụng.

[8] Hiệp tập nhất thiết nhân 狎習一切人. Pāli: *puggalampāham bhikkhave duvidhena vadāmi sevitabbampi asevitabbampī ti*, người, Ta nói có hai loại: đáng thân cận và không đáng thân cận.

[9] Tập pháp bất khả tập pháp 習法不可習法. Pāli: *sevitabba, asevitabba*: nên thân cận và không nên thân cận, nên sử dụng và không nên sử dụng, nên phục vụ và không nên phục vụ.

[10] Đa hành tăng tứ 多行增伺. Pāli: *abhijjahlū bahulaṃ viharāmi*, ta sống nhiều tham lam chăng?

[11] Thân tránh 身諍. Pāli: *sāraddhakāyo*, cử chỉ thô bạo, nóng nảy.

[12] Kiếm-ma-sắt-đàm Câu-lâu. Pāli: *Kammāsadhammaṃ nāma kurūnaṃ nigamo*. Xem kinh số 10.

[13] Đạt phạm hạnh 達梵行. Pāli: *nibbedhikapaiyāya*, pháp môn quyết trạch.

[14] Các khía cạnh của vấn đề: sở nhân sanh 所因生, hữu báo 有報, thắng như 勝如, Pāli: *nidānasambhava* (nguyên nhân sanh khởi), *vemattatā* (đặc tính sai biệt), *vipāka* (báo ứng).

[15] Giác 覺. Pāli: *vedanā*.

¹⁶ Bản Pāli: sáu tưởng: *rūpasaññā*, sắc tưởng, cho đến, *dhammasaññā*, pháp tưởng.

¹⁷ Thuyết 說. Pāli: *katamo saññānaṃ vipāko? vohāraveppako*, cái gì là kết quả (dị thục) của các tưởng? Là kết quả của ngôn ngữ tập quán.

¹⁸ Tùy kỳ tưởng tiện thuyết 隨其想便說. Pāli: *yathā yathā naṃ saṃjānāti tathā tathā voharati evaṃ saññī ahosin ti*, nó nhận biết vật ấy như thế nào thì nó nói như thế, rằng "tôi có tưởng (có ấn tượng) như vậy".

¹⁹ Pāli: *aññā saññā rūpesu*, tưởng trong các sắc thì khác, cho đến, *aññā saññā dhammesu*, tưởng trong các pháp thì khác.

²⁰ Hữu dục dục sắc 有欲欲色. Pāli: *añño kāmo rūpesu*, dục nơi các sắc là (một loại) khác,... cho đến, *añño kāmo phoṭṭhabbesu*, dục nơi các xúc là (một loại) khác.

²¹ Tư nghiệp dĩ tư nghiệp 思業已思業. Pāli: *cetanaṃ kamamṃ... cetayitvā kamaṃ katori kāyena vācāya manasā*: nghiệp được tư duy, và nghiệp sau khi tư duy rồi hành động bởi thân, miệng.

²² Pl.: khổ cực đại (*adhimattaṃ*), khổ hạn chế (*parittaṃ*), khổ biến mất chậm (*dandhavirāgī*), khổ biến mất nhanh (*khippavirāgī*): đây là sự thắng liệt (*vemattā*) của khổ.

²³ Các thiện tri thức, các bậc Thánh.

²⁴ Bạt-kì-sấu 跋耆瘦. Pāli: *Vajjīsu*, giữa những người *Vajji*.

²⁵ A-nô-ba 阿奴波; địa danh này chưa rõ. Bản Pāli: Phật tại *Daṇḍakappa*, một ngôi làng của người *Kosala*.

²⁶ A-di-la-hòa-đế 阿夷邏和帝. Pāli (A. iii. 402): *Aciravatī*, Tôn giả Ananda và một số đông tỳ-kheo làng *Daṇḍakappa* đến tắm ở đây.

²⁷ Nhất hướng ký一向記.

²⁸ Đề-bà-đạt-đa 提婆達多. Pāli: *Devadatta*.

²⁹ Theo bản Pāli: tỳ-kheo này hoài nghi, Phật tự biết hay nhờ Chư Thiên nói cho biết.

³⁰ Hán: niên thiếu bất tự tri 年少不自知. Pāli: *bālo avyatto*, ngu si không biết gì. Bāla, có nghĩa con nít, cũng có nghĩa ngu si, cho nên Hán dịch niên thiếu (?).

³¹ Đại nhân căn trí 大人根智. Pāli: *purisindriyaññāṇa*.

³² Suy thoái pháp 衰退法. Pāli: *parihāna-dhamma*.

³³ Bản Hán, hết quyển 27.

³⁴ Hán: dĩ cánh lạc vi hòa 以更樂為和. Pāli: *vedanā-samosaraṇā*, hòa hiệp (kết hợp) là thọ. Xem cht. dưới.

[35] Dĩ hà vi lai 以何為來. Pāli: *phassa-samudayā*, xúc là tập khởi. Xem cht. trên.

[36] Dĩ tư tưởng vi hữu 以思想為有. Pāli: *manasikāra-saṃbhavā*, tác ý là sanh khởi (hữu).

[37] Pl.: *samādhippamikhā*.

[38] Hán: giải thoát vi chân 解脫為真. Pl.: *vimuttisārā*.

[39] Tập xuất gia học đạo chi tâm 習出家學道之心. Pāli (A. v. 106)): *yathāpabbajjā paricitañca cittam. Tập* trong bản Hán phù hợp với *paricita* trong bản Pāli, nên hiểu là *tích tập*, thay vì là *tập khởi*.

[40] Pl. ibid.: *aniccasaññāparicitañca no ciattaṃ bhavissati*: tâm sẽ được tích tập với tưởng vô thường.

[41] Ác thực tưởng 惡食想. Pl.: *ādīnavasaññā*, tưởng về sự nguy hại.

[42] Từ đoạn này trở lên, tương đương Pāli, A. 8. 63 (iv. 338): *Mūlakasuttaṃ*.

[43] Tri thế gian hảo ố 知世間好惡. Pāli: *lokassa samañ ca asamañ ca ñatvā*, biết sự chánh hay bất chánh (bình đẳng hay không bình đẳng) của thế gian.

[44] Tập như thị tưởng tâm 習如是想心. Pāli: *taṃsaññāparicitañca cittaṃ*: tâm được tích tập với tưởng ấy.

[45] Tri thế gian tập hữu 知世間習有. Pāli: *lokassa samudayañ ca atthaṅgamañca ñatvā*, biết sự tập khởi và hoại diệt của thế gian.

[46] Từ đoạn này trở lên, tương đương Pāli, A. 10. 59 (A. v. 108): *Pabbajjāsuttaṃ*.

[47] Ưu-đà-la La-ma-tử 優陀羅羅摩子. Pāli: *Uddaka-Rāmaputta*, vị đạo sĩ đã dạy cho Đức Phật lúc Ngài chưa thành đạo về pháp tu Phi tưởng phi phi tưởng (xem M.26 và kinh số 104).

[48] Đối chiếu bản Pāli (A. iv. 82): *idam jātu vedagū, idam jātu sabbajī, idam jātu apalikhatam gaṇḍamūlaṃ pālikhanin ti*. Quả thực ta thấu hiểu sự kiện này, khắc phục tất cả sự kiện này, phế trừ gốc rễ của ung nhọt này. *Jātu* (quả thực, bất biến từ), trong bản Hán được hiểu là *jāti*: sanh loại (?).

[49] Thích-ki-sấu, Ca-duy-la-vệ. Pāli, M 18: *sakkesu viharati nigrodhārāme*.

[50] Nghệ trúc lâm 詣竹林. Bản Pāli nói Phật ngồi nghỉ trưa dưới một gốc tre non (*Beluvaṭṭhika*), tre non.

[51] Thích-ca tự 釋迦寺, chỉ tịnh xá trong vườn Ni-câu-loại (*Nigrodhārāma*).

[52] Đại lâm 大林. Pāli: *Mahāvana*, khu rừng gần *Kapilavatthu*.

[53] Chấp Trượng Thích 執杖釋. Pāli: *Daṇḍapānī Sakka*, con trai của *Anjana* và *Yosadharā*, em của Hoàng hậu *Mayā* và *Pajāpati*, tức cậu ruột của Phật. Truyền thuyết phương Bắc nói ông là cha vợ của Thái tử Tất-đạt-đa.

[54] Đấu tranh 鬥諍. Pāli: *viggayha*, sự tranh luận, tranh cãi.

⁵⁵ Trừ hối 除悔. Pāli: *chinnakukkucca*, dứt trừ sự ác tác, không còn truy hối (hối tiếc việc đã làm). Sớ giải: *kukkucca*, ác tác: *vippaṭisārakukkccassa ceva hatthapādakukkuccassa*, ác tác bởi truy hối và ác tác bởi tay chân. Được hiểu là trạng thái bồn chồn bất an.

⁵⁶ Hán: (...) diệc vô tưởng 亦無想. Pāli: (...) *taṃ brahmaṃ ... bhavābhave vītataṇhaṃ saññā nānusenti*, các tưởng không tiềm phục nơi người Bà-la-môn mà tham ái, hữu ái và phi hữu ái đã bị loại trừ. Không nên lầm ở đây Phật chủ trương "vô tưởng."

⁵⁷ Nhân sở nhân niệm 人所因念. Pāli nói: *yatonidānaṃ purisaṃ papañcasaññāsaṅkhā samudācaranti ettha ce natthi abhinanditabbaṃ*, "do nhân duyên mà các hý luận vọng tưởng hiện hành nơi con người, ở đó nếu không có gì đáng hoan hỷ..." Thử dựng lại đoạn Hán thành Pāli để xem có phải Hán và Pāli khác nhau do sự truyền khẩu hay không: *yatonidānaṃ purisaṃ pabbajjāsaññāparicitaṃ...* Sớ giải Pāli: *papañcasaññā*, là tưởng (*saññā*) liên hệ với ái, mạn, kiến (*taṇhāmānadiṭṭhipapañca*).

⁵⁸ Dục sử, Pāli: *rāgānusayānaṃ*, tham tùy miên

⁵⁹ Các *sử* ở đây cũng gọi là *tùy miên* (*anusaya*).

⁶⁰ Liệt kê của Pāli: *rāga* (tham trước), *paṭigha* (sân), *diṭṭhi* (kiến), *vicikicchā* (nghi), *māna* (mạn), *bhavarāga* (hữu ái), *avijjā* (vô minh), các tùy miên (*anusayāni*) này bị đoạn tận.

⁶¹ Nhân sở nhân niệm 人所因念. Pāli nói: *yatonidānaṃ purisaṃ*

⁶² Nhược sở niệm tiện phân biệt 若所念便分別. Pāli: *yaṃ vitakketi, taṃ papañceti*, có tầm (niệm) cái gì, thì có hý luận cái đó.

⁶³ Mật hoàn 蜜丸. Pāli: *madhu-piṇḍika.*

⁶⁴ Pāli: *madhupiṇḍikapariyāya*, pháp môn mật hoàn.

⁶⁵ Xem cht. kinh 115 trên.

⁶⁶ Cù-đàm-di Đại Ái 瞿曇彌大愛. *Tứ phần* 48: Ma-ha Ba-xà-ba-đề 摩訶波闍波提 Pāli: *Mahāpajāpatī Gotamī.*

⁶⁷ Tức quả vị A-la-hán. Ý câu hỏi, theo bản Pāli, do A-nan nghĩ ra như là cơ sở để nữ được xuất gia như nam. Bà *Gotamī* không nêu câu hỏi này. Xem đoạn dưới.

⁶⁸ *Tứ phần* 48: sau khi không được Phật cho phép nữ giới xuất gia, vì lý do Phật pháp sẽ không tồn tại lâu, Bà cùng với năm trăm người nữ khác tự cạo tóc, mặc áo cà-sa và vẫn đi theo Phật khẩn nguyện Ngài chấp thuận. Pāli (A.iv. 257; Vin. ii. 253) cũng vậy, Bà theo Phật đến *Vesāli* và tự cạo tóc tại đây (*kese chedāpetvā kāsāyāni vatthāni acchādetvā*). No 60: Phật không

chấp nhận cho xuất gia, nhưng cho phép tự cạo đầu, khoác cà-sa, trọn đời tu tịnh phạm hạnh 常可剃頭被袈裟至竟行清淨梵行.

⁶⁹ Xá-di 舍彌. Pāli: *Sākiyānī*, người nữ trong dòng họ Thích-ca.

⁷⁰ Na-ma-đề 那摩提; xem kinh 185. Pāli nói: Phật đến *Vesālī*, tức rừng *Mahāvana*.

⁷¹ Luật *Tứ Phần* (nt): bà chạy bộ theo Phật, cho đến rách gót chân.

⁷² Bản Pāli, A-nan nghĩ, Phật không chấp nhận thỉnh cầu, ta hãy dùng cách khác, và hỏi như vậy (*yaṃnūnāhaṃ aññepi pariyāyena bhagavantaṃ yāceyyaṃ...*).

⁷³ Trong bản Pāli, Phật chỉ nói điều này sau khi đã chấp thuận cho nữ xuất gia.

⁷⁴ Hữu uế 有穢, ruộng có cỏ xấu mọc lan. No.60: *bạc vũ* 雹雨, mưa đá. *Tứ phần* *sương bạc*. Pāli: *sālikkhette setaṭṭhikā nāma rogajāti*, trong ruộng lúa có loại bệnh gọi là "bạch chứng" (tức sương muối? Hay do một giống nấm ăn trắng cây?).

⁷⁵ *Tứ phần*: Phật vẫn chưa chấp thuận, Tôn giả A-nan hỏi về khả năng đắc Thánh quả của nữ nhân, Phật xác nhận, rồi A-nan nói: "Nếu nữ nhân có thể đắc Thánh quả, họ cũng có thể xuất gia". Do đó Phật chấp thuận và thiết lập tám kỉnh pháp.

⁷⁶ Bát tôn sư pháp 八尊師法, tức Bát kỉnh pháp. No.60: Bát trọng pháp 八重法. Pāli: *aṭṭha garudhammā*. Trong bản Hán, *garu*: kính trọng; được hiểu là guru: *tôn sư*.

⁷⁷ Tăng-già-bà-thi-sa 僧伽婆尸娑 (Pl: *saṅghādisesa*.) Pāli trong đây nói: *garudhammaṃ ajjhāpannāya*, phạm trọng cấm.

⁷⁸ Hành bất mạn 行不慢. *Tứ phần*: hành ma-na-đỏa 行摩那埵. Pl.: *ubhatosaṅghe pakkhamānattaṃ caritabbaṃ*, hành *mānatta* trước hai bộ Tăng.

⁷⁹ Bản Hán, hết quyển 28.

TRUNG A-HÀM
Hết quyển 2

SÁCH DẪN

Liên lạc HỘI ĐỒNG HOẰNG PHÁP

Hòa thượng Thích Như Điển, Chánh Thư Ký, HĐHP
Chùa Viên Giác. Karlsruher Str. 6, 30519 Hannover, Germany
Website: www.hoangphap.org; Email: hdhp.ctk@gmail.com;
Tel: + 49 511 879 630

Thượng tọa Thích Nguyên Tạng, Trưởng ban Báo Chí & Xuất Bản, HĐHP
Tu Viện Quảng Đức, 105 Lynch Road, Fawkner, Vic.3060 Australia
Website: www.hoangphap.org; Email: hdhp.bbc@gmail.com;
Tel: +61 481 169 631

Thượng tọa Thích Tâm Hòa, Trưởng ban Bảo Trợ, HĐHP
Trung Tâm Văn Hóa Phật Giáo Pháp Vân, Ontario, Canada
420 Traders Blvd E, Mississauga, ON L4Z 1W7, Canada
Website: www.phapvan.ca; Email: thichtamhoa@gmail.com
Tel: +1 905-712-8809

Liên lạc thỉnh ĐẠI TẠNG KINH

Ni Sư Thích Nữ Quảng Trạm - Tổ Đình Khánh Anh (Bagneux)
14 Avenue Henri Barbusse, 92220 Bagneux- France
Tel.: +33 609 09 01 19 - Email: hdhp.inan@gmail.com